జయమోహన్
నెమ్మి నీలం

అనువాదం
అవినేని భాస్కర్

ఛాయ
హైదరాబాద్

నెమ్మి నీలం

నిజమైన మనుషుల కథలు

జయమోహన్

Nemmi Neelam
Short Stories
By Jeyamohan ©

Translated By: Avineni Bhaskar

First Edition: August, 2024 – Copies: 1000

Author's Website: www.jeyamohan.in
Author's Email: jeyamohan.writer@gmail.com
Translator's e-mail: avinenib@gmail.com

Publication No.: CRC- 131
ISBN No: 978-81-944318-8-6

Cover Design: Vishnupuram Publications.
Book Design: Unpublish Media, Hyderabad - 7989546568

Published By:
Chaaya Resources Centre
103, Haritha Apartments,
A-3, Madhuranagar, HYDERABAD-500038
Ph: (040)-23742711, Mobile: +91-70931 65151
Email: editorchaaya@gmail.com

కృతజ్ఞతలు

ఈమాట - ఆన్లైన్ తెలుగు మాస పత్రిక

హర్షణీయం - తెలుగు పాడ్కాస్ట్ ఛానెల్

ఛాయ - తెలుగు పుస్తక ప్రచురణ సంస్థ

విష్ణుపురం సాహితీ సంఘం

డాక్టర్ సి. మృణాళిని

సవరణలు, అచ్చు దిద్దుబాట్లు చేసినవారు

ఆష కె

సుజాత ఎమ్

విజయ జ్యోతి

అరుణాంక్ లత

మాధవ్ మాచవరం

సుధామయి సత్తెనపల్లి

అనిల్ కుమార్ (కుమార్. ఎస్)

జయమోహన్ - 1962 ఏప్రిల్ 22న కేరళ-తమిళనాడు సరిహద్దు ప్రాంతంలో కన్యాకుమారి జిల్లాలో జన్మించారు. ఆయన తల్లితండ్రులు మలయాళీలు. ఇరవై రెండో ఏట వామపక్ష, సామ్యవాద సాహిత్యం మీద ఆసక్తి కలిగింది. తొలినాళ్ళలోనే ఆయన రాసిన రబ్బర్, విష్ణుపురం అనే నవలలు; నది, బోధి, పడుగై వంటి కథలు ఆయనకు మంచి గుర్తింపును తెచ్చిపెట్టాయి. రబ్బర్ నవల అఖిలన్ స్మారక పురస్కారం అందుకుంది. ఈయన రచనలన్నీ మానసిక లోతులను వివిధ కోణాల్లో అద్దం పట్టేవిగా ఉంటాయి. 2015లో కేంద్ర ప్రభుత్వం ప్రకటించిన పద్మశ్రీ పురస్కారాన్ని తన సిద్ధాంతానికి విరుద్ధమంటూ తిరస్కరించారు.

'వెణ్మురసు' పేరుతో మహాభారతాన్ని నవలా రూపంలో ప్రతిరోజూ తన వెబ్‌సైట్‌లో ప్రచురించారు. 2014వ సంవత్సరం మొదలు పెట్టిన ఈ రచన 2020 జూలైలో ముగిసింది. ప్రతిరోజూ ఒక యజ్ఞంలా కొనసాగిన ఈ రచన ఆధునిక సాహిత్యంలోనే అతి పెద్ద నవల అంటే అతిశయోక్తి కాదు. 22400 పుటలు, 1932 అధ్యాయాలు ఉన్న ఈ 'వెణ్మురసు' రచనను 26 సంపుటాలుగా ప్రచురించారు.

www.jeyamohan.in & https://telugu.jeyamohan.in

అంకితం

ఇందులోని కథలన్నీ 'ధర్మం' అనే అంశాన్ని ఆధారంగా చేసుకుని సంచరించేవి. నా అంతరాంతరాల్లో అనుభవించిన భావోద్వేగపు తుఫాను నన్ను వదలక వెంటాడుతున్న తీవ్రస్థితిలో కొట్టుమిట్టాడుతున్న సందర్భంలో, ఓ నలభై రోజుల వ్యవధిలో రాసినవి ఈ కథలు. మధ్యలో ప్రయాణాలు, కొన్ని రోజువారి పనులు - ఇవేవీ నా వేగాన్ని అడ్డుకోలేదు. ధర్మం మూలాలకు సంబంధించిన ప్రశ్నలతో మొదలైన ఈ కథలన్నీ మానవత్వపు గెలుపును చాటి చెబుతాయి. ఈ కథలద్వారా నాకు అర్థం అయ్యింది అదే - నా భుజాన మోసే జండా అదే!

ఈ కథల్లో భాగంగా చేర్చాలని తిరువట్టార్ నియోజకవర్గంలో పలుమార్లు మార్క్సిస్ట్ కమ్యూనిస్టు పార్టీ శాసనసభ సభ్యుడుగా ఎన్నికై, రబ్బర్ కార్మికుల సంఘాలతోబాటు పలు సంఘాల్లో ప్రధాన కార్యదర్శిగా చేసిన జె.హేమచంద్రన్ గారిని గూర్చి కూడా నేను ఒక కథ రాశాను. ఆ కథ సంతృప్తికరంగా రాలేదు. నాకు మూడు నాలుగేళ్ళున్నప్పుడు నాన్నతో మాట్లాడటానికి వచ్చిన ఆయన్ని నేనిప్పుడు గుర్తు చేసుకుంటున్నాను. ఆయన నాకు దూరపు బంధువు కూడా. 'రేయ్' అని కంచు కంఠంతో నన్ను పలకరించేవాడు. ఆయన ఎమర్జెన్సీని ప్రతిఘటిస్తూ అచ్చువేసిన కరపత్రాల పంపిణీ కూడా ఆయన నాకు అప్పగించిన పనుల్లో ఒకటి.

నా మటుకు నాకు ఆ కామ్రేడ్ కటువైన 'మేనమామ' లానే అనిపించేవాడు. ఏనాడూ నాతో గద్దించినట్టు తప్ప ఇంకొకరకంగా మాట్లాడినవాడు కాదు. నేను కూడా వీలైనంతవరకు ఆయన చూపుకు చిక్కకుండా తప్పించుకు పోతూ ఉండేవాడిని. రచయిత సుందర రామసామి చనిపోయినప్పుడు కలిసిన సందర్భంలో మటుకు ఎదిగిన నన్ను చూసి మొట్టమొదటిసారి పెద్దమనిషిలా గౌరవించి నాలుగు మాటలు మాట్లాడాడు. ఆ తర్వాత కూడా ఆయన కారులో వెళ్తూ మా వీధి చివర ఎప్పుడు కనిపించినా గద్దించేవాడు.

ఆదర్శవాదులకు ప్రతీకగా ఆయన ఆకారాన్ని నా మనసులో చిత్రించుకున్నాను. మాట, నవ్వు, నడక, ఆకారం అన్నిట్లోనూ గాంభీర్యం - నమ్మిన సిద్ధాంతాల్లో, పోరాటాల్లో ఏ క్షణమూ మనోస్థిమితం సడలని గాంభీర్యం. ఆయన చేసిన ఎన్నో మహోన్నత త్యాగాల కథలు వింటూ పెరిగాను. ఆయన కీర్తిని చాటే ఎన్నో జీవిత ఘట్టాల్లో ఒకదానికి కొత్తరంగులు పులిమి ఇదివరకే ఇంకో కథలో తీసుకొచ్చాను. ఇంకా రాస్తానేమో.

ఈ పుస్తకాన్ని ఆయనకు సమర్పిస్తున్నాను.

- **జయమోహన్**

రచయిత స్వగతం

నా సాహితీ జీవితాన్ని ఓ మెట్టు పైకెక్కించిన రచనల్లో ఈ కథల సంపుటి ఒకటి. నేను తిరిగి చూసుకుంటే నా రచనా ప్రయాణం 'రబ్బర్' అనే నవలతో మొదలైంది. ఆ ప్రయాణంలో విష్ణుపురం, కొట్టవై, అఱం (ఈ కథల సంపుటం) ఇవన్నీ కొన్ని చెప్పుకోదగ్గ మైలురాళ్ళు. దాదాపుగా ఈ కథలు రాసిన సమయంలోనే 'విష్ణుపురం సాహితీ సంఘం' అన్న సంస్థను స్థాపించడానికి ఏర్పాట్లు మొదలు పెట్టాను. కొన్ని వేల మందిని తనలో కలుపుకుంటూ, శాఖలుగా విస్తరించి నేడు తమిళనాట అగ్రగామిగా వెలుగొందే సాహితీ ఉద్యమం ఒకటి నడపాలన్న నా నిశ్చయానికి బీజం 'అఱం' కథలు రాసిన కాలంలోనే పడ్డట్టుంది.

ఇప్పుడు ఈ కథలను రాసిన ఆ రోజులను మళ్ళీ తిరిగి చూసుకుంటున్నాను. వెబ్‌సైటు మొదలుపెట్టి ప్రతిరోజూ వచ్చే పాఠకుల ప్రతిస్పందనలపై వాళ్ళతో సంభాషించడం మొదలు పెట్టిన రోజులవి. అప్పటివరకు నేను సమకాలీన సాహితీ ప్రపంచంలో జరిగే రోజువారీ రాజకీయాల్లో పెద్దగా దృష్టి పెట్టడమో, స్పందనలు తెలియజేయడమో నేను చెయ్యలేదు. 'రాజకీయ, సామాజిక విషయాల్లో రచయిత వెంటనే ప్రతిస్పందించకూడదు, అది అతని సృజనకు అడ్డుకట్ట అవుతుంది' అన్న అభిప్రాయం నాకుండేది. అయితే ఇంటర్నెట్ యొక్క ఉధృతి, పాఠకులు నిర్విరామంగా వేసే ప్రశ్నలు నన్ను రాజకీయ చర్చల్లోకి తీసుకెళ్ళాయి. అది నాకు సమకాలీన పోకడలగురించిన ఒక దృక్కోణాన్ని ఇచ్చింది.

ఇప్పుడు ఆలోచిస్తే మరొకటి అనిపిస్తుంది. నేను సినిమా పరిశ్రమ లోకి 2005లో అడుగు పెట్టాను. తర్వాత ఐదేళ్ళల్లో సినిమా పరిశ్రమ ద్వారా భారత దేశపు రాజకీయ, పారిశ్రామిక రంగాల్లో అగ్రస్థానం వహిస్తున్న ఎంతోమందిని కలుసుకోవడానికి, ఆ రంగాల్లో మసులుకోవడానికీ వీలు కలిగింది. మధ్య తరగతి ప్రపంచంలో మనం మాట్లాడుకునే సహజమైన విలువలకు, ధర్మాలకు ఆవలి ప్రపంచం అది. ఎల్లవేళలా రాజీలు, అతిక్రమణలు ఉండే లోకం అది. అక్కడికి చేరుకునేవాళ్ళు సొంతం స్వార్థపరులుగానో, లేదా అన్నిటినీ కోల్పోయి విసిగి వేసారిపోయి గుండెల్లో చేదును నింపుకున్నవారుగానో మిగిలిపోతారు. నాకు ఆ రెండో స్థితి ఎదురైంది. ఇక్కడ సామాజిక మాధ్యమాల్లోనో, మన రోజువారీ జీవితాల్లోనో చోటు చేసుకునే సంభాషణలేవీ అక్కడికి చేరవు; అక్కడి ధర్మాలు వేరు. అయితే అవే మన జీవితాలను నిర్ణయిస్తున్నాయి. మనం ఊరకే గొంతు చించుకోడానికి, వాటి ద్వారా ఒక చిన్న సంతృప్తి చెందటానికీ - రాజకీయాలు, సామాజిక పోకడలు, వివిధ సిద్ధాంతాల గురించి మాట్లాడుకుంటున్నాము. పై స్థాయికి వెళ్ళేకొద్దీ అన్ని రాజకీయ సంస్థలదీ ఒకటే ధోరణి. అన్ని వ్యాపారాలూ ఒకటే. రాజకీయము, వ్యాపారమూ వేరు వేరు కాదు.

దాదాపుగా అదే సమయంలో, భారతదేశంలో అతి పెద్ద కుంభకోణాల గురించిన వార్తలు బయటకు వచ్చాయి. నాకు ఊహ తెలిసిన రోజులనుండి 'రాజకీయం అంటే అత్యంత ప్రధానం - కుంభకోణాలను బయటపెట్టడమే' అన్నట్టుగా ఉండేది. చాలా చిన్నతనంలోనే 'నగర్వాలా కుంభకోణం' గురించి నేను చదివి తెలుసుకున్నాను. దాని తర్వాత బోఫర్స్, 2జి కుంభకోణాల వరకు... అవినీతి కుంభకోణాలను ప్రతిఘటిస్తూ అన్నా హజారే మొదలుపెట్టిన ఉద్యమం ద్వారా రాజకీయాల్లో ప్రధాన సమస్య అవినీతి అన్న కనీస అవగాహన దేశవ్యాప్తంగా కలుగుతుందని, అవినీతి భారతదేశపు ఆత్మను ఎలా నశింపజేస్తుందో, దీర్ఘకాలపు దేశ ఆర్థికస్థితిని ఎలా దెబ్బ తీస్తుందోనన్న విషయాలను సామాన్య ప్రజలు గ్రహించగలరన్న ఆలోచన నాకు కలిగింది. అయితే కొంతకాలానికే ఆ ఉద్యమం తాలూకు కెరటం సద్దుమణగడం నాలో ఒక అపనమ్మకాన్ని ఏర్పరచింది. ఆ స్తబ్ధతనుండి బయటపడటంకోసం, నాలో తిరిగి

నమ్మకం పాదుకొల్పే విషయాల కోసం మళ్ళీ మళ్ళీ అన్వేషించసాగాను. అలాంటి వెతుకులాట ఫలితమే 'నేటి గాంధి' అన్న నా పుస్తకం. గాంధీజీ ప్రతి విషయాన్ని ఆచరణాత్మక దృష్టితో చూసే వ్యక్తి, అంతే కాక సంపూర్ణమైన ఆదర్శవాది. నేడున్న పరిస్థితుల్లో ఆచరణాత్మక ఆదర్శవాదానికి గాంధీయ సిద్ధాంతం తప్ప మార్గాంతరం లేదు. ఇలా నా వెతుకులాటల్లో నేను చేరుకున్న గమ్యమే ఈ సంపుటంలోని కథలు అని చెప్పగలను.

నా ఇతర కథల్లా, ఈ సంపుటంలోని కథలు నేను సృష్టించి, మీకందించిన కలలు కావు. వేరే కథల్లో నా దృక్కోణం, నా భావావేశపు లోతులు, నా ఆధ్యాత్మిక అన్వేషణ, నా లోలోపలే విస్తరించుకున్న కాల్పనిక ప్రపంచపు జాడలు మీకు కనపడతాయి. ఈ సంపుటంలో మటుకు ప్రతి కథలో ఒక ప్రత్యేకమైన ప్రస్తావన ఉంటుంది. ఈ కథలు ప్రధానంగా పాఠకుణ్ణి దృష్టిలో పెట్టుకుని రాయబడినవి. ఆ కారణంచేతనే ఇతర కథలకంటే ఈ కథలు నేరుగానూ ఆవేశపూరితంగానూ ఉంటాయి. అందువల్లే ఈ కథలు ఇతర కథలకంటే ఎక్కువగా గుర్తింపును పొందాయి. నన్ను వేలాది పాఠకులకు దగ్గరగా తీసుకెళ్ళాయి. తమిళంలోను, మళయాళం, ఇంగ్లీషులలోనూ కూడా విస్తృతంగా చదువుతున్నారు.

విసిగి వేసారిపోయిన నా స్తబ్ధస్థితినుండి లేచి వెళ్ళి నాకు జీవితంలో ఎదురైన ఆదర్శవాదుల జీవితాలను స్పర్శించే ప్రయత్నం చేశాను. వాళ్ళు ప్రత్యేకమైన వ్యక్తిత్వం కలవాళ్ళు. ఒక సామాన్యుడి మనసులో చోటు చేసుకున్న మతబోధకుడయిన సామర్వెల్, నీచమైన ఒక భావావేశ స్థితిలో నుంచి పైకి లేచే ప్రయత్నం చేసే నెమ్మినీలం కథలోని ఒక ప్రధాన పాత్ర, తన శిష్యుడికోసం కన్నీటి పర్యంతమయ్యే ఒక అధ్యాపకుడు, ఈ ప్రపంచాన్నే తనలో పొదుపుకోడానికి తపిస్తూ చాచిన చేతులతో నిల్చున్న గ్యారీ డేవిస్ - ఒక్కో కథా ఒక్కో రకంగా ఆయా ఆదర్శవాదాల విభిన్న రూపాలను స్పృశిస్తున్నాయి. ఒక కథ రాయగానే అందులో మిగిలిపోయిన మరో విషయాన్నే తర్వాత కథ చెబుతోందని ఇప్పుడు అనిపిస్తోంది. ఈ కథల వరసలో ఆ జాడలు స్పష్టంగా కనపడతాయి. 'ఎల్ల లోకములు ఒక్కటై' కథ పూర్తిచేశాక నేను ఆ స్తబ్ధతనుండి తేరుకుని. సహజ చైతన్య స్థితికి చేరుకున్నాను.

ప్రతి రోజూ ఈ కథలు నా వెబ్‌సైట్‌లో వెలువడ్డాయి. ప్రతి కథా చదవగానే

మెరుపు తాకిడికి గురైన అనుభూతి కలిగిందని ఒక పాఠకుడు రాశాడు. తమిళ సాహిత్య ప్రపంచంలో ఇలాంటి ఘటన ఇదివరకెప్పుడూ జరగలేదు. వేలాది పాఠకులు, రచయితతో కలిసి ఒకే స్రవంతిగా కథలే మాధ్యమంగా నిరంతరంగా సంభాషణల్లో మునిగిపోయి గడిపిన రోజులవి. ఈనాటికీ అదే వెల్లువ కొనసాగుతూనే ఉంది. ఈ మధ్య కోయంబత్తూరు పుస్తక ప్రదర్శనలో అదే ఉధృతిలో ఈ సంపుటం గుర్తింపు పొందటాన్ని చూసినప్పుడు కాల్పనిక సాహిత్యానికున్న శక్తిసామర్థ్యాలేవిటో అర్థమైంది.

ఈ కథల ద్వారా కొందరు విశిష్టమైన వ్యక్తుల జీవితాలను మీముందుంచాను, ఏనుగు డాక్టర్ వి.కృష్ణమూర్తిలా... ఆధునిక రచయితలు మామూలుగా అలాంటి వ్యక్తులను గురించి ప్రధానంగా ప్రస్తావించరు. ఆ రకంగా స్తుతించి, కీర్తించే ధోరణి మాది కాదని వక్కాణించినప్పటికీ అది నిజంకాదు. తమ గురించి తప్ప మరొకరిని గురించి ఉన్నతంగా మాట్లాడలేకపోవడమే కారణం. ఇదంతా - రకరకాలుగా తన ఇబ్బందులను, తనకి నచ్చిన, నచ్చని వాటిని, తన కలలను, కోరికలను రచనల్లో ప్రదర్శించి చేసుకునే వింతైన ఆత్మస్తుతి. ఆధునిక రచయితలు సమస్తం ఈ రకంగా తమని తాము పొగుడుకునేవాళ్ళే.

నేను ఆధునికవాదాన్ని (Modernism) దాటి వచ్చిన రచయితను. ఆధునికానంతరవాదంతో కూడా నన్ను నేను ముడిపెట్టుకోలేదు. ఆధునికానంతరవాదపు వ్యక్తీకరణ (Postmodernism Expression) పద్ధతుల్లో నాకు ఆసక్తి ఉన్నప్పటికీ నన్ను నేను సాంప్రదాయ రచయితగానే భావిస్తాను. సంగం కాలంలో పాలించిన పారి మహరాజును ఆయన సమకాలికుడు, కవి కపిలుడు తన రచనలతో కీర్తించి చిరస్మరణీయుడిగా నిలబెట్టినట్టు, సమాజం లోని ఆదర్శపురుషులకు చరిత్రలో సుస్థిరస్థానం కల్పించడం ఒక కళాకారుడి కర్తవ్యం అని నేను భావిస్తాను. ఏళ్ళ క్రితం హిందూ పత్రికలో ఒక శ్రద్ధాంజలి వ్యాసంగా చదివిన ఏనుగు డాక్టర్ జీవిత చరిత్రను నేడు వేలాది బడిపిల్లలు చదువుతున్నారు. నేడు ఒక తరానికంతా డాక్టర్ 'కే' పరిచయమయ్యాడు. ఇవాళ ఆయన ఒక చరిత్ర పురుషుడిగా మారిపోయాడు. కాల్పనిక సాహిత్యానికున్న శక్తి సామర్థ్యాలేంటన్నదానికి ఇదొక నిదర్శనం. అది కూడా

నన్ను నేను ఆవిష్కరించుకున్న ఒక ప్రత్యేక తరుణం. నా రచనా నైపుణ్యమే నా ఆయుధ సామగ్రి అని కనుగొన్న సందర్భం. ఈ కథల ద్వారా నేను చాలా దూరం సాగి వచ్చాను. కుదుటపడ్డాను. ఆ తర్వాత ఏ సంశయం లేదు. ఆ సంశయ రహిత స్వరమే విష్ణుపురం సాహితీ సంఘంనుండి తమిళ్ విక్కీ దాకా ఇన్ని సంస్థలను ఏర్పరచడానికి, వివిధ కార్యక్రమాలను నిర్వహించడానికి నాకు శక్తినిస్తున్నది. అది శక్తి మాత్రమే కాదు - ఒక నమ్మకమున్న గొంతుక. అదే నమ్మకాన్ని ఇతరుల్లో కలిగించి ఒక బలీయమైన ప్రభావాన్ని చూపే ప్రక్రియ.

తమిళంలో 'అఱం' అని వెలువడిన ఈ కథల సంపుటాన్ని నా మిత్రుడు భవా చెల్లదురైకి ప్రచురణకోసం ఇచ్చాను. వంశీ ప్రచురణసంస్థ వరుసగా యువ రచయితల రచనలను ప్రచురించి నష్టాల్లో మునిగిపోయిన సమయంలో ఆ సంస్థను మళ్ళీ నిలదొక్కుకునేలా చెయ్యడానికి ఈ కథల సంపుటి సాయపడింది. నా పుస్తకాలన్నిటినీ ఒకే చోట నించి అందించే ఉద్దేశ్యంతో స్థాపించిన విష్ణుపురం ప్రచురణల ద్వారా, నేడు ఈ పుస్తకం ప్రచురిస్తున్నారు. ఇది భావితరాలకు అందుబాటులో ఉండాలి. ఇందులోని స్థిరమైన ఆశావాద స్వరం ఎల్లవేళలా ప్రతిధ్వనించాలని కోరుకుంటున్నాను. ఈ కథల్లోని నాయక పాత్రల జీవితాన్ని అనుసరిస్తూ గడుపుతున్నవారందరికీ, భవా చెల్లదురైకి, పుస్తక ప్రచురణసంస్థకీ నా ధన్యవాదాలను, నమస్కారాలను తెలియజేసుకుంటున్నాను.

- **జయమోహన్**

నాగర్కోవిల్

18.08.2022

1
ధర్మం

వాకిట్లో నిలబడున్న వ్యక్తి "లోపలకి రండి... అన్నయ్య లోపలే ఉన్నారు" అన్నాడు. అతనెవరో తెలియడంలేదు. నేను అతనికి 'నమస్కారం' అంటూ చెప్పులు విడిచిపెట్టాను.

అతను వొంగి నా చెప్పులు చేతికి తీసుకున్నాడు. "బయటే వదిల్తే కుక్కలెత్తుకుపోతాయి... లోపలికి పదండి."

విశాలమైన రాతి అరుగు. అవతల మండువాలో ముదురుటెండ తెల్లటి తెరలా నేల మీద పరుచుకునుంది. ఒకవైపు పొడవైన అరుగులాంటి గదిలో ఒక పెద్దాయన పడక కుర్చీలో కూర్చుని ఉన్నారు. ఒడిలో ఇత్తడి తాంబూలం పెట్టె, అడకత్తెరతో వక్కల్ని చిన్న చిన్న ముక్కలు చేస్తున్నారు. ముఖం మీది కళ్ళజోడు కొంచం కిందకి జారిన ఆయన వాలకం చూస్తుంటే ఇష్టమైన ఆటలో మునిగిపోయున్న పసిపిల్లవాడిలా ఉంది.

నన్ను ఇందాక ఇంటిలోపలికి ఆహ్వానించిన వ్యక్తి నా వెనకే వచ్చి,

"రచయిత జయమోహన్ వచ్చారు..." అన్నాడు. నా పేరును అతను రెండు మూడుసార్లు గట్టిగా చెప్పాల్సి వచ్చింది. పెద్దాయన తల పైకెత్తి నన్ను చూసి "రండి, రండి" అంటూ, కుర్చీ వెయ్యమని చేయి చూపించగానే ఆ వ్యక్తి మడత కుర్చీ తెచ్చి వేశాడు. "ఇతను సామినాథం... రిటైర్డ్ పంతులు" అన్నారు పెద్దాయన. నేను అతనికేసి చూసి మరోసారి నమస్కరించాను.

"కూర్చోండి" అంటూ "రచయిత జానకిరామన్‌కు బాగా దగ్గరివాడు" అన్నారు సామినాథాన్ని చూపిస్తూ పెద్దాయన.

ఆయన ముఖం మీదున్న నవ్వు ఆయన నన్ను గుర్తు పట్టలేదని చెబుతోంది.

కూర్చోగానే కుర్చీ కాలు గచ్చులోని ఒక చిన్న గుంటలో పడి బెసికింది. సర్దుకుని నేను కుర్చీని కొద్దిగా జరుపుకొని కూర్చున్నాను. నాటు పెంకులు కప్పిన ఇల్లు. పెంకుల కింద దట్టంగా పేర్చిన వెదురు వాసాల్లో అక్కడక్కడా పురుగులు తొలిచేసిన రంధ్రాలు. ఆ రంధ్రాలనుండి ఒక జోరీగ, తంబూరాలా గీపెడుతూ ఒక రంధ్రం దగ్గర గుండ్రంగా ఎగురుతోంది. ఆయన చేతనున్న అడకత్తెర తన దీర్ఘకాల అనుభవంతో లాఘవంగా ఆ పచ్చి వక్కను ముక్కలు చేస్తోంది. అటుకుల్లా రాలిన చిన్న చిన్న వక్క పలుకుల్ని పోగుచేసి ఒక చిన్న డబ్బీలో వేశారు.

"ఊళ్ళోనే ఉన్నారా?" అని ఆయన అడిగినప్పుడు ఆ ప్రశ్న ద్వారా ఏం తెలుసుకోవాలనుకుంటున్నారో గ్రహించాను. చిరునవ్వు చిందిస్తూ "నాగర్కోవిల్ నుండి వస్తున్నా..." అన్నాను. ఆయన నా పెదవుల వంక చూడడం గమనించి పడక్కుర్చీలో ఉన్న దినపత్రిక తీసి, దానిమీద ఒక మూల 'నాగర్కోవిల్, జయమోహన్' అని రాశాను. వెంటనే కళ్ళు విప్పార్చి నా చేతులు గట్టిగా పట్టుకున్నారు. "సంతోషం... చాలా సంతోషం... నన్ను వెతుక్కుని రావడం మహా గౌరవం నాకు" అన్నారు. 'నాకే గౌరవం' అని రాశాను. ఆయన నవ్వి తలూపారు.

"రవి సుబ్రహ్మణ్యం తెలుసా?"

"లేదు, కలవాలి."

"రేయ్ సామినాథం, ఆది అందుకోరా... అదేరా..."

ఆయన ఏం చెప్తున్నాడో అర్థం చేసుకుని కొత్త కథల సంపుటాన్ని తీసి ఇచ్చాడు సామినాథం.

“పార్వతి ప్రచురణలు. మంచి పిల్లాడు... ముందుగానే రాయల్టీ డబ్బు కూడా ఇచ్చేశాడు. డాక్టర్ ఖర్చులవీ ఈ మధ్య ఎక్కువయ్యాయి... డబ్బులివ్వందే చూడరు కదా!”

నేను నవ్వి “బహుశా ప్రచురణ హక్కులు డాక్టర్‌కే ఇచ్చేయొచ్చు” అన్నాను. పగలబడి నవ్వారు. హాస్యాన్ని మాత్రం చెవులతో కాకుండా కళ్ళతోనే అర్థం చేసుకునేలా ఉన్నారు. తాంబూలం నములుతున్న ఆయన ముఖంలో నవ్వు ఉప్పొంగుతోంది.

నేను “తాంబూలం కూడా ఒక వ్యసనమే కదా?” అన్నాను.

ఆయన తల ఊపి “ఆకు, వక్క, సున్నం సరిగ్గా కుదరాలి. రాగం, తాళం, భావంలాగా... దాన్లో దేవుడి పాత్ర కూడా ఉంది. అది రావాలి...”

“మంచి పద్యంలాగా?”

“ఏం? మంచి సంభోగంలాగా అనరాదా? అనండి. నాకేం అంత వయసయిపోలేదు” అని నవ్వును కొనసాగించారు.

“అందులో మూడోది ఏముంది? రాగం, తాళం మాత్రమేగా...”

ఆయన తల అడ్డంగా ఊపుతూ “మూడోది ఒకటుంది... లిప్త పాటున వేరే స్థాయికి తీసుకెళ్ళే ‘క్షణం’! ఏ ప్రేమ కవితైనా దాన్ని గురించి ప్రస్తావించకుండా రాయడం సాధ్యమా?” అన్నారు.

సామినాథం బయటికెళ్ళి జగ్గులో కాఫీ తీసుకొచ్చాడు. నాకు ఒక గ్లాసులో పోసి, పెద్దాయనకు సగం గ్లాసుకు పోశాడు.

“చల్లారిపోయిందా?” అడిగారు.

“కొంచం” అన్నాను.

“నాకు కొంచం చల్లగా తాగితేనే తృప్తిగా అనిపిస్తుంది. వేడిగా తాగితే వేడి మాత్రమే తెలుస్తుంది. రుచి, వాసన లేనట్టు అనిపిస్తుంది... పరుగెడుతున్న అమ్మాయిని చూసి ఆస్వాదించగలమా? ఏమంటారూ?”

నేను నవ్వి "గుఱ్ఱం మీద పరిగెడుతున్నప్పుడు మాత్రం" అన్నాను.

నవ్వుతూ "సరిగ్గా చెప్పారు. కవిత్వంలో మాత్రమే అన్నిటికీ జవాబులుంటాయి. న్యాయంగా నేను కాఫీ తాగకూడదు. అయితే దానిమీద ఇంకా కోరిక చావలేదు. అందుకని సగం గ్లాస్ మాత్రం తాగుతాను" అన్నారు.

"సగం గ్లాసు, సగం గ్లాసంటూనే నాలుగైదు సార్లు తాగేస్తారు" అన్నాడు సామినాథం.

"పోవయ్యా!" అన్నారు కోపం నటిస్తూ.

నేను కాఫీ గ్లాసు కింద పెడుతూ "ఆ కాలంలో రాయల్టీ అదీ బాగా వచ్చేది కాదా?" అని అడిగాను.

"రాయల్టీనా! అలాంటివన్నీ బూతు పదాలు ఆ రోజుల్లో!"

"మీరు రాతలతోనే వైభోగంగా ఒక వెలుగు వెలిగారని విన్నానే?"

"ఎక్కడ వైభోగం! ఏం వెలగడం! పొట్టపోసుకోడానికి, పూటగడవటానికీ రాశాను, అంతే! వైభవమంతా నా ముప్పైమూడో ఏటవరకే! అప్పటిదాకా చేతిలో వంద రూపాయలు లేనిదే బయటకి అడుగు పెట్టేవాణ్ణి కాను. పదిమంది నా చుట్టూ ఉండేవాళ్ళు. అందరూ సంగీతం, సాహిత్యం అంటూ మంచి అభిరుచి ఉన్నవాళ్ళు. రాత్రింబవళ్ళు మాటలు, పాటలతో గడిచేవి. చేతిలో ఎప్పుడూ తాంబూలం పెట్టె. అందులో కుంభకోణం తమలపాకులు, పోకచెక్కలు. జగ్గులో ఎప్పుడూ మాంచి గుమ్మపాల కాఫీ. ఇంటినుండి పకోడీ, జంతికలు, కారప్పూస, గవ్వలు అవి ఎప్పటికప్పుడు డబ్బా నింపి పంపేవాళ్ళు. సాయంత్రాల్లో కావేరికి వెళ్ళేవాళ్ళం. ఇసుక తిన్నెలమీద కూర్చుని పాటలు, మాటలు, మధ్యమధ్యలో సాహిత్యం. అబ్బే ఏం సాహిత్యంలే! అంతా సొల్లు కబుర్లు, చాడీలు, పుకార్లు, ప్రగల్భాలు. ఆ రోజుల్లో మౌని కూడా అప్పుడప్పుడూ మాతోబాటు వచ్చేవాడు. పుకార్లు చెప్పడంలో ఆయప్పలాంటి ఒక రచయిత ఇంకొకడు పుట్టలేదనుకో... ఏం సామినాథం?"

"పుకార్లకు భయపడటంలో ఈ పెద్దాయన్ని మించినోడు ఉండడు ఈ ప్రపంచంలో" అన్నాడు సామినాథం.

పెద్దాయన తొడ తట్టి నవ్వి, సామినాథానికేసి చెయ్యి చూపించి "ఈ జానకిరామన్ లవ్ అఫేర్లన్నీ తెలుసు వీడికి... కానీ నోరు విప్పడు. ఆ కాలంలో కుంభకోణం ఇప్పట్లా కాదు, గొప్ప ఊరు. సంగీతం, సాహిత్యం రెండూ కావేరీ నదితో పోటీపడుతూ ప్రవహించిన ఊరు. ఎందరో మహానుభావులు ఆ ఊళ్ళోనే పుట్టారు, తెలుసా?" అన్నారు.

నేను నవ్వాను.

"వాటితోబాటే మోసాలు, కుట్రలు, కక్షలు, కార్పణ్యాలు కూడా. నోట్లో తాంబూలం వేసుకుని పెదిమలు పక్కకు తిప్పి, చాడీ చెప్పారంటే ఆ శివుడైనా పార్వతిని పక్కకు పెట్టేయగలడంటే చూసుకో! వాళ్ళెవరూ కవులూ కారు, వాళ్ళ మాటల్లో 'అఱం' అనే ధర్మం లేదు కాబట్టి సరిపోయింది. అధర్మపాలనో, ప్రజలకు సంక్షోభం కలిగించే పనులకో తలపడిన రాజులమీద కవులు తిరగబడి 'అఱం పాడటం' అనే ధర్మాన్ని తమ పద్యాల్లో వస్తువుగా పెట్టి పాడితే, ఆ రాజు వంశమే నిర్మూలం అయిపోయేది! ఆ రోజుల్లో కవులు ధర్మాత్ములు. ధర్మం కోసం నిలబడే వాళ్ళ వాక్కుకు అంత శక్తి ఉండేది."

పెద్దాయన మరోసారి తాంబూలం వేసుకోడానికి సిద్ధపడుతూ పోకచెక్కలు తీశారు.

"ఏంటి చూస్తున్నారు? ఒట్టి పోక మాత్రమే. నాలుగైదు సార్లు ఇవి వేసుకుంటే ఒక్కసారి ఎర్రగా పండేలా తాంబూలం వేసుకుంటాను... ఏం చెప్తున్నాను?"

"కావేట్లో మాటలు..."

"అవును... అదయ్యాక అక్కణ్ణుండి నేరుగా రాయర్ క్లబ్‌కు వెళ్ళి అడయ్ కానీ పూరీ కానీ తిని చివర్లో ఆవుపాల కాఫీ. కాఫీలు అర్ధరాత్రుళ్ళు కూడా తాగేవాళ్ళం. రోజూ ఏదో ఒక గుళ్ళో గానకచ్చేరి ఉండేది. నాదస్వరం ఎక్కడ నిల్చున్నా వినబడేది. అంతా ఇష్టారాజ్యమే. అడిగేవాడు లేడు. ఇంట్లో నాలుగైదు మగ్గాలు నడుస్తుండేవి. జరీ నేత. ఉత్తరదేశం నాగపూర్‌నుండి జరీ వచ్చేది. మంచి నాణ్యమైన జరీ. వాటిని అందరు నేయలేరు. మేము నేశామంటే చీరమీద జరీలో మహాలక్ష్మి తద్రూపంగా ఉద్భవించేది..."

పోకచెక్కలు పుక్కిట పెట్టుకుని మాట్లాడకుండా ఆగిపోయారు. నిట్టూర్చి, "అంతా పోయింది. ఉత్తరదేశంలో మెషిన్‌లు వచ్చేశాయి. జరీలో నకిలీలు వచ్చేశాయి. ఒరిజినల్ జరీ అంటే బంగారు, వెండి పోగులు పట్టు దారాలతో కలిపి చేసేవి. ఇప్పుడంతా ఇమిటేషన్ మాత్రమే... పందిరి కూలిపోయినట్టు రెండేళ్ళకే వ్యాపారం కుప్పకూలిపోయింది. అప్పులన్నీ కట్టేసి చూసుకుంటే చేతిలో దమ్మిడి లేదు. నలుగురు పిల్లలు. మరో పని చేతకాదు. సహాయం చెయ్యడానికి ఎవరూ లేరు. నడివీధిన పడ్డాము అనొచ్చు... ఏరా?"

"అవునన్నయ్యా" అన్నాడు సామినాథం.

"ఆ రోజుల్లో ఈ దొంగముండాకొడుకు లేకుంటే మేమందరం ఆకలి చావులు చచ్చుండేవాళ్ళం. నాకు తెలీకుండా బియ్యమో, గోధుమలో తెచ్చి ఇంట్లో వేసి వెళ్ళేవాడు ఈ వెధవ... ఈ పిచ్చోడికి నేనెంత ఋణపడిపోయున్నానో. సరేలే, వచ్చే జన్మ ఉంది కదా... వీడి కొట్టంలో ఆంబోతుగా పుట్టి నా మెడ విరిగిపోయేలా వీడి బండి ఈడిస్తే తీరిపోతుంది... ఏరా?" అన్నారు పెద్దాయన.

సామినాథం మరోదిక్కుకేసి చూస్తున్నాడు. అతని కంఠంలో కదలికలు. పెల్లుబుకుతున్న ఏడుపుని ఆపుకుంటున్నట్టు అనిపించింది.

"అప్పుడు మరో దిక్కు తోచక రాయడం మొదలుపెట్టాను. అంతా రాత! తెలిసింది అదొక్కటే. ఆడదానిగా పుట్టుంటే దాసీపని చేసుంటాను. రచయితగా పుట్టాను కాబట్టి ఇది... అప్పుడప్పుడే కొత్తగా ప్రచురణ వ్యాపారాలు పుంజుకుంటున్న రోజులు. అప్పటివరకు పుస్తకాలంటే ఊరికి ఒకరు కొనేవాళ్ళంతే. స్వాతంత్రం వచ్చిన ఆ యాభైల్లో, ప్రతి ఊళ్ళోనూ బడి, కాలేజీలు వచ్చేశాయి. ప్రభుత్వ లైబ్రరీలు వచ్చాయి. బర్మానుండి వెనక్కి వచ్చిన నాటుకోట చెట్టియార్లు వచ్చీరాగానే ఈ వ్యాపారంలోకి దిగారు. అందరూ వాళ్ళోళ్ళే... మాఁవలు, బావమరుదులు, దాయాదులు అని వాళ్ళ బంధువర్గాల్లోనే ఉండేవి పుస్తకాల వ్యాపారాలన్నీ. మన ప్రచురణకర్త తిరుచ్చీలో ఉండేవాడు. ఇద్దరు అన్నదమ్ములు వాళ్ళు... మెయ్యప్పన్ బ్రదర్స్ అని. మహానుభావుడు పుదుమైపిత్తన్ కూడా కథల్లో వాళ్ళ గురించి ప్రస్తావించారు. అప్పుడు వాళ్ళు మెడ్రాస్‌లో ఉన్న వాళ్ళ బంధువులతో కలిసి పుస్తకాలవీ వేశారు... ఏం కథరా

అది, సామినాథా?"

సామినాథం తడుముకోకుండా "నిజముం, నిన్నెప్పుం" అన్నాడు.

"అవును... ఆ కథలో ఒకడు 'పుస్తకాల వ్యాపారం చెయ్యడంకంటే పొట్లకాయ వ్యాపారం మేలు' అంటాడు. 'పొట్లకాయలు నాల్రోజుల్లో అమ్ముడుపోకుంటే కుళ్ళిపోతాయిరా మూర్ఖుడా' అని అంటాడు వాడి అన్నయ్య. ఒకే కడుపున పుట్టిన ఆ అన్నదమ్ములకు పుస్తకాల వ్యాపారం గురించిన అవగాహన విషయంలో ఎంత తేడా చూశారా!"

పెద్దాయన ఉమ్ము చెంబందుకుని అందులో ఉమ్మేసి "నిజానికి వాళ్ళు మంచోళ్ళే. ఇక్కడ తిరుచ్చీలో అంగడి పెట్టుకుని బానే వ్యాపారం చేశారు. డబ్బు తప్ప మరో ఆలోచన లేదు. కరడుగట్టిన వ్యాపారస్తులు... అదంతే. అలా ఉంటేనే వ్యాపారం చెయ్యగలరు. లేదంటే అంతా కట్టిపెట్టేసి మనలా వీధిన పడిపోగలరు. ప్రతి జీవినీ ఒక్కో కర్మకంటూ నియోగించేగా పుట్టిస్తాడు! ఏరా?"

"అవునన్నయ్యా" అన్నాడు సామినాథం.

"చెప్పాలంటే వీడే తీసుకెళ్ళాడు నన్ను. 'ఏంటండీ మీరు పుస్తకాలు రాస్తారా? పేజీకింత అని ఇస్తాము' అన్నారు. డబ్బిచ్చి అంగచూషణం చెయ్యమన్నా చేసుండేవాణ్ణి. అలాంటి పరిస్థితి నాకు. సరే అన్నాను. పేజీకి ఇంత అని లెక్క! రాయల్టీ ఏం ఉండదు. రాయడంతో మన పని అయిపోదు, ప్రెస్సుకు వెళ్ళి కూర్చుని సరిగ్గా ఉందా లేదా అని ప్రూఫు చూసి పెట్టాలి. అప్పట్లో అనువాద, అనుసృజన కథలకు మంచి గిరాకీ ఉండేది. నేరం, ప్రేమ, ఉత్కంఠ, అపరాధ పరిశోధన అంటూ అన్ని కోవల్లోనూ అన్నిరకాల పుస్తకాలూ కావాలన్నారు. మేధావి అని ఒకాయన అలా అప్పట్లో చాలా రాస్తుండేవాడు. 'మేధావి రాసినట్టు రాయగలరా?' అని అడిగాడు పెద్ద చెట్టియార్. 'నేను మేధావినే' అన్నాను. ఆయనకు అర్థం కాలేదు. ఈ రచయితల వర్గమంతా తిక్కలోళ్ళు అన్న అవగాహనకు వచ్చేసున్నాడాయన."

"మీరు రాసిన ఎన్నో నవలలు నేను చిన్నతనంలో చదివాను. ఒకడు బారిస్టర్ చదువుకోసం లండన్‌కు వెళ్తాడు. అక్కడ చాలా అందమైన ఒక యువకుడు, కురూపియైన ఒక యువకుడూ కలిసుంటారు-..."

పెద్దాయన చాలా మామూలుగా "ఏదోటి... పుస్తకం చదివి దాన్ని తిరగరాసిచ్చేయడమే... ఏవుంటాయి మహా అయితే? నెలకు రెండు నవలలు రాసేవాణ్ణి."

"రెండా?"

"మరే. కొన్నిసార్లు మూడు, నాలుగూ కూడూ రాశాను..."

"ఎంత ఇచ్చేవాళ్ళు?"

"పేజీల లెక్క అని ఒప్పందం. అయితే వ్యవహారంలో వాళ్ళకు ఎంత తోస్తే అంత ఇచ్చేవాళ్ళు పదిరూపాయలనుండి ముప్ఫైదాకా... అదీ ఒక్కసారిగా ఇవ్వరు. నేనడిగినప్పుడు ఓ ఎనిమిదణాలు ఇచ్చి, లెడ్జర్లో పద్దు రాసుకునేవాళ్ళు. ఎనిమిదణాలకు పద్దు రాసుకోవడం గురించి కూడా పుదుమైపిత్తన్ ఒక కథలో రాశారు."

నేను నివ్వెరబోయి "ముప్ఫై రూపాయలా! నవల మొత్తం రాసిస్తే అంతేనా?" అన్నాను.

"అంతేనయ్యా... ఆ తర్వాత మనకు రైట్స్ ఏం ఉండవు. రాసి సంతకం పెట్టి ఇచ్చేయాలి... ఇందాక నువ్వన్నావే ఆ నవలకి ఇరవైరూపాయలు."

"అది చాలా చాలా తక్కువ కదా?"

"అవును. ఆ రోజుల్లో ప్యూన్ ఉద్యోగం చేసేవాడిక్కూడా నెలకు నూరురూపాయలు జీతం వచ్చేది. నేను నెలకు ముప్ఫై రూపాయలకే మద్దెల పాటుపడేవాణ్ణి. ఏం చేస్తాం... అంతా రాత!" అని నుదుట వేలితో రాసి చూపించారు.

"ఆ పుస్తకాలన్నీ ఇప్పటికీ అమ్ముడుపోతున్నాయిగా!"

"ముప్ఫై అయిదేళ్ళుగా మార్కెట్లో అమ్ముతూనే ఉన్నారు... ఇరవై ముద్రణలు దాటుంటాయి." సామినాథం అందించాడు.

"ఆ తర్వాత మీకేం ఇవ్వలేదా?"

సామినాథం నవ్వి, "బాగుందే... మళ్ళీ డబ్బులు ఇవ్వడం కూడానా... ఈయనకు తిండిపెట్టి పోషించాంగా అంటారు" అని వాపోతూ "ఆ పెద్ద కథ

ఉందిగా అది చెప్పండన్నయ్యా” అన్నాడు.

“అదెందుకులేరా ఇప్పుడు” అన్నారు పెద్దాయన.

“అలా కాదన్నయ్యా, ఈయన ఈ కాలం రైటర్... తెలుసుకుంటే మంచిది. చెప్పండి.”

పెద్దాయన మరోసారి తాంబూలం వేసుకోసాగారు. చేతులు వణకడంతో పచ్చి వక్కను తీసి చుట్టలేకపోయారు. వక్క చేజారి దొర్లి తూములో పడింది. వక్కడబ్బీ తీసి చేతిలో పట్టుకుని తలవంచుకుని కాసేపు గమ్మున ఉండిపోయారు.

నేను “పరవాలేదు, తర్వాత ఇంకెప్పుడైనా చెబుదురు గానిలెండి ” అని అంటూండగానే, ఆయన పెద్దగా నిట్టూరుస్తూ మళ్ళీ మొదలుపెట్టారు.

“చెప్పాను కదా, అప్పట్లో స్కూలు పుస్తకాలకు మంచి గిరాకీ ఉండేది. కాంగ్రెస్ ప్రభుత్వం వచ్చింది. స్వాతంత్ర సమరయోధులు, దేశానికి సేవజేసిన నాయకులు ఇలాంటి వాళ్ళ గురించిన చిన్నచిన్న పుస్తకాలు బళ్ళలో ఉండాల్సిందేనని ఆదేశించారు. సైంటిస్ట్‌లు, అశోకుడు, అక్బర్ లాంటి చరిత్ర పురుషుల జీవిత చరిత్రల అవసరం చాలా ఉండింది. వీళ్ళు వంద పుస్తకాలు వేస్తామని ఒప్పేసుకున్నారు. అయితే రాసేవాళ్ళు లేరు. నన్ను పిలిపించి ఎన్ని పుస్తకాలు రాస్తారూ? అని అడిగారు. అంతకు ముందురోజే మా ఇంట్లో పెద్ద గొడవ. మజ్జిగ, అన్నం, ఊరగాయ అంటూ పొట్టపోసుకుంటున్నాం. చాలీచాలని జీతం. కప్పుకోడానికి దుప్పట్లు లేక, బియ్యం బస్తా గోతాలను విప్పి కప్పుకునే పరిస్థితి. చిరిగిన పంచ, చిరిగిన చొక్కా... ఒక ఖాకీ కోట్ ఉండేది. ఆ కోటు వేసుకుని లోపలుండే చొక్కా చిరుగును దాచేవాణ్ణి. ద్రౌపది మానం కాపాడిన కృష్ణ పరమాత్మ కోటు రూపంలో వచ్చాడనుకోండి. ఆ రాత్రి భోజనం అయిన తర్వాత ఇంక ఆరంభించింది మా ఆవిడ. ఇలానే ఉంటే పిల్లకు ఒక మంచీ చెడ్డా ఎలా చూస్తారని తిట్టడం మొదలుపెట్టింది. నేను కూర్చుని రాసుకుంటున్నాను. కోపంతో వచ్చి నా పెన్నూ పేపర్లు లాక్కుని విసిరి కొట్టింది... నాకు ఎక్కడలేనంత కోపం వచ్చేసింది. లేచి చెంప ఛెళ్ళుమనిపించాను. గబగబా నడుచుకుంటూ వెళ్ళి భూతనాథుడి గుడి ముందు రాత్రంతా మంచులో కూర్చుని ఉండిపోయాను. మరుసటిరోజు చెట్టియార్ అలా అడిగేసరికి నా నోట్నుండి

వెంటనే ఆ మాట వచ్చేసింది... నూరు పుస్తకాలనూ నేనే రాస్తాను అని చెప్పేశాను."

"అన్నిటినీ?" ఆశ్చర్యంగా అడిగాను.

పెద్దాయన నవ్వుతూ "కుక్క వెంటబడి తరుముతుంటే పరిగెట్టడమే... అవును, నూరిట్నీ! ఒక్కో పుస్తకానికి యాభై రూపాయలు. నూరు పుస్తకాలకు ఐదువేలు... వేళాకోళంగా ఉందా? అన్నాడు చెట్టి. లేదు, నేను రాసేస్తాను అన్నాను. వాళ్ళకు నా వేగం తెలుసు. ఒక ఏడాదిలో అన్ని పుస్తకాలూ ఇచ్చేస్తావా? అని అడిగారు... తప్పకుండా ఇచ్చేస్తాను అన్నాను."

"ప్రతి మూడురోజులకీ ఓ పుస్తకం రాయడమా!" అని ఆశ్చర్యంగా అడిగాను.

"రాశాను. ఇప్పుడు తల్చుకుంటే నాకే ఆశ్చర్యంగా ఉంది. అబ్బాయికి ఒక జాబు రాయాలి... ఈ రోజుకి వారమైంది. ఇన్లాండ్ లెటర్‌లో నాలుగు లైన్‌లు రాసి అలా వదిలేశాను... అయితే అప్పుడు మాత్రం పూనకం వచ్చినట్టు రాశాను. తెల్లవార్లూ కూర్చుని రాసేవాడిని. ఒకే రోజులో వంద పేజీలు కూడా రాసిన సందర్భాలున్నాయి. చేయి పడిపోయేది. తెల్లవారాక చూస్తే ముంజేయి బూరెలా వాచిపోయుండేది. అప్పుడు నేను చెప్తుంటే మా అమ్మాయి, అబ్బాయి కూడా రాసిపెట్టేవాళ్ళు. మూడురోజులకు ఒక పుస్తకం చొప్పున ఇచ్చేవాణ్ణి. ఉదయం ప్రెస్సుకు వెళ్ళి ప్రూఫ్ చూసి మధ్యాహ్నం అక్కడే కాసేపు కునుకు తీసేవాణ్ణి. అక్కడ్నుండి నేరుగా లైబ్రరీకి వెళ్ళి తర్వాత రాయబోయే దానికి అవసరమైన పుస్తకాన్ని తీసుకుని ఇంటికి వచ్చి కాఫీ తాగి రాయడానికి కూర్చునేవాడిని. చదవడం రాయడం రెండూ ఒకేసారి జరిగిపోయేవి. కొన్నిసార్లు రాస్తూనే తెల్లవారిపోయేది... చెప్పడానికేం గానీ, ఒక ఏడాదిలో అన్నీ రాసిచ్చేశాను... చివరి పుస్తకం రాసేప్పటికి తొలిగా రాసిన పుస్తకం మూడో ముద్రణకొచ్చేసింది."

"నేను ఆ పుస్తకాలన్నిట్నీ చదివాను. ఈ మధ్యనే మళ్ళీ ముద్రించారు."

"అవును. ఇప్పటికీ అమ్ముడుపోతూనే ఉన్నాయి." నవ్వారు.

"పడినపాట్లదేముంది గాని, ఒక మార్గదర్శకుడిగా నాకు చాతయినది పిల్లలకు చేశాను" అని నిట్టూరుస్తూ, "అయితే ఇప్పుడు నేను కథలు రాయడం

మానేశాను. సాహిత్యం ఎక్కడికో వెళ్ళిపోయింది. ఎవరినీ కలవలేదు. ఎప్పుడైనా మనోడు, *కరిచ్చాన్‌కుంజు* గాడు రోడ్డుమీద కనబడితే 'రేయ్, నీ యబ్బా. నల్లపూస అయిపోయావుగదరా. ఆగరా!' అంటుంటాడు. దూరంనుండయితే కనబడగానే 'పనుంది స్వామీ' అని జారుకునేవాణ్ణి. దగ్గరగా తారసపడితే మాత్రం చొక్కా పట్టుకునేవాడు. అమ్మనా బూతులు తిట్టేవాడు... అతనికేం, అ, ఆ, ఇ, ఈ అని గొంతెత్తి పాఠాలు నేర్పించాడు. ఇప్పుడు నెల నెలా పెన్షన్ ఇంటికి వస్తుంది. సాహిత్యం గురించి మాట్లాడతాడు. నాకు అన్నీ పోయాయి... రెండు నవల్లు, నాలుగైదు కథలు ఉన్నాయి నాకంటూ. వాటిని ఎవడైనా కొని చదివితేనే... చదువుతారు."

సామినాథం "పుదుమైపిత్తన్ చెప్పారుగా" అంటూ, కంఠోపాఠాన్ని అప్పజెప్పినట్టు "చీకటి ఉంటేనేగా వెలుతురు? వెలుతురు రాకుండా పోతుందా? అప్పటివరకు ఓపిక పట్టాల్సిందే" అన్నాడు.

పెద్దాయన ముఖంలో దరహాసం. అంత విషాదం నిండిన ఒక చిరునవ్వును నేను ఈ మధ్యకాలంలో చూడలేదు.

సామినాథం "ఎప్పుడొస్తుందో నువ్వు చెప్పే వెలుతురు! అది వచ్చినప్పుడు మనం ఉండాలి అని కూడా ఏమీ లేదు" అని ముగించాడు. ఈ వాక్యం పుదుమైపిత్తన్ రాసిన 'జాబు' అన్న కథనుండి అనుకుంటా.

పెద్దాయనకేసి "చెప్పండీ... మెయిన్ పాయింటుకే రాలేదింకా" అన్నాడు సామినాథం.

"ఎందుకులేరా అదంతా! శవం చితిమంటలో కాలిపోయేప్పుడు అన్నీ కాలి బూడిదైపోతాయి. కామం, క్రోధం, మోహం, మాత్సర్యం అంతా... జీవితంలో వీటికి ఏ పరమార్థమూ లేదురా..."

"లేదన్నయ్యా... ఆయన తెలుసుకోవాలి" అని బలవంతపెట్టాడు సామినాథం.

పెద్దాయన నవ్వి నాకేసి చూపిస్తూ "ఈయన మామూలోడు కాదురా! ఈయనకు తలుపులన్నీ వాటంతట అవే తెరుచుకుంటాయి. లేదంటే ఈ మనిషే బద్దలు కొట్టేస్తాడు. కొన్ని జాతకాలు అలాంటివి" అన్నారు.

మళ్ళీ కాసేపు మౌనం. "అడపా దడపా తీసుకున్నది పోగా మిగిలిన డబ్బంతా వాళ్ళదగ్గరే ఉంచాను. మన చేతిలోకి వస్తే దరిద్ర దేవతకి పూజలు చెయ్యడానికి, నైవేద్యాలు పెట్టడానికే సరిపోతుంది. ఇంచుమించుగా మూడువేల రూపాయలు చెట్టియార్ దగ్గరే ఉండింది. దాన్ని నమ్ముకుని కూతురి పెళ్ళిపెట్టుకున్నాను. చేతిలో తాంబూలపళ్ళెం పట్టుకుని చెట్టియార్ ముందు నిలబడ్డాను. శుభకార్యం పెట్టుకున్నాను, ఆ డబ్బు మూడువేలు ఇమ్మన్నాను. 'మూడువేలా... ఏం వాగుతున్నారండీ? బుక్కు రాయడానికి మూడువేలా?' అని అడిగాడు. నేను సరదాకి ఆట పట్టిస్తున్నాడేమో అనుకున్నాను. కొంత సేపటి తర్వాత అర్థం అయింది, నిజంగానే అంటున్నాడని. అప్పటిదాకా ఐదు, పది అని మాత్రమే ఇవ్వడానికి అలవాటు పడ్డ వ్యక్తి ఒక్కసారిగా మూడువేల రూపాయలు ఒక రచయితకు ఇవ్వడం అన్నదాన్ని జీర్ణించుకోలేకపోయాడు."

"అప్పటికే మీరు రాసిన వంద పుస్తకాలూ అమ్ముడుపోతున్నాయి కదా..." అన్నాను.

"అవును, అందులో వచ్చిన లాభాలతోనే అంగడి డబుల్, ట్రిపుల్‌గా విస్తరించి నాలుగింతలయ్యింది. తిరుచ్చీలో బంగళా కట్టాడు. ఊళ్ళో పొలం గట్రా కొన్నాడు. అయితే వాటిని పక్కన పెట్టేసి, నాకు లక్ష రూపాయలు అప్పుంది అన్నాడు. పంచదార చిలకల్ని పేర్చి పెట్టినట్టు రకాలవారిగా పుస్తకాలు అచ్చేసి గోడవున్ అంతా కట్టలు కట్టలుగా పేర్చిపెట్టి ఉన్నాడు. అంతా నెలల్లో సొమ్ముగా మారిపోగలదు. వ్యాపారంలో పెట్టుబడి పెట్టాలంటే అప్పు తప్పనిసరేగా! అయితే, కూడబెట్టుకుంటున్న ఈ సొమ్ము ఆయన కంటబడలేదు. అప్పు గురించే మాట్లాడుతున్నాడు. మూడువేలు అన్న మాటే తీసుకురాకు. ఏడు వందలైతే ఇస్తానన్నాడు. 'స్వామీ, నా పొట్టకొట్టకండి' అని బతిమలాడాను. నా కళ్ళల్లో నీళ్ళు తిరిగాయి. నా బిడ్డ జీవితాన్ని నాశనం చెయ్యకండి చెట్టియార్ అంటూ ఆయన బల్ల కిందకి వంగి చెట్టియార్ కాళ్ళు పట్టుకున్నాను. కాళ్ళు విదిలించుకుని లేచి గట్టిగట్టిగా కేకలేశాడు. 'నన్నేమైనా ఎర్రాడు అనుకున్నావా? కాళ్ళు పట్టుకుంటే కరిగిపోయి కాసులివ్వడానికి? నాలుగణాలు, ఎనిమిదణాలంటూ కష్టపడి చేర్చిన డబ్బు... నువ్వేం వెలగబెట్టావనీ? నాలుగు పుస్తకాలు చదివి వాటిని అటు ఇటు చేసి రాశావు. దానికి నాలుగు వేలా...

రాసేదేమైనా పెద్ద బొచ్చుపీకే పనా? స్కూలు పిల్లలు కూడా రోజంతా రాస్తారుగా! ఇన్నాళ్ళు నీ ఇంట్లో పొయ్యి వెలిగింది నా డబ్బుతోనేగా? అది మర్చిపోవద్దు. దానికి కృతజ్ఞత ఉండనీ. నిన్నూ ఒక మనిషిగా నమ్మాను, నీకు పనిచ్చాను...' అని కారుకూతలు కూశాడు."

"గబగబా జనం గుమిగూడారు. 'యజమాని చెప్తోంది న్యాయమే కదా, ఎంతైనా ఏడేళ్ళుగా నిన్ను పోషిస్తున్న దేవుడు కదా ఆయన' అంటున్నారు. అప్పుడే చెట్టియార్ తమ్ముడు అక్కడికి వచ్చాడు. వాడూ నన్ను తిట్టడం మొదలుపెట్టాడు. నాకు ఆవేశం వచ్చి అరవసాగాను. 'నన్ను మోసం చేసి ఆస్తులు కూడబెడుతున్నావు, నువ్వు బాగుపడ'వన్నాను. వాడు ఉన్నపళంగా నన్ను లాగి కొట్టేశాడు. జనం పట్టుకున్నారు. 'నా ఉప్పు తిని నాకే శాపనార్థాలు పెడుతున్నావా, పోరా కుక్కా!' అని అరిచాడు చెట్టియార్. నేను వీధిలో నిలబడ్డాను. ఏం చెయ్యాలో తోచలేదు. సాయంత్రం వేళ... ఎటెళ్ళాలో తోచడంలేదు. ఇంటికి ఎలా వెళ్ళడం! పెళ్ళి ఏర్పాట్లన్నీ జరుగుతున్నాయి. డబ్బు కావాలి. నగలు, చీరలు కొనాలి. పందిరికి, భోజనాల సరుకులకీ, వంటవాళ్ళకీ అడ్వాన్స్ ఇవ్వాలి. అక్కడే నిల్చున్నాను. చీకటిపడ్డాక మళ్ళీ చెట్టియార్ కాళ్ళమీద పడి ఏడ్చాను. పోరా! అని మెడబట్టి బయటకి తోసేశాడు."

ఎనిమిదికి అంగడి కట్టేశారు. రాత్రంతా అక్కడే నిల్చున్నాను. ఎలా నిల్చున్నాను, ఎందుకు నిల్చున్నానో తెలీదు. చెవిలో గుయ్యిమని ఒక శబ్దం వస్తోంది. ఆ శబ్దం కొన్నాళ్ళ తర్వాత చాలా పెద్ద ఇబ్బందిగా మారిందిలెండి. 'శబ్దాలు' నవలిక చదివే ఉంటారుగా..."

"అవును" అన్నాను.

ఆయన కాసేపు ఏదీ మాట్లాడలేదు. ఆ నిశ్శబ్దం బండరాయంత బరువుగా అనిపించింది.

కాసేపటికి నిట్టూర్చి "మరుసటి రోజు పొద్దున చెట్టియార్ అంగడి తియ్యడానికి వచ్చినప్పుడు నేను అరుగుమీద కూర్చుని ఉన్నాను. ఆయన్ని చూడగానే నా కళ్ళల్లో నీళ్ళు కారడం మొదలయింది. చేతులు మాత్రమే జోడించగలిగాను. నా నోట ఒక్క మాటైనా రాలేదు. గొంతులో రాయిపడినట్టు

అనిపించింది... ఆయన నన్ను కాసేపు చూశాడు. ఆ చూపులో మలాన్ని చూసినటువంటి ఏహ్యా భావం... తలుపు తీసి లోపలికి వెళ్ళాడు. గల్లాపెట్టె ముందు కాసేపు కూర్చున్నాడు. టక్కుమని లేచి వచ్చి 'నీయమ్మా, నువ్వు కడుపుకు కూడే తింటావా పియ్యి తింటావారా? మనిషివేనా నువ్వు? ఒక అబ్బకు పుట్టినవాడివైతే ఒక్కసారి చెప్తే అర్థం అయుండేది...' అని తిట్లందుకున్నాడు. ఆ బూతులకు నా చర్మం ఊడిపోతున్నట్టు అనిపించింది. నేను కంట నీటితో 'నాకు మరో గతిలేదు. నేను ఎక్కడైనా పడి చావాల్సిందే!' అన్నాను. 'పొయ్యి చావురా, కుక్కా. ఇదిగో విషం కొనుక్కోపో' అని ఒక్క రూపాయి తీసి నా ముఖాన కొట్టాడు."

"కాసేపు మతి భ్రమించినవాడిలా కూర్చున్నాను. ఏదో ఒక ఊపు వచ్చి లేచి గబగబా నడిచాను. చెట్టియార్ ఇంటికి వెళ్ళాను. ఉదయం సమయం పదిగంటలయ్యుండచ్చు. పెద్ద చెట్టియార్ భార్య అరుగు మీద కూర్చుని పక్కింటి పాపకు ఇడ్లీ తినిపిస్తోంది. ఆమె ముందు నిలబడి చేతులు జోడించాను. 'ఏంటి కవిగారూ ఇలా వచ్చారు?' అన్నారామె. ఆమెకు పెద్దగా ఏమీ తెలియదు. అక్షరాలు కూడి చదవగలదంతే. నేను జోడించిన చేతులు తియ్యకుండానే జరిగిందంతా చెప్పాను. ఆమెతో చెప్పి చెట్టియారుకు చెప్పించాలనే వెళ్ళాను. అయితే చెప్తున్నకొద్దీ నాలో ఏదో ఒక ఉద్రేకం పొంగుకొచ్చింది. ఒళ్ళంతా అగ్నిసెగలు ఎగసిపోతున్నట్టు. చేతులు కాళ్ళు జ్వాలల్లాగా కదులుతున్నట్టు అనిపించింది. 'నేను సరస్వతీ కటాక్షం కలిగినవాణ్ణి' అన్నప్పుడు నాలో ప్రళయ రుద్రుడు ప్రవేశించినట్టు పూనకం వచ్చేసింది. నా గొంతు పైస్థాయికి వెళ్ళిపోయింది. అప్పుడు నా నోట్లోనించీ వచ్చిన మాటలన్నీ, ఎక్కణ్ణించి పుట్టాయన్న విషయం నాకిప్పటికీ తెలీదు. ఆ రోజు ఎలా అలా మాట్లాడానన్నది నాకు ఈ రోజుకీ ఆశ్చర్యమే. 'నా పొట్ట కొట్టేసిన మీరూ మీ పిల్లలూ బతకరు... ఒకవేళ బతికితే సాక్షాత్ ఆ సరస్వతిదేవి వ్యభిచారి అని అర్థం' అని చెప్తూనే పెన్ను తీసి ఒక పద్యం రాసి ఆమె ప్లేట్లోని ఇడ్లీ తుంచి ఆ కాగితానికి పూసి ఆ ఇంటి తలుపుకి అంటించేసి వచ్చేశాను.

"నా కాళ్ళు తడబడ్డాయి. నడక ముందుకు సాగలేదు. భోజనం చేసి అప్పటికి ఇరవైనాలుగు గంటలు దాటింది. అయితే భోజనాన్ని తలచుకుంటేనే పేగుల్లో

దేవేసినట్టు అనిపించింది. నేరుగా వెళ్ళి నా చేతికున్న వాచీని అమ్మేసి పీకలకాడికి తాగాను. ఎప్పుడు ఇంటికి వచ్చాను, ఎక్కడ పడుకున్నాను అని ఏమీ తెలియదు నాకు. నా భార్య బావిలో దూకడానికి పరిగెట్టిందట. ఇంట్లో జనమంతా ఉండటంతో పట్టుకున్నారట. నేను శవంలా పడున్నాను. ఎవరెవరో వచ్చి పలకరిస్తున్నారు, కదుపుతున్నారు, తిడుతున్నారు. గట్టిగా ఊపి లేపేందుకు ప్రయత్నిస్తున్నారు. కావేరి ఇసుకలో పూడిపోయి పైన జరిగేవాటినంతా చూస్తున్నట్టు అనిపించింది. నేను చనిపోయానేమో అనిపించింది. నేను చచ్చిపోయాను అనిపించినప్పుడు ఒక ప్రశాంతత కలిగింది. బరువంతా పోయి తేలికపడినట్టు అనిపించింది. నలబై ఏళ్ళుగా తీర్చలేని లక్షల అప్పును ఒకే రోజు తీర్చేస్తే ఎలా ఉంటుంది! అలాంటొక ప్రశాంతత. గాలిలాగా, దూదిలాగా... అప్పుడు నా చెవుల్లో ఒక గొంతు వినబడింది. ఎవరో నా పేరు చెప్తున్నట్టు. నెమ్మదిగా కన్నతల్లి పిలుస్తున్నట్టు... మరణం ఎంత అందమైనది అని అప్పుడు అనిపించింది. ఇప్పుడు చావంటే భయంలేదు. నవ్వుతూ ఎదురు చూస్తున్నాను."

"ఆ పద్యం...?" అడిగాను. మనసులో అప్పటికే ఊహించాను. అఱం పాడుంటారు అని.

"అఱమే... అలాంటొక ఆచారం ఉందిగా మనకు! రాస్తారని విన్నాను గానీ అంతకంటే వివరాలేవి తెలియదు. పసులపోలిగాడూ నేనూ ఛందస్సు గురించి చర్చించుకున్నాం గానీ నేను ఎప్పుడూ పద్యం రాసెరగను. నేను సరిగ్గా వ్యాకరణమే చదువుకోలేదు. నేను పద్యమంటూ రాసిన తొలి, చివరి సందర్భం అదే! పద్యం పూర్తిగా గుర్తులేదు. ఆ సంఘటనని మరిచిపోవాలనే పాతికేళ్ళుగా ప్రయత్నిస్తున్నాను. చివరి రెండు పాదాలు మాత్రం ఇంకా గుర్తుంది.

...చెట్టియార్ కులమంతరించిన నెత్తుటి మట్టిరాశిలో విస్తరించనీ నా ధర్మంబు!"

నేను ఆత్రంగా "ఆ పైన ఏం జరిగింది?" అని అడిగాను.

"ఏమి జరిగిందో, తర్వాత వేరేవాళ్ళు చెప్తే తెలిసింది నాకు. ఆ చెట్టియారమ్మ ఉన్నపళంగా ఇంటినుండి పరుగెట్టుకుంటూ చెదిరిపోతున్న చీరతో, విరబోసుకున్న జుట్టుతో నేరుగా వెళ్ళి అంగటి ముందు నిల్చుందట. కవిగారి

బాకీ పైసాతో సహా ఇప్పటికిప్పుడే చెల్లించమని పంతం పట్టిందిట. తలచుకుంటేనే ఒళ్ళు వణికిపోతుంది. అలా ఎలా చేసిందో! పూర్వం కణ్ణగి అనే స్త్రీమూర్తి మదురైని తన అఖంతో తగలబెట్టిందే, ఆమేనా ఈమె? లేక ఆమె వారసురాలా? ఆమె నిల్చున్న తీరు చూసి చెట్టియార్ గడగడా వణికిపోతూ 'ఆయన డబ్బు మొత్తం చెల్లించేస్తాను... రేపటిలోపు ఇచ్చేస్తాను, ఒట్టు' అన్నాడట. 'ఇవాళే ఇవ్వు, ఇప్పుడే ఇవ్వు. నువ్విచ్చాక గానీ నేనిక్కడ్నుండి కదలను' అంటూ వెళ్ళి తారు రోడ్డుమీద కూర్చుందట. ఆవిడది నిగనిగలాడే నల్లని రంగు. భారీ ఆకారం. నలుగురి పెట్టు ఉంటుంది. పసుపు రాసుకున్న ముఖం. అణా నాణెమంత పెద్ద కుంకుమబొట్టు – నల్లని నుదుట మండే నిప్పుకణికలా! మెడలో మందపాటి మంగళసూత్రం, విరగబూసిన దిరిసెన పూలు వేలాడుతున్నట్టు అందులో బిళ్ళలు, పూసలు, మణులు... స్వయంగా గుడిలోని అమ్మోరుతల్లి లేచి వచ్చి కూడల్లో వెలసినట్టుగా కూర్చుందట. ఆమె ముందు నిలబడి మరో మాట మాట్లాడే సాహసం ఎవ్వరూ చెయ్యలేదు. గొంతు కొరికి రక్తం తాగేయగలదు... చెట్టియార్ పరుగులు తీశాడు. బేంకులో అంత డబ్బులేదు... అప్పుకు పరిగెట్టాడు. తెలిసినవారి కాళ్ళావేళ్ళా పడి డబ్బు పోగు చేసుకోడానికి సాయంత్రం అయింది. అప్పటిదాక ఆమె నడిరోడ్డుమీద నల్లరాతి విగ్రహంలా కళ్ళు మూసుకుని కూర్చుని ఉండిపోయిందట. అగ్గిలా మండుతున్న వేసవి ఎండలు. రోహిణీ కార్తె రోజులవి. తారు కూడా కరుగుతోన్న ఆ రోడ్డుమీద కదలకుండా కూర్చునే ఉందట. చెట్టియార్ టాక్సీ పట్టుకుని నేరుగా మా ఇంటికి వచ్చాడట. నేను శవంలా పడున్నాను కదా! నా భార్య కాళ్ళమీద పడి డబ్బు పోసి, 'నా వంశాన్ని నాశనం చేసేయొద్దని నీ భర్తతో చెప్పమ్మా... నా ఇంటి ఇలవేల్పు, కులదేవత ఇప్పుడు వీధిలో కూర్చుని ఉంది... మీ డబ్బంతా వడ్డీతో సహా ఇందులో ఉంది' అని చెప్పి ఏడుస్తూ వచ్చిన టాక్సీలో తిరిగెళ్ళాడట. నేరుగా భార్యముందు నిలబడి, అంగవస్త్రాన్ని నడుముకు చుట్టుకుని 'నా కులదైవమా, లేమ్మా! నేను చెయ్యాల్సింది చేసేశాను తల్లీ' అని మొరపెట్టాడట. నలుగురు మనుషులు ఆమెను పట్టి లేపారట. చీర, లంగాతోబాటు చర్మం కూడా తారుకు అంటుకుపోయిందని చెప్పారు!"

నాకు ఆ దృశ్యమంతా స్పష్టంగా కళ్ళముందు కనిపిస్తోంది. పెద్దాయన ఆ

రోజుల్లోకి వెళ్ళిపోయారు. వీధిలో ఎవరో "ముగ్గు పిండీ..." అని కేకేస్తూ వెళ్తున్నారు. కాసేపు నేను ఎక్కడున్నానున్నది నాకే అర్థం కాలేదు.

"పెళ్ళి కార్యక్రమాలన్నీ సక్రమంగా పూర్తయ్యాయి. చెట్టి అన్నదమ్ములు ఒక కాసు ఉంగరం పంపించారు. పదిరోజుల తర్వాత చెట్టియారమ్మ నన్ను ఇంటికి రమ్మని పిలిచారు. నేను వెళ్ళాను. ఆవిడ కాళ్ళమీద సాష్టాంగంగా పడిపోవాలి అనే ఆలోచనతోనే వెళ్ళాను. నా కూతురు పెళ్ళి ఎప్పుడైతే చక్కగా జరిగిపోయిందో అప్పుడే నా మనసు మరోలా ఆలోచించడం మొదలుపెట్టింది. ఎందుకంత కోప్పడ్డాను అని పశ్చాత్తాపం కలిగింది. అప్పుచేసి వ్యాపారం చేసేవాడిదగ్గర ఒక్కసారిగా అంత డబ్బు అడగటం తప్పేమో అన్న ఆలోచన వచ్చింది.

"ఇంట్లోకి అడుగు పెట్టగానే చేతులు జోడించి నా దగ్గరకొచ్చి నిల్చున్న చెట్టియారమ్మ, 'కవిగారూ, మీ నోటితో మా వంశాన్ని దీవించి ఒక పద్యం పాడండి. మేము చేసిన తప్పును క్షమించండి. లక్ష్మి వస్తుంది, వెళ్తుంది... సరస్వతి ఏడేడు జన్మల పద్దు చూసిగానీ కటాక్షించదు అంటారు. మీరు పెద్దవారు, పండితులు. నా ఇంటి వాకిట కళ్ళనీళ్ళు పెట్టుకున్నారు. ఆ పాపపు మరక మా మీద అంటుకోకుండా ఉండాలంటే మళ్ళీ మీ మాటలే మమ్మల్ని రక్షించాలి' అని వేడుకుంది. ఆమె మాటలకు నివ్వెరబోయాను! బంగారు నాణేలను ఎంచి పెట్టినట్టు... ముత్యాలను గూర్చినట్టు... తడబడకుండా, వెతుక్కోకుండా మాట్లాడుతున్నారావిడ. మనమూ ఉన్నాం దేనికి? ఒక పంక్తి రాయాలంటే నాలుగుసార్లు, రాసి, కొట్టి, దిద్ది చూసుకుంటాం. ఏదీ సరిగ్గా రాదు. సరస్వతి కటాక్షం అంటే ఏంటి? మనసులో ఆ దీపం ప్రజ్వలిస్తే, ఆమె వచ్చి కూర్చోక తప్పదు. మరో మార్గంలేదు సరస్వతికి... మిగిలినవంతా వృథా ప్రయాసలు..."

మళ్ళీ కాసేపు మౌనం.

"ఏం చెప్తూ ఉన్నాను? ఆఁ... నాకు చెయ్యీ కాలూ ఆడలేదు. నిశ్చేష్టుడనయ్యాను. నాలుక పిడచగట్టుకుపోయింది. అలా కుర్చీలో తలదించుకుని కూర్చుండిపోయాను. తలపైకెత్తి ఆమెను చూడలేకపోయాను. చెట్టియారమ్మ పాదాలనే చూస్తూ... మట్టెలు. వాటికో ఐశ్వర్య లక్షణం ఉంది!

అది ఇంటిని పాలించే ఆడవారి ఐశ్వర్యం. అఱం దేశపాలనకు మాత్రమే అని ఎవరన్నది? అఱం అనే ధర్మం ఇంట్లో ఉంది. ధర్మపత్ని అని ఊరకే అన్నారా? ఉన్నపళంగా పద్యం స్ఫురించింది. గబగబా కాగితం తీసుకుని పద్యం రాసేశాను. చెట్టియారమ్మ చేతిలో పెట్టాను. ఆమె రెండు చేతులతో అందుకుని కళ్ళకద్దుకుంది."

"ఆ పద్యంలో మొదటి రెండు పాదాలు మాత్రమే గుర్తుంది. 'మట్టెల కాంతి జిమ్మ, మేనంతయు పసిడి దీపంబువోలె, చెట్టియార్ కులపాలిక మునుజన్మ నోముఫలము' అంతే మిగిలిన పాదాలు గుర్తు తెచ్చుకోడానికి ఎన్నోసార్లు ప్రయత్నించాను. జ్ఞప్తికి రాలేదు. సరేలే, మనం చేసింది అంతే మిగిలినదంతా సరస్వతి లీల అనుకుంటాను. లోపల పట్టుచాప పరిచి దాని మీద వెండిపళ్ళెంలో భోజనం పెట్టి స్వయంగా తానే వడ్డన చేసింది చెట్టియారమ్మ. ఒక చిన్న తాంబూలపు పళ్ళెంలో బంగారు నాణేలు మూడింటిని పెట్టి, దానితోబాటు ఐదు వందల రూపాయలు డబ్బూ ఇచ్చింది. నా ఆశీస్సులు తీసుకోమని పిల్లలకు చెప్పింది... ఆ రోజు ఆ ఇంటి గడప దిగిన నేను, అంతకు ముందు ఉన్న నేను ఒకటి కాదు. మరణించి మళ్ళీ కొత్త జన్మ పొందాను. అప్పుడర్థం అయింది మాటంటే ఏంటని! మాట – కచ్చితంగా అది అర్జునుడి బాణమే! ఎక్కుపెట్టేప్పుడు ఒకటే, విల్లునుండి విడిచాక నూరు, వెళ్ళి కొట్టేప్పుడు వెయ్యి... ఏరా సామినాథం?"

"అఱం అని ఊరకే అన్నారా అన్నయ్యా" అన్నాడు సామినాథం.

"సిలప్పదిగారంలో ఇళంగో అదేగా అన్నాడు! అఱం నీ పక్కనుంటే నీకు అన్యాయం చేసినవారిని ఆ ధర్మం దండించి తీరుతుంది అని!" పెద్దాయన సామినాథానికేసి చూసి, తర్వాత తనకు తానే చెప్పుకుంటున్నట్టు, "అవును, అఱం! అయితే అది ఉండింది ఆమెలోనే కదా..." అన్నారు.

◆◆◆

[మూలం: అఱం, జనవరి 31, 2011]

జానకిరామన్ టి *(1921-1982) - తంజావూరు ప్రాంతపు జీవనవిధానాన్ని రచనల్లో అద్దం పట్టిన రచయిత. ఈయన పది నవలలు, ఆరు నవలికలు, నూటిరవైకి పైనే కథలు, నాటికలు, అనువాదాలు, వ్యాస సంపుటాలూ రాశారు.*

కరిచ్చాన్‌కుంజు *(1919-1992) - తంజావూరు ప్రాంతానికి చెందిన అరవ రచయిత. ఏడు కథల సంపుటాలు, రెండు నాటికలు, ఒక నవల, ఆరు అనువాద రచనలు, రెండు వ్యాస సంపుటాలు రాశారు*

2
ఒగ్గనివాడు

నా పేరు వణంగాన్ - అంటే 'ఎవరికీ తలవంచని వాడు' అని అర్థం. నమ్మాలనిపించడం లేదా? అదే నా పేరు. పూర్తి పేరు - కె. వణంగాన్ నాడార్. అదేమీ మా ఇంటి దేవుడి పేరో లేకపోతే మా తాత, ముత్తాతల పేరో కాదు. అస్సలు అప్పటిదాకా, మా కులంలో గాని, మా చుట్టుపక్కల వాళ్ళల్లో గానీ ఎవరూ వినని పేరు. ఈ పేరున్న వాళ్ళెవరూ నాకు కూడా ఇప్పటిదాకా తారసపడ్లేదు. అంతెందుకు, కనీసం ఇలాంటి పేరు విన్న వాళ్ళని కూడా నేను నా జీవితంలో చూళ్ళేదు.

నాకీ పేరు పెట్టింది మా నాన్న. నాకు పేరు పెట్టిన రోజునుంచి తాను చనిపోయే వరకు, ఆ ఇరవై ఏడేళ్ళూ ఈ పేరు గురించే మాట్లాడాలని ఆయనకు కచ్చితంగా రాసిపెట్టుంది. ఇంజినీరింగ్ పూర్తి చేసి భిలాయిలో పనిచేస్తున్నప్పుడు, అక్కడి వాళ్ళకి మా అందరి పేర్లూ ఒకటే మాదిరిగా వినపడేవి. తమిళనాడు, కేరళ నుంచి వచ్చిన వాళ్ళైతే మాత్రం నా పేరు గురించి కచ్చితంగా వివరం అడిగి తెలుసుకునేవాళ్ళు.

నేను రిటైరై తమిళనాడుకు వచ్చేసి, దాదాపు నాలుగేళ్ళు అయిపోయింది. తిరునల్వేలిలో ఇల్లు కట్టుకుని నా భార్య, కూతురితో ఉంటున్నాను. నా పూర్తి పేరు ఎప్పుడైనా చెప్పబోతే, మా అల్లుడు, కూతురు వీళ్ళంతా 'మీ పేరు కే. వీ. నాడార్ అని చెప్తే చాలు. సరిపోతుంది' అని విసుక్కుంటారు. నా గురించి మాట్లాడాల్సి వస్తే కే. వీ. నాడార్ అనే అంటారు. నేను మటుకు, ఎక్కడికి వెళ్ళినా నా పూర్తి పేరే చెప్తాను. ఎవరైనా ఆశ్చర్యపడితే, వాళ్ళకి నా పేరు వెనకాలున్న కథ వినిపిస్తాను.

***

మా నాన్న పేరు కఋత్తాన్. అంటే కర్రోడు. 'చివర్లో నాడార్ అని లేదేం?' అని మీకు అనుమానం రావచ్చు. ఆరోజుల్లో కులాల లెక్కలు వేరు. నాడార్లలోనే చాలా రకాలుండేవారు. ఎవరికైతే భూములున్నాయో, ఎవరైతే పెద్ద పెద్ద కుటుంబాల్లో పుడతారో, వాళ్ళు తమ పేరు చివర నాడార్ అని తగిలించుకునేవారు. వాళ్ళకు విశాలమైన వాకిళ్ళూ, పెరళ్ళతో ఇళ్ళు, తోటలు, పొలాలు, పశువుల కొట్టాలు ఉండేవి. వాళ్ళు రాజుకి కప్పం కట్టేవారు. తక్కిన వాళ్ళకి అసలు పేరనేది ఒకటుండడమే గొప్ప విషయం. మా నాన్న నల్లగా పుట్టాడు కాబట్టి 'కఋత్తాన్' అయ్యాడు. మా చిన్నాన్న పెదాలు చిట్టెలుకలా ఉన్నాయి కాబట్టి 'సుండన్' అని, మా అత్త తెల్లగా పుట్టింది కాబట్టి 'వెళ్ళక్కుట్టి' అనీ. కుక్కలకు పేర్లు పెడతామే - అలాగన్న మాట. జమీందార్ల దగ్గర పెరిగే కుక్కల గురించి కాదు - వాటికి మంచి పేర్లుంటాయి. నేను చెప్పడం, వీధి కుక్కల గురించి!

మా తాత పేరు ఏళాన్. ఏడో సంతానం కాబట్టి ఏళాన్ అయ్యాడు. వాళ్ళు తొమ్మిదిమంది సంతానం. ఇద్దరే బతికారు. కుక్క పిల్లలు బతికినట్టే.

మా తాత చెల్లెలి పేరు కుంజి. ఆమెను నేను చిన్నపుడు చూశాను. మనిషి నల్లగా, వొంగి పోయి ఉన్నా ఆరోగ్యంగానే ఉండేది. చూడ్డానికి బలహీనంగా, ముడుచుకుపోయి ఉండినా ఎనభై ఏళ్ళు బతికింది. పేడ గంప నెత్తిన పెట్టుకుని మోస్తూ, అరటి చెట్లకు పాదులు చేస్తూ, తోటలకి నీరు పెట్టడానికి నిండు కావడి భుజాన వేసుకుని మోస్తూ - చచ్చే దాకా కష్టాన్ని నమ్ముకునే బతికింది. ఒక రోజు అరటి గెల బజారుకి మోసుకెళ్తూ, ఛాతీలో నొప్పిగా ఉందని, వీధి చివర ఉన్న దుకాణం వరండాలో కొంతసేపు నడుము వాల్చింది. కళ్ళు మూసుకుని, ప్రశాంతమైన ముఖంతో అలానే చనిపోయింది.

మా తాత, ఊళ్ళోని 'కరైనాయిర్' ఇంట్లో ఏటి కూలికి పనిచేశాడు. గ్రామ పెద్ద అయిన కరైనాయిర్ కుటుంబానికి ఊరినిండా తోటలు, పొలాలు ఉండేవి. ఇవన్నీ చూసుకోడానికి ఆయన ఇద్దరు కార్యస్థనాయర్లను పన్లో పెట్టుకున్నాడు. కొబ్బరి కాయలు దించడానికి, కొబ్బరాకుల చాపలు అల్లడానికి 'కైప్పళ్ళీల' కులస్థులు ఉండేవారు. వడ్లు దంచడానికి 'వ(డ్రంగుల' ఆడవాళ్ళు. వరిచేల సేద్యం పనులు 'పులైయర్లు' చూసుకునేవారు. మిగతా పనంతా నాడార్లది. ఈ కూలి పనులు చూసుకునే వాళ్ళకి ఒక్కో కులానికి ఒక్కో లీడర్ ఉండేవాడు. ఆ పిపీలక ప్రపంచానికి వాడే సర్వాధికారాలు కలిగిన రాజు. తన కింద పనిచేసే మనుషుల్ని వాడు నరికి పాతిపెట్టినా అడిగే వాడు లేడు. అందరూ వాడి కాలి కింద నలిగే మట్టి కంటే తక్కువ అన్నట్టు బతకాల్సిందే.

ఎస్టేటులో పని చేసే ప్రతి మనిషికీ ఒక పద్ధతి ప్రకారం వాడి స్థాయి ఏమిటో నిర్ణయం అయ్యేది. 'ఎవడి మీద ఎవడు ఉమ్మొచ్చో, ఉమ్మకూడదో' అనేదే ఇందులో కీలకం. ఉదాహరణకి, మేస్త్రీ తన కింద పనిచేసే కూలివాడిమీద ఉమ్మేస్తే, మేస్త్రీ కనుమరుగయ్యే దాకా వాడు తుడుచుకోడానికి కుదరదు. కార్యస్థనాయర్ కోపంగా ఉన్నప్పుడు, ఆయన నోట్లోంచి వక్కాకు తుంపర్లు మీద పడితే, మేస్త్రీ చిరునవ్వుతో భరించాలి. కరైనాయర్ వక్కాకు నములుతున్నప్పుడు, నోరు నిండుతుందేమోనని, తమ్మపడిగ పట్టుకుని కార్యస్థనాయర్ తయారుగా ఉండాలి. అలానే రాజవంశీకులొస్తే, కరైనాయర్ తమ్మపడిగ పట్టుకుని వారి వెనకాలే వినయ విధేయతలతో నడవాలి.

ఆ రోజుల్లో రోజుకూలీ ప్రసక్తి ఉండేది కాదు. సంవత్సరానికి ఓ రెండు

మార్లు, కోతలప్పుడు, వడ్ల రూపంలో జీతాలిచ్చే వాళ్ళు. ఆ వడ్లను బాగా ఎండపెట్టి, కుండలో జాగ్రత్తగా దాచిపెడితే, ఓ రెండు మూడు నెలలు, అప్పుడప్పుడు వేడి వేడి గంజి కాచుకోడానికి మటుకు పనికొచ్చేవి. చాలా పొదుపుగా వాడితే, చిత్తకార్తె దాకా వాడుకోవచ్చు. మిగతా రోజుల్లో జమీందారు ఇంట్లో పెద్ద పెద్ద బానల్లో గంజి కాచి, ఉడకబెట్టిన కర్రపెండలం గడ్డలు, గోంగూర పులుసుతో వడ్డించేవాళ్ళు. అదికూడా రోజుకొకసారే, మధ్యాన్నం పూట. సాయంత్రం పని ముగించుకుని ఇంటికెళ్ళేటప్పుడు, గట్లలో గుట్టల్లో దొరికేవి తెచ్చి కాల్చుకుని రాత్రికి తినే వాళ్ళు. దుంపలు విరివిగానే దొరికేవి. అపుడపుడూ ఏదో ఒక రకం ఆకుకూర. మరీ అదృష్టం ఉన్న రోజు కుందేలో, ముంగిసో, పందికొక్కో. పొట్ట తప్ప శరీరంలో ఇంకేమీ లేనట్టు జీవితం సాగిపోయేది. 'కడుపు' పొద్దస్తమానం, పిచ్చెక్కిన భూతంలా, హాహాకారాలు చేస్తూ ఉండేది. మా అమ్మమ్మ చెపుతూంటే విన్నాను, 'ఆకలి అనేది నిప్పెట్టిన కొంప లాంటిది! ఆ మంట ఆరాలంటే, నీ చేతికందినవన్నీ దానిలోకి విసిరెయ్యాలి. ఏది మంచీ, ఏది చెడూ, అనే ఆలోచన ఉండగూడదు'. ఆకలి కంటే క్రూరమైన శాశ్వత సత్యం ఇంకోటి లేదు.

మా తాత నడవడం నేర్చుకోగానే, ఆయన్ను పనిలో పెట్టారు. ఊహ తెలిసిన తర్వాత పనిలోకి వెళ్ళని రోజంటూ ఆయనకు గుర్తు లేదు. దెబ్బలు తినడం, అవమానాలు ఎదుర్కోవడం, ఒళ్ళు హూనం అయ్యేట్టు పనిచేయడం, ఎక్కడో ఒకచోట కూలబడి నిద్రపోవటం, మళ్ళీ తన్నులతో, మేలుకొలుపులు పాడించుకుని, సూర్యుడు నిద్ర లేచే లోగా పనిలోకెళ్ళడం, ఇదే ఆయనకు తెలిసిన జీవితం.

'ఏ పైజాతి వాడికి ఎలా వంగి దండాలు పెట్టాలనేది' మాత్రమే ఆయన నేర్చుకున్న ఏకైక విద్య. 'సమాజం అంటే ఒకడి పైన ఇంకోడు ఎక్కి తొక్కడం' అన్న వాస్తవాన్ని అంగీకరించకుంటే బతకలేమన్నది మా తాత తెల్సుకున్నాడు.

ఓ రోజు పని చేస్తూంటే, మధ్యలో విపరీతంగా ఆకలేసి, మా తాత పక్కన పొదలోకెళ్ళి చాటుగా కూచుని గంజి తాగడం మొదలెట్టాడు. అప్పుడే కోతలు

ముగిశాయి. మా అవ్వ ముందురోజు కాచిన గంజితో బాటు మిగిలి పోయిన అన్నం, రాత్రంతా ఒక కుండనిండా పులవబెట్టింది. 'తరవాణి' అంటాం దాన్ని మేము. మా తాతకు తరవాణి అంటే విపరీతమైన ఇష్టం. మా తాత ఆబగా మింగుతూ ఉంటే, అదే సమయంలో కరైనాయర్ మనవడు, కార్యస్థనాయర్‌తో బాటు అటే నడిచి వెళ్తున్నాడు. ఇద్దరూ శాస్తాగుడికి వెళ్తున్నారు. కరైనాయర్ మనవడికి ఓ పదిహేనేళ్ళు ఉంటాయి. గుట్టుగా పొదల మధ్యలో కూర్చుని పుల్లని మెతుకులు తింటున్న మా తాత వాడి కంటబడ్డాడు. ఆ కుర్రవాణ్ణి చూడగానే, తాత తటాల్న తీగలాగా లేచి, కళ్ళు కిందికి దించేసి, రెండు చేతులు కట్టుకుని, కప్పలా ఒళ్ళు ముడుచుకుని గొంతుకు కూర్చున్నాడు. గంజి కుండ పక్కనే ఉంది. ఆ పిల్లవాడి బుర్రలో ఏం తొలిచిందో, తన కాలితో కొంచెం మట్టిని చిమ్మి ఆ కుండలోకి పోసి, 'తాగు' అని గద్దించాడు. తాత సందేహిస్తూంటే, ఎక్కడినించి వచ్చాడో మేస్త్రీ ప్రత్యక్షమై పొడవాటి బెత్తంతో తాత వీపు మీద బాదడం మొదలుపెట్టాడు. ఏదో పూనినట్టు ఆవేశంతో తాత, గంజి కుండ పైకెత్తి గటగటా తాగడం మొదలు పెట్టాడు. వెను వెంటనే కడుపు పట్టుకుని కింద పడి, లుంగలు చుట్టుకుపోవడం మొదలుపెట్టాడు. ఈసారి మట్టిని, తన కాలితో తాత ఒంటి మీదకి చెరిగి, పగలబడి నవ్వుతూ వెళ్ళిపోయాడు కరైనాయర్ మనవడు! మిగతా వాళ్ళు కూడా వాడి నవ్వుతో జత కలిపారు. మా నాన్న పక్కనున్న పొలంలోనే వరి నారు మోస్తున్నాడు. ఇదంతా చూసి కదిలిపోయాడు. దూరంనించి తాత ముడుచుకుపోయిన శరీరం పేడకుప్పలా తోచింది నాన్నకి. లేని దుర్వాసన ముక్కుపుటాలను చుట్టేస్తున్నట్టు, కింద పడి ఉన్న తాత శరీరం అంతా వందలాది పురుగులు కమ్మేసినట్టు అనిపించింది. నాన్నకు తన తండ్రి మీద భరించలేనంత ఏహ్యాభావం కలిగింది. ఉన్న పాటున తాతను మృత్యువు వచ్చి మింగేస్తే బాగుంటుందనిపించింది. కన్నీళ్ళు వరినారులోని బురదతో కలగలిసిపోయి కారిపోతుంటే నాన్న అక్కడినుంచి గబగబా నడిచి వెళ్ళిపోయాడు.

***

"నేనీడ ఉండలేను. పోతా" అన్నాడు నాన్న అవ్వ పక్కనే కూర్చుని, తాతకి వినపడేట్టుగా.

"ఎక్కడికో కనుక్కో నీ కొడుకుని!" ఉరిమాడు తాత.

"ఇంక నాకీవూరితో పని లేదు. నా బతుకు నేను చూసుకుంటా" అన్నాడు నాన్న.

"ఓయబ్బ, నిన్ను పోషించడానికి ఎవరో కాచుకోని కూర్చున్నట్టు. నీ సుడి బావుంది కాబట్టి, రోజూ ఈ గంజైనా దొరుకుతోంది. బయటకెళితే దిక్కులేని చావు చస్తావు కొడకా! ఉన్న పనేదో చేసుకుంటూ, ఇక్కడే గమ్మున పడుండు" అన్నాడు తాత, నాన్న వైపు కూడా చూడకుండా.

"ఇక్కడ ఉండడం ఎందుకు? ఊరకుక్కలంతా తాగే గంజిలో మట్టి పోస్తుంటే ఆ గంజి తాగి బతకడానికా?" అడిగాడు నాన్న.

"ఒళ్ళు బలిసిందిరా నీకు? కంచం కాడ కూడు తెచ్చి పెట్టే మనిషిని అన్ని మాటలంటావా?" అని అరిచాడు తాత. కోపంతో లేచి పక్కనున్న చీపురుకట్ట తీసి, నాన్న ఒళ్ళు చీరేశాడు. "ఇంక నువ్వు నా కడుపున పుట్టినోడివి కాదు! విశ్వాసం లేని కుక్కా! నా కడుపున పుట్టినోడివే కాదు!" అని వగరుస్తూ ఉద్రేకంతో ఊగిపోయాడు.

చీపురు పుల్లలు, ఒళ్ళంతా గీరుకుని, అక్కడక్కడా రక్తం వొచ్చి, ఒళ్ళు మంటలు పుడుతోంది. నాన్న చిన్నగా నడుచుకుంటూ వెళ్ళి, కొబ్బరి పాదుల కోసం తీసిన గుంటలో కూర్చుండిపోయాడు. చీకటి పడ్డ తర్వాత మా అవ్వ వెతుక్కుంటూ వచ్చింది. "నాయన సంగతి నీకు తెలీనిది ఏముంది! మీ అక్క, నీ కోసం పెండలం గడ్డలు కాల్చిపెట్టింది, సూడు." అంటూ భుజం మీద చెయ్యేసి నడిపిస్తూ నాన్నని ఇంటికి తీసుకొచ్చింది. కాల్చిన కర్ర పెండలం గడ్డలతో కడుపు నిండి అందరూ నిద్రపోయారు.

నాన్న మటుకు అర్థరాత్రి లేచి ఇల్లు వదిలిపెట్టాడు. ఆయన్ని తొందరగానే పట్టుకున్నారు. నట్టాలం రోడ్డు ఎక్కంగానే, అక్కడి పెద్ద గడ్డివాము మీద నిద్రపోతున్న కావలి మనిషికి నాన్న దొరికిపోయాడు. కావలివాడి కుక్క నాన్నను చూసి మొరుగుతూ వచ్చి నాన్న మీద పడి గట్టిగా పట్టేసుకుంది. కావలివాడు చటుక్కున లేచి వచ్చి నాన్నని తాడుతో కట్టేసి లాక్కుని తీస్కొచ్చి జమీందారు ఇంటి వసారాలో పడేశాడు. మరుసటి రోజు ఉదయం, జమీందారు నిద్ర లేచి బయటికొచ్చి, మట్టి కొట్టుకుని ఒళ్ళంతా

కమిలిపోయున్న మా నాన్నని చూశాడు. మొదట నాన్నని చూసుకోవాల్సిన మేస్త్రీని పిలిచి, చింతబరికతో ఇరవై దెబ్బలు కొట్టారు. తర్వాత తాతని కూడా లాక్కొచ్చి, పేడదిబ్బలో గొయ్యి తవ్వి, నడుము దాకా పాతిపెట్టారు. "సామీ! దయగల మారాజా! వాడికేవీ తెలీదు. వాణ్ణి చంపబాకండి సామీ!" అని పెద్దగా ఏడ్చాడు తాత.

జమీందారు రోజూ దినచర్యలో భాగంగా కొచ్చయప్పన్ అనే పెంపుడు ఏనుగుతో కాసేపు గడుపుతూ దాన్ని ముద్దు చేస్తుంటాడు. పొద్దున్న ఆ ఏనుగుని వసారాలో కట్టేసి, సాయంత్రం కాగానే తిరిగి తీసుకెళ్ళేవారు. ఏనుగు చెవులాడించుకుంటూ ఇంటిముందు నిలబడి ఉండటం ఆ రోజుల్లో శుభంగా భావించేవాళ్ళు. ఏనుగు కోసమని ఓ పెద్ద పళ్ళెంలో బెల్లం, కొబ్బరి, ఇంకా రకరకాల తినుబండారాలు పెట్టుకుని పని వాడు నాణన్ నాయర్ అక్కడికొచ్చాడు. అది చూడగానే జమీందారు బుర్రలో ఒక ఆలోచన వచ్చింది. "వాణ్ణిట్టా తీస్కరండ్రా!" ఘీంకరించాడు జమీందారు. చేతులు కాళ్ళు కట్టేసున్న నాన్నను వాళ్ళు తీసుకొచ్చి జమీందారు ముందు పడేశారు. ఆయన ఆజ్ఞ ప్రకారం పశువులను కట్టే గూటం తెచ్చి ఏనుగు కాళ్ళ కింద నేల మీద పాతి దానికి నాన్నని కట్టేశారు. ఏనుగు కాళ్ళ కింద కట్టెయ్యగానే, నాన్న శ్వాస ఆగిపోయినా, శరీరం మటుకు అప్రయత్నంగా దానిపాటికదే వణకడం మొదలయ్యింది. ఇంకాసేపటికి నాన్న శరీరానికి మల మూత్ర విసర్జనల మీద అదుపు పోయింది.

ఇదంతా చూస్తూ జమీందారు నవ్వుతూ కొంచెంసేపు అక్కడే నిల్చున్నాడు. "వాణ్ణి సాయంత్రం దాకా అక్కడే వదిలెయ్యండి. వాడు చావాలో బతికే ఉండాలో కొచ్చయప్పన్ నిర్ణయించుకుంటాడు" అని చెప్పి వెళ్ళిపోయాడు.

మెల్లగా నాన్నకు తెలివొచ్చింది. ఒంట్లోనించి భయం పోయి, నెమ్మదిగా ధైర్యాన్ని కూడగట్టుకున్నాడు. అలాంటి ప్రాణాంతక పరిస్థితుల్లో తాను అంత స్థిమితంగా ఉండటం, అక్కడ జరిగిన ప్రతి చిన్న విషయం స్పష్టంగా జ్ఞాపకం ఉండటం, ఇవి రెండూ తన చివరి రోజు దాకా మా నాన్నని అబ్బుర పరిచిన విషయాలు.

ఏనుగు కాళ్ళు, పగుళ్ళు పట్టి ఉన్న బూరుగు చెట్టు కాండాల్లా కనిపించాయి.

నరికి పడేసిన పెద్ద పెద్ద గుండ్రటి దుంగల్లా ఉన్నాయవి. కాలిగోళ్ళు తెల్లగా వేళ్ళు పీకేసిన చెట్టు మొదళ్ళలా ఉన్నాయి. ఆ గోళ్ళను చూస్తుంటే ఒక్కోటి ఒక్కో రాక్షసుడి పలువరుసలా మారిపోయి గేలిగా నవ్వడం మొదలెట్టాయి. ఏనుగు కింద భాగం పెద్ద రాతిగుహ పైకప్పులా అనిపించింది. ఒక పెద్ద నాగలిని వేలాడదీసినట్టుంది ఏనుగు లింగం.

ఒకట్రెండుసార్లు తన తొండంతో నాన్నని తడిమిచూసింది ఏనుగు. ఆయనకి ఏదో పెద్ద దుంగ తలమీద పడ్డట్టు అనిపించింది. కొద్దిసేపటి తర్వాత అది తనకిందున్న మనిషిని పట్టించుకోవడం మానేసింది. తన మూడు కాళ్ళు కదలకుండా కట్టేసి ఉంటే, నాలుగో కాలు కింది భాగం కనిపించేలా పైకెత్తి, అటూ ఇటూ నాజూగ్గా ఊపుతూ ఉండింది. ఏనుగు తన కాలుని అటూ ఇటూ కదిపి భూమి మీద ఆనిస్తూ ఉంటే 'ధడ్'మని శబ్దం వస్తోంది. ఎదురుగా తినడానికి వేసిన అడవి చెరుకుల్ని ఏనుగు చీల్చి కాళ్ళ కింద వేసి తొక్కుతుంటే నేలమీదున్న మట్టి, దుమ్ము వచ్చి నాన్న మీద పడుతున్నాయి. "అమ్మో!" అని భయంగా కేక పెట్టాడు నాన్న. కొంచెం సేపు అయ్యాక ఆయనకి అర్థం అయ్యింది - తాను తినే ముందర ఏనుగు చెరుకు మీద ఉన్న దుమ్మునంతా జాగ్రత్తగా శుభ్రం చేస్తోంది. ఏనుగు ముడ్డి నించి నేల మీద పడే లద్దెతో బాటు, పచ్చగడ్డి వాసనతో, వేడి ఆవిరి ఏదో బయటికొస్తోంది. పాచి రంగులో ఉన్న మూత్రం ఆ లద్దెల గుట్టల మీద నించి చిన్న వాగులా ప్రవహిస్తోంది. నాన్న ఒళ్ళంతా ఏనుగు మూత్రం వాసన. సాయంకాలం ఏనుగుని తీసికెళ్ళిపోయిన తర్వాత కూడా, అదే స్థలంలో పడున్నాడు నాన్న. లాక్కెళ్ళి పక్కనున్న కొబ్బరి చెట్టుకి కట్టేశారు ఆయన్ని. ఆ పక్కనే, నడుము దాకా ఎరువుగుంటలో కప్పెట్టిన తాతని పైకి లాగి బయటికి తీస్కెళ్ళి పడేశారు. ఎరువు గుంటలో తాత భరించిన వేడికి ఆయన చర్మం ఉడకబెట్టిన కొంగ చెర్మంలా ఊడిపోతోంది. గుండెలు బాదుకుంటూ ఏడుస్తున్నాడాయన. వాళ్ళు తనని ఈడ్చుకెడుతూంటే, "నా కొడుకును వదిలెయ్యి మారాజా! దయ గల మారాజా! వదిలేయి సామీ వాణ్ణి" అని కేకలు పెడుతూ బతిమాలుకున్నాడు.

మధ్యరాత్రి దాకా నెమ్మదిగా కట్లను ఒక్కో పోచగా నోటితో కొరుకుతూ,

ఆపైన పక్కనే దొరికిన కూసురాయితో కట్లను తెంచేసుకుని తనని తాను విడిపించుకున్నాడు నాన్న. ఆ కారుచీకట్లో ఎవరూ చూడకుండా అక్కణ్ణించి తప్పించుకున్నాడు. ఈసారి జాగ్రత్తగా రోడ్డుని, కాలిబాటనీ వదిలేసి, తోపుల్లోంచీ, పొదల చాటుగా పొలాల్లోంచీ మాత్రమే ముందుకు నడిచాడు. ఆయాసపడుతూ, పరిగెడ్తున్నప్పుడు కూడా తన తండ్రి గుర్తుకొచ్చినప్పుడల్లా ఒళ్ళంతా అసహ్యంతో నిండిపోయింది. శాపనార్థాలు పెడుతూ దారెంట ఉమ్ముకుంటూ నడిచాడు. మర్నాడు జమీందారు చేతిలో, వాళ్ళ నాన్న పరిస్థితి ఏమిటని ఆలోచించి, 'సావనీ నాయాలు...' అనుకున్నాడు.

***

ఈ సంఘటన జరిగిన పదహారేళ్ళ తర్వాత నాన్న తిరిగొచ్చి, ఇంట్లో అందరితోపాటూ తరవాణి కుండ చుట్టూ కూర్చున్నప్పుడు, తను ఇల్లు వదిలి వెళ్ళినప్పటినించి, తినడానికి ఏవీ లేనప్పుడు కూడా, తాత ఆ తరవాణి కుండని ముట్టుకోలేదని తెలుసుకుని, కన్నీళ్ళు పెట్టుకున్నాడు.

'ఎప్పుడైనా సరే! పేదోడు, తన పగని... తనకంటూ ఉన్న పొట్ట మీదో, కట్టె మీదో మాత్రమే కదా చూపించుకోగలడు. అంతే!' అనేవాడు నాన్న.

***

అలా నడుస్తూ, అప్పటి దాకా బతికిన నట్టాలం అనే ఆ చిన్న గ్రామపు పొలిమేరలు దాటి కరుంగల్, తింగళ్ సందై మీదుగా నాగర్కోవిల్ చేరుకున్నాడు నాన్న. ఆయనకి అప్పటికి ఎనిమిదేళ్ళుంటాయి. చదవడం రాయడం రాదు. తన ఊరు తప్ప, వేరే ప్రపంచం తెలీదు. ఆ రోజుల్లో ఊరికీ ఊరికీ మధ్య ఎడ్లబళ్ళు మాత్రమే పోగల మట్టి రోడ్లు ఉండేవి. దారికి రెండు పక్కలా పొలాలు. అక్కడక్కడా విసిరేసినట్టు చిన్న చిన్న ఊళ్ళు. ఎక్కువభాగం బండరాళ్ళు, పొదలూ కనపడేవి. రాత్రి పూట నక్కలు, తోడేళ్ళూ తిరుగుతూ ఉంటాయని, ఎవరూ బయటకొచ్చే వాళ్ళు కారు.

కానీ 'అజ్ఞానం' ఇచ్చే ఆత్మవిశ్వాసం విచిత్రమైనది. అది మనిషికి అపారమైన జీవశక్తిని ఇవ్వగలదు. ఆ శక్తే నాన్నను అంతదూరం నడిపించింది. నా జీవితంలో, నేను నేర్చుకున్న పాఠాల్లో ఇదొకటి. 'మనిషి ఎటువంటి దురాలోచనా లేకుండా ఆర్తితో నించుంటే దేవుడు తప్పకుండా దయలేని తన

చట్టాలనన్నిటినీ సడలించేస్తాడు. ఆయనకు వేరే మార్గం లేదు.' ఇదే విషయం నాన్నతో అంటే నవ్వేశాడు. "పోరా పిచ్చోడా! అప్పుడు నా ఒళ్ళంతా ఏనుగు వాసన కొడుతోంది. దగ్గరకి రావడం సరే, ఆ గాలి పీల్చడానికైనా ఏ జంతువైనా ధైర్యం చేస్తుందా? దాని సంగతి వదిలేయి! నేను జమీందారు ఇంటినించి ఎట్లా తప్పించుకున్నానంటావ్? అక్కడ పన్నెండు కాపలా కుక్కలు నిల్చుని ఉన్నాయి. నా నుండి వచ్చిన ఆ వాసన వాటి ముక్కుకు తగలగానే, అవన్నీ తోకలు ముడుచుకుని ఓ మూలకెళ్ళి కూర్చున్నాయి." తను బతికిన చివరి క్షణం దాకా నాన్న అంతే! పరిస్థితులు ఎలా ఉన్నా సరే, తర్కాన్నే నమ్ముకున్నాడు.

నాన్న దాదాపు ముప్ఫై అయిదు కిలోమీటర్లు నడిచి మరుసటి రోజు సాయంత్రానికి నాగర్కోవిల్ చేరుకున్నాడు. నాన్నకి ఆకలి బాధ అలవాటే! దాంతో ఆయనకి పెద్ద ఇబ్బంది లేదు. చిన్న వయసులోనే ధక్కామొక్కీలు తిన్న సన్నటి నల్లటి శరీరం. ఓసారి చెప్పాడు, "కార్చిచ్చు కమ్మినప్పుడు, అడవిలో కొన్ని రకాల చెట్లు పూర్తిగా మాడి నల్లబడతాయి. కానీ బూడిదైపోవు. రైతులు తమ పొలాల్లో కంచెకి, గుంజలుగా వాడుకోటానికి వాటి కోసం అదే పనిగా వెతుకుతారు. వజ్రం అంత గట్టిగా ఉంటాయి అవి. వాటిని వంచలేం, విరవలేం." నాన్న కూడా అలాంటి వాడు.

మొదట్లో నాగర్కోవిల్ ఎలా ఉండేది, ఏమిటి అనేది నాన్నకు పెద్దగా గుర్తు లేదు. రోజంతా వీధుల్లో జంతువులా తిండి కోసం వెతుక్కోడమే తప్ప, వేరే ధ్యాస అంటూ ఉండేది కాదేమో! ఒళ్ళంతా మట్టి, బురద మరకలతో పాటూ కత్తిరించిన వక్కమాను పాళను నాన్న నడుముకు గోచీలా వేలాడేది. మీరు ఆయన్ని చూసి ఉండాల్సింది. నాన్నలాంటి అందగాళ్ళు చాలా అరుదు. కొంచెం డెన్సెల్ వాషింగ్టన్‌లా ఉండేవాడు. ఎపుడూ కరుణతో నిండి, నిర్మలంగా ఉండే ఆ కళ్ళు చిన్నప్పుడు ఇంకెంత అందంగా ఉండేవో! అడవి వాగుల్లోని నున్నటి గులక రాళ్ళలా, చల్లటి, మెరిసేటి నల్లని కళ్ళు అవి.

అలా తిరుగుతూ ఉంటే, నాన్నకి పార్వతీపురంలో, ఓ ఇడ్లీ అంగడి బయట, తినగా పారేసిన ఎంగిలి ఆకులు కనిపించాయి. నాన్న ఒక్క పిసరు గూడా మిగల్చకుండా పారేసిన ఆకుల్లో దొరికిందంతా తినేసి అక్కడే పడి

నిద్రపోయాడు. గణేశన్ అనే ఆయన ఆ షాపు యజమాని. గణేశన్ చాలా తెలివైన వ్యాపారస్తుడు. నాన్నని చూడగానే ఆయనకు అర్థం అయ్యింది, ఒక్క ముద్ద పడేస్తే చాలు బాగా గొడ్డుచాకిరి చేస్తాడని. నాన్నని లోపలికి తీసుకెళ్ళి ఒక కుండ నిండా చద్దన్నం, మిగిలిపోయిన కూర వడ్డించాడు. ఆకలి తీరగానే లేచి నిటారుగా నిలబడ్డాడు నాన్న. తన పేరైతే గణేశన్‌కి చెప్పాడు గానీ ఎంత ప్రశ్నించినా, మిగతా ఏ వివరాలు బయటపెట్టలేదు. గణేశన్‌కి అర్థం అయ్యింది... నాన్న అంత తొందరగా బయటపడే మనిషి కాదని!

నాన్న గణేశన్ దగ్గర నాలుగేళ్ళు పనిచేశాడు. ఆయన డ్యూటీ - తెల్లవారగానే ఫర్లాంగు దూరంలో ఉన్న వాగు దాకా నడిచి బిందెలతో నీళ్ళు మోసుకొచ్చి ఒక పెద్ద చెక్క తొట్టిని నింపడంతో మొదలయ్యేది. ఆ పని ఉదయం పదిగంటలకు ఉపాహారపు వేళకు ముగిసేది. అప్పుడు గిన్నెలన్నీ ఒకచోట చేర్చి, బాగా రుద్ది, బూడిదతో తోమి తాను తెచ్చిన నీళ్ళతో శుభ్రంగా కడగడం, ఆపైన మళ్ళీ నీళ్ళు మోసుకురావడం. రాత్రి భోజనాలయ్యాక ఇంకోసారి అంట్లన్నీ తోమేవాడు. పనంతా అయ్యేటప్పటికి అర్థరాత్రి అయ్యేది. రోజూ అంగడికి తాళం వేసే బాధ్యత కూడా నాన్నదే. పూర్తిగా అలిసిపోయి వెనక పెరటి అరుగుమీద పడి నిద్ర పోయేవాడు. తెల్లవారి ఏసు దేవాలయం గంటల మోతతో నిద్ర లేచేవాడు. ఒక రోజు కుండపోత వర్షంలో ముద్దయిపోతున్నా, లేవకుండా నాన్న మొద్దునిద్ర పోయిన విషయాన్ని, గణేశన్ కథలు కథలుగా ఎన్నో ఏళ్ళ పాటు చెప్పేవాడట. నాన్న జలుబనేది కూడా ఎపుడూ ఎరగడు. అందరూ తినగా మిగిలిన పదార్థాలే ఆయన భోజనం. అంట్లు తోమేటప్పుడు గిన్నెల్లో మిగిలిపోయి ఉన్నవే తను తినేవాడు. ఆయనకోసం వండిన దాంట్లోనించి కొంత తీసిపెట్టడం అనేది ఎప్పుడూ జరగలేదు. తన మునుపటి ప్రపంచంలో లాగా ఇక్కడ తన్నులూ బూతులూ తిని బతకవల్సిన పని ఉండేది కాదు. రోజూ కడుపు నిండా తిండి తినడం వల్ల కండరాలన్నీ ఇనప ముక్కల్లా తయారయ్యాయి. "అచ్చం మా ఊరి బసవడి విగ్రహంలా తయారయ్యావ్ రా!" అంటూ పరాచికాలాడేవాడట కిళ్ళీ కొట్టు చెల్లప్పన్.

అయితే ఇక్కడ వేరే పద్ధతిలో తిరస్కారం ఎదురవ్వడం మొదలైంది. ఉదాహరణకి... వండి ఉంచిన పదార్థాలను తాకడానికి లేదు. ఒకరోజు అన్నం

మీద మూతగా పెట్టున్న అరిటాకు ఎగిరిపోతే, నాన్న ఇంకో ఆకు తీసుకుని గిన్నె మీద పెడదామని వెళ్ళాడు. గణేశన్ పరిగెత్తుకుంటూ వచ్చిన నాన్నని అడ్డుకున్నాడు, "తాకొద్దు... తాకొద్దు... దూరం జరుగు!" అంటూ. అప్పటినించీ, నాన్నకి ఇంతకు ముందు కనిపించని సరిహద్దులు కనిపించడం మొదలైనాయి. వెనక ఉండే ఇరుకు వరండాలో తప్ప, నాన్న ఎక్కడా ఎవరిముందూ కూర్చోడానికి లేదు. ఏ వస్తువుని కూడా నేరుగా నాన్న చేతికిచ్చే వాళ్ళు కాదు. నేల మీద పడేసి తీసుకోమనే వాళ్ళు. నాన్న వీధిలో నడుస్తూ ఎదురువెళితే "పక్కకు తప్పుకో!" అని అరిచే వాళ్ళు. ఇదంతా ఇలా ఉన్నా నాన్న సంతోషంగానే ఉండేవాడు. మనిషి శారీరకంగా, మానసికంగా ఎదగడం మొదలైంది. తనంతట తాను చదవడం నేర్చుకుని చేతికందిన ప్రతి కాగితంముక్క మీదా ఏముందో చదవడం మొదలెట్టాడు. ఇంగ్లీష్ అక్షరాలతో చిన్న చిన్న పదాలు నేర్చుకున్నాడు. లెక్కలు కూడా కొంత ఒంటబట్టించుకున్నాడు. పదమూడేళ్ళు నిండగానే నాగర్కోవిల్ హైకోర్టు ఎదురుగా ఉండే అంబ్రోస్ టీ దుకాణంలో సర్వర్‌గా ఉద్యోగం సంపాయించాడు. ఒక్కోసారి దుకాణంలో వంటవాడిగా కూడా అవతారమెత్తేవాడు.

పదిహేనేళ్ళ వయసున్నప్పుడు, నాన్న చిరిగిపోయిన న్యూస్ పేపర్ లోంచి దొరికిన ఒక పేజీ చదువుతూంటే గమనించి "తమ్ముడూ, ఎంత దాకా చదువుకున్నావ్?" అని ప్రశ్నించాడు, అక్కడికి తరచుగా వచ్చే టీచర్ ఒకాయన.

"ఏం చదువుకోలేదండీ."

"ఎప్పుడూ బడికే వెళ్ళలేదా?"

"లేదు."

ఆయన నాన్న వైపే ఆసక్తిగా చూసి "అయితే ఇంగ్లీష్ ఎలా నేర్చుకున్నావు? ఎవరైనా ఇంగ్లీష్ దొర దగ్గర పని చేశావా?" అని అడిగాడు.

"లేదండీ... నా అంతట నేనుగా నేర్చుకున్నాను."

నాన్న వైపు నమ్మశక్యం కానట్టుగా చూశాడాయన. నమ్మడం తప్ప వేరే

దారేముంది!

"కబుత్తాన్! నీ వయసెంతరా?" ఇంకో మాటెప్పుడో అటుగా వచ్చినప్పుడు అడిగాడాయన. అప్పుడు నాన్నకి ఓ ఇరవై ఏళ్ళు ఉంటాయి.

"చూడూ, నువ్వు ఫస్ట్ ఫామ్ పరీక్షలకి కూర్చోవచ్చు. పుస్తకాలు నేను తెచ్చిస్తాను. ఒక నాలుగు ఐదు నెలలు చదివితే సరిపోతుంది."

ఒక్క నెలలోనే ఆ పుస్తకాలన్నీ చదివేసి కంఠతా పట్టేశాడు నాన్న.

ఆయన జ్ఞాపకశక్తి నన్ను ఎన్నోసార్లు ఆశ్చర్యానికి గురిచేసేది. ఎనభై రెండేళ్ళ వయసప్పుడు, చనిపోవడానికి సరిగ్గా ఎనిమిది నెలలకు ముందు, మా చర్చికి కొత్తగా వచ్చిన ఫాదర్ దగ్గర లాటిన్ నేర్చుకోవడం ప్రారంభించాడు. ఇప్పటికీ చర్చిలో ఆయన నన్నెప్పుడు కలిసినా ఒకే మాట అంటాడు."ఇంకో రెండేళ్ళు బతికుంటే, మీ నాన్న గారు లాటిన్‌లో పెద్ద పండితుడయ్యేవాడు" అని.

నాన్న ఆరోతరగతి పరీక్ష, దాన్ని ఫస్ట్ ఫార్మ్ అనేవాళ్ళు ఆ రోజుల్లో, స్కాట్ క్రిస్టియన్ కాలేజీలో రాసి మొదటి ప్రయత్నంలోనే పాసయ్యాడు. టీ కొట్లో పనిచేస్తూనే, ఈ.ఎస్.ఎస్.ఎల్.సీ పూర్తి చేశాడు. అంటే 8వ తరగతి. అపుడు మెట్రిక్యులేషన్ పరీక్షకు ఫీజు కట్టాడు. టీ స్టాల్ బాగా చూసుకుంటూ ఉండడంతో, షాపు యజమాని అంబ్రోస్, నాన్నని బాగా నమ్మేవారు.

***

1921వ సంవత్సరంలో, నాన్న ఏ వ్యక్తినైతే తన మిగతా జీవితం అంతా ప్రతి రోజూ... కాదు... కాదు... ప్రతి నిమిషం స్మరించి, ఆరాధించి, స్తోత్రం చేసాడో ఆయన్ని కలిశాడు.

అది జులై నెల. పొద్దున్న పదకొండు గంటలకి బయట సూర్యుడు చెలరేగి పోతున్నాడు. ఇరవై ఐదు, ఇరవై ఆరేళ్ళ యువకుడు ఒకతను, నల్ల కోటు వేసుకుని, తెల్ల పంచతో, వకీళ్ళు కట్టుకునే తెల్లటి బౌ టైతో టీ స్టాల్ లోకి అడుగుపెట్టాడు. "వేడి వేడి టీ ఒకటి పట్రా, అబ్బాయ్!" అని నాన్నని పురమాయించాడు. ఆ రోజుల్లో అంబ్రోస్ టీ స్టాల్‌కి నాడార్లే ఎక్కువ వచ్చేవాళ్ళు. నాడార్ల కులంలో వకీళ్ళు తక్కువ. కొంతమంది ఉండేవాళ్ళు కానీ వాళ్ళు బంగళా వీధిలోని లండన్ మిషనరీ సమాజానికి చెందిన వాళ్ళు. వాళ్ళ వేషభాషలన్నీ ఆంగ్లో-ఇండియన్స్‌లా ఉండడమే కాక తోటి నాడార్లని, పైకులాల

వాళ్ళకంటే చిన్నచూపుతో చూసేవాళ్ళు. ఇతని వ్యవహారం చూస్తూంటే దక్షిణాది వాడని కచ్చితంగా తెలుస్తోంది, బహుశా విళవంగోడు నించి అయ్యుండొచ్చు. అతని పద్ధతి, మనిషీ... వీటిల్లో కొంత పల్లెటూరివటం కనపడుతోంది. ఉక్కపోతను తట్టుకోడానికి కోటు బొత్తాములు విప్పి, కాలరు పైకెత్తాడు. కోటు చేతుల్ని మోచెయ్యి దాకా మడిచాడు.

"ఆయనెవరో నాకప్పుడు తెలీదు. కానీ ఆయన్ని మొట్టమొదటిసారి చూడగానే నా మనసుకు ఆయనెవరో తెలిసిపోయింది. నాకు లోలోపలే ఏదో తెలీని ఆనందం. ఈ రోజుకీ ఆ దృశ్యం నా కళ్ళముందు కదలాడుతూ ఉంది. ఆయన నడిచి లోపలికొచ్చిన విధానం, కూర్చుని కాళ్ళు ఊపుతున్న పద్ధతి, ఆయన ఊదుకుంటూ వేడి టీని చప్పరించడం, అన్నీ... ఆయన తీరు, నిగ్గు, నడక ఇవన్నీ చూస్తే ఒకటి మటుకు అర్థం అయ్యింది. మెడలు వంచబడిన నాడార్ కాదితను. అసలు సిసలు నిఖార్సైన రకం! ఈయన చొక్కా విప్పేసి పది తాటిచెట్లు ఇట్టే ఎక్కేసినట్టో, తొడకొట్టి ఎదుటివాణ్ణి చావకొట్టినట్టో, ఊహించుకోడం పెద్ద కష్టం కాదు. ఈయన తన అరచేతుల మధ్యలో గ్లాసు పెట్టుకుని, అటూ ఇటూ తిప్పుతూ ఊదుకుంటూ, టీ తాగుతుంటే, బంగాళా వీధి వకీళ్ళు నొసలు చిట్లించి నవ్వేవారు" అని చెప్పారు నాన్న.

టీకి డబ్బిస్తూ, "అబ్రహాం సారు ఆఫీసుకి ఎలా వెళ్ళాలి?" అడిగాడాయన నాన్నని. అడుగుతూ గమనించాడు ఆయన - నాన్న చేతిలో పుస్తకం పట్టుకుని ఉండడాన్ని.

"ఆ పుస్తకం ఏవిటి?" నాన్నని ప్రశ్నించాడు, స్వచ్ఛమైన విళవంగోడు యాసతో.

"మెట్రిక్‌కు కట్టాను."

"ఓఁ" అన్నాడాయన. ఆఫీసుకు దారి కనుక్కుని అటువైపుకు నడిచి వెళ్ళిపోయాడు.

ఆయనే 'ఏ. నేసమణి'. తక్కలై పక్కన పళ్ళిపాడి గ్రామానికి చెందినవాడు. వాళ్ళ నాన్న గారి పేరు అప్పావు పెరువట్టార్. తిరువనంతపురం మహారాజా కాలేజిలో బి. ఎ., తరువాత అదే ఊళ్ళో లా

కాలేజీలో బి. ఎల్. డిగ్రీ పూర్తి చేసి, నాగర్కోవిల్ బార్ కౌన్సిల్‌లో వకీలుగా రిజిస్టర్ చేసుకున్నాడు నేసమణి. ఆయన్ని 'మార్షల్ నేసమణి' అని కూడా అంటారు. ఈ రోజుకీ కన్యాకుమారి ప్రాంతపు నాడార్లందరికీ ఆయనంటే విపరీతమైన గౌరవం, భక్తి. ఆ రోజుల్లో, తిరువిదాంగూర్ కాంగ్రెస్ అంటే ఆయనే... ట్రావన్కోర్ శాసన సభకు ఎన్నికై, ట్రావన్కోర్ కాంగ్రెస్‌ని తనే స్థాపించి, కన్యాకుమారి జిల్లా ఏర్పడడానికి, తరవాత ఆ జిల్లా తమిళనాడులో కలవడానికి కారణమైన వ్యక్తి. తమిళనాడు రాష్ట్ర కాంగ్రెస్ అధ్యక్షుడిగా బాధ్యతలు కొన్నాళ్ళు నిర్వహించి, చివరి దాకా పార్లమెంట్ సభ్యుడిగా పని చేశాడు.

నేసమణి చేతిలో పేపర్లు పట్టుకుని మొదటిసారి కోర్ట్ గదిలో అడుగుపెట్టినప్పుడు, పెద్ద గొడవే జరిగింది. ఆ గదిలో కూర్చోడానికి ఏడెమినిది కుర్చీలు, నాలుగు బల్లలు వేసి ఉన్నాయి. రూల్ ప్రకారం కుర్చీల్లో సీనియర్ వకీళ్ళే కూర్చోవాలి. కానీ నాడార్ వకీళ్ళు ఎంత సీనియారిటీ ఉన్నా బల్ల మీదే కూర్చోవాలి. కుర్చీల్లో కూర్చోవటం కుదరదు. నేసమణి నేరుగా వెళ్ళి కుర్చీలో కూర్చున్నాడు. పబ్లిక్ ప్రాసిక్యూటర్ ఎం. శివశంకరం పిళ్ళై, పై కులపు మనిషి. ఆయన నేసమణి కుర్చీలో కూర్చోవడం చూసి నొసలు చిట్లించి, చిటపటలాడుతూ వెనక్కి వెళ్ళిపోయాడు. ఎవరూ నేసమణి పక్కన కూర్చోడానికి ఇష్టపడలేదు. ఒక అరగంట ఒంటరిగా కూర్చున్న తరవాత నేసమణికి ఏదో తేడాగా ఉందని అర్థం అయ్యింది. బెంచ్ క్లర్కు పరమశివం వెళ్ళి నేసమణి చెవిలో అసలు విషయం మెల్లగా చెప్పాడు. "నాడార్లు బల్ల మీదే కూర్చోవాలి, అది ఇక్కడి సంప్రదాయం. సీనియర్ నాడార్ వకీళ్ళు కూడా ఎపుడూ కుర్చీలో కూర్చోరు. అంతెందుకు... ఘనత వహించిన ప్లీడర్ ఎం. కె. చెల్లప్పన్ గారు కూడా ఎప్పుడూ ఈ కోర్టులో కుర్చీలో కూర్చుంది లేదు."

నేసమణి రక్తం ఉడికిపోయింది. పైకి లేచి అరవడం మొదలెట్టాడు. "అణగారిన వాడికి, ఇక్కడ కుర్చీలోనే చోటు దొరకడం లేదంటే, న్యాయం ఎలా దొరుకుతుందిరా నీచపు కుక్కల్లారా!" అని అరుస్తూ అక్కడున్న బల్లలన్నీ తీసి కోర్టు వసారాలోకి విసిరేశాడు. కోర్టు భవనంలోని ప్రతి రూమ్‌లోకి వెళ్ళి, అక్కడున్న ప్రతి బల్లకి అదే గతి పట్టించాడు.

కోర్టు గుమస్తా బయటికి వచ్చి, "ఆ పళ్ళిపాడి మనిషి నానా రభసా చేస్తున్నాడు.. తలతిక్క వెధవలా ఉన్నాడు!" అని గగ్గోలు పెట్టినప్పుడు నాన్న టీ దుకాణంలోనే ఉన్నాడు. ఆ రోజు అన్నీ అలాంటి వార్తలే. "ఎవరిదో ఒకరిది తల తెగడం ఖాయం!" అన్నాడొకడు. "పళ్ళిపాడి పెరువట్టార్ కొడుకుది కుర్రతనం! గౌరవం, మర్యాద లాంటివి ఉంటాయని మర్చిపోయాడు" అన్నాడు ఒక ముసలాయన. కొంతసేపటికి సాక్షాత్తు నేసమణే చెరిగిపోయిన జుట్టుతో, నలిగిపోయిన చొక్కాతో, చెమటలు కక్కుకుంటూ, ఆయాసపడుతూ వచ్చి, "ఓ టీ తీసుకు రా!" అని ఆజ్ఞాపించాడు. నాన్న టీ చేతికి ఇవ్వగానే, ఒక్క గుక్కలో తాగేసి, టేబుల్ మీద చిల్లర నాణేలు పడేసి అక్కడినించి వెళ్ళిపోయాడు. మరోనిమిషంలో ఓ ఇరవైమంది వెళ్ళమఠం ప్రాంతపు రౌడీలు కర్రలు పట్టుకుని, నేసమణిని వెతుక్కుంటూ వచ్చి టీ దుకాణం మీద పడ్డారు. నాన్నను ఒడిసిపట్టుకుని నేసమణి గురించి అడిగారు. నాగర్కోవిల్ అంతా జల్లెడ పట్టారు. ఆ రోజుకి కోర్టు వాయిదా పడింది. "చంపడం అనేది వాళ్ళకి ఓ ఆట!" అన్నాడొకడు. "నాగర్కోవిల్లో ఒక మంచి హత్య జరిగి చాలా రోజులైంది" అన్నాడు ఇంకొకడు.

మరుసటి రోజు నేసమణి, చేతిలో కర్రలూ కొడవళ్ళతో ఉన్న ఓ యాభైమంది పళ్ళిపాడి మనుషుల సైన్యాన్ని వెంటేసుకుని, తిరువనంతపురంలో ప్రసిద్ధికెక్కిన పయొనీర్ సర్వీసు బస్సులోనించి కిందికి దిగాడు. ఆ సైన్యం పక్కన వస్తుంటే, చేతిలో సూటుకేసుతో కోర్టులోకి నడిచాడు. తనతో వచ్చిన వాళ్ళు కోర్టు బయటే నిలబడ్డారు. విషయం ఏందో చూద్దామని కోర్టు ముందర ఒక చిన్నగుంపు చేరింది. ఇదంతా చూసిన వెళ్ళాళర్, నాయర్ కులాలకు చెందిన వకీళ్ళు, వెనక తలుపునించి జారుకున్నారు. కోర్టు నాలుగైదు రోజులు మూసివేశారు. ఊరంతా ఉద్రిక్తమయిన వాతావరణం నెలకొంది. ప్రతి ఇంట్లో, టీ దుకాణంలో, దీని గురించే చర్చ.

చివరికి చర్చి జోక్యం చేసుకుంది. బిషప్ వెళ్ళి జడ్జిలతో మాట్లాడారు. టౌన్‌లో ఉండే తెల్లదొరకి అర్జీ పెడుతున్నారనే మాట ప్రచారంలోకి వచ్చింది.

ఆ వార్త విని వెళ్ళాళర్, నాయర్ వకీళ్ళు భయపడ్డారు. ఇంతకుముందు లేని ధైర్యం చూపించిన చాలామంది, ఇప్పుడు వెనక్కి తగ్గారు. కొంతమంది పనిలేని జూనియర్ వకీళ్ళు ఏదో అనబోయారు కానీ సీనియర్ వకీళ్ళందరూ తెలివిగా ఈ వివాదం నించి దూరంగా జరిగారు. మళ్ళీ కోర్టు తెరవగానే అందరూ కూర్చోడానికి కావాల్సినన్ని కుర్చీలు వేశారు. నేసమణి తన మద్దతుదారుల గుంపుతో కలిసి వచ్చి టీ దుకాణం ఉన్న వీధంతా ఆక్రమించి అందరితోపాటు హాయిగా టీ తాగాడు. నాన్నే వాళ్ళందరికీ ఆరోజు టీ పెట్టి ఇచ్చాడు. అన్నీ కలుపుకుని నూట డెబ్బై ఎనిమిది కప్పుల టీ.

***

ఆ రోజునించీ ఇంతింతై వటుడింతై అన్నట్టుగా, నాన్న కళ్ళముందరే నేసమణి ప్రతిష్ఠ రోజురోజుకీ పెరిగిపోయింది. అయన టీ స్టాల్‌కి రావటం తగ్గింది. టీ ఆఫీసులోకే తీసుకెళ్ళి ఇచ్చేవారు. టీ పట్టుకెళ్ళే కుర్రవాళ్ళు లేకపోతే నాన్నే టీ పట్టుకెళ్ళేవాడు. ఎప్పుడూ నేసమణి ఆఫీసు ముందర జనం గుమికూడి ఉండేవాళ్ళు. టీ ఇవ్వడానికి వెడుతుంటే పక్కన నేల మీద కూర్చుని ఏడుస్తున్న ఆడమనిషి, కోపంగా వాదించుకుంటున్న పల్లె జనాలు, వీళ్ళతో పాటూ కుర్చీలో బాసింపట్టు వేసుకుని తన తెల్ల చొక్కా, బౌ టై తీసి చీలకి తగిలించి ఛాతీపై ఏ ఆచ్ఛాదనా లేకుండా నవ్వుతూ బిగ్గరగా మాట్లాడుతూ ఉండే నేసమణి - వీళ్ళందరూ కనిపించేవాళ్ళు. 'ఎప్పుడూ గొంతెత్తి మాట్లాడటం' అనేది ఈ మనిషి విళవంగోడు - కల్కుళం ప్రాంతానికి చెందిన వాడు' అనే దానికి ఖచ్చితమైన గుర్తు. ఏ సమయంలో చూసినా ఆఫీసులో ఏడెనిమిది మంది కనపడేవాళ్ళు. ఆఫీసు లోపలా బయటా ఉన్న ప్రతి మనిషికీ టీ అందాలి, అనేది నేసమణి ఉత్తరువు. ఎలా లెక్కేసినా రోజుకి రెండువందల నించీ మూడువందల టీలు అందించబడేవి. కొన్ని రోజులకి ఎలాంటి పరిస్థితి వచ్చిందంటే టీ కాచి అందించడానికి ఆఫీసులోనే ఒక కుర్రవాణ్ణి ఏర్పాటు చెయ్యాల్సి వచ్చింది. నాన్న అటువైపు ఎప్పుడు వెళ్ళినా నేసమణి మలయాళం యాస మాటలు, బిగ్గరగా నవ్వు వినపడేవి. అసలు ఈయన ఎపుడైనా కోర్టు మొహం చూస్తాడా... అనే అనుమానం వచ్చేది నాన్నకి. ఏది ఎలా ఉన్నా నేసమణికి 'తిరువిదాంగూర్‌లో అందరికంటే అత్యంత ప్రతిభావంతుడైన లాయరు' అనే పేరు వచ్చింది. 'కేసు

గెలవాలంటే నేసమణి కోర్టుకొచ్చి నిలుచుంటే చాలు' అని నమ్మేవాళ్ళు. ట్రావన్కోర్ కాంగ్రెస్‌లో చేరి నాగర్కోవిల్ పురపాలక ఎన్నికలో పోటీ చేసి గెలిచాడు. బలమైన నాయకుడిగా నిలదొక్కుకున్నాడు. దాని తర్వాత ఆఫీసుకు రావడం బాగా తగ్గిపోయింది.

అదే సమయంలో నాన్న మెట్రిక్ పరీక్ష పాసయ్యాడు. నాన్నకు బాగా దగ్గరైన చెల్లప్పన్ టీచరు, తిరునల్వేలిలో బ్రిటిష్ ప్రభుత్వం ప్రకటించిన ఖాళీల గురించి చెప్పి అప్లయ్ చెయ్యమని సలహా ఇచ్చాడు. నాన్న అప్పటిదాకా ఉద్యోగం గురించి ఎపుడూ ఆలోచించింది లేదు. పెళ్ళి ఆలోచన అసలే లేదు. రోజూ ఊళ్ళో ఉన్న లైబ్రరీకి వెళ్ళి పుస్తకాలు చదవడమే జీవితంగా ఉండేది.

"నీకు కచ్చితంగా ఈ ఉద్యోగం వస్తుంది. నీలాగా మెట్రిక్ పాసయ్యి, లోకజ్ఞానం ఉన్నవాళ్ళు ఆ ఉద్యోగానికి దరఖాస్తు చేయడం అరుదు!" అన్నారు చెల్లప్పన్. ఎటువంటి నమ్మకమూ లేకుండా నాన్న దరఖాస్తు చేశాడు. తిరునల్వేలిలో ఇంటర్‌వ్యూకి హాజరు కమ్మని వర్తమానం వచ్చింది. నాన్నని ఇంటర్‌వ్యూ చేసినాయన, మదురై అయ్యంగార్. ఇంటర్‌వ్యూ అంతా ఇంగ్లీషులో చేశాడు.

"నువ్వు ఏ మిషనరీ స్కూల్‌లో చదివావ్?" ప్రశ్నించాడు ఆయన.

స్కూలుకు ఎపుడూ వెళ్ళలేదని సమాధానం ఇచ్చాడు నాన్న. అయ్యంగార్ తల అడ్డంగా ఊపాడు. ఆయన మొహం చూస్తే సమాధానంతో సంతృప్తి చెందనట్టుగా అనిపించింది. కచ్చితంగా ఉద్యోగం రాదు! అనుకుంటూ నాన్న వెనక్కొచ్చాడు. కానీ నెల తిరిగేలోపే ఉద్యోగంలో చేరమని ఉత్తరం వచ్చింది. అయ్యంగార్, నాన్నకి రెండో ర్యాంకు ఇచ్చాడు. ఉద్యోగంలో చేరేందుకు నేరుగా మదురై వెళ్ళాడు నాన్న.

ఎనిమిది నెలల ట్రైనింగ్ తర్వాత నాన్నకి 'తెన్కాశి' ల్యాండ్ సర్వే డిపార్ట్‌మెంట్‌కి పోస్టింగ్ అయ్యింది. నాన్నకి అన్నీ పట్టణాలూ ఒకటే. తెన్కాశి గురించి ఆయనకీ ఏవీ తెలీదు. ఆలస్యం చెయ్యకుండా వెంటనే తెన్కాశికి రైల్లో బయలుదేరి వెళ్ళి, నేరుగా ఆఫీసులో రిపోర్ట్ చేశాడు. వెళ్ళగానే అర్థం అయ్యిందేంటంటే తన పొడ ఎవరికీ గిట్టడం లేదని.

తెన్కాశిలో ఉండేది ల్యాండ్ సర్వే డిపార్ట్‌మెంట్ వాళ్ళ సెంట్రల్ ఆఫీసు. చేరిన వెంటనే ఇలంజి అనే ఊరికి వెళ్ళమని పురమాయించారు. ఒక్కరుకూడా నాన్నని నవ్వుతూ పలకరించలేదు. నాన్న ఆ బదిలీ ఆర్డర్ కాగితాన్ని పైకెత్తి చూపిస్తూ “ఇక్కడున్న కొందరు తెల్లవాడి కాళ్ళసందుల్లో దూరి నన్ను బదిలీ చేయించినట్టున్నారు” అని పెద్దగా అంటూ ఎద్దేవా చేశాడు. అక్కడున్న మిగతావాళ్ళు, వాళ్ళల్లో వాళ్ళే తలలైనా పెకెత్తకుండా నవ్వుకున్నారు.

నాన్న ఇలంజికి గుఱ్ఱబ్బండిలో చేరుకున్నాడు. ఆఫీసులో అడుగు పెట్టగానే, తనను అక్కడికెందుకు పంపించారో అన్న విషయం ఆయనకర్థం అయ్యింది. ఆ ఇలాకా అంతా ఇలంజి జమీందారు కనుసన్నల్లో నడుస్తుంది. ఆయన ఆధిపత్యాన్ని మించిన చట్టమూ న్యాయమూ లేవక్కడ. భూమి ఎవరిదైనా ఎవరు సంపాదించుకున్నదైనా జమీందార్ మోజు పడితే, ఆయన మనుషులు వచ్చి కబ్జా చేసి, పత్రాల మీద పేరు మారుస్తారు. ‘ఇలంజి ఆఫీసులో పోస్ట్ చెయ్యబడ్డ అధికారి, జమీందారుగారికి బానిసత్వం చేయాలనేది’ అక్కడి సంప్రదాయం.

ఆఫీసుకు తాళం వేసి ఉంది. పాతకాలపు కట్టడం. ఎదురుగా ఓ మట్టి రోడ్డు. చుట్టూ రాతిగోడ. ముందున్న ఖాళీస్థలంలో అడ్డదిడ్డంగా పెరిగిన రెల్లుదుబ్బులు, పిచ్చి మొక్కలు. కాలిబాట లాంటిది ఒకటి గేటు నించి ఆఫీసు భవనం దాకా కనిపిస్తోంది. ఇలంజి వాతావరణంలో ఉండే తేమ కారణంగా రకరకాలైన అడవి తీగలు అస్తవ్యస్తంగా భవనం మీదంతా పాకుతూ పై కప్పుని కప్పెట్టేశాయి. నాన్న వాకబు చేసి, ఆఫీసులో గ్రామసహాయకుడుగా పనిచేసే శంకర దేవర్‌ను తలుపులు తెరవడానికి పిలిపించాడు. తలారి అని పిలుస్తారు అతనిని. ఏడెనిమిది నెలలుగా ఆఫీసు మూసివుంచడం వల్ల లోపల నేలంతా గబ్బిలపు రెట్టలతో నిండిపోయుంది. నాన్నే ఆఫీసునంతా చిమ్మి శుభ్రం చేశాడు. ఆ ఊరి గురించి తెలుసుకోవాల్సిన సమాచారం అంతా, శంకర దేవర్ మొదటి రోజునే నాన్నకందించాడు. నాన్న అతనితో కలిసి జమీందారుని కలవడానికి వెళ్ళాడు. కాలవ ఒడ్డున, కొబ్బరి తోపులో, పెద్ద పళ్ళతోట మధ్యలో ఉంది ఆ బంగ్లా. జమీందార్ ఆఫీస్, ముఖద్వారం దగ్గరే ఉంది. కరణం, ఆయన బృందం, తదితరులు అన్ని వ్యవహారాలు నడిపేది అక్కణ్ణించే. జమీందార్ పొద్దున పూట మాత్రం ఒకసారి వచ్చి, చేయవల్సిన కాగితాల మీద సంతకాలు చేసి

బయటకెళ్తాడు.

జమీందారు ఆఫీసుని దాటి వెడుతున్న ఆ పొడవాటి మార్గంలో రెండు వైపులా ఇనుపతెరతో ఉన్న బోన్లు, వాటిలో అనేక రకాల జంతువులు. అది జమీందార్ సొంత జంతుప్రదర్శన శాల. ఒక చిరుతపులిని, నాలుగయిదు ఎలుగుబంట్లను, ఆరేడు కొండచిలువలను వాటిలో ఉంచి పెంచుతున్నాడు జమీందారు. ఇవికాక చిన్న చిన్న నక్కలు, తోడేళ్ళు, కొండముచ్చులు, పునుగు పిల్లుల్లాంటివి అనేకం ఆ బోన్లలో ఉన్నాయి. వాటి మల-మూత్రాల కంపు ఆఫీసుదాకా వస్తోంది. ఇలంజి జమీందారికి వేట అంటే చాలా ఇష్టం. వేటకు తీసుకెళ్ళే గుఱ్ఱాలకు శిక్షణ ఇవ్వడానికి పఠానీ ముస్లిములను తెచ్చి నియోగించాడు. మాటు వేసి జంతువులను పట్టుకునే విద్యలో ఆరితేరిన కోయవాళ్ళు కొందర్ని తన దగ్గరే ఉంచుకున్నాడు. తనకు నచ్చనివాళ్ళని ఎలుగుబంటి బోనులోనో, కొండచిలువ బోనులోనో వేసి రాత్రంతా ఉంచడం ఆయనకు ఓ సరదా. ఎలుగుబంట్లు ఎంతో మందిని నలిపి చంపేయడం తనకు తెలుసునని చెప్పాడు శంకర దేవర్. ఒక కుర్రవాడిని కొండచిలువతో పాటూ రాత్రంతా బోనులోనే ఉంచితే ఆ భయానికి చనిపోయాడట.

నాన్న, దేవర్ ఆఫీసులోకి ప్రవేశిస్తూంటే పరిగెత్తుకొచ్చాడు కరణం. "ఏయ్ ! నువ్వు నాడారువు కదా. ఎంత ధైర్యం నీకు, హక్కుగా లోపలికి చొచ్చుకొచ్చేస్తున్నావు! బయటుండు. వసారాలోకి అడుగుపెట్టొద్దు. చెప్పులు ఆ మూల వదిలిపెట్టు" అని కేకలు పెట్టాడు. నాన్న ఆఫీసు బయట నిలబడుంటే, శంకర దేవర్ వసారాలోకి వెళ్ళి కూర్చున్నాడు. ప్రతి రోజు ఉదయం ఎనిమిది గంటలకి జమీందారు ఆఫీసులో ఉండే ప్రతి మనిషికీ ఒక కప్పులో తాటికల్లు ఇస్తారు. మిగతా వాళ్ళకి మట్టి కప్పుల్లో ఇస్తే, నాన్నకి మటుకు తాటాకు దొన్నెలో ఇచ్చారు. అదీగాక తాగిన తర్వాత దొన్నెని తీసికెళ్ళి, బయట పడేయమని చెప్పారు.

వాళ్ళు పదిగంటలదాకా అక్కడే వేచి ఉండాల్సి వచ్చింది. ఒక గంట నిలబడిన తర్వాత ఇంక నిలబడలేక నేల మీద కూర్చున్నాడు నాన్న. సరిగ్గా పది గంటలకు గబగబా ఒక బంట్రోతు వచ్చి జమీందార్ పెరియకరుప్పు దేవర్ వస్తున్నట్టు ప్రకటించాడు. ఆ బంట్రోతు కోర్టు యూనిఫార్మ్ వేసుకుని

ఉన్నాడు. కొంతసేపట్లో ఇంకొకడు వెండి దండం చేతబట్టుకుని, యూనిఫార్మ్ వేసుకుని, లెఫ్ట్, రైట్ అని కేకలు పెడుతూ, అర్థం పర్థంలేని అరుపులు ఇంగ్లీష్ యాసలో అరుచుకుంటూ లోపలికి వచ్చాడు. అతడితో పాటు డ్రమ్ము, కొమ్ముబూర వాయిస్తూ ఇంకో ఇద్దరు బ్యాండ్ మేళం వాళ్ళు వచ్చారు.

చివరగా జమీందార్ పెరియకరుప్పు దేవర్, నలుగురైదుగురు సహాయకులతో సహా ప్రత్యక్షమయ్యాడు. తనకోసం ప్రత్యేకంగా కుట్టించుకున్న బ్రిటిష్ ఆర్మీ యూనిఫార్మ్ వేసుకుని, ఒక చేతితుపాకీ నడుముకి వేలాడేసుకుని ఉన్నాడు జమీందార్. చేతికి తెల్ల తొడుగులున్నాయి. కాళ్ళకి వేటగాళ్ళు వేసుకునే పొడుగు బూట్లు వేసుకుని ఉన్నాడు. తన భారీ శరీరాన్ని అతి కష్టం మీద ముందుకు తోసుకుంటూ వస్తున్నాడాయన. ఆయన రాగానే అక్కడ ఉన్నవాళ్ళంతా లేచి నిల్చుని, నమస్కరించి, కుడి చెయ్యి హిట్లర్ సేనలా ముందుకు పెట్టి, ఆయన్ని పొగుడుతూ నినాదాలు చెయ్యడం మొదలు పెట్టారు. వాళ్ళని అలా ప్రవర్తించమని ముందుగానే శిక్షణ ఇచ్చినట్టు స్పష్టంగా తెలుస్తోంది. మెట్లు ఎక్కుతూ జమీందార్ నాన్నను గమనించాడు. నాన్న నల్ల కోటు, తెల్ల చొక్కా, ధోవతి వేసుకునున్నాడు. ఆ రోజుల్లో ప్రభుత్వ ఉద్యోగులందరిలాగా నెత్తి మీద తలపాగా ఉంది.

“కొత్తోడు. తిరువిదాంగూర్ నించి వచ్చాడు. నాడారోడు” అని ఎగతాళిగా, ఏకవచనంలో జమీందారుకి పరిచయం చేశాడు కరణం.

అది వినగానే, జమీందార్ ఆవేశంతో ఊగిపోతూ, ఒక్క ఉదుటున మీదికొచ్చి, “కబడ్దార్! ఎంత ధైర్యంరా నీకు!’ అని అరుస్తూ చేతిలో ఉన్న బెత్తంతో నాన్నని అదే పనిగా కొట్టడం మొదలెట్టాడు. తలారిని పిలిచి నాన్నని చెట్టుకి కట్టేసి కొరడాతో కొట్టమని ఆజ్ఞాపించాడు. ఈ లోపల కరణం కలగజేసుకుని, నాన్న ప్రభుత్వ ఉద్యోగి కాబట్టి ఈ రకంగా వ్యవహరించడం సరి కాదని, జమీందారుకి వివరించాడు. అపుడు కొంచెం వెనక్కి తగ్గాడు జమీందారు. ఆయాస పడుతూ తిట్లవర్షం మొదలుపెట్టాడు. నాన్నకు ఆ కోపానికి కారణం అర్థం అయ్యింది, ‘ఒక నాడార్ మంచి బట్టలు కట్టుకుని తన ఎదుట నిలబడడాన్ని సహించలేకపోతున్నాడు, జమీందారు’ అని. జమీందార్ వెళ్ళిన తర్వాత, కరణం నాన్నని తలపాగా, చొక్కా తీసెయ్యమని ఆదేశించాడు. అలా

చెయ్యకపోతే జమీందార్ తల తీసేస్తాడని హెచ్చరించాడు. సిగ్గుతో, అవమానంతో వణుకుతూ, నాన్న అదే విధంగా చెయ్యక తప్పలేదు. అలానే అర్ధనగ్న శరీరంతో చేతులు కట్టుకుని నిలబడ్డాడు. బెత్తంతో కొట్టిన దెబ్బలు ఒంటి మీద ఎర్రచారల కింద తేలి ఉన్నాయి. జమీందార్ మళ్ళీ బయటికొచ్చి నాన్నను కంపరంతో చూశాడు. "నీ హద్దులు నువ్వు తెలుసుకుంటే, మెడ మీద తలతో ఇంటికెళతావు. అర్థమయ్యిందా!" అంటూ నాన్న మీద ఉమ్మేసి వెళ్ళిపోయాడు.

***

నాన్న వెనక్కి తిరిగి నడుస్తూంటే శరీరం మీద కారుతున్న ఆ ఉమ్ము, ఆసిడ్‌లా మంట పుట్టిస్తోంది. ఆఫీసుకొచ్చి కూలబడి ఏడవడం మొదలు పెట్టాడు. చులకనభావంతో చూస్తున్నాడు శంకర దేవర్. ఆరోజు రాత్రంతా కదలకుండా కుర్చీలో ఉండిపోయాడు నాన్న. ఏవేవో ఆలోచనలు బుర్రని తొలిచేస్తున్నాయి. అప్పట్నుంచీ నాన్న ఆఫీస్ బయటకి అడుగుపెట్టడం మానేశాడు. ఆఫీస్ ఆవరణలోనే చిన్న బావి, ఒక స్నానాల గది ఉన్నాయి. ఆఫీస్ వెనక తడికలు వేయించి, మట్టిపొయ్యి ఒకటి తయారు చేయించాడు. గిన్నెలు, సామాన్లు, కట్టెలు తెచ్చుకుని అక్కడే వంట వండుకోవడం ప్రారంభించాడు. ప్యూన్ కందస్వామి రోజూ వచ్చి, చేతికింద సాయంగా ఉండేవాడు. శంకర దేవర్ తనకిష్టం వచ్చినప్పుడు ఆఫీసుకొచ్చి, ఇష్టం వచ్చినప్పుడు వెళ్ళిపొయ్యేవాడు. ఎక్కువ సమయం జమీన్‌లోనే గడిపేవాడు. ఒక నెల లోపలే నాన్న అక్కడున్న ఫైళ్ళన్నీ వివరంగా చదివేశాడు. నాన్న కంటే ముందు పనిచేసిన వ్యక్తి ఒక అయ్యర్. జమీందార్ చెప్పు చేతల్లో ఉంటూ ఒక ఎనిమిది నెలలు అక్కడ పనిచెయ్యగలిగాడు. బతిమాలి, బామాలి అక్కణ్ణించీ బదిలీ చేయించుకుని వెళ్ళిపోయాడు. అప్పటినించీ ఆఫీసులో పనులేవీ ముందుకెళ్ళలేదు.

నాన్న ప్రతి విషయాన్నీ జాగ్రత్తగా నమోదు చెయ్యడం మొదలుపెట్టాడు. అన్ని కాగితాలు, జమా లెక్కలు బయటకు తీసి, అసలు, నకిలీ కాగితాలను పోల్చి చూసి, జమీందారుకు ఒక పెద్ద ఉత్తరం రాశాడు. దాని సారాశం... ఉన్నపళంగా నిజమైన జమాఖర్చులను, దస్తావేజులను ఇచ్చివేసి, చేసిన

తప్పులను ఒప్పుకోమని. నాలుగైదు రోజుల తర్వాత శంకర దేవర్, జమీందార్ నాన్నని తన ఆఫీసుకి రమ్మంటున్నారని పిలుపు వచ్చిందని, సమాచారం అందించాడు. నాన్న రావడం కుదరదు అని చెప్పేశాడు. శంకర దేవర్ ఇంకో రెండు రోజుల తర్వాత జమీందార్ మిమ్మల్ని కలవమన్నాడని వర్తమానం అందించాడు. నాన్నలో ఏ చలనం లేదు. తన తిరస్కారం జమీన్‌లో ఎంత కలకలం రేకెత్తించి ఉంటుందో నాన్నకు తెలుసు. మరుసటి రోజు శంకర దేవర్, చేతిలో బల్లెం పట్టుకున్న ఒక దేవర్ కులపు మనిషిని వెంటబెట్టుకుని ఆఫీసుకి వచ్చాడు. “ఏయ్! ఉన్నపళంగా నీ అంతట నువ్వే వచ్చేస్తే బాగుంటుంది. లేదా నీ కాళ్ళు చేతులు కట్టేసి మేము ఇక్కణ్ణించి లాక్కుని వెళ్ళాల్సివస్తుంది. నీ ఇష్టం, అది చూడటానికి అంత బావుండదు” అంటూ నాన్నని బెదిరించాడు.

నాన్న కోపానికి హద్దు లేకుండా పోయింది. “ఏదీ? నీ వల్ల అయితే ఆ పనే చేసి చూడు! రవి అస్తమించని బ్రిటిష్ సామ్రాజ్యానికి తన ఉద్యోగిని రక్షించుకునే ఆ మాత్రం శక్తి ఉందో లేదో నేనూ చూస్తాను” అని ప్రకటించాడు నాన్న.

శంకర దేవర్‌కు నోట మాట రాలేదు. విషయం ఈ రంగు పులుముకుంటుంది అని అతను ఎప్పుడూ ఊహించలేదు. ‘ఎదురుగా కూచుని ఉన్న నల్లవాడు, ఘనమైన బ్రిటిష్ సామ్రాజ్య ప్రతినిధి!’ ఫిరంగులు, శిరస్త్రాణాలు, తుపాకులు, గుఱ్ఱాలు, రాజముద్రతో ఉండే దస్తావేజులు ఇవన్నీ దేవర్ బుర్రలో ఒక్కసారిగా గిర్రున తిరిగాయి. తన మీసం తిప్పుతూ అక్కడే కొంచెం సేపు నిలబడి, తర్వాత మారు మాట్లాడకుండా వచ్చిన దారినే వెళ్ళిపోయాడు. మరుసటి రోజు నాన్న, శంకర దేవర్ ఉద్యోగం పీకేస్తూ ఉత్తరువులు జారీ చేశాడు. ఆ పక్క రోజు మధ్యాహ్నం, మద్యం కంపుతో ఆఫీసులో ప్రవేశించిన శంకర దేవర్‌కి, ప్యూన్ కందస్వామి పసుపుపచ్చ రంగులో ఉన్న ఆఫీసు కాయితం చేతిలోపెట్టాడు.

బుర్ర తిరిగిపోయినట్టయింది. “ఏముంది అందులో?” అడిగాడతను. దేవర్‌కి చదవడం రాదు.

“నాడార్ నీ ఉజ్జోగం పీకేశాడు!” తాపీగా చెప్పాడు కందస్వామి.

శంకర దేవర్‌కు నోటమాట రాలేదు. అసలు ఇటువంటిది ఒకటి జరిగే అవకాశం ఉందని ఊహించలేదతను. నాన్న మీదికొచ్చి కాయితాన్ని అటూ

ఇటూ ఆడిస్తూ, అడిగాడు. "ఏమిటిది?"

"అవి ప్రభుత్వం జారీ చేసిన కాయితాలు. వాటిని అలా ఊపడం మంచిది కాదు" అన్నాడు నాన్న. ఆడుతున్న చెయ్యి గాలిలో అలానే ఆగిపోయింది. అతని మొహంలో కత్తివాటుకు నెత్తురు చుక్క లేదు.

"రేపట్నించీ ఇక్కడకు రానవసరం లేదు. జమీన్ పనులు చూసుకోపో!" అన్నాడు నాన్న. చేష్టలుడిగి ఏమి చెప్పాలని వచ్చాడో మరిచిపోయి, ఆఫీసు వదిలి వెళ్ళాడు శంకర దేవర్.

మరుసటి రోజు అతను తన భార్యతో కలిసి, నాన్న దగ్గరికొచ్చాడు. "వీడు తాగి తగలెయ్యంగా మిగిలిన నాలుగు రాళ్ళతో బండి నడుపుతున్నా బాబు. మమ్మల్ని పస్తులు పెట్టొద్దు." అతని భార్య ఏడుస్తూ బతిమాలింది. ఆమె చంకలో ఉన్న పసిబిడ్డ ఆసక్తిగా ఇదంతా గమనిస్తున్నాడు. ఒంటి మీద బట్టలేమీ లేకుండా, ఆమె నడుముని చుట్టుకుని ఉన్న ఇంకో పిల్లవాడు, కన్నార్పకుండా ఇదంతా చూస్తూ, ముక్కు గెలుక్కుంటున్నాడు. శంకర దేవర్ మటుకు ఒక స్తంభం వెనక నక్కి దొంగ చూపులు చూస్తున్నాడు.

"సరేనమ్మా! నీ కోసం వదిలేస్తున్నాను. బతుకులు నాశనం చేసే మనిషిని కాదు నేను" అన్నాడు నాన్న. శంకర దేవర్ వైపుకు తిరిగి "నువ్వు మటుకు ప్రతి రోజు పొద్దున్నే ఆఫీసుకి రావాలి. నేను చెప్పినప్పుడే ఇంటికెళ్ళాలి. ఏ పని ఇస్తే అది చెయ్యాలి. ఇక్కడేం జరిగినా నీదే పూచీ. సరేనా?" అన్నాడు.

నంగిగా తలూపాడు శంకర దేవర్.

"ఇంకనించీ నువ్వు నన్ను 'సర్' అని పిలవాలి. ఇది బ్రిటిష్ ప్రభుత్వంవారి నియమం. ఆ పక్కనున్న కాగితంలో రాసుంది చూడు."

"సరే సార్!" అంటూ, ఉన్నట్టుండి ఏమనిపించిందో దడాల్న ఒక సెల్యూట్ చేసేశాడు శంకర దేవర్.

మరుసటి రోజు కరణం, శంకర దేవర్ని పిలిపించి నాన్నని జమీనుకు తీసుకు రానందుకు, నానా చీవాట్లు పెట్టాడు.

శంకర దేవర్ కంగారు పడకుండా "చూడు. నేను పని చేసేది బ్రిటిష్ ప్రభుత్వానికి. సూర్యుడు కూడా ఆ శక్తి ముందు తలవంచాల్సిందే. బయట నువ్వు ఏం కావలిస్తే అది చేసుకోవచ్చు. ఆఫీసులో మటుకు సార్ దగ్గర నేను

సేవకుణ్ణి. ఆయనడిగితే పది తలలు అయినా ఆలోచించకుండా తెగ్గొట్టేస్తాను. తర్వాత నన్ను అనుకుని ప్రయోజనం లేదు" అని సమాధానం ఇచ్చాడు.

"నా తల కూడా తెగ్గొడతావా?" అడిగాడు కరణం.

"కచ్చితంగా. సార్ ఆజ్ఞాపిస్తే ఏమైనా చేసి తీరాల్సిందే... అని ప్రభుత్వం చెప్తోంది. నువ్వెంత! ఒక మూలన పడుండే మామూలు కరణంగాడివి. అంతెందుకు... సారు చెప్తే జమీందార్ తలైనా నరికుతాను" అని సమాధానం ఇచ్చాడు శంకర దేవర్.

కరణంకు ఇదంతా కలో నిజమో అర్థం కాలేదు. కళ్ళు పెద్దవి చేసి చూస్తున్నాడు.

"బ్రిటిష్ సామ్రాజ్యం, ఈ సంస్థానం అంతు చూడబోతోంది. ఇదిగో చూడు నోటీసు" అని తనకు ఇంతకు ముందు ఉద్యోగంలోనించి తీసేస్తూ ఇచ్చిన కాగితాన్ని కరణం కళ్ళ ముందర అటూ ఇటూ ఊపాడు. కరణం ఆ కాగితంలో ఏముందో చేతికి తీసుకుని చూడటానికైనా ధైర్యం చెయ్యలేదు.

శంకర దేవర్ ఆఫీసుకు వచ్చిన తర్వాత, కరణం అవస్థను నాన్నకి వివరించి చెప్పాడు.

ఈ ప్రతిష్టంభన రాయబారాలు ఒక నెలరోజులు కొనసాగాయి. మూడో నోటీసు వెళ్ళిన తర్వాత, కరణం ఆ కాయితం చేతిలో పట్టుకుని, నాన్నను కలవడానికి తనే స్వయంగా ఆఫీసుకొచ్చాడు. అలవాటు ప్రకారం తన వంతు రాకముందే, నాన్న గదిలోకి నేరుగా వెళ్ళబోయాడు. కానీ అక్కడవున్న శంకర దేవర్ అతన్ని ఆపి చెప్పాడు. "సారు ఏదో రాసుకుంటున్నాడు. కనపడ్డం లేదా? ఆయన పిలిచినప్పుడే ఎవరైనా లోపలికెళ్ళేది."

కరణం మొహం వాడిపోయింది. తరువాత కలవడానికి అతని వంతు వచ్చేటప్పటికి అప్పటిదాకా కనపడిన దర్పం, పొగరు అన్నీ మటుమాయం అయిపోయాయి.

సంస్థానం లెక్కల్లో ఉన్న లుకలుకలన్నీ నాన్న వివరించి చెప్పాడు.

కరణం, "ఇక్కడ పద్ధతులు అలానే ఉంటాయి. జమీందారుకి కలెక్టర్ బాగా తెలుసు. ఒక్క మాట చాలు! కలెక్టర్ని ఇక్కడకి రప్పించడానికి. వాళ్ళిద్దరూ వేటకు కలిసే వెడతారు. తెలుసా?" అని బెదిరించాడు.

"ఆ వివరాలన్నీ నాకెందుకు? నేను రాయాల్సింది రాస్తాను. అంతా చదివి కలెక్టర్ ఆయనకు ఏమనిపిస్తే అది చేస్తాడు. ఇంకో విషయం - నేను ఉద్యోగధర్మంగానే ఇదంతా చేస్తున్నట్టు మీ జమీందారుకు తెలియజెయ్యండి" అన్నాడు నాన్న ముక్తాయిస్తూ.

కరణానికి అనుమానం వచ్చింది, నాన్నకేవన్నా పిచ్చి పట్టిందా! అని. నాన్న అనవసరంగా చావుతో చెలగాటం ఆడుతున్నట్టనిపించింది, అతనికి. 'ఇలాంటి వాళ్ళనెంతమందిని గుట్టుచప్పుడు కాకుండా పాతిపెట్టేసి ఉంటాం!' అనుకున్నాడు మనసులో.

తమాయించుకుని నాన్నతో అన్నాడు, "నాడార్! నా కొడుకులాంటి వాడివనుకొని చెప్తున్నాను. ఈ విషయం ఇక్కడితో వదిలేయి. సెలవుకు అర్జీ పెట్టుకుని మాయం అయిపో. ఇంకో ఊరికి బదిలీ చేయించుకుని చక్కటి నాడార్ల అమ్మాయిని పెళ్ళి చేసుకుని, పిల్లల్ని కని ప్రశాంత జీవితం గడుపు. ఈ ఊరి చరిత్ర అంతా హత్యలమయం. నిన్ను నరికేసి పాతిపెట్టడానికి రెండు నిమిషాలు పట్టదు. అసలు మా జమీందారుకి మనిషిని చంపడం అనేది ఓ ఆట."

నాన్న అంతా విని నిశ్చలమైన స్వరంతో చెప్పాడు, "చూడూ! ఎరువుదిబ్బలో కప్పి పెడితే, లేచి పైకొచ్చిన వాణ్ణి. చావు కంటే ఘోరాలు చూశాను, భరించాను. ఇప్పుడు ఈ జీవితంలో భయపడ్డానికి, ఏమీ మిగిలి లేవు. జమా పద్దులు రాయడం అంటే నీకు తెలిసిన అర్థం వేరే అయ్యుండొచ్చు. కాగితం మీద అంకెలతో, మీ కుప్పిగంతులు మీరు వెయ్యొచ్చు. నాకు మటుకు మీ లెక్కలు ఎక్కడా సరిపోలడం లేదు. ఇదంతా నాకోసం నేను చెయ్యడం లేదు. ముందొచ్చే ఎనిమిది తరాల వాళ్ళకోసం చేస్తున్నాను. ఇప్పుడు ఈ పని మధ్యలో వదిలేసే ప్రశ్నే లేదు. అర్థం అయిందనుకుంటా? వెళ్ళి వాళ్ళకి చెప్పు, ఈ నాడార్ చావునైనా ఎదుర్కోడానికి తయారుగా ఉన్నాడని! పోండి ఇక్కణ్ణించి!"

అయోమయానికి గురైన కరణం మౌనంగా ఓ రెండు నిముషాలు అలానే కూర్చుండిపోయి తర్వాత అక్కణ్ణించి లేచి వెళ్ళిపోయాడు.

శంకర దేవర్ ఇదంతా చూసి నాన్నను హెచ్చరించాడు. "సార్ దయచేసి

ఇప్పుడెక్కడికీ బయటకెళ్ళొద్దు. మీరు కనపడితే మీద పడతారు."

నాన్న ఆఫీసులో ఉండిపోయాడు. మర్నాడు పొద్దున గుఱ్ఱం మీద స్వారీ చేస్తూ, జమీందారు సరాసరి ఆఫీసుకొచ్చాడు. అతడితో పాటు వచ్చిన వేటగాళ్ళు బయట నిలబడ్డారు. జమీందార్ ఇంగ్లీష్ వాళ్ళు వేటకు వేసుకునే బట్టలు వేసుకొచ్చాడు. నాన్న సీటులోంచి లేవడం కానీ స్వాగతం చెప్పడం కానీ చెయ్యలేదు. జమీందార్ మెట్లెక్కి పైకెళ్ళి నేరుగా నాన్నకు తుపాకీ గురి పెట్టాడు, ట్రిగ్గర్ మీద వేలు పెట్టి.

ఆ క్షణంలో నాన్నకు తను ఒక్కసారిగా చచ్చి బతికినట్టు వచ్చినట్టుగా అనిపించింది. తనను తాను కూడగట్టుకుని "నువ్వు కాల్చాలనుకుంటే కాల్చు. ఒక బ్రిటిష్ అధికారి హోదాలో, బ్రిటిష్ కార్యాలయంలోనే చనిపోవాలంటే, ఎంతో అదృష్టం ఉండాలి" అన్నాడు.

తుపాకీ కొంచెం కిందికి దించాడు జమీందార్.

"కాల్చు. నువ్వు చాలా బలవంతుడివి కదా? ఎవడినైనా చంపడానికి, ఏదైనా నాశనం చెయ్యడానికి నీకు అన్ని అధికారాలు ఉన్నాయి కదా. నన్ను చంపెయ్! కానీ దాంతో ఇదంతా ఆగిపోతుందనుకోకు! నువ్వు తేనెతుట్టలో వేలు పెడుతున్నావు. వాళ్ళు నీ మీదకి రావడం ఖాయం. సముద్రపు అలల లాగా ఒకరి తర్వాత ఒకరు బయలుదేరి వచ్చి నిన్ను వెంటాడతారు. ఎంతమందిని చంపుతావో చూద్దాం" అన్నాడు నాన్న. ఆ మాటలు తన పెదవి దాటుతూంటే, నాన్నకి, నిజంగానే ఎన్నో వేలమంది ఆ ఆఫీసు గదిలో కూర్చుని తను చెప్పే ప్రతి మాటనీ తల ఊపుతూ వింటున్నట్టు అనిపించింది. నాన్న ఇంత ధైర్యం చూపిస్తాడని జమీందారు ఊహించలేదు. ఏమనాలో అర్థం కాక, తన చేతులు వణుకుతూ ఉంటే తుపాకీ దించేశాడు. ఇదే అదనుగా నాన్న, "నన్ను చంపి తప్పించుకోగలను అనుకుంటున్నావా? బ్రిటిష్ ప్రభుత్వం తరఫున పన్నుల వివరాలు సరి చూడడానికి నన్ను నియమించారు. నువ్వు అనుకుంటున్నట్టుగా కలెక్టర్ కూడా ఈ కేసు నించి నిన్ను అంత తొందరగా బయట పడేయలేడు. ఇంగ్లీష్ వాళ్ళు నిన్ను వెంటాడి, వెంటాడి, ఉరి తీసేదాకా ఊరుకోరు. నీ సొంత వాళ్ళే నువ్వు ఉరికంబం ఎక్కడం చూస్తూ, హాయిగా నీ ఆస్తులన్నీ పంచుకుంటారు తప్ప జోక్యం చేసుకోరు. నే చెప్పేదంతా నీకు అర్థం

అవుతోందనుకుంటా!" అన్నాడు.

కాసేపటికి జమీందార్ ఆవేశం తగ్గింది. అతని కళ్ళు కుత్సితంతో చిన్నవయ్యాయి. "నాడార్, నువ్వు గుంటనక్కలాంటి వాడివి! కానీ గత పదితరాలుగా, నీలా అతి తెలివి చూపించే వాళ్ళని కొన్ని వేలమందిని, నేను ఒక ఆట ఆడించుంటాను. చూద్దాం! ఈ నాలుగు గోడల మధ్య మాత్రమే నువ్వో అధికారివి. ఇక్కణ్ణించి బయటకడుగు పెట్టి చూడు. మరు క్షణంలో ఒక ఏనుగొచ్చి నిన్ను తొక్కి పడేయడమో, పక్కనే నడిచే దేవర్ పొడిచేయడమో జరగొచ్చు. అప్పుడేం చేస్తావో చూద్దాం!" అంటూ గబాగబా మెట్లు దిగి, గుఱ్ఱం ఎక్కి, వాటి గిట్టల శబ్దం మధ్యలో, దుమ్ము రేపుతూ, స్వారీ చేసుకుంటూ ఇంటికెళ్ళిపోయాడు.

నాన్న ఇంక ఆఫీసునించి కాలు బయట పెట్టలేదు. బయట ప్రతిచోటా మనుషులు నక్కి ఉన్నారని, బయటకొస్తే చంపడానికి తయారుగా ఉన్నారనీ సమాచారం అందించాడు శంకర దేవర్. ప్యూన్ కందస్వామి సెలవు మీద వెళ్ళాడు. శంకర దేవర్ మటుకు ఒక బల్లెం చేతిలో పట్టుకుని ఆఫీసులో ఉండిపోయాడు. నాన్న ఏది వండితే అది తినేవాడు. రాత్రి పూట గోనెసంచీ కప్పుకుని, కంటి మీద కునుకైనా లేకుండా, వరండాలో కూర్చునేవాడు. పొద్దుటి పూట అక్కడే పడుకుని నిద్ర పోయేవాడు. చీమ చిటుక్కుమన్నా లేచి బల్లెం చేతిలోకి తీసుకునే వాడు.

ఈ పహారా ఇరవై ఏడు రోజులు నడిచింది. ఒక్కసారి కూడా నాన్న ఆఫీసు బయట కాలు పెట్టలేదు. శంకర దేవర్ కర్ర చేతిలో పట్టుకుని, పోస్ట్ ఆఫీసుకి వెళ్ళి, తపాలు తీసుకెళ్ళడం పట్టుకురావడం చేసేవాడు. కావాల్సిన సామాన్లు తెచ్చిపెట్టేవాడు. ఎక్కడికెళ్ళినా బొడ్లో సాక్ష్యం కోసం, ప్రభుత్వ తాఖీదు దోపుకొని, నిటారుగా నడుస్తూ వెళ్ళేవాడు. నాన్న ఎన్నో రోజులు అలా వేచి చూశాడు. మృత్యువు కళ్ళముందే, కనపడకుండా దోబూచులాడుతున్నట్టుగా ఉండేది.

***

ఒక రోజు రాత్రి నాన్నకి కలలో - నేసమణి, అంబ్రోస్ టీ దుకాణంలో కూర్చుని టీ తాగుతూ, కోటు కాలర్ని ఎగరేస్తూ,"ఏందిరా! అబ్బాయ్? ఏందీ

విషయం!" అని ధిక్కార స్వరంతో తనని పలకరిస్తున్నట్టు, కనపడింది. వెంటనే నాన్న మంచం మీద నించి ఒక్క ఉదుటున లేచి కూర్చుని, జరిగిందంతా వివరిస్తూ నేసమణికి ఒక జాబు రాశాడు. ఆ ఉత్తరం చూశాక నేసమణి తిరునెల్వేలి కలెక్టర్‌తో మాట్లాడొచ్చు, లేదా పోలీసులతో సంప్రదించి వాళ్ళను వెంటబెట్టుకుని రావచ్చేమో అని ఎదురు చూశాడు నాన్న. కానీ ఉత్తరం పంపించిన ఐదోరోజు మటుకు, ఒక డెబ్భయి, ఎనభై మంది జనాలు తెన్కాశినుండి బయలుదేరి, ఇలంజి పట్టణంలోకి కొడవళ్ళు, బల్లాలూ పట్టుకుని దిగిపోయారు. ఆ గుంపును ముందుండి నడిపిస్తోంది ఒక ఏనుగు.

"కాంగ్రెస్ జిందాబాద్. మహాత్మా గాంధీ జయహో. పండిట్ నెహ్రూ జయహో. సుభాష్ చంద్రబోస్ జయహో" అని అందరూ ముక్తకంఠంతో నినాదాలు చేస్తున్నారు. అది మధ్యాహ్నపు వేళ. నాన్న ఆఫీసులోనే ఉన్నాడు. ఈ కోలాహలం విని బయటకొచ్చాడు.

శంకర దేవర్ గేటు దగ్గరే కత్తి పట్టుకుని నిలబడ్డాడు. "మీరు లోపలికెళ్ళండి సారూ! నన్ను దాటి ముందుకు ఎవడొస్తాడో చూద్దాం!" అన్నాడు శంకర దేవర్.

నాన్న చూపు మొదట గేటుకడ్డంగా, భూమిలోంచి పైకొచ్చిన కొండ రాయిలా కనపడుతున్న ఏనుగు మీది పడింది. తరువాత త్రోవ చేసుకుని ముందుకొస్తున్న నేసమణిని చూశాడు ఆయన.

"దేవర్, అది మా వకీలు నేసమణి!" అరిచినంత పనిచేశాడు నాన్న.

"ఎవరూ?"

"మహా నాయకుడాయన" అంటూ బయటికి పరిగెత్తుకెళ్ళాడు నాన్న.

నాన్నను ఉన్నపళంగా పైకెత్తి కౌగిలించుకున్నాడు నేసమణి. "సింహానికి పుట్టావురా నువ్వు! మడం ఏమాత్రం వెనక్కి తిప్పలేదు. మట్టి మనిషి గట్టితనం, వాళ్ళకి రుచి చూపించావు. మనమేరా, మన కోసం నిలబడి పోరాడాల్సింది! నువ్వు బయటకడుగేయ్! వేలెత్తే దమ్ములెవరికున్నాయో నేను చూస్తాను. ముందు ఆ ఏనుగు మీదికెక్కు!" గర్జించాడు ఆయన.

నాన్న సందేహించాడు.

"నేసమణి చెపుతున్నాడ్రా! ఎక్కు ముందు ఏనుగు పైకి" అని రెట్టించాడు

ఆయన. మావటికి సైగ చేశాడు.

ఏనుగు తన కాలిని మడిచి కిందకు వంగింది. నాన్న ఏనుగు చెవులు పట్టుకుని, దాని కాలుమీద కాలు పెట్టి, దాన్ని అధిరోహించాడు. ఎక్కగానే, నాన్నకు ఏదో పెద్ద బండరాయి మీద కూచున్నట్టు అనిపించింది. మావటివాడి పిలుపునందుకుని ఏనుగు లేచి నిటారుగా నుంచుని తనతో పాటూ నాన్నని పైకి లేపింది. ఆయన అలానే క్రమంగా పైపైకి ఆకాశంలోకి లేస్తున్నాడు. కిందున్న నేల దూరందూరంగా జరిగిపోతోంది. ఆఫీసు, పెంకుల కప్పు, చెట్ల కొమ్మలు ఇవన్నీ కిందికి, ఇంకా కిందికి వెళ్ళిపోతున్నాయి. రోడ్డు, అక్కడున్న మనుషులు దిగువకు కుంగిపోతున్నారు. మిరుమిట్లు కొలిపే ఆకాశం ఆయన చేతికందేంత దూరంలోకి వచ్చిందనిపించింది. నాన్న చుట్టూ ఒక కాంతిపుంజం అలుముకుంది, ఆకాశం అంతటా అలుముకున్న కాంతిపుంజం - మేఘాలలో వెల్లివిరిసే కాంతిపుంజం.

ఏనుగు అలా ముందుకు నడుస్తూంటే, నాన్న తనే ఏనుగంతయ్యాడు.

"ఏనుగును అధిరోహిస్తే కానీ అదంటే ఏవిటో నీకు అర్థం కాదు. క్రమంగా ఏనుగు బలం నిన్ను పూర్తిగా ఆవహిస్తుంది. దాని మీద కూచుని, అంత ఎత్తు నించీ కిందకి చూస్తూంటే పెద్ద కోటనైనా సరే చిన్న పిన్నీసుతో పెళ్ళగించొచ్చు అనిపిస్తుంది. ఏనుగు నడకలో ఉన్న రాజసం, చెబితే అర్థం అయ్యే విషయం కానే కాదు" ఈ మాటలు మాతో ఎన్నిసార్లు చెప్పినా నాన్నకి సంతృప్తి కలిగేది కాదు. చెప్పడానికి ఆయనకు ఇంకా ఏదో మిగిలుంది అని మాక్కూడా అనిపించేది.

తను ఏనుగు మీద ఎక్కి భూమినించి ఎగసింది కొన్ని అడుగులే అయినా, ఆ రోజు మానసికంగా నాన్న ప్రయాణం ఆకాశపు పై అంచులను దాటి మరింత పైకెళ్ళింది.

నాన్నకి, అంతెత్తున ఆకాశంలో ఊయల ఊగుతున్నట్టుగా ఉండింది. నిదానంగా ఆ ఊరేగింపు ఇలంజిలోని అన్ని వీధుల్లోకీ తరలివెళ్ళింది. దారికి రెండుపక్కలా జనాలు గుమికూడి, నోళ్ళు వెళ్ళబెట్టుకుని, సంభ్రమాశ్చర్యాలతో చూస్తున్నారు. ప్రతి ఇంట్లో, ఆడవాళ్ళు గుమ్మం

దగ్గరికొచ్చి, తమ మొహాలను కిటికీ చువ్వల మీద నొక్కిపెట్టి, ఇదంతా తదేకంగా గమనిస్తున్నారు. గుడి ముందర ఊరేగింపు ఆగినపుడు ముక్తకంఠంతో నినాదాలు హోరెత్తాయి. మండపం చుట్టూ తిరిగి మళ్ళీ ముందుకొచ్చి ఆగింది ఊరేగింపు. ఇదంతా చూసి, నాన్న రక్తం కళ్ళజూడాలని ఆయుధాలు పట్టుకుని ఊరంతా తిరుగుతున్న జమీందారు మనుషుల కళ్ళల్లో భయం నిండింది. ఊరేగింపు జమీందార్ బంగళా వైపు కదిలింది. అది చూసి బంగళా గేట్లకు తాళాలు వేశారు.

“పడగొట్టు వాటిని!” అంటూ గర్జించాడు నేసమణి. మావటివాడు ఆజ్ఞాపించగానే, ఏనుగు తన ముందు కాలు పైకెత్తి తన్నగానే, పెద్దశబ్దంతో గేటు ఊడిపడింది. ఏనుగు నేరుగా జమీందారు బంగళా ముందుకెళ్ళి, వసారాలో నిలబడింది. ఏనుగు వాసన రావడంతో, ఎలుగుబంట్లు, చిరుతపులి, వాటి బోన్లల్లో భయం భయంగా, అటూ ఇటూ అసహనంగా తిరగడం మొదలుపెట్టాయి. అడవి పిల్లులు బోనులో ఒక మూలకి పరిగెత్తి, ముడుచుకుపోయి, భయంతో ఊపిరి తీసుకుంటున్నాయి. నాన్న, జమీందార్ బంగ్లా పైకప్పు కంటే పై ఎత్తులో ఉన్నాడు. ఆయన తన కాలితో బంగ్లా కప్పుని తన్నగానే, జనం అంతా మూకుమ్మడిగా హర్షధ్వానాలు చేశారు. అక్కడ ఒక అరగంట నిల్చుని, అందరూ “కాంగ్రెస్ జిందాబాద్. మహాత్మా గాంధీ జిందాబాద్. పండిట్ నెహ్రూ జిందాబాద్. సుభాష్ చంద్రబోస్ జిందాబాద్!, కామరాజ్ వర్ధిల్లాలి, నేసమణి మారాజు వర్ధిల్లాలి” అని నినాదాలు చేశారు. నాన్న అలానే ఏనుగు పైన కూచుని ఉంటే, ఊరేగింపు వెనక్కి మళ్ళింది. నాన్న తన ఆఫీసు ముందర ఏనుగు దిగాడు. ఏనుగు కదలికలు ఆయన నరనరాల్లో ఇంకా ప్రతిధ్వనిస్తున్నాయి. ఆయన తొడలు పచ్చి పుండై, నొప్పి పెడుతున్నాయి. నేల మీద నడుస్తూ ఉన్నా ఇంకా గాల్లో తేలుతున్నట్టు ఉంది నాన్నకి.

“ఆ రోజునించీ నా తీరే మారిపోయింది. నడకలో రాజసం వచ్చింది” అని ఎన్నోమార్లు గుర్తు చేసుకునే వాడు నాన్న.

నాన్నని ఆఫీసులో వదిలిపెట్టి, నేసమణి ఆయన పరివారం తిరుగు ప్రయాణానికి సిద్ధమయ్యారు. వీడ్కోలు తీసుకుంటూ నాన్న భుజం మీద చేయి వేసి చెప్పాడు నేసమణి, “ఇంక నీ వైపు కన్నెత్తి చూడడానికి కూడా ఎవ్వడూ

సాహసించదు. సరేనా?"

***

ఆ సంఘటన తర్వాత నాన్న, ఇలంజిలో ఏడేళ్ళు పనిచేశాడు. జమీందార్ చేసిన దుర్మార్గపు పనులన్నీ బయటపెట్టాడు. కొత్తగా మళ్ళీ సర్వే చేయించి, భూములన్నిటినీ వాటి నిజమైన హక్కుదార్లకు ఇప్పించాడు. కొంతకాలానికి ఎటువంటి పరిస్థితి వచ్చిందంటే, నాన్నకి ఏ పని కావాలన్నా జమీందార్ మనుషులే చేసి పెట్టేవాళ్ళు. నాన్న రోడ్డు మీద నడుస్తూంటే, ఎదురొచ్చిన వాళ్ళందరూ చేతులు జోడించి, ఒక ఏనుగు నడిచేంత జాగా వదిలిపెట్టి, ఓ పక్కకు నిలుచునే వాళ్ళు.

"వాళ్ళ కళ్ళలో నేను ఇంకా ఏనుగు మీద స్వారీ చేస్తూనే ఉన్నాను. ఎందుకంటే ఏనుగు నాతో పాటే నాలో ఇంకిపోయింది, నా నడకలో కూడా!" అనేవాడు నాన్న. ఆయన పేరుకు ముందు కూడా ఏనుగు చేర్చబడింది. అప్పటినించీ సంతకం చేసేటప్పుడు, 'యానై కఱుత్తాన్ నాడార్' అని రాసేవాడు. అంటే - ఏనుగంత నల్లగా ఉండే నాడార్ అని.

"ఏనుగు మీద స్వారీ చేసేవాడు, ఎవరికీ తలవంచదు, ఎవరికీ దారి ఇవ్వడు. తెలుసా?" అనేవాడు నాన్న.

ఇలంజిలో ఆయన పని చేస్తున్నప్పుడే నాన్నకు పెళ్ళయింది. నేను పుట్టాను. నాకు పేరు పెట్టేముందు ఏనుగు ఆయన కళ్ళముందు మెదిలింది. నాకు 'వణంగాన్' అని పేరు పెట్టాడు. అంటే... 'ఎవడికీ తలవంచని వాడు'. అమ్మ మటుకు నాన్నతో ఆ పేరు పెట్టొద్దు అని గొడవ చేసిందట 'అదేం పేరు విచిత్రంగా' అని.

"ఇంకేం మాట్లాడొద్దు, అదే వాడి పేరు. వణంగాన్ నాడార్!" ప్రకటించాడు నాన్న. అలా నేను పుట్టగానే, జీవితాంతం నేను ఏరకంగా నడుచుకోవాలో, నిర్దేశించాడు మా నాన్న. నాకు ఏడు నెలలు వయసు ఉన్నప్పుడు, నేసమణికి నన్ను చూపిద్దామని పళ్ళిపాడి గ్రామానికి తీసుకెళ్ళాడు నాన్న.

నేసమణి వార్తాపత్రిక చదువుకుంటూ హాల్లో కూర్చుని ఉన్నారు. నాన్న నేరుగా వెళ్ళి ఆయన ముందు నిలబడ్డాడు. ఆయన చెబితే నాన్న కుర్చీ

ఆయనకు దగ్గరగా లాక్కుని కూర్చుని, నన్ను ఆ మహాత్ముడి చేతుల్లో పెట్టాడు.

"ఏవిటి వీడి పేరు?" అడిగాడాయన.

నాన్న చెప్పాడు.

నేసమణి చిన్నగా నవ్వాడు.

◆ ◆ ◆

[మూలం: వణంగాన్, ఫిబ్రవరి, 10, 2011]

మార్షల్ నేసమణి గురించిన వివరాలకు —

https://en.wikipedia.org/wiki/A._Nesamony

3
అమ్మవారి పాదం

రామన్ సన్నటి గొంతుతో ఏదో ఆలాపిస్తున్నాడు. 'హిమగిరితనయే హేమలతే' అయివుండొచ్చు అనుకుని బాలసుబ్రమణ్యం ముసిముసిగా నవ్వుకున్నాడు.

రామన్ ఆపేసి 'వదిలేద్దురూ' అన్నట్టుగా ఓ మందహాసం చేశాడు.

"లేదు, అప్పుడప్పుడూ అనిపిస్తుంది, మీ వేలుని తీసుకెళ్ళి గ్రామ్‌ఫోన్‌కి కనెక్ట్ చేసేస్తే దానంతట అదే శ్రావ్యమైన సంగీతం వినిస్తుందేమోనని..."

"వేళ్ళలో సంగీతం ఉంది కానీ గొంతులో మటుకు లేదంటారు!"

బాలసుబ్రమణ్యం మళ్ళీ నవ్వాడు.

"శోభనంరోజు శారదని మొట్టమొదటగా ఏం అడిగానో తెలుసా?" అన్నాడు రామన్. "ఒక పాట పాడతాను, వింటావా అని. సరేనంది. అంతే! ఆ తర్వాత ఎప్పుడు పాడుతాను అని అన్నా మొహం చిరాగ్గా పెట్టేది. ఆ మొహం చూస్తే ఎంత పెద్ద మహావిద్వాంసుడికైనా గొంతు పూడుకుపోవాల్సిందే" అంటూ పగలబడి నవ్వుతోన్న రామన్‌తో తనూ నవ్వుతూ శ్రుతి కలిపాడు బాలసుబ్రమణ్యం.

"చిన్నప్పుడు మటుకు భలే పాడేవాడిని! అదిగో, మీరు మళ్ళీ ముసిముసిగా నవ్వుతున్నారు. పాడటం చేతగాని వాళ్ళు అలాగే నవ్వుతారు మరి. అదేంటోగానీ మీ నవ్వును చూస్తుంటే భయమేస్తుంది. ఎక్కడ రాజకీయాల్లోకి దూకి ఢిల్లీ వచ్చి కూచుంటారేమోనని..." వేళాకోళమాడాడు రామన్.

ఆ మాటకు మళ్ళీ పగలబడి నవ్వాడు బాలసుబ్రమణ్యం.

సముద్రపు గాలికి రామన్ జుట్టు చెరిగి గాల్లోకి ఎగురుతోంది. పొడవాటి కలకత్తా జుబ్బా, కట్టుకున్న పంచె గాలికి రెపరెపలాడుతున్నాయి. చూస్తుంటే మనిషే గాలిపటంలా ఆకాశంలోకి ఎగరటానికి తహతహలాడుతున్నాడేమో అనిపిస్తోంది. భుజం మీదినుండి ఎగిరిపోబోతున్న తన కండువాను లాగి చంకలో దోపుకున్నాడు రామన్.

మధ్యాహ్నసమయం కావడంతో గాంధీ మంటపంలో కొందరు ఉత్తరాది ప్రేమజంటలు తప్ప మరెవరూ లేరు. రామన్ కొంచెం సర్దుకుని పిట్టగోడ మీద కూచుని కాళ్ళు రెండూ చాపి పైకి పెట్టుకుని ఓ వైపు సముద్రం కనిపించేలా గోడకు ఆనుకుని కూర్చున్నాడు. బాలసుబ్రమణ్యం పిట్టగోడను పట్టుకు నిల్చుని కిందకు చూస్తున్నాడు. అలలు ఎగసిపడుతూ సూర్యకాంతితో ప్రతిఫలిస్తూ కళ్ళను మిరుమిట్లు గొలుపుతున్నాయి. ఎండ పరుచుకున్న సముద్రం మీద చుక్కల్లా పెద్ద జాలరి పడవలు నాలుగైదు తేలియాడుతున్నాయి.

చేతులు నుదుటి మీద పెట్టుకుని సముద్రపు నీటిలో ఎండకు మెరుస్తూ జంట దీవుల్లా తేలుతున్నట్టు ఉన్న రాతిబండలకేసి చూస్తూ "దాని మీదేనా వివేకానందుడికి మంటపం కట్టబోతున్నది?" అని అడిగాడు రామన్.

"అవును. అటువైపు ఎత్తుగా ఉన్న దాని మీదే మండపం కట్టడానికి అనుమతినిచ్చారని విన్నాను. ఇక్కడ ఈ గాంధీ మంటపం కట్టడం కూడా నాకు నచ్చలేదు. ఏదో ఒకటి కడుతూనే ఉన్నారు. సముద్రపు ఒడ్డును, దాని మానాన దాన్ని సహజంగా అలా ఉంచేయచ్చుగా? కోట్లాది సంవత్సరాలుగా అలాగేగా ఉంది. ఎందుకనో ఈ విషయం ఎవరూ ఆలోచించరు."

"ఏం? బాగానే కట్టారుగా?" అని తిరిగి చూస్తూ "ఇలాంటి చోట గుడి ఉంటే బానే ఉంటుంది. నువ్వు ఒకసారి కలకత్తాకు వెళ్ళాలి. అక్కడ బేలూరు మఠంలో

వివేకానందుడు ఉన్న గదికి వెళ్ళినప్పుడు నా కళ్ళల్లో నీళ్ళు తిరిగాయి. ఎంతటి గొప్ప మహానుభావుడు! ఆ ముఖంలో వర్చస్సు, ఆ గాంభీర్యత, ఏ జగజ్జేతకూ తీసిపోదు..." అని అంటూ మళ్ళీ బండకేసి చూస్తూ "ఇప్పుడు ఆ బండ మీద ఏముంది?" అని అడిగాడు రామన్.

"అక్కడా? ఒక చిన్న గుడిలాంటిది ఉంది. సంవత్సరానికి నాలుగుసార్లు జనం ఊర్లోని అమ్మవారి గుడి దగ్గరనుండి నేరుగా ఆ బండమీదికి వెళ్ళి పూజలు చేస్తూంటారు" అని చెప్పాడు బాలసుబ్రమణ్యం.

"అక్కడ ఉండేది ఎవరి విగ్రహం?"

"విగ్రహం లాంటిది ఏమీ లేదు. ఆ బండమీద పాదం గుర్తులాంటిది ఒకటుంది. ఊరికే అలా కోలాకారంలో ఒకటిన్నర జానెడు పొడవున్న ఒక చిన్న గుంత. కన్యాకుమారీదేవి శుచీంద్రం దేవాలయ మూల విరాట్ అయిన స్థాణుమాలయ్యని వరించాలని ఒంటికాలి మీద నిల్చుని తపస్సు చేసినప్పుడు పడిన ఆనవాలు అని నమ్ముతారు. అక్కడికి వెళ్ళి పొంగలి అవీ నైవేద్యం పెట్టి దణ్ణం పెట్టుకుని వస్తారు. ప్రతి పౌర్ణమికి నాటు పడవలేసుకుని వెళ్ళి దీపం పెడుతుంటారు."

"అవునా? మనం వెళ్ళి చూడొచ్చా?" అని ఆసక్తిగా అడిగాడు రామన్.

"వెళ్ళొచ్చు..." దీర్ఘం తీశాడు బాలసుబ్రమణ్యం. "నాటు పడవ మీద వెళ్ళాలి. అలాంటివి మీ వల్లకాదు."

"పొట్టలో తిప్పేస్తుందేమో కదా!" అని ఆ ఆలోచనని వదిలిపెట్టాడు రామన్. "వినడానికి అయితే బావుంది. ఒక కన్నెపిల్ల ఒంటికాలు మీద యుగాల తరబడి తపస్సు చేసింది. ఆమె తపస్సుకు గుర్తుగా ఆమె పాదంమోపిన గుర్తు మాత్రం మిగిలి ఉంది."

"అలా అక్కడున్న అన్ని బండలమీదా రకరకాల గుర్తులు ఉన్నాయి. బండ పైపొరలో ఉన్న మృదువైన భాగాలు వర్షానికీ ఎండకీ ఉప్పు గాలికీ ఏళ్ళతరబడి క్రమేణా తరిగిపోవడం వల్ల ఏర్పడే రకరకాల ఆకారపు గుర్తులు అవి" అని అన్నాడు బాలసుబ్రమణ్యం.

రామన్ ఆ మాటలను చెవిన పెట్టినట్టే లేదు. కాసేపాగి "ఎందుకు అలాంటి తపస్సు చేసింది? కేవలం మగవాడి కోసమా? యుగయుగాలుగా పుట్టి వాడామెను మనువాడుతూనే ఉన్నాడు కదా? మరెందుకు తపస్సు?" రామన్ ఉద్వేగానికి లోనవుతున్నాడని బాలసుబ్రమణ్యానికి అర్థమైంది.

"బాలూ, ఒంటికాలి మీద ఎందుకు నిల్చోవాలి?" అడిగాడు రామన్.

బాలసుబ్రమణ్యం నవ్వుతూ "అదే కదా కష్టమైన పని!" అన్నాడు.

"కాదు, ఆమె మరో కాలు అంతర్మధ్యాన మోపి ఉంది. గాలిలో పైకెత్తిన నటరాజస్వామి బంగరు పాదం కంటే ఈ పాదమే ఉగ్రమైందిగా ఉండాలి. గాలిలో నిలిపిన ఒంటరిపాదం! ఆ పాదాన్ని మోపడానికి మరెక్కడా చోటు లేనట్టు... ఎక్కడైనా ఈ రూపాన్ని విగ్రహంగా మలిచారా?"

"లేదనుకుంటాను."

"పైకెత్తిన నటరాజ పాదం మళ్ళీ నేల మీద మోపితే ఒక మహాశకం ముగిసి సకల చరాచరాలన్నీ అంతరించిపోవడం సృష్టి లక్షణం. గాలిలో మోపిన అమ్మవారి పాదం నేలమీద పెడితే ఏమవుతుంది?" రామన్ అడిగాడు.

బాలసుబ్రమణ్యం జవాబివ్వలేదు.

"ఏమీ కాదు. ఆమె అమ్మవారు కదా?" అన్నాడు రామన్. తనలో తను గాఢమైన ఆలోచనలో పడి సముద్రాన్నీ, దూరాన సముద్రం మధ్యన ఉన్న బండని చూస్తూ ఉన్నాడు. అప్రయత్నంగా 'హిమగిరి తనయే' అని పలవరించి, స్పృహకు వచ్చినవాడిలా "క్షమించండి. నాకే తెలియకుండా పాట అలా వచ్చేసింది" అని అన్నాడు. కాసేపాగి "కళుగుమలైకు వెళ్దామా? వస్తారా? సుబ్బు అన్నయ్య అక్కడ పాడుతున్నాడు. వీలు చేసుకుని వస్తావా అని ఉత్తరం రాశాడు."

"చూసి చెప్తాను" అని సమాధానం ఇచ్చాడు బాలసుబ్రమణ్యం.

"సుబ్బు అన్నయ్య నాకు గురు పరంపర మూలంగా దగ్గరివారు, తెలుసా? దగ్గరివారంటే వేలు విడిచిన, చెయ్యి విడిచిన, కాలు విడిచిన, ఒళ్ళు విడిచిన బంధం లాంటిదనుకోండి. అంటే ఆయన గురువుగారి గురువు మా తాతకు

గురువు. ఆయన పేరు విళాక్కుడి కిట్టా అయ్యర్. మహాజ్ఞాని అని విన్నాను. ఆయన స్వయంగా త్యాగయ్య దగ్గర సంగీతం నేర్చుకున్నవారు అని చెప్తుంటారు. ఆ వివరాలవీ నాకంతగా తెలియదు. మన్నార్‌గుడి, తిరువయ్యారు, తిరువారూరు ప్రాంతాలలో అన్ని గురుపరంపరలనూ నేరుగా తీసుకెళ్ళి త్యాగయ్య దగ్గర కలిపేసుకుంటూంటారు."

"అవునా?" నిరాసక్తంగా అన్నాడు బాలసుబ్రమణ్యం. సంభాషణను ఆ సమయంలో సంగీతం వైపుకు తీసుకెళ్ళడం అతనికి అంత రుచించలేదు. అలాగని అవతల వారి మాటలను దారిమళ్ళించడమో, అడ్డుచెప్పడమో వంటివి చేసే అలవాటు లేదు.

"తాతగారి పేరు శేషయ్యర్. ఆయనే నాకు తొలి గురువు అని చెప్పాలి. ఆయన పెద్ద సంగీత పండితుడు. 'సంగీతజ్ఞానసాగరం' అని ఆయనకు బిరుదు ఉండేది. ఆ రోజుల్లో సంగీత విద్వాంసులకు పెద్దగా డబ్బేమీ గిట్టేది కాదు. శృంగేరి మఠం నుండి మాత్రమే పిలిపించి పాడించుకుని తోచింది ఇచ్చి పంపేవారు. అయితే శృంగేరి దాకా వెళ్ళి రావడానికే రెండింతల ఖర్చు అయ్యేది. ప్రవచనాలు, హరికథలు చెప్పేవాళ్ళకు మాత్రమే గిరాకీ ఉండేది. వాళ్ళకు డబ్బులు బాగా వస్తూండేవి. సంవత్సరానికి రెండువందలరోజులు హరికథలు చెప్పే వాళ్ళు కూడా ఉండేవారు. ఇదంతా నాకెలా తెలుసంటే, మా నాన్నకూడా హరికథలు చెప్తుండేవారు.

"అయితే మా తాత సంగీత విద్వాంసుడిగా మాత్రమే జీవించారు. కొంత పొలం ఉండేది. ఆ పొలాన్ని గుత్తకు చేసిన వాళ్ళు ధర్మాత్ములవ్వడంవల్ల క్రమం తప్పకుండా గింజలు వస్తుండేవి. అలా కొరత లేకుండా గడిచిపోయింది. మరో చింత అనేదే లేకుండా మూడు పూటలు కావేరీలో స్నానం చేసి సంధ్యావందనం, సంగీత సాధకం చేయడం, సాయంత్రాలు గుడిలో ఒంటరిగా కూర్చుని పాడుకుంటూ సంతృప్తిగా ఉండేవారు. ఏ పున్నమికో పుష్కరానికో తంజావూరు, కుంభకోణం వంటి ఊళ్ళనుండి కచేరీలకు పిలిచేవారు. గూటిబండిలో తీసుకెళ్ళి తీసుకొచ్చేవారు. మహా అంటే ఓ శాలువా. గొప్పవాళ్ళ కచేరి అయితే ఒక కాసు బంగారం... తర్వాత మరో కచేరి వచ్చేంతవరకు దాని గురించే మాట్లాడుతూ ఉండేవారు. అక్కడ ఇలా పాడాను, ఇక్కడ అలా సంగతులు ఆలాపనలు వేశాను,

ఆరోహణ అవరోహణలు అలా మొదలు పెట్టాను అని మళ్ళీ మళ్ళీ పాడి వినిపించేవారు.

"నాకు ఊహ తెలిసేటప్పటికే ఆయనకు 70 ఏళ్ళు దాటి ఉండొచ్చు. ఏడుగురి సంతానంలో మా నాన్న ఆరో వారు. తర్వాత అత్తయ్య. నాన్న పుట్టేటప్పటికే తాతకు 48 ఏళ్ళట. నాకు ఊహ తెలిసినప్పటినుంచీ ఎప్పుడు చూసినా ఆయన అరుగుపై ఒక జంపకాన పరుచుకొని, దానిమీద గోడకానుకుని కూర్చుని ఉండేవారు. పక్కనే కూజాలో నీళ్ళు, పెద్ద తాంబాళంలో లేత తమలపాకులు, మరో పెట్టెలో వక్క తుఋము. చిలకపచ్చరంగు కర్రపెట్టెలో రంగు సున్నం. పొవ్వాకు పెట్టుకోడానికి ఒక ఇనపడబ్బా. మరోపక్కన ఎప్పుడూ తంబురా పెట్టుకునేవారు. ఎల్లవేళలూ ఒక మనిషి కూర్చున్నట్టు ఆ తంబురా ఉండేది. చిన్నతనంలో నాకు చామనచాయతో ఒక చిన్న పిల్ల ఆయన పక్కన కూర్చుని ఉన్నట్టు తోచేది."

బాలసుబ్రమణ్యం ముఖంలో చిఋనవ్వు విరిసింది.

"నవ్వకండి. నిజంగానే ఆ తంబురా ఒక అతిబిడియపు అమ్మాయిలానే ఉండేది. ఆయన ఎల్లప్పుడూ ఆ తంబురాని శ్రుతి చేసుకుంటూ ఉండేవారు. శ్రుతి సరిగ్గా పలగ్గానే పాట అందుకునేవారు. ఆ పాట ఎప్పుడు ఆయన కోసం ఆయన పాడుకునేవారు. ఇందాక అన్నారే, సంగీతం ఒంట్లోనే ఉంది... కనెక్షన్ ఇచ్చేయొచ్చు అని. అది ఆయనకే వర్తిస్తుంది.

"అప్పట్లో అగ్రహారాలు నిశ్శబ్దంగా ఉండేవి. రేడియోలు, రికార్డులవీ రాలేదు. అగ్రహారం మధ్యలో ఒక మంచినీటి కాలువ. కావేరి నదినుండి మళ్ళిన ఓ పాయ. ఆ చప్పుడు మాత్రం ఎప్పుడూ వినిపిస్తూ ఉండేది. ఆ నీటి శ్రుతిని తంబురాలో పట్టుకునేవారు. ఆ శ్రుతిలో గొంతు కలిపి పాడేవారు. మధ్యాహ్నం వేళ మామిడి చెట్టు మీద కోయిల పాడేది. ఆ కోయిల గొంతుతో శ్రుతి కలిపేవారు. ప్రకృతి నుంచి వినిపించే అన్ని శబ్దాలూ ఆయనకు సంగీతాలే. అన్ని పిల్లకాలువలూ వెళ్ళి కావేరిలో కలిసిపోయేటట్టు, ఆయన అంతరాంతరాల్లో నిత్యం ప్రవహిస్తూ ఉన్న సంగీతంతో అన్నీ జత కలిసేవి. ఆ కావేరేగా ఊరి లోపల కాలువగా ప్రవహిస్తూ ఉండేది ... సంగీతం, కావేరీ.

రెండూ ఒకదానిలోనించి ఒకటి విడదీసి చూడలేం.

"ఊళ్ళో అందరూ ఆయన్ను పుణ్యాత్ముడు అనేవారు. బిడ్డ పుట్టగానే తీసుకుని నేరుగా వచ్చేసేవారు. 'అన్నా మీరొకమారు ఆశీర్వదించండి' అంటూ అడిగేవారు. ఆయన బిడ్డను తీసుకుని ఒడిలో పెట్టుకుని 'రారా దేవాది దేవా' అని నాలుగు పాదాలు పాడి బిడ్డను వెనక్కి ఇచ్చేవారు. ఒకవేళ ఆ బిడ్డల తల్లులే వచ్చారంటే వారి కళ్ళల్లో నీళ్ళు తిరిగేవి. వాళ్ళు పైటచెంగు నోటికి అడ్డుపెట్టుకుని నమస్కరించే వాళ్ళు. పూర్వజన్మలో సరస్వతికి బిందెలకొద్దీ తేనెతో అభిషేకం చేసి ఉంటారీ మహానుభావుడు అని చెప్పుకునేవారు. ఆ పూర్వజన్మ ఆచారాన్నే కొనసాగిస్తూ ఆయన ఈ జన్మలో బతికున్నంతకాలం ప్రతి ఏడాదీ సరస్వతికి తేనెతో అభిషేకం చేశారు - అలా అరవై, డెబ్బై ఏళ్ళు చేసి ఉంటారు. కుంభకోణంలో వేదనారాయణ పెరుమాళ్ దేవాలయం ఉంది. అక్కడ బ్రహ్మదేవసమేత సరస్వతి, గాయత్రీదేవేరులకు ప్రత్యేక సన్నిధి ఉంది. ప్రతి ఏడూ శ్రావణమాసంలో ఆయన పుట్టినరోజున బండి కట్టుకుని అక్కడికి వెళ్ళి దేవికి తేనెతో అభిషేకం చేసి వస్తుండేవారు. అవసాన దశలో ఆయనకు జబ్బు చేసి వెళ్ళలేక పోయినప్పుడు నాన్న వెళ్ళి అభిషేకం చేసి వచ్చేవారు. బామ్మ పోయిన ఆ ఒక్క ఏడాదీ చేయలేదు.

"ఎనభై ఏళ్ళు బ్రతికారు. ఎలాంటి జబ్బులూ లేవు. గొంతులో కొంచెం నీరసం, వణుకు వచ్చాయి తప్ప మాధుర్యం ఏమాత్రం తగ్గలేదు. గూని రాలేదు. గట్టి శరీరం. వెంట్రుకలు లేని రొమ్ముమీద ఎముకలు కొట్టొచ్చినట్టు కనిపించేవి. పొట్టమీద చారలు. చివరిదాక చొక్కా వేసుకోలేదు. చామనచాయ. కళ్ళు రెండూ, గోపురశిల్పాల్లో ఉంటాయి కదా అలా, ఊడిపడిపోతాయా అన్నంత పెద్దవిగా ఉండేవి. మనిషి మితభాషి అయినప్పటికీ ఆయన మనసులో ఏమున్నదో కళ్ళల్లో ప్రతిఫలిస్తూ ఉండేది. చివరి రోజుల్లో నిద్ర బాగా తగ్గిపోయింది. నడిజామున లేచి కూర్చుని మెల్లగా తంబురాను శ్రుతి చేసి పాడేవారు. సన్నటి గొంతున పలికే ఆ సంగీతం నడిజాము నిశ్శబ్దంలో చుట్టుపక్కల ఇళ్ళకు కూడా వినిపించేది. దాని మాధుర్యం వినేవాళ్ళను ఎక్కడికో తీసుకెళ్ళిపోయేది. అలా తేనెటీగ మీద ఎక్కి కూర్చుని 'రీ...మ్' అంటూ తోట అంతా తిరుగాడుతూ, నందివర్ధనం, మల్లె, గులాబీ అంటూ ఒక్కో పువ్వు మీదా వాలి తేనె జుర్రుకుని వచ్చి కిందకు దిగినట్టు

ఉండేది ఆ అనుభవం. ఆ పాటలను విని ఆస్వాదించడానికి చుట్టుపక్కల వాళ్ళందరూ రాత్రులు మేలుకుని ఉండేవారట.

"చివరి రోజుల్లో ఆయనకు చూపు బాగా మందగించింది. ప్రతిరోజూ తెల్లవారుజామున కావేరికి నేనే చేయి పట్టుకుని తీసుకుని వెళ్ళేవాణ్ణి. మధ్యాహ్నం, సాయంత్రం ఇంటి ముంగిట్లోనే కాలువలో స్నానం చేసేవారు. అయితే నియమ నిష్ఠలు, ఆచార వ్యవహారాలు ఎందులోనూ లోటు రాకూడదు. అన్నీ ఆయన అనుకున్నట్టు జరగాల్సిందే. అలా జరగకుంటే ఏమీ అనేవాళ్ళు కాదు కానీ, మాట్లాడే ఒకటి రెండు మాటలు కూడా ఆపేసి తంబురాని చేత పట్టుకు కూర్చునేవారు. అప్పుడు అమ్మ, నాన్న ఇద్దరూ వచ్చి లెంపలేసుకుని కన్నీళ్ళు పెట్టుకుని బ్రతిమలాడి బుజ్జగించితే అలకతీరి దిగి వచ్చేవారు. అన్నీ అమ్మే దగ్గరుండి చేయాలి. అమ్మ కూడా అన్నీ దేవుడికి చేసినట్టు శ్రద్ధగా చేసేది.

"అప్పుడు బామ్మ కూడా ఉండేది. సరిగ్గా ఆమెను చూసిన గుర్తులేదు. ఆమె తాత కన్నా పదమూడేళ్ళు చిన్నది. అయితే చూడటానికి ఎనభయ్యో తొంభయ్యో ఇంకా ఎక్కువో అన్నట్టు అనిపించేది. ఇప్పటికీ ఆమె రూపం నా చిన్ననాటి జ్ఞాపకాల్లో బాగా బక్కచిక్కి, వట్టిపోయిన ముసలి ఆవులాగా పదిలంగా ఉంది. నడుము ముందుకు వంగిపోయి, ఆమె వెన్నెముక భూమికి సమాంతరంగా ఉండేది. చేతులను ముందరి కాళ్ళు అనుకుంటే, ఆమె నడక ఆవు నడకలా ఉండేది. కళ్ళు, మొహం నేలకేసి చూస్తూండేవి. నెత్తిన కొంత నెరిసిన జుట్టు. ఆ జుట్టును వక్కంత సైజుకు కొప్పు ముడి వేసుకునుండేది. జాకెట్ వేసుకునేది కాదు. ఎప్పుడూ ఏదో ఒకవైపు చన్ను, పవిట బయటకు జారిపోయి ఆవు పొదుగులా వేలాడుతూండేది. బాగా బక్క చిక్కి పీల్చుకుపోయిన ఆమె శరీరం పదేళ్ళ పసిపాపంత ఉండేది. అస్సలు ఏమీ తినేది కాదు. పొద్దున ఒక ఇడ్లీ, మధ్యాహ్నం మరో ఇడ్లీ, సాయంత్రం ఒక పిడికెడు మెతుకులు. ఆ మెతుకులనైనా కూర్చుని తినదు. చిన్న గిన్నెలో వేసి చేతికిచ్చేయాలి. దాన్ని ఎక్కడపడితే అక్కడ పెట్టేసేది. మాటిమాటికీ ఎవరో ఒకరం ఆ గిన్నెను తీసుకొచ్చి ఆమె చేతికి ఇస్తూ ఉండాలి. ఇలా కాదని అమ్మ ఒక మంచి ఉపాయం కనిపెట్టింది. పిడికెడు బొరుగులు ఆమె చెంగున కట్టేయడం. ఆమెకదే ఆహారం.

"ఆమె ఒక చోట కూర్చుని ఉండడం నేను ఎరగను. ఎప్పుడు ఇల్లంతా

తిరుగుతూనే ఉండేది. ఇల్లు విడిచి బయటకు వెళ్ళేది కాదు. వీధి వాకిటికి, అరుగు దగ్గరకు కూడా వెళ్ళేది కాదు. చివరి ఇరవై ఏళ్ళు ఆమెకి మతిస్థిమితం లేకుండా పోయింది. మా అమ్మ ఈ ఇంటికి కొత్తకోడలిగా వచ్చిన రోజుల్లో మా బామ్మ బాగానే ఉండేది. తాతలాగానే బామ్మ కూడా మితభాషి. దేనికైనా మౌనమే ఆమె సమాధానం. మా నాన్నకు గుర్తున్నంతవరకు వాళ్ళ అమ్మ మాట్లాడగా వినడం చాలా అరుదేనట. 'ఇంట్లో బల్లి అరుపులు తప్ప ఇంకేమాటలూ ఉండేవి కావు' అనేవారు నాన్న. పూనకం వచ్చినట్టు ఇంటి పనుల్లో మునిగిపోవడమే ఆమె ప్రపంచం. తెల్లవారుజామున లేచి మసక వెలుతురు వచ్చేలోపే అన్ని గిన్నెలు కడిగేసి, ఇల్లు వాకిలి ఊడ్చి, కడిగి, స్నానం చేసేసి, తాత పూజకు కావలసిన ఏర్పాట్లు చేసి పెట్టేసేదట. ఒళ్ళు వంచడం తప్ప మరొకటి తెలియదామెకు.

"మా అమ్మ కాపురానికి వచ్చినప్పుడు ఆమెకు అదే పెద్ద సమస్యగా తయారైంది. అమ్మకు ఇంట్లో ఏ పనీ మిగిలేది కాదు. ఇంటికొచ్చిన కోడలు ఏవో కొన్ని పనులైనా చేస్తేనే కదా బాగుంటుంది. అయితే బామ్మ వేగానికి ఇంటి పనులు ఆమెకే చాలీచాలకుండా పోయేవి. బామ్మ వెనక తిరగడం తప్ప అమ్మకు చేసేందుకు మరే పనీ ఉండేది కాదు. మా పెద్దక్క పుట్టినప్పుడు అమ్మకు అన్ని పనులూ చేసి పెట్టిందీ బామ్మేనట. అమ్మ ఊరికే పడుకుని ఉంటే చాలు. ఆ రోజుల్లోనే బామ్మలో ఉన్న సమస్య మెల్లమెల్లగా బయటపడడం మొదలైంది. పసిపాప మురికి గుడ్డలను అదేపనిగా ఉతకడం ప్రారంభించింది. పసిపాప ఇంట్లో అశుద్ధం చేస్తే వెంటనే ఇల్లంతా కడిగేసేది. ఇదంతా ఏమిటో అని మొదట్లో అనిపించిందట. బామ్మ మరీ అంత మడి ఆచారాలూ ఉన్న మనిషి కాదు. అడిగితే ఏ జవాబూ ఇచ్చేది కాదు. అలా ఆమె విపరీత ప్రవర్తన రోజు రోజుకూ ఎక్కువవుతూ పోయిందట.

"ఆరు నెల్లు గడిచేసరికి ఆమెకు ఏదో మానసికమైన సమస్య వచ్చిందని అందరికీ అర్థమయిపోయింది. అప్పటికే అత్తయ్య పెళ్ళీడుకొచ్చి ఇంట్లో ఉంది. బామ్మకు వచ్చిన సమస్య గురించి బయట తెలిస్తే అమ్మాయికి ఎక్కడ పెళ్ళి కాకుండా పోతుందోనని బామ్మని అలానే వదిలేశారు. కొన్ని రోజులకి ఆమె ప్రవర్తన అందరికీ అలవాటైపోయింది. అప్పట్లో మఠంలో కార్యదర్శిగా

నాణావయ్యర్ అని ఒకాయన ఉండేవారు. ఆయనే తాతకి అన్ని లావాదేవీల్లోనూ సలహాలిచ్చేవారు. 'సరేలేరా. అందరూ నేలమీద రెండు పాదాలు మోపుకుని ఉంటే, ఈమె ఒక పాదం గాల్లోకి లేపేసింది. అలానే ఉండనీ. వయసు కూడా అయిపోయింది. ఇంక వైద్యం చేస్తే ఒరిగేదేముంది? వేరే ఎలాంటి సమస్యలూ లేవు కదా. ఆమెకు నచ్చినట్టు ఆమెను బతకనీ' అన్న ఆయన సలహాతో ఆమెను అలాగే ఉండనిచ్చేశారు.

"ఆమెకు తోచినట్టు ఆమె ఉండేది. తెల్లవారుజామున నాలుగున్నరకే లేచి స్నానం మొదలు పెట్టేది. స్నానాలు, బట్టలు ఉతకడాలన్నీ పూర్తి చేసుకుని రావడానికి మూడు గంటలు పట్టేది. ఇంట్లోకి రాగానే అంతా చిమ్మడం, కడగటం. ఏ చిన్న మూలనూ వదిలిపెట్టేది కాదు. కిటికీ చువ్వలు, తలుపు వెనక మూలలు అన్నిటినీ శుభ్రం చేస్తూనే ఉండేది. మధ్య మధ్యలో మళ్ళీ స్నానాలు, మళ్ళీ అంతా శుభ్రం చేయడం. రోజుకి ఎలాగైనా ఎనిమిదిసార్లు స్నానం. రాత్రుళ్ళు నిద్రపోకుండా ఇల్లంతా తిరుగుతూ ఉందని, ధాన్యం నిలవుంచే కొట్టాంలో ఆమెకు పడక ఏర్పాటు చేసి ఆమెను ఆ గదిలోపెట్టి బయట గడియ పెట్టేసేవాళ్ళు. లోపలనించి కూడా రాత్రంతా ఆమె చిమ్మే శబ్దం వినబడుతూనే ఉండేది.

"అలాంటి ఒక మనిషి ఇంట్లో ఉన్న విషయమే తెలియదన్నట్టు ఉండేవారు తాత. ఒకే ఒకసారి మాత్రం అక్కకు పెళ్ళి సంబంధం వచ్చి ఆ విషయం గురించి చర్చిస్తున్నప్పుడు మాటల్లో బామ్మ గురించిన ప్రస్తావన వచ్చింది. 'ప్రతి జీవీ వాళ్ళ జీవిత కర్మలనుకూడా నూకల్లాగే మూటగట్టుకుని వస్తార్రా... మనం ఏమీ చేయలేము. అంతా వారివారి ప్రారబ్ధం' అని మాత్రం అన్నారు తాత. బామ్మ కూడా ఎప్పుడూ మండువా గడప దాటి బయటకు వెళ్ళేది కాదు. వాళ్ళిద్దరూ చివరిగా ఎప్పుడు ఒకరినొకరు చూసుకున్నారో, మాట్లాడుకున్నారో తెలియదు. ఒకరోజు తెల్లవారుజామున అమ్మ బామ్మ గది తలుపు తీసినప్పుడు, ఒక మూలగా గోడవైపుకు తిరిగి కూర్చుని ఉంది బామ్మ. లోపలికి వెళ్ళి 'అత్తయ్యా' అంటూ ఆమె భుజాన్ని తాకగానే అమ్మకు అర్థమయిపోయింది. నేను కూడా పరిగెత్తుకుంటూ వెళ్ళి చూశాను. మనిషి కూర్చుని చనిపోవడం అన్నది అప్పటివరకు నేను ఎప్పుడూ వినలేదు. పల్లకికి వంచిన వెదురు బద్దలా గూని

పోయిన వీపు మాత్రమే కనబడుతోంది. చేతులు, కాళ్ళు, తల అంతా ముందు వైపు ఉన్న గోడ మూలకు వాలిపోయి ఉన్నాయి.

"నాన్న పరిగెత్తుకెళ్ళి నాటువైద్యుణ్ణి తీసుకొచ్చారు. అతను, తోడుగా ఇంకొకతను వచ్చి బామ్మ శవాన్ని అక్కడినుంచి తీశారు. శవాన్ని వెల్లకిలా పడుకోబెట్టలేకపోయారు. వీపు అలా పూర్తిగా గూనిపోయి ఉంది. పక్కకు తిప్పి పడుకోబెడితే, ఏదో పసిపాప నోట్లో వేలేసుకుని చప్పరిస్తూ నిద్రపోతున్నట్టే ఉంది. శవానికి స్నానం చేయించినప్పుడు అమ్మ గమనించింది, బామ్మ చేతివేలికి తేలు కుట్టిందని. గోడ మూలన ఉన్న రంధ్రంలో బామ్మ చేయి పెట్టినట్టుంది. పెద్ద మండ్రగబ్బ! ఆమె చిన్న శరీరం, ఆ విషానికి తట్టుకోలేకపోయింది. మూర్ఛ వచ్చినదానిలా పెదవులు కొరుక్కుని చీరుకుపోయున్నాయి.

"విషయం తాతతో చెప్పినప్పుడు ఆయన తంబురాని కింద పెట్టేశారు. ఏమీ అర్థం కానట్టు కాసేపు చూశారు. 'దాశరథే' అని గొణిగి మళ్ళీ తంబురా అందుకున్నారు. ముంగిట కొబ్బరాకుల పందిరి వేస్తే, ఊరంతా వచ్చి ఒకటే ఏడుపు. ఆ శబ్దాలతో తనకేమీ సంబంధం లేనట్టు ఆయన తంబురాని మీటుతూ కళ్ళు మూసుకొని తనలోంచి పలికే సంగీతాన్ని వింటూ అందులోనే నిమగ్నం అయిపోయి కూర్చుండిపోయారు. శవం తీసేసేటప్పుడు పెద్ద అత్తయ్య వచ్చి 'నాన్నా, ఒకసారి వచ్చి చివరి చూపు చూసుకోండి' అని చెప్తే ఏమీ మాట్లాడకుండా తంబురాని పక్కన పెట్టేసి లేచి వచ్చారు. గడప దాటి లోపలికి వచ్చి కూటంలో పడుకోబెట్టి ఉన్న బామ్మని ఒక్కసారి చూసి తిరిగి వెళ్ళిపోయారు. మళ్ళీ తంబురా చేతిలోకి తీసుకుని కూర్చున్నారు. మళ్ళీ శవాన్ని కావేరి ఒడ్డుకు తీసుకుని వెళ్ళేటప్పుడే ఆయన్ని లేపారు.

"బామ్మకు సంగీతం వచ్చని విన్నాను. మా తాత వాళ్ళ నాన్న సుబ్బయ్యర్, ఆయన కూడా పెద్ద విద్వాంసుడే. వర్ణం పాడటంలో ఆ రోజుల్లో ఆయన మహాఘనుడు అని విన్నాను. మాకున్న పొలాలన్నీ తంజావూర్ సంస్థానం దానంగా ఇచ్చినవే. మా ముత్తాతే మా తాతకి తొలి గురువు. మా ముత్తాత ఒకసారి ఏదో పొలాల విషయంగా పత్తూరుకు వెళ్ళారట. పత్తూరు కొరడాచ్చేరికి పక్కనుంది. అక్కడ ఒక పురాతనమైన దేవాలయం ఉండేదట. ఆ దేవాలయం అప్పటికే శిథిలం అయిపోయింది. దేవాలయం పాడుబడ్డా అక్కడ అగ్రహారం

మాత్రం అలాగే ఉందిట. మా ముత్తాత అగ్రహారం దారిన బండిలో వస్తూ ఉన్నప్పుడు ఒక పాట వినిపించింది. ఆ ఇంటి ముందు బండిని ఆపించి విచారించారు. అది మా బామ్మ వాళ్ళ ఇల్లు. బామ్మకు అప్పుడు ఆరేళ్ళు. పాట పాడుతోన్నది ఆమేనట.

"మిగిలిన వివరాలన్నీ కనుక్కుని, అక్కడే 'ఈమే మా ఇంటి కోడలు' అని మాట ఇచ్చేశారట. అమ్మాయిని చూడనే లేదు. 'అమ్మాయినైనా చూడండి' అని అడిగితే 'ఈ గాత్రానికి ఈ విద్యకు ఆమె ఎలా ఉంటే ఏంటట? సాక్షాత్తు సరస్వతీదేవినే కదా నేను నా ఇంటి కోడలిగా చేసుకోబోతున్నాను' అని జవాబు ఇచ్చారట. ఐదు కాసులు కట్నం ఇస్తామని వాళ్ళు మాట ఇచ్చారట. పెళ్ళి వాళ్ళ ఇంట్లోనే జరిగింది. అమ్మాయికి ఏడెనిమిదేళ్ళు వచ్చినా చెప్పిన కాసులు ఇచ్చి అమ్మాయిని ఇంటికి పంపడానికి వాళ్ళకు కుదరలేదు. అలాంటి కరువు కాలం మరి. పొట్టబోసుకోవడమే పెద్ద ప్రయాసగా ఉండే రోజులవి. ఏదో ధైర్యంతో కట్నం ఇస్తామని మాట ఇచ్చారు గానీ వాళ్ళవల్ల కాలేదు. అమ్మాయిని పుట్టింటనే ఉంచుకున్నారు.

"మా ముత్తాతగారు నాలుగైదుసార్లు మనుషులతో వాళ్ళకు కబురు పంపించారు. సరైన సమాధానం రాలేదు. 'సరేరా, ఈ అమ్మాయి నీకు రాసి పెట్టలేదు కాబోలు. నీ జాతకంలో ఇంకెవరో ఉన్నట్టు ఉన్నారు' అని చెప్పి బండి కట్టుకొని నేరుగా పత్తూరుకు వెళ్ళారు. ఎక్కడో అరిటాకులు కోసుకోవడానికి వెళ్ళిన వియ్యంకుడు పరిగెట్టుకుని వచ్చి చేతులు జోడించి మౌనంగా నిలుచున్నారు. ఈయన 'అంతేనోయ్. ఈ విషయం చెప్పి వెళ్దామనే వచ్చాను' అని చెప్పి బండి ఎక్కి కూర్చున్నారు. వెనక్కి తిరిగి చూస్తే చేతిలో ఒక చిన్న మూటతో బామ్మ అక్కడికి వచ్చి నిల్చుని ఉందట. ఏమీ మాట్లాడలేదు. కళ్ళు రెండూ కుంచెతో గీసినట్టు ఉన్నాయి. ఈయన చూసి, 'సరే, ఎక్కమ్మాయి!' అని ఆమెను ఎత్తుకుని బండిలో కూర్చోబెట్టుకుని తీసుకు వచ్చేశారు.

"అయితే ఆఖరిదాక పత్తూరువాళ్ళను ఇంటి దరిదాపుల్లోకి రానివ్వలేదట. పెట్టుపోతలు, కానుకలేవీ తీసుకోనేశారు. కాన్పుకు, చావుకు, ఎలాంటి మంచి చెడ్డలకూ రాకూడదని కచ్చితంగా చెప్పేశారు. ఎందరో వచ్చి మధ్యస్థం చెయ్యడానికి చూశారు. 'ఏమైనా గానీ, మళ్ళీ ఇటువైపుకు రావద్దు' అని

కరాకండీగా చెప్పేశారు. ఓ రోజు బామ్మవాళ్ళ నాన్న వచ్చి వీధిలో కొబ్బరి చెట్టుకింద నిల్చుని ఉన్నారట. 'తీసుకెళ్ళే పనైతే తీసుకుని అక్కణ్ణించీ అలానే వెళ్ళిపో, మళ్ళీ తిరిగి తీసుకరాకు' అనేశారు మా ముత్తాత. 'పరవాలేదు. ఎక్కడున్నా మా బిడ్డ, పిల్లాపాపలతో సంతోషంగా ఉండనీ. ఈ పేదవాళ్ళ ఆశీర్వాదం ఎప్పుడూ ఆమెకు నీడలా అండగా ఉంటుంది' అని ఏడుస్తూ వెళ్ళిపోయారట బామ్మ వాళ్ళ నాన్న. అంతే! ఆ తర్వాత పత్తూరుకూ బామ్మకూ సంబంధం లేకుండా పోయింది. ఇంకో ముప్పై ఏళ్ళకు పత్తూరు అగ్రహారమే లేకుండా పోయింది.

"బామ్మ పాడగా ఎప్పుడూ వినలేదు అని చెప్పేవారు మా నాన్న. ఎందుకో తెలీదు, మా తాతకు ఒక గుణం ఉండేది. ఆయన వేరే వాళ్ళు పాడితే వినరు. ఆయనే పాడుకుంటారు. 'పొంగి పొరలుతున్న చెరువురా. దానికెందుకు కాలవ నీళ్ళు?' అని అనేవారు మా నాన్న. అందువల్ల కూడా ఉండొచ్చు. నాకు రెండేళ్ళు ఉండగా మా తాత నాకు సంగీత పాఠాలు నేర్పించడం మొదలుపెట్టారు. అప్పటికే మా నాన్నతో కలిపి దాదాపుగా తొంభైమంది శిష్యులు ఉండేవారు మా తాతకు. వాళ్ళల్లో ఎవరూ తక్కువవాళ్ళు కారు. అందులో కొందరు పెద్ద విద్వాంసులుగా ప్రసిద్ధికెక్కారు. అలాంటి శిష్యులెందరో వజ్రాల కమ్మలు, కంకణాలతో వచ్చి ఆశీర్వాదం తీసుకుని వెళ్ళేవారు. సంగీతం రాకుండా పోయింది నా ఒక్కడికే. నా మనసంతా సంగీతమే నిండి ఉంది. మీరు అన్నారే, 'చేతి వేళ్ళ చివర్ల దాకా కారిపోతోంది' అని... అయితే నాలుకమీదికి మాత్రం రాదు. 'దేవీ, ఏంటి తల్లీ ఇది!' అని తాత గుండెల మీద చేతులు పెట్టుకుని దిగులు పడేవారు. సరేనని వయొలిన్ నేర్చుకోడానికి పంపించారు... ఫ్లూట్ నేర్చుకోడానికీ పంపించారు. ఏదీ అబ్బలేదు. తర్వాత ఆశలు వదిలేసుకున్నారు.

"ఇప్పటికీ నాకు ఎందుకలా అయిందో అర్థం కాదు. చాలా రోజుల తర్వాత ఒకటి మాత్రం అనిపించింది, తాత నేర్పించకుండా ఉంటే నాకు సంగీతం వచ్చి ఉండేదేమోనని. ఆయన నేర్పించేప్పుడు ఎందుకో లోలోపల ఉండే గొంతుక పూడుకుపోయేది. బయటుండే గొంతుకను పలికించే గొంతుక అది. బయటి గొంతుక పాకులాడేది కానీ లోలోపలి గొంతుక మాత్రం బిగుసుకుపోయి వణుకుతుండేది. నిజానికి ఇప్పుడు కూడా నేను పాడగలను. కానీ ఆ రెండు

గొంతుకలూ ఒక గాటన చేరవు. ఎందుకో తెలియదు.

"అయితే ఒక సంఘటన గురించి చెప్పాలి, నాన్న అమ్మకు చెప్పగా నాకు అమ్మ రహస్యంగా చెప్పినది - అలాంటివి పిల్లలకు చెప్పకూడదు అని నాకు ఇప్పుడు అనిపిస్తోంది. ఏమో ఆ విషయం నన్ను ఎక్కడో ఓ మూల బాధిస్తూ ఉందేమో, తెలీదు. మా తాత వాళ్ళ నాన్న జబ్బు చేసి దాదాపు మూడేళ్ళు మంచంపట్టి చనిపోయారు. ఆ రోజుల్లో మలమూత్రాలన్నీ పడకలోనే. తాతకు ఆయన తండ్రే కాదు గురువు కూడా. అందువల్ల ఎంతో భక్తి శ్రద్ధలతో చూసుకున్నారు. బామ్మకూడా పసిపిల్లవాణ్ణి చూసుకున్నట్టుగా, దగ్గరుండి అన్నీ చేసింది.

ఒకరోజు మా ముత్తాతగారు మూలుగుతున్నట్టు శబ్దం వినిపించినట్టుంది... తాత లోపలికి వెళ్ళి చూశారు. పడకలో వక్కచెట్టు పాళతో కుట్టించిన బొప్పెను బెడ్‌పాన్‌లా పెట్టున్నారు. అది మలమూత్రాలతో నిండి పొర్లిపోతోంది. ఆయన ఆ మలినంలోనే పడి ఉన్నారు. నీళ్ళు నిండిన ఆయన కళ్ళు సిరా బుడ్డీల్లా ఉన్నాయి. మా తాత అది చూడగానే 'ఒసేయ్' అని ఒక అరుపు అరిచారు. వంటగదిలో పనిలో మునిగున్న బామ్మ పరిగెట్టుకుని వచ్చింది. తాత ఆ బెడ్‌పాన్ తీసి అమాంతం ఆమె తలమీద కుమ్మరించేశారు.

"నేను చాలా ఆలస్యంగా సాహిత్యంలోకి వచ్చాను, బాలూ! సంగీతం గొప్పదే. ఎంతో నిర్మలమైనదే. దానితో పోలిస్తే సాహిత్యం ఏమీ అంత స్వచ్ఛమైనది కాదు. ఇందులో చెత్త, మాలిన్యం అంతా ఉంది. నేలనుండి పీకేసిన నారులా, దాని వేరుకి ఎప్పుడూ బురద అంటుకొని ఉంటుంది. కొత్తనీటి ప్రవాహంతో ప్రవహించే ఆషాఢపు కావేరిలా చెత్తా, చెదారమంతా అందులో ఉంది. అందుకేనేమో సంగీతం దేవుడికి అతి చేరువలో ఉంటుంది. తెలియడంలేదు నేను వాగేది చెత్తా, కాదా అనే విషయం నీలాంటి మేధావులే చెప్పాలి. నేను రాసిన తొలి కథ బామ్మ గురించే."

"చదివినట్టున్నాను..." అన్నాడు బాలసుబ్రమణ్యం.

"లేదు, మీరు చదివింది చాలా కాలం తర్వాత నేను వికడన్‌లో రాసినది. ఈ కథ అంతకు పూర్వం ఎప్పుడో త్రిలోకసీతారామ్ నడిపిన పత్రికలో వచ్చింది.

కు.ప.రా. కూడా ఆ పత్రికలో చాలా రాశారు” అంటూ రామన్ చిరునవ్వు ముఖం మీదకు తీసుకొచ్చి “ఆ కథలో వచ్చే బొమ్మ స్వరూపం వేరే. తలనిండా పూలు పెట్టుకుని, మెడలో కంటె వేసుకుని, పట్టు చీర కట్టుకుని, సంగీత సభల్లో మైమరచిపోయి పాడుతుందామె.”

♦♦♦

[మూలం: తాయార్ పాదం, ఫిబ్రవరి 14, 2011]

4
ఏనుగు డాక్టర్

టెలిఫోన్ మోగుతోంది. పొద్దున్నే ఆరుగంటలకే ఫోన్ వస్తే చిరాకుపడకుండా తియ్యడం నావల్ల కానిపని. ఏప్రిల్, మే నెలలు తప్పితే ఈ అడవుల్లో ఏడాది పొడుగునా వానో, మంచో పడ్తూనే ఉంటుంది. దాదాపు అందరూ పెందలాడే పడుకుంటారు. సాయంత్రం ఏడు దాటిందంటే ఆదివాసీ గ్రామాలు, మా క్వార్టర్లు ఈ ప్రదేశం అంతా నడిరాత్రి కమ్ముకున్నట్టు నిశ్శబ్దపు ముసుగులోకి వెళ్ళిపోతుంది.

ఫారెస్ట్ గార్డులు కూడా ఏడున్నర ఎనిమిదికే గుర్రుపెట్టి నిద్రపోతుంటారు. నేను మాత్రం రాత్రి తొమ్మిది దాటిన తర్వాత ఏదో ఒక క్యాంపుకు పోయి నలుగురైదుగురు గార్డులనెక్కించుకుని అడవిలోకెళ్ళి రౌండ్స్ వేసి వస్తుంటాను. నేను చేసే డ్యూటీలో నాకు నిజంగా 'పని' అనిపించేది ఇదొక్కటే. పగలంతా ఫైళ్ళతో నిస్సారంగా గడుస్తుంది. రాత్రుళ్ళు అడవిలో తిరిగేటప్పుడు మటుకు ఆ నీరసం అంతా వదిలిపోయి 'నేనో ఫారెస్ట్ ఆఫీసర్ని' అనే నిజమైన స్పృహ కలుగుతూ ఉంటుంది. ఈ తిరుగుడు వల్ల పడుకునేటప్పటికి బాగా ఆలస్యం అయిపోతూ ఉంటుంది.

ఫోన్ మోగడం ఆగిపోయింది. అత్యవసరమైతే తప్ప ఇంత పొద్దున్నే అడవిలోకెళ్ళాలి అని ఎవరూ పూనుకోరు. డిపార్ట్మెంట్‌లో పని చేసే వాళ్ళందరికీ అడవిలో వాతావరణం గురించి బాగా తెలుసు. ఎవరైనా పొరపాటున ఫోన్ చేశారేమో! ఇంకొంతసేపు పడుకుందాం, అనుకున్నాను.

గడ్డిని కప్పేస్తూ ఇసుక రాలుతున్నట్టు, ఆలోచనలను కమ్ముతూ నిద్రమత్తు. మళ్ళీ పూర్తిగా నిద్రలోకి జారబోతూంటే ఇంతలోనే మళ్ళీ ఫోన్ మోత. ఎవరై ఉంటారో ఎందుకు చేస్తున్నారో అర్థమయిపోయింది. నిద్ర ఎగిరిపోయింది. ఎలా మరిచిపోయాను! ఈ మగత నిద్రలో నా మనసు అన్నీ రొటీన్ పనుల గురించే ఆలోచిస్తోంది.

రిసీవర్ ఎత్తి 'హలో' అన్నాను. అవతల ఆనంద్.

"ఇంకా నిద్ర లేవలేదా?"

"లేదు. రాత్రి లేటయింది."

బాగా చలిగా ఉంది. రగ్గు ఒంటిమీదకి లాక్కుని కుర్చీలో కూలబడి, "చెప్పరా!" అన్నాను.

"నిన్న కల్చరల్ మినిస్టరే ఫోన్ చేసి కలవడానికి కుదురుతుందా! అని అడిగాడు. నాకు అర్థమైపోయింది. వెంటనే వెళ్ళి కలిశాను. లాన్‌లో కూర్చొని స్కాచ్ తాగుతూ మాట్లాడుకున్నాం. ఆయన ఇంప్రెస్ అయ్యాడు. కమిటీలో అందరూ ఆశ్చర్యంతో నోళ్ళు వెళ్ళబెట్టారట. ఒకసారి పెద్దాయన్ని నేరుగా కలవడం వీలవుతుందా?" అని అడిగాడు.

"ఎందుకు సార్? అవార్డు ఇస్తే తీసుకోడానికి ఆయనే ఇక్కడికొస్తారు కదా?" అన్నాను.

"అలా కాదు! ఆయన పనిలో మునిగి ఉన్నప్పుడు చూడాలనుంది, నాకు" అన్నాడు.

"మీకు ఎప్పుడు వీలవుతుందో చెప్పండి నేను ఏర్పాటు చేస్తానన్నాను."

"సో, అయితే?"

"అయితే ఏంట్రా... అయితే? అంతా కన్ఫర్మ్ అయిపోయింది. లిస్టు నిన్న

మినిస్టర్ ఆఫీస్‌లో 'ఓకే' అయిపోయి ప్రెసిడెంట్ సంతకానికి వెళ్ళిపోయింది. మోస్ట్‌లీ, ఈ రోజూ పొద్దున్నే ప్రెసిడెంట్ టేబుల్ మీదకు వెళ్ళిపోతుంది. మధ్యాహ్నం ఒంటిగంటకు అంతా పూర్తవుతుంది. ప్రెసిడెంట్ ఈమధ్య భోజనం తర్వాత ఆఫీసుకు రావడం లేదట. మధ్యాహ్నం నాలుగింటి లోపు 'ప్రెస్ రిలీజ్' ఇచ్చేస్తారు. సాయంత్రం న్యూస్‌లో వచ్చేస్తుంది."

నా ఒళ్ళంతా బుడగలైపోయి నేను గాల్లో ఎగిరిపోతున్నట్టనిపించింది.

"రేయ్, ఉన్నావా?" అన్నాడు ఆనంద్.

నా గొంతులో ఓ పెద్ద బుడగ అడ్డంపడినట్లనిపించి, గట్టిగా నిట్టూర్చి, గొంతు సవరించుకున్నాను. అది పగిలిన శబ్దం 'హలో'లా బయటకి వచ్చింది.

"ఏమైందిరా?" అడిగాడు.

కళ్ళనిండా నీళ్ళతో, వణుకుతున్న గొంతుతో "థ్యాంక్స్ రా... రియల్లీ!" అన్నాను.

"ఏమైందిరా...?"

నన్ను నేను కూడదీసుకున్నాను. మరుక్షణంలో ఏడుపాగకుండా తన్నుకొచ్చేసింది. వెక్కిళ్ళు ఆగి కుదుటపడ్డాక "థ్యాంక్స్ రా! నేను ఎప్పటికీ ఇది మరిచిపోను... దీనికోసం ఎంతో... సరే పోన్లే. నేను ఇప్పుడు ఏం చేస్తే ఏంటి? ఈ పని అవడం అసాధ్యం అనుకున్నా! నిజంగా... ఎలా చెప్పాలో కూడా తెలీడం లేదురా" అన్నాను. హఠాత్తుగా ఓ పెద్ద నీటి తొట్టి తలమీద గుమ్మరించినట్లు, చల్లటి నీరు జలపాతంలా నా మీద నుండి జాలువారుతున్న భావన. లేచి చేతులు బార్లాచాపి అరవాలనీ దేన్నయినా గట్టిగా లాగిపెట్టి కొట్టాలనీ గదంతా గంతులెయ్యాలనీ ఉంది.

"ఏమైందిరా?" వాడి గొంతులో ఆదుర్దా.

"ఏం కాలేదు". నా ఏడుపు నవ్వుగా మారింది. "లేచి నిల్చుని డాన్స్ చెయ్యాలని ఉంది."

"చెయ్ మరి. వద్దంది ఎవరు?" అని వాడూ నవ్వాడు.

"బాగుంది"

"నిజానికి నేను కూడా అదే మైండ్‌సెట్‌లోనే ఉన్నాను."

"నిన్న రాత్రి ఇంటికి రావడానికి నాక్కూడా పదకొండు దాటింది. రాగానే నీకు నాలుగైదుసార్లు ఫోన్ చేశాను. నువ్వు తియ్యలేదు."

"రౌండ్స్‌కు వెళ్ళాను"

"అదే అనుకున్నాను. అందుకే పొద్దున్నే కాల్ చేశాను. 'టూ ఎర్లీ' అని తెలుసు. అయినా కాల్ చెయ్యకుండా ఉండలేకపోయాను. నిజానికి నిన్నంతా సరిగ్గా నిద్రపోలేదు... ఫైనలైజ్ అవ్వకుండా ఎవరితోను పంచుకోలేం కదా."

"యూ డిడ్ ఎ గ్రేట్ జాబ్!"

"సరేలేరా, మనదిదేకదా ఉద్యోగం! మనకు జీతమిచ్చేదే ఇందుకు. మనం రోజూ చేసేది మన చదువులకూ ఇష్టాలకూ సంబంధం లేని చాకిరే. మన చదువు సార్థకమయ్యే పని ఎప్పుడో ఒకసారి మాత్రమే చేస్తున్నాం అనిపిస్తుంది. నిజానికి ఈ అవకాశం కల్పించినందుకు నేనే నీకు థ్యాంక్స్ చెప్పాలి. చాలా తృప్తిగా ఉందిరా." ఆనంద్ గొంతు మారింది.

"జాగ్రత్తరోయ్. ఏడుస్తున్నావా ఏం?" నవ్వాను.

"చాల్లే పోరా!" ఫోన్ పెట్టేశాడు.

కాసేపు ఏం చేయాలో తోచక అలానే కూర్చుని ఉండిపోయాను.

మనసంతా నిండిపోయి శరీరం బరువైంది. లేచి నిల్చోలేనేమో అనిపించింది. అలాగే కదలకుండా కాసేపున్నాక మనసు తేలికపడింది. లేచివెళ్ళి కాస్త టీ కాచుకుని కప్పులో పోసుకొని తలుపు తీసి బయటికడుగుపెట్టాను. చీకట్లో అరచేయిలా వాకిట్లో మసక వెలుతురు. అవతల చెట్లు కమ్మిన అడవిలో రాత్రి ఇంకా కొనసాగుతోంది. ఆ నిశ్శబ్దం నన్ను కప్పేసింది. బ్లాక్ టీ ఆవిరి, కప్పు మీద తేలాడుతోంది. కప్పును రెండుచేతులతో పట్టుకుని ఆ వెచ్చదనాన్ని ఆస్వాదించాను. సంజె వెలుగులో వాకిట్లోని గులకరాళ్ళు మెల్లమెల్లగా తెలుపు రంగును పులుముకుంటున్నాయి. ఇంటి పైకప్పు మీద పెంకులు కదిలిన చప్పుడు. చిట్టిముంగిస(Weasel) ఒకటి తొంగి చూసింది. కొన్ని క్షణాలు నాకేసి చూసి చూరునుండి దిగి బట్టలు ఆరేసే దండెం మీదుగా వెళ్ళి పక్కనున్న మరో

టేకు చెట్టెక్కి కనుమరుగయింది. లేచి వెళ్ళి పళ్ళు తోముకుని వచ్చి కూచున్నాను.

ఏం చేద్దాం? సాయంత్రం వరకూ ఆగుదామా? వద్దా? ఆగడమే మంచిది. కానీ ఇలాంటప్పుడు ఆయన దగ్గరే ఉండటం చాలా బావుంటుందనిపించింది. రోజంతా ఇక్కడ కూర్చుని ఫైళ్ళు చూస్తూనో డిపార్ట్మెంట్ వాళ్ళ జాబులకు జవాబులు రాసుకుంటూనో నిస్సత్తువతో గడపాల్సిన రోజు కాదిది. అవును, ఇవాళ పగలంతా ఆయనతోనే ఉంటే సరి. ఎందుకైనా మంచిది, ట్రాన్సిస్టర్ పట్టుకెళ్దాం. న్యూస్ రాగానే నేనే స్వయంగా ఆయనతో చెప్పాలి. ఆయన ఆలోచనలో మునిగున్నప్పుడు, హఠాత్తుగా ఆయన పాదాలు తాకి కళ్ళకద్దుకోవాలి. నా కళ్ళు తడిసిపోతాయేమో! పర్లేదు.

కానీ దీని వెనక నేను ఉన్నాను అని ఆయనకు తెలియకూడదు. ఎపుడో తరవాత దానంతటదే తెలియాలి. తెలిసినప్పుడు ఏం చేస్తారు? ఏమీ అనరు. లేదంటే ఎప్పట్లాగే తన పనిలో మునిగిపోయి తలెత్తి నా మొహంలోకి కూడా చూడకుండా 'థ్యాంక్స్' అని చెప్పి కొన్ని క్షణాల తర్వాత నాకేసి చూసి చిన్న చిరునవ్వు చిందించి మళ్ళీ పనిలో నిమగ్నమైపోతారేమో. సందర్భానికి సంబంధం లేకుండా బైరన్ కవిత్వం గురించో కపిలన్ పద్యం గురించో ఆయన మాట్లాడటం మొదలుపెట్టొచ్చు. ఆ చిన్న చిరునవ్వు చాలు. నేనూ మనిషినేనన్నదానికి రుజువుగా... బిచ్చగాడి బొచ్చెలో పడిన బంగారు వరహా లాగా!

స్వెట్టర్ మీద విండ్‌చీటర్ వేసుకుని చేతులకు గ్లౌజులు తొడుక్కుని బైక్ మీద బయలుదేరాను. కాటేజీల దగ్గర పది పదిహేనుమంది టూర్‌కు వచ్చిన కుర్రాళ్ళు స్వెట్టర్లు, మంకీ క్యాపులు వేసుకుని నిల్చుని ఉన్నారు. వాళ్ళ జీపు ఇంకా వచ్చినట్టు లేదు. ఈ ప్రాంతంలో సాధ్యమైనంత నిశ్శబ్దాన్ని పాటించాలి అన్న కనీస జ్ఞానం వాళ్ళల్లో చాలా మందికి ఉండదు. కల్లు తాగిన కోతుల్లా అటూ ఇటూ గెంతుతూ అరుస్తూ ఉంటారు.

అడవి దారిలోకి మళ్ళాను. పైన దట్టమైన ఆకులనుంచి మంచు కరిగి నీటి చుక్కలు రాలుతున్నాయి. ఎండుటాకులు కప్పిన బాటలో మోటర్‌సైకిల్ చక్రపు

చప్పుడుకు దారికిరువైపులా ఉన్న పొదల్లోని చిన్న చిన్న జంతువులు మేలుకుని పరుగులు తీస్తున్నాయి. దూరంగా కొండముచ్చు 'ఉబ్ బుబ్ బుబ్' అని దండోరా మోగినట్టు గొంతెత్తింది. ఆ కోతిది దారికాపు ఉద్యోగం. అన్నిటికంటే ఎత్తైన చెట్టును ఎంచుకొని దాని పైకొమ్మమీద కూర్చుని నాలుగు దిక్కులూ చూస్తూ దారి కాస్తూ ఉంటుంది. ఆ చెట్టు దగ్గరికొచ్చేకొద్దీ 'ఉబ్ ఉబ్' శబ్దం ఇంకా ఎక్కువగా వినిపించింది. కింది కొమ్మల్లో ఉన్న కొండముచ్చులన్నీ పై కొమ్మలకు ఎక్కడం చూశాను. కొమ్మలనుండి కోతుల నల్లటి తోకలు ఊడల్లా వేలాడుతున్నాయి. పది ఇరవై కోతులుంటాయి. అన్నీ నాకేసి చూస్తున్నాయన్న భావన కలిగింది. నేను దాటుకుని వెళ్ళగానే సన్నని గొంతుతో దారికాచే కోతి ఆగి ఆగి ఏదో సంకేతం పంపింది. ఇంతకు ముందు దాని అరుపు విని దాక్కున్న పిరికి జింకలన్నీ పొదలనుండి బయటికొచ్చి మళ్ళీ ఆకులు నమలడం మొదలుపెట్టాయి. చెక్‌డామ్ దాటాను. నీటి మీద ఆవిరి, బద్ధకంతో ఒళ్ళు విరుచుకుంటోంది. పక్కకి చీలిన, నల్లటిరాళ్ళు పరిచిన బాట దాదాపు వందేళ్ళ క్రితం బ్రిటీష్‌వాళ్ళు గుఱ్ఱాలమీద వెళ్ళడానికని వేసింది. దానిపైన జీపు కష్టంమీద వెళ్తుంది కానీ బైకు ముందుకు పోదు. బైకు దిగి నడక సాగించాను.

నాలుగేళ్ళక్రితం ఈ బాట చివరనున్న కొండలోయలోనే మొదటిసారి 'ఏనుగు డాక్టర్' అని అందరూ పిలిచే డా.కృష్ణమూర్తిని కలిశాను.

***

నేను ఫారెస్ట్ డిపార్ట్‌మెంట్‌లో చేరి అప్పటికి రెండేళ్ళే అయింది. ఒక ఏడాది కున్నూరు, ఎనిమిది నెలలు కళక్కాడు, రెండున్నర నెలలు కోయంబత్తూరులో ఉద్యోగం చేసి అప్పుడే ఈ నీలగిరిలోని టాప్‌స్లిప్ ప్రాంతానికి వచ్చాను. ఆఫీసు వ్యవహారాలు అర్థం చేసుకోడానికే నాలుగు రోజులు పట్టింది నాకు. ఓ రోజు పొద్దున్నే నేను ఆఫీసుకు బయలుదేరబోయేలోపలే, మారిముత్తు ఇంటికొచ్చి చెప్పిన వార్తతోనే మొదలైంది నా అసలు పని! కొండలోయలో ఒక ఏనుగు శరీరం పడి ఉండటాన్ని రౌండ్స్‌కి వెళ్ళిన గార్డ్‌లు చూశారట. పై అధికార్లు, సహాయకులతో తెల్లవారుజామునే లోయలోకి వెళ్ళిపోయారట.

నేను స్నానం చేసి బట్టలు తొడుక్కుని జీప్ వేసుకుని ఆ స్థలానికి

చేరుకోడానికి కొంచం ఆలస్యం అయింది. నాకు మారిముత్తు ఎందుకంత తొందర పడుతున్నాడో అర్థం కావడం లేదు. నెమ్మదిగా దారి పక్కన పచ్చిక మేస్తున్న అడవి ఎద్దులను, ఎనుములనూ చూసుకుంటూ చిందరవందరగా రాళ్ళు లేచిపోయిన ఆ ఎగుడుదిగుడుగా ఉన్న గుఱ్ఱాలు నడిచే బాటలో కుదుపులు భరిస్తూ నేను ఆ ప్రదేశానికి చేరుకునేసరికే అందరూ అక్కడ ఉన్నారు.

"ఎవరెవరొచ్చారు?" అని అడిగాను.

"డీయాపు అయ్యగారు ఉన్నేరు, సార్. ఇక్కడ గెస్టవుసులోనే ఉన్నేరు. ముందే ఏనుగు డాట్టరూ వచ్చుంటారు, సార్. ఆయన పైన ఏనుగుల కేంపులోనే ఉంటారు, సార్. ఆయినే ముందుగా వస్తారు... అవును సార్."

డీయాపు అంటే డిస్ట్రిక్ట్ ఆఫీసర్ అని అర్థమయింది కాని 'ఏనుగు డాక్టర్' అన్న పేరు మాత్రం నేను అప్పుడే విన్నాను. దానికి అర్థం టాప్‌స్లిప్‌లో ఏనుగుల క్యాంపు కోసం ప్రభుత్వం నియమించిన ఒక వెటర్నరీ డాక్టర్ అని అనుకున్నాను. నా జీప్ ఆ ప్రాంతాన్ని సమీపించగానే పేగులు దేవుకుని డోకు వచ్చేంత దుర్వాసన! ముందుకెడుతోంటే, ఆ వాసనంతా గాలిలో ఘనీభవించి గోడలా నన్ను కదలనీయకుండా అడ్డుపడుతున్నట్టు, నా శరీరంతో దాన్ని ఛేదించుకుని తోసుకుంటూ నడుస్తున్నట్టనిపించింది. కళ్ళు ఒక్కసారిగా తిరిగినట్టయ్యి, కడుపులో ఉన్న అన్ని పదార్థాలు కలిసిపోయి, ఒక్కసారిగా ఉవ్వెత్తున ఎగసి పడ్డట్టు అనిపించింది. ఒంట్లో వణుకు మొదలైంది. చేతిగుడ్డతో ముక్కుని, నోటిని అదుముకున్నాను.

బండి దిగగానే పక్కకు వెళ్ళి వాంతి చేసుకున్నాను. కొంతసేపు అలా కూర్చుండిపోయాను. లేచి నిలబడుతూంటే కళ్ళు తిరిగాయి. అయినా నా బలహీనతను బయటికి కనిపించనీయకూడదని చొక్కా సర్దుకుని ఛాతీ విరుచుకొని నడిచాను. పబ్లిక్ సర్వీస్ పరీక్షలు రాసి వాళ్ళకంటే పైపదవుల్లోకి వచ్చి కూర్చునే అధికారులమీద కింది స్థాయి ఉద్యోగులకు ఒకరకమైన ద్వేషం, చిన్నచూపూ ఉంటాయి. వాళ్ళేమో ఊపిరి బిగబట్టుకుని భారం మోసుకుంటూ ఒకరితో ఒకరు పోటీలుపడి ఒక్కో మెట్టు ఎక్కుతూ ఉంటే, ఎగురుకుంటూ వచ్చి ఆ నిచ్చెన మీది పైమెట్టులో కూర్చుంటున్నాడే వీడు అన్న ఏహ్యభావం అది.

అది నిజమే! వాళ్ళ చేతులూ కాళ్ళతోనే మేము ముందుకు సాగగలం. కానీ మా బుర్రతో వాళ్ళను ఆడించాలి. మేమే వాళ్ళ మీద ఆధారపడినప్పటికీ, వాళ్ళే మా మీద ఆధారపడుతున్నట్టు భ్రమింపజేసి నమ్మించాలి. మాకు ఇచ్చే శిక్షణంతా దానికే. ప్రభుత్వంలో పైనుండి కిందకి వచ్చి తాకే అధికారపు మునివేళ్ళం మాత్రమే మేము. ఒక రకంగా వాళ్ళను కనిపెట్టి ఉండే గూఢచారులం, వాళ్ళకు ఉత్తరవులు జారీ చేసే ప్రభుత్వపు నాలుకలం. అవసరం వచ్చినప్పుడు చర్నాకోళ్ళం.

అక్కడ మిట్టమీద గుమికూడి ఉన్న చిన్న గుంపులో అందరూ ఉడుకులోన్(Eau-De-Cologne) పులిమిన గుడ్డలను ముక్కులకు అడ్డంగా కట్టుకుని ఉన్నారు. ఒక ఉద్యోగి వేగంగా వచ్చి నాకూ ఒక గుడ్డ ఇచ్చాడు. దాన్ని ముక్కుకు అడ్డంగా కట్టుకున్న వెంటనే కొన్ని క్షణాలపాటు ఆ ఘాటుకి ముక్కుపుటాలు మండిపోయాయి. ఉన్నట్టుండి మళ్ళీ ఆ దుర్వాసన పెల్లుబికింది. గుమిగూడిన జనం కొంచం కదిలినప్పుడు పరీక్షగా చూశాను. కొన్ని క్షణాలు నాకేమీ అర్థం కాలేదు. ఇరవై అడుగుల పొడవు, పదడుగుల వెడల్పూ ఉన్న బురదలో మోకాళ్ళదాకా రబ్బర్ బూట్లు వేసుకుని సఫారీ టోపీ పెట్టుకున్న ఒక పెద్దాయన మడ్డుకత్తి పట్టుకుని నిలుచునివున్నాడు. అతని బట్టలు, చేతులు, ముఖం అంతా బురద కొట్టుకుపోయి నల్లగా కారుతోంది. అతనొక పేడగుంటలో ఉన్నట్టు కనిపించింది.

మరి కొన్ని క్షణాల్లో నాకక్కడ ఏం జరుగుతోందో అర్థం అయింది. అది చాలా రోజులుగా కుళ్ళుతున్న ఏనుగు శవం. దాన్ని కోసి నాలుగు పక్కలకీ తెరిచిపెట్టిన గుడారంలా పరిచిపెట్టారు. నాలుగు కాళ్ళూ లాగి విప్పదీసున్నాయి. తొండమూ, తలా నేల మీద పరిచిన చర్మం పక్కనే శుష్కించి కనిపించాయి. ఏనుగు శరీరం లోపల, కుళ్ళిన మాంసం పేడదిబ్బలా బురదలా ఉంది. ఆ దిబ్బలో ఏవో కదులుతూ కనిపించాయి. బురద బుడగలతో పొంగుతున్నట్టు ఉంది, అంతా తెల్లటి పురుగులు లుకలుకలాడుతూ... పురుగులు ఆయన పాదాలనుంచీ మోకాళ్ళదాకా పాకుతూ కిందపడుతూ ఉన్నాయి. మధ్యమధ్యలో మోచేతుల మీదకి మెడ మీదకీ పాకుతున్న పురుగుల్ని తుడిచేసుకుంటూ పని చేస్తున్నాడు.

ఇక అక్కడ నిల్చోవడం నా వల్ల కాలేదు. చూపులు తిప్పుకుని వెనక్కి

జరిగాను. ఏం జరిగిందో తెలీదు. హఠాత్తుగా నా కాళ్ళకిందున్న నేలను ఎవరో లాగేసినట్టు నేను వెల్లకిలా పడిపోయాను. ఏవో అరుపుల మధ్య నన్ను ఇద్దరు మోసుకుంటూ జీపు దగ్గరకు తీసుకురావడం తెలిసింది. నేను తల పైకెత్తాలని ప్రయత్నించినప్పుడు మళ్ళీ విపరీతంగా కడుపులో తిప్పినట్టయింది. నన్ను పట్టుకుని ఉన్న మనిషి మీదనే వాంతి చేసుకున్నాను. అతని చొక్కా అంచుల్ని ఆసరాగా పట్టుకుని ఉన్న నా చేతులు వణుకుతున్నాయి. మళ్ళీ కళ్ళు మూసుకున్నాను. అధః పాతాళానికి జారిపడిపోతున్నట్టుగా ఉంది.

'ఆయన్ని రూముకు తీసుకెళ్ళి పడుకోబెట్టండ్రా' అంటున్నాడు జిల్లా అధికారి. నన్ను జీపు వెనుక సీట్లో పడుకోబెట్టి తీసుకు వెళ్తున్నారు. కళ్ళు తెరిస్తే పైన ఆకులతో నిండిన ఆకాశం, పాచి పట్టిన నీటి మడుగులా వెనకకు వెళ్తూ కనిపించింది. ఆకుల చూరుని దాటుకుని వచ్చిన వెలుతురు కళ్ళలో సూటిగా పడేసరికి కళ్ళు చికిలిస్తూ లేచి కూర్చున్నాను. కాళ్ళు పైకెత్తి సీట్లో పెట్టుకుని కిందకు చూశాను. ఒక సిగరెట్ బట్‌ని పురుగు అని భ్రమపడి వణికిపోయాను. సీటు, చొక్కా అంతా గట్టిగా చేత్తో విదిలించాను. మళ్ళీ సందేహం వచ్చి విండ్‌చీటర్ విప్పి విదిలించాను. దాన్ని మళ్ళీ వేసుకోవాలనిపించలేదు.

నా గదికి వచ్చి పడుకున్నాను.

"టీ కొంచెం కాచమంటారా సార్?" అడిగాడు మారిముత్తు.

వద్దన్నాను. మళ్ళీ తిప్పుతూ ఉంది. కళ్ళు మూసుకున్నాను. ఆలోచనల్ని బలవంతంగా అదిమిపట్టుకున్నాను. ఎంత అదిమిపట్టినా కోసి నేల మీద పరిచిన ఆ పెద్ద ఏనుగు నల్లటి శవమే కళ్ళముందు తెరలాగా కనిపిస్తోంది. మాంసపు బురదలో మగ్గని కర్రల్లాగా ఎముకలు... విల్లులా వంగిన పక్కటెముకలు... పక్కకు తిరిగి పడుకున్నాను. వేరే ఏదైనా ఆలోచించమని నాకు నేనే చెప్పుకుంటున్నాను. అయితే నా బుర్ర మళ్ళీ మళ్ళీ అదే విషయం వైపు వెళుతోంది.

నిద్రలోకి జారుకున్నాను. పురుగులతో నిండి ఉన్న ఒక పెద్దగుంటలో పడి మునిగిపోతున్నాను. ఒక్క కేక పెట్టి లేచి కూర్చున్నాను. ఒళ్ళు చెమటలో తడిసి వణుకుతోంది. లేచి నా పెట్టె తెరిచి లోపలున్న టీచర్స్ విస్కీ బాటిల్ ఓపెన్ చేసి

గ్లాస్ కోసం వెతికాను. విస్కీ, పక్కనే కనిపించిన టీ కప్పులో ఒంపుకుని జగ్గులోని నీళ్ళు కలిపి గటగటా తాగేశాను. ఒంట్లో వణుకు. తలవంచుకుని కూర్చున్నాను. మళ్ళీ కొంచం ఒంపుకుని తాగాను. నేను మామూలుగా తాగే మోతాదుకంటే నాలుగు రెట్లెక్కువ తాగేశాను. పొట్టలో ఆసిడ్ ఉడుకుతున్నట్టుగా ఉంది. అదంతా నోట్లోకి తన్నుకొచ్చినట్టు నోరంతా చేదు చేదు.

కాసేపటికి నా తల బరువును ఇక మోయలేనన్నట్టు నా మెడ అల్లాడిపోయింది. వెల్లకిలా పడుకున్నాను. పైనున్న దూలాలు, అడ్డకర్రలు, పెంకులు కిందకి దిగి వచ్చి చేయి చాచితే తాకేంత దూరంలో ఉన్నాయి. నా చేతులు, కాళ్ళు నా ఒంటినుండి ఊడిపోయినట్టు కదలకుండా పడివున్నాయి. రెప్పలను లక్కతో అంటించినట్టు నిద్ర తన్నుకొచ్చింది.

పురుగు ఒకటి నా మీద ఎక్కి నా ముఖాన్ని తాకినప్పుడు మెలుకువ వచ్చింది. నోరు చేదుగా ఉంది, లేచి కాస్త నీళ్ళు తాగుదాం అనుకున్నాను. ఆ ఆలోచనకూ శరీరానికీ సంబంధమే లేనట్టు ఉంది. నడిజాము. తలుపు వేసి ఉంది. మారిముత్తు నా మంచానికి దోమతెర కట్టి వెళ్ళినట్టున్నాడు. మంచం మీదినుంచి లేచినప్పుడు కాళ్ళు రబ్బరు కాళ్ళలా ఊగాయి. పడిపోతానేమోనని గోడని పట్టుకునే బాత్రూముకు వెళ్ళాను. మళ్ళీ గోడ పట్టుకునే వంటగదికి వెళ్ళాను. భోజనం మీద మూతపెట్టి ఉంది. మూత తీయగానే ఆకలి తెలిసింది.

డైనింగ్ టేబిల్ మీద ప్లేటు పెట్టుకుని తినసాగాను. నాలుగో ముద్ద నోట్లో పెట్టుకుంటుండగా అన్నమంతా తెల్లటి పురుగుల్లా మారినట్టనిపించింది. గబుక్కున తింటున్న అన్నం మీదే వాంతి చేసుకున్నాను. ప్లేట్ తీసుకెళ్ళి సింకులో పడేసి నోరు కడుక్కుని వచ్చి కూర్చున్నాను. తలమీద టపటపా కొట్టుకున్నాను. వెంటనే కారేసుకుని పొళ్ళాచ్చికి అక్కణ్ణుండి తిరునెల్వేలి వెళ్ళి నాంగునేరి చేరుకుని అమ్మ ఒడిలో తలవాల్చుకొని పడుకోవాలి అనిపించింది. తలను గట్టిగా అటూ ఇటూ ఊపేశాను. 'ఏంటీ నరకం? చచ్చిపోతున్నాను!' అని గట్టిగా అరిచాను, కళ్ళల్లో నీళ్ళు తిరిగాయి.

ఆవేశంగా లేచి మిగిలిన విస్కీని నీళ్ళతో కలిపి కడుపు, ఛాతీ, ముక్కు, చెవులు మండుతున్నా కళ్ళలో నీళ్ళొస్తున్నా, విరాగిలా తాగేశాను. మంచంమీద

కూర్చుని నిద్రకోసం వేచిచూశాను. నా చేతులు, కాళ్ళంతా పురుగులు పాకుతున్నట్టు అనిపించింది. జ్వరంలా కాగిపోతున్న శరీరాన్ని ఒక్కో పురుగు చల్లగా తాకి విదిలించుకునేలా చేస్తోంది. పరుపంతా పురుగులతో నిండిపోయినట్టు అనిపిస్తోంది. పురుగుల గుంటలో పడి మునిగిపోయాను. మరుసటిరోజు బాగా పొద్దుపోయాక, లేచిన తర్వాతగానీ తేరుకోలేకపోయాను.

మర్నాడు ఆఫీసుకు వెళ్ళగానే ఏనుగు డాక్టర్ గురించి వివరాలు తెలుసుకున్నాను. ఒక్కొక్కరి దగ్గరా ఒక్కో కథుంది... ఆయన గురించి చెప్పడానికి!

డాక్టర్ వి. కృష్ణమూర్తి ఫారెస్ట్ డిపార్ట్మెంట్‌లో వెటర్నరీ డాక్టర్‌గా ముప్ఫై ఏళ్ళక్రితం ఇక్కడికి వచ్చారు. అడవి మృగాలకూ ఇతర పెంపుడు జంతువులకూ వైద్యం చెయ్యడమే ఆయన ఉద్యోగం. అయితే క్రమేణా ఏనుగుల స్పెషలిస్టుగా మారిపోయారు. తమిళనాడు అటవీశాఖలో ఏనుగుల గురించి అంతా తెలిసిన వైద్యనిపుణుడిగా ఎదిగిపోయాక ఏనుగులకు ఎక్కడ ఎటువంటి సమస్య వచ్చినా ఆయన తప్పక రావాల్సిందే. తమిళనాడే కాదు, భారతదేశమంతా ఏనుగుల గురించి ఏం సమస్య వచ్చినా ఆయన సలహానే కోరేవాళ్ళు. ఒక దశలో ఎన్నో ప్రపంచ దేశాలకు ఏనుగుల విషయంలో ఆయనే మెడికల్ అడ్వయిజర్. డాక్టర్ కృష్ణమూర్తి వేయికి పైగా ఏనుగులకు ఆపరేషన్ చేసి ఉంటారు. మూడువందలకు పైగా ఏనుగులకు డెలివరీలు చేశారు. వందల కొద్ది చనిపోయిన ఏనుగులకు శవపరీక్ష చేశారు. ఏనుగులకు ఇప్పుడున్న శవపరీక్షా విధానం ఆయన కనిపెట్టిందే. ఎముకలు విరిగిన ఏనుగులకు ఇనుప ఎముకలు అమర్చడం, కట్లు కట్టడం వంటి ఆపరేషన్లు చాలా చేశారు. భారతదేశమంతా ఏనుగుల ఆరోగ్య సంరక్షణ గురించి ఆయన రాసిన పద్ధతులనే అటవీశాఖవారు అవలంబిస్తారు. కొన్ని చిన్నచిన్న మార్పులతో దానినే ఖడ్గమృగాలకూ పాటిస్తున్నారు. ప్రపంచ వ్యాప్తంగా ఉన్న ఏనుగు ప్రేమికులకూ పరిశోధకులకూ ఆయన, 'డాక్టర్ కే'. వందలాది పుస్తకాల్లో ఆయన గురించి ప్రస్తావించివున్నారు. ప్రపంచ ప్రఖ్యాతి పొందిన ఫారెస్ట్ డాక్యుమెంటరీలు తీసే హ్యారీ మార్షల్ 'డాక్టర్ కె.' అనే పేరిట బీబీసీకోసం ఒక డాక్యుమెంటరీ చేశాడు. నిజానికి డాక్టర్ కె. ఒక సమకాలీన చారిత్రక పురుషుడు!

ఆ తర్వాత రెండువారాలకు, ఏనుగుల క్యాంపుకు జీప్‌లో వెళ్తుంటే ఆ సన్నటి దార్లో నాకు ఎదురుగా డాక్టర్ కె. జీప్‌లో వస్తూ కనిపించారు. నా జీప్‌ను పక్కకు ఆపి ఆయన జీపుకు దారిస్తే ఆయన నన్ను చూసి చిన్నగా నవ్వి, మారిముత్తుతో "ఏం మారీ, నల్లపూస అయిపోయావే!" అన్నారు.

"వచ్చి కనపడతానయ్యా' అన్నాడు మారిముత్తు.

"వచ్చేప్పుడు అల్లం ఉంటే పట్టుకురా" అన్నారు డాక్టర్ కె.

మళ్ళీ నన్ను చూసి చిరునవ్వు చిందించి వెళ్ళారు, ఆయన. మీసాల్లేని కోలముఖం, నుదురూ బట్టతలా కలిసిపోయి రెండు పక్కలా నెరిసిన దట్టమైన జుట్టు, సూటి ముక్కు, ఉత్సాహం తొణికిసలాడే చిన్నపిల్లాడి కళ్ళు, చెవుల్లో విచ్చుకున్న జుట్టు, చిన్న నోటికి రెండువైపులా ముడత చారలు; ఇవన్నీ ఆయన వయసుకూ వ్యక్తిత్వానికీ ఒక గాంభీర్యాన్నీ గౌరవాన్నీ ఆపాదిస్తున్నాయి. అయితే ఆ ముత్యాల పలువరుసతో నవ్వే నవ్వు మాత్రం ప్రేమ ఒలికిస్తూ ఉంది.

ఆయన వెళ్ళిపోయాకే గ్రహించాను, ఆయనకు నేను నమస్కారం పెట్టడమో, పలకరింపుగా నవ్వడమో చెయ్యలేదని. 'ప్చ్' అంటూ నాలుక కరుచుకున్నాను.

"ఏం సార్?" అనడిగాడు మారిముత్తు.

"చీమ" అన్నాను.

"అవును సార్! ఈ పైనున్న పువ్వుల్లో ఒట్టి చీమలు సార్. మీద పడ్డాయంటే కొరికేస్తాయి సార్. చిన్న చీమలే అయినా విషం సార్. కొరికిన చోట దద్దుర్లు వచ్చేస్తాయి సార్. నిజం సార్. "

నేనప్పటికి దాదాపు పదిహేను రోజులుగా డాక్టర్‌గారి గురించే ఆలోచిస్తున్నాను. అయితే ఆయన ప్రత్యక్షంగా ఎదురుపడినప్పుడు మాత్రం నాకు బుర్ర పనిచేయకుండా షాక్‌లోకి వెళ్ళిపోయింది. పుస్తకంలో చూసిన బొమ్మో చదివిన పాత్రో హఠాత్తుగా మనకేసి చూసి స్నేహంగా నవ్వినప్పుడు కలిగే షాక్!

ఆయన ఏమనుకుని ఉంటారు? హోదాలో నేను ఆయన పై అధికారిని. అధికారమదం అనుకుని ఉంటారా? చిన్నబుచ్చుకుని ఉంటారా? ఆయన ముఖం చూస్తే మటుకు అలాంటివి పట్టించుకునేవారిలా అనిపించలేదు. మళ్ళీ ఆయనని

కలవాలి. ఆయనంటే నాకున్న అభిమానాన్నీ గౌరవభావాన్నీ తెలియజెయ్యాలి అనుకున్నాను. వెంటనే జీప్ తిప్పు! అని చెప్పడానికి నోరు తెరిచాను. ఎందుకో ఆ మాట అనలేదు.

అలానే పదిరోజులు గడిచిపోయాయి. ఆ పదిరోజులూ మనసులో వందలసార్లు వందలాది మాటలతో ఆయనకి క్షమాపణలు చెప్పుకున్నాను. అయితే ఆయనని నేరుగా కలిస్తే మాట్లాడొచ్చు కదా అని తోచలేదు. రెండుసార్లు ఆయన ఇంటిదాకా వెళ్ళి తిరిగి వచ్చేశాను. నా ఈ మొహమాటం దేనివల్ల అన్నది, నాకే తెలీడంలేదు. అడవిలో ఏనుగు డాక్టర్ అంటే అందరికీ అభిమానం, చనువు ఉన్నాయి. చాలామంది ఆయన దగ్గరే జ్వరానికీ దెబ్బలకూ మందులు తీసుకుంటున్నారు. రోజూ పొద్దున్నే పాత కంబళ్ళు కప్పుకున్న కోయ ముసలమ్మలు చేతిలో సీసాలతో మందులకోసం ఆయన ఇంటివైపుకు వెళ్తుండటం చూశాను.

"ఈ ముసలోళ్ళకు ఏ రోగమూ రొష్టూ లేదు సార్! ఏనుగు డాక్టర్ ఇచ్చే రొట్టెలు, చెక్కెరపొడి రుచి మరిగారు సార్. వాటి కోసమే వెళ్తారు సార్, వీళ్ళంతా. నిజం సార్ " అన్నాడు మారిముత్తు.

ఆఫీస్ క్లర్క్ షణ్ముఖం వాడికి వంత పాడుతూ, "కరెక్టే సార్. ఆయన వీళ్ళను పరామర్శించి మంచీ చెడూ అడిగి కనుక్కుంటారు సార్. వీళ్ళు తమ కష్టసుఖాలు చెప్తే ఆయన నెమ్మదిగా విని నాలుగు మంచి మాటలు చెప్పి పంపిస్తాడు సార్. దాని కోసం వెళుతున్నారు. అయితే మంచి హస్తవాసి ఉన్న డాక్టర్ సార్! నాకు కాల్లో ఒకసారి గడ్డ వస్తే దాన్ని చిదిపి, మందు పెట్టి బాగుచేశారు సార్" అన్నాడు.

"అవన్నీ పశువులకు వేసే మందులు సార్!" అన్నాడు మారిముత్తు.

"అవునా!"

"నిజం సార్! చాలావరకు మనుషులకి, గొడ్లకీ ఒకే మందు ఇస్తారు సార్! డోస్ తగ్గించి ఇస్తాడు అంతే సార్. కొన్నిసార్లు ఊరికే మంచినీళ్ళ సూది వేసి శొంఠి, మిరియాలు, పసరాకులు ఇచ్చి పంపిస్తుంటారు సార్!" అన్నాడు షణ్ముఖం.

"ఏనుగు డాక్టర్ అంత పెద్ద ఏనుగులకే మందులిస్తున్నారు, ఇంతోటి మనుషులకు ఇవ్వడం ఆయనకొక లెక్కా సార్? ఏనుగు పెద్దా, మనిషి పెద్దా సార్? మీరే చెప్పండి సార్!" అన్నాడు మారిముత్తు.

ఒకసారి ఆయన జీప్ రోడ్డు మీద వెళ్తుంటే ఉద్యోగుల క్వార్టర్స్‌లో ఉండే పిల్లలు 'ఏనుగు డాకటర్! ఏనుగు డాకటర్' అని కేకలువేస్తూ జీప్ వెనుక పరుగులు తీయడం చూశాను. ఆయన జీపు ఆపి ప్రతి పిల్లాణ్ణీ, పిల్లనీ పలకరిస్తూ ఏదో అడుగుతూంటే మెలికలు తిరిగి పోతూ, చేతులు ఊపుతూ, ఒకర్నొకరు తోసుకుంటూ జవాబులు చెప్తున్నారు ఆ అల్లరిమూక. మధ్యలో కేరింతలు, గట్టిగా నవ్వులు.

నేను దూరంగా నిల్చుని ఆయన అక్కడ్నించీ వెళ్ళే వరకూ ఆగి అదంతా చూసాను.

ఆయన నిరాడంబరత, అంకిత భావం వీటి గురించి వింటున్నకొద్దీ ఆయన మీద గౌరవం పెరిగిపోసాగింది. ఆయన్ని కలవాలంటే చిన్నపాటి బెరుకు మొదలైంది.

నాకు తెలియని ఒక చారిత్రక కాలంలో నిలిచి, నేను ఆయనని చూస్తున్నానన్న భావన. అశోకుడో, అక్బరో, గాంధీనో నాతో మాట్లాడుతున్నట్టు! ఈ బెరుకును ఎలా ఎదుర్కోవాలి? నా దగ్గర సరైన మాటలు లేవు! అయితే ఆయనతో మాట్లాడటానికి నేను మాటలు పోగుచేసుకున్నాను. నా ఊహాలోకాలలో ఆయనను రకరకాలుగా కలిశాను. రకరకాలుగా పరిచయం చేసుకున్నాను. చివరికి అర్థమయింది, కాకతాళీయంగానే ఆయనను కలవగలను తప్ప ప్రయత్నించి కాదు. చివరకు అలానే జరిగింది.

ఒకరోజు జీప్ దిగి అడవిని అలా చూస్తూ ఉన్నప్పుడు పైన తల మీదుగా రివ్వున పెద్ద శబ్దం వినిపిస్తే పైకి చూసాను. గ్రేట్‌హార్న్‌బిల్! ఆశ్చర్యపోయి అలా ముందుకు అడుగులేశాను. పైనెక్కడో ఎత్తయిన కొమ్మ మీద వాలివుంది. ఆ పక్షి గురించి విన్నాను కానీ ఎప్పుడూ చూడలేదు. తెల్లపంచె మీద నల్లకోటు వేసుకున్న బట్టతల మనిషిని పోలిన పక్షి. బాపూ గీసే ముసలి ప్లీడర్ బొమ్మ గుర్తొచ్చింది. పెద్ద గిన్నెకోడి అంత ఉంది.

ఎగురుకుంటూ వచ్చి కొమ్మమీద కూర్చున్నప్పుడు దాని రెక్కల వెడల్పు చూసి ఆశ్చర్యపోయాను. పెద్ద కొబ్బరి చిప్పని బోర్లా పెట్టినట్టున్న ముక్కుతో కొమ్మమీద కూర్చుని 'గ్యావ్' అని నెమ్మదిగా అరిచింది. గ్రేట్‌హార్న్‌బిల్ పక్షులు ఎప్పుడూ జంటగానే సంచరిస్తాయని తెలుసు. పైనున్నది మగపక్షి. ఇక్కడే ఎక్కడో ఆడపక్షి ఉంటుంది. నాలుగువైపులూ వెతికాను. కనిపించింది. ఆడ పక్షి పొదలో చప్పుడు చెయ్యకుండా కూర్చుని ఉంది. అంత స్పష్టంగా కనిపించడం లేదని అవతల వైపుకు నడిచాను. ఏం జరిగిందో తెలీదు, కరెంటు షాక్ కొట్టినట్టు అయింది. నా మోచేయి మీద మంట మొదలైంది. దురదా మంటా నొప్పా అంటూ ఏదో తెలీని వింత బాధ. నా పక్కనున్న ఆ చెట్టు వల్లేనని అర్థం అయ్యింది. మందారం ఆకు ఆకారంలో సన్నటి వెంట్రుకల్లాంటి ముళ్ళతో నిండిన ఆకులు. దురదగొండి మొక్కా?

ఏం చెయ్యాలో పాలుపోలేదు. మామూలుగా దురదగొండి మూడడుగుల ఎత్తే ఉంటుంది. ఇదేమో పొడవుగా పెద్ద ఆకులతో ఉంది. వేరే ఏదైనా విషపు మొక్కా? ఒళ్ళంతా దురద పుడుతోంది, దద్దుర్లు కూడానూ. దురదకంటే భయం ఎక్కువైంది. గాబరాపడుతూ పక్కనే ఉన్న క్వార్టర్స్‌కు వెళ్ళి మారిముత్తును కలిశాను.

"ఏనుగు డాక్టర్‌కి చూపెడదాం సార్!" అన్నాడు.

"వేరే డాక్టర్ దగ్గరకు వెళ్దామా?" అన్నాను.

"అలా అయితే మనం ఊర్లోకెళ్ళాలి సార్. ఈయనయితే ఇక్కడే ఉన్నారు. ఐదు నిముషాల్లో వెళ్ళిపోయి సూదేసుకోవచ్చు... మీరేమో టవున్నుండి వచ్చారు. మేము ఇక్కడే పడున్నాము. మాకేమీ అయ్యేదిలేదు సార్. పోదాం రండి సార్ !" అన్నాడు.

నేను వద్దు, అని స్పష్టంగా చెప్పేలోపే జీప్ ఎక్కించి డాక్టర్ కె. దగ్గరకు తీసుకెళ్ళిపోయాడు. అదీ మంచికే అనుకున్నాను. ఇప్పుడు ఆయన్ని కలుసుకోడానికి ఒక కారణం దొరికింది. డాక్టర్‌ని కలుసుకోడానికి రోగికి ఓ హక్కంటూ ఉంది కదా? అయితే మనసులో మటుకు అలజడి మొదలైంది. ఆ సమయంలో నా ఒంటి దురదలు, మంటలు... అన్నీ కాసేపు మరిచిపోయాను.

అనుకున్నట్టే డాక్టర్ కె, తన క్లినిక్ అనబడే ఒక రేకుల కొట్టాంలోనే ఉన్నారు. నాలుగైదు జింకలు ఒక చిన్న కంచెలో అలజడిగా తిరుగుతున్నాయి. కంచె బయట ఏనుగొకటి చెఱకుమోపు నుంచి ఒక్కో గెడా లాక్కుంటూ కాలికింద అదిమి పెట్టి విరుచుకుని నెమ్మదిగా తింటోంది. పక్కనే దాని మావటి బెంచీమీద పడి నిద్రపోతున్నాడు.

డాక్టర్ కె. గొంతుక్కూర్చుని శ్రద్ధగా ఏదో ద్రవాన్ని పిపెట్‌లోకి తీసుకుంటూ ఉన్నారు. నన్ను చూడగానే తలపైకెత్తి చిరునవ్వు చిందించి చేస్తున్న పనిని కొనసాగించారు.

“డాక్టరయ్యా! ఆఫీసరుగార్ని దురదగుంటాకు కొరికేసింది. ఆయనేమో ఇష్టమొచ్చినట్టు అడవిలోకి దూరెల్లి పోయినాడు. మనకయితే ఇయి పెద్ద లెక్క గాదు. ఆయన కొత్త గదాండీ! ‘చాలా దురదగా ఉందిరా, మారీ’ అన్నాడు. నేనన్నానూ, ‘మాకు ఇలాంటివి తాకినా ఏంగాదు... మీరు మాత్రం ఏనుగు డాక్టర్ దగ్గర సూయించుకోండి’ అని తీసుకొచ్చినాను!” అన్నాడు మారిముత్తు.

ఆయన నా వైపుకు తిరిగి, “ఇది అడవి మొక్క. ఊళ్ళల్లో కనపడే దురదగొండికి మరో వర్షన్... ఇప్పుడు మీకు కావాలంటే యాంటీ అలెర్జిక్ ఇంజెక్షన్ ఒకటి ఇస్తాను. లేదంటే ఐస్‌వాటర్‌తో కడుగుతూ ఉండచ్చు. ఏం చేసినా చెయ్యకపోయినా గంటలో తగ్గిపోతుంది,” అంటూ పిపెట్‌ని ఫ్రిజ్‌లో పెట్టి తలుపేసి వచ్చి నా చేతిని, నడుమునీ పరీక్షగా చూశారు. “ఏం కాదు... ఒక గంటలో దీని తీవ్రత తగ్గుతుంది. రేపటికి పూర్తిగా నయమైపోతుంది. అక్కడ గోక్కున్నారా?”

“అవును” అన్నాను.

ఆయన చిన్నగా నవ్వి, “ఒక పని చేయండి. గీరకుండా ఉండేందుకు ప్రయత్నించండి. దురదగానే ఉంటుంది, అర్థం చేసుకోగలను. దురద పుడుతున్న భాగంలో జాగ్రత్తగా మనసుని అక్కడే నిలిపి, ఏం జరుగుతుందో గమనిస్తూ ఉండండి. మీ మనసెందుకు ఇంత ఆదుర్దా పడుతోంది? ఎందుకు దీన్ని వెంటనే నయం చేసుకోవాలనుకుంటున్నారు? ఇలాంటివన్నీ ఆలోచించండి! సరేనా? ఇవన్నీ వద్దనుకుంటే ఇప్పటికిప్పుడే ఇంజెక్షన్

కావాలంటే ఇస్తాను, బట్ ఓన్లీ ఇఫ్ యూ ఇన్సిస్ట్," అన్నారు.

"లేదు సార్. అవసరం లేదు. మీరు చెప్పిన విధంగా ప్రయత్నిస్తాను."

"గుడ్. రండి, టీ తాగుదాం."

"ఈ జింకలకేమైంది?" అడిగాను.

"ఏదో ఇన్ఫెక్షన్. అందుకే పట్టుకుని తీసుకురమ్మన్నాను. నాలుగైదురోజుల్లో ఏం జరిగిందో నిర్ధారించొచ్చు. ఇప్పుడే శాంపుల్స్ తీశాను. కోయంబత్తూరుకు పంపించి కల్చర్ టెస్ట్ చేసి చూడాలి. మీరు దక్షిణాదివారా?"

"అవును తిరునెల్వేలి వైపు. నాంగునేరి."

"మా అమ్మవాళ్ళ పుట్టిల్లు అక్కడే. తొమ్మిది తిరుపతుల్లో ఒకటి. అక్కడున్న పెరుమాళ్ళుకు కూడా మంచి పేరొకటి ఉంది. చెప్తాను ఉండండి. ఘనమకరకుండలకర్ణనాథుడు!"

"దక్షిణతిరుప్పేరై! 108 దివ్యదేశాల్లో ఒకటి కూడానూ."

"అవును. వెళ్ళారా?"

"చాలాసార్లు. చాలా పురాతనమైన క్షేత్రం."

"ఎస్, ఒక అగ్రహారం కూడా ఉంది... ఇప్పటికీ ఊరు అలానే ఉంది. పెద్దగా మారలేదు. కూర్చోండి" అని టీ కాచడానికి వెళ్ళారు.

స్టవ్ వెలిగిస్తూనే "నొప్పి మీద దృష్టిపెట్టి గమనించడం అన్నది ఒక మంచి అలవాటు. దాన్ని మించిన ధ్యానం మరొకటి లేదు. మనమెవరం? మన మనసూ బుద్ధీ ఎలా పనిచేస్తాయి? అన్నది మన నొప్పి చెప్పేస్తుంది. నొప్పంటే ఏంటి? మామూలుగా ఉండటం కంటే కొంచం వేరేలా ఉండే స్థితి! అయితే నొప్పి వచ్చినప్పుడు మామూలు స్థితికి రావాలని మన మనసు తపించిపోతుంది... అదే నొప్పితో వచ్చిన చిక్కు! నొప్పిమీద దృష్టి పెట్టి గమనిస్తే చాలు, సగం నొప్పి పోతుంది... వెల్, భరించలేనంతగా హింసించే నొప్పులు ఉన్నాయి కాదనను. మనిషి ఏరకంగానూ గొప్ప కాదు... హి ఈజ్ జస్ట్ అనదర్ యానిమల్ అని తెలిసేట్టు చేసేవి ఇలాంటి నొప్పులే!" అని చెప్పుకుపోయారు.

బ్లాక్ టీ కాస్తూ కూర్చుని అలానే మాటలు కొనసాగించారు.

"నిజానికి మనిషే అన్నిటికన్నా బలహీనమైన జంతువు. రోగాన్ని, నొప్పిని భరించడంలో జంతువులు చూపించే ఓర్పుని, గాంభీర్యాన్ని చూస్తే కళ్ళల్లో నీళ్ళు తిరుగుతాయి. ప్రాణం పోయేంత నొప్పి ఉన్నా ఏనుగు ఏడవదు. అల్లాడిపోదు. కళ్ళు మాత్రం సగం మూసుకుని ఉంటుంది. దాని శరీరంలో అక్కడక్కడా సన్నటి వణుకు కనిపిస్తుంది, అంతే! నిజానికి ఏనుగుకు మత్తుమందు ఇవ్వకుండానే సర్జరీ చెయ్యొచ్చు, అంత ప్రశాంతంగా సహకరిస్తుంది. కానీ అలా చెయ్యం. వాట్ ఎ బీయింగ్! దేవుడు ఏనుగులను తను మంచి క్రియేటివ్ మూడ్‌లో ఉన్నప్పుడు సృష్టించి ఉంటాడు..."

చాలా మంది చెప్పారు - 'ఆయనతో మాట్లాడటం మొదలుపెడితే నాలుగో వాక్యానికల్లా ఏనుగు గురించి ప్రస్తావన తీసుకొచ్చేస్తారు' అని. నాకది గుర్తు రాగానే చిన్న నవ్వు వచ్చింది.

"ఏనుగే కాదు, చిఱుతలు, అడవి గేదెలూ కూడా అంతే.!"

"అవును, ఆవు ఈనేటప్పుడు చూశాను. కళ్ళు మాత్రం అటు ఇటు తిప్పుతూ తలవంచుకుని నిల్చుని ఉంటుంది."

"అవును, అవన్నీ జీవితంలో జరిగే సహజమైన సంఘటనలేనని వాటికి తెలుసు. మనిషే గోల చేసేస్తాడు. మందు ఎక్కడ, మాత్ర ఎక్కడ అని గగ్గోలు పెట్టేస్తాడు. చేతికి దొరికినదాన్ని తినేసి మరో రోగాన్ని తెచ్చుకుంటాడు... మేన్ ఈజ్ ఎ పేథెటిక్ బీయింగ్! మీకు పుస్తకాలు చదివే అలవాటుందా?"

"ఉంది" అన్నాను.

"యూ షుడ్ రీడ్ గాంధీ! ఈ జెనరేషన్ ఆలోచనలను ప్రభావితం చెయ్యగలిగే శక్తి గల ఒకే ఒక థింకర్ ఆయన! ప్రతి విషయం మీదా ఒరిజినల్‌గా ఏదో ఒకటి చెప్పి వెళ్ళారు. నా ఫేవరెట్... గాంధీ, అరవిందో... ఆ పైన చేతికి దొరికే పుస్తకాలన్నీ" అంటూ నా చేతికి టీ కప్పు ఇచ్చారు. నాకు ఒంట్లో వణుకొచ్చింది. టీ కప్పు చేతిలో పట్టుకోవడానికే ఏదోలా ఉంది. కప్పు బయటంతా మురికిగా ఉన్నట్టు అనిపిస్తోంది. ఒక క్షణం కళ్ళు మూసుకుంటే పురుగులు తిరుగుతున్నట్టు భ్రమ.

ఛీ ఛీ నా మనసెందుకు ఇలా ఆలోచిస్తోంది? ఆయన డాక్టర్, మందులతో

చేతులు కడుక్కోవడం తెలిసినవారు. పైగా ఆయన ఆ ఏనుగుకు శవపరీక్ష చేసి నెల దాటింది. అదంతా సరే... ఆయన వేళ్ళ గోళ్ళ సందుల్లో ఆ మురికి ఉంటే? ఇలా ఎందుకు ఆలోచిస్తున్నాను నేను? ఏమైంది నాకు? పింగాణీ కప్పు మీదున్న నల్లటి చుక్కని చేత్తో రుద్దాను. ఎందుకో తాగాలంటే మనసొప్పుకోవటంలేదు. ఇది ఆయన గమనిస్తున్నారా? ఇదొక మానసిక రుగ్మత... కాదు, కాదు. ఈయనకు అసహ్యాలుండవు, జుగుప్స కలగదు. కాసేపటి క్రితం కూడా ఏదైనా ఒక జంతువు రసిగడ్డనో, పుండునో చీరి ఉంటారు. చేతులు కడుక్కున్నారా? అవును, కడుక్కున్నారు... అయితే మటుకు?

కళ్ళు మూసుకుని టీ కప్పు నోట్లోకి ఒంపేసుకుని గటగటా తాగేశాను. గొంతులో మంట.

“ఓ మై... చల్లారిపోయిందా? ఇంకొకటి కాచనా వేడిగా?”

“వద్దు చాలు.”

“నేనే వేడిగా తాగుతాను అనుకుంటాను. మీరు నాకంటే వేడిగా తాగేలా ఉన్నారు.”

ఆ వేడి టీ నా నరాల్లోకి వెళ్ళాక నా ఒళ్ళంతా ఓ ఆలోచన మొదలైంది. ఎందుకింత జుగుప్స? నా శరీరం లోపల ఉన్నదీ అదే రసి, మాంసమే కదా? శ్లేష్మాలు, ద్రవాలు, మలం, మూత్రం... నేనూ అంతే కదా! అయితే?

“మీరు ఆ రోజు కళ్ళు తిరిగి పడిపోయారు కదా?” అడిగారు డాక్టర్ కె.

మనసులు చదివేసే ఆయన విద్యకు ఆశ్చర్యపోతూ “అవును సార్” అన్నాను.

“అడవిలో చనిపోయే ప్రతి జంతువునీ పోస్ట్‌మార్టమ్ చేసి తీరాల్సిందే అని నేను ముప్పై ఏళ్ళుగా పోరాడుతూనే ఉన్నాను. శవం ఎంత కుళ్ళిపోయి దొరికినా సరే! అదివరకు అలా చేసేవాళ్ళు కాదు. సీ, పెద్ద జంతువుల మరణాల్లో ప్రతీ మూడింటిలో ఒకటి హత్యే! మనిషి చేసే హత్య!” అని కొనసాగించారు. “ఒకప్పుడు అంటువ్యాధిని పసిగట్టేలోపే సగం జంతువులు చచ్చిపోయేవి” అని బాధపడ్డారు.

"బాగా కుళ్ళిపోతే?" అడిగాను నేను.

"ఏదైనా ఒక ఎవిడెన్స్ కచ్చితంగా దొరుకుతుంది. కనుక్కోడానికి ఒక మెథడాలజీ ఉంది. ఐ రోట్ ఇట్."

"తెలుసు డాక్టర్" అన్నాను.

"పురుగుల్ని చూసి భయపడ్డారు కదా? పురుగుల్ని చూస్తే చాలామందికి భయం. ఆ భయం ఎందుకు కలుగుతుందో దాని మీద దృష్టి పెట్టి క్షుణ్ణంగా ఆలోచిస్తే దానిని దాటేయొచ్చు. భయాన్ని, అసహ్యాన్ని, జుగుప్సని, అనుమానాన్నీ ఎదురు తిరిగి నిలబడి దాని మీద దృష్టిని కేంద్రీకరించి గమనిస్తే అవి నిలవవు, రాలిపోతాయి. ఇక్కడ నల్లగా చింతగింజంత సైజులో ఒక జోరీగలాంటి ఈగను చూసుంటారు. అవి ఎక్కడయినా ఉంటాయి. మనం వాటితో సహజీవనం చేస్తున్నాం. అవి మన అన్నం మీద కూడా వాలొచ్చు. దాన్ని అవతలకు తోలేసి తినాలి. అంతే!" డాక్టర్ కె. నవ్వారు. "ఆ ఈగ ముందు దశే మీరు చూసిన ఆ పురుగులు. ఈగను ఎదిగిన మనిషి అనుకుంటే, ఆ క్రిమి పసిబిడ్డ. పసిబిడ్డలమీద ఎందుకు అంత అసహ్యం? వాళ్ళను చూస్తే ఎందుకంత జుగుప్స?"

నాకు నోట మాటరాక అలా కూర్చుండిపోయాను.

"క్రిములన్నీ పసిపిల్లలే. నడవలేవు, ఎగరలేవు. ఇష్టమొచ్చినట్టు అలా పాకుతుంటాయి. వాటికి తెలిసింది ఒకటే, తినడం. తింటూనే ఉంటాయి. చిన్నపిల్లలూ అంతే. పసిపిల్లాడు తినే ఆహారంతో ఆ పిల్లాడి బరువుని పోలిస్తే మీ బరువుకి మీరు రోజుకి ముప్ఫై లీటర్ల పాలు తాగాలి!" గట్టిగా నవ్వు. "వాటికి అలాంటి ఆర్డర్. గబగబా దొరికింది తిని, ఎదిగే మార్గం చూడు అని... పిచ్చి ఫిలాసఫీ అనిపిస్తోందా?"

"లేదు."

ఆ రోజంతా ఆయనతో మాట్లాడుతూనే ఉన్నాను. ఆయనలాంటి చక్కని మాటకారిని నేను చూడలేదు. కాలక్షేపం, తత్వం, సాహిత్యం, విజ్ఞానశాస్త్రం అని ఒక అంశంనుండి మరో అంశానికి జంప్ చేస్తూ! జేమ్స్ బాండ్‌లాగా కార్ నుండి హెలికాప్టర్‌లోకి ఎగిరి, అక్కణ్ణుండి బోట్‌లోకి దూకి, ఒడ్డుకు చేరుకుని,

అక్కణ్ణుంచి బైక్ ఎక్కి వేగంగా వెళ్ళిపోతున్నట్టు భ్రమ కలుగుతోంది. ఆ రోజునుండి వారానికి మూడు రోజులైనా ఆయన్ని కలవడానికి వెళ్ళేవాణ్ణి. పుస్తకాలు ఇచ్చేవారు. వాటిగురించి సుదీర్ఘంగా చర్చించేవారు.

***

ఆయనతో సాంగత్యంలో నేను జంతువుల్ని మాలిమి చేసుకున్నాను. మాలిమి చేసిన ఏనుగు కాలిమీద అడుగుపెట్టి పైకి ఎక్కి ఏనుగు కుంభస్థలం మీద కూర్చుని అడవిలో తిరిగాను. మనిషి దాని మీద ఎక్కగానే ఏనుగు తన ఎత్తుని, ఆ మనిషి ఎత్తునీ లెక్కవేసుకుని చెట్లకింద జాగ్రత్తగా నడిచి వెళ్ళే దాని సూక్ష్మబుద్ధిని చూసి విభ్రాంతి చెందాను. డాక్టర్ కె. ఒక ఎలుగుబంటి కాలికి కట్టు కట్టినప్పుడు ఆయనకి సాయంగా దాని కాళ్ళను లాగి పట్టుకున్నాను. జింకల పేడకళ్ళను పాలిథీన్ బ్యాగుల్లో సేకరించి శాంపుల్స్ కోసం తెచ్చి ఇచ్చాను. ఒకే నెలలో పురుగుల్నీ చిన్నచిన్న జంతువులనీ పసిపిల్లల్లా చూడటానికి నా మనసు అలవాటుపడిపోయింది.

మెత్తగా బొద్దుగా బిలబిలమని ఆత్రంగా తింటూ కదులుతూ ఉండే పురుగుల గుంపులో ఎన్ని చిన్న చిన్న ప్రాణాలు! బతకడానికై అవి పడే తపన, వాటి ఆత్రం చూస్తే మనసు ఆశ్చర్యంతో నిండిపోతుంది. తెల్లటి రంగులో పైకి ఎగసేందుకు సిద్ధపడుతున్న చిరు జ్వాలలా అవి? 'అణువంతైనా ఖాళీలేకుండా అంతుచిక్కని మహత్వంతో నిండిపోయినదే ఈ ప్రపంచం', అని నాకనిపించి ఒళ్ళు పులకించిపోయింది.

తినడం అన్న ఏకైక విద్య మాత్రమే తెలిసిన బొట్టంత ప్రాణం! ఆ బొట్టు లోపలే రెక్కలు, గుడ్లు, భావితరాలు. ప్రతి క్షణమూ ఎదురయే ఆపదలను జయించి, నిరంతరం పోరాడుతూ బతికే.... మన ఊహకే అందని ఒక సమిష్టి మేధ.

పురుగులను, మనిషి ద్వేషించకూడదు అంటారు డాక్టర్ కె. మనిషి చేసే తప్పేంటంటే పురుగుల్ని విడివిడిగా చూసి తనతో పోల్చుకుని చూస్తాడు. పురుగులు సమస్తమైన జ్ఞానాన్ని, చిత్తవృత్తిని కలిగినవి. కోట్లాది సంఖ్యలో ఉంటాయి పురుగులు. రోజురోజుకీ తమని తాము నూతనంగా మార్చుకుంటూ

ఉండే మహాసమూహం పురుగులది. వాటితో పోలిస్తే మనిషి సమూహం చాలా చిన్నది. మనిషి చేసిన పురుగుమందుని ఎదుర్కొనేది ఒక్క ఒంటరి పురుగు కాదు.

అనేకమైన పురుగులతో కూడిన ఒక మహాసమూహం... వాటన్నిటిలో కరడుగట్టిన ఒక నిశ్చయం. ఈ నిశ్చయమే తమని నిర్మూలించడానికి మనిషి వాడే మందుని కొంత కాలంలోనే ఇట్టే జయించేస్తుంది. ఒక తెల్లటి పురుగుని చేతిలోకి తీసుకున్నప్పుడు అది మెలికలు తిరుగుతూ వేలు పైకి ఎక్కేప్పుడు ఒక పసిబిడ్డను ఎత్తుకునేప్పుడు కలిగే అనుభూతి కలిగేది. అతి మృదువైన, చాలా సాధారణమైన ఒక ప్రాణం. కానీ ఈ బుల్లి ప్రాణం అంతులేని సామర్థ్యాలనూ మహోన్నతమైన శక్తినీ తనలో ఇముడ్చుకున్నది! ఈ ప్రాణం ఒక బ్రహ్మాండానికి ప్రతినిధి. కొన్నిసార్లు పురుగుని ముఖం దగ్గరకు తెచ్చి దాని కళ్ళను చూసేవాణ్ణి. ఆహారాన్ని తప్ప మరోటి చూడాల్సిన అవసరంలేని కళ్ళు... వీటికి ఏం తెలుసు? అనిపించేది. అవి చిన్నగా మెరిసే అణువంత కళ్ళు. ఆ కళ్ళద్వారా ఒక పెద్ద పురుగుల మహాసముహమే నన్ను చూస్తోంది. అది చూసి నేను నవ్వుతున్నాను. ఒక రోజు నువ్వు నన్ను కూడా తినేసి ఎదగవచ్చు, పరవాలేదు... ఈ భూమ్మీద నేనూ నువ్వూ ఒకటే! బుజ్జిపిల్ల, చిట్టిపిల్ల అని ముద్దు చెయ్యాలనిపిస్తుంది.

డాక్టర్ కె. సాహిత్యంపట్ల అపారమైన ఆసక్తి కలవారు. జబ్బంటూ తనకోసం వెతుక్కుని వచ్చే ఆదివాసీ ముసలమ్మను సైతం నిరాశ చెందనివ్వరు, ఏ జంతువుకీ వైద్యాన్ని రేపటికి అని వాయిదా వెయ్యరు. అంత నిర్విరామంగా శ్రమిస్తూనే ప్రపంచ ప్రసిద్ధ సైంటిఫిక్ జర్నల్స్‌కు గొప్ప గొప్ప పరిశోధనాపత్రాలు రాస్తుంటారు. ఆ వ్యాసాలు ప్రచురించబడిన పత్రికలు, ఆయన అలమరాలో ఒక క్రమపద్ధతిలో సర్ది ఉంటాయి. ఆ పత్రికల్లో మిగతా వాళ్ళు రాసిన వ్యాసాలు అర్థంకాని విజ్ఞానపు ఘాటుతో ఉంటే డాక్టర్ కె. రాసిన వ్యాసాలు మాత్రం కచ్చితమైన సరళమైన శైలిలో కొద్దిపాటి హాస్యంతో కలగలిపి కవితలతో ఉదాహరించబడి ఆసక్తికరంగా ఉంటాయి. ఆయనకు అత్యంత ఇష్టమైన కవి లార్డ్ బైరన్.

ఒకసారి ఆయనా నేనూ అడవిలోకి వెళ్తున్నాము. ఉన్నట్టుండి డాక్టర్ కె. చేతులతో సైగ చేశారు. జీప్ ఆగింది. ఆయన మాట్లాడకుండా చెయ్యి చూపించిన

పొదలో ఒక రేచుకుక్క చెవులు కనిపించాయి. 'ఢోల్' అని పిలుస్తారు వాటిని. గుంపులు గుంపులుగా తిరుగుతాయి. అవి మమ్మల్నే గమనిస్తున్నట్టుగా అనిపించింది. ఆయన మరో చోట చేయి చూపించారు. అక్కడ ఇంకో రేచుకుక్క కనిపించింది. కొన్ని నిమిషాల్లో ఆ ప్రదేశమంతా స్పష్టంగా కనిపించింది. ఆరు రేచుకుక్కలు ఆరు దిక్కుల్లో నిల్చుని మధ్యలో ఉన్న మరో రేచుకుక్కని కాపలా కాస్తున్నాయి.

"అక్కడ ఆ గుంపుకు నాయకుడో లేదంటే అప్పుడే పిల్లలు ఈనిన తల్లో కదలలేక పడి ఉంది" అని ఇంగ్లీషులో చెప్పారు డాక్టర్ కె. కళ్ళను వాటిమీద కేంద్రీకరించి సన్నని గొంతుతో "ఇక్కడే ఉండండి. కదలకండి. చేతులు పైకెత్తకండి. నేను మాత్రం వెళ్ళి చూసి వస్తాను" అన్నారు.

నేను కంగారుగా "ఒక్కళ్ళేనా?" అన్నాను.

"వాటికి నేను తెలుసు" అన్నారు ఆయన.

"లేదు డాక్టర్, ప్లీజ్... రేచుకుక్కలు చాలా ప్రమాదకరమైనవని అంటారు."

"కచ్చితంగా ప్రమాదకరమైనవే. బట్, దిస్ ఈజ్ మై డ్యూటీ" అని మెల్లగా జీపు తలుపు తెరచుకుని దిగి రేచుకుక్కల వైపుకు నడిచారు.

చల్లటి గాలి తెమ్మెర నన్ను దాటుకుని వెళ్ళింది. చేతులతో మెల్లగా నా బెల్టుకు ఉన్న తుపాకీని తాకాను. దాని చల్లటి స్పర్శ నాకు కాస్త ఉపశమనాన్ని ఇచ్చింది. డాక్టర్. కె గట్టెక్కి కుక్కల్ని సమీపించారు. పొదలోనుండి, మొదట చూసిన కుక్క తలపైకెత్తి చెవుల్ని ముందుకు రిక్కించి ఆయన్ని చూసింది. ఆయన దగ్గరకు వస్తున్న కొద్దీ తలను కిందకు వంచి మోర చాచి, పళ్ళు బయటపెడుతూ ఆయనని తీక్షణంగా చూసింది. మిగిలిన కుక్కలు కూడా నెమ్మదిగా ఆయన వైపుకు రావడం చూశాను. కొన్ని నిముషాల్లోనే ఆయనను ఆ ఆరు కుక్కలూ చుట్టుముట్టాయి.

డాక్టర్ కె. మొదటి రేచుకుక్క దగ్గరకు వెళ్ళి కదలకుండా నిల్చున్నారు. కొన్ని నిముషాలు ఆ కుక్కా ఆయనా మౌనంగా ప్రార్థిస్తున్నట్టుగా అలానే నిల్చున్నారు. తర్వాత ఆ కుక్క తన ఒంటిని వంచి దాదాపు పాకుతున్నట్టుగా ఆయనను సమీపించింది. మోర చాచి ఆయన్ని వాసన చూసింది. ఒక్క ఉదుటున

వెనక్కివెళ్ళి మళ్ళీ వచ్చి వాసన చూసింది. 'హూహూహా' అని ఏదో చెప్పింది. మిగిలిన కుక్కలు మొరలు పైకెత్తాయి.

మొదటి కుక్క ఆయన దగ్గరకు వచ్చి బూట్లను నాకింది. తర్వాత అది ఆయన మీద కాలు పెట్టి చేతిని వాసన చూసింది. మెల్లిగా దాని ధోరణి మారింది. మనల్ని ఆహ్వానించే పెంపుడు కుక్కలా ఒళ్ళు వంచి తోకను ఊపింది. ఆయనకేసి చూస్తూనే తోక ఊపుకుంటూ పక్కకు నడిచి గెంతుకుంటూ కొంచం దూరం వెళ్ళి చెవులు వెనక్కి రిక్కించి వేగంగా తిరిగి మళ్ళీ ఆయన దగ్గరకు వచ్చి నిల్చుని మళ్ళీ తుళ్ళుతూ పరుగుతీసింది. అది ఆయనని ఒక ప్రత్యేక అతిథిలా భావిస్తోందని తెలిసిపోతోంది. ఆయన రాకతో సంబరపడిపోతోంది. ఆయన తన దగ్గరికి వచ్చినందుకు, ఎలా కొనియాడాలో దానికి తెలియడం లేదు.

మిగిలిన కుక్కలు తోకలు ఊపుతున్నాయి. తర్వాత ఇంకో కుక్క మొదటి కుక్క నిల్చున్న చోటకు వచ్చింది. మిగిలిన నాలుగు కుక్కలూ వాటి పాత స్థానాలకు వెళ్ళిపోయాయి. డాక్టర్ కె. వంగి పొద లోపల ఏదో చూస్తుండటం కనిపించింది. తర్వాత ఆయన అక్కడే కూర్చున్నారు. అక్కడ ఆ కుక్క కువ్ కువ్ కువ్ అంటూ ఏదో చెప్తుండటం వినిపించింది. అర్ధగంట తర్వాత డాక్టర్ కె. తిరిగి వచ్చారు. జీప్ ఎక్కి కూర్చుని "పదండి, వెళ్దాం" అన్నారు.

"ఏమయింది సార్?" అన్నాను.

"అక్కడ వాళ్ళ నాయకుడు గాయాలు తగిలి పడి ఉన్నాడు."

"ఎలాంటి గాయాలు?"

"చిఱుత... చిఱుత పులి దాడి చేసుండవచ్చు అనుకుంటాను. కుడితొడలో కండ మొత్తం ఊడింది. ఎముక విరిగిపోయుండచ్చు..."

"మనమేం చెయ్యాలి?"

"ఏమీ చెయ్యనక్కర్లేదు. అది వాటి జీవితం, వాటి ప్రపంచం... మనం చూడాల్సింది రెండు విషయాలే. ఆ కుక్కని మనుషులు ఏమైనా చేశారా అన్నది, మొదటిది. అలా చేసివుంటే నేరస్తుణ్ని వెతికి పట్టుకుని దండించాలి. రెండు, మామూలుగా వచ్చేవి కాకుండా కొత్తవేవైనా అంటువ్యాధులు ఉన్నాయా అని చూడాలి, ఉంటే వెంటనే చర్యలు తీసుకోవాలి."

"దాన్ని అలానే వదిలేసి వెళ్ళిపోతున్నాం కదా? అది చచ్చిపోతే?"

"చావదు... అయితే ఆ కుక్క ఇకనుండి ఆ గుంపుకి నాయకత్వం వహించలేదు. నన్ను తీసుకెళ్ళింది గుర్తుందా? బహుశా, అదే ఇకనుండి వాటి నాయకుడు."

"మనమేదైనా మందు వేస్తే?" అని అడిగాను.

"ఏం మందు? మనం వాడే ఆంటీబయాటిక్సా? అడవి జంతువులకుండే రెసిస్టన్స్ ఎంతో తెలుసా? ఈ మందులు వేసి అలవాటు చేస్తే ఆ పైన మనం అడవుల్లో కూడా ఊళ్ళల్లోలాగా ప్రతీ రెండు మైళ్ళకొక ప్రైమరీ హెల్త్ కేర్ సెంటర్ పెట్టాల్సిందే."

నేను నిట్టూరుస్తూ "ఆ కుక్క మిమ్మల్ని గుర్తుపట్టడం అమేజింగ్!" అన్నాను.

"కుక్కంటే ఏమనుకున్నావు? సచ్ ఎ డివైన్ యానిమల్... మనిషి తానొక పెద్ద పుడింగి అనుకుంటాడు, జంతువులకు ఆత్మ ఉండదు, జ్ఞానం ఉండదు అని చెప్పి మనిషి తన హీనమైన బుద్ధితో ఒక స్వర్గాన్నీ దేవుణ్ణీ సృష్టించి పెట్టాడే, అందులో జంతువులకు చోటులేదంట. నాన్సెన్స్!" డాక్టర్ కె. ముఖం ఎరుపెక్కింది. "బైరన్ కవిత ఒకటుంది. 'ఒక కుక్క సమాధి మీది వాక్యం' అని.... చదివావా?"

"లేదు."

ఆయన ఎరుపెక్కిన ముఖంతో కాసేపు అడవికేసి చూస్తూ ఉండిపోయి, ఉన్నట్టుండి ఏదో మంత్రం పఠిస్తున్నట్టు చెబుతున్నారు.

"When some proud son of man returns to

earth, Unknown to glory, but upheld by birth..." ఆ లైన్లు ఈయన గురించి కూడా అయివుంటాయనిపించింది.

కుక్క, జీవితంలో గొప్ప స్నేహితుడు

ఆహ్వానించడంలో ప్రథముడు! రక్షించడంలో మొదట వాడు!

వాడి నిజాయితీగల హృదయం యజమానికే సొంతం,

ఆ లైన్‌లు డాక్టర్ కె. జీవితానికి చాలాసార్లు ఆపాదించి చూసుకున్నాను. స్నేహమే ఆత్మగా ఆకృతి చెంది మెరిసే కళ్ళతో స్నేహమే తోకగా స్నేహమే చెవులుగా స్నేహమే అరుపులుగా స్నేహమే చల్లని ముక్కుగా నా కళ్ళముందు ఒక కుక్క నిల్చుంది. నేను నీకే అంది. నువ్వే నేను అంది. నువ్వు నన్ను నమ్మవచ్చు, దేవుడితో సమానంగా... అంది. ఎందుకంటే దైవత్వం అంటూ ఒకటి ఉంటే, తొణికి కింద పడిన ఒక బిందువును నేను! అంది.

పక్కనే ఉన్న దాన్ని పట్టించుకోకుండా దేనికోసమో తపించిపోతూ దిగంతానికేసి చూస్తూ ఒక అల్పుడు నిల్చుని ఉన్నాడు. వాడే నేను. జీవితాంతం అన్వేషించేవాడిగా – అధికారాన్ని, సుఖాన్ని, గుర్తింపుని! గుర్తింపుకోసం చదరంగాలు, ఎత్తుగడలు, జట్టులు కట్టడాలు, కృత్రిమమైన నవ్వులు, అర్థంలేని వేలాది మాటలు. 'Man, vain insect!' అనే బైరన్ గర్జనని ఆరోజు ఆ అడవిలో, ఎగసే జ్వాలలా ఎరుపెక్కిన డాక్టర్ కె. గొంతుగా విన్నాను. పిడుగులు రాల్చే వేగంతో ఆకాశమే చూపుడువేలు చాచి మనిషికి చెప్పింది: 'నీ ప్రేమ స్వార్థం. నీ స్నేహం మోసం. నీ నవ్వు అబద్ధం. నీ మాటలు ఒట్టి గాలి మేడలు.'

నాకు తెలీకుండానే కళ్ళలో నీళ్ళు నిండాయి. 'నేను' అన్న ఆలోచనే సిగ్గుపడేలా చేసింది. నా శరీరం కుళ్ళిపోయి దుర్వాసన వస్తున్నట్టు తోచింది. మురికి చొక్కాని తీసి విసిరేసినట్టు నన్ను వదిలించుకుని నాలుగు కాళ్ళతో ఆ అతిస్వచ్ఛమైన పచ్చని గడ్డినేల మీదకు పరిగెత్తాలనిపించింది. ఈ గాలీ ఈ ఎండా నన్ను అపరిచితుడని వెలివేయకుండా తమలోకి పొదుపుకుంటాయి. అక్కడ నొప్పి ఉంటుంది, రోగం ఉంటుంది, మరణం ఉంటుంది. అయితే నీచత్వం, హీనత్వం లేదు. అణువంతైనా హీనత్వం లేదు. 'నిన్ను క్షుణ్ణంగా తెలిసిన అందరూ నిన్ను అసహ్యించుకుని వెళ్ళిపోతారు. ప్రాణమున్న నీచమైన అల్పుడివి నీవు' నేను వెక్కి వెక్కి ఏడుస్తూ జీపు ఆపేశాను. డాక్టర్ కె. నా వైపు ఏ మాత్రం చూడకుండా ఘనీభవించిన జ్వాలలాగా అలా కదలకుండా కూర్చుని ఉన్నారు.

మనిషి ఎంత దౌర్భాగ్యుడో దవడ పగిలేలా ప్రతిరోజూ మీకవగతం

కావాలంటే మీరు అడవిలో ఉండాలి. చాలావరకు ఇక్కడికి విహారయాత్రకు వచ్చేవాళ్ళు చదువుకున్నవాళ్ళు, బాధ్యతగల పదవుల్లో ఉన్నవాళ్ళు. వాళ్ళు బయలుదేరేప్పుడే వేయించిన చిరుతిళ్ళతోబాటు మద్యం సీసాలూ తెచ్చుకుంటారు. వచ్చే దారిపొడవునా తాగుతూ తింటూ వస్తారు. కొంతమంది వాంతులు చేసుకుంటారు. కొండలోయల నిశ్శబ్ద విస్తీర్ణాలను కార్ హారన్ అనే శబ్దశరాలు విసిరి ధ్వంసం చేస్తారు. వీలైనంత ఎక్కువ వాల్యూమ్‌లో కార్ స్టీరియోని అరిపిస్తూ పిచ్చిగంతులు వేస్తూ కేకలు పెడతారు. పెద్ద కొండలోయల్లో బండ గుహల్లో గట్టిగా బూతుల కచేరి చేస్తారు.

ప్రతి అడవి జంతువునీ అవమానిస్తారు. దారిపక్కనుండే కోతులకు జామపండు కోసి కారప్పొడి నింపి ఇస్తారు. జింకలమీదకు రాళ్ళు రువ్వుతారు. ఏనుగు అడ్డొస్తే పెద్దగా హారన్ మోత మోగిస్తూ దాన్ని భయపెట్టి రెచ్చగొడతారు. అన్నిటికంటే కూడా ఎంత ఆలోచించినా నాకు అర్థంకాని ఒక విషయం ఏంటంటే, ఖాళీ సీసాలను ఎందుకంత మూర్ఖంగా అడవిలోకి విసురుతారన్నదే! బళ్ళను ఆపి తనిఖీ చేసి, మందుసీసాలతో వచ్చేవారిని కిందికి దింపి బెల్ట్‌తో రక్తం వచ్చేలా కొట్టాను. బట్టలు ఊడదీసి చలిలో ఆఫీసు ముందు కూర్చోబెట్టాను కూడా. ఎంత చేసినా అడవి బాటలో ఇరువైపులా సీసా పెంకుల్ని అరికట్టడం అసాధ్యంగానే ఉంది.

అన్ని జంతువులకంటేనూ ఈ సీసాపెంకులు ఏనుగులకు చాలా ప్రమాదకరమైనవి! ఏనుగు పాదాలు ఇసుక బస్తాల్లా మెత్తగా ఉంటాయి. విసిరిన ఖాళీసీసాలు ఏ చెట్టుకో తగిలి పగిలి చెట్లకింద గాజు పెంకులుగా పడివుంటాయి. ఏనుగులు తమ బ్రహ్మాండమైన బరువుతో వాటి మీద పాదం మోపగానే గాజు పెంకు క్షణంలో పాదం లోపల గుచ్చుకుంటుంది. రెండు అడుగులు వెయ్యగానే ఆ పెంకు పూర్తిగా పాదం లోపలకి వెళ్ళిపోతుంది. ఆ పైన ఏనుగుకు నడవడం అసాధ్యం. రెండే రోజుల్లో ఆ గాయం చీము పట్టేస్తుంది. పురుగులు పట్టేస్తాయి. పురుగులు మాంసాన్ని తొలుచుకుంటూ చీముని లోపలికి తీసుకుపోతాయి. ముఖ్యంగా రక్తనాళాలనో, ఎముకనో చేరుకుంటే ఇక ఆ ఏనుగు ప్రాణాలతో ఉండదు.

వాచి బరువెక్కి చీము కారే కాలిని ఈడ్చుకుంటూ కొన్ని రోజులు ఏనుగు

అడవిలో అల్లల్లాడుతుంది. ఒక దశలో కదల్లేక ఏదో ఒక చెట్టుకు ఆనుకుని నిల్చుంటుంది. రోజుకు ముప్పై లీటర్ల నీళ్ళు తాగి, రెండువందల కేజీల ఆహారం తిని, యాభై కిలోమీటర్లు నడచి జీవించే జంతువు అలా ఒక్కచోటే ఐదు రోజులు నిల్చుని ఉంటే చిక్కి శల్యమౌతుంది. పలుచబారిన చర్మంలో వెన్నెముక నిక్కపొడుచుకుంటుంది. దవడ ఎముకలు పైకి తేలతాయి. చెవుల కదలిక క్రమేణా తగ్గిపోతుంది. నుదుటి చర్మం ముడతలుపడి మదజలం ఇంకిపోతుంది. నెమ్మదిగా తొండాన్ని నేలమీద ఆనిస్తుంది. క్రమేణా ఏనుగు నేల కూలిపోతుంది. మరుసటిరోజు వెల్లకిలా పక్కకు ఒరిగి బండరాయిలాంటి పొట్ట పైకి తిరిగిపోయి పడివుంటుంది. తోక, తొండమూ మాత్రం కదుపుతూ కళ్ళు తెరిచి మూస్తూ వణికిపోతూ ఉంటుంది. మిగిలిన ఏనుగులు దాని చుట్టూ చేరి తలలు ఊపుతూ ఘీంకరిస్తూ ఉంటాయి.

ఆ తర్వాత ఏనుగు చచ్చిపోతుంది. తొండపు చివరి కదలిక ఆగిపోయాక కూడా చాలా రోజులు ఏనుగుల గుంపు దాని చుట్టూ నిల్చుని కన్నీళ్ళు కారుస్తూ ఉంటుంది. నమ్మకం నశించాక శవాన్ని అక్కడ విడిచిపెట్టి కొన్ని కిలోమీటర్ల అవతల, కొత్త ప్రదేశానికి వెళ్ళిపోతాయి. ఏనుగు తోలు మందం కావడంతో ఆ శవం కుళ్ళేంతవరకు ఏ మృగాలూ తినలేవు. అది తొందరగానూ కుళ్ళిపోదు. కుళ్ళిపోయిన శవాన్ని వెతుక్కుంటూ ముందుగా రేచుకుక్కలు వచ్చి నోటి భాగాన్ని, వెనక భాగాన్నీచీల్చుకు తింటాయి. తర్వాత రాబందులు మీద వాలి తింటాయి. ఆపైన గుంటనక్కలు గుంపులు గుంపులుగా చాలా దూరంనుండి వెతుక్కుంటూ వస్తాయి. మనిషికంటే నూటడెబ్బై రెట్లు అధికమైన న్యూరాన్ల బుర్ర కలిగిన అడవిరారాజు ఒట్టి ఎముకలుగా మట్టిలో మట్టిగా కలిసిపోతాడు.

ఒకసారి ముదుమలలో ఒక ఏనుగుకు కాలు వాచిపోయి అడవిలో అల్లాడుతున్నట్టు వర్తమానం వచ్చినప్పుడు డాక్టర్ కె.తో బాటు నేనూ వెళ్ళాను. అడవిలో ఆ ఏనుగు ఉన్నచోటుని కుఱుబర్లు అనే కొండజాతి తెగవారొకరు అదివరకే కనిపెట్టి ఉండటంతో వాళ్ళను జీపులో ఎక్కించుకుని అడవిలోకి వెళ్ళాము. అదీ ఒక పాత గుఱ్ఱపు బండి దారే. చాలా దూరం ప్రయాణించాక, జీపు ఆపేసి నేను, డాక్టరు, తుపాకులతో ఇద్దరు ఫారెస్టు గార్డులు, ఇద్దరు కుఱుబర్లు సరంజామాతో కొండలోయలోకి దిగి నడిచాము.

తాకితే కోసుకుపోయే వెదురు ఆకులను పక్కకు తోస్తూ డాక్టర్ కె. ముందు నడిచారు. నేలమీది చెట్ల వేర్లు కాళ్ళకు అడ్డు తగిలాయి. నేను కొమ్మలు పట్టుకుని నడుస్తున్నాను. డెబ్బై ఏళ్ళు దగ్గరబడుతున్నా ఆరోగ్యమైన దృఢమైన దేహం డాక్టర్ కె.ది. చేపకు సముద్రం ఎలాగో అడవి ఆయనకలాగే. కాసేపు నడిచాక గాల్లో ఏనుగుల వాసన తెలిసింది. అప్పటికే ఏనుగులు మమ్మల్ని చూసేశాయి అని అర్థమైంది. సన్నటి ఘీంకారాలు వినిపించాయి. ఇంకాస్త ముందుకెళ్ళాక రెండుపక్కలా వెదురు చెట్లున్న ఒక చిన్న కాలువ. దాని అవతల ఆకుపచ్చగా ఎండని నింపుకున్న పచ్చిక నేల. ఆ పచ్చికలో పన్నెండు ఏనుగులు గుంపుగా నిల్చుని ఉన్నాయి.

ఇంకా ఎక్కువ సంఖ్యలో కూడా ఉండచ్చు అనుకుని ఆగి నెమ్మదిగా చూస్తే మరో ఆరు ఏనుగులు కనిపించాయి. మరింత నిశితంగా చూస్తే నాలుగు గున్న ఏనుగులు కూడా ఉన్నాయని తెలిసింది. డాక్టర్ కె. తన పనిముట్లను తీసి ఒంటికి తొడుక్కున్నారు. వాటిల్లో ఒకటి చిన్న ఎయిర్ గన్. మాత్ర కొంచం పెద్దగా ఉంది. ఏనుగును టెలిస్కోప్‌లో కాసేపు పరీక్షగా చూశారు. దాని బరువును అంచనా వేస్తున్నారని అర్థం అయింది. బరువుని బట్టే ఎంత మత్తుమందు వెయ్యాలి అన్నది నిర్ణయిస్తారు.

ఆయన తన పనిలో పూర్తిగా నిమగ్నుడయి ఉండటం చూస్తూ ఉన్నాను. అంతా సిద్ధం చేసుకున్నాక "మీరిక్కడే ఉండండి. నేను వెళ్ళి చూస్తాను" అన్నారు.

ఆయనతో ఇలాంటప్పుడు ఏమీ చెప్పలేమని ఇదివరకే నాకు తెలుసు.

"ఒక పెద్ద చెట్టుకు ఆనుకుని నిలుచుని ఉంది. అక్కడే పడిపోతే దెబ్బ తగులుతుంది. దాన్ని నెమ్మదిగా కాస్త నేల మెత్తగా ఉన్న చోటికి తీసుకు రావాలి. మిగిలిన ఏనుగులకు నేను ఏమి చెయ్యబోతున్నానో తెలియదు. కాబట్టి రెసిస్ట్ చెయ్యవచ్చు."

"ఏనుగులకు తెలుసా, ఈ గాయానికి కారణం మనుషులేనని?"

"కచ్చితంగా... చాలా బాగా తెలుసు."

"మరి ఎలా?"

"చూద్దాం..." అంటూ డాక్టర్ కె. మెల్లగా కిందకు దిగి కాలువ దాటి బురదనేల మీదకు చేరుకున్నారు. ఏనుగులు తొక్కడంతో బురదలో పెద్ద పెద్ద గుంటలు పడ్డాయి. గుంటలను తప్పించుకుంటూ జాగ్రత్తగా అడుగులు వేస్తూ ఏనుగులను సమీపించారు. ఏనుగుల గుంపుకు మధ్యలో ఉన్న పెద్ద పిడియేనుగు ఘీంకరించింది. అది విని ఇతర ఏనుగులూ ఘీంకరించాయి. ఒక ఏనుగు, డాక్టర్ కె. వైపుకు వస్తోంది. దాని చెవులు వేగంగా ఊగుతున్నాయి. తలను కూడా వేగంగా ఊపుతూ వస్తోంది. డాక్టర్ కె. కదలకుండా నిల్చున్నారు. అది అంతటితో ఆగకుండా హెచ్చరించే రీతిలో ఘీంకరించుకుంటూ ఇంకో రెండు అడుగులు ముందుకు వేసింది.

ఏనుగు తలను అలా ఊపుతుందంటే, 'నేను దాడి చెయ్యబోతున్నాను' అన్నట్టు హెచ్చరిస్తోందని అర్థం. నా గుండె కొట్టుకోవడం నా చెవులకు తెలుస్తోంది. పరుగెట్టుకెళ్ళి డాక్టర్ పక్కన నిల్చుకోవాలి అని ఆలోచన కలిగింది. నా కళ్ళముందే డాక్టర్‌ని నలిపేస్తూంటే నేనిక్కడ ఊరికే చూస్తూ ఉండిపోయి, ఆయన శవాన్ని మోసుకుంటూ వెనుతిరగాల్సిన పరిస్థితి వస్తే నన్ను నేను ఎప్పటికీ క్షమించుకోలేను. అయితే నా శరీరంలో అవయవాలు ఏమాత్రం కదలటం లేదు. నాలుక ఎండిపోయి మాటలు కూడా రావడంలేదు.

డాక్టర్ కె. కదలకుండా నిల్చుని ఉన్నారు. ఏనుగూ కదలకుండా నిల్చుని ఉంది. తక్కిన ఏనుగులు అన్నీ ఆయననే దీక్షగా చూస్తున్నాయి. డాక్టర్ కె. రెండు అడుగులు ముందుకు నడిచారు. ఆ ఏనుగూ దగ్గరకొచ్చింది. అయితే తల ఊపడం లేదు. తన కుంభస్థలాన్ని వంచింది. ఇది కూడా హెచ్చరికే. డాక్టర్ కె. నెమ్మదిగా ఇంకొంచం ముందుకు వెళ్ళారు. అది కదలకుండా నిల్చుంది. చాలాసేపు అలానే ఉండిపోయింది. ఏం జరుగుతుందో తెలీడం లేదు. కొన్ని గంటలు గడిచాయనిపించింది.

ఏం జరిగిందోగానీ ఆ ఏనుగు వెనక్కి నడిచింది. పెద్ద పిడియేనుగు డాక్టర్ కె.ని చూసి ఒకసారి ఘీంకరించి తోకను తిప్పింది. తర్వాత ఒక్కో ఏనుగూ వెనక్కి తిరిగి అవతలి వైపు లోయలోని వెదురు పొదల్లోకి వెళ్ళిపోయాయి. చివరి ఏనుగు కూడా తోక ఊపుతూ పచ్చని వెదురు ఆకుల్లో కలిసిపోయింది. మేము ఇదంతా నమ్మశక్యం కానట్టుగా చూస్తూ నిల్చున్నాము. డాక్టర్ కె. చేయి పైకెత్తి

మమ్మల్ని రమ్మని పిలిచారు. మేమందరం కాలువలో దిగి దాటుకుని అక్కడికి వెళ్ళాము.

మమ్మల్ని చూడగానే గాయపడిన ఏనుగు కోపంగా తలను తిప్పుతూ ముందుకు రావడానికి ప్రయత్నించింది. మెల్లగా ఘీంకరించింది. డాక్టర్ మమ్మల్ని దగ్గరకు రమ్మన్నారు. ఫారెస్ట్ గార్డులు అక్కడే ఆగారు. నేను కుఱుబర్లతోటి ముందుకు వెళ్ళాను. హఠాత్తుగా ఏనుగు తల పైకెత్తి తను ఆనుకుని ఉన్న చెట్టు ఊగిపోయేలా వేగంగా మా వైపుకు వచ్చింది. దాని వెనకటి కాలు వాచిపోయి తక్కిన కాళ్ళ కంటే రెండింతలు లావుగా ఉంది. ఆ కాలును పైకెత్తలేకుండా ఇంచుమించు ఈడ్చుకుంటూ మాత్రమే కదలగలుగుతోంది.

అది నాలుగడుగులు ముందుకు రాగానే డాక్టర్ దాన్ని కాల్చారు. మందు సరిగ్గా దాని భుజం మీద కండభాగంలోకి దూసుకెళ్ళింది. ఏనుగు తన ఒళ్ళంతా ఒణుకుతూంటే అలా నిల్చుండిపోయింది. దాని చెవుల కదలిక ఆగింది. మళ్ళీ వేగంగా చెవులు ఊపింది. నెమ్మదిగా ఆ కదలికలు ఆగిపోయాయి. ముందరి కాలును లేపి మడిచి, ఊపింది. అలానే బురదలో పక్కకి ఒరిగి పెద్ద శబ్దంతో పచ్చిక నేలమీద పడిపోయింది. దాని తొండం ఆ గడ్డి మీద మరొక జంతువు అన్నట్టు పొర్లుతూ కాసేపు కదిలింది. తొండం చివరి భాగాన్ని పైకెత్తి ముక్కుతో మమ్మల్ని వాసన పట్టాక కదలికలు కోల్పోయింది.

డాక్టర్ కె. ఏనుగు పక్కనే కూర్చుని చకచకా పనులు మొదలుపెట్టారు. నేను ఆయనకు సాయపడ్డాను. మా చుట్టూ వెదురు పొదల్లో నిల్చుని ఆ ఏనుగులన్నీ మమ్మల్ని తీక్షణంగా చూస్తున్నాయని మరోసారి అనిపించింది. నా వీపు మీద చల్లటి గాలిలా వాటి చూపులు తాకుతున్నట్టు అనిపించింది. ఏదైనా ఒక దశలో ఆ ఏనుగులకు మేము ఏదో తప్పుగా చేస్తున్నామని అనిపిస్తే ఏమవుతుంది? మా పరిస్థితి ఏంటి?

ఏనుగు కాల్లో పగిలిన బీర్ సీసా ఒకటి పూర్తిగా దిగిపోయి ఉంది. దాని చుట్టూ చీము పట్టేసి పురుగులు పట్టి చిన్న తేనె గూడులా చీముతో ఉబ్బిపోయి ఉంది. డాక్టర్ కె. కత్తితో అక్కడ చీరగానే పెద్ద పెరుగుకుండ పగిలినట్టు చీము కారసాగింది. తేనెతుట్టెలా చిన్నచిన్న రంధ్రాలనుండి తెల్లటి పురుగులు

కదులుతున్నాయి. డాక్టర్ ఆ చీము పట్టిన భాగాన్నంతా గొడ్డలిలాంటి ఒక కత్తితో కోసి తీశారు. పురుగులు నా చేతిమీదకి ఎక్కాయి. వాటిని విదిలించాను. పైనున్న చీము మొత్తం కోసి తీశాక బీర్ సీసా లోతుగా పాతుకుపోయున్న మాంసాన్ని కత్తితో మళ్ళీ కోసి విరిచి సీసాని లాగారు. ఆశ్చర్యంగా ఉంది! ఇంచుమించు నా చేతి పరిమాణమంత సీసా!

"ఒక వారమే అయుంటుంది, బతికిపోయింది!" అన్నారు డాక్టర్ కె.

సీసాను తీయగానే ఇంకా చీము కారసాగింది. ఆ భాగంలో మాంసాన్ని కోసి తీసి చీమంతా తుడిచారు. చీము వాసన తగ్గి రక్తపు వాసన రాసాగింది. రక్తం ఊరి ఎర్రగా కారసాగింది. పుండంతా రక్తంతో తడిసిపోయింది. తలగడంత దూది తీసుకుని దాన్ని మందులో తడిపి లోపల పెట్టి పెద్ద బ్యాండేజ్ నాడాతో చుట్టి కట్టారు. గట్టిగా అంటుకుంది. దాని కాల్లో గుడారం గుడ్డలా ఉన్న చర్మంమీద చిన్న స్టీలు క్లిప్ పెట్టి బ్యాండేజ్ అంటించి గట్టిగా కట్టారు. తర్వాత నల్లటి బురదను తీసుకుని తెల్లటి కట్టుమీద బాగా పూశారు.

మళ్ళీ ఈ ఏనుగును పసిగట్టేందుకు వీలుగా ఒక సిగ్నల్ ట్రాన్స్‌మిటర్ దాని చెవిలో పోగులా గుచ్చారు. పనంతా అయింది. మా చేతులు, బట్టలు అంతా రక్తం, చీము కొట్టుకుపోయింది. పురుగుల్ని విదిలించుకుని తెచ్చిన వస్తువులను సేకరించుకుని బయలుదేరాము. కాలువలో చేతులు కడుక్కుంటూ ఉంటే ఘీంకరిస్తూ ఒక్కో ఏనుగూ దిగి వచ్చి ఆ ఏనుగు చుట్టూ నిల్చున్నాయి. ఆ పెద్ద పిడియేనుగు కింద పడి ఉన్న ఏనుగు కాలిలోని పెద్ద బ్యాండేజ్‌ని తన తొండంతో తడిమి పరిశోధించి మెల్లగా ఘీంకరించింది. మిగిలిన ఏనుగులూ వంతపాడాయి. కొన్ని ఏనుగులు అక్కడ చిందిన రక్తాన్ని వాసన చూశాయి. ఒక ఏనుగు అక్కడినుండి మమ్మల్ని చూస్తూ తన చెవులను ముందుకు రిక్కించింది.

"బ్యాండేజ్‌ని ఊడపీకేయదు కదా?" అని అడిగాను.

"దానికి విషయం తెలుసు. అయితే మామూలుగా ఏనుగుకు తెల్లరంగు నచ్చదు. కాబట్టి మనమే బురద రాసి రంగు మార్చేయాలి. లేదంటే కట్టును ఉంచుకోదు. బ్యాండేజ్‌ని కెలుకుతూ ఉంటుంది" అన్నారు డాక్టర్ కె.

"నయమైపోతుంది కదా?"

"మోస్ట్‌లీ పదిహేను రోజుల్లో ముందులాగా అయిపోతుంది. ఏనుగుకు రెసిస్టెన్స్ పవర్ చాలా ఎక్కువ. మామూలు ఆంటీబయాటిక్ కూడా చాలా బ్రహ్మాండంగా పనిచేస్తుంది" అని అన్నారు డాక్టర్.

ముదుమలైనుండి వెనుతిరిగి టాప్‌స్లిప్‌కు వస్తూ ఉంటే డాక్టర్ కె. అన్నారు. "వాట్ ఎ డివైన్ బీయింగ్! ఎప్పుడైనా తమిళనాడులో ఏనుగు అన్న ప్రాణి లేకుండా పోతే ఆ తర్వాత మన సంస్కృతికి అర్థమేముంటుంది? మన ప్రాచీన సంగం సాహిత్యాన్నంతా తగలబెట్టేయాల్సిందే!"

***

నేను వెళ్ళిన సమయానికి డాక్టర్ కె. ఇంట్లోనే ఉన్నారు. ఇంటి ముందున్న టేకు చెట్టుకింద సెల్వా అనొక పెద్ద మగ ఏనుగు నిల్చుని ఉంది. పడవలాంటి తన పెద్ద దంతాలను టేకుమానుకు రాస్తూ దాని బెరడును పీకేస్తోంది. నన్ను చూడగానే చెవులు రిక్కించి తొండం పైకెత్తి వాసన పట్టి తర్వాత 'బమ్మ్' అని నాకు గుడ్మార్నింగ్ చెప్పి మళ్ళీ చెవులు ఊపడం మొదలుపెట్టింది.

డాక్టర్ ఈ సమయంలో ఇంట్లో ఉండటం ఆశ్చర్యమే. నా చెప్పుల చప్పుడు విని లోపలనుండి తొంగి చూస్తూ "రా రా" అని స్వాగతం పలుకుతూ "ఏమిటి ఈ టైమ్‌లో?" అని అడిగారు.

"నేను కదా ఆ ప్రశ్న అడగాల్సింది? ఏంటి ఇంకా ఇంట్లో ఉన్నారు?"

"నేను పొద్దునే వచ్చాను. ఒక మొగ ఏనుగుకు సర్జరీ ఉండింది. రామన్ అని పేరు. తొడలో పెద్ద గడ్డ. ఏజ్డ్ ఫెలో. నాకూ వాడికీ ముప్ఫై ఏళ్ళ స్నేహం. నిదానస్తుడు. మంచి సెన్స్ ఆఫ్ హ్యూమర్ వాడిది. ఇంకో పదేళ్ళు కూడా బతగ్గలడు" అన్నారు నవ్వుతూ.

నేను కూర్చున్నాను.

"టీ?" అడిగారు డాక్టర్.

"నేను కలుపుకుంటాను" అన్నాను.

"నీకు మాత్రం కలుపుకో. నేను తాగేశాను."

నేను టీ కలుపుతూంటే నా చేతులు వణకడం గమనించాను. కప్పు ఎక్కడ

జారవిడుస్తానో అనిపించింది.

నా గాభరాను గమనించి "కొత్తగా ప్రేమలో పడ్డావా?" అని అడిగారు డాక్టర్.

"లేదు సార్."

ఆయన లేచి ఒళ్ళు విరుచుకుంటూ "ప్రాచీన సాహిత్యంలో ప్రకృతి గురించిన వర్ణనలు చాలావరకు సరిగ్గానే ఉంటాయి. అందునా కపిలన్ మరీను. చాలా నిశితంగా ఉంటుంది అతని పరిశీలన. 'చిరుకొర్ర పంటగాచే కాపు చేతి దివిటీనుండి జారిన నిప్పు కణముగని వెరసిన ఏనుగు, వ్యోమండలమున జారిన చుక్కను గనీ వెరసె' ('చిఋతినై కాక్కుం సేణోన్ ఈగిళియిన్ పెయర్ంద నెడునల్ యానై మీన్‌పడు చుడర్ ఒళి వెరూఉఉమ్'.)

"దానికి అర్థం ఏంటి?"

"కొర్రపంటని కాపుకాస్తున్న రైతు చేతనున్న దివిటీనుండి పడిన నిప్పుకణం చూసి భయపడ్డ ఏనుగు, నేలకు రాలే నక్షత్రాలను చూసి కూడా భయపడుతుందట" అని వివరిస్తూ నవ్వారు డాక్టర్ కె.

నేను చిన్నగా నవ్వాను.

"ఏనుగుకే కాదు అన్ని జంతువులకూ వర్తిస్తుంది. ఒక బొమ్మ తుపాకీని రెండోసారి పట్టుకెళ్తే కోతి కనిపెట్టేస్తుంది. టేప్‌రికార్డర్‌లో మరొక ఏనుగు గొంతును రికార్డు చేసి వినిపిస్తే తొలిసారి వినగానే పసిగట్టేస్తుంది... అరె, ఏం చేస్తున్నావు! యూ ఆర్ నాట్ లిజనింగ్!"

"ఏమీ లేదు," అన్నాను.

"లేదు. యూ ఆర్ నాట్ నార్మల్. కమాన్, ఏంటి చెప్పు?"

"అది కాదు సార్..."

"విషయమేంటో చెప్పు?" అని నా కళ్ళలోకి చూశారు డాక్టర్ కె.

నేను ఆయన దగ్గర ఏదీ దాచింది లేదు. వెంటనే అంతా అప్పజెప్పేశాను. రెండు ఏళ్ళకు ముందు వచ్చిన ఆలోచన. ఆయనకు ఒక పద్మశ్రీ పురస్కారం ఇప్పించాలని. నేనే ఆయన గురించి అన్ని వివరాలూ సేకరించి తగిన రీతిలో పొందుపరచి సాంస్కృతిక మంత్రిత్వశాఖకి పంపించాను. అప్పుడు ఆయన పేరు

లిస్ట్‌లో రాలేదు. ఎవరూ పట్టించుకోలేదు.

కాబట్టి మరుసటి ఏడాది లాబీయింగ్ మొదలుపెట్టాను. నా స్నేహితులు ముగ్గురు ఇంగ్లీషు పత్రికల్లో పనిచేస్తున్నారు. ఏడెనిమిది మంది సెంట్రల్ గవర్నమెంట్‌లో ఉన్నారు. దానికోసం ఇదే పని మీద సంవత్సరం పాటు పనిచేశాను. స్నేహితులందర్నీ వాడుకున్నాను. లోపలికి వెళ్ళాక బోలెడు దార్లు కనిపించాయి. ఈ అడవుల్లో డాక్టర్ కె.కు ఎలా దారులు తెలుసో అలా అధికార వర్గాల్లో దారులు తెలుసుకున్నాను. చివరిదాకా తీసుకెళ్ళి గమ్యానికి చేర్చేశాను.

నిజానికి ఇంత పెద్ద పనిని సులువుగా చెయ్యడానికి తోడ్పడింది డాక్టర్ కె. వ్యక్తిత్వమే. అరకొర ఆసక్తితో వినేవారి మనసును ఆవేశంతో ఎలా ఆకట్టుకోవాలో డాక్టర్ కె. వ్యక్తిత్వాన్ని చూసే నేర్చుకున్నాను. అల్పమైన తమ జీవితంలో ఒక గొప్ప పని చెయ్యడానికిగల అవకాశంగా దీన్ని వాళ్ళ ముందుంచాను. వినేవారి మనసు ఇంకా పూర్తిగా రాయిగా మారిపోలేదు, ఇంకా వారి హృదయం మెత్తదనాన్నీ చెమ్మనూ దాచుకుని స్వచ్ఛమైనదిగానే ఉంది అని వాళ్ళకు తెలియజేశాను. ఈ మహత్తరకార్యం చెయ్యడం ద్వారా తాను ఇంకా ఎన్నో గొప్పపనులు చేయగలిగే మంచి వ్యక్తేనని వారికై వారు భావించుకునే ఒక సందర్భాన్ని సృష్టించాను. అలా చేయడంవల్ల నా గమ్యం వైపు ఒక్కో అడుగూ ముందుకేశాను. అలా ప్రతి అడుగులోనూ ఎవరో ఒకరు డాక్టర్ కె. గురించి విని మనసు కరిగి సహాయం చేశారు. ఎక్కడో అడవుల్లో ఉండే ఆయన కాళ్ళకు మొక్కుతున్నాం అన్నారు.

రేడియోలో న్యూస్ రావడానికి ఇంకా కొన్ని గంటలే ఉన్నాయి. "అప్పుడు నేను మీతో ఉండాలి సార్" అన్నాను.

నేను ఊహించినట్టు ఆయన దాన్ని నవ్వి తోసేయలేదు. అందుకని అనాసక్తంగా తన పనుల్లో మునిగిపోనూ లేదు. నన్నే చూస్తూ ఉన్నారు. తర్వాత పెద్దగా నిట్టూర్చి తన పుస్తకాన్ని తీసుకున్నారు.

"ఏం డాక్టర్?" అన్నాను.

"ఏమిటి?" అన్నారు.

ఆయన కళ్ళల్లోని ఉగ్రత నన్ను కొంచం వణికించింది. నేను మెల్లగా "మీరేం

మాట్లాడట్లేదు అన్నాను.

ఆయన "లేదూ..." అని, "ఏమీ లేదులే" అన్నారు.

"చెప్పండి డాక్టర్, ప్లీజ్" అన్నాను.

"లేదు... నీకు ఈ పవర్‌గేమ్‌లో ఇంత ఆసక్తి ఉందని ఊహించలేదు నేను. నీ మీద నా అంచనాలు వేరేగా ఉండేవి. సరేలే..." అని ఆపేశారు.

"డాక్టర్..." అని చెప్పబోయాను.

"నేను ఆర్గ్యూ చెయ్యడంలేదు. నాకది చేతకాదు... లీవ్ ఇట్" అని నేను ఇదివరకు ఎపుడూ ఆయన దగ్గర చూడని ఒక కోపంతో చెప్పారు. కాసేపు మౌనం.

"సీ, ఈ అడవిలో నేను ఇదివరకు కనీసం ముప్ఫై నలభైమంది ఆఫీసర్స్‌ని చూశాను. ఎవరూ కొన్నాళ్ళ తర్వాత అడవిలో ఉండరు. సిటీకి వెళ్ళిపోతారు. ఏదైనా ఒక కారణం చెప్తారు. అడవిని విడిచి ఫిజికల్‌గా వెళ్ళిపోగానే మెంటల్‌గా కూడా అడవిని వదిలేస్తారు. ఆ తర్వాత వాళ్ళకు అడవి కేవలం ఒక జ్ఞాపకం మాత్రమే. ఎందుకు అలా అని ఆలోచించాను. ఒకే కారణం! ఈ అడవిలో అధికారం లేదు. అధికారంతో మనిషి రెండురకాలుగా వాడుకుని ఆడుకుని సంతృప్తి చెందుతాడు. కింద ఉండేవాళ్ళమీద ప్రయోగించడం, పైన ఉన్నవాళ్ళను చూసి కొంచం కొంచంగా పైకి ఎక్కుతూ ఉండడం. రెండూ చాలా థ్రిల్‌ను ఇచ్చే ఆటలు. అడవిలో ఈ రెంటికీ అవకాశం లేదు. అడవి మీ అధికారం కిందే నడుస్తుంది అన్న వ్యవహారం... ఆ పనికిమాలిన పేపర్లలోనే. నిజానికి అడవి పోకడ అనే అధికారంలోనే మీరు ఉన్నారు. ఇదిగో బయట నిల్చుని ఉన్నాడే సెల్వా, వాడు మీ చేతి కిందనా ఉన్నాడు? ఈ అడవిలో వాడే రాజు. వాడి ముఖాన ఉందే...ఆ ఆరడుగుల దంతమే వాడి దండం. మనుషులతో సుముఖంగా ఉన్నాడంటే ఆ రాజుకి మనుషులమీద దయ, కరుణ, మంచి అభిప్రాయం ఉందని అర్థం... ఇక్కడ మీకు పైకి ఎదిగే అవకాశం లేదు. ఇక్కడున్నప్పుడు ఎక్కడో నగరాల్లో పని చేసే మీ తోటి ఆఫీసర్లు పరుగు పందెంలో మిమ్మల్ని దాటుకుని ముందుకు వెళ్ళిపోతున్నారని అనిపిస్తూనే ఉంటుంది. అందుకే ఇక్కడినుండి పారిపోతారు. అడవి గురించిన మీ బాధ్యతలను

విదిలించుకుని వెళ్ళిపోతారు. నువ్వు అలా అందరిలాంటి వాడివే అని అనుకోలేదు. వెల్!”

చేతులు విప్పి అరిచేతులు పైకి పెట్టుకుని నిలకడ లేకుండా నడిచారు. మళ్ళీ కోపంగా “సీ, ఈ బిరుదు, ఏంటదీ, బ్రహ్మశ్రీనా?”

నేను మెల్లగా “కాదు పద్మశ్రీ” అన్నాను.

“సరే! అది... దాన్ని పెట్టుకుని ఈ అడవిలో ఏం చేసుకోవాలి? బయటున్న సెల్వాగాడి దగ్గరకు వెళ్ళి దాన్ని చూపించి, చూడరా, ఇకనుండి నువ్వు నాతో గౌరవమర్యాదలతో నడుచుకోవాలి. నేను బ్రహ్మశ్రీని అని చెప్పుకోవాలా? ఈ అడవిని అర్థంచేసుకుంటే నువ్వు ఇక్కడ ఏమైనా చెయ్యగలుగుతావు. అడవిని అర్థంచేసుకోవాలంటే అడవిలో బతకాలి. ఇక్కడ బతకాలంటే మొదటగా చెయ్యాల్సింది దేశంలో ఉండే డబ్బు, పేరు, హోదా, అధికారం, లొట్టు, లొసుగులు అన్నిటినీ దులిపివేసుకొని నువ్వు కూడా ఈ కోతుల్లాగా, ఏనుగుల్లాగా ఇక్కడ ఉండాలి. నీకు వీళ్ళు తప్ప ఇంకో బంధం ఉండకూడదు. వెళ్ళు, వెళ్ళి బయట చూడు. అక్కడ నిల్చుని ఉన్నాడే సెల్వా... వాడిలాంటి ఒక బంధువు నీకు ఎవరైనా ఉన్నారా? ఆ ఠీవి, ఆ కారుణ్యం! లోభత్వం, అల్పత్వం లేని సముద్రమంత విశాలమైన మనసు! వాటిని అర్థంచేసుకోగలిగితే ఏ మనిషి నీకంటికి ఆనతాడు చెప్పు? ప్రధానా, రాష్ట్రపతా? ఆ ఏనుగుకు నువ్వు తెలుసు అన్న విషయంలోని ఆనందం తెలుసుకుంటే, ఢిల్లీలో ఉండే పనికిమాలినవాళ్ళు కాగితం మీద రాసి ఇచ్చేది గొప్పగా అనిపిస్తుందా?”

ఆయన ముఖంలో ఆ రక్తపు ఎరుపు రంగుని చాలా రోజుల తర్వాత చూశాను. జీప్‌లో కూర్చుని బైరన్ కవిత చెప్పినప్పుడున్న అదే జ్వాలా రూపంలో ఆయన కనిపించారు. ‘Man, vain insect!’ అంటూ మహా పెద్ద ఏనుగు ఘీంకారంలా బైరన్ నినాదం విన్నాను. తల వంచుకుని కూర్చుని ఉన్నాను. తర్వాత లేచి బయటకు నడిచాను. వెనకనుండి డాక్టర్ కె. “ఆగు” అన్నారు. నేను ఇబ్బందిగా నిల్చుండటం చూస్తూ “ఐయామ్ సారీ” అన్నారు.

నాకు కళ్ళల్లో నీళ్ళు తిరిగాయి. నేను తలవంచుకుని నన్ను నేను అణుచుకుంటూ సన్న గొంతుతో, “నేను అలా అనుకోలేదు డాక్టర్... నేను

మిమ్మల్ని బయట ప్రపంచానికి తెలియపరచాలి అనుకున్నాను. ఇదిగో... ఈ అడవికి వచ్చేంతవరకు తెలియదు ఇక్కడ ఇలాంటి ఒక గొప్ప జీవితం కూడా ఉంటుంది అని. ఒక కొత్త లోకాన్ని చూడబోతున్నానని ఊహించలేదు. నన్ను నమ్మండి డాక్టర్. నాకు ఎలా చెప్పాలో తెలీడంలేదు... అయితే ఒకటి మాత్రం చెప్పగలను. నేను ఎక్కడ ఉన్నా మీరు నా గురించి గర్వపడేలా బతుకుతాను. ఎప్పటికీ మీతో గడిపిన కాలానికి, మీ వల్ల సంపాయించుకున్న జ్ఞానానికీ ద్రోహం చెయ్యను. ఐ ప్రామిస్ డాక్టర్. ఇక్కడికి వచ్చి అనుకోకుండా మిమ్మల్ని కలుసుకునేంత వరకు నాకు తెలియదు డాక్టర్. నేను బడిలోనూ కాలేజీలోను ఇది చదువుకోలేదు. నాకూ నాలాగా బతికే ఈ తరంలో వాళ్ళకీ, చిన్నప్పట్నుంచీ అందరూ చెప్పేది ఒకటే; బాగా చదువుకో, ఉద్యోగానికి వెళ్ళు, డబ్బు సంపాయించు, డబ్బుతో పెద్దమనిషిగా బతికి చూపించు అన్నదే! చదువుకునేటప్పుడు నాకు తెలిసిందల్లా బాగా మార్కులు తెచ్చుకుని అమెరికాకు వెళ్ళి సంపాదించినవాళ్ళు మాత్రమే జీవితంలో గెలిచినవాళ్ళు అని. నాలా లక్షలమంది బయట తయారవుతున్నారు డాక్టర్. ఆశయాలే లేని జెనరేషన్. త్యాగం అంటే అర్థమే తెలియని జెనరేషన్... ఎంతో మహోన్నతమైన సంతోషాలు ఈ భూమ్మీద ఉన్నాయన్నదే ఎరగని జెనరేషన్.

ఈ అడవులకు విహారయాత్రకు వచ్చి రోడ్డు పొడవునా వాంతులు చేసుకుంటూ, బీర్ సీసాలు పగలగొట్టి ఏనుగు కాళ్ళకింద వేసి వెళ్తున్నాడే వాడూ మన సమాజంలోనే బతుకుతున్నాడు డాక్టర్. వాడే ఐటీ కంపెనీల్లోనూ, మల్టీ నేషనల్ కంపెనీల్లోనూ, మరెన్నో పెద్ద పెద్ద ఉద్యోగాలు చేస్తున్నాడు. నెలకి లక్ష రూపాయలు సంపాయిస్తాడు. గడగడా ఇంగ్లీష్ మాట్లాడుతాడు. కాబట్టి తాను పుట్టుకతోనే మేధావి అనుకుంటాడు. తెలిసో తెలియకనో అలాంటివాళ్ళ చేతుల్లోనే కదా ఈ దేశం, ఈ దేశపు అడవులూ ఉన్నాయి? వాళ్ళలో పదిశాతం మందికైనా ఇలాంటొక గొప్ప జీవితం, ఇలాంటొక డివైన్ వరల్డ్ ఈ అడవిలో ఉందని తెలియాలి అనుకున్నాను.

డాక్టర్, నేటి తరం యువతలాంటి శాపగ్రస్తమైన జెనరేషన్ ఇండియాలో ఎప్పుడూ లేదు. వాళ్ళ ముందు ఉన్నదంతా ఒట్టి కట్-అవుట్ మనుషులు. ఆశయమో, లక్ష్యమో, ఒక ఉన్నతమైన కలో లేని నకిలీ ముఖాలు. వాళ్ళందరూ

కేవలం గెలిచినవాళ్ళు డాక్టర్. దొంగిలించో మోసం చేసో డబ్బు, పేరు, అధికారం సంపాదించినవాళ్ళు. వాళ్ళను ఆదర్శంగా తీసుకుని భావితరాలు ఈ పందెంలో పరుగులు తియ్యడానికి సిద్ధమవుతున్నాయి. ఆ పిల్లలకు 'చూడండి ఇలాంటొక ఆదర్శజీవితానికి కూడా ఇంకా ఈ సమాజంలో చోటుంది' అని చెప్పాలి అనుకున్నాను డాక్టర్. ఇంకా ఇక్కడ గాంధీ జీవించడానికి జానెడు చోటుంది అని ప్రపంచానికి చూపించాలనిపించింది. అది పదిమంది గుర్తించినా కూడా చాలు డాక్టర్.

ఆ అల్పమైన బిరుదుని మీకిప్పించి మిమ్మల్ని గౌరవించేయొచ్చు అనుకునేంత అజ్ఞానమైతే నాకు లేదు డాక్టర్. నేను మీకు అలాంటొక గుర్తింపుని తెచ్చి, అలా భావితరాలకు ఒక గొప్ప వ్యక్తిని పరిచయం చెయ్యాలనుకున్నాను. నేనూ, నా జెనరేషనూ మిమ్మల్ని గుర్తించామని మీకు తెలియచెయ్యడానికి ఏం చెయ్యాలని ఆలోచించాను. ఆ గుర్తింపును గురుదక్షిణగా మీ పాదాల దగ్గర సమర్పించాలనుకున్నాను. ఈ నా కోరికకు ఆనంద్ కూడా నాతో చేయి కలిపాడు. అందుకోసమే చేశాం. అది తప్పు అయితే సారీ, డాక్టర్."

మాట్లాడేకొద్దీ... సరైన మాటలు నాకు తోడయ్యాయి. నా ఈ ఆలోచనకి వెనక ఉన్న కారణాలు నాకే స్పష్టమయ్యాయి. మనసు తేలికైంది. మాట్లాడటం ముగించి తలవంచుకుని కూర్చున్నాను.

డాక్టర్ కె. నవ్వి "ఓకే, ఫైన్! దట్స్ ఎనఫ్ షేక్స్‌పియర్... నేను ఇప్పుడు బయటికి వెళ్తున్నాను, వస్తావా?" అని అడిగారు.

హోరుగాలికి మంచు రాలిన చెట్టులా నేను ఆ మాటలు రాల్చుకున్నాక తేలికబడి నవ్వి ఆయనతో బయలుదేరాను. సెల్వాని తీసుకుని ఏనుగుల క్యాంపుకు వెళ్ళాము. సెల్వాగాడు ఏనుగుల క్యాంపుకు తొందరగా వెళ్ళాలని ఎంత ఉవ్విళ్ళూరుతున్నాడన్నది వాడిని కదిపినప్పుడు వాడిలో కనిపించిన హుషారులో అర్థమయింది. వాడు ఏనుగుల క్యాంపుకు చేరుకోగానే వాడికి స్వాగతం పలుకుతూ ఏడెనిమిది గొంతులు వినిపించాయి.

"యూ నో, హీ ఈజ్ ఎ రియల్ టస్కర్! ఎ కేసనోవా!" అన్నారు డాక్టర్ కె.

నేను నవ్వాను. డాక్టర్ లోపలికి వెళ్ళగానే నలబైయెనిమిది తొండాలు పైకి

లేచి ఆయన్ని ఆహ్వానించాయి. వాటితో ముద్దుగా మాటలు చెప్తూ పనుల్లో నిమగ్నమయ్యారు డాక్టర్. ఒక్కో ఏనుగును చూసి పరిశీలించి రిపోర్టులు తయారు చేస్తున్నారు. ఆయన చెప్తూ ఉంటే నేను రాశాను. మధ్యలో కొంచం షెల్లీ, కంబన్, పరణన్, కపిలన్, కొంచం అమెరికన్ ఫిజిక్స్ క్లబ్బుల గురించిన హాస్యాలు. మధ్యాహ్నం చేతులు కడుక్కుని చపాతీ రోల్ తిన్నాం. లోపల నాకు మాత్రం చికెన్. డాక్టర్ కె. శాకాహారి.

సాయంత్రం వరకు అసలు రేడియో గురించే మరిచిపోయాను. నాలుగున్నరకు సెల్వరాజ్ నన్ను వెతుక్కుంటూ వచ్చి "సార్, ఢిల్లీ నుండి రెండు మూడుసార్లు ఫోన్‌లు వచ్చాయి సార్. సారు డాక్టర్ గారి ఇంటికి వెళ్ళారు, అక్కడికి చెయ్యమని చెప్పాను సార్. అక్కడా ఎవరూ ఫోన్ తియ్యలేదని చెప్పారు సార్. మిమ్ముల్ని ఫోన్ చెయ్యమన్నారు సార్" అని చెప్పాడు.

నేను జీప్ వేసుకుని డాక్టర్ ఇంటికి వెళ్ళి ఆనంద్‌కు ఫోన్ చేశాను. ఫోన్ తియ్యగానే "సారీ రా... ఎలా చెప్పాలో తెలీడం లేదు" అని విచారపడుతున్నాడు. నేను వచ్చే దార్లోనే ఊహించాను. అయినప్పటికీ బాధతో నా ఒళ్ళు నీరసపడిపోయింది. గుండె బరువైపోయింది, నిలబడలేక చెయిర్‌లో కూర్చున్నాను.

"మినిస్టర్ నిన్ననే మరొకరి పేరు చేర్చేడటరా... దాన్ని దాచి నా పల్స్ చూడటానికే నన్ను పిలిచి అలా తేనె పూసిన మాటలు మాట్లాడినట్టున్నాడు... గుంటనక్కరా వాడు. అసలు ఊహించనే లేదు ఇలా జరుగుతుందని. అసలు పనికిమాలిన యాక్టర్లకు కూడా ఇస్తున్నారు. సారీ రా... వచ్చే ఏడాదికి చూద్దాం."

"పరవాలేదురా. నువ్వు మాత్రం ఏం చేస్తావ్, అలా జరిగితే!" అన్నాను.

"ఆ ముసలి నక్క..." అని ఆవేశంగా ఏదో చెప్పబోయాడు.

"నక్క ఇలాంటివి చెయ్యదురా. బై!" అని ఫోన్ పెట్టేశాను.

తలపట్టుకుని కాసేపు కూర్చుండిపోయాను. డాక్టర్ కె. దీన్ని అసలు పట్టించుకోరు, ఆయనకు చెప్పాల్సిన అవసరం కూడా లేదు. అక్కడ్నుండి ఏనుగుల క్యాంపుకు తిరిగి వెళ్ళేప్పుడు దాని గురించే ఆలోచించాను. నన్ను ఒక

మెషీన్లో పడేసి చిలుకుతున్నట్టు తొలుస్తున్నది ఏమిటి? నేను ఏం కోరుకున్నాను? ఇలానే జరుగుతుందని నాకు తెలియనిదా? నిజానికి నేను లోపల మరేదో ఆశించాను. ఇలాంటొక గొప్ప ఆదర్శజీవితం వెలుగులోకి వస్తే మనుషుల లోపల గడ్డకట్టుకొనిపోయిన మంచితనాన్ని తాకుతుంది అనుకున్నాను. గాంధీ బలం అదే. అన్ని ఆదర్శాలూ నెగ్గేది ఆ అంశాన్ని ఆధారం చేసుకునే. ఈ కాలంలో దాన్ని నేను పరీక్షించాలి అనుకున్నానా? ఈ కాలంలో కూడా ఆ ఊట ఎక్కడో చెమ్మగానే ఉంటుంది అనుకున్నానా?

దార్లో ఒక పచ్చిక ప్రదేశంలో ఆగాను. దిగి నిల్చున్నాను. పచ్చికలో పడమటి సూర్యుడు మెరుస్తున్నాడు. రెక్కలు విప్పారుస్తూ చిన్న చిన్న పురుగులు, తుమ్మెదలు ఎగురుతున్నాయి. ఆ పచ్చికబయలు నా కళ్ళనంతా నింపింది. పచ్చికంటే చెమ్మ. చెమ్మ అంటే జీవం... ఏవేవో ఆలోచనలు. మనసులో ఆవేశం, బాధ ఉప్పొంగింది. బుద్ధి ఎంత ఆపినా మనసు వినదు. అడ్డుకట్టలు తెంచుకున్నాయి. అక్కడ, ఆ ఏకాంతంలో వెక్కి వెక్కి ఏడ్చాను. ఏడుపుతో పశ్చాత్తాపాన్ని కన్నీళ్ళుగా పైకి ఎగచిమ్మేవాడిలా చాలాసేపు ఏడుస్తూనే ఉన్నాను.

ఎప్పటికో ఏడుపు మౌనాన్ని చేరుకున్నది. నా నిట్టూర్పులో ఆ నిశ్శబ్దాన్ని గ్రహించి నేను తిరిగి జీపెక్కినప్పుడు పది మైళ్ళు పరిగెట్టినవాడిలా అలసిపోయినట్టు అనిపించింది. నేరుగా ఏనుగుల క్యాంపుకు వెళ్ళి గున్న ఏనుగు కొలతలు తీసుకుంటున్న డాక్టర్ కె. పక్కన వెళ్ళి నిల్చున్నాను.

నన్ను తిరిగి చూసిన వెంటనే కనిపెట్టేశారు. "ఏంటి బెలూన్ పేలిపోయిందా?" అని అడిగి నవ్వుతూనే "అయితే ఇక మన పని మనం చేసుకోవచ్చుగా?" అన్నారు.

ఆయన సామీప్యంలో కొన్ని నిముషాల్లోనే నేను మామూలుగా అయ్యాను. సాయంత్రం చీకటి పడేంతవరకు అక్కడ పనులు సరిపోయాయి. ఆ తర్వాత నేను డాక్టర్ కె. జీప్‌లో ఆయన ఇంటికి వచ్చాము. దార్లో ఆయన రాయాలనుకుంటున్న ఒక రిసర్చ్ వ్యాసం గురించి మాట్లాడారు.

"మనిషి నాగరికతలో ఒక దశలో మనుషులకు పెంపుడు ఏనుగులు అవసరమయ్యాయి. పెద్ద బరువులు మొయ్యడానికి అవి లేకుంటే కుదరదు.

ఏనుగు లేకుంటే తంజావూర్ మహాగోపురం లేదు. అయితే ఈ రోజుల్లో మనిషికి ఏనుగు సాయం అక్కర్లేదు. ఏనుగుకంటే పలురెట్లు శక్తివంతమైన క్రేన్‌ల యుగం ఇది. నేడు ఏనుగులు కేవలం అలంకరణ కోసమూ మతసంబంధమైన ఆచారాల కోసమూ అడవి బయట పెంచబడుతున్నాయి. జంతు ప్రదర్శనశాలల్లో వినోదం కోసం బంధించబడుతున్నాయి. దేవాలయాల్లో ఏనుగుల పెంపకాన్ని నిషేధించాలి. దేవాలయాలు ఏనుగులకు తగిన చోటే కాదు. ఏనుగుల కళ్ళకు ఎప్పుడూ పచ్చని ఆకులు, చెట్లు మాత్రమే కనబడుతూ ఉండాలి. ఆ కాలంలో ఏనుగుని సంస్థానాల్లో పట్టపు ఏనుగుగా వాడుకున్నారు. ఈ రోజుల్లో దేవాలయాల్లో ప్రసాదాలతో ఏనుగుని పోషించేయవచ్చు అనుకుంటున్నారు. అంత పెద్ద బ్రహ్మాండమైన జీవికి పదిపైసలు చేతికిస్తున్నారు ఈ అల్పసన్యాసులు. నాన్సెన్స్! దాని ముందర నీ స్థాయి ఏమిటి! అని నీకు తెలిస్తే ఆ సత్తు బిళ్ళని దానికి భిక్షగా వెయ్యడానికి నీకు చేతులు ఎలా వస్తాయి? గుడి ఏనుగుల్లా హీనంగా ట్రీట్ చెయ్యబడి, అవమానపడి పస్తులుండే జీవి ప్రపంచంలో మరోటి లేదు. కచ్చితంగా నిషేధించి తీరాలి. మతమూ ఆచారాలూ అని కొంతమంది దానికి ఒప్పుకోకపోవచ్చు. నూరేళ్ళ క్రితం దేవదాసీ ఆచార నిషేధాన్ని కూడా ఎదిరించారు అలానే. ఏనుగుని స్వతంత్రంగా వదిలేయాలి. వాడు అడవికి రాజు. వాడిని ఊళ్ళో పోర్టర్‌గానూ భిక్షగాడిగానూ వాడుకోవడం మానవ జాతికే అవమానం. మనవాళ్ళకి ఇదంతా చెప్తే అర్థం కాదు. మనవాళ్ళకి అడవి తెలియదు. మందు కొట్టడానికి, వ్యభిచారం చెయ్యడానికేగా మనవాళ్ళు అడవికి వచ్చేది! యూరోపియన్ పత్రికల్లో దీని గురించి మాట్లాడాలి. తెల్లవాళ్ళు చెప్తే మనవాళ్ళు వింటారు. ఇప్పటికీ మనవాళ్ళకి గురువులు వాళ్ళే...”

ఇంటికి వెళ్ళగానే ఆయన రాసిన ఆ థీసీస్ తీసి నా చేతికిచ్చారు, “చదివి చూడు... ఇవాళ పొద్దున కూడా ఇదే రెడీ చేస్తూ ఉన్నాను” అన్నారు.

టైప్ చేయబడిన డెబ్బై పేజీల థీసీస్. నేను చదవసాగాను. ఎన్నో ఏళ్ళు శ్రమపడి వివరాలు సేకరించి ఉన్నారు డాక్టర్ కె. భారత దేశంలోని రెండువందలకు పైబడిన దేవాలయాల్లో ఏనుగుల వివరాలు, వాటి ఆరోగ్యపరమైన రిపోర్టులు, మానసిక స్థితి గురించిన రిపోర్టులు చదివి, తయారు చేసి రాసిన థీసీస్. వాటి నిర్వహణలో జరుగుతున్న కుంభకోణాలూ పెద్ద

సమస్యగానే ఉన్నాయి. వాటికి అవసరానికంటే చాలా తక్కువ ఆహారమే ఇస్తున్నారు. చాలావరకు భక్తులు వేసే భిక్షాన్నమే వాటికి ఆహారం. కొన్ని పెద్ద దేవాలయాల్లో భక్తులు విసిరేసే ఎంగిలి విస్తర్లు, ఎంగిలి మెతుకులే వాటికి ఆహారం!

రాత్రయింది. "ఇప్పుడు ఏం వెళ్తావు. ఇక్కడే ఉండిపో. మోరోవర్ యు లుక్ టయర్డ్!" అన్నారు డాక్టర్ కే.

నేనూ అదే అనుకున్నాను. చాలాసార్లు నేను డాక్టర్ ఇంటిలోనే ఉండిపోతాను. ఇక్కడ నాకు ఒక పరుపు, ఒక కంబళీ కూడా ఉన్నాయి. నేను పడుకుని చదవడం మొదలుపెట్టాను. డాక్టర్ కె. అరగంటలో వంట చేశారు. ఇద్దరం ఏం మాట్లాడకుండా తిన్నాం. బయట హోరుగాలి చెట్లను ఊపేస్తూ ఉంది.

"ఇప్పటికిప్పుడే దేవాలయాల్లో ఏనుగుల్ని నిషేధించేస్తారు అని నేను నమ్మను. ఇది ప్రజాస్వామ్యం. న్యాయస్థానాల్లో చిత్తశుద్ధిలేదు. ఏ మార్పు రావాలన్నా సమయం పడుతుంది. అయితే పనైతే మొదలుపెడదాం. ఎదో ఒక రోజు జనమొచ్చి చేరుతారు. అప్పుడు గుళ్ళల్లో కట్టేయబడిన ఏనుగులన్నీ అడవిని చేరుకుంటాయి."

"ఈ లోపు ఇంకో ప్లాన్ ఉంది నా దగ్గర" అన్నారు డాక్టర్ కె.

"ఏంటది?"

"ఏడాదికి ఒకసారి దేవాలయాల్లో ఉండే ఏనుగుల్ని పక్కనే ఉన్న అడవుల్లోకి తీసుకెళ్ళి నెల రోజులు అడవిలో పెట్టాలి. ఒక నెల రోజులు అడవుల్లో వదిలితే చాలు ఏనుగు చాలా బాగా రికవర్ అవుతుంది. అది వన్యప్రాణి. అడవికోసం అది లోలోపల తపించిపోతూ ఉంటుంది. చెట్లను, మొక్కలను, పచ్చికను, నీటిని చూస్తేనే దానికి ఉత్సాహం వచ్చేస్తుంది... రిపోర్ట్ చూశావు కదా? దేవాలయాల్లో ఏనుగులు ఎప్పుడూ అలజడిగానే ఉంటాయి. వాటిల్లో చాలా వాటికి సివియర్ డయబెటీస్ ఉంది. వాటికి గాయాలైతే ఆ పుండ్లు మాననే మానవు."

డాక్టర్ మరొక ప్రాజెక్ట్ రిపోర్ట్ కూడా తయారుచేసి ఉన్నారు. గవర్నమెంటుకు దానిని సబ్మిట్ చెయ్యనున్నారు. దేవాలయాల్లోని ఏనుగుల్ని

అడవికి తీసుకొచ్చి రీజువనేట్ చేసి తిరిగి పంపడానికి ఇంప్లిమెంటేషన్ గైడ్‌లైన్స్, ఖర్చులు, రెస్పాన్సిబిలిటీస్ డెలిగేషన్ అని వివరంగా ఉన్నాయి. చిన్న లూప్‌హోల్‌కు కూడా అవకాశంలేని కంప్లీట్ రిపోర్ట్!

"ప్యారిస్ జూకు నేనొక రిపోర్ట్ ఇచ్చాను. దాన్నుండే నేను దీని తయారుచేశాను" అని అన్నారు.

నేను అప్పుడు ఈయనకు ఆ పద్మశ్రీ వస్తే బాగుండేది అనుకున్నాను. అది ఆయనని మరింత వెలుగులోకి తెచ్చి ఉండేది. ఆయన రాత, మాట మరింత దూరం చేరుండేవి.

రాత్రి పదైంది. పడుకున్నాను. పడుకోగానే అపరాధభావము, మనసులోని వెలితి నన్ను కప్పేశాయి. మళ్ళీ ఏడుస్తానేమోనని భయమేసింది. కళ్ళు మూసుకుని ఏదేదో ఆలోచిస్తున్నాను. అలసట కారణంగా ఆలోచనలు తెగి నిద్రలోకి జారుకున్నాను. ఎప్పుడో మెలుకువ వచ్చినప్పుడు గదిలో వెలుతురు. డాక్టర్ కె. స్వెట్టర్ వేసుకుంటూ ఉన్నారు. నేను తల పైకెత్తి "డాక్టర్!" అన్నాను.

"బయట ఏదో శబ్దం వినిపిస్తోంది... ఏనుగుల వాసన కూడా వస్తోంది," అన్నారు.

"ఏనుగుల గుంపేదైనా వచ్చుంటుందా?" అని అడిగాను.

"మామూలుగా ఇటువైపుకు రావు. ఏదైనా కారణం ఉండాలి" అంటూ టార్చ్ లైట్ తీసుకున్నారు.

నేను లేచి నా స్వెట్టర్ వేసుకుని ఆయనతో బయలుదేరాను. బూట్లు వేసుకుని బయటకు దిగాము. చీకటి పెద్ద తెరలా ఎలాంటి వెలుతురు మరకా లేకుండ స్వచ్ఛంగా ఉంది. ఆ చీకటిలో కాసేపటికి కొన్ని మరకలు కనిపించాయి. ఆ మరకలు కలిసి అడవి అంచుగానూ పైనున్న ఆకాశంగానూ మారాయి. అడవి చెట్ల ఆకులపై నక్షత్రరాశులు మెరుస్తున్నాయి.

ఇంతలోపే డాక్టర్ కె. ఏనుగును చూసేశారు. "గున్న! రెండేళ్ళుంటుంది" అన్నారు.

"ఎక్కడ?" అడిగాను.

"అదిగో" అని చూపించిన చోట కొన్ని క్షణాల తర్వాత నేనూ ఆ ఏనుగు పిల్లను చూశాను. నా ఎత్తే ఉంటుంది. చిన్న దంతాలు తెల్లగా కనిపించాయి. దాని చెవుల కదలిక కూడా కనిపించింది.

"ఈ వయసులో ఒంటరిగా రాదే!" అంటూ "రా వెళ్ళి చూద్దాం" అని ముందుకు సాగారు డాక్టర్ కె.

చీకట్లో టార్చ్ వేస్తే, చుట్టుపక్కన ఇక ఏమీ కనిపించదు కాబట్టి చీకట్లోనే నడిచాము. కొన్ని నిముషాల్లో గడ్డిపోచలు కూడా స్పష్టంగా కనిపించసాగాయి.

ఏనుగు పిల్ల మెల్లగా గూగూమంటూ తొండాన్ని పైకెత్తి వాసన పడుతోంది. "ఈజీ ఈజీ" అన్నారు డాక్టర్ కె. ఏనుగు పిల్ల మెల్లగా ముందుకు వచ్చింది. అది కుంటుతున్నట్టు ఉంది.

"గాయపడినట్టుంది" అన్నాను.

"ఊఁ" అన్నారు డాక్టర్ కె.

గున్న ఏనుగు మళ్ళీ ఆగి జెర్సీ ఆవు అరిచినట్టు గూమంది. మళ్ళీ తూలుతూ ముందుకు నడిచింది. డాక్టర్ కె. నన్ను ఆగమని చెప్పి దాని దగ్గరకు వెళ్ళారు. ఆయన దగ్గరకు వెళ్ళగానే తన తొండాన్ని ఉయ్యాలలా ఊపి తలను తిప్పుతూ ఆహ్వానించింది. ఆయన వెళ్ళి దాని దంతాలు తాకగానే అది తన తొండాన్ని ఆయన భుజమ్మీద వేసింది.

"రా" అన్నారు డాక్టర్ కె.

నేను దగ్గరకు వెళ్ళాను. ఆయన ఆ ఏనుగుపిల్లను చేత్తో తడుతూ తడుముతూ ఊరడిస్తున్నాడు. అది తన తొండాన్ని ఆయనను దాటుకుని నా మీదకు చాచి నన్ను పరికించడానికి ప్రయత్నించింది. నేను వెనక్కి జరిగాను.

"వీడిని పడుకోబెట్టాలి. ఇప్పుడు వాడికి చెప్తే అర్థం కాదు. నువ్వు వెళ్ళి నా కిట్ తీసుకుని రా" అన్నారు డాక్టర్ కె.

నేను ఇంటివైపుకు పరిగెట్టి ఆయన పెద్ద పెట్టెను తీసుకొచ్చాను. డాక్టర్ కె. దాని నోటిలో ఇంజెక్షన్ ఇచ్చారు. కాసేపు అది పిల్ల ఏనుగులు చేసే సహజమైన చేష్టలన్నీ చేసింది. తొండాన్ని తన ముందరి కాళ్ళ మధ్య ఉయ్యాలలా ఊపి

ముందుకు వెనక్కి తన దేహాన్ని కదిలించింది. తలను అడ్డంగా ఊపుతూ నన్ను నన్ను పరికించే ప్రయత్నం కొనసాగించింది. తర్వాత మెల్లగా దాని ఆటలు తగ్గిపోయాయి. కుదురుగా పక్కకు ఒరుగుతూ కూర్చున్నట్టు ఒరిగి కాళ్ళు చాపుకుని పడుకుంది. తొండంనుండి 'బుస్ బుస్' మంటూ ఊపిరి వేగంగా నా రొమ్మును తాకింది.

"లైట్" అన్నారు డాక్టర్.

నేను టార్చ్ పట్టుకున్నాను. అనుకున్నట్టే అయింది. మళ్ళీ బీర్ సీసానే. అదృష్టవశాత్తూ ఈ సారి సీసా పూర్తిగా దిగలేదు. పాదం మధ్యలో కాక కాస్త పక్కన గుచ్చుకోవడం వల్ల, ఏనుగు ఎక్కువ బరువు లేకపోవడం వల్ల, ఎక్కువ రోజులు కాకపోవడం వల్ల, సీసా పూర్తిగా లోపలికి దిగలేదు. డాక్టర్ దాన్ని పట్టుకుని లాగారు. రక్తం ఆయన చేతినంతా తడిపేసింది. సీసా అంచుని చేత్తో తడిమి 'లోపల సీసా ముక్కలేమీ విరిగిపోలేదనే అనుకుంటున్నాను' అన్నారు. అయినా గాయంలోతులో చేయి పెట్టి గాజు ముక్కలకోసం మెత్తగా తడిమి చూస్తూనే ఉన్నారు.

"వెల్. అల్మోస్ట్ క్లీన్... హీ ఈజ్ లక్కీ" అని దూదిని మందులో ముంచి లోపలికి దోపి కట్టుకట్టారు.

"గంటలో లేచేస్తాడు. తెల్లారేసరికి ముదుమలకి తిరిగి వెళ్ళిపోతాడు" అన్నారు.

"ముదుమలకా?" అని అడిగాను.

"అవును అక్కడ్నుండేగా వచ్చాడు. నువ్వు వీడ్ని చూశావు!"

"వీడినా?"

"అవును. ఏడాదిన్నర క్రితం మనం ముదుమలలో ఒక ఏనుగుకు ఇలాగే సీసా తీశాం కదా? అప్పుడు ఆ పెద్ద మద్దిచెట్టు కింద నిల్చున్నది వీడే. అప్పుడు చాలా చిన్న పిల్లాడు. గేదె దూడలా ఉన్నాడు అప్పుడు" అన్నారు.

"ఎలా తెలుసు?" అని అడిగాను.

"ఏం, అక్కడ చూసిన ఒక మనిషిని మళ్ళీ ఇక్కడ చూస్తే చెప్పలేవా ఏంటి?"

డాక్టర్ లేచి చేతుల్ని దూదితో అదిమి తుడిచి పేపర్ సంచిలో వేశారు.

"మిమ్మల్ని వెతుక్కుంటూ ఇంత దూరం వచ్చాడా? అమేజింగ్!" అన్నాను.

"పాపం చాలా నొప్పి ఉండి ఉంటుంది" అన్నారు డాక్టర్ కె.

ఏనుగులు గుర్తుపెట్టుకుని గుర్తుపట్టి వెతుక్కుని వెళ్ళడం గురించి చాలానే విన్నాను. మూడు వందల కిలోమీటర్లు కూడా వెళ్తాయని విన్నాను. అవి చిన్న చిన్న వివరాలు కూడా మరిచిపోవు. అయితే ముదుమలనుండి జీప్‌లో తిరిగొచ్చిన మమ్మల్ని అవి ఎలా కనిపెట్టాయన్నది నాకు అర్థంకాలేదు. మమ్మల్ని అవి ఆరోజు అడవిలో వాసన పట్టి ఉండచ్చు. ఇక్కడికి ఇదివర్లో ఎప్పుడైనా వచ్చినప్పుడు గుర్తుపట్టి ఉండచ్చు.

అయినప్పటికీ ఒక పిల్ల ఏనుగు ఇంత దూరం రావడం అన్నది చాలా చాలా ఆశ్చర్యం కలిగించింది. మేము ఇంటికి చేరుకోగానే డాక్టర్ కె. అడవికేసి తీక్షణంగా చూశారు. చీకట్లో నల్లటి కదలికలు. ఆ పెద్ద ఏనుగు గుంపు మొత్తం నిల్చుని ఉండటం కనిపించింది. నేను టార్చ్ వేయబోయాను. నో! అన్నారు డాక్టర్ కె. ఏడాదిన్నర క్రితం కాలికి చికిత్స చేయబడి కుంటుతూ నడిచే ఆ పెద్ద ఏనుగును దాని నడకనుబట్టి గుర్తుపట్టగలిగాను. అవన్నీ ముందుకు వచ్చి అర్ధచంద్రాకారంలో చెవులు ఊపుతూ నిల్చున్నాయి.

"వచ్చి తీసుకెళ్ళిపోతాయి, నువ్వు రా" అని డాక్టర్ చెప్తూ వెనక్కి తిరిగినప్పుడు ఉన్నట్టుండి ఇరవైకి పైబడిన ఘీంకారాలు కోరస్‌గా పెద్ద ఎత్తున వినిపించాయి. నా ఒళ్ళు పులకరించింది! కళ్ళనుండి నీళ్ళు కారిపోతున్నాయి. గుండెలో ఏదో సందడి. చేతులెత్తి దణ్ణం పెడుతూ ఒక మాటయినా గుర్తుకురానివాడిలా నిశ్చేష్టుడై నిల్చున్నాను. ఏనుగుల గుంపు తొండాలను పైకెత్తి కలిసికట్టుగా మళ్ళీ మళ్ళీ ఘీంకరించాయి. అవును, దేవదుందుభులు మ్రోగాయి! గగన భేరీ మోగింది! నల్లటి మేఘాలు కమ్ముకున్న ఆకాశమంతా ఏనుగు ముఖపు ఆకారమున్న దేవతల దరహాసాలతో నిండిపోయింది.

"రా" అని చెప్పి లోపలికి వెళ్ళారు ఏనుగు డాక్టర్ కె.

◆◆◆

[మూలం: యానై డాక్టర్, ఫిబ్రవరి 17, 2011]

డాక్టర్ వి. కృష్ణమూర్తి

https://en.wikipedia.org/wiki/V._Krishnamurthy_(veterinarian)

5
కూటి ఋణం

కెత్తేల్ సాయిబు అనే పేరు మీరు విని ఉండరు. తిరువనంతపురం శాలబజార్‌లో ఇప్పుడున్న శ్రీపద్మనాభా థియేటర్ పక్కన, ఆ కాలంలో అతను నడిపిన పూటకూళ్ళ ఇల్లుండేది. పందొమ్మిది వందల అరవై, డెబ్భైలలో అక్కడ భోజనం తిననివారు తిరువనంతపురంలో ఉన్నట్టయితే వాళ్ళు ఖచ్చితంగా శాకాహారులై ఉండుంటారు.

డెబ్భై ఎనిమిదిలో కెత్తేల్ సాయిబు చనిపోయే వరకు ఆయన ఆ హోటల్ నడిపించాడు. ఇప్పుడు ఆయన కొడుకు ఊళ్ళో చాలా చోట్ల అలాంటి హోటళ్ళు నడుపుతున్నాడు. ఇంతకుముందు సాయిబు హోటల్ నడిపిన చోట ఇప్పుడు వాళ్ళ బంధువులు నడుపుతున్నారు. ఈ రోజుకీ అక్కడి చేపలు, కోడిమాంసం, కూరలు అదే రుచి. ఇప్పుడు ఆ హోటల్‌కు ముబారక్ హోటల్ అని పేరు పెట్టారు. ఈనాటికీ జనం వరుసలు కట్టుకుని తమవంతు కోసం కాచుకుని కూర్చుంటారు. ముబారక్ హోటల్‌లో భోజనం చేస్తేనే తిరువనంతపురం వచ్చినదానికి సార్థకత అని నమ్మే మాంసాహారులు కేరళ అంతటా ఉన్నారు. అయితే కెత్తేల్ సాయిబు నడిపిన పూటకూళ్ళ ఇంటి ప్రత్యేకత మాత్రం దానికదే! వివరించి చెప్పకపోతే మీకు అర్థం కాదు.

ఇప్పుడైతే ముబారక్ హోటల్ రేకుల షెడ్డులో నడుస్తోంది గాని, ఆ రోజుల్లో అది కొబ్బరి మట్టలతో వేసిన కొట్టం. పదిహేనడుగుల పొడవు, ఎనిమిదడుగుల వెడల్పు. వెదురుతో కట్టిన బెంచి, వెదురు మేజా. కొట్టానికి మూడు పక్కలా అడ్డుగా తడికలుండేవి. కొట్టాం వెనకవైపు ఒక గోనెసంచీ గుడ్డతో చేసిన పరదా వేలడుతుండేది. ఎండాకాలంలో చల్లటి గాలి వచ్చినా వర్షాకాలంలో మాత్రం లోపలికి జల్లు కొడుతుండేది. కెత్తేల్ సాయిబు హోటల్ ఎప్పుడూ రద్దీగానే ఉండేది.

'ఎప్పుడూ' అనా అన్నాను? అతను 'ఎప్పుడూ' ఎక్కడ తెరుస్తాడు! మధ్యాహ్నం పన్నెండుకు తెరిచేవాడు. మూడుకి కట్టేసేవాడు. మళ్ళీ సాయంత్రం ఏడుకు తెరిచి రాత్రి పదికి మూసేసేవాడు. పొద్దున పదకొండుకల్లా ఆ తడికల్లేని పందిరి ముందున్న ఇంటి అరుగు మీద, దానికటుగా ఉండే రహ్మత్‌విలాస్ అనబడే టైలర్ అంగట్లో, కరు.ఫళ.అరుణాలయం చెట్టి అండ్ సన్స్ హోల్‌సేల్ కిరాణా గోడౌన్ వాకిట్లోనూ జనాలు మూగిపోయేవారు. వారిలో చాలామంది అలా నిలబడే మాతృభూమి పత్రికో, కేరళ కౌముది పత్రికో చదువుతూ ఉండేవారు. కౌముది బాలకృష్ణన్ రాసే తాజా రాజకీయ వ్యాసాల గురించి చర్చలు సాగుతుండేవి. అప్పుడప్పుడూ వాగ్వివాదాలు కూడా జరుగుతుండేవి.

పన్నెండవుతుండగానే సాయిబు తన హోటల్ తెరుస్తున్న ఆనవాలుగా వెనకవైపు వేలాడదీసున్న గోనెసంచి కర్టెన్‌ను చుట్టి పైకి కట్టేవాడు. జనం ఆ పందిటి కిందకు వెళ్ళి కూర్చునేవారు. కెత్తేల్ సాయిబుది మంచి దృఢమైన శరీరం. ఏడడుగుల ఎత్తు, స్తంభాల్లా చేతులు, కాళ్ళు. అమ్మవారు పోసిన మచ్చలు నిండుగా ఉండే పెద్ద ముఖం. ఒక కన్ను అమ్మవారు పోసి సొర రావడంతో గవ్వలా ఉంటుంది. ఇంకో కన్ను చిన్నదిగా నిప్పు కణికలా ఉంటుంది. తలమీద తెల్లటి చిక్కం టోపీ. మీసాల్లేని గుండ్రటి గడ్డానికి గోరింటాకు పెట్టి ఎర్రగా నిగనిగలాడించేవాడు. నడుముకి గళ్ళ లుంగీ, దాని మీద అరచేయి మందాన ఆకుపచ్చరంగు బెల్టు. మలయాళీ అయినా సాయిబుకు మలయాళం స్పష్టంగా రాదు. అరబిక్ మలయాళమే. అతను పెద్దగా మాట్లాడగా ఎవరూ విని ఉండరు. మాట్లాడినా ఒకటి రెండు వాక్యాలు మాత్రమే. 'ఫరీన్' అని గంభీరమైన గొంతుతో లోపలనుండి ఒకసారి కేకేశాడంటే జనం బెంచీల్లో

నిండిపోతారు.

నిజానికి కేకెయ్యాల్సిన అవసరం కూడా లేదు. లోపలనుండి కోడిమాంసం పులుసు, కోడి వేపుడు, చేపల పులుసు, బొమ్మిడాయిల వేపుడు, రొయ్యల వేపుడు అన్నిటి ఘుమఘుమలూ కలగాపులగంగా గాల్లో తేలుతూ వచ్చి పిలుస్తుంటాయి. ఇన్నేళ్ళుగా ఎన్నో హోటళ్ళల్లో తిన్నాను కానీ కెత్తేల్ సాయిబు భోజనపు ఘుమఘుమ, రుచీ ఎక్కడా చవి చూడలేదు. వాసుదేవన్ నాయర్ అనేవాడు: 'దానికీ ఒక లెక్కుందివాయ్. సరుకు కొనేవాడు, వండే వాడు వేరు వేరైతే భోజనానికి సువాసన, రుచి కుదరదు. కెత్తేల్ సాయిబు చేపలు, మాంసమే కాదు, బియ్యం, కిరాణా సామాను కూడా స్వయంగా ఆయనే వెళ్ళి నాణ్యత చూసి గానీ కొనుక్కురాడు. క్వాలిటీలో నువ్వుగింజంత తేడా ఉన్నా కొనడు. రొయ్యలు ఆయనకంటూ ప్రత్యేకంగా దీవి మూల నుండి వస్తాయి. పాప్పీ అని ఒక ముసల్మాన్ పట్టుకొస్తాడు. వలలో చేపలు పైకి తియ్యకుండా నీళ్ళల్లోనో ఉంచి పడవ కిందనే లాక్కుని వస్తాడు. ఒడ్డుకు రాగానే తీసుకుని నేరుగా వండటానికి తీసుకొస్తాడు సాయిబు... అరేయ్, చేసే పనిలో చిత్తశుద్ధి ఉంటే చాలు! రుచిగా ఉండక చస్తుందా!'

ఏం మాయో మంత్రమో గానీ అక్కడ తిన్న పదిహేనేళ్ళలో ఏ ఒక్క రోజు కూడా ఏ ఒక్క వంటయినా కూడా రుచి విషయంలో అద్భుతః అన్న స్థాయినించీ కిందకి దిగినట్టు అనిపించలేదు. దాన్ని ఎలా వర్ణించగలమో తెలీదు గాని, ఒక్క చిత్తశుద్ధి మాత్రమే ఉంటే అది సాధ్యం కాదు. లెక్క కూడా ప్రతిరోజూ సరిగ్గా ఉండద్దూ. సాయిబు హోటల్లో కూరలు, వేపుళ్ళు ఎప్పుడూ నేరుగా పొయ్యి మీదనుండే తీసుకొచ్చి వేడివేడిగా వడ్డించేవాళ్ళు. ఈ రోజుకి ఇంతమందే వస్తారు అని ఒక అంచనా ఉండేది సాయిబుకు. తగినట్టు అన్నీ అమర్చుకునేవాడు. సాయిబు, ఆయన బేగం, ఇద్దరు కొడుకులు, ఇద్దరు పనివాళ్ళు. వీళ్ళు ఎవరూ సాయిబు మాట జవదాటరు. సాయిబు ముక్కుతోనే రుచి చూడగలరు అంటారు. ఎన్ని చెప్పుకున్నా నేను మాత్రం అక్కడ ఒక దేవత కొలువుంది అనే అంటాను. దేవత కాదేమో ఏదో జిన్ని అయుంటుంది. అరబ్బుదేశం నుండి వచ్చిన జిన్ని కాదు, మలబార్ ప్రాంతంలో ఒక గ్రామంలో పుట్టి కల్లాయి ఏటి నీళ్ళు తాగిన జిన్ని.

కెత్తేల్ సాయిబు పూర్వీకులది మలబార్ ప్రాంతం. యూసఫ్ అలీ కెచ్చేరి రాసిన 'కల్లాయిపుళ ఒర మణవాట్టి...' అన్న పాట రేడియోలో వస్తుంటే ఆయన కొడుకు 'అది మా నాయనోళ్ళ ఏరు' అన్నాడు. అంతకంటే ఆయన గురించి ఏమీ తెలియదు. ఆయన మాట్లాడడు కూడా. ఆయన్ని ఎవరైనా మంత్రం వేసి మాట్లాడిస్తే తప్ప ఆయన్ని మాట్లాడించలేము. పొట్ట చేతబట్టుకుని వచ్చిన కుటుంబం. చిన్న వయసులోనే సాయిబు వీధినపడ్డాడు. ఇరవై ఏళ్ళదాక పెద్ద కెటిల్ మోసుకుని తిరిగి చాయ్ అమ్మేవాడు. కెత్తేల్ సాయిబు అన్న పేరు అలా వచ్చిందే. మెల్లమెల్లగా రోడ్డు పక్కన చేపలు వేయించి అమ్మేవాడు. తర్వాత భోజనం హోటల్. అనంతన్ నాయర్ ఒకసారి 'కెత్తేల్ సాయిబు చేతి చాయ్ తర్వాత ఈరోజు వరకు నేను మంచి చాయ్ తాగెరగను' అన్నాడు. సాక్షాత్తూ కౌముది బాలకృష్ణన్ అంతవాడు కూడా సాయిబు చేతి చాయ్ తాగటానికి పార్టీ సమావేశాలు తొందరగా ముగించుకుని శాలబజారుకు వచ్చేవాడట.

సాయిబుకు ఏ కొరతా లేకుండా జీవితం సాఫీగా సాగిపోయేది. అంబలముక్కులో పెద్ద ఇల్లు. ఉమ్మడి కుటుంబం. పట్టణంలోనే ఏడెనిమిది హోటళ్ళు. ముగ్గురు అమ్మాయిలకీ పెళ్ళి చేసేశాడు. ముగ్గురు అల్లుళ్ళచేతా తలా ఒక హోటల్ పెట్టిచ్చాడు. ఆయన కూడబెట్టిన ఆస్తులన్నీ ఈ హోటల్ వ్యాపారంతోనే, అంటే ఆశ్చర్యం కలగొచ్చు. ఎందుకంటే సాయిబు భోజనానికి డబ్బు తీసుకోడు. చాయ్ అమ్మే రోజులనుండీ కొనసాగుతున్న అలవాటిది. హోటల్ ముందు ఒక మూల ఒక అడ్డ తడిక, దాని వెనక ఒక ఇనప డబ్బా హుండీ ఉంటుంది. భోజనం అయాక వెళ్ళేప్పుడు ఎంతయినా వేసి వెళ్ళొచ్చు. ఎవరూ పట్టించుకోరు. వెయ్యకుండా కూడా వెళ్ళొచ్చు. ఎన్ని రోజులైనా సరే డబ్బులు వెయ్యకుండా వెళ్ళినా, ఎంత తిన్నా సాయిబు పట్టించుకోడు.

ఒంటి మీద చొక్కా లేకుండా కాకి నిక్కరూ టోపీ వేసుకుని వీధిలో చాయ్ అమ్మిన పసిపిల్లాడి నాటినుండి కెత్తేల్ సాయిబు అంతే. ఒక చిన్న డబ్బా పక్కన ఉంటుంది, చాయ్ తాగినవాళ్ళు అందులో ఎంతో కొంత వేస్తే చాలు. చాయ్ ఎంత అని అడగకూడదు, అడిగినా చెప్పడు. మొదట్లో కొందరు ఆకతాయిలు ఇతన్ని ఆటపట్టించేవాళ్ళు. డబ్బాలో కాగితాలు మడిచి వేసి వెళ్ళే వాళ్ళు. కొందరు ఆ డబ్బానే కాజేసేవాళ్ళు. మరికొందరు నెలలు, సంవత్సరాల పొడవునా

పైసా ఇవ్వకుండా చాయ్ తాగేవారు. కెత్తేల్ సాయిబుకు వాళ్ళ ముఖాలు కూడా గుర్తు పెట్టుకోవాలి అనిపించేది కాదు.

జీవితంలో ఒకే ఒక్కసారి కెత్తేల్ సాయిబు ఒకడిపై చెయ్యి చేసుకున్నాడు. తమిళనాడు నుండి వచ్చి మార్కెట్‌లో ధనియాలు, మిరియాలు, జీలకర్ర లాంటి దినుసులు చెరిగి కూలిడబ్బులు తీసుకుని పొట్టపోసుకునే ఒక పేదమ్మాయి తన దగ్గర చాయ్ తాగుతోంది. ఆ రోజుల్లో దందాలు వసూలు చేసుకు తిరిగే కరమన కొచ్చుట్టన్ పిళ్ళై అదే సమయంలో చాయ్ కోసం వచ్చాడు. ఆమెను చూశాడు. ఏమనుకున్నాడో ఉన్నపళాన వెళ్ళి ఆమె రొమ్ములు పట్టుకుని పిసకసాగాడు. ఆమె కేకలు పెట్టింది. పూనకం వచ్చినవాడిలా ఆమెను ఎత్తుకుని వెనక వైపు గల్లీలోకి వెళ్ళే ప్రయత్నం చేశాడు. కెత్తేల్ సాయిబు దిగ్గున లేచి కొచ్చుట్టన్ పిళ్ళైని లాగి పెట్టి ఒక్క లెంపకాయ కొట్టాడు. కొచ్చుట్టన్ పిళ్ళై చెవిలోంచి, ముక్కులోంచి, నోట్లోంచి రక్తం కారుతూ నేల మీద దబ్బున పడ్డాడు. కెత్తేల్ సాయిబు అక్కడ అసలేమీ జరగనట్టు తిరిగి తన ఛాయ్ పనిలో పడిపోయాడు.

కొచ్చుట్టన్ పిళ్ళై మనుషులొచ్చి అతన్ని తీసుకెళ్ళి పద్దెనిమిది రోజులు ఆస్పత్రిలో చికిత్స చేయించారట. ఆ తర్వాత ఇక ఎప్పుడూ కొచ్చుట్టన్ పిళ్ళై లేచి ముందులా నడవలేదట. చెవులు సరిగా వినిపించేవి కావుట. తల ఎప్పుడూ వణుకుతూ, పదేపదే మూర్ఛలొచ్చేవట. ఏడు నెలల తర్వాత కరమన నదిలో స్నానం చేస్తుండగా మూర్ఛ వచ్చి నీటిలో కొట్టుకుపోతే ఉబ్బిపోయిన శవాన్ని వెలికి తీశారట.

ఒక తురకోడు పెద్ద కులస్థుడైన పిళ్ళైపై చెయ్యెలా చేసుకుంటాడు? అని ఒక ముఠా సరంజామా వేసుకుని వస్తే, శాలమహాదేవాలయం ట్రస్టీ అనంతన్ నాయర్ వాళ్ళను ఆపి 'పోయి మీ పనులు మీరు చూస్కోండ్రా! వావీ వరుసల్లేకుండా అడ్డగోలుగా ఒళ్ళు పైనా తెలీకుండా జంతువులా ప్రవర్తిస్తే తురకోడి చేతుల్లోనైనా చస్తాడు, చీమ కుట్టయినా చస్తాడు' అన్నాడట. అనంతన్ నాయర్ మాటకు శాలబజార్‌లో ఎవరూ ఎదురు చెప్పరు.

నేను మొదటిసారి కెత్తేల్ సాయిబు హోటల్‌కు వచ్చింది పందొమ్మిదివందల అరవై ఎనిమిదిలో. నా సొంత ఊరు కన్యాకుమారి పక్కన ఒసరవిళై. నాన్న

కోట్టాఱులో ఒక రైస్ మిల్లులో లెక్కలు రాసేవాడు. నాకు చదువు బాగానే అబ్బింది. పదకొండో తరగతి అవగానే కాలేజీలో చేరమన్నారు అందరూ. కాని, నాన్నకొచ్చే జీతం డబ్బుతో కాలేజి చదువు అన్నది నా ఊహకైనా అందలేదు. అయితే ఒక మేనమామ తిరువనంతపురంలో పేటలో ఉండేవాడు. ఒక మోస్తరుగా సాగే ప్రింటింగ్ ప్రెస్ వ్యాపారం. అత్తది తాళక్కుడి. వాళ్ళూ బంధువులే. నాన్న నన్ను చేయి పట్టుకుని తీసుకెళ్ళి నాతో పాటూ బస్ ఎక్కి తంబానూర్‌లో దింపి, పేటదాకా నడిపించే తీసుకెళ్ళాడు. నేను చూసిన మొదటి పట్నం తిరువనంతపురం. జుట్టుకు రాసుకున్న కొబ్బరినూనె చెమటతోపాటు ముఖంమీద కారుతూ, అంచులు నలిగిపోయి పంచెతో కుండలో ఉండ చుట్టిపెట్టిన చొక్కా వేసుకుని, చెప్పులు లేని కాళ్ళతో పిచ్చి అవతారంలో వెళ్ళాను.

మామకు వేరే దారి లేదు. ఆయన్ని చిన్నతనంలో పెంచింది నాన్నే. యూనివర్సిటీ కాలేజిలో ఇంగ్లీష్ సాహిత్యం తీసుకున్నాను. నాన్న సంతృప్తిగా ఊరికి తిరిగెళ్ళాడు. ఒక రూపాయి నా చేతిలో పెట్టి 'దాచుకో, ఖర్చు పెట్టేయకు. అంతా మీ మామ చూసుకుంటాడు' అన్నాడు నాన్న. 'ఇదిగో సుబ్బమ్మా, వీడు నీకు కేవలం మేనల్లుడే కాదు, కొడుకు కూడా' అని అత్తకు చెప్పి వెళ్ళాడు. నేను వాళ్ళతో ఉండటం మామకు ఎలా అనిపించేదో గానీ, అత్తకు మాత్రం నేను వాళ్ళింట్లో చేరడం ఏ కోశానా నచ్చలేదన్నది ఆ రోజు రాత్రి భోజనాలప్పుడు స్పష్టంగా తెలిసిపోయింది. అందరూ సాంబారు, కూర, అప్పడాలు వేసుకుని భోజనం చేస్తుంటే నన్ను తినమనలేదు. వాళ్ళ భోజనాలయ్యాక పొయ్యి దగ్గరే ఒక అల్యూమినియం గిన్నెలో ఉన్న చద్దన్నంలో కూర వేసి ఇచ్చారు.

ఇక ఆ రోజునుంచీ నాకు అవమానాలు, ఆకలీ అలవాటయిపోయాయి. అన్నిటీ్నీ భరిస్తూ వచ్చాను. భరించినకొద్దీ అవి ఎక్కువయ్యాయి. ఇంట్లో పనులన్నీ నేనే చెయ్యాల్సి వచ్చేది. బావిలో నీళ్ళు చేది అన్నిటికీ నింపాలి. రోజూ ఇల్లూ, వాకిలీ ఊడవాలి. వాళ్ళ ఇద్దరి కూతుళ్ళనూ బడికి తీసుకెళ్ళి దింపాలి. పెద్దమ్మాయి రామలక్ష్మి ఎనిమిదో తరగతి. ఆమెకు లెక్కలు నేర్పించి, ఆమె హోమ్‌వర్కు చేసివ్వాలి. రాత్రి వంటగది కడిగేసి పడుకోవాలి. ఇంతకీ నాకు తలదాచుకోడానికి వాళ్ళిచ్చిన చోటు వరండా అరుగే. రెండు పూటలూ చద్దన్నం, పచ్చడి. అత్త ఎప్పుడూ చిరాగ్గా విసుగ్గా చిటపటలాడుతూనే ఉండేది. ఇంటికి

వచ్చే ప్రతి ఒక్కరికీ నా గురించి చెప్తూ వాపోయేది. నేను తినే పిడికెడు కూటివల్ల వాళ్ళు అప్పుల పాలైపోతున్నట్టు చెప్పేది. నేను పుస్తకం తీసుకోవడం చూస్తే ఆమెకు ఆవేశం కట్టలు తెంచుకునేది, గగ్గోలు పెట్టేసేది.

నేను ఇవేవీ నాన్నకు రాయలేదు. అక్కడ ఇంట్లో ఇంకా ఇద్దరు తమ్ముళ్ళు ఒక చెల్లి ఉన్నారు. సగం రోజులు రైస్‌మిల్లులో బియ్యం, పప్పులు చెరిగేవాళ్ళు తీసి పక్కన పెట్టే నూక, ముక్కపోయిన బియ్యపు గింజలే గంజి కాచుకు తాగేవాళ్ళం. నాకు ఊహ తెలిసినప్పట్నుండి మేము రోజూ తిన్నది ఏటొడ్డున పెరిగే పొన్నగంటి ఆకే. మిరపకాయలు, ఉప్పు, ఆకు వేసి ఉడికిస్తే కూర. దాన్లో కొబ్బరి కోరు కూడా వేసుకుని తినలేని పరిస్థితి. ఆకలి మహిమేమోగానీ చాలాసార్లు ఆ పొన్నగంటి ఆకుకూరకే నోట్లో నీళ్ళు ఊరేవి. ఎప్పుడైనా ఒక రోజు అమ్మ తెగించి నాలగణాలకు కవలచేపలు కొంటే ఇక ఆ రోజు ఇల్లంతా ఆ వాసన ఘుమఘుమలాడేది. ఆ రోజు మాత్రం మంచి బియ్యం వండి వార్చేది. ఇక నాకయితే రోజంతా ధ్యానం చేసినట్టు కవలచేపల పులుసు మాత్రమే మనసులో తిరుగుతుండేది. వేరే ధ్యాస ఉండేదే కాదు. చివరికి తినడానికి కూర్చున్నప్పుడు పులుసు చట్టిలో అన్నం కలుపుకుని ఊడ్చి ముద్ద నోట్లో పెట్టుకుంటుంటే అందులో కూడా భాగం కావాలన్నట్టు తమ్ముడు చేయి చాచేవాడు.

కాలేజికి ఫీజ్ కట్టాల్సి వచ్చినప్పుడు ఎన్నో రకాలుగా నలిగిపోతూ మామతో నసిగాను. చివరికి నేరుగా అడిగేశాను. 'మీ నాన్నకి రాసి తెప్పించుకో. ఇక్కడ బసకి, భోజనానికి మాత్రమే అని అప్పుడే చెప్పాను...' అని గదమాయించాడు. నాన్నకు రాయడం సమంజసం కాదు అని నాకు తెలుసు. వారం గడువు దాటాక కాలేజికి రావద్దు, ఫీజు చెల్లించాకే రావాలి అన్నారు. నేను పిచ్చి పట్టినవాడిలా తిరిగాను. తంబానూర్ రైల్వే స్టేషన్‌కు వెళ్ళి రోజంతా ఆ పట్టాల శబ్దాలు వింటూ కూర్చున్నాను. ఆ పట్టాలమీద నన్ను నేను ఎన్ని సార్లు ఎన్ని రకాలుగా చంపేసుకున్నానో చెప్పలేను. అదే సమయంలోనాతో చదువుకున్న కుమారపిళ్ళై ఒక ఉపాయం చెప్పాడు. వాడే స్వయంగా నన్ను తీసుకెళ్ళి శాలలో కె. నాగరాజ్ పణిక్కర్ బియ్యం మండీలో లెక్కలు రాసే పనిలో చేర్చాడు. సాయంత్రం ఐదు గంటలకు వస్తే చాలు. రాత్రి పన్నెండు వరకు లెక్కలు రాయాలి. రోజుకు ఒక

రూపాయ్ జీతం. నలభై రూపాయలు అడ్వాన్స్ ఇచ్చారు. అది తీసుకెళ్ళి ఫీజు కట్టాను.

రోజూ ఇల్లు చేరేసరికి అర్ధరాత్రి ఒకటి దాటేది. పొద్దున ఏడింటికి లేచేవాడిని. కాలేజిలో చదివేదే చదువు. అంతకంటే సమయం దొరకదు. తరగతి గదుల్లో శ్రద్ధగా వినే అలవాటు సహజంగా ఉండింది. అయినా సమయం సరిపోయేది కాదు. యూనివర్సిటీ నుండి సెక్రటేరియట్ గుండా అడ్డదారిలో దూరి కరమన దాటుకుని బజారుకు వెళ్ళడానికి ముప్పావు గంట పట్టేది. చివరి పీరియడ్ షణ్ముఖం పిళ్ళై తీసుకుంటే నాలుగున్నరకు కూడా ఆపేవారు కాదు. నేను వెళ్ళడానికి ఆలస్యం అయితే లెక్కలు రాయడానికి పరమశివం కూర్చునేవాడు. ఆ తర్వాత నేను వెళ్ళినా ప్రయోజనం లేదు. వారంలో నాలుగు రోజులు మాత్రమే సరుకు వస్తుంది. ఆ నాలుగు రోజుల్లో ఒక రోజు తగ్గినా పావువంతు రాబడి నాకు రాకుండా పోయినట్టే.

తొలి నెల నా చేతికి డబ్బే రాలేదు. రావలసిన పదిహేను రూపాయలూ అడ్వాన్స్‌లో జమ చేశాడు పణిక్కర్. నేను పొద్దున లేవగానే అత్త నా ముందొక నోటు పుస్తకం పెట్టి వెళ్ళింది. అదొక పాత నోటు పుస్తకం. తిరగేసి చూశాను. నేను వచ్చిన రోజునుండి ప్రతిరోజు తిన్న ప్రతి పూటా తిన్న తిండికి పద్దు రాసిపెట్టి ఉంది. ఒక పూటకి రెండణాలు చొప్పున మొత్తం నలభైయెనిమిది రూపాయలు పద్దు రాసుంది. నాకు కళ్ళు తిరిగాయి. మెల్లగా వంటగదికి వెళ్ళి 'ఏంటత్తా ఇది?' అని అడిగాను. 'ఆఁ, భోజనం ఊరకే పెడతారేంటయ్యా! ఇప్పుడు నువ్వు సంపాయిస్తున్నావుగా? ఇస్తేనే నీకూ గౌరవం, మాకూ మర్యాద!' అని అంది. నాకు నోట మాట రాలేదు. ఆమె 'లెక్కల్లో ఏఁవైనా పొరపాటుంటే చెప్పు. నువ్వు వచ్చిన తొలి రోజునుండి క్రమం తప్పకుండా రాస్తూ ఉన్నాను' అంది.

నాకు కళ్ళల్లో నీళ్ళు తిరిగాయి, గొంతు పూడుకు పోయింది. కొంచం తేరుకుని 'నేను ఇలా అనుకోలేదు అత్తా... నాకేం అంత జీతం రాదు. ఫీజు కట్టాలి, పుస్తకాలు కొనాలి...' అన్నాను. 'ఇదిగో చూడు, నేను నీకెందుకు ఉత్తపుణ్యానికి తిండి పెట్టాలి? నాకు ఇద్దరమ్మాయిలున్నారు. రేపు వాళ్ళని ఒక అయ్య చేతిలో పెట్టి పంపించాలంటే డబ్బు, నగలు అని బోలెడుంటాయి. లెక్క

లెక్కగా ఉంటేనే నీకూ మర్యాద, నాకూ మర్యాద' అని కచ్చితంగా చెప్పింది. నేను పూడుకుపోతున్న గొంతుతో 'ఇప్పుడు నా దగ్గర డబ్బు లేదు అత్తా. నేను కొంచం కొంచంగా ఇస్తాను' అన్నాను. 'ఇస్తావని ఎలా నమ్మేది?' అంది. నేను మాట్లాడలేదు. ఆ రోజు సాయంత్రమే నేను అక్కడనుండి సర్దుకుని నేరుగా పణిక్కర్ గొడౌన్‌లో వచ్చి చేరిపోయాను. పణిక్కర్‌కు ఉచితంగా వాచ్‌మేన్ దొరికాడు అన్న అదనపు సంతోషం. అత్త ముందు జాగ్రత్తగా నా ముఖ్యమైన పుస్తకాలు కొన్నిట్ని తాకట్టు కింద తీసిపెట్టేసుకుంది.

శాలబజార్‌లో నా రోజులు సంతోషంగానే గడిచాయి. కరమన ఏటిలో స్నానం, అక్కడే ఎలిసామ్మ ఇడ్లీకొట్టులో నాలుగు ఇడ్లీలు, నేరుగా కాలేజీ. మధ్యాహ్నం ఉపవాసం. సాయంత్రం పని ముగిశాక ఒక బన్ను తిని, టీ తాగి పడుకునేవాడిని. లెక్కకు ఒక్క పూటే ఆహారం. పొద్దస్తమానం ఆకలిగానే ఉండేది. దేని గురించి ఆలోచించినా చివరికి భోజనం దగ్గరకే వచ్చేది. పుష్టిగా ఎవరైనా కంటబడితే వాళ్ళనుండి కళ్ళు మరలేవి కావు. ఎంత తింటారో, అన్న ఆలోచన. శాలమహాదేవాలయం దార్లో వెళ్ళేప్పుడు పాయసం వాసన వస్తే లోపలికి వెళ్ళిపోయేవాడ్ని. ఆకు దొన్నెలో ఇచ్చే పాయసం, పండు ఒక రోజు ఇడ్లీ ఖర్చుని తగ్గించేది. శాస్తా గుడిలో శనగలు, ఇసక్కియమ్మోరు చిత్రాన్నం అని అప్పుడప్పుడు ఏదో ఒకటి దొరుకుతూ ఉండేది. అప్పటికీ డబ్బు సరిపోయేది కాదు. పణిక్కర్ అడ్వాన్స్ డబ్బు మొత్తం జమ అయ్యేలోపే కాలేజిలో తరువాయి కంతు ఫీజు కట్టమన్నారు. వీటన్నిటి మధ్యలో నెలకు ఐదు రూపాయలు చొప్పున అత్తకు తీసుకెళ్ళి ఇచ్చాను. పరీక్షలు వచ్చేలోపు పుస్తకాలు విడిపించుకోవాలి.

రాత్రానూ నేను బక్కచిక్కిపోయాను. కళ్ళు పూడుకుపోయి నడిచేందుకు కూడా బలం సరిపోయేది కాదు. లెక్కలు రాస్తూ ఉంటే ఉన్నట్టుండి కళ్ళు బైర్లుగమ్మేవి. ఏదో చీకటిబావి లోపల పడినట్టు, మునుగుతూ తేలుతూ ఉన్నట్టూ ఉండేది. నోట్లో ఎప్పుడూ చేదు రుచి. చేతులు, కాళ్ళలో చిన్న వణుకు. కాలేజీకి నడవటానికి గంట పట్టేది. నా ధ్యాసంతా తిండిమీదే. ఒక రోజు రోడ్డుమీద దెబ్బతగిలి చచ్చిపడి ఉన్న కుక్కను చూశాను. తీసుకెళ్ళి గోడౌన్ వెనక రాళ్ళ పొయ్యి రగిలించి దాని మాంసాన్ని కాల్చి తిందామా అని కూడా ఆలోచించాను. ఆ ఊహకే నోరూరి చొక్కా మీదకు చొంగ కారిపోయింది ఆ రోజు.

అప్పుడు కూలి నారాయణుడు చెప్పాడు, కెత్తేల్ సాయిబు హోటల్ గురించి. డబ్బులే ఇవ్వక్కర్లేదన్నది నాకు నమ్మబుద్ధి కాలేదు. చాలామందిని విచారించాను, నిజమేనన్నారు. ఉంటే ఇవ్వచ్చుట. నాకు ధైర్యం రాలేదు. అయితే ఆ రోజునుంచీ కెత్తేల్ సాయిబు హోటల్ గురించిన ఆలోచన మాత్రమే ఎప్పుడూ మనసులో తిరుగుతూ ఉండేది. నాలుగైదుసార్లు హోటల్ బయట నిల్చుని చూసి వచ్చేశాను. ఆ ఘుమఘుమలు నన్ను పిచ్చెక్కించాయి. నేను వేయించిన చేపలు నా జీవితంలో రెండుసార్లు మాత్రమే తిన్నాను, దూరపు చుట్టాలయిన ఒక జమీందారింట్లో. ఒక వారం తర్వాత మూడు రూపాయలు పోగయ్యాక డబ్బు జేబులో పెట్టుకుని కెత్తేల్ సాయిబు హోటలుకు వెళ్ళాను.

సాయిబు హోటల్ గోనెసంచీ కర్టన్ తెరిచేదాకా నాకు ఒళ్ళు వణుకుతూ ఉండింది. ఏదో దొంగతనానికి వచ్చినవాడిలా అనిపించింది. జనంతో కలిసిపోయి ఒక మూలగా ఎవర్నీ పట్టించుకోనట్టు కూర్చున్నాను. ఒకటే రద్దీ. సాయిబు తుఫాను వేగంతో అన్నం వడ్డిస్తున్నాడు. తామరాకుల్లో వడ్డన. ఆవిర్లు కక్కుతున్న ఎర్ర సంబా అన్నాన్ని పెద్ద హస్తంతో వడ్డించి దాని మీద చేపల పులుసు పోస్తున్నారు. కొందరికి కోడి మాంసం పులుసు. కొందరికి వేయించిన కోడి మాంసం. ఆయన ఎవరు కూర్చున్నారన్నది చూడకుండానే వడ్డన చేస్తున్నాడు. అయితే తర్వాత తెలుసుకున్నాను, ఆయనకి అందరూ తెలుసని. చాలామందికి ఏం కావాలో కూడా అడగకుండా చేపలు, మాంసం వడ్డించారు. రెండోసారి పులుసు వెయ్యడానికి మాత్రం వేరే అబ్బాయి.

నా దగ్గరకు రాగానే ముఖానికేసి చూశాడు. 'ఏంటి పిళ్ళైగారూ, మొదటిసారి వస్తున్నారా?' అన్నాడు. నన్ను చూడగానే వేళాళుడన్న నా కులాన్నెలా పసిగట్టారో అని ఆశ్చర్యంతో నాకు మాటలు రాలేదు. అన్నం పెట్టి దాని మీద పులుసు పోశాడు. వేయించిన పెద్ద చికెన్ లెగ్ పీసు, రెండు ముక్కలు వేయించిన చేపలు. 'తినండి తినండి' అని గదమాయించి వెళ్ళిపోయాడు. దీనికే మూడు రూపాయలు దాటేస్తుందేమో అని నా చేతులు కాళ్ళు వణికాయి. అన్నం నా గొంతులో అడ్డంపడింది. సాయిబు నాకేసి చూసి 'తినేప్పుడు ఏం ఆలోచించకుండా తినండి, పిళ్ళైగారూ' అని గట్టిగా కేకేశాడు. గబగబా తిన్నాను. ఆ రుచి నా ఒళ్ళంతా, అణువణువులోనూ పాకింది. రుచి! దేవుడా, అలాంటొక

మాట ఉందన్నదే మరిచిపోయానే ఇన్నాళ్ళూ! నా కళ్ళవెంట ధారగా కారిన నీళ్ళు నోటివరకు జారాయి.

ఒక చిన్న గిన్నెలో కాచిన నెయ్యిలాంటిదేదో పట్టుకుని నా దగ్గరకొచ్చాడు కెత్తేల్ సాయిబు. నా ఆకులో దాన్ని కుమ్మరించి ఇంకాస్త పులుసు పోసి 'బాగా కలుపుకుని తినండి. చేప కొవ్వు ఇది' అన్నారు. ఏటి చేప కొవ్వు. చేపలను చెవుల దగ్గర కోసి అక్కడుండే పసుపు రంగు కొవ్వును తీస్తారు. కూరకు అది ప్రత్యేకమైన రుచిని ఇస్తుంది. కడుపునిండా తిని చాలా కాలం అవ్వడంతో కాసేపటికే నా పొట్ట నిండిపోయింది. హఠాత్తుగా నా విస్తరిలో రెండు హస్తాలు అన్నం పెట్టాడు సాయిబు. 'అయ్యో, చాలండి' అని ఆపబోయిన నా చేతిమీద ఆ హస్తంతోనే ఒకటిచ్చి 'అన్నం పెడుతుంటే వద్దంటావూ! చచ్చినోడా... తిను మూసుకుని' అని గదమాయించి వెళ్ళాడు. నిజంగా చేతికి నొప్పెట్టింది. లేచేస్తే సాయిబు మళ్ళీ ఎక్కడ కొడతాడో అని ఆయన ఎర్రటి కళ్ళు చూసి భయపడి తింటూ కూర్చున్నాను. ఆకులో అన్నం విడిచిపెడితే సాయిబుకు నచ్చదని తెలుసు. భోంచేశాక లేవలేకపోయాను. బెంచ్ పట్టుకుని నెమ్మదిగా నడుచుకుంటూ వెళ్ళి ఆకు పడేసి చేయి కడుక్కున్నాను.

ఆ హుండీ డబ్బా దగ్గరకు వెళ్తుంటే నా కాళ్ళు వణికాయి. ఎక్కడో ఒక మూలనుండి కెత్తేల్ సాయిబు చూస్తునే ఉంటారేమో అనిపించింది. అయితే ఆయనేమో వేరేవాళ్ళకు హడావుడిగా వడ్డన చేస్తూ ఉన్నాడు. ఎంతోమంది డబ్బులు వెయ్యకుండానే 'ఇది చాలా మామూలే' అన్నట్టు వెళ్తూ ఉండటం కూడా చూశాను. కొంతమంది 'ఇదీ మామూలే' అన్నట్టు అందులో డబ్బులు వేస్తూ ఉన్నారు. నేను వణికే చేతులతో మూడు రూపాయలు తీసి అందులో వేశాను. ఏదైనా అరుపు వినబడుతుందేమోనని వీపంతా చెవులుగా చేసుకున్నాను. ఇక మెల్లగా బయటికి వచ్చాక నా మనసు, ఒళ్ళు కాస్త కుదుటపడ్డాయి. శాలబజారంతా చల్లగాలి వీస్తున్నట్టు అనిపించింది. నా దేహం పులకించిపోయింది. దేన్నీ పట్టించుకోకుండా ఒక కొత్త మత్తుతో నడిచాను.

నాలుగైదు రోజులు నేను ఆ దరిదాపులకు వెళ్ళలేదు. మళ్ళీ రెండు రూపాయలు కూడపెట్టుకున్నాక ధైర్యం చేసి కెత్తేల్ సాయిబు హోటల్‌కు వెళ్ళాను. ఆయన నన్ను గుర్తు పెట్టుకున్నాడు అన్నది కరిగించిన కొవ్వు గిన్నె తెచ్చి

కుమ్మరించినప్పుడు తెలిసొచ్చింది. అదే గదమాయింపు, అవే తిట్లు. పొట్టపగిలిపోయేంతగా అంతే సుష్టుగా భోజనం. ఈసారి డబ్బులు నెమ్మదిగానే వేశాను. మళ్ళీ మూడు రోజుల తర్వాత వెళ్ళినప్పుడు చేతిలో ఏడు రూపాయలు ఉన్నాయి. సాయంత్రం అత్తకు ఇవ్వాలి. రెండు రూపాయలకు భోంచేద్దాం అనుకున్నాను. నిజానికి నా సంపాదనకి నేను భోజనానికి రెండణాలకంటే ఎక్కువ ఖర్చుపెట్టడం అన్నది దుబారాతనం! అయితే సాయిబు వంటల రుచి నన్ను వదల్లేదు. ఆ రోజుల్లో నా కలల్లోకూడా కెత్తేల్ సాయిబు హోటల్ చేపలు పులుసు, కోడిమాంసం వేపుడు మాత్రమే వచ్చేవి. అంతెందుకు నా నోటు పుస్తకంలో వాటిగురించి చివరిపేజీలో ఒక కవిత కూడా రాసిపెట్టుకున్నాను.

భోజనం చేస్తున్నప్పుడు, డబ్బు వెయ్యకుండా వెళ్ళిపోతే ఏమవుతుంది అన్న ఆలోచన వచ్చింది. ఆ ఆలోచన పొట్టలో తెలియని ఆదుర్దా కలిగించింది. ఇక ఆపై తినలేకపోయాను. బంతిని బలవంతంగా నీటిలో ముంచినట్టు, అన్నం మెతుకుల్ని గొంతులో కుక్కాల్సి వచ్చింది. కళ్ళు బైర్లుకమ్మాయి. లేచి చేతులు కడుక్కుని చల్లబడి గడ్డకట్టిన పాదాలను బలవంతంగా ఎత్తిపెట్టి నడిచాను. కళ్ళు తిరుగుతున్నాయా? గుండెలో బరువా? మూత్రపిండాలు నిండిపోయాయా? ఒకటే అస్పష్టత! ఇంతా ఎందుకు, డబ్బులు తీసుకెళ్ళి హుండీలో వేసేస్తే పోతుంది కదా అనిపించింది. నెమ్మదిగా నడుచుకుంటూ హుండీ దగ్గరకు వచ్చాను. దాన్ని దాటుకుని వెళ్ళలేకపోయాను. చెవుల్లో ఒకటే హోరు. తటాల్న ఏడు రూపాయలు తీసి హుండీలో వేసేసి బయటకు వచ్చేశాను. బయట గాలి తగిలాక ప్రశ్నలే ప్రశ్నలు. సగం నెల సంపాదన మొత్తం వేసేశాను. ఎన్ని అప్పులు. కాలేజి ఫీజుకు ఇంకా ఎనిమిది రోజులే గడువు ఉంది. నేను చేసిన ఈ పని మూర్ఖత్వానికి పరాకాష్ఠ!

మనసు కరిగి కన్నీళ్ళుగా కారుతోంది. దగ్గరవాళ్ళు ఎవరో పోయినట్టు అనిపించింది. భారీగా మోసపోయినట్టు అనిపించింది. మండీకి వెళ్ళి కూర్చున్నాను. రాత్రి వరకు తీరికలేనంత పని మనసునీ ఒంటినీ మరెటూ కదలనివ్వలేదు కాబట్టి బతికిపోయాను. లేదంటే ఆ బాధలో నేను ఏ పట్టాలమీదో కూడా తలపెట్టి పడుకుని ఉండేవాడిని. ఆ రాత్రి అనిపించింది. ఎందుకు ఏడవడం? ఆ డబ్బు జమ అయ్యేన్ని రోజులు కెత్తేల్ సాయిబు హోటల్లో భోజనం

చేస్తే సరిపోతుంది. ఆ ఉపాయం మనసుకు కొంచం ఉపశమనం కలిగించింది, నిద్రపోయాను.

మరుసటి రోజు మధ్యాహ్నం వరకే కాలేజి. నేరుగా వెళ్ళి కెత్తేల్ సాయిబు హోటల్లో కూర్చుని నెమ్మదిగా ముద్ద ముద్దా ఆస్వాదిస్తూ భోంచేశాను. ఆయన తీసుకొచ్చి వడ్డిస్తూనే ఉన్నారు. కొంచం విరామం ఇస్తే వీడెక్కడ లేచేస్తాడో అన్నట్టు 'నాన్చకుండా తినవోయ్ పనికిమాలిన కొయ్యా!' అన్నాడు. భోజనం చేసి చేతులు కడుక్కుని గమ్మున వస్తుండగా లోపలున్న కెత్తేల్ సాయిబు ఏమైనా అడిగితే చెప్పడానికి కారణాలు పోగుచేసుకుంటున్నాను. ఆయనేమో అసలు పట్టించుకోనేలేదు. నేను బయటకు వచ్చినప్పుడు అసంతృప్తిగా అనిపించింది. ఆయన మీద చిరాకు కలిగింది. పెద్ద పుడింగి అనుకుంటున్నాడు. ధర్మానికి కట్టుబడి అందరూ డబ్బులు వేస్తున్నారు కాబట్టే కదా ఈయన పెద్ద ధర్మాత్ముడిలా కనపడుతున్నాడు. రంజానుకు జక్కాత్తు ఇచ్చేవాళ్ళు డబ్బు తెచ్చి హుండీలో వేస్తున్నారు కాబట్టి బతుకుతున్నాడు. ఊరకే ఇస్తున్నాడా? ఇలా వచ్చిన డబ్బులతోనేగా పెద్ద ఇల్లు, ఆస్తులు అన్నీ? ఎవరూ డబ్బు వెయ్యకుంటే ఎన్నాళ్ళు ఇలా నడుపుతాడేం! చూద్దాం. ఆ రోజు నాకు అంత చిరాకెందుకు కలిగిందో తెలియలేదు. అయితే ఒళ్ళంతా దురదలాగా ఆ చిరాకు తొలుస్తూనే ఉండింది.

ఆ చిరాకుతోనే మరుసటి రోజు కూడా వెళ్ళి కూర్చున్నాను. కెత్తేల్ సాయిబు అడగడని నాకు తెలుసు. ఒకవేళ ఆయన చూపులోనో, ప్రవర్తనలోనో ఏ చిన్న తేడా కనిపించినా ఆ రోజు నుండీ అక్కడికి వెళ్ళకూడదు అని నిర్ణయించుకున్నాను. కాస్త ఎక్కువ ఆతిథ్యం చూపించినా ఆయనకు లెక్క ఉంది, గమనిస్తున్నాడు అనేగా అర్థం. అయితే కెత్తేల్ సాయిబు ఎప్పట్లానే అంతే హుషారుగా వడ్డించాడు. చేప కొవ్వు తెచ్చి గుమ్మరించాడు. 'కోడిమాంసం తినండి పిళ్ళైగారూ' అంటూ సగం కోడిని తీసుకొచ్చి నా ఆకులో పెట్టేశాడు. తర్వాత చేపలు తెచ్చాడు. ఈయన ఈ ప్రపంచంలోని మనిషేనా! నిజంగా ఈయన సాయిబేనా లేకుంటే, పైనుండి దిగివచ్చిన జిన్నీనా? అన్న భయం కూడా కలిగింది. ముద్ద నోట్లో పెట్టుకోబోతుంటే, మాంసం వేయించిన నూనెలోని అడుగు కారం, మూడు కోడి కాళ్ళు తెచ్చి పెట్టారు. నేను అవి ఇష్టంగా తింటున్నానన్నది పైకి కనిపించకూడదని ఎప్పుడూ జాగ్రత్తగానే ఉంటాను.

అయినప్పటికీ ఆ విషయం ఆయనకు తెలిసిపోవడంలో ఆశ్చర్యం ఏమీ లేదు.

ఆ కారాన్ని అన్నంలో కలుపుకుంటుంటే మనసులో ఏదో బాధ పైకి ఉబికిపోయింది. కన్నీళ్ళను ఆపుకోలేకపోయాను. నా జీవితంలో ఇంత ఆప్యాయంగా ఎవరూ అన్నం పెట్టలేదు. తవ్వ బియ్యాన్ని గంజి వార్చి పెట్టే అమ్మ కూడా ఎప్పుడూ చిటపటలాడుతూ, తిడుతూ ఉండకపోతే అందరికీ పంచిపెట్టడం వీలయ్యేది కాదు. నేను కడుపునిండా తినాలి అని ఆలోచించిన మొదటి మనిషి. నాకోసం లెక్క చూడకుండా వడ్డించిన తొలి చేయి. అన్నం పెట్టిన చేయి అంటారే, జీవితంలో చివరి క్షణందాకా మనసులో నిలిచిపోయే తల్లి చేయి అంటారే! తాయత్తు కట్టిన మణికట్టు, మొద్దుబారి కాయలు కాచిన వేళ్ళు, మోచేతులదాకా వెంట్రుకలున్న ఈ ఎలుగుబంటి చేయేగా నాకు తల్లి చేయి? ఆ తర్వాత నేను కెత్తేల్ సాయిబు హుండీలో డబ్బే వెయ్యలేదు. ఇవ్వకుంటే నాలుగు డబ్బులు ఆదా అయి ఖర్చులకు కలిసొస్తుందన్నది మాత్రం కారణం కాదని నా గుండెమీద చెయ్యి పెట్టుకుని చెప్పగలను. అది నా తల్లి చేతి అన్నం అనుకునే ఇవ్వలేదు. ఒకటి కాదు రెండు కాదు, ఐదేళ్ళ పాటు ఒక పైసా కూడా హుండీలో వెయ్యలేదు.

మధ్యాహ్నమో, రాత్రో రోజూ ఏదో ఒక పూట అక్కడే తినేవాడిని. అదే నాకు సరిపోయేది. మరో పూట ఎక్కడైనా ఇడ్లీలు. నా కాళ్ళకు, చేతులకు కొంచం కొంచంగా బలం వచ్చింది. బుగ్గలు నునుపెక్కాయి. మీసం చిక్కబడింది. గొంతులో కొంత పెద్దరికం వచ్చింది. నడకలో హుందా, మాటల్లో ఒక కరుకుదనం, నవ్వులో ఆత్మవిశ్వాసం వచ్చాయి. మెల్లగా మిల్లులో నా ఉద్యోగం మేనేజర్ స్థాయికి చేరింది. సరుకు రాకపోకలన్నీ నా ఆజమాయిషీలోకి వచ్చాయి. చదువు ఖర్చులకు పోను మిగిలిన దాంట్లో ప్రతినెలా ఇంటికి డబ్బు పంపించాను. నేను బి. ఏ. ఫస్ట్ క్లాస్లో పాసయ్యాక యూనివర్సిటీ కాలేజీలోనే ఎం. ఏ. చదవటానికి చేరాను. శాలబజార్లో అరుణాచలం నాడార్ అంగడి పైన ఒక గది అద్దెకు తీసుకున్నాను. ఒక మంచి సైకిల్ కొనుక్కున్నాను.

ప్రతిరోజూ కెత్తేల్ సాయిబు చేతి భోజనం తిన్నాను. మెల్లగా మాటలు తగ్గి ఆయన నన్ను గమనిస్తున్నారేమో అన్న సందేహం కూడా కలగసాగింది. అయితే నా ఆకు మీద ఆయన లావు చేతులు అన్నం వడ్డించేప్పుడు తెలిసిపోయేది అవి

ప్రేమకు ప్రతిరూపమైన అమ్మ చేతులేనని. నేను ఆయన ఒడిలో పుట్టి ఆయన చనుబాలు తాగినవాడిని అని అనిపించేది. తమ్ముడు చంద్ర పదకొండో తరగతి పూర్తవ్వగానే డ్రైవింగ్ లైసెన్స్ తీసుకుని ప్రభుత్వ రవాణాశాఖలో చేరాక ఇంట్లో కష్టాలు చాలా వరకు తగ్గాయి. నేను అప్పుడప్పుడు ఇంటికి వెళ్ళొచ్చేవాడిని. అమ్మ ఇప్పుడు మంచి బియ్యం కొని, చేపల పులుసు వండి ఆమే వడ్డించేది. అయితే ఏళ్ళ తరబడి కొనసాగిన పేదరికం ఆమెను విడిచిపెట్టలేదు. దానితో ఆమెకు వడ్డించడం చాతయ్యేది కాదు. ఒక కన్ను ఎప్పుడూ చట్టిలో ఉన్న కూర, అన్నం పైనే ఉండేది. ఎంత పెడుతున్నానో అని లెక్క వేసుకోకుండా వడ్డించటం ఎప్పటికీ రాలేదు. అన్నంలోనో కూరలోనో ఆమె గరిటె పెట్టిందంటే దానిలో పైకి తీసినదాంట్లో సగాన్ని తిరిగి గిన్నెలోకి వంపేసేది. ఇంకాస్త పులుసు అడిగితే ఆమె గరిటెతో ఒక చెమ్చాడు మాత్రమే తీసేది. చేయో మనసో కుచించుకుపోయింది అమ్మకి. సంబా బియ్యం అన్నాన్ని, కవల చేపల పులుసుని ఆమె కొంచం కొంచంగా వడ్డిస్తుంటే నాలుగో ముద్దకే పొట్ట నిండిపోయిందన్న భావం కలిగేది. ఆ అన్నాన్ని ముద్దలు చేసుకుని తినడానికే చిరాకనిపించేది. బలహీనంగా 'ఇంకొంచెం తినరా' అనేది అమ్మ. తల అడ్డంగా ఊపి, చెయ్యి కడుక్కునేవాడిని.

ఎం. ఏ.లో యూనివర్సిటీలో సిల్వర్ మెడల్‌తో పాసయ్యాను. వెంటనే అదే కాలేజిలో లెక్చరర్‌గా ఉద్యోగం వచ్చింది. ఆర్డర్ చేతికి రాగానే తీసుకుని నేరుగా కెత్తేల్ సాయిబు హోటల్‌కు వెళ్ళాను. అప్పటికి తెరవలేదు. వెనకవైపుకు వెళ్ళాను. గోనె సంచీ పరదా తీసి చూశాను. పెద్ద అండాయిలో కెత్తేల్ సాయిబు చేపల పులుసు తిప్పుతూ ఉన్నాడు. కళ్ళు, చేతులు, దృష్టి, మనసు అంతా పులుసు మీదే పెట్టినట్టున్నాడు, అదొక నమాజు లాగా. ఆయనను కదిలించి ఆ పనికి భంగం కలిగించడం భావ్యం కాదనిపించింది. వెనకకి తిరిగాను. ఆయన భోజనం వడ్డించేటప్పుడు తల పైకెత్తి ఆయన మొహంలోకి చూశాను. ఆ ముఖంలో నాకంటూ ప్రత్యేకంగా ఎలాంటి భావమూ కనపడలేదు. చెప్పాల్సిన అవసరం లేదు అనిపించింది. ఆ సమాచారంవల్ల ఆయనకు ప్రయోజనమూ లేదు.

సాయంత్రం ఊరెళ్ళాను. అమ్మ మురిసిపోయిందో లేదో తెలియలేదు. దేన్నయినా బాధగానే వ్యక్తపరిచే ముఖకవళికలు అమ్మవి. నాన్న మాత్రం 'ఎంత ఇవ్వొచ్చు?' అని అడిగాడు. 'బానే రావచ్చు...' అన్నాను చప్పగా. 'ఏం, ఒక

రెండు వందలిస్తారా?' అని అడిగాడు. ఆ ప్రశ్నలో ఉన్న లేకి గుమాస్తాతనం నన్ను ఒక సూదిలా పొడిచింది. 'అలవెన్స్ అంతా కలుపుకుంటే ఏడువందలు వస్తాయి' అన్నాను. నాన్న కళ్ళల్లో వెలిగి ఆరిపోయిన ఆ అసూయ నేను జీవితకాలం మరిచిపోలేదు. నెలకు ఇరవై రూపాయలకంటే ఎక్కువ జీతం తీసుకోకుండానే పదవీ విరమణ పొందినవాడు ఆయన. తమ్ముడు మాత్రం నిజంగా ఆనందపడ్డాడు. 'నువ్వు ఇంగ్లీష్‌లోనే కదా క్లాస్ తీసుకోవాలి? అంటే నీకు ఇంగ్లీష్ మాట్లాడటం బాగా వచ్చు కదా? దొరల్లా మాట్లాడుతావు కదా?' అని ఇలా ఏవేవో అడుగుతూనే ఉన్నాడు. అమ్మ కోపంగా 'సంతోషించింది చాల్లేగాని, డబ్బు కూడబెట్టి మీ వెనకున్న చెల్లెళ్ళకు పెళ్ళిళ్ళు చేసి కాపురాలకు పంపించే మార్గాలు చూడండి' అంది.

ఒక పక్క బాధ్యతను మాకు గుర్తు చేస్తూ ఇంకో పక్క ఆమె అహంకారాన్ని అలా వ్యక్తపరిచింది. 'డబ్బు మదంతో గెంతులేసిన వాళ్ళందరూ ఇప్పుడెలా ఉన్నారో చూస్తున్నారు కదా? తాళక్కుడిదాన్ని ఆ మధ్య పెళ్ళిలో చూశాను. బూజుపట్టిన ఎండు చేపలా ఉంది. ఎంత పొగరుగా ఉండేదీ? పాపిష్టిది. దేవుడికి తెలుసు ఎవరిని ఎక్కడ పెట్టాలో' అని అంది.

'ఏం మాటలే అవి? ఇప్పుడు ఎదిగి నీ ముందున్న నీ కొడుకు అది పెట్టిన తిండితోనేగా చదివి ఒక మనిషిగా ఎదిగాడు? కృతజ్ఞత ఉండాలి' అని అమ్మను ఖండించాడు నాన్న.

'ఏం కృతజ్ఞత? ఇంత కూడూ కూరా పెట్టిందనా? కావాలంటే లెక్కేసి దాని మొహాన పడేస్తే చాలు. లేదంటే రేపు ఇంకో లెక్క తీసుకుని వస్తుంది మూరెయ్యడానికి. పనికిమాలిన ఆడది' అంది అమ్మ.

'ఛీ! నోరు ముయ్యవే' అని నాన్న కోపంగా అరిచాడు.

మరుసటి రోజు తాళక్కుడికి వెళ్ళాను. మామ చనిపోయి రెండు ఏళ్ళు దాటింది. ఉన్నట్టుండి ఒక రోజు జ్వరం వచ్చింది. నేనే హాస్పిటల్లో తన దగ్గరున్నాను ఆ రోజు. చిగుళ్ళు పుండుపట్టి బ్యాక్టీరియా నరాల ద్వారా గుండె దాకా చేరిపోయింది. మూడో రోజు రాత్రే మామ చనిపోయాడు. పెద్ద కర్మ అయ్యాక ప్రెస్ లెక్కలన్నీ చూశాము. రెండు వేల రూపాయల దాకా అప్పు ఉంది.

ఆ బిల్డింగ్ యజమాని ప్రెస్ ఖాళీ చెయ్యాలి అన్నాడు. మెషీన్లు అమ్మి అప్పులు చెల్లించగా మిగిలిన మూడు వేల రూపాయలతో అత్త తాళక్కుడికి వచ్చేసింది. ఆమె భాగానికి కొంచం పొలం వచ్చింది. ఇల్లు గుత్తకు తీసుకుంది. రామలక్ష్మి పదకొండో తరగతికి పైన చదువుకోలేదు. చిన్నమ్మాయి ఎనిమిదో తరగతి. అత్త అతలాకుతలం అయిపోయింది. రోజులు గడిచే కొద్దీ ఉన్న డబ్బు తరిగిపోయి ఆ దిగులు ముఖాన కనబడసాగింది. మనిషి బక్కచిక్కిపోయింది. ఊరికి వచ్చినప్పుడల్లా మాటవరుసకంటూ వెళ్ళి పలకరించి ఒక పది రూపాయలు మేజమీద పెట్టి వచ్చేవాడిని.

నేను వెళ్ళేసరికి అత్త ఇంట్లో లేదు. రామలక్ష్మి మాత్రమే ఉంది. ఆమె కూడా కొంచం చిక్కిపోయి దిగులుగా కనబడింది. ఒక అరుగు, చిన్న గది, అవతల ఒక వంట స్థలం – అంతే వాళ్ళ ఇల్లు. పేడతో అలికిన నేల. చుట్టబెట్టిన చాపలు పైన దండేనికి వేలాడుతున్నాయి. చిన్న మేజా. దాని మీద ఒక మాసపత్రిక, నవల. రామలక్ష్మి పెరటిగుండా వెళ్ళి ఏ పక్కింట్లోనో చక్కెరో టీ పొడో అరువుకు తెచ్చి పాలులేని టీ చేసి ఇచ్చింది. టేబుల్ మీద గ్లాసు పెట్టి తలుపు దగ్గరకు వెళ్ళి సగం ఒళ్ళు దాచేసుకుని నిల్చుంది. నేను ఆమె పాపిడి మాత్రమే చూశాను. తెలివైన పిల్లే. అయితే లెక్కలు మాత్రం రావు. తిరువనంతపురంలో ఆమెకు ఒక్క చక్రవడ్డీ లెక్క నేర్పడానికే ఇరవై రోజులు పట్టింది. ఏం మాట్లాడాలో తెలియలేదు. ఆమె అప్పటికి ఇప్పటికీ పోల్చుకోలేనంతగా మారిపోయింది.

పదినిముషాలు గడిచాక లేచి నిల్చున్నాను.

'నేను వెళ్ళొస్తాను' అన్నాను.

'అమ్మ వచ్చేస్తుంది' అంది సన్నటి గొంతుకతో.

'లేదు, నేను వెళ్ళాలి...' అని చెప్పి టేబిల్ మీద యాభైరూపాయలు పెట్టి బయటికొచ్చాను. ఊరి దాటి వస్తుంటే ఎదురుగా అత్త కనపడింది. బాగా మాసిన చీర కట్టుకుని, పైటని చుట్టకుదురులా తలమీదికి చుట్టి, ఒక వెదురు బుట్ట నెత్తిన పెట్టుకుని నడిచి వస్తోంది. నన్ను చూసి వెంటనే పోల్చుకోలేకపోయింది.

'అయ్యో! నాయనా నువ్వా!' అంది.

బుట్ట దించి పక్కన పెట్టాను. అందులో తవుడు. ఎక్కడో కూలికి వడ్లు దంచి

ఇచ్చి వస్తోంది. తవుడే కూలి. దాన్ని అమ్ముకోడానికి తీసుకెళ్తున్నట్టు ఉంది.

'ఇంటికి రా అయ్యా' అని చేయి పట్టుకుంది.

'లేదు. నేను వెళ్ళాలి. ఇవాళే తిరువనంతపురం వెళ్తున్నాను' అని 'ఉద్యోగం వచ్చింది, కాలేజిలోనే' అన్నాను.

అమెకు అది అర్థం అయినట్టు లేదు. పేదరికం మీదపడి మొద్దుబారిపోయింది. కాసేపటికి అర్థం చేసుకుని 'అయ్యో మా నాయనే! బాగుండవయ్య, బాగుండు' అని మళ్ళీ చేయి పట్టుకుంది 'నీకొక ఉద్యోగం వచ్చాక అడుగుదాం అనుకున్నాను. అడిగేందుకు నాకిక ఇంకెవరున్నారని? ఇచ్చుకోడానికంటూ నా చేతిలో దమ్మిడి లేదు. చూశావుగా... ఇలా వాళ్ళింట్లో వీళ్ళింట్లో వడ్లు దంచి ఇచ్చి గంజి తాగుతున్నాం... తవుడు అమ్ముడు పోలేదంటే సందేళ ఆకలికి పచ్చి తవుడు తినాలి నాయనా... అయితే నేను ఒకప్పుడు నీకు కూడుబెట్టానయ్యా. నా చేతి ముద్ద తినే నువ్వు చదువుకుని ఇంతవాడివయ్యావు. ఎనిమిది నెలలు రోజూ రెండు పూటలు అనుకున్నా ఐదొందలు సార్లు నీకు నేను అన్నం, కూరలు పెట్టాను గుర్తు పెట్టుకో. అవేవీ మీ అమ్మకు ఇప్పుడు గుర్తుండవు. ఆ కృతజ్ఞత మీ అమ్మకు లేకున్నా నీకుంటుందని నాకు తెలుసు నాయనా... రామలక్ష్మికి నువ్వు తప్ప మరో దిక్కులేదు. పిచ్చిది ఎప్పుడూ నీ గురించే తలచుకుంటూ ఉంటుంది... ఆమెకు ఒక జీవితం ఇవ్వు నాయనా, తిన్న తిండికి కృతజ్ఞతగా... లేకుంటే దాని ఋణం నువ్వు జన్మజన్మలకి తీర్చాల్సి ఉంటుంది... ఆలోచించుకో.'

ఆమె దగ్గర శలవు తీసుకుని బస్ ఎక్కేప్పుడు వేపకాయలు నమిలినట్టు నోరంతా చేదు. బస్ నుండి ఉమ్ముతూనే వచ్చాను. నేరుగా తిరువనంతపురం చేరుకున్నాను. బాధ్యత గల ఉద్యోగం ఇచ్చిన నిలకడ, ఆ హుందాతనం నన్ను నిలవరించకపోయుంటే ఆ చేదుని చాలాకాలం ఒళ్ళంతా నింపుకుని ఉండేవాడినే. మొదటి నెల జీతం రాగానే అమ్మకు కొంత డబ్బు పంపించాను. అమ్మ పంపిన జవాబులో 'సుబ్బమ్మ వచ్చి మీ నాన్నతో మాట్లాడి వెళ్ళింది. మీ నాన్నకు కూడా పూర్తిగా ఇష్టమేమీ కాదు. అయినా మనకొద్దు. సరేనా? వాళ్ళు చేసిన సాయానికి వందో వెయ్యో ఆ పిల్ల పెళ్ళికి ఇచ్చేద్దాం. మనం ఎవరి కూటి

రుణమూ ఉంచుకోవద్దు. ఇప్పుడు చాలా గొప్ప వాళ్ళందరూ వస్తున్నారు అడుగుతూ. పెట్టుపోతలవీ బాగా ఉంటాయి. పూతపాండినుండి ఒక సంబంధం వచ్చింది. చూడమంటావా?' అని రాసింది.

నేను రాత్రంతా ఆలోచిస్తూ ఉండిపోయాను. విసిగి వేసారి ఎప్పటికో నిద్రపోయాను. లేచాక మనసు తేలికైంది. స్పష్టత వచ్చింది. 'చూడు, కాని అమ్మాయి కొంచం చదువుకున్నదై ఉండాలి' అని అమ్మకు జాబు రాశాను.

అదే నెలలో కేంటీన్ సామినాథ అయ్యర్ నడిపే ఇరవైవేల రూపాయల చీటీపాట ఒకదానిలో చేరాను. నెలకు ఐదువందలు కంతు. దాన్ని నాలుగువేలు తోసి వేలం పాడి తీసుకున్నాను. పదహారువేల రూపాయలు కట్ట కట్టి మాతృభూమి పత్రికలో చుట్టి చేతిలో పెట్టాడు అయ్యర్. అన్నీ వంద రూపాయల నోట్లు. అంత డబ్బు నేను అదివరకు తాకి ఎరుగను. ఒక రకమైన దిగులు చేతులకు కూడా అంటుకుంది. తీసుకొచ్చి గదిలో పెట్టి వాటినే చూస్తూ ఉండిపోయాను. ఇంత డబ్బు నేను సంపాయించగలనని ఎప్పుడూ ఊహించలేదు. ఆ డబ్బుతో తిరువనంతపురం ఊరి బయట ఒక ఇల్లు కూడా కొనుక్కోవచ్చు. కాసేపట్లోనే ఆ డబ్బు నా చేతికీ మనసుకూ అలవాటైపోయిన వింతను తలచుకుని నవ్వుకున్నాను.

మధ్యాహ్నం కెత్తేల్ సాయిబు హోటల్‌కు వెళ్ళాను. తెరవగానే నేరుగా లోపలికి వెళ్ళి హుండీలో డబ్బులు వెయ్యసాగాను. కాసేపటికి పెట్టె నిండిపోయింది. కెత్తేల్ సాయిబును మరో పెట్టె అడిగాను. 'రేయ్ హమీదూ, పెట్టె మార్చు' అన్నాడు. పిల్లాడు పెట్టె మార్చి వెళ్ళాడు. మళ్ళీ వేస్తూనే ఉన్నాను. డబ్బంతా వేసేశాక చేతులు కడుక్కుని వచ్చి భోజనానికి కూర్చున్నాను. కెత్తేల్ సాయిబు ఆకేసి నాకు ఇష్టమైన రొయ్యల వేపుడు వడ్డించాడు. అన్నం పెట్టి పులుసు పోశాడు. అతనిలో ఎలాంటి మార్పూ ఉండదని నాకు బాగా తెలుసు. ఒక మాటైనా లేదు. అవతల ఇద్దరు పిల్లగాళ్ళు బిక్కుబిక్కుమంటూ కూర్చుని ఉన్నారు. తెల్లగా బక్కచిక్కిన నాయర్ పిల్లలు. పేల ముఖం, తెల్లని కళ్ళు. పొట్ట నిండిందేమో, కెత్తేల్ సాయిబు వడ్డించిన మాంసాన్ని తినలేక తింటున్నారు. కెత్తేల్ సాయిబు మరో ముక్క మాంసం ఒకడి ఆకులో పెట్టారు. వాడు 'అయ్యో... చాలు' అని లేచాడు. కెత్తేల్ సాయిబు 'తినరా పిచ్చినా కొయ్యా' అని వాడి తల

మీద ఒక్కటి ఇచ్చాడు. ఆ బలమైన దెబ్బకు వాడు భయపడి అలా కూర్చుండిపోయాడు. కంట్లో కారప్పొడి పడిందేమో, అలానే ఏడుస్తూ మొత్తం శుభ్రంగా తినేసాడు.

కెత్తేల్ సాయిబు కోడి మాంసం, చేపల పులుసు, రొయ్యల వేపుడంటూ ఒకదాని తర్వాత ఒకటి వడ్డిస్తూనే ఉన్నాడు. నేను కోరుకున్నది ఆయన కళ్ళల్లో ఒక చూపుని. నేను కూడా ఒక పెద్ద మనిషినయ్యానని నా తల్లికి నేనే కదా చెప్పాలి? అయితే ఆయన కళ్ళు ఎప్పట్లాగే నా కళ్ళలోకి చూడనే లేదు. మళ్ళీ చేపల కూర వడ్డించడానికి వచ్చినప్పుడు తాయత్తు కట్టుకున్న ఆ పెద్ద చేతులను చూశాను. అవి నావి. నాకెంత ఆకలి ఉందో, పొట్టలో ఎంత పడుతుందో ఆ చేతులు మాత్రమే కొలవగలవు.

ఆ రోజే ఊరికి బయలుదేరి వెళ్ళాను. తర్వాతి శ్రావణమాసంలో రామలక్ష్మిని పెళ్ళి చేసుకుని తీసుకొచ్చాను.

◆◆◆

[మూలం: చోట్టు కణక్కు, ఫిబ్రవరి 03, 2011]

6
వంద కుర్చీలు

అమ్మ చావుబ్రతుకుల్లో ఉందన్న సంగతి కుంజన్ నాయర్ వచ్చి చెప్పాడు. సాయంత్రం ఆఫీసునుండి బయలుదేరే సమయం. కొన్ని మిగిలిపోయిన ఫైల్స్ చూసి సంతకాలు చేస్తున్నాను. నా ఎదురుగా రమణి నిల్చుని ఉంది. చివరి ఫైల్‌లో సంతకం చేసి "ఒకసారి చెక్ చేసి పంపించమని రామన్ పిళ్ళైకి చెప్పు, ఈరోజే పంపించేస్తే మంచిది" అని పెన్ను కింద పెడుతూంటే సలూన్ డోర్ రెక్కల బయట అతను నిల్చుని ఉండటం చూశాను. "ఏంటి విషయం కుంజన్ నాయర్?" అడిగాను.

బైటనుంచే అతను రమణి ఉందన్నట్టు కళ్ళతో సైగ చేశాడు. నేను రమణిని వెళ్ళమన్నట్టు తల ఊపి అతణ్ణి లోపలికి రమ్మన్నాను. కుంజన్ నాయర్ రమణి వెళ్ళేంతవరకూ మాట్లాడకుండా ఆగి తర్వాత రహస్యం చెప్పే ధోరణిలో ముందుకు వంగి "సార్, మీకు ఒక విషయం చెప్పాలి. ఎలా చెప్పాలో తెలీడం లేదు... నేను పొద్దునే విన్నాను. మధ్యాహ్నం ఎండలో కోట్టాఱుకు సైకిలేసుకుని వెళ్ళిమరీ చూసి వచ్చాను. విషయం ఏంటంటే... నా కళ్ళతో నేనే చూశాను,

బాగా వయసు మళ్ళి అస్తవ్యస్తంగా ఉన్న ఒక ఆడ మనిషి ...” అన్నాడు.

నేను ఊహించగలిగినా అప్రయత్నంగా “ఎవరు?” అని అడిగాను.

“సార్, మీ అమ్మగారండి. కోట్టాఱు షెడ్లో బిచ్చగాళ్ళక మధ్యలో పడుకోబెట్టి ఉన్నారు. కనీసం చాప కూడా లేదు. కటికనేలమీద పడుకోబెట్టి ఉన్నారు. చిరిగిపోయిన చీర. తుంగగడ్డి చాప కొని పడుకోబెట్టమని ఒక అటెండర్‌కు చెప్పి వచ్చాను. చేతిలో డబ్బు ఉండి ఉంటే వాడికిచ్చి మంచి చీర కొని...”

నేను “ఎక్కడ?” అంటూ లేచాను.

“సార్, కోట్టాఱు పెద్ద ఆస్పత్రి. ఆస్పత్రి అంటే అదేం ఆస్పత్రి కాదు. ఆ గాడిదల సంత పక్కన ఒక ఆస్పత్రి ఉంది కదా, పాడుపడిన షెడ్లు నాలుగైదుంటాయి. మూడో షెడ్ వరండాలో చివరి స్తంభం పక్కన పడేసున్నారు. మా బామ్మర్ది ఒకడు అక్కడే టీ కొట్టు నడుపుతున్నాడు. వాడు చెప్తేనే తెలిసింది.”

నేను పెన్ను జేబులో పెట్టుకుని కళ్ళజోడు కొన్ని కాగితాలు బ్రీఫ్‌కేసులో సర్దుకొని బయలుదేరాను.

కుంజన్ నాయర్ నా వెనకే పరిగెట్టుకుంటూ వచ్చి అన్నాడు. “సార్ సార్, ఇప్పుడు మీరు అక్కడికి వెళ్తే... వద్దు సార్! బాగుండదు. ఇప్పటికే జనం ఎవరికి తోచినట్టు వాళ్ళు రకరకాలుగా మాట్లాడుకుంటున్నారు. మీరు వెళితే బురద మీద రాయేసినట్టవుతుంది సార్. అందుకే నేనీ విషయం ఇంతదాకా ఎక్కడా మాట్లాడలేదు సార్. జనాల నాలుకలకి నరాలుండవు. వాళ్ళ నోళ్ళల్లో మీరు నానొద్దు. నేను చూసుకుంటాను. విషయం మూడో మనిషికి తెలియకుండా అన్నీ పూర్తిచెయ్యొచ్చు. ఖర్చులు మాత్రం ఇవ్వండి చాలు. మీరు ఇంటికి వెళ్ళిపోండి సార్. విషయం మీకు తెలియనే తెలీదనుకోండి.”

“నాయర్, మీరు ఇంటికెళ్ళండి... నేను చూసుకుంటాను” అని చెప్పి నేను బయటకు నడిచాను.

నేను ఆఫీసులోనుంచి బయటకి వెళ్తుంటే అందరి చూపులూ నా వీపున వాలాయి. ఇదేమీ కొత్త కాదు! నేను ఎప్పుడైతే తెల్లచొక్కా వేసుకోవడం మొదలుపెట్టానో అప్పటినుండి నన్ను పొడుస్తున్న చూపులే అవి. అక్కడ ఉన్నందరూ చులకన దాచని నవ్వుతో నాకేసి చూసి వెంటనే ఒకరి ముఖాలు

ఒకరు చూసుకున్నారు. పెదవులు మాత్రం కదుపుతూ, మాటలు వినబడకుండా మాట్లాడుకున్నారు. నా వెనకే వచ్చిన నాయర్ చేతులతో సైగచేస్తూ ఏదో చెప్పబోతే రమణి తలవంచుకుని నోటికి చెయ్యి అడ్డుపెట్టుకుని కిసుక్కుమని నవ్వింది.

నేను కారెక్కాను. కుంజన్ నాయర్ కార్ వైపుకు వంగి "నేను కావాలంటే సైకిలేసుకుని వెనకే వస్తాను సార్" అన్నాడు. వద్దనేసి కార్ స్టార్ట్ చేశాను. అతను కనుమరుగయ్యి, కారు ఆఫీసు దరిదాపులు దాటి రోడ్డు రద్దీలో కలిసిపోయేంతవరకూ నేను బిగుసుకుపోయున్నాను అన్న విషయం స్టీరింగ్ పట్టుకున్న చేతుల పట్టు సడలినప్పుడు మాత్రమే గ్రహించాను. దీర్ఘంగా నిట్టూర్చి తేలికబడ్డాను. సిగరెట్ వెలిగించుకోవాలనిపించింది. అయితే జేబులో గానీ, కార్లో గానీ సిగరెట్లుండవు. సిగరెట్లు ఎక్కువ కాలుస్తున్నానని శుభ విధించిన కట్టుబాటు చర్యలలో ఇదొక భాగం.

చెట్టికులం జంక్షన్‌లో బడ్డీ కొట్టు పక్కనే ఆగి కార్లోనుండే ఒక పేకెట్ విల్స్ కొనుక్కున్నాను. పొగ విడిచినప్పుడు నాలో ఉన్న కంగారు, పొగతోబాటు బయటకు వెళ్ళిపోతున్నట్టు తోచింది. ఆ జంక్షన్‌లో నిలుచున్న పోలీసు నన్ను చూడగానే గాభరాపడుతూ సర్దుకుని సెల్యూట్ చేశాడు. కారు డౌన్‌లోకి దిగి కోట్టాఱు కూడలి చేరుకుంది. ఆ మలుపులోనే హాస్పిటల్. దాన్ని దాటాక గాడిదల సంత అని విన్నాను. ఎప్పుడూ అక్కడకి వెళ్ళింది లేదు.

హాస్పిటల్ వాకిట నా కార్ ఆగగానే అక్కడున్న సిబ్బంది హడావిడిగా లోపలికి పరుగుతీశారు. జనాలను క్రమపద్ధతిలో పెడుతున్న చప్పుళ్ళు. గద్దింపులు. కొందరు పరుగులు తీస్తున్న చప్పుడు. లోపలనుండి ఇద్దరు డాక్టర్లు నా కారు వైపుకు పరిగెట్టుకుని వచ్చారు. నేను దిగగానే "గుడ్ ఈవెనింగ్" అన్నాడు వారిలో మధ్యవయస్కుడు.

"నేను ఇక్కడికి ఒక పేషంట్‌ను చూడటానికి వచ్చాను" అన్నాను.

"ఇక్కడా సార్!" అని ఆశ్చర్యపోతూ అడిగిన డాక్టర్ "ఇక్కడ అయుండదు సార్, ఇక్కడంతా..." అనబోయాడు.

"ఇక్కడే" అన్నాను.

"సార్, ఇక్కడందరూ మునిసిపాలిటీ వాళ్ళు రోడ్లమీద నుంచి తీసుకొచ్చి పడేసినవాళ్ళు. అడుక్కునేటోళ్ళు, యానాదోళ్లు,అలాంటోళ్ళే ఉంటారు."

"ఉహుఁ" అని "ఇక్కడ మూడో షెడ్ ఎక్కడ?" అని అడిగాను.

"నేను చూపిస్తాను సార్" అంటూ డాక్టర్ నాతోబాటే వచ్చాడు. ఇబ్బందిగా "అన్నీ దిక్కూదివాణం లేని కేసులు సార్. ట్రీట్‌మెంట్లేం పెద్దగా ఇవ్వం. కొంచం ఆహారం, జెనరల్ ఆంటీబయాటిక్‌లూ ఇచ్చి చూస్తాం. కొన్నిసార్లు తేరుకుంటారు. కొందరు ఒకటి రెండు రోజుల్లో పోతారు. ఫండ్స్ చాలా తక్కువ సార్. స్టాఫ్ కూడా లేరు. వీళ్ళని పాకీపనోళ్ళు తప్ప మరో స్టాఫ్ ముట్టుకోలేరు" అన్నాడు.

నేను మాట్లాడకుండా నడిచాను.

"చాలా ఎక్కువ క్రౌడ్ సార్. వర్షాకాలం కదా, చెమ్మలో పడుండటంతో జ్వరం, జలుబు, సన్నిపాతం వచ్చిన వాళ్ళందరూ ఇక్కడికి వచ్చేస్తారు. వీళ్ళందరూ యానిమల్స్ లాగే సార్. ఒకరు చచ్చిపోయినా ఇంకొకరు పట్టించుకోరు. అలానే వదిలేసి వెళ్ళిపోతారు. జబ్బుచేసి రోడ్లమీద పడివున్న వాళ్ళను పాకీవాళ్ళు తీసుకొచ్చి ఇక్కడ పడేస్తుంటారు..." ఆ ఆవరణంతా ఊరకుక్కలు అడ్డదిడ్డంగా పడుకుని ఉన్నాయి. ఒళ్ళంతా పిడుదులు నిండిన ఒక కుక్క నన్ను చూసి గుర్రుమంది. షెడ్ల లోపల కూడా కుక్కలు తిరుగుతూ ఉన్నాయి.

ఆ షెడ్లలో ఎక్కడా కనీసం చెక్క బల్లలు, కుర్చీలు కూడా లేవు. ఎప్పుడో దేనికోసమో నిర్మించిన పెంకుల షెడ్లు. పెంకులు పాతపడి, పైకప్పు వాసాల సందుల్లోంచి లోపలికి ఎండ పడుతోంది. కింద వేసిన ఎర్రటి గచ్చు పెచ్చులు రేగిపోయి కొరుకుడు పడిపోయి ఉంది. ఆ గచ్చుమీద అక్కడక్కడా తాటిబెల్లం ఆరబెట్టడానికి వాడి పడేసిన మొరటు తాటాకు చాపలు, ఎరువు గోతాల సంచులు, వాటిమీద విసిరేసిన చెత్తలా మనుషులు పడున్నారు. వాళ్ళ మధ్యలో కూడా కుక్కలు తిరుగుతున్నాయి.

వయసుడిగిపోయిన మగవాళ్ళు, ఆడవాళ్లు. చిక్కి, ఎముకలకు అతుక్కుపోయిన చర్మంతో, ముడతలుపడి తడారిపోయిన ముఖాలు.

చాలామంది స్పృహ లేకో, నిద్రపోతూనో ఉంటే, మేలుకుని ఉన్న కొందరు గట్టిగా కేకలు పెడుతూ, మూలుగుతూ, చేతులూ కాళ్ళూ కదుపుతున్నారు. అక్కడంతా దుర్వాసన, కడుపులో తిప్పుతూ వాంతి అయేటంతగా. కుళ్ళిపోతున్న మనుషుల కండలు, మగ్గిన గుడ్డలు, మలమూత్రాలు... అన్నీ కలగలిసిన దుర్వాసన అది. గియ్‌మంటూ వాలుతూ ఎగురుతూ గుంపులు గుంపులుగా ఈగలు. నేను చేతిరుమాలుతో ముక్కు మూసుకున్నాను.

"అందరూ ముసలీ ముతకా సార్. చాలామందికి ఒళ్ళు కూడా అదుపులో ఉండదు. పడుకున్న చోటే మలమూత్రాలూ అంతా... ఏం చెయ్యలేం సార్" అన్నాడు డాక్టర్.

దరిదాపుల్లో సిబ్బంది ఎవరూ లేరు. నా కళ్ళు వెతకడం గమనించి "పాకీ పనులు చేసేవాళ్ళు పొద్దున్నే వచ్చి శుభ్రం చేసి మందులిచ్చి వెళ్ళిపోతారు. సాయంత్రంపూట రారు సార్. వాళ్ళు మందుకొట్టి నిద్రపోతారు" అని తన జవాబును సమర్థించుకోడానికి ప్రయత్నించాడు.

మూడో షెడ్డు చివరి స్తంభం పక్కన అమ్మ పడి ఉండటం చూశాను. ఒక తాటాకు చాప మీద వెల్లకిలా పడుకుని ఉంది. దాదాపు అచేతనంగా... నల్లటి పొట్ట బాగా ఉబ్బి ఒక పక్కకి ఒరిగిపోయుంది. చేతులు, కాళ్ళు వాచిపోయి ముడతలు మెరుస్తున్నాయి. స్తనాలు మాసిన సంచుల్లా చెరో పక్కకు వేలాడుతున్నాయి. నోరు తెరచుకుని నలుపెక్కిన ఒకటే పన్ను, పాలిపోయిన చిగుళ్ళూ కనిపించాయి. తలలో జుట్టు చిక్కుపట్టి, జడలు కట్టేసి, ఎండిన పిడకలా అంటుకుపోయుంది.

"ఈమెకు ఏమైంది?" అడిగాను.

"ఏమైందంటే... యాక్సిడెంట్ ఏంటో చూడలేదు సార్. వచ్చి నాలుగైదు రోజులైంది. గుర్తులేదు. వయసు అరవైయ్యో డెబ్భయ్యో ఉండచ్చు. స్పృహ ఉండేవాళ్ళకు మాత్రమే మందులేవైనా ఇస్తాం."

నేను అమ్మని చూశాను. అమ్మ ఆరడుగుల ఎత్తు. చిన్నతనంలో నల్లని గుండ్రటి ముఖం, పెద్ద పళ్ళతో, పొడవాటి చేతులు, కాళ్ళతో, తాటికాయల్లాంటి స్తనాలతో ఉండేది. గంటలాంటి బలమైన గొంతు. ఆమెను వీధిలో చూస్తే

చిన్నపిల్లలు జడుసుకుని ఇంటి లోపలికి పారిపోయేవాళ్ళు.

ఒకరోజు సాయంత్రం అమ్మోరు గుడి వెనకనున్న ఏటి దగ్గర నుంచి నన్ను చంకన వేసుకుని పైట లేకుండా అడ్డదారిలో వస్తుంటే ఎదర ఒంటరిగా వచ్చిన వైద్యుడు కృష్ణన్‌కుట్టి మారార్ నిశ్చేష్టుడై రెండు చేతులెత్తి మొక్కి "అమ్మా! దేవీ!" అని అలా వణికిపోతూ కదలకుండా నిల్చున్న దృశ్యాన్ని ఎన్నోసార్లు ఎన్నో రకాలుగా గుర్తు తెచ్చుకునేవాణ్ణి. ఆ రోజు అమ్మ ఏదో ఆలోచనల్లో మునిగిపోయి ఉండటం వల్లనేమో అతన్ని లెక్కచెయ్యకుండా నేల అదిరేలా అడుగులేసుకుంటూ నడిచిపోయింది.

"ఏదైనా కేసు విషయమా సార్?" అడిగాడు డాక్టర్.

నా పెదవులు కదలకుండా బిగుసుకుపోయి రాళ్ళలా అయ్యాయి. నా ప్రాణం వాటిని కదిలించలేకపోయింది. కొన్ని క్షణాలు ప్రయత్నించి పెదవుల్ని నాలుకతో తడిచేసుకుంటూ తలూపాను.

"కావాలంటే పెద్ద హాస్పిటల్‌కు తీసుకెళ్ళొచ్చు సార్. బస్‌స్టాండ్ నుండి తీసుకొచ్చారు. ఆ పొట్ట చూడండి. నాలుగైదు రోజులుగా యూరిన్ పాస్ చేసినట్టు లేదు. ఇన్నర్ ఆర్గన్స్ ఒక్కోటి ఫెయిల్ అవుతున్నట్టున్నాయి. చెయ్యడానికి పెద్దగా ఏం లేకపోయినా యూరిన్ మాత్రం బయటకు తెప్పించి, అమోనియా కొంచం తగ్గిస్తే కాస్త తెలివివచ్చే ఛాన్స్ ఉంది. ఏదైనా వివరాలు కావాలంటే చెప్పించుకోవచ్చు" అన్నాడు డాక్టర్.

నేను "మిస్టర్..." అన్నాను.

"మాణిక్యం సార్" అన్నాడు.

"మిస్టర్ మాణిక్యం, ఇది..." నేనే నా రొమ్ముమీద పొడుచుకొని, తుప్పు పట్టిన ఇనుపరేకుతో గుండెను కోసుకుంటున్నంత బాధగా "ఈమె మా అమ్మ" అని చెప్పాను.

డాక్టర్ అర్థంకాక "సార్!" అన్నాడు.

నేను "ఈమె మా అమ్మ... ఇంటినుండి వెళ్ళిపోయింది. కొంచం మెంటల్ ప్రాబ్లమ్ ఉంది" అన్నాను.

కాసేపు నిశ్చేష్టుడై ఉండిపోయి నన్నూ అమ్మనూ మార్చి మార్చి చూశాడు. తేరుకుని "ఐయామ్ సారీ సార్. యాక్చువల్లీ..."

"పరవాలేదు. ఇప్పుడు నాకోసం ఒక పని చెయ్యండి. వెంటనే ఈమెకు బట్టలు మార్చి అవసరమైన ట్రీట్‌మెంట్ ఇచ్చి రెడీ చెయ్యండి. నేను ఈమెను ప్రైవేట్ హాస్పిటల్‌కు తీసుకుని వెళ్తాను. ఆంబులెన్స్ కూడా రప్పించండి" అన్నాను.

"ష్యూర్ సార్!"

నేను నా పర్స్ బయటకు తీశాను.

"సార్, ప్లీజ్! మేం చూసుకుంటాం. ఇట్ ఈజ్ ఏన్ ఆనర్. సారీ సార్. మా పరిస్థితిని మీరు అర్థం చేసుకోవాలి. నేను ఈ సిస్టమ్‌లో ఏం చెయ్యగలనో అది చేస్తాను" అన్నాడు డాక్టర్.

సరేనని నేను వెళ్ళి కార్లో కూర్చున్నాను.

పది నిముషాల్లో డాక్టర్ నా దగ్గరకు పరిగెట్టుకుంటూ వచ్చి "క్లీన్ చేస్తున్నారు సార్. వెంటనే యూరిన్ బయటకు తీసి ఇంజెక్షన్ ఇచ్చేయొచ్చు. అయితే హోప్ ఏమీ లేదు సార్" అన్నాడు.

"ఓకే" అని నేను సిగరెట్ వెలిగించుకున్నాను. కారు బయట నిల్చున్న డాక్టర్ కాస్త వంగి మెత్తని స్వరంతో "సార్" అన్నాడు.

"యెస్?"

"నా వల్ల అయినది చేస్తూనే ఉన్నాను సార్. ఇందులో నా దోషం ఏమీ లేదు అని అనను సార్. అయితే ఏమీ చెయ్యలేం సార్. మునిసిపల్ చెత్త కేంద్రానికి చెత్త తీసుకొచ్చినట్టు ఇక్కడికి ఈ బిచ్చగాళ్ళని తీసుకొస్తారు..."

"ఓకే. వెళ్ళి జరగాల్సిన పని చూడండి" అన్నాను. నా గొంతులో అనవసరమైన కటువు ఎలా వచ్చిందో తెలీలేదు. బహుశా నా మీద నాకే కలిగిన అసహ్యం వల్ల కాబోలు.

డాక్టర్ గద్గద స్వరంతో "సార్, నేను యస్. సి. కోటాలో వచ్చాను సార్. నాలాంటి వాళ్ళకు ఇక్కడ చోటే లేదు సార్. అసహ్యంగా పురుగును చూసినట్టు

చూస్తారు. నేను సర్వీస్‌లోకి వచ్చి పద్దెనిమిదేళ్ళయింది... సీనియర్‌ని సార్. అయితే ఇప్పటి వరకు గౌరవంగా కూర్చుని పేషంట్లను చూసేలాంటి పని ఇవ్వనేలేదు. సర్వీసంతా పోస్ట్‌మార్టమ్ చెయ్యనిచ్చారు. లేదంటే ఇది. ఇక్కడ అగ్రకులస్తులు ఎవరూ లేరు. ఇందాక నాతో ఉన్న జూనియర్ కూడా మావాడే. మా ఇద్దర్నీ...” ఇక మాటలు రాక అతని గొంతు పూడుకుపోయింది.

కారు దిగి అతన్ని కింద పడేసి పూనకం వచ్చినవాడిలా కాలితో తన్ని తన్ని గుజ్జుగుజ్జుగా చేసి మట్టిలో కలిపేయాలన్నంత ఆవేశం ఒళ్ళంతా కరెంటు పాస్ అయినట్టు అయి నా చేతులు, కాళ్ళు వణికాయి. సిగరెట్ అంచుదాకా కాలి, బూడిద తొడ మీద పడింది.

అతను కళ్ళు తుడుచుకుంటూ “పాడు జీవితం సార్! క్లినిక్ పెట్టుకుంటే మా దగ్గరకు అగ్రకులస్తులు రారు. మా వాళ్ళలో కూడా కలిగినోళ్ళు రారు. నాకు మా ఊళ్ళో పాకీ డాక్టర్ అనే పేరు. డాక్టర్ కావాలన్న కలను నిజం చేసుకోవాలని రాత్రనక పగలనక చదివాను సార్. ఇప్పుడు ఇక్కడ పాకీవాళ్ళతో మరో పాకీవాడిగా కూర్చోబెట్టేశారు.”

నేను నిట్టూర్చి కళ్ళను చేతులతో అదుముకున్నాను. తర్వాత “మాణిక్యం” అన్నాను. నా గొంతు బొంగురుబోయి వింతగా వినిపించింది. “మాణిక్యం” అని మళ్ళీ అన్నాను. “వేరే పనికి వెళ్ళినా పరిస్థితి ఇలానే ఉంటుంది. సివిల్ సర్వీసెస్ రాసి నాలాగా ‘ఐఏఎస్’ ఐతే మటుకు ఏంటి, నేనూ మా డిపార్ట్‌మెంట్‌లో పాకీవాణ్ణే!”

డాక్టర్ నోరు తెరచుకుంది. నేను మాటలు అక్కడితో ఆపుకోవాలన్నట్టు సిగరెట్ పడేశాను. అయితే నన్ను దాటుకుని మాటలు పుండు నుండి చీములా బయటకు వచ్చాయి.

“చూశారా ఈ శరీరాన్ని? ఇందులో ప్రవహించే రక్తం అంతా తిరిపెపుకూటితో వచ్చినదే. అది నేనూ మరిచిపోలేను. నాకు భిక్షం పెట్టిన ఎవడూ కూడా మరిచిపోడు. మరిచిపోవాలంటే నన్ను కోసి రక్తమంతా బయటకు తీసేసి వేరే రక్తం ఎక్కించాలి. సింహం, పులి, తోడేలు- అలా ఏదైనా మంచి రక్తం... అది...” ఆపైన మాటలు రాక ఆగిపోయి “వెళ్ళండి! వెళ్ళి అమ్మను రెడీ

చెయ్యండి!" అని గట్టిగా అరిచాను. నా కేక నాకే వికృతంగా వినబడి అపరాధభావన కాలిగి సిగ్గుతో తలను తడుముకున్నాను.

మతి చలించినవాడిలా డీలాపడిన నడకతో డాక్టర్ వెళ్ళడం చూస్తూ మరో సిగరెట్ వెలిగించుకున్నాను. నేను భిక్షమెత్తిన సంగతి ఈ మనిషికెందుకు చెప్పాను! ఇతని మనసులో నా పట్ల ఉన్న గౌరవం ఏమయ్యుంటుంది? కచ్చితంగా ఈ పాటికి అది పగిలి ముక్కలై పడిపోయుంటుంది. అతనికి అతని మీదే ఎలాంటి గౌరవమూ లేదు. ఇప్పుడు నన్ను కూడా తనలాంటి ఒకడిగా అనుకుంటూ ఉంటాడు. కాబట్టి నా గురించి ఎలాంటి గౌరవభావమూ ఉండదు. సిగరెట్ ఉన్నట్టుండి చేదుగా అనిపించింది. నా అలవాటుకు విరుద్ధంగా నేను ఇలా ఒకదాని తర్వాత ఒకటిగా సిగరెట్లు కాల్చేస్తున్నాను.

***

సివిల్ సర్వీసెస్ ఇంటర్వ్యూలో ఎనిమిది మంది ఉన్న పేనల్ ముందు కూర్చున్నప్పుడు నేను మొట్టమొదటగా ఎదురుచూసిన ప్రశ్న నా కులం గురించినదే. చెమటలో తడిసిన నా వేళ్ళు గ్లాస్ టేబుల్ మీద జారిపోతుండగా, నా గుండె చప్పుడును వింటూ కూర్చున్నాను. గదిలో రయ్యిమని ఎ.సి. చప్పుడు. కాగితాలు తిప్పే చప్పుడు. పేనల్ మెంబర్స్ కదిలినప్పుడు రివాల్వింగ్ చెయిర్ల చప్పుడు. వారిలో ఒకాయన నా తాలూకు డాక్యుమెంట్స్ ఒకమారు చూసి "మీదే కులం?" అని, మరోమారు వాటిని చూస్తూ "షెడ్యూల్డ్ ట్రైబ్... నాయాడి..." అని చదివి తల పైకెత్తి "వెల్!" అన్నాడు.

నేను చంటిపిల్లాడిగా ఉన్నప్పట్నుండీ ఒక్క రోజు, ఒక్క నిముషం కూడా నేను నా కులాన్ని మరిచిపోనివ్వకుండా నా చుట్టూ ఉన్నవాళ్ళు జాగ్రత్తగా చూసుకుంటూనే ఉన్నారు. సివిల్ సర్వీసెస్‌కు చదవడం మొదలుపెట్టినప్పుడు దివాన్ బహదూర్ వి. నాగం అయ్య రాసిన తిరువిదాంగూర్ స్టేట్ మేన్యువల్‌ని కంఠోపాఠంగా వల్లెవేసిన రోజుల్లోనే నా కులం గురించి నేను తెలుసుకున్నాను. తిరువిదాంగూర్ స్టేట్‌లో తొలి జనాభా లెక్కల ప్రధాన అధికారిగా ఉద్యోగాన్ని మొదలుపెట్టిన తెలుగువాడైన వి. నాగం అయ్యా తన నలభై ఏళ్ళ విస్తృత అనుభవంతో 1906లో రాసిన మేన్యువల్ అది. అంతకు పూర్వం బ్రిటీష్‌వాళ్ళు,

వాళ్ళు పరిపాలించిన ప్రాంతాలకు సంబంధించి మేన్యువల్‌లు రాసుకున్నారు. మదురై గురించి జె. హెచ్. నెల్సన్ రాసిన మేన్యువల్ 'క్లాసిక్' అని చెప్తారు. దానికి ఏమాత్రం తీసిపోదు నాగం అయ్య రాసిన తిరువిదాంగూర్ మేన్యువల్. ఇది పూర్తి వివరాలతో, విస్తారంగా, చక్కటి భాషలో రాయబడిన క్లాసిక్ మేన్యువల్.

తిరువిదాంగూర్ స్టేట్‌లోని అన్ని కులాల గురించీ నాగం అయ్య విపులంగానే రాశారు. కులాల మూలాల గురించిన గాథలు, ప్రవాసకులాలైతే వాటి వివరాలు, కులాల వారీగా ఆచారాలు, అలవాట్లు, వారి సామాజిక అంతస్తులు అన్నీ వివరించారు. కులాల పరిణామక్రమం గురించి వివరించారు. ఎడ్గర్ థర్స్టన్ చెప్పినట్టే ముఖాకారం, ముక్కు పరిమాణాలతో కులాలను నిర్వచించే ప్రయత్నం కూడా చేశారు. 'ఒక్కో కులానికీ ప్రత్యేకమైన గుణాలున్నాయి' అన్న నెల్సన్ అభిప్రాయమే ఆయనదీనూ. గాంభీర్యమూ అడ్డు-అదుపు లేనితనమూ కలవాళ్ళు నాయర్లు; బద్ధకమూ తెలివితేటలూ కలిగినవాళ్ళు వెళ్ళార్లు; కష్టజీవులూ పొగరుబోతులూ అయినవాళ్ళు నాడార్లు; తాగుబోతులూ కలహప్రియులూ అయినవాళ్ళు ఈళవర్లు అంటూ ఆయన, నేటి సభ్యసమాజంలోని ఇబ్బందులేవీ ఆనాడు లేకపోవడంతో, బహిరంగంగా రాశారు. ఒక్కో కులం గురించి ఆనాటి పాలకవర్గం లేదా బ్రాహ్మణులు ఏం అనుకునేవాళ్ళు అన్నదానికి లిఖితపూర్వమైన ఋజువు అది.

ఆ మేన్యువల్‌లో అతి తక్కువగా వివరించబడిన కులం నా కులం: నాయాడులు. 'దేశదిమ్మరులుగా తిరిగే యానాదుల్లో ఒక తెగ. వీళ్ళను చూస్తేనే మైల వస్తుంది అన్న ఒక నమ్మకం ప్రజల్లో ఉంది కాబట్టి వీళ్ళు పగటి పూట తిరగరు. వీళ్ళను కళ్ళతో చూస్తే కేకలు పెట్టి వెంటనే జనాలను పోగుచేసుకుని రాళ్ళు విసిరి వీళ్ళని చంపేసి అక్కడే తగలబెట్టే అలవాటు కూడా ఉండేది. కాబట్టి వీళ్ళు పగలంతా అడవుల్లో, పొదల్లో గుంతలు తవ్వుకుని వాటిల్లో తమ పిల్లాపాపలతో తలదాచుకుని పందుల్లా ముడుక్కుని నిద్రపోయేవాళ్ళు. రాత్రివేళ బయటకు వచ్చి వేటకు వెళ్ళేవాళ్ళు. వీళ్ళు దరిద్ర దేవత అంశ అన్న నమ్మకం కూడా ఉండటం వల్ల వీళ్ళకోసం ప్రత్యేకంగా తవుడు, మిగిలిపోయిన ఆహార పదార్థాలు ఇంటి బయట ముష్టిలాగా పడేసే ఆచారం ప్రజల్లో ఉంది. వీళ్ళకు ఏది

దొరికినా తింటారు; ఎలుకలు, కుక్కలు, రకరకాల పురుగులు, చచ్చిన జంతువులు. అన్ని దుంపజాతుల్నీ పచ్చి పచ్చిగానే తింటారు. పోకచెట్టు పాళను నడుముకు కట్టుకుని తమ జననావయవాలను దాచుకుంటారు. వీళ్ళు బాగా పొడవుగా నల్లగా ఉంటారు. పొడవైన కోరపళ్ళు. వీళ్ళ భాష అరవ భాషకు దగ్గరగా ఉంటుంది. వీళ్ళకు ఎలాంటి చేతివృత్తులూ తెలీవు. వీళ్ళ దగ్గర సొమ్ములంటూ దాదాపుగా ఉండవు. తిరువిదాంగూరు స్టేట్‌లో సుమారు యాభైవేల మంది ఉన్నారు. వీళ్ళవల్ల ప్రభుత్వానికి ఎలాంటి రాబడీ లేదు.'

నేను నాగం అయ్య తన మేన్యువల్‌లో ఏం చెప్పారు అన్నది అప్పజెప్పినట్టు పేనల్‌కు చెప్పాను. ఇంకొకాయన నన్ను తదేకంగా చూసి "ఇప్పుడు మీ కులం ఎలా ఉంది? అభివృద్ధి చెందిందా?" అని అడిగాడు.

"లేదు. ఇవాళ్టికీ అందరూ భిక్షమెత్తి, దొరికింది తిని, ఆరు బయటే జీవిస్తున్నారు" అని ఆయన్ని చూస్తూ జవాబిచ్చాను.

"మరి మీరు సివిల్ సర్వీసెస్ దాకా వచ్చారే!"

"నాకు ఒక పెద్దాయన సాయం అందింది."

"అంబేద్కర్‌లా అన్నమాట!" అన్నాడు ఇంకొకాయన.

నేను ఆయన కళ్ళల్లోకి తదేకంగా చూస్తూ "అవును. అంబేద్కర్ లాంటివాడే" అన్నాను. కొన్ని క్షణాలు అక్కడ మౌనం రాజ్యం ఏలింది.

మూడో ఆయన "ఇప్పుడొక క్లిష్టప్రశ్న. మీరు అధికారంలో ఉండే ప్రాంతంలో మీరు తీర్పు ఇవ్వాల్సిన పరిస్థితి. ఒక వైపు న్యాయం ఉంది, మరో వైపు మీ కులస్తులు ఉన్నారు. ఎవరి వైపు మొగ్గుతారు?" అని అడిగాడు.

మిగిలిన పేనల్ మెంబర్స్ కూడా నా జవాబు వినడానికి ఆసక్తిగా ఉన్నారన్నది వాళ్ళ కుర్చీల కిరకిరలు చెప్పాయి. నా వేళ్ళు, చెవితమ్మెలు, కనురెప్పలంతా మరుగుతున్న రక్త ప్రవాహం. నేను చెప్పవలసిన జవాబేంటో నాకు తెలుసు. అయితే ఆ క్షణం నేను స్వామి ప్రజానందులవారిని తలచుకున్నాను.

దృఢమైన గొంతుకతో "సార్, న్యాయం అంటే ఏంటి?" అని ప్రశ్నించి

కొనసాగించాను. "కేవలం చట్టాలూ సంప్రదాయాలా న్యాయాన్ని నిర్ణయించేవి? న్యాయానికంటూ ప్రాథమికంగా ఒక విలువ ఉండాలి కదా! సమానత్వమే విలువలన్నింటిలో మహత్తరమైనది, గొప్పది. ఒక నాయాడిని, మరో మామూలు మనిషిని, చెరోపక్కన నిలబెట్టడం అన్నదే సమానత్వం అనే ధర్మం ప్రకారం చూస్తే, నాయాడికి పెద్ద అన్యాయం జరిగిపోయినట్టే. వాడు చేసింది ఏదైనా కానీ అది న్యాయంగా మారిపోతుంది."

దేహాలన్నీ మెల్లగా కదిలినట్టు, కుర్చీలు మళ్ళీ చప్పుడు చేశాయి. కొందరు చేతులు ముడుచుకు కూర్చున్నారు. ప్రశ్న అడిగిన వ్యక్తే "మిస్టర్ ధర్మపాలన్, హత్య! హత్య చేసి ఉంటే?!" అని అడిగాడు. నన్ను నేను తమాయించుకులేకపోయాను, "సార్, హత్య చేసినా సరే నాయాడే బాధితుడు" అన్నాను.

కొన్ని నిముషాలు ఆ గదిలో మౌనం. కాగితాలు తిప్పే చప్పుడు. పెద్ద నిట్టూర్పు తర్వాత మొదటి ప్రశ్న అడిగిన వ్యక్తి ఇంకొన్ని ప్రశ్నలు అడిగాడు. మామూలు లోకం పోకడ గూర్చిన ప్రశ్నలు. ఇంటర్‌వ్యూ అయిపోయింది. నా రాత రాసేశారు, వచ్చినదారినే వెనక్కెళ్ళాలి అని అనుకున్నాను. అయితే మనసులో మాత్రం ఎంతో సంతృప్తి. నేరుగా వెళ్ళి లఘుశంక తీర్చుకుంటుంటే ఒంటిలో మఱిగిన ఆమ్లం అంతా కారిపోతున్నట్టు అనిపించింది. చేతులు, కాళ్ళు మెల్లగా చల్లబడ్డాయి. ముఖం కడుక్కున్నాను. అద్దంలో చూస్తూ తల దువ్వుకుంటుంటే నా ముఖంలోని ఉద్రేకం చూసి నాకు చిన్నగా నవ్వొచ్చింది.

నేరుగా కేంటీన్‌కు వెళ్ళి ఒక కాఫీ తీసుకుని గాజు గోడ పక్కనున్న టేబుల్ దగ్గర కూర్చుని తాగసాగాను. కిందెక్కడో పాతాళంలో కార్ల పైకప్పులు బొద్దింకల్లా కనిపించాయి. మనుషులు గుండుసూదుల్లా కనిపించారు. పచ్చని పూల బంతుల్లా చెట్లు గాలికి ఊగుతున్నాయి. రోడ్ మీద పోతున్న కార్ మీద పడిన ఎండ తళుక్కున తిరిగి నామీద పడి నన్ను దాటిపోయింది. ఇంతలో నా పక్కన ఒక వ్యక్తి వచ్చి కూర్చున్నాడు. వెంటనే పోల్చుకోలేకపోయాను. ఇందాక ఇంటర్‌వ్యూ పేనల్లో ఒకాయన; ఆ తీర్పు గురించి ప్రశ్న అడిగిన వ్యక్తి.

"ఐ యామ్ నవీన్ సేన్ గుప్తా" అన్నాడు.

"హలో సర్" అని చేయి చాచాను. కరచాలనం చేస్తూ కప్పులో ఉన్న టీని జుర్రుకున్నాడు.

"ఇంటర్వ్యూ సాయంత్రం కూడా ఉంది. ఇప్పుడు ఒక చిన్న విరామం" అన్నాడు.

నేను ఆయన్నే చూస్తూ ఉండిపోయాను.

"మీరు సెలక్ట్ అయిపోయారు. ఒకరు తప్ప మిగిలిన అందరూ ఎక్కువ మార్కులే ఇచ్చారు."

నేనది ఊహించలేదు. ఆయన్ని నమ్మలేనట్టు చూశాను.

"ప్రస్తుతానికి ఇది ప్రభుత్వ రహస్యం. మీ కంగారు చూసి చెప్పానంతే."

"థేంక్యూ సర్!"

"పరవాలేదు. నేను ఆ ప్రశ్నను మామూలుగానే అడిగాను. ఇలాంటి ప్రశ్నలు అందర్నీ అడుగుతుంటాం. ఒకే రకమైన జవాబునే కోరుకుంటాం కూడా. మీరు చెప్పిన జవాబు నిర్వహణపరంగా తీసుకుంటే చాలా చాలా తప్పు. అయితే మీరు మీ మనోభావాన్ని ఆత్మస్థైర్యంతో వ్యక్తపరిచారు..." టీ జుర్రుకుంటూ "నేను తప్ప ఇంకెవరూ మంచి మార్కులు ఇవ్వరు అనుకున్నాను. అయితే ఒకరు తప్ప అందరూ మంచి మార్కులే ఇచ్చారు" అని నవ్వి "నేను ఏ కారణం చేతనైతే మంచి మార్కులిచ్చానో ఆ కారణమే అయుండాలి" అని అన్నాడు.

నేను ఏంటి అన్నట్టు చూశాను.

"నన్ను ఒక మానవతావాది, అభ్యుదయ భావాలు కలిగినవాడు, నవనాగరీకుడు అని వాళ్ళంతా అనుకోవాలని నా కోరిక. అందుకే నా ఒంటిమీద మతపరమైన చిహ్నాలు ఏవీ ఉంచుకోను. గొడ్డు మాంసం తింటాను, ఆల్కహాల్ కూడా అందుకే తాగుతాను. బెంగాలీ, పంజాబీ అగ్రకులస్థులకు ప్రపంచానికంతా తాము ఈ రకంగా కనిపించాలనే తపననుంచి బయటకు రావడం చాలా కష్టం." మిగిలిన టీ తాగేశాడు. "అయితే యాదవ్‌కు అలాంటి ఇబ్బందేం లేదు. ఆయన ఎవరేమనుకుంటారో పట్టించుకోడు. సాంప్రదాయవాది, కులాభిమానం ఉన్నవాడని అనిపించుకోగలడు. అలా

కనిపించగలడు కూడా.”

“ఓకే” అని ఆయన లేస్తూ “మీరు నన్ను ఎలాంటి వ్యక్తిగతమైన సాయానికైనా సంప్రదించవచ్చు. నేను నావల్ల అయినంతవరకు అభ్యుదయవాదిగా ఉండే ప్రయత్నం చేస్తాను” అని నవ్వి “అంటే మీరు నా కూతుర్ని పెళ్ళి చేసుకోడానికి ప్రయత్నించనంత వరకు!” అంటూ ఇంకా గట్టిగా నవ్వుని కొనసాగించాడు. నేనూ నవ్వేశాను. డబల్ చిన్, చిన్న కళ్ళు, బొద్దుగా ఉన్న ముఖం. కొంచం మంగోలియన్ ముఖాకారం. నా వీపు మీద తట్టి “యంగ్‌మేన్, నువ్వు ఎన్నో ఇబ్బందులు ఎదుర్కోవాల్సి ఉంటుంది. అలవికానన్నిసార్లు మనసు విరిగిపోయి, విరక్తి కలగొచ్చు. ఈ ఉద్యోగంలో చేరినందుకు బాధపడే సందర్భాలే ఎక్కువ ఉంటాయి. ఏదేమైనప్పటికీ నీకు అభినందనలు” అన్నాడు.

మళ్ళీ కూర్చుని “నిన్ను చదివించింది ఎవరు?” అని అడిగాడు.

“స్వామి ప్రజానంద. నారాయణగురు శిష్యులైన ఎర్నెస్ట్ క్లార్క్‌కు శిష్యులు” అన్నాను.

“ఎర్నెస్ట్ క్లార్కా? బ్రిటీష్‌వారా?”

“అవును బ్రిటీష్‌వారే. థియొసాఫికల్ సొసైటీకి వచ్చిన ఆయన నారాయణగురుకు శిష్యుడయ్యారు. గురువు పోయాక నారాయణమందిరం అని ఒక ఆశ్రమం స్థాపించారు. 1942లో కోయంబత్తూరు చేరి అక్కడ ఒక గురుకులం స్థాపించారు. నారాయణగురు వేదాంతాన్ని చర్చించడం కోసం లైఫ్ అన్న పత్రిక నడిపారు. అన్నీ నేను చదివి తెలుసుకున్నవే. ప్రజానందులవారు ఎర్నెస్ట్ క్లార్క్‌తో తిరువనంతపురం గురుకులంలో ఉండేవారు. ఆయన తర్వాత ప్రజానందులవారు కొంతకాలం ఆ గురుకులాన్ని నడిపించారు.”

“ప్రజానంద ఇప్పుడు ఉన్నారా?”

“లేరు. చనిపోయారు.”

“ఓ!”

“ఆయన పేరు కేశవ పణిక్కర్. ఎర్నెస్ట్ క్లార్క్ ఆయనకు కాషాయమిచ్చి

ప్రజానందగా నామకరణం చేశారు.”

“ఎర్నెస్ట్ క్లార్క్ స్వామీజీనా?”

“అవును. నారాయణగురుగారి ఏకైక విదేశీ శిష్యుడు ఆయనే. అయితే నారాయణగురు ఎర్నెస్ట్ క్లార్క్ పేరును మార్చలేదు!”

“ఆశ్చర్యమే! నారాయణగురు గురించి నేను విన్నాను” అంటూ లేచిన సేన్ గుప్తా “రామకృష్ణ పరమహంస లాంటివారు కదా?” అని అడిగాడు.

“అవును.” అన్నాను.

“వెల్! బట్…” అని ఆపి “ఓకే” అన్నాడు.

“చెప్పండి సార్” అన్నాను.

“లేదు, నిన్ను నిరుత్సాహపరచాలని లేదు…”

“పరవాలేదు చెప్పండి సర్.”

“లేదు… నువ్వు ఇంకే దారిలోనైనా వెళ్ళుంటే బావుండేది. మంచి అధ్యాపకుడిగానో, డాక్టరుగానో ఇవేవీకాదంటే సామాజిక సేవకుడిగానో… ఇది మాత్రం నీకు సరైన దారి కాదేమోనని నాకనుమానంగా ఉంది. ఇక్కడ నువ్వూహించినట్టుగా ఉండదు. ఎనీవే, వెల్” అని కరచాలనం చేసి లిఫ్ట్ వైపుకు నడిచాడు.

ఆయన ఆ రోజు ఏం చెప్పాడో అది నేను ప్రతిరోజూ అనుభవించాను. అన్ని వేళలా, అన్ని చోట్లా నన్ను బయటే నిల్చోబెట్టారు. పాలక నిర్వహణ శిక్షణ అన్నది ‘నేను ఆజ్ఞాపించడానికి పుట్టాను’ అని నమ్మించడానికి చేసే నేలబారు వశీకరణ విద్య తప్ప మరొకటి కాదు. అయితే నాకలా బోధపడలేదు. నావైపుకు వచ్చిన మాటలు అన్నీ ‘నువ్వు వేరే’ అన్న అర్థాన్నే మోసుకొచ్చి నాకు చెప్పాయి: ‘మా దయ వల్ల, మా కరుణ వల్ల, మాకున్న సమతాధర్మంవల్ల మాత్రమే నీకు ఇక్కడ కూర్చునే అవకాశం కలిగింది. కాబట్టి ఆ కృతజ్ఞతతో మాకు విశ్వాసబద్ధుడిగా ఉండు.’

తమిళనాడు సర్కిల్‌లో, మద్రాస్‌లో మొదటి పోస్టింగ్ వచ్చి చేరిన తొలిరోజే నేను ఎవరన్నది నాకు గుర్తుచేశారు. ముందురోజు నా పై అధికారికి రిపోర్ట్ చేసి

రిలీవ్ అయ్యి వెళ్ళిపోతున్న అధికారిని ఉద్యోగధర్మం కోసం వెళ్ళి కలిసి కొన్ని నిముషాలు మాట్లాడి వచ్చాను. మరుసటి రోజు అదే గదిలోకి వెళ్ళినప్పుడు నిన్న ఉన్న పొడవైన సింహాసనం లాంటి కుర్చీ ఉన్నచోట ఒక మామూలు కుర్చీ వేసి ఉంది. ఎందరో కూర్చునీ కూర్చునీ చిరుగులుపడ్డ పాత కుర్చీ. ఏ గుమాస్తాదో అయుంటుంది. నేను దాన్ని చూస్తూ కొన్ని క్షణాలు నిల్చుండిపోయాను. నా వెనక నిలబడ్డ ప్రధాన గుమాస్తాని ఆ కుర్చీ ఎక్కడ అని అడగాలని నా పెదవులదాకా వచ్చిన మాటలను పెద్ద ప్రయాసతో ఆపుకుని అందులోనే కూర్చున్నాను.

కాసేపటి తర్వాత లోపలికి వచ్చి నాకు నమస్కారం చేసిన ప్రతి ఒక్కరి చూపులోను నాకు ఒకే భావన కనపడింది - ఇక్కడనుండి తీసేయబడ్డ ఆ కుర్చీ. వాళ్ళ అతి వినయం, తెచ్చి పెట్టుకున్న సహజత్వం, నిర్లక్ష్యపు భావన – అన్ని చర్యల్లోనూ ప్రధానంగా ఉన్నది అదే. నా మాటలలో ఉన్నది కూడా అదే. నిష్కర్షగా ఉంటూనే ఒక మృదువైన అధికార ధోరణికి నన్ను నేను అలవాటు చేసుకున్నాను. అయితే లోపల నా మనసు మాత్రం అక్కసుతో ఉడికిపోతూనే ఉంది. నేనేం చెయ్యాలి?

నా కుర్చీ కోసం నేను ఎదురుతిరగొచ్చు. దాన్ని వాళ్ళు నా అల్పత్వానికి చిహ్నంగా చూపి ప్రచారం చెయ్యవచ్చు. అదే నా సహజగుణం అన్నట్టు చేసి చెరగని ముద్ర వేసేయొచ్చు. ఇక జీవితకాలం నేను ఎక్కడికి వెళ్ళినా ఆ ముద్ర నాతోనే వస్తుంది. అధికార వరండాల్లో ఉద్భవించి పాతుకుపోయే ప్రాచీన కథల్లో ఒకటిగా మిగిలిపోతుంది. పోనీలే! అని నేను వదిలేయొచ్చు. అయితే అది ఇంకా ఇంకా నన్ను అవమానించడానికి నేను వీరికి ఇచ్చే అనుమతిలా మారుతుంది.

కొన్ని గంటలు గడిచాక దాని గురించి అడగడానికి ప్రధాన గుమాస్తాని లోపలికి పిలిచాను. అతని కళ్ళల్లో కనిపించిన స్థిరత్వం చూడగానే అర్థం అయింది, అది అతను తీసుకున్న నిర్ణయం కాదని. అతని వెనక ఒక వ్యవస్థ ఉంది. దానితో నేను పోరాడలేను. నేను ఒంటరివాడిని. పోరాడి ఇంకా ఇంకా చిన్నబోతే నేను ఎప్పటికీ లేవలేను. అతణ్ణి ఇంకేదో అడిగాను. అతని చిన్న కళ్ళల్లో నవ్వొకటి మెరిసి కనుమరుగైందా అనిపించింది.

***

ఆంబులెన్స్‌లో అమ్మను ఎక్కించుకుని గోపాల్ పిళ్ళై హాస్పిటల్‌కు వెళ్ళాను. కుర్ర డాక్టర్ కూడా ఆంబులెన్స్‌లో ఎక్కాడు నేను మాణిక్యంతో "రైట్, చూద్దాం" అన్నాను.

"నేనూ వస్తాను సార్. అక్కడ ఒక రిపోర్ట్ ఇస్తాను" అన్నాడు.

"రండి" అని కార్ ఎక్కించుకున్నాను.

"యూరిన్ బయటకు తీసేశాం సార్. డ్రిప్ ఎక్కుతోంది. కిడ్నీ పనిచేస్తున్నట్టు లేదు. నాలుగైదు రోజులుగా జ్వరం వచ్చి ఎక్కడో పడి ఉన్నట్టున్నారు" అన్నాడు.

నేనేమీ మాట్లాడకుండా ఇంకో సిగరెట్ వెలిగించాను.

హాస్పిటల్ లోపలకి అమ్మని తీసుకుని వెళ్తున్నప్పుడు చూశాను, ఇందాక ఉబ్బిపోయున్న పొట్ట ఇప్పుడు మామూలుగా ఉంది. తెల్ల బట్టలు వేసున్నారు. పైన కప్పిన తెల్ల దుప్పటిలో పసుపు పచ్చగా చీమో రక్తమో కారి పెద్దదవుతున్న మరక కనబడింది. డాక్టరే దిగివెళ్ళి మాట్లాడి అమ్మను లోపలికి తీసుకెళ్ళాడు. నేను రిసెప్షన్‌లో కూర్చున్నాను. గంటసేపటికి డాక్టర్ ఇందిర నన్ను తను గదిలోకి పిలిచింది. నేను కూర్చోగానే "సీ, నేను చెప్పడానికి పెద్దగా ఏమీ లేదు. మాణిక్యం అంతా చెప్పేసుంటాడు. షీ ఈజ్ సింకింగ్..." అని అన్నది.

నేను తలూపాను.

"చూద్దాం. తెలివి వస్తే అదృష్టం అనుకోవాలి. ఈజ్ షీ అవుట్ ఆఫ్ హర్ మైండ్?"

నేను మళ్ళీ అవునన్నట్టు తలూపాను.

"వెల్, కొన్నిసార్లు చివరి దశలో తెలివి వస్తే బాగా స్పష్టంగా ఉంటారు. చూద్దాం."

రాత్రయిపోయింది. నేను లేచాను. డాక్టర్ ఇందిర "ఇక్కడ ఎవరూ ఉండాల్సిన అవసరంలేదు. ఏదైనా అవసరం అయితే నేను ఫోన్ చేస్తాను" అని అన్నది.

మాణిక్యం బయటే ఉన్నాడు. "నేను జూనియర్ డాక్టర్ స్టీఫెన్ని ఇక్కడే ఉండమన్నాను సార్. అతను చూసుకుంటాడు" అన్నాడు.

"వద్దు మాణిక్యం. పరవాలేదు. అతన్ని వెళ్ళనివ్వు. ఇక్కడివాళ్ళే చూసుకుంటారు" అని ఇద్దర్ని పంపించేశాను.

కార్ స్టార్ట్ చేసినప్పుడు గుర్తొచ్చింది దాదాపు మూడు గంటలసేపు నేను టీ అయినా తాగలేదని. వెంటనే ఆకలి కూడా గుర్తొచ్చింది.

కారు ఆపి గారేజ్ నుండి నేరుగా ఇంటి లోపలికి వెళ్ళగానే శుభ వచ్చి "ఆలస్యం అవుతుందని చెప్పలేదే?" అంది.

నేను మాట్లాడకుండా సోఫాలో కూర్చుని షూస్ తీశాను.

"భోజనం చేస్తారా?"

"లేదు. స్నానం చేసి వస్తాను." ఆమెతో ఎలా చెప్పాలో అర్థం కావడంలేదు. బట్టలు తీసి మాసిన బట్టల బుట్టలో వేసి నేరుగా షవర్ కింద నిల్చున్నాను. స్నానం చేసి తుడుచుకుంటున్నప్పుడు మనసు కొంచెం కుదుట పడ్డదనిపించింది.

డైనింగ్ టేబుల్ మీద ప్లేట్లు పెట్టి ఉన్నాయి.

"నువ్వు ఇంకా తినలేదా?"

"లేదు. ఇప్పటిదాకా కుట్టి మేలుకునే ఉన్నాడు. ఇప్పుడే నిద్ర పోయాడు."

నేను కూర్చోగానే ఆమె నా ఎదురుగా కూర్చుంది. నాగమ్మ వేడివేడిగా చపాతీలు వేసుకుని తెచ్చి నా ప్లేట్లో వేసింది.

"శుభా..." అని క్షణం ఆగి "అమ్మను చూశాను" అన్నాను.

శుభ కళ్ళు నాకేసి చూస్తూ ఉండిపోయాయి.

"గవర్నమెంట్ హాస్పిటల్లో... భిక్షగాళ్ళ షెడ్లో."

ఆమె ఏమీ మాట్లాడకుండా పెదవులు మాత్రం కదిపింది.

"చాలా దారుణమైన పరిస్థితిలో! చాలా రోజులుగా జ్వరంతో ఎక్కడో పడి అల్లాడినట్టుంది. అన్ని ఆర్గన్సూ డెడ్ అయిపోయాయి. ఇవాళో రేపో

అన్నారు...”

“ఎక్కడుంది తను ఇప్పుడు?”

“గోపాల్ పిళ్ళైలో చేర్చాను.”

ఆమె తన కంచంలోకే చూస్తూ ఉంది. నేను రెండో చపాతీ సగంలో లేచేశాను.

“నాగమ్మా! అయ్యగారికి పాలు తీసుకురా” అని కేకేసింది శుభ.

“వద్దు” అన్నాను.

“తాగండి. లేదంటే పొద్దునకల్లా పొట్టలో మంట పుడుతుంది.”

నేను మారు మాట్లాడకుండా గదిలోకి వెళ్ళాను. సగం కప్పిన దుప్పటి కింద ప్రేమ్ నిద్రపోతున్నాడు. నేను వాడి పక్కన పడుకుని వాడి కాళ్ళని మెల్లగా నిమురుతూ ఫేన్‌కేసి చూస్తున్నాను.

శుభ నైట్ డ్రెస్ వేసుకుని పాలు తీసుకుని వచ్చింది. నా పక్కన టేబుల్ మీద పెట్టి “తాగండి” అని చెప్పి అద్దం ముందుకు వెళ్ళి పెద్ద దువ్వెనతో దువ్వి కొప్పు కట్టుకుంది. నేను తెల్లటి ఆమె మెడవెనక భాగాన్నే చూస్తూ ఉన్నాను. వెనక్కి తిరిగి “ఏంటి?” అని అడిగింది. ఏంలేదన్నట్టు తల ఊపి పాలు తాగాను. లేచి బాత్రూమ్‌కు వెళ్ళి పళ్ళు తోముకుని వచ్చాను. తను మంచం మీదకు చేరింది అప్పటికే.

“నేను కూడా రావాలా?”

నేను సమాధానం చెప్పలేదు. తననే చూస్తూ నిలబడ్డాను.

“నేను కచ్చితంగా రావాలంటే వస్తానండీ. అయితే రావడానికి నాకైతే ఇష్టం లేదు” అంది. ఎప్పుడూ అంతే. ముక్కుసూటిగా మాట్లాడుతుంది. నేను ఏం మాట్లాడలేదు.

“నాకు రెండు మీటింగులున్నాయి... ఒకటి మినిస్టర్ ప్రోగ్రామ్. దాన్ని ఏం చెయ్యలేం. సాయంత్రం కావాలంటే వస్తాను.”

నేనేం మాట్లాడలేదు.

"అలా నిశ్శబ్దంగా ఉంటే ఏమని అర్థం?" అని అడిగింది.

"నాకేం తోచలేదు" అన్నాను.

"ఇలా చూడండి, దీన్ని మనం పెద్ద ఇష్యూ చేసుకోవద్దు. ఎలాగూ ఆమె ఈరోజో రేపో పోతారు. గౌరవంగా మనం చెయ్యాల్సింది చేసేద్దాం. నేను అక్కడికి వచ్చి అదో పెద్ద షోగా మారిందంటే అందరికీ ఇబ్బందే. పరామర్శించడానికి జనాలు వచ్చిపడిపోతారు. గతాన్నంతా కెలుకుతారు. మీకు సంకటంగా మారిపోతుంది."

"సరే."

"ఇంకేం ఆలోచించకుండా ప్రశాంతంగా పడుకోండి. ఫోన్ వస్తే లేపుతాను. మీరు మాత్ర వేసుకోండి."

నేను నిట్టూరుస్తూ మాత్ర వేసుకున్నాను.

"గుడ్ నైట్."

"ఒక వేళ అమ్మకు తెలివి వచ్చి ప్రేమ్‌ను చూడాలంటే?"

శుభ కోపంగా లేచి కూర్చుంది. "నాన్సెన్స్! లుక్, హి ఈజ్ మై సన్. వాడు నా కొడుకు. ఆ పిచ్చి బిచ్చగత్తె వాడి బామ్మ అని వాడి మనసులోకి ఎక్కించడానికి నేను చచ్చినా ఒప్పుకోను!" తెగింపుగా అంది.

నేనూ కోపంగా "ఏం మాట్లాడుతున్నావు? వాడు నాకూ కొడుకే. ఆ పిచ్చి బిచ్చగత్తె కన్న కొడుకుని నేను" అన్నాను.

నేను కోప్పడితే వెంటనే చల్లబడటం ఆమె లక్షణం. ఆమె కళ్ళల్లో తీక్షణత మాత్రం తగ్గలేదు. "చూడండీ, ఇప్పుడు అన్నారే, అదే... అదే మీ సమస్య. ఎప్పుడూ మీ పుట్టుక, పెంపకం గురించిన బరువుని మనసులోనే మోసుకుని తిరుగుతారు. ఆ ఇన్ఫీరియారిటీ కాంప్లెక్స్‌తో మీ జీవితాన్ని మీరే నరకంగా మార్చుకుంటున్నారు. మీ కెరియర్‌ని కూడా స్పాయిల్ చేసుకున్నారు. ఆ కాంప్లెక్స్‌లోకి ప్రేమ్‌ని కూడా నెట్టేయాలనుకున్నట్టయితే మీ ఇష్టం వచ్చినట్టు చెయ్యండి."

నేను అలా సడలిపోయి వెనక్కి వాలాను.

"లుక్, స్టిల్ యూ కాంట్ సిట్ ఫర్మ్‌లీ ఇన్ ఎ చేర్. మీరు ఇప్పటికీ మేనేజర్ కుర్చీలో కూడా గుమస్తాలా కూర్చుంటారు" అంది శుభ. "మీ చదువు, మీ తెలివితేటలు వేటికీ ప్రయోజనం లేదు. ఒక్కరినీ ఆర్డర్ వెయ్యడానికి మీకు నోరు రాదు. ఎవరితోనూ కళ్ళల్లోకి చూస్తూ సూటిగా మాట్లాడలేరు. అందరూ మీ వెనక ఏదో మాట్లాడుకుంటున్నారు, నవ్వుకుంటున్నారు అని ఎప్పుడూ ఆ కాంప్లెక్స్‌లోనే ఉంటారు. నా కొడుకునైనా వాడి జెనరేషన్‌లో దీన్నుండి బయటకు రానివ్వండి. ప్లీజ్! సెంటిమెంటల్‌గా మాట్లాడి వాడి జీవితాన్ని నాశనం చెయ్యకండి. మీరు అనుభవిస్తున్న హింస వాడు అనుభవించకూడదు అనిపిస్తే లీవ్ హిమ్ అలోన్..."

ఆమె మాటలను ఆపాలన్నట్టు "ఓకే" అన్నాను.

శుభ వెంటనే తగ్గి నా నుదుట చేయి పెట్టి "సీ, నేను మిమ్మల్ని నొప్పించాలని చెప్పడంలేదు. ఇట్ ఈజ్ ఎ ఫేక్ట్. ప్లీజ్!" అంది.

"తెలుసు."

"మీ అమ్మ నాకు తెచ్చిపెట్టాల్సిన చెడ్డపేరంతా తెచ్చిపెట్టేసింది. నవ్వాల్సిన వాళ్ళందరూ నవ్వడం అయిపోయింది. ఇప్పుడిప్పుడే ఆ అవమానాలను మరిచిపోతున్నాను."

నా తల నిద్రతో భారంగా తోచింది "సరే... ఓకే" అని కళ్ళు మూసుకున్నాను.

పొద్దున లేచినప్పుడు నా మనసు కుదుటపడినట్టుగా అనిపించింది. అయితే అది ఎక్కువసేపు కొనసాగలేదు. హాస్పిటల్‌కు ఫోన్ చేశాను. అమ్మ పరిస్థితిలో ఎలాంటి మార్పూ లేదట. తొమ్మిది గంటలకు బయల్దేరాను. హాస్పిటల్ దగ్గరపడుతున్న కొద్దీ నాలో అలజడి మొదలైంది. స్టీరింగ్ నుండి చేతులు జారుతున్నాయి. ప్రముఖ రచయిత సుందర రామసామి ఇల్లు దాటుతునప్పుడు కారు ఆపి లోపలికి వెళ్లి కాసేపు ఆయనతో మాట్లాడితే బాగుండనిపించింది. అతను తన స్నేహితులతో కూర్చుని చర్చాగోష్టి చేసే సమయం ఇప్పుడు. ఇతరుల మాటలను శ్రద్ధగా వినడం విషయంలో ఆయనకు సాటి ఎవరూ ఉండరు. ఎంతమందితో మాట్లాడినా, ఎంతసేపు మాట్లాడినా, ఆయన శ్రద్ధ కొంచం కూడా

తగ్గదు.

ఆయన ఇంటినుండి అతని శిష్యుడైన ఒక యువరచయిత లుంగీ మడిచి కట్టుకుని గేట్ తెరచి లోపలికివెళ్ళి, తిరిగి గేట్ మూసి వెళ్తూండడం చూశాను. ఉత్తర కేరళలో కాసరగోడులో ఏదో ఉద్యోగం చేస్తుంటాడతను. ఇక్కడికి వచ్చినప్పుడు సుందర రామసామి ఇంటి మేడమీద ఉంటాడు. నేను సుందర రామసామితో మాట్లాడుతుంటే కొన్నిసార్లు అతనూ వచ్చి మా మాటల్లో కలిసేవాడు. అతని పేరు జయమోహన్ అని గుర్తు. అప్పుడతను నన్ను గుర్తించకూడదు అని అనుకునేవాడిని. ఒకసారి లోపలికి వెళ్ళి పెద్దాయన్ని కలిసి రావాలనిపించినా నా కారు తానుగానే ఆ ఇల్లు దాటుకుని గోపాల్ పిళ్ళై హాస్పిటల్ ముందు ఆగింది.

డాక్టర్ ఇందిర ఇంకా రాలేదు. ట్రైనీ డాక్టర్ నా దగ్గరకొచ్చి వినయంగా నమస్కారం చేశాడు.

"ఎలా ఉన్నారు?" అని అడిగాను.

"అలానే ఉన్నారు సార్" అన్నాడు.

అమ్మ గదిలోనుండి కుంజన్ నాయర్ పందికొక్కులా ఒళ్ళు వంచుకుని నా దగ్గరకు పరిగెట్టుకుంటూ వచ్చాడు.

"నేను పొద్దునే వచ్చేశాను సర్. అమ్మకు ఇప్పుడు పరవాలేదు. యూరిన్ తీసేశాక ముఖంలో ఒక కళ వచ్చింది" అన్నాడు.

నేను అతనితో "మీరు ఆఫీసుకు వెళ్ళి నేను ట్రేలో పెట్టిన పేపర్లు అన్నీ కనకరాజ్‌కు ఇవ్వండి" అన్నాను.

"నేనిక్కడే ఉంటాను సార్?" అన్నాడు.

"నేను ఉన్నానుగా చాల్లే" అన్నాను.

"అది కాదు సార్. నేను మీకు తోడుగా..."

"వద్దు."

"సరే సార్" అని పక్కకి వెళ్ళాడు.

నేను లోపలికి వెళ్ళాను. అమ్మ అలానే కదలికలు లేకుండా పడుకుని ఉంది, ఇంచుమించు శవంలా. సెలైన్ ఎక్కుతోంది. మరో పక్క బొట్లు బొట్లుగా యూరిన్. పక్కన వేసున్న కుర్చీలో కూర్చుని అమ్మని చూశాను. నుదుటిమీద, చెంపలమీద, భుజాలమీద, చేతులమీదంతా ఎన్నో పుళ్ళు, గాయాల మచ్చలు. కొన్ని మచ్చలు పెద్ద గాయాల వల్ల వచ్చినవే. నుదుటి మీదున్న ఒక మచ్చ పుర్రె చీలిపోయినట్టు చాలా పొడవుగా ఉంది. జీవతంలో ఎప్పుడూ హాస్పిటల్‌కు వెళ్ళి ఎరగదు. అన్ని పుళ్ళూ బాగా పండి చీముపట్టి కొన్నిసార్లు పురుగులు కూడా పట్టి వాటంతట అవే మానిపోయేవి. కుక్కలతో, తోటి మనుషులతో చేసిన పోట్లాటలవల్ల వచ్చిన గాయాలు. ఎవరెవరో రాళ్ళతో కొట్టినవి, కర్రలతో కొట్టినవి, పొడిచినవి, టీ షాపుల్లో వేడినీళ్ళు పోసినవి...

నేను శుభని ప్రేమించిన రోజుల్లో ఒక దగ్గరి క్షణంలో నా చొక్కా తీసినప్పుడు ఆమె "మై గుడ్‌నెస్! ఇదేంటి ఇన్నేసి గాయాలు?" అని విస్తుపోయింది.

నేను చిన్న నవ్వు నవ్వి "చిన్నతనంలో నేను గాయాలు, పుళ్ళు లేకుండా ఉన్నట్టే నాకు గుర్తులేదు..." అన్నాను.

నా వీపు మీదున్న పొడవైన గాయపు మచ్చను వేలితో తడిమింది.

"నేను వెన్ను చూపించినప్పుడు తగిలిన గాయం అది. ముందు, రొమ్ము మీద కూడా ఒక వీరగాయం ఉంది" అన్నాను.

హఠాత్తుగా నన్ను హత్తుకొని వెక్కివెక్కి ఏడ్చింది. నా భుజాల మీద, వీపు మీదా ఉన్న మచ్చలకు ముద్దులు పెట్టింది.

***

ఏడేళ్ళ వయసులో అమ్మ చేయి పట్టుకుని నగ్నంగా వీధుల్లో తిరిగినప్పుడు నా ఒళ్ళంతా మచ్చలు మచ్చలుగా గజ్జితో నిండిపోయుండేది. వేళ్ళు ముడుచుకుపోయి రెప్పలు అంటుకుపోయి చర్మమే కనపడేది కాదు. ఎప్పుడూ ఆకలితో అలమటిస్తూ మూలుగుతూ కంటికి ఏది కనిపించినా తీసి నోట్లో పెట్టుకుని తినడానికి ప్రయత్నిస్తూ ఉండేవాడిని. ఎక్కడో ఒక గడ్డపాయన వీధి పిల్లలకు భోజనం పెడతాడని విని, అక్క చేయి పట్టుకుని ఆయన దగ్గరకు వెళ్ళాను.

ప్రజానందులవారు కరమన ఏటి ఒడ్డున స్థాపించిన గురుకుల ఆశ్రమం అది.

అప్పటికే అక్కడ ఎంతోమంది వీధి పిల్లలు నిల్చుని ఉన్నారు. కరమన ఏట్లో దిగి స్నానం చేసి పుళ్ళకు మందు వేసుకుని, వాళ్ళు ఇచ్చే మంచి బట్టలు వేసుకుని, అక్కడున్న పెద్ద కూటంలో కూర్చుని ప్రార్థనాగీతాలు పాడాలి. గంటసేపు వాళ్ళు నేర్పే పాఠాలు నేర్చుకోవాలి. ఆ తర్వాత అన్నం పెడతారు. అప్పటికే వచ్చిన పిల్లలు కొందరు ఏట్లో దిగి ఇసుక తీసి ఒంటికి రాసుకుంటూ స్నానం చేస్తున్నారు. కాషాయం పంచెను మోకాలికి పైన మడిచి కట్టుకున్న ఒక యువ స్వాములవారు ఒడ్డున నిల్చుని 'అరే, వాడ్నే... ఆ నల్లోణ్ణే... వాడు సరిగ్గా రుద్దుకోవడం లేదు... వాడిని ఇసుకతో బాగా తోమండ్రా' అని కేకలు పెడుతున్నాడు.

నేను నీటిని చూడగానే ఆగిపోయాను. ఆయన నన్ను చూడగానే నేను పరుగు పెట్టాను. 'రేయ్, వాడ్ని పట్టుకోండ్రా' అని చెప్పగానే నలుగురైదుగురు పెద్దపిల్లలు వచ్చి నన్ను తరిమి పట్టుకుని లాక్కుంటూ ఎత్తుకుంటూ వచ్చి ఆయన ముందు కుదేశారు. స్వాములవారు నా చేతులు పట్టుకుని నన్ను ఎత్తి మెడలోతు నీళ్ళల్లో పడేశాడు. చేపలు నన్ను చుట్టేసుకుని నా చర్మాన్ని పొడవసాగాయి. నేను అల్లల్లాడిపోతూ పెద్దగా కేకలు పెట్టాను. ఆయన నన్ను ఎత్తి ఒక రాతి మీద కూర్చోబెట్టి కొబ్బరి పీచుతో పరపరా తోమాడు. నేను గట్టిగా ఏడుస్తూ ఆయన పట్టునుండి తప్పించుకుందామని ఆయన చేతిని గట్టిగా కొరికాను. అవేవి ఆయన పట్టించుకోలేదు.

ఒళ్ళంతా రక్తం కారుతూ నిల్చున్న నన్ను వదలకుండా లాక్కెళ్ళి నీలిరంగులో ఉన్న ఒక ద్రవాన్ని నా ఒళ్ళంతా రాశారు. అది నా ఒంటిని తాకగానే ఒక క్షణం చల్లగా అనిపించి వెంటనే నిప్పుతో కాల్చినట్టు మంట మొదలైంది. చేతిని విదిలించుకుని ఏడ్చుకుంటూ పరుగుతీశాను. ఆయన నా వెనకే వస్తూ "పరిగెడితే భోజనం లేదు... తెలిసిందా? పరిగెడితే భోజనం లేదు" అన్నాడు. నేను గబుక్కున ఆగిపోయాను. ఒక్క అడుగు ముందుకెయ్యలేక పోయాను.

"కాపడికి కూడు కావాలి... కూడు" అని అక్కడే నిల్చుని ఏడ్చాను.

నా ఒంటి మీద మంట తగ్గింది. పడుతూ లేస్తూ మెల్లగా ఆశ్రమానికి చేరుకుని అరుగు పట్టుకుని నిల్చుని "దమ్మదొరా కూడెయ్యి... దమ్మదొరా కూడెయ్యి... కూడు" అని దీనంగా ఏడ్చాను.

స్వాములవారు నన్ను ఎత్తుకుని వెళ్ళి లోపల పెద్ద కూటంలో కూర్చోబెట్టి నేను పడుకుంటే సరిపోయేంత పెద్ద ఆకు వేసి అందులో అన్నం వడ్డించాడు. నేను "యింకా" అన్నాను. మళ్ళీ పెట్టాడు నేను మళ్ళీ "యింకా" అన్నాను. "ముందు ఇది తినరా బక్కోడా... అయ్యాక పెడతా" అన్నాడు స్వామి.

నేను అన్నాన్ని ఆకుతో చుట్ట చుట్టుకుని లేవబోతుంటే నా తలమీద ఒకటి ఇచ్చి "ఇక్కడే కూర్చుని తినవోయ్" అన్నాడు. నేను అన్నాన్ని ముద్ద చేసుకున్నాను. దాన్ని నోట్లో పెట్టుకునేప్పుడు గద్దింపు కోసం చెవులు, తన్నుల కోసం వీపు ఎదురు చూశాయి. తొలి ముద్ద తిని ఎందుకని అలా జరగలేదు అనుకుంటూ లేవబోయాను. స్వాములవారు "తినరా" అన్నాడు. మళ్ళీ కూర్చుని వేడి వేడి అన్నాన్ని ముద్దలు చేసి నోట్లోకి కుక్కుకున్నాను.

అన్నం గుట్ట, అన్నం ఇసుకతిన్నె, అన్నం వెల్లువ, అన్నం ఏనుగు, అన్నం వాన... ప్రపంచం లేదు. పరిసరాలు లేవు. అన్నమూ నేనూ మాత్రమే ఉన్నాం అప్పుడు. ఒక స్థాయి దాటాక ఇక తినలేకపోయాను. నోటిలో, ఒంట్లో అన్నం మాత్రమే నిండి ఉన్నట్టు అనిపించింది. నా పొట్ట పెద్ద కంచు అండాలాగా మెరుస్తోంది. అక్కడున్న మీసాలాయన "అరే నీయబ్బ, నీ పొట్ట నిండిపోయింది కదరా! పొట్టమీద పేలు కుక్కచ్చులా ఉందే..." అన్నాడు.

నేను ఆయన నన్ను కొట్టబోతున్నాడు అనుకుని లేచి వారగా జరిగాను. "అరేయ్ అరేయ్ ఉండు, ఉండు. నిన్ను ఎవరూ ఏమీ అనరు. ఇక్కడే ఉండు. ఇంకా అన్నం కావాలా?" అని అడిగాడు. అవును అన్నట్టు తల ఊపాను. "ఇంకా అన్నం తిన్నావంటే నీ పొట్ట పగిలి బూరగ దూదల్లే అన్నం బయటకు వస్తుంది! రేపు అన్నం కావాలా?" అని అడిగాడు. అవును అని తల ఊపాను."రేపు కూడా రా. ఇక్కడికి వచ్చి స్వాములవారు నేర్పించే పాటలు, చదువూ నేర్చుకున్నావంటే ఎంత అన్నం కావాలన్నా పెడతారు" అన్నాడు.

అలా నేను ప్రజానందులవారి ఆశ్రమానికి రోజూ వెళ్ళాను. అక్కడ

ముప్పైమందికి పైగా వీధిపిల్లలకు పాటలు, చదువు నేర్పుతున్నారప్పుడు. ఆశ్రమానికి పిల్లలు రావాలనే అన్నం పెట్టేవాళ్ళు. అలా వచ్చే పిల్లల్ని స్వామి బోధానందులవారు బడిలో చేర్పించేవారు. బడిని ప్రజానందులవారు స్థాపించినప్పటికీ బడి నిర్వహణ మాత్రం బోధానందులవారే చేసేవారు. నిగనిగలాడే నల్లని గడ్డం, భుజాలమీద జారిపడే జుట్టు, పొట్టిగా పహిల్వాన్ లాంటి ఒంటి తీరుతో ఉండే యువకుడు బోధానందులు.

ఆ వయసులో నాకు ఆయన కండపుష్టి చాలా ఆకర్షణీయంగా ఉండేది. నాకు తొలిసారి స్నానం చేయించాక ఆయన నన్ను ఎప్పుడెప్పుడు ఎత్తుకుంటాడా అని తపించేవాడిని. ఆయన దాపుల్లో తచ్చాడుతూ ఆయన కంటపడేలా నిల్చునేవాడిని. ఆయన పట్టించుకోకుంటే నన్ను పట్టించుకోవాలి అన్నట్టు ఆయన దగ్గరకు వెళ్ళి ఆయన కాళ్ళకు రాసుకుంటూ అటూ ఇటు తిరిగేవాడిని. నన్ను చూశారంటే వెంటనే నవ్వి నన్ను నడుము దగ్గర పట్టుకుని పైకి ఎగిరేసి కిందకు దించేవారు. బరువు కోల్పోయిన పక్షిలా ఆకాశానికి ఎగిరి కిందకి దిగేవాడిని. నవ్వుతూ 'యింకా యింకా' అని మారాం చేసి ఆయన వెనకే తిరిగేవాడిని.

నన్ను బడిలో చేర్చుకున్నారు బోధానందులవారు. కొన్ని రోజులు పూజల్లో పాల్గొని 'దైవమా కాపాడుము, విడువకిటు మము...' అన్న నారాయణగురు పాట పాడుతుండేవాడిని. ఆ తర్వాత పూజ పూర్తయ్యాక చక్కెర పొంగలో గుగ్గిళ్ళో ఇచ్చేవారు. పూజకు మాత్రం స్వామి ప్రజానందులవారు వచ్చి కూర్చునేవారు. తెల్లటి చుట్టవెంట్రుకల గడ్డం పూజలో వాడే పెద్ద శంఖంలా ఉండేది. తలనుంచి జుట్టు తెల్లగా అంగవస్త్రంలా భుజాలమీద వేలాడేది. బక్కపలచగా, చిన్నగా ఉండేవారు. నెమ్మదిగా మాట్లాడేవారు.

ప్రజానందులవారి ఆ గురుకులం సఫలం అయిందా విఫలం అయిందా అని నేను చెప్పలేను. అయితే ఎప్పుడూ అక్కడ కనీసం ముప్పైమంది పిల్లలు ఉండేవాళ్ళు. రోజూ వందమంది దాకా భోజనాలు చేసేవాళ్ళు. అయితే సక్రమంగా, పదిమందైనా చదువుకోలేదు. చాలామంది పిల్లల్ని, వాళ్ళ తల్లిదండ్రులు వచ్చి తగవు పెట్టుకుని అక్కడనుండి తీసుకెళ్ళిపోయేవాళ్ళు. కొందరు పిల్లలు కొన్నాళ్ళు అక్కడ ఉండి వాళ్ళకే చిరాకేసి వెళ్ళిపోయి, మళ్ళీ

కొంత కాలం తర్వాత ఒళ్ళంతా గజ్జిపుళ్ళతో, మురికి బట్టలతో, జబ్బుతో, ఆకలితో తిరిగి వచ్చేవాళ్ళు.

నేను అక్కడ చేరిన నాలుగోరోజే మా అమ్మ వచ్చి అక్కడినుండి లాక్కుని వెళ్ళింది. ఆమెతో నగరం అంతా తిరిగాను. నగరం అంతా ఒకప్పుడు పాయిఖానా పోవడం కోసం ఇద్దరు మనుషులు పట్టే వెడల్పుతో ఒక సన్నటిదారి ఉండేది. ఏటి దగ్గరో కాలువదగ్గరో మొదలయ్యే ఆ దారి పెద్దవీధులకు సమాంతరంగా ఇళ్ళకు వెనకవైపు నగరమంతా ఉండేది. మా వాళ్ళు అందరూ ఆ దోవలోనే తిరిగేవాళ్ళు. మాకోసం పడేసే ముష్టి ఆహారం అక్కడే దొరికేది. చెత్త, పందికొక్కులు, హోటల్ ఎంగిలి విస్తర్లు...

ఆ రోజుల్లో తిరువిదాంగూర్ స్టేట్‌లోని నాయాడులందరూ తిరువనంతపురం నగరానికి వచ్చేసుండాలి. నిజానికి నాయాడుల గురించి ఎవరికీ ఏమీ తెలియదు, ఆఖరికి నాయాడులకు కూడా. నాగం అయ్య మా కులం వాళ్ళని కళ్ళతో చూసి మైలపడుండే అవకాశమే లేదు. ఇతరుల అభిప్రాయాలను, చెప్పిన గురుతులనే ఆధారంగా చేసుకుని మేన్యువల్ రాశాడు. అయినప్పటికీ మా గురించి వివరమైన రికార్డ్ ఆయన రాసినదే. ఎడ్గర్ థర్స్టన్ కూడా కొన్ని లైన్లే రాశాడు. 1940లో మరో విస్తారమైన మాన్యువల్ తయారుచేసిన శతస్యతిలకన్ దీవాన్ వేలుపిళ్ళై కూడా నాగం అయ్య రాసిన అవే వాక్యాలను తీసుకుని కలిపేశాడు. సంఖ్యను మాత్రం డెబ్బైవేలు అని పెంచి రాశాడు.

అయితే అప్పటికే మావాళ్ళలో ఎక్కువశాతం మంది చనిపోయి ఉండాలి. ఆ రోజుల్లో కలరా వ్యాధి సోకి తిరువిదాంగూర్ స్టేట్‌లో జనం గుంపులు గుంపులుగా చనిపోయేవారు. ప్రభుత్వపు లెక్కల్లో పేరు, ఊరు వంటి వివరాలున్న పన్ను కట్టేవారే చనిపోయి అనాథ శవాల్లా కుళ్ళిపోతుంటే, నాయాడులు ఎందరు చచ్చారన్నది ఎవరు పట్టించుకుంటారు. మట్టి లోపలే చనిపోయి అందులో మగ్గిపోయే పందికొక్కుల్లా ఎందరో చచ్చి కనుమరుగయ్యుంటారు.

మిగిలినవాళ్ళు తిరువనంతపురం, కొల్లం వంటి పెద్ద పట్టణాల్లోకి వలస వెళ్ళి ఉండాలి. అప్పటికే ఆ పట్టణాల్లో, వీధుల్లో బతుకుతున్న ఎన్నో యానాదుల తెగల్లో మరో తెగగా కలిసిపోయుండాలి. సగానికి పైగా వలసవచ్చిన వాళ్ళతో

నిండిపోయిన పెద్ద పట్టణాల్లో నాయాడుల గురించిన వివరాలు ఎవరికీ పెద్దగా తెలిసుండదు. పగటి పూట వెలుతురులో భిక్ష అడుక్కోవడం అన్నదే పెద్ద అభివృద్ధిగా, సామూహిక గౌరవంగా మా పూర్వీకులు భావించి ఉండవచ్చు. నగరం అన్నది నిర్విరామంగా చెత్తను బయటపడేస్తూనే ఉంటుంది. ఆ చెత్తకుప్పల్లో పురుగుల్లా మావాళ్ళు పిల్లల్ని కని వంశాన్ని ఉద్ధరించారు.

కొన్ని రోజులకు అన్నం గుర్తురాగానే అమ్మ దగ్గర్నుండి తప్పించుకుని ఆశ్రమానికి వెళ్ళాను. బోధానందులవారు నన్ను మళ్ళీ కరమన ఏట్లో పడేసి స్నానం చేయించి ఆకేసి అన్నం పెట్టారు. క్రమేణా ఆయనకు నా మీద ఒక ప్రత్యేకమైన మమకారం కలిగింది. నేను పాటలు తొందరగానే వల్లెవేశాను అన్నది దానికి ముఖ్యమైన కారణం కావచ్చు. ఆశ్రమంలో నాకు ధర్మపాలన్ అని పేరు పెట్టారు. ప్రార్థనకోసం ప్రజానందులవారు వచ్చి కూర్చోగానే బోధనందులు "ధర్మా, పాట పాడరా" అనేవారు. నేను లేచి నిల్చుని చేతులు జోడించి గట్టిగా 'దైవమా కాపాడుము..." అని పాడేవాడిని.

పదేపదే మా అమ్మ ఆశ్రమానికి వచ్చి నన్ను తీసుకెళ్ళిపోవడం మొదలు పెట్టినప్పుడు బోధానందులు ఆపేశారు. అమ్మ చేతులు జోడించి 'సాఁవీ, బిడ్డను పంపించు సాఁవీ' అని ప్రాధేయపడుతూ ఆశ్రమం మెట్లమీదే కూర్చునేది. ఆమెకు ఏం చెప్పినా అర్థం అయ్యేది కాదు. 'బిడ్డను పంపించు సాఁవీ' అని ఏడుస్తూ ఉండేది. ఆమెకు బోలెడంతమంది పిల్లలు పుట్టి చనిపోయారు. నన్ను చేతులు పట్టుకుని నడిపించిన అక్క కూడా ఒక శ్రావణమాసం వర్షంలో ఒక అరుగుమీద పడి చనిపోయింది. కాబట్టి నన్ను వదులుకోవడం అమ్మవల్ల కాలేదు.

అమ్మకు తెలియకుండా నన్ను నారాయణగురువుగారి ఆలువా అద్వైత ఆశ్రమానికీ అక్కడినుండి పాలకాడులోని రెసిడెన్షియల్ పాఠశాలకూ పంపించారు. కొన్నేళ్ళలో నేను పూర్తిగా మారిపోయాను. కాళ్ళు చేతులు బలంగా దృఢంగా మారి, రింగుల జుట్టు, పెద్ద పళ్ళతో పుష్టిగా తయారయ్యాను. నా ఆకలంతా చదువు మీదకు మళ్ళింది. దాదాపు మాట్లాడటం అన్నది మానేశాను. నాకు 'మూగోడు' అన్న పేరు కూడా ఉండేది బడిలో. 'గుడ్లగూబ' అని కూడా. అంటే తరగతిగదిలో కళ్ళు తెరుచుకుని కదలకుండా కూర్చునే నల్లటి ఆకారం.

బోధానందులవారు కోళికోడు సముద్రతీర ప్రాంతంలో కలరా బారిన పడినవారికి సేవలు చెయ్యడానికి వెళ్ళి అక్కడే మరణించారు. ప్రజానందులవారి పాఠశాలను ప్రభుత్వ ఆదివాసీ సంక్షేమ శాఖ తన ఆధ్వర్యంలోకి తీసేసుకుంది. ప్రజానందులవారి ట్రస్టునుండి నాకు ప్రతినెలా కొంత డబ్బు వచ్చేది. నా కులానికి ప్రభుత్వం ఇచ్చే శిక్షణా సహాయనిధితోబాటు మరికొన్ని సదుపాయాలు ఉచితంగా లభించేవి. నేను ఎప్పుడూ చదువుకుంటూ ఉండేవాడిని. మా ట్రైబల్ హాస్టల్లో ఉన్న అందరూ ఏదో ఒకటి చదువుకుంటూనే ఉండేవారు. చదువు ఆపేస్తే ఉద్యోగం వెతుక్కోవలసి ఉండేది. చదువుకునేప్పుడు అన్నం పెట్టడానికి ఉపయోగపడిన కులముద్ర, ఉద్యోగం వెతుక్కునేప్పుడు అడ్డుగీతగా ఉండేది. దొరికితే ప్రభుత్వ ఉద్యోగం, లేదంటే ఏ ఉద్యోగమూ దొరకదు.

హాస్టల్లో కూడా నేను ఒంటరిగానే ఉండేవాడిని. ట్రైబల్స్ కోసం ఉన్న ఆ హాస్టల్లో ఉన్న ఏకైక నాయాడిని నేనే. నాతో గది పంచుకోడానికి ఎవరూ లేరు. నాకొక్కడికి మాత్రం అక్కడి మరుగుదొడ్డి వాడుకోవడానికి నిషేధం. వేకువ జామునే లేచి రైలు పట్టాలవైపుకు వెళ్ళి వచ్చేవాడిని. లఘుశంకకు కూడా పక్కనున్న బీడులోకి వెళ్ళాల్సిందే. నాతో మాట్లాడే ఎవరికైనా సహజంగానే ఒక గద్దింపు స్వరం వచ్చేస్తుంది. ఎలాంటి గద్దింపునైనా సహజంగా తీసుకునే స్థితికి అలవాటుపడిపోయాను.

ఆ చదువుకునే రోజుల్లో నేను అమ్మను చూడనేలేదు. ఆమె గురించి పెద్ద తలచుకున్నది కూడా లేదు. నన్ను నేను ఒక ఎలుకలా భావించుకుని జీవించిన రోజులవి. దాక్కుని, తప్పుకుని ప్రాణం నిలుపుకోడానికి సురక్షితమైన చోటును చూసుకునే జీవి. పరిగెట్టేప్పుడు కూడా నక్కినక్కి ఉండేట్టుగా గూని వీపుతో సృష్టించబడినది. ఎలాగో ఒకలా ఎవరి కళ్ళల్లోనూ పడకుండా అన్నివేళలా జాగృదావస్థలో ఉండటం గురించి మాత్రమే ఆలోచించుకుంటూ ఉండేవాడిని.

ఆర్థికశాస్త్రంలో మాస్టర్స్ ముగించాక ప్రజానందులవారు నన్ను చూడాలనుకుంటున్నట్టు కబురు పంపారు. నేను తిరువనంతపురం వెళ్ళాను. అప్పటికి ఆయన ఆశ్రమంలో ఎక్కువమంది లేరు. ఒకరిద్దరు విదేశీయులున్నారు. ఆయనకు బాగా వార్ధక్యం వచ్చేసింది. చాలా ఏళ్ళ తర్వాత చూస్తున్నాను. ఒక విదేశీ యువకుడు ఆయన్ని తన పెద్ద చేతులతో ఎత్తుకుని

తీసుకొచ్చి కుర్చీలో కూర్చోబెట్టాడు. ఆయన తల వణుకుతూ ఉంది. జుట్టంతా రాలిపోయి తలమీద మచ్చలు కనబడ్డాయి. గూని కారణంగా ముఖం బాగా ముందుకు చొచ్చుకుని వచ్చేసింది. ముక్కు నోటివైపుకు ఒంగి పెదవులు పూర్తిగా లోపలికి ఎండిపోయి నోరు ఒక చిన్న మడతలా మాత్రమే కనబడుతోంది.

"బాగా పెద్దవాడివిగా ఎదిగిపోయావు... కదా!" అని ఆశ్చర్యపోయారు. నేను మాట్లాడేది తమిళం అనుకున్నట్టున్నారు. నేను కూడా ఏ కారణం చేతనో వీలైనంతమేరకు మలయాళానికి దూరంగా ఉన్నాను. నా రంగు, ఆకారం ఇవి నన్ను తమిళవాడిగా చూపించుతుంటాయేమో. ఆయన చేతులూ తలా ఎక్కువగా వణుకుతున్నాయి. ఆయన ఇంగ్లీష్‌లో "ఎమ్. ఏ. ఫలితాలు ఎప్పుడు వస్తాయి?" అని అడిగారు.

"జూన్‌లో" అన్నాను.

"ఏం చెయ్యబోతున్నావు?"

నేను మాట్లాడలేదు.

"నువ్వు సివిల్ సర్వీసెస్‌కు వెళ్ళు," అని అన్నారు. నేను మాట్లాడాలనుకున్నా నాకు మాటలు రాలేదు. "మాట్లాడవేం?" అన్నారు.

నేను తడుముకుంటున్నట్టు "క్షమించాలి గురువుగారూ" అన్నాను.

"నీ నోట్లో ఇంగ్లీషు పలకడం లేదు. అందుకే ఏదో వాగుతున్నావు. ఇంగ్లీష్ మాట్లాడితేనే నువ్వు మనిషిగా చూడబడతావు. లేదంటే నువ్వెంత చదివినా నువ్వు కేవలం నాయాడివే. నారాయాణగురువు అందర్నీ ఇంగ్లీష్ చదువుకోమన్నది ఊరికే కాదు. ఇంగ్లీష్ చదువు. వీలైతే నలబై దాటాక సంస్కృతం కూడా చదువు..." అని అన్నారు. నేను సరేనన్నాను. మాట్లాడటంవల్ల మరింతగా అలసిపోయిన స్వాములవారి చేతులు వేగంగా వణకసాగాయి. వాటిని తొడలకింద పెట్టుకున్నారు. ఇప్పుడు మోచేతులు కొట్టుకుంటున్నాయి. "సివిల్ సర్వీసెస్ రాయి. ఊరికే పాస్ అయితే చాలదు. రేంక్ రావాలి. నీ ఆన్సర్ షీట్ చూసి ఎవరూ ఏమీ వంక పెట్టకూడదు, సరేనా?" అన్నారు.

"అలాగే గురువుగారూ" అన్నాను.

"జేమ్స్‌కు చెప్పాను. ట్రస్ట్ నుండి నీకు నాలుగేళ్ళకు డబ్బులు ఇస్తారు."

"నాలుగేళ్ళు అవసరం లేదు. రెండేళ్ళు చాలు." స్పష్టంగా అన్నాను.

ఆయన నేను చెప్పినదాన్ని అర్థం చేసుకుని మెల్లగా నవ్వారు. అవును అన్నట్టు తల ఊపి, దగ్గరకు రా అన్నట్టు చేయి చూపించారు. నేను దగ్గరకు వెళ్ళగానే నా భుజాలు పట్టుకుని మెడచుట్టూ చేతులు వేసి వాటేసుకున్నారు. ఆయన చేతులు నా భుజాలమీద ఈకలు రాలిన ముసలి పక్షి రెక్కల్లా అల్లల్లాడాయి. నేను మోకాళ్ళమీద కూర్చుని ఆయన ఒడిలో తలపెట్టుకున్నాను. నా తలని నిమురుతూ వణికే గొంతుతో "ధైర్యం కావాలి. వందలాది తరాలుగా నిర్విరామంగా పరిగెడుతూనే ఉన్నారు. ఇకనైనా కూర్చోవాలి" అన్నారు. నాకు ఏడుపు వచ్చేసింది. నా కళ్ళలో నీటిధార ఆయన కాషాయ ధోవతిని తడిపింది.

ఆయన చేతులు మెల్లగా నా చెవులని పట్టుకుని విడిచిపెట్టాయి. నా బుగ్గలు నిమిరాయి. "అమ్మను వదిలేయకు. అమ్మను నీతోనే ఉంచుకో. అమ్మకు ఇప్పటివరకు మనం చేసింది చాలా పెద్ద అన్యాయం, పాపం. ఆమె అన్నెంపున్నెం ఎరుగని అమాయక జంతువు. జంతువుల బాధను ఓదార్చడం అసాధ్యం. కాబట్టి అది అంతులేనంత లోతుగా నిలిచిపోతుంది. అమ్మకు చేసిన అన్యాయానికి అన్ని విధాలా ప్రాయశ్చిత్తం చెయ్యి..." అని అన్నారు.

నేను నిట్టూర్చి కళ్ళు తుడుచుకున్నాను.

"నేను త్వరలోనే గురువుల పాదాలకు చేరుకుంటాను. నువ్వు రానక్కర్లేదు" అని అన్నారు. నేను తల పైకెత్తి చూశాను. మైనపు బొమ్మలా కవళికలే లేకుండా అనిపించింది ఆయన ముఖం. నేను సరేనన్నాను.

ఆరోజు తిరువనంతపురంలో అమ్మను వెతికి పట్టుకోవాలి అనుకుంటూ రాత్రంతా నగరపు వీధుల్లో తిరిగాను. ఆమెను పట్టుకోవడం చాలా సులువైన పనే. ఎవరో ఒక నాయాడిని అడిగితే చాలు. అయితే వెతికి పట్టుకుని ఏం చెయ్యాలి అన్న ప్రశ్న ఎదురైంది. మనసు అల్లకల్లోలంగా ఉండటంచేత ఎక్కడైనా కుదురుగా కూర్చోడానిక్కానీ నిల్చోడానిక్కానీ వీలు కాలేదు. తెల్లవార్లూ వీధులు, సందులు నడిచాను. చీకట్లో కదలాడుతూ కనిపించిన ఒక్కో శరీరం నన్ను నిలువునా కుదిపేసింది. చెమ్మలేని ఒకచోట గోనెసంచీ పరుచుకుని

పసిబిడ్డతో ఒక ఆడమనిషి పడుకుని ఉండింది. ఆ పసిపాప తలెత్తి మెరిసే చిన్న కళ్ళతో నన్ను చూసినప్పుడు ఆ పసిబిడ్డలో నన్ను నేను చూసుకున్నాను.

మరుసటి రోజు తెల్లవారేసరికి నేను పాలకాడు చేరుకున్నాను. అక్కడ్నుండి మదరాస్. పరీక్షల ఫలితాలకోసం ఎదురుచూస్తున్న ఆ రోజుల్లో స్వాములవారు చెప్పిన మాటలను తరచూ గుర్తు చేసుకుంటూ ఉండేవాడిని. అమ్మకు నేను ఎలా ప్రాయశ్చిత్తం చెయ్యగలను! రోజుల తరబడి నెలల తరబడి సంవత్సరాల తరబడి తేరుకోలేని దుఃఖంతో నన్ను వెతికి ఉంటుంది. ఆశ్రమం వాకిట్లో నీళ్ళు నిండిన కళ్ళతో ఎన్నాళ్ళు పడిగాపులు కాసిందో! నాకు ఏమైందోనని ఆమెకు అర్థం అయ్యేలా చెప్పలేక వాళ్ళు అల్లాడిపోయుంటారు. అయితే నేనేం చెయ్యగలను!

***

స్వాములవారు మామూలుగా చెప్పలేదు. వయసు మీదపడి దేహం కృశించిపోయినట్టే ఆయన మాటలు కూడా చాలా క్లుప్తంగా ఉన్నాయి. ఒక్కో మాటనూ ఆయన ఎంతో కాలం నుండి చెప్పాలనుకుని దాచుకున్నట్టు తోచాయి. ప్రతి వాక్యాన్నీ నేను మళ్ళీ మళ్ళీ విడదీసి అర్థం చేసుకునే ప్రయత్నం చేశాను. నేను ఇంటర్వ్యూకు వెళ్ళాల్సిన రోజున స్వాములవారు తిరువనంతపురంలో సమాధి అయ్యారని వార్త అందింది. ఆయన నన్ను రావద్దు అని అన్నదానిలో ఉన్న కిటుకు అర్థం అయ్యి నివ్వెరబోయాను. ఆయన చెప్పిన ఒక్కో మాటా రాబోయే రోజుల్లో నా జీవితపథంలో అర్థం చేసుకుంటాను అని అనిపించింది.

మదురైలో పదవి చేపట్టిన మరుసటి వారం తిరువనంతపురం వెళ్ళాను. పోలీసు శాఖతో చెప్పి ఒకే రోజులో అమ్మను వెతికి పట్టేసుకున్నాను. పోలీస్ జీప్‌లో వెనకవైపు మొత్తుకుంటూ ఏడుస్తూ వచ్చిన ఆ వికారమైన ముసలావిడే మా అమ్మ అని చూసిన ఆ మొదటి క్షణం ఆమెను వెనక్కి పంపించేయాలి అని నాలో కలిగిన ఆ ఆలోచనని జయించడానికి నాకు సర్వశక్తులూ కావలసివచ్చాయి. పొలుసుకట్టిన చర్మంతో క్షీణించి, బక్కచిక్కిన దేహంతో చిరిగిపోయిన బట్టలతో చేతులు జోడించుకుని రోదిస్తూ కుర్చున్న ఆమెను లాటీతో లాగిపెట్టి కొట్టి 'దిగవే పీనుగుదానా!' అని కాన్‌స్టేబుల్ గద్దించాడు. ఆమె 'వద్దు దమ్మదొరా... నేనేం చెయ్యలేదు దమ్మదొరా... వద్దు దమ్మదొరా...' అని

కేకలు పెట్టి రెండు చేతులతో జీప్ కడ్డీ పట్టుకుంది.

'లాగి కింద పడేయ్‌రా!' అన్నాడు ఇన్‌స్పెక్టర్. "ఇదిగోండి సార్ అక్యూజ్డ్. సార్ చూస్తే కనుక్కోగలుగుతారు కదా?" నేను తల ఊపాను. ఆమెను ఇద్దరు కానిస్టేబుల్స్ లాక్కుని వచ్చి నా గెస్ట్‌హౌస్ ముందున్న పూలకుండీల పక్కనే పడేశారు. జబ్బు చేసిన కుక్కలా చేతులు, కాళ్ళు వణుకుతూ 'దమ్మదొరా... దమ్మదొరా, సంపొద్దు దమ్మదొరా' అని ఏడుస్తూ పడుంది.

"మీరు వెళ్ళొచ్చు" అన్నాను.

"సార్, ఈ కేస్..." అన్నాడు ఇన్‌స్పెక్టర్.

"నేను చూసుకుంటాను. యూ మే గో" అని వాళ్ళను పంపించాను. వాళ్ళు వెళ్ళిపోయాక అమ్మ పక్కన కూర్చున్నాను.

వణుకుతూ పూలమొక్కల మీద వాలిపోయి ఆకుల చాటున దాక్కునేదానిలా ముడుచుకుంది.

"అమ్మా, నేనమ్మా. కాప్పన్" అన్నాను.

చేతులు జోడించి ఏడుస్తూ "దమ్మదొరా... దమ్మదొరా..." అంటూనే ఉంది.

నేను ఆమె జోడించిన చేతిని పట్టుకున్నాను. "అమ్మా, నేనమ్మా. నేనే కాప్పన్ అమ్మా. నీ కొడుకు కాప్పన్" అన్నాను.

"దమ్మదొరా... దమ్మదొరా" అంటూ వీలైనంతగా ముడుచుకుంది. నేను నిట్టూర్చి లేచాను. నాకు ఏం చెయ్యాలో తోచలేదు.

నేను ఆమె కొడుకుగా ఉన్న రోజులు గుర్తు చేసుకున్నాను. నాకు గుర్తున్న భాష ఒకటే. నేను లోపలికి వెళ్ళి పనివాడితో అమ్మకు ఆకేసి అన్నం వడ్డించమన్నాను. వాడు పెద్ద ఆకు తీసుకొచ్చి ఆమె ముందు పరవగానే ఆమె ఏడుపు ఆపేసింది. ఆశ్చర్యంగా చూసింది. పనివాడు తీసుకొచ్చిన అన్నాన్ని ఆమె ఆకులో నేనే పెట్టాను. పులుసు పోసేలోపే ఆమె తీసుకుని తినసాగింది. మధ్యలో ఆకును చుట్టి అన్నం తీసుకుని వెళ్ళిపోడానికన్నట్టు లేవబోయింది.

"ఆగు. తిను, తిను" అని కూర్చోబెట్టాను.

ఆమె తిన్నాక కొంచం శాంతించింది. నేను ఆమెను తాకి "అమ్మా, నేను

కాప్పన్ మా" అన్నాను. సరేనన్నట్టు తల ఊపి అక్కడనుండి బయటకు వెళ్ళే దారికోసం వెతికింది.

"అమ్మా, నేను కాప్పన్ మా. నీ కాప్పన్" అంటూ ఆమె చెయ్యి తీసి నా ముఖం మీద పెట్టుకున్నాను. నా ముఖాన్ని ఆమె చేత్తో నిమిరేలా చేశాను. ఆమె చెయ్యి ఠక్కున వెనక్కి లాక్కుని అదిరిపడుతూ నా ముఖాన్ని మళ్ళీ తాకింది. ఆవేశంతో నా ముఖాన్ని గోళ్ళు చుట్టుకుపోయిన ఆ చేతులతో తడిమింది. నా చెవుల్నీ ముక్కునీ పట్టుకుని చూసింది. కేక వేసినట్టు "రేయ్! కాప్పా" అంది. హఠాత్తుగా లేచి నన్ను గట్టిగా వాటేసుకుని నా తలను రొమ్ములమీద అదుముకుని నా తలవెనుక పటపటా కొడుతూ "కాప్పా! కాప్పా!" అని అరిచింది.

ఆమె నన్ను కొడుతోంది అనుకుని పరిగెట్టుకు వచ్చిన పనివాడు నేను ఏడవటం చూసి ఆగిపోయాడు. నేను వాడిని వెళ్ళిపొమ్మన్నట్టు సైగ చేశాను. అమ్మ నా చేతులు తీసుకుని తనముఖం మీద కొట్టుకుంది. నా జుట్టు పట్టుకుని ఊపింది. మళ్ళీ ఆవేశం వచ్చినట్టు లేచి నన్ను తీసుకుని గట్టిగా వాటేసుకుంది. మెడ బిగుసుకుపోయిన మేకలాంటి స్వరంతో ఏడ్చింది. నా బుగ్గను కొరికింది. ఎంగిలి, కన్నీరుతో తడిసిన నా ముఖాన్ని పదేపదే ముద్దులు పెట్టుకుంది. ఒక గొప్ప అడవి జంతువుతో పూర్తిగా ఆక్రమించుకోబడి ఏదీ మిగలకుండా తినేయబడిన వాడిలాగా అనిపించింది.

***

బయట మాటలు వినిపించాయి. శుభ వచ్చినట్టుంది. నేను లేచి చొక్కా సర్దుకున్నాను. డాక్టర్ ఇందిర, శుభ మాట్లాడుకుంటూ లోపలికి వచ్చారు. నన్ను చూడగానే డాక్టర్ నవ్వి "నౌ ఐ గాట్ ఇట్. అప్పుడే నాకు అనుమానం వచ్చింది..." అంది. నేను ఏమీ మాట్లాడలేదు. ఆమె అమ్మను పరీక్ష చేస్తున్నప్పుడు నేను శుభను చూశాను. ఆమె మామూలుగా నిల్చుని ఉంది. డాక్టర్ "ఏ ఇంప్రూవ్‌మెంటూ లేదు. చూద్దాం" అని శుభ చేతిని తాకి బయటకు వెళ్ళిపోయింది.

నేను శుభతో "మీటింగ్ లేదా?" అని అడిగాను.

"మినిస్టర్ రాలేదు," క్లుప్తంగా చెప్పింది. "మీరు రోజంతా ఇక్కడే ఉండాల్సిన అవసరం లేదు... అది మరో గాసిప్ అయిపోతుంది. గమ్మున ఆఫీసుకు వెళ్ళండి."

నేను తల ఊపాను.

"నా మాట వినండి. ఇక్కడ కూర్చుని ఏం చేస్తారు? మీ స్టేటస్‌లో ఉన్న ఒకరు ఇక్కడ కూర్చోవడం వాళ్ళకు ఇబ్బంది."

"సరే."

ఆమె నెమ్మదిగా "డోంట్ బి రిడిక్యులస్" అంది.

నేను ముఖం తిప్పుకున్నాను.

శుభ అమ్మకేసి చూస్తూ "పూర్ లేడీ. ఐ రియల్లీ కాంట్ అండర్‌స్టాండ్ హర్. రియల్లీ! ఆల్ ది ఫస్ షీ మేడ్... మై గాడ్!" అని భుజాలు ఎగరేస్తూ "నౌ అయామ్ లీవింగ్. ఇప్పుడు మునిసిపల్ ఆఫీసులో ఒక మీటింగ్ ఉంది. సీ యూ" అంది. నేను ఆమెతో వెళ్ళి కార్లో ఎక్కించి నేను నా కారెక్కాను. ఆఫీసుకు వెళ్ళాలనే అనుకున్నాను. అయితే ఆఫీసు దాటుకుని పార్వతీపురం వెళ్ళి అలా పొలాలు కొండలు ఉన్న రోడ్డు వైపుకు కారు నడిపాను.

అప్పుడు తిరువనంతపురం ఒక్కసారి వెళ్ళి రావాలి అనిపించింది. అక్కడ ఏమీ లేదు. ప్రజానందులవారి సమాధి ఆయన కుటుంబ శ్మశానంలో ఉంది. అక్కడికి ఒక్కసారి వెళ్ళాను. పట్టించుకునేవారు లేక ముళ్ళ కంపలు అల్లుకున్న ఒక ఇటుకల పీఠం, దానిమీద నూనె జిడ్డెక్కిన మట్టి దీపాలు, చుట్టూ పెండలంగడ్డ మొక్కలు, అరటి చెట్లు. ఆయన జీవించిన ఆనవాళ్ళేవీ లేకుండా అయిపోయింది. బహుశా నాలాంటి ఏ కొందరో మాత్రమే తలచుకుంటూ ఉండచ్చు.

కారు కుమారకోయిల్ మలుపులోకి తిప్పాను. గుడిదాకా వెళ్ళి గుడి లోపలికి వెళ్ళకుండా కోనేటి మెట్లమీద చిట్టి చిట్టి నీలి అలలను చూస్తూ కూర్చున్నాను. వాటిలానే అలలు అలలుగా ఆలోచనలతో మనసు పరుగులు తీసింది. సిగరెట్ కోసం వెతికాను. లేదు. కారుదాకా లేచి వెళ్ళాలని అనిపించలేదు. అమ్మ ముఖం మనసులో వస్తూ వెళ్తూ ఉంది. ఉద్యోగం వచ్చాక తిరువనంతపురం వెళ్ళి

తొలిసారి అమ్మను చూసేంతవరకు మనసులో ఉన్న అమ్మ ముఖం మరోటి. అది వేరే ముఖాలతో కలిసి అప్రయత్నంగా పెద్దదవుతూ వెళ్ళింది. పెద్దగా, ఉగ్రమైన ఒక పిల్లల పందిలానే అమ్మను ఊహించాను.

***

అమ్మను నేరుగా చూసినప్పుడు నేను చూసింది శాంతంగా ఉన్న వేరే ఒక మనిషిని. అయితే చూసిన క్షణమే ఈమే మా అమ్మ అని అంతరాత్మకు తెలిసిపోయింది. నన్ను పసిగట్టాక ఆమె కూడా అంతే ఆశ్చర్యంతో అర్థం చేసుకున్నట్టుంది. ఆశ్చర్యం, ఆనందం పట్టలేక తల్లడిల్లిపోయింది. ఏదేదో మాట్లాడేస్తూ ఉన్నపళంగా అరుపులు మొదలుపెట్టేసి మూర్ఛబోయింది. బ్రాందీ తాగించి నిద్రపుచ్చాను. పనివాడిని పంపించి కొత్త చీర కొనుక్కురమ్మన్నాను. పొద్దున ఆమె లేవగానే ఆమెను కొత్త మనిషిగా మార్చి నాతో తీసుకెళ్ళాలి అనుకున్నాను. ఆ రాత్రంతా నేను కట్టుకున్న గాలిమేడలు, కన్న కలలు తలచుకుంటే ఇప్పటికీ నా ఒళ్ళు అవమానంతో కుంచించుకుపోతుంది.

అమ్మ ఆ చీరకట్టుకోడానికి చచ్చినా ఒప్పుకోలేదు. అంతే కాదు, నేను కూడా నా చొక్కా తీసి పడేసి ఆమెతో రావాలని పట్టుబట్టింది. "నాయాడికి ఎందుకురా దమ్మదొరల సొక్కాలు? విప్పి పడేయ్... వద్దురా... తియ్యి రా... రేయ్ బిడ్డా" అని నా చొక్కా చించడానికి వచ్చింది. తన శిశువుమీద హాని కలిగించే ఏదో వస్తువు అంటుకుని ఉండటం చూసిన పిల్లలపందిలా నన్ను నా దుస్తులనుండి బయటకు తీసి రక్షించాలని చూసింది. నేను ఆమెతో ఏదీ చెప్పలేకపోయాను. ఆమె నా మాటలేవీ వినే దశలో లేదు. ఆమెకు ఇన్నేళ్ళ తర్వాత దొరికిన బిడ్డతో తిరువనంతపురం చెత్తకుప్పలకు తిరిగి వెళ్ళిపోవాలని అనుకుంది.

మాట్లాడుతూ నేను వెళ్ళి కుర్చీలో కూర్చోగానే భయం నిండిన కళ్ళతో కంగారుపడిపోతూ బయటకు వెళ్ళి తొంగి చూసి వచ్చి "దమ్మదొరలు కూర్చునే సోట కూసుంటావురా? అయ్యో అయ్యో" అని భయంతో కేకలు పెడుతూ "లే రా లే... సంపేస్తార్రా" అని కళ్ళల్లో నీళ్ళు పెట్టుకుని గుండెల మీద కొట్టుకుంది. నేను చాలా పెద్ద పాపం చేసినట్టు భావిస్తోందని అర్థం అయింది. ఇరవై ఏళ్ళు వెనక్కి వెళ్ళి నేను ఆమెను అర్థం చేసుకోడానికి ప్రయత్నించాను. మురికి కాలువ

దాటుకుని బయటకు వస్తేనే రాళ్ళదెబ్బలు ఎదుర్కొనే ఒక నాయాడికి కుర్చీ అంటే ఏమనిపిస్తుంది? తనపైకి రాళ్ళు రువ్వి, తనను విరగదన్నే అనుభవాలన్నిటికీ అదొక గురుతు. అది ఒక రక్తకాంక్ష కలిగిన నరహంతక మృగం.

ఆరోజు అమ్మకు బ్రాందీ తాగించి స్పృహకోల్పోయిన స్థితిలో బట్టలు మార్పించి మదురైకు తీసుకుని వచ్చాను. నాతో పన్నెండు రోజులే ఉంది. గూటిలో బంధించిన మృగంలా అల్లాడిపోయింది. ఆమెను బయటకు పంపించకూడదు అని గేట్లన్నిటికీ తాళం వేయించి కాపలావాళ్ళకు చెప్పి ఆఫీసుకు వెళ్ళాను. అయినా రెండుసార్లు తప్పించుకుని వెళ్ళిపోయింది. పోలీసుల్ని పంపించి వీధిలోనుండి ఆమెను వెనక్కి తీసుకొచ్చాను. ఆమెకు ఇంట్లో ఉండటం అన్నది నరకంలా ఉంది. ఇంట్లో అన్నం అన్న ఒక్క విషయం తప్ప మరెందులోనూ తీపిలేదు ఆమెకు.

నేను కనిపించనప్పుడు నా పేరు చెప్పి అరుచుకుంటూ ఇంట్లో తిరిగింది. మూసిన తలుపుల్ని ధమ ధమా గట్టిగా బాదింది. నేను కనబడితే నా చొక్కా తీసేసి తనతో వచ్చేయమని బతిమలాడేది. కుర్చీలో కూర్చోవద్దు అని పదేపదే గింజుకునేది. నేను కుర్చీలో కూర్చోవడం చూస్తే ఆమె ఒంట్లో చలి జ్వరం వచ్చినట్టు వణుకు మొదలయ్యేది. నేను చొక్కా వేసుకున్న దృశ్యం ఆమెను ప్రతిసారీ భయపెట్టేది. చూసి భయపడి ఒక మూల ముడుక్కుని నక్కినక్కి కూర్చుండిపోయేది. నేను వెళ్ళి ఆమెను దగ్గరకు తీసుకుని మాట్లాడించే వరకు ఆ వణుకు అలా కొనసాగేది. తాకినప్పుడు నన్ను చిన్న పిల్లాడిగా తాకిన భావన మళ్ళీ ఆమెకు కలిగేదో ఏమో "కాప్పా, కాప్పా... బిడ్డా సొక్కా వద్దు... కుర్చీ వద్దు బిడ్డా" అని అరుస్తూ నా చొక్కా చించాలని ప్రయత్నించేది.

పన్నెండోరోజు ఆమె మూడోసారి ఇల్లు వదిలి పారిపోయింది. రెండు రోజులైనా ఆచూకీ దొరక్కపోయేసరికి లోలోపల కొంచం ఓదార్పు పొందాను. ఆమెను ఏం చెయ్యాలో తెలియలేదు. ఎవరిని అడిగినా ఆమెను గదిలో బంధించవచ్చు లేదా ఏదైనా హోమ్‌లో చేర్చవచ్చు అనే అంటారు. అయితే నాకు ఆమె తన ప్రపంచంలో ఎలా బతికేదో తెలుసు. చెత్తకుప్పల్లో తిని నిద్రపోయి బతికే జీవనవిధానంలోనే ఆమెకు వేడుకలు సంతోషాలు ఉన్నాయి. ఆమెకు అక్కడ దగ్గరివాళ్ళు ఉన్నారు. అది మరో జీవన విధానం, వేరే సమాజం. మురికి

కాలవలో జీవించే పందికొక్కుల్లా బంధాలతో పగలతో అల్లుకున్న పెద్ద సమాజం అది.

చాలా రోజుల తర్వాత ఆమె తిరువనంతపురం చేరుకుంది అన్న విషయం ఖాయం చేసుకున్నాను. ఆమె అంత దూరం వెళ్ళడంలో ఆశ్చర్యం ఏమీ లేదు. నాయాడులకంటూ ప్రత్యేకమైన యుక్తులున్నాయి. వాళ్ళకు దార్లు వెతుక్కునే ఉపాయాలు తెలుసు. నేను ఆమెను నా జ్ఞాపకాలనుండి మెల్లమెల్లగా చెరిపేసుకోసాగాను. ఉద్యోగపరంగా నా రోజువారి జీవితంలో కొత్త సవాళ్ళను ఎదుర్కొంటున్న రోజులవి. నా ఉద్యోగాధికారం గురించి అప్పటివరకు నాకున్న ఊహలన్నీ సంవత్సరం లోపే చెల్లాచెదరయ్యాయి. వ్యవస్థ, యంత్రాంగం కలిసికట్టుగా తన బలంకొద్ది తొక్కి నన్ను అధికారం అనే మహా పెద్ద యంత్రంలో నేనొక ముఖ్యంకాని చిన్న భాగాన్ని మాత్రమే అన్నట్టు మార్చి కూర్చోబెట్టేసింది.

అధికారం అన్నదాన్ని ప్రతి అధికారీ తానే చలాయిస్తున్నట్టు భావించినా అది ఎప్పుడూ ఒక సమష్టి నిర్వహణే. ఎవరి మీద అధికారం చలాయిస్తున్నామో వారు ఆ అధికారానికి లొంగేందుకు అంగీకరించాలి. వారికి ఆ వ్యవస్థకున్న అధికారబలం గూర్చిన భయం కచ్చితంగా ఉండాలి. కాబట్టి వ్యవస్థకున్న కట్టుదిట్టాలతో తనని సరిగ్గా ఇముడ్చుకున్నప్పుడు మాత్రమే ఒక్కో అధికారికీ తనదైన అధికారం తన చేతికి వస్తుంది – స్థాయితో నిమిత్తంలేదు. వ్యవస్థనుండి విడివడితే అధికారం అర్థంలేనిది అవుతుంది.

నిర్వహణలో పాలుపంచుకోవడం ప్రారంభించాక అధికారి మొదటిసారిగా అధికారపు రుచిని తెలుసుకుంటాడు. దాంతోపాటు ఆ అధికారం ఎలా వస్తుంది అన్నదీ కనుక్కుంటాడు. ఇంకా ఇంకా అధికారానికి వాడి మనసు ఉవ్విళ్ళూరుతుంది. అందుకోసం తనను తాను మార్చుకుంటూ పోతాడు. కొన్నేళ్ళలో వాడు అధికార వ్యవస్థలో ఉండి మిగిలినవాళ్ళలాగా మూసలోకి సరిపడేలా మారిపోతాడు. వాడు ఎంతో కాలంగా కలలుగని తెచ్చుకున్న లక్ష్యాలన్నీ ఎక్కడో తప్పిపోతాయి. భాష, భావన, నమ్మకాలే కావు, ముఖం కూడా మిగిలినవారిలా మారిపోతుంది.

అయితే నాకు ఆ అధికార సమూహంలోకి ప్రవేశం నిషిద్ధం. నాకు

నియోగించబడిన పనులు మాత్రమే చెయ్యగలను కానీ ఒక చిన్న గుమాస్తాని కూడా నేను ఆజ్ఞాపించలేను అని తెలుసుకున్నాను. పైగా నాకు పైనా కిందా ఉన్న అధికార వ్యవస్థంతా కలిసికట్టుగా నన్ను బయటే ఉంచింది. నేను చెప్పే ఏ మాటా వాళ్ళ చెవులకు ఎక్కనేలేదు. అలాంటప్పుడు కొన్ని సందర్భాల్లో నేను సహనం కోల్పోయి పిచ్చిపట్టినవాడిలా అరుస్తుంటే కూడా ఆ గాజు తెరకు అవతల వాళ్ళు చిరునవ్వుతో నన్ను చూస్తూ ఉండేవారు.

నట్టనడి నగరంలో గూటిలో బంధించిన పేరు తెలియని అడవి మృగంగా అయ్యాను. నేను కోపంతో వ్యవస్థను వ్యతిరేకించినప్పుడు అదే నా సహజమైన సంస్కారహీనతగా తీసుకుని క్షమించబడ్డాను. పోరాడినకొద్దీ అది నా పరిధిని అతిక్రమించే పేరాశగా తీసుకుని పక్కనపెట్టేశారు. నా పరిస్థితిని నేను అంగీకరించి మాట్లాడకుండా ఉంటే అది నా కులానికి సహజంగా గల అసమర్థతగా ఎత్తిచూపి జాలిగా చూసేవాళ్ళు. నా పశ్చాత్తాపం, ఒంటరితనం నా మానసిక రుగ్మతలుగా పరిగణించారు. ప్రతిక్షణమూ మోదుకుని నా దేహాన్ని కష్టపెట్టుకుని నేను చేరుకున్న ఆ గూటిని, అడ్డదారిలో ఎక్కి కూర్చున్న అంబరపు సింహాసనం అన్నట్టు చెప్పుకునేవాళ్ళు.

నేను శుభని పెళ్ళి చేసుకున్నది కూడా అలాంటొక పోరాటంలోని భాగమే అయుండచ్చు. వరదలో బర్రెను పట్టుకుని ఏరు దాటినట్టు ఆమె నన్ను తన ప్రపంచంలోకి తీసుకెళ్తుందని అనుకున్నాను. ఆమెను నేను పొందినది ఆమె అగ్రవర్ణపు ప్రపంచం మీద నా విజయంగా చూడబడుతుంది అని నమ్మాను. మునిమాపటి వేళ వేడుకలు, గార్డెన్ విందులు, ఉల్లాసాలు, పెళ్ళిళ్ళు, పుట్టినరోజు వేడుకలు, నవ్వులు, ఆతిథ్యాలు, కరచాలనాలు, కుశలోపరులు...

అయితే జాలి అనబడే దయాదాక్షిణ్యం లేని ఒక మారణాయుధంతో నేను మళ్ళీ మళ్ళీ ఓడించబడ్డాను. పరితాపంతో నన్ను వేరు చేసి నాకు తగిన చోట కూర్చోపెట్టేవారు. ఎంతో ఇబ్బందితో నేను అక్కడనుండి లేస్తే మరింత కరుణతో నన్ను ఇంటికి పంపించేవారు. ఆమె నన్ను ఎందుకు పెళ్ళి చేసుకుంది అని అప్పుడు నేను ఆలోచించలేదు. నా మగతనానికి యోగ్యతాపత్రంగా ప్రపంచం అంగీకరించకపోయినా నా లోపల ఉన్న ప్రేమికుడి విజయంగా అప్పుడు నేను భావించాను. నేను జీవితంలోని గొప్పతనాన్ని ఆస్వాదించిన దశ ఆ ఒకటిన్నర

నెల రోజులు. ఆ మూర్ఖత్వం లేకపోయుంటే ఆ కనీసపాటి ఆనందం కూడా నాకు దక్కేది కాదు.

ఆమెకు జీవితంలో ముందుకు ఎదగాల్సిన అవసరం ఉండింది. చేతికి దొరికిన ఓడని నేను. పౌర సమాచార శాఖలో ఒక మామూలు అట్టడుగు స్థాయి ఉద్యోగిగా చేరిన ఆమె ఇవాళ ఉన్న స్థాయి, హోదా అన్నీ నా మూడక్షరాలు ఆమెకు ఇచ్చినవి. ఆమె వెళ్ళే దూరం ఇంకా ఎక్కువే. ఆ లెక్కలతో ఆమె తనమీద కప్పుకున్న అభ్యుదయం అన్న దుప్పటి. విశాల మనస్తత్వంగల నవయుగ వనిత. ఇక ఎప్పుడూ ఆమె ఆ దుప్పటిని తీసి చూసుకోదు.

అధికారానికిగల నైతిక బాధ్యతలన్నిటికీ ఒప్పుకుని అధికారం లేకుండా బతకాల్సిన నరకంలోకి వచ్చిపడ్డాను. నేను పని చేసిన ప్రతి ఆఫీసులోనూ నా కింద ఒక అధికారి వచ్చి చేరేవాడు. అతను ఆ ప్రాంతంలో ప్రసిద్ధి చెందిన ఆధిపత్యపు కులస్తుడిగానో, ఆ ప్రాంతంలోని రూలింగ్ పార్టీకో పై అధికారులకో దగ్గరివాడుగానో ఉంటాడు. కొన్ని రోజుల్లోనే అధికారం మొత్తం అతని చేతుల్లోకి వెళ్ళిపోతుంది. అతను ఆదేశించినట్టే అన్నీ జరిగేవి. అతను నా దగ్గర ఒక చిన్న వినయం–నేను అతనికి కట్టుబడినవాడిని అన్నదాన్ని ప్రతిక్షణమూ గుర్తు చేసేటటువంటి వినయం –చూపించి ప్రతిదానికీ నా అంగీకారాన్ని, సంతకాన్నీ తీసుకునేవాడు.

మదురైలో ఉద్యోగం చేస్తున్నప్పుడు ప్రేమ్ పుట్టాడు. వాడికి ఎనిమిది నెలలు ఉన్నప్పుడు అమ్మను కలిశాను. అమ్మ మరో ఇద్దరు ముసలోళ్ళతో కలిసి నన్ను వెతుక్కుంటూ మదురైకు వచ్చింది. నన్ను ఆఫీసుకు వచ్చి కలిసింది. నేను పబ్లిక్ మీటింగ్ అనే ఒక పెద్ద చిత్రహింసలో మునిగిపోయి కూర్చుని ఉన్నాను. దేవుడి సన్నిధానానికి వచ్చిన భక్తుల్లా జనం చేతులు జోడించుకుని వణుకుతూ ఏడుస్తూ అర్జీలు పట్టుకుని వస్తుంటారు. కాళ్ళమీద సాష్టాంగంగా పడిపోయే ముసలివాళ్ళు. ఒంటరైన ఆడవాళ్ళ మౌనం; అన్యాయానికి లోనైన బడుగుల అహంకారం, కోపం; పొలం లాక్కుని కొట్టి తరిమేయబడి ఏ వివరాలూ తెలియక ఎవరివల్లో తీసుకురాబడి ఎవరో రాసిచ్చిన అర్జీలను చేత బట్టుకుని నిల్చునే ఆదివాసుల వక్కాకు నవ్వు; పెద్ద కళ్ళతో వేడుక చూస్తూ పెద్దవాళ్ళ దుస్తులను పట్టుకునే పసి పిల్లలు... ఇలా జనం వస్తూనే ఉంటారు.

నన్ను భేటీ అవ్వగానే సమస్యలు తీరిపోతాయని నమ్మి నా ముందుకు రావడానికి తోపులాటలు జరుపుకుంటుంటారు.

'ఒక్కొక్కరుగా వెళ్ళండి! తోసుకోకండి! ఒక్కొక్కరుగా... చెప్పానా?' అని మాయాండి వాళ్ళపై అరుస్తూనే ఉంటాడు. వాళ్ళలో ప్రతి ముఖమూ నాకు దిగులు కలిగించేది. ఏ ఒక్కరితోనూ కళ్ళల్లోకి చూసి మాట్లాడలేకపోయేవాణ్ణి. వాళ్ళు ఇచ్చే కాగితాలను చూస్తూ వాళ్ళను నేరుగా చూడటం అన్న కష్టం నుండి తప్పించుకునేవాడిని.

"సరే" "చెప్పారుగా" "సరే" "చూస్తాం" "చేస్తాం" "చేస్తాం వెళ్ళిరండి" అని మళ్ళీ మళ్ళీ అవే మాటలను చెప్పేవాడిని. ఆ మాటలను చెప్పే ఒక యంత్రంలా నన్ను నేను భావించుకునేవాడిని.

ఆ ప్రజలకోసం నేను ఏదీ చెయ్యలేను అన్నది వాళ్ళకు చెప్పడం గురించి నేను పగటి కలలు కన్న రోజులున్నాయి. చెప్తే ఏమవుతుంది అని వెంటనే అనిపించేది. మళ్ళీ మళ్ళీ అణిచివేయబడి రాశులుగా పోయబడే చెత్తకుప్పల్లాంటి మనుషులు. కొన ఊపిరితో కొట్టుకుంటున్న నమ్మకమే వాళ్ళను జీవింపజేసే శక్తి. ఆ నమ్మకాన్ని నేను ఎందుకు లాగేసుకోవడం? అయితే నేను ఈ అర్జీలు తీసుకోవడం వల్ల వారి నమ్మకాలను మరింతగా పెంచేసి చివరికి ఇంతకంటే పెద్ద నిరాశనే ఇవ్వబోతున్నాను కదా? చివరికి ఏదో మంచి జరుగుతుందని కాచుకుని, కన్నీటితో నమ్ముకుని, మళ్ళీ నిరాధారులై...

అయితే అలా జాలీ దయా లేకుండా నిరాధారులుగా అవ్వడం వాళ్ళకు అలవాటేగా! వందలాది ఏళ్ళుగా అదేగా జరుగుతోంది! గింజుకుని, బతిమిలాడి, ప్రాధేయపడి, కాళ్ళు పట్టుకుని, చేతులు జోడించి 'దమ్మదొరా' 'అయ్యగారూ' 'దేవుడా' అని మొరపెట్టి, విసిరేసినదాన్ని పరుగుతీసి ఏరుకుని, ప్రాణాలతో బ్రతకడమే హీనం అన్నట్టు, తరతరాలుగా బ్రతుకుని కొనసాగిస్తున్న ప్రాణాలు కదా అవి! వాళ్ళను నేరుగా కళ్ళల్లోకి చూడగలిగితే అక్కడే నా షర్టూ పేంటూ తీసి పడేసి గోచీ పెట్టుకుని ఒక నాయాడిలా వీధుల్లోకి దిగి ఆకాశం కింద ఒక మామూలు మనిషిగా నిల్చునేవాడినేమో...

అప్పుడే జనాల రద్దీనుండి లోపలికి వచ్చిన మా అమ్మ "వీడు నా కొడుకు!

నా కొడుకు కాప్పన్!" అని గట్టిగా అరిచింది. ఆమెతో వచ్చిన ఇద్దరు ముసలివాళ్ళూ "కాప్పా కాప్పా" అని అరిచారు. పోలీసు 'ఏయ్, ఏంటిక్కడ గొడవ? నోరు ముయ్యండి! ఒక్కటిస్తాను! నోరు ముయ్యండ్రా పందుల్లారా!' అని గద్దించాడు.

నేను "షణ్ముఖం, వాళ్ళని వదిలేయ్" అన్నాను.

అమ్మ చక్కగా ఏదో పార్టీ జండాని పైటలా వేసుకుని పాత లంగా కట్టుకుని ఉంది. కాకిబంగారు ముక్కెర, చెవి పోగులు పెట్టుకుని ఉంది. ముగ్గురూ నా గదిలోకి పరిగెట్టుకుంటూ వచ్చారు.

అమ్మ గట్టిగా "వీడు నా కొడుకు కాప్పన్, నా కొడుకు... నా కొడుకు... ఒరేయ్ కాప్పా... కాప్పా" అని నా ముఖం తడుముతూ బుగ్గలపై ముద్దు పెట్టుకుంది. ముద్దంటే ఆమెకు మృదువుగా కొరకడమే. నా ముఖంపై వక్కాకు ఎంగిలి కారింది. జనం అంతా విస్తుపోయి నిల్చున్నారు.

"నువ్వు లోపలికి వెళ్ళి కూర్చో. నేను వస్తాను" అని అన్నాను.

"నువ్వు రా... రా బిడ్డా రా" అని నా చేయి పట్టుకుని లాగింది అమ్మ.

ఒక ముసలాయన జనం వైపుకు తిరిగి "వీడు కాప్పన్. మా నాయాడి కాప్పన్. మా వాడు! అందరూ పొండి పొండి! ఈ పొద్దు ఇక్కడ కూడు దొరకదు. కూడు దొరకదు. పొండి!" అని చేతులు ఊపుతూ చెప్పాడు.

నేను లేచి అమ్మను చేయిపట్టుకుని బలవంతంగా తీసుకెళ్తుంటే వాళ్ళిద్దరు వెంట వచ్చారు.

"మేము నిన్ను ఎక్కడెక్కడో వెతికాం. కాప్పా నువ్వు సొక్కాయి ఏసుకోనుండావు రా... అయితే ఇక్కడ బాగా కూడు పెడతారేమో కదా?" అని అడిగాడు ఒక ముసలాయన.

"అరే నువ్వూరుకో, వాడు ఎంత తిన్నా ఇక్కడ ఏమీ అనరు తెలుసా... వాడు ఆపీసరు ఇక్కడ" అన్నాడు మరో ముసలాయన.

"అమ్మా, నువ్వు ఇక్కడే ఉండు. కాసేపట్లో వచ్చేస్తాను" అని చెప్పి ముఖం కడుక్కుని ముందు గదికి వచ్చాను. వచ్చి కూర్చోగానే ఒకటి స్పష్టం అయింది.

అర్జీలు ఇవ్వడానికి వచ్చిన వారి బాడీ లేంగ్వేజ్ మారిపోయింది. నేను అధికారవర్గపు ముక్కని కాదు అని అందరికీ తెలిసిపోయినట్టుంది. ఆశ్చర్యం కలిగింది. వాళ్ళలో ఒక్కరు కూడా ఇదివరకులా ప్రాధేయపడలేదు. కొందరు మాత్రం ఏదో ఒకటీ అరా మాటలు చెప్పారు. అలా అర్జీ నా చేతికిచ్చి వెళ్ళిపోయారు.

అమ్మ ఆ విడత ఇరవై రోజులు నాతో ఉండిపోయింది. వాళ్ళ ముగ్గురికీ ఇంటివెనక భాగంలో ఉండటానికి చోటిచ్చాను. అయితే వాళ్ళకు పైకప్పున్న చోట ఉండిన అలవాటు లేదు. కేంప్ ఆఫీస్ షెడ్‌లో ఉన్నారు. రాత్రి పగలు అన్న తేడా లేకుండా గట్టిగట్టిగా తగాదాలు పడుతూ ఉండేవారు. ఒకరినొకరు రాళ్ళతో కొట్టుకుంటూ పరిగెట్టేవారు. రాత్రివేళ తోటలో ఎక్కడపడితే అక్కడ దొడ్డికి కూర్చునేవారు. తోటను శుభ్రంచేసే అరుణాచలం లోపలలోపలే గొణుగుతూ శపించడం గమనించాను.

అమ్మకు తొలిచూపులోనే శుభ నచ్చలేదు. శుభ తెల్లటి రంగు జబ్బు చేసిన లక్షణంగానే అనిపించింది అమ్మకు. ఆమెను చూస్తే వసారా నుండి దిగి వాకిట్లో నిల్చుని నోటిమీద చేతులు పెట్టుకుని కళ్ళు పెద్దవి చేసుకుని చూసేది. శుభ ఏదైనా చెప్పగానే 'తుపుక్'మని ఉమ్మేది. శుభని చూసి "అది ఒక గబ్బుకుక్కరా... గబ్బుకుక్కరా" అంటూ ఉండేది అమ్మ.

శుభ అమ్మని చూడాలంటేనే భయపడి తప్పుకునేది. అమ్మ శుభ కనిపించినప్పుడు తన చేత ఏదుంటే దాన్ని శుభ మీదకు విసిరేది. కట్టుకున్న బట్ట పైకెత్తి చూపించి బూతులు తిట్టేది.

"పాల్, ప్లీజ్ నా మీద కొంచమైనా ప్రేమ ఉంటే ఆమెను ఎక్కడికైనా పంపించేయండి. నేను మిమ్మల్ని నమ్మి మీ వెనక వచ్చాను. నాకోసం మీరు చెయ్యగల లీస్ట్ హెల్ప్ ఇదే... ఆమెను నేను భరించలేకపోతున్నాను, పాల్. ప్లీజ్..." అని వెక్కి వెక్కి ఏడుస్తూ అలా పరుపు మీద వాలిపోయింది శుభ.

ఏడుస్తున్న శుభను చూస్తూ నిశ్చేష్టుడిగా నిల్చున్నాను. కాన్పు తర్వాత అప్పటికింకా ఆమె ఉద్యోగానికి వెళ్ళలేదు.

"చెప్పండి పాల్, ఊరికే ప్రతిదానికీ శిలలా నిల్చుంటే ఎలా?" అని ఏడుపు

గొంతుతో అంది.

"శుభా, ప్లీజ్. నేను చూస్తాను. ఏదో ఒకటి చేస్తాగా... మెల్లగా పంపించేస్తాను" అన్నాను.

"నో! మీరు పంపించరు. యూ సీ... ఆమెను మన దారికి తీసుకురాలేం. ఆమె ఒక రకమైన జీవితానికి అలవాటుపడిపోయారు... ఆమెను ఇంక మనం మార్చలేం. ఆమె ఎక్కడో ఒక చోట సంతోషంగా ఉంటే చాలు. దానికి మనం ఏదైనా చెయ్యొచ్చు" అంది శుభ.

నేను ప్రజానందులవారు చెప్పినదాన్ని గుర్తు చేసుకుంటూ ఉన్నాను. అమ్మకు పెద్ద అన్యాయం చేసేశాను, నా జీవిత కాలమంతా దానికి నేను ప్రాయశ్చిత్తం చేసుకోవాలి. ఆమె ఆజ్ఞను నేను మీరలేను. ఆమె ఏది ఇష్టపడితే అదే నా ఆజ్ఞ. అమ్మ ఏం కోరుకుంటుందో తెలియడం లేదు. నా ఇంటిలో ఏదీ ఆమెకు అవసరం అనిపించలేదు. అన్నం కూడా కొన్ని రోజులకే వెగటయిపోయింది. అయితే శుభ మీదున్న ద్వేషం తనని మరింత ఉసిగొలిపి ఉగ్రంగా మారుస్తోంది. ఆమెలాంటి వాళ్ళ ప్రేమకు ఎలాగైతే హద్దులుండవో ద్వేషానికీ హద్దులుండవు. తర్వాత కొంత కాలానికి ఆలోచిస్తే అర్థం అయింది. శుభ మీద ఆమెకున్న ద్వేషం ఎంత గాఢమైనదో, లోతైనదోనని. ఎన్ని శతాబ్దాల చరిత్ర ఉందో దానికి!

అమ్మ వంటగదిలోకి వెళ్ళి దొరికింది తీసుకుని బొక్కేది. ఇల్లంతా వక్కాకు ఎంగిలి ఉమ్మేది. ఇంట్లోపలే మూత్రం పోసేసేది. శుభ చీరలు, నైటీలు, జాకెట్లు, బ్రాలుకూడా తీసుకుని వేసుకుని "ఒసేయ్... ఇవన్నీ నా కొడుకు కాప్పానువి... నువ్వు నీ కొంపకుపోవే పందిదానా" అంటూ శుభ గది ముందు నిల్చుని తిట్టేది.

శుభ రెండు చేతులతోనూ చెవులు మూసుకుని ఏం చెయ్యాలో తెలియక తలవంచుకుని కూర్చుండిపోయేది. అయితే అమ్మ తన మురికి చేతులతో ప్రేమ్‌ను ఎత్తుకోవడాన్ని మాత్రం శుభ సహించలేకపోయేది. అమ్మ బిడ్డవైపుకు వస్తే శుభ బిడ్డమీద వాలిపోయి పొదువుకునేది. అమ్మ ఆమె వీపుమీద బాది, జుట్టు పట్టుకుని లాగి, రక్కి, ఉమ్మి, బిడ్డను తీసుకునేందుకు యుద్ధం చేసేది. నేను రెండుసార్లు అమ్మను గట్టిగా పట్టుకుని ఆపి బరబరా లాక్కుని వెళ్ళి బయట పడేసి తలుపేశాను. క్రీస్తుదాసుకు, చెల్లమ్మకూ గట్టిగానే చెప్పాను అమ్మ బిడ్డ దగ్గరకు

రాకుండా చూసుకోమని. అయినా వాళ్ళ కళ్ళు కప్పేసి కొన్నిసార్లు అమ్మ లోపలికి వచ్చేసేది.

ఒకసారి బయటనుండి ఏరుకొచ్చిన కుళ్ళిన ఆహారం ఏదో ప్రేమ్‌కు తినిపిస్తూ ఉంది. స్నానం చేసి బయటకు వచ్చిన నేను అది చూసి విస్తుపోయాను. నా చేతులు కాళ్ళు వణకసాగాయి. అమ్మను లాక్కెళ్ళి బయట పడేసి చెల్లమ్మను తిట్టాను. చెల్లమ్మ వంట గదినుండి నాకు వినబడేలా ఏదో గొణుగుతూ ఉండటం విన్నాను. 'యానాది లక్షణం' అన్న మాట చెవిన పడగానే మంత్రదండం తాకి శిలనైపోయినట్టు అయ్యాను. శక్తులన్నీ కోల్పోయి ముందుకు వంగి కుర్చీలో కూలబడ్డాను.

***

అమ్మను ఏ సందర్భంలోనూ తరిమేయకూడదు అనుకున్నాను. చివరిసారిలానే ఈసారి కూడా అమ్మే ఇల్లు వదిలి పారిపోతుంది అని చూస్తున్నాను. ఆమె అలా వెళ్ళిపోతే నాకంటూ ఎలాంటి అపరాధభావము ఉండదు కదా అనుకున్నాను. స్వాములవారి మాటను నిలబెట్టినవాడిగానే ఉండిపోతాను. అయితే ఈ సారి అమ్మకు ఇక్కడే ఉండాలన్నదానికి శుభ మీదున్న ద్వేషం బలమైన కారణంగా ఉంది. శుభని వేధించేది, బూతులు తిట్టేది. ఇంటి బయట రోడ్డుమీద నిల్చుని 'తెల్లపంది, గబ్బుకుక్క... కాలిపోయిన దుంపలా ఉంటూ నా మాటకడ్డు చెప్తావా? బయటకు రావే ఊరకుక్కా' అని పెద్ద గొంతుకతో గంటల తరబడి నిర్విరామంగా అరుస్తూ ఉండేది. అంతులేని ఆమె శక్తి నన్ను ఆశ్చర్యపరిచేది. కుక్కలు, కొన్ని జంతువులూ గంటలతరబడి అరుస్తుండటాన్ని అప్పుడు అర్థం చేసుకోగలిగాను.

ఆ ఇద్దరు ముసలివాళ్ళకీ డబ్బు ఇచ్చి అమ్మను తీసుకుని వెళ్ళమన్నాను. వాళ్ళు డబ్బుతో పారిపోయారు. అమ్మ ఇంకా ఎక్కువ అహాన్ని ప్రదర్శించసాగింది. రాత్రివేళ బయటకు వెళ్ళి నగరమంతా తిరిగి తెల్లవారేసరికి చెత్తంతా ఏరుకుని వచ్చేది. బయటపడేసిన ఆహారపదార్థాలు. పాత చిరుగు బట్టలు. చెత్తలో మెరుస్తూ ఏ వస్తువు కనిపించినా తీసుకొచ్చేసేది. వాటన్నిటినీ కార్ షెడ్డులో ఒక వైపు రాశి పోసిపెట్టేది. కుళ్ళిన ఆహారపదార్థాలని విప్పి ఆమె

నాకి నాకి తినడాన్ని ఒకసారి శుభ కిటికీలోంచి చూసి వాంతి చేసుకుంది.

ఒక రోజు పేపర్లు, అట్టలు, ప్లాస్టిక్‌లు అంటించి ఆ మంటలో పందికొక్కును కాల్చుతోండటం చూసి నేను పరిగెట్టుకెళ్ళి దాన్ని తీసి పడేసి ఆమెను గద్దించాను. ఆమె నన్ను కొట్టడానికి నా మీదకు వచ్చింది. నేను ఆమెను అడ్డుకుంటుంటే వెల్లకిలా పడిపోయింది. అప్పుడు అమ్మ బాత్రూమ్ టర్కీ టవల్ తీసి కట్టుకుని ఉంది. అది ఊడిపోయి పడిపోయింది. అదేమీ పట్టించుకోకుండానే లేచి ఒక రాయి తీసి నా మీద విసిరింది.

బలమంతా కూడదీసుకుని ఆమెను కార్ షెడ్ పక్కన ఉన్న గదిలోకి తోసి తలుపుకు బయట గడియ పెట్టాను. కాసేపు రొప్పుతూ నిల్చుండిపోయాను. చుట్టు పక్కలవారి అందరి కళ్ళూ కిటీకీలనుండి నన్నే చూస్తున్నాయని తెలుస్తోంది. నేను నేరుగా బాత్రుమ్‌కు వెళ్ళి తలుపేసుకుని కుళాయి తిప్పి వెక్కివెక్కి ఏడ్చాను. నీటి చప్పుడులో నా ఏడుపు కలిసిపోయింది. తలా ముఖమూ బాదుకుంటూ వెక్కిళ్ళుపడుతూ ఏడ్చాను. తర్వాత ముఖం, చేతులు, కాళ్ళు కడుక్కుని బయటకు వచ్చాను.

శుభ కళ్ళనిండా నీళ్ళతో తలుపు బయటే నిల్చుని ఉంది. “నేను వెళ్తాను... నా బిడ్డను తీసుకుని నేను ఎక్కడికైనా వెళ్ళిపోతాను” అంది. నేను మాట్లాడకుండా ముందుకు నడిచాను. నా వెనకే వచ్చి “నావల్ల కాదు... ఇంకా ఇదంతా చూస్తూ ఉండలేను. సిటీ మొత్తం అందరూ ఇదే మాట్లాడుకుంటున్నారు. ఇక నేను ఎక్కడ తలదాచుకోను? పనివాళ్ళు కూడా చూసి నవ్వుతున్నారు... నా వల్ల కావడం లేదు. ఉంటే నేనుండాలి లేదా మీ అమ్మ ఉండాలి” అంది.

నేను ఆమెతో “మా అమ్మను వదిలేయలేను. అది నా గురువుకిచ్చిన మాట. నువ్వు వెళ్ళిపోతే బాధపడతాను. ఆ బాధను భరించలేను. అయితే అమ్మకు తనకేది నచ్చుతుందో అలానే చేస్తుంది” అన్నాను.

తను వణికిపోతూ ఏడ్చి ఎర్రబడి వాచిన కళ్ళతో, కందిపోయిన చెంపలతో నన్ను కొన్ని క్షణాలు చూస్తూ నిల్చుని హఠాత్తుగా తన తలమీద బాదుకుంటూ నేల మీద కూలబడి గట్టిగా ఏడ్చింది. నేను నా గది లోపలికి వెళ్ళి ఒక పుస్తకం

తెరిచి పట్టుకుని కూర్చున్నాను. అక్షరాలేవీ చూడకుండా ఆమె ఏడుపునే వింటూ ఉన్నాను.

రాత్రి దాకా అమ్మ లోపలే ఉంది. నేను బయటకు వెళ్ళి గమ్యం లేకుండా ఎక్కడెక్కడో తిరిగి నడిరాత్రి ఇంటికి వచ్చాను. బట్టలు మార్చుకుని కార్ షెడ్ పక్కనున్న గదికి వెళ్ళి తలుపు తీశాను. లోపలనుండి మూత్రము, మలమూ కలిసిన దుర్వాసన గుప్పుమని వచ్చింది. అమ్మ లేచి నాపై దాడి చేస్తుందనుకున్నాను. ఆమె ఒక మూల చేతుల మీద తల ఆనించుకుని కూర్చుని ఉంది.

"అమ్మా, అన్నం కావాలా?" అని అడిగాను. అవునన్నట్టు తల ఊపింది.

ఆమెకు అన్నం పెట్టాను. ఆవేశంగా ఆమె ముద్దలు చేసి తినడం చూస్తూ ఉంటే నాకు ఒక క్షణం గుండె ఆగిపోతున్నట్టు తోచింది. మరుక్షణం పిడుగు పడిన తాటిచెట్టులా నా ఒళ్ళు కాలిపోతున్నట్టు అనిపించింది. ఒక రోజైనా ఆకలిని కాక అమ్మ రుచిని ఎరిగుంటుందా? ఆమెను అలా దగ్గరకు తీసుకుని గట్టిగా అరవాలనిపించింది. తనకు అన్నం తినడం ఆపడం తెలియదు. ఆకు ఖాళీ అయిపోవడం కూడా భరించలేదు. "పెట్టు పెట్టు" అని చేతితో ఆకును కొడుతూనే ఉంది. ఇలాగే ఉండేవాడిని నేను కూడా. ఆ నా దేహం కూడా ఈ దేహంలోనే ఉంది.

తినటం పూర్తవ్వగానే చేతిని ఒంటికి తుడుచుకుని అక్కడే కాళ్ళు జాపి పడుకుంది. నేను లోపలికి వెళ్ళి ఒక గ్లాసులో బ్రాందీ తెచ్చి ఇచ్చాను. తీసుకుని గటగటమని తాగేసి పెద్దగా త్రేన్చింది. పొట్ట నిండిపోగానే అంతకు ముందు ఏం జరిగిందో మరిచిపోయినదానిలా "ఏరా కాప్పా!" అంటూ నా చేయి నిమరసాగింది. ఆమెకు ఎన్నో చెప్పాలని, ఆమెను ఎన్నో అడగాలని అనుకున్నాను. అయితే ఆమెను చూస్తూ ఉంటే చాలు అనిపించింది.

"అరే బిడ్డా, కాప్పా! ఆ తెల్లపంది దెయ్యంరా. అది ఎందుకట్టా ఉంది తెలుసా? అది నీ రక్తాన్ని జుర్రుకుని తాగేస్తుంది రా... నీ బెల్లం నుండి..." అని చటుక్కున నా బెల్లం పట్టుకుని "రేయ్! దీన్నుండి అది రక్తం తాగుతోందిరా" అంది. నేను వెనక్కు లాక్కున్నాను. "అరే బిడ్డా, నీకు ఈ సొక్కాలు, బట్టలు

వద్దురా, నువ్వు దమ్మదొరల కచేరీలో ఉండకు, వద్దు. ఈ దమ్మదొర్లు నిన్ను సంపేస్తార్రా! నువ్వు రేపు నాతోనే వచ్చేయి. మనం మన ఊరికి పోదాం. నేను నిన్ను బంగారంలా చూసుకుంటాను. వస్తావా బిడ్డా? అమ్మను పిలుస్తున్నాను కదా?" అని కళ్ళనీళ్ళు పెట్టుకుంది.

కళ్ళు సోలిపోయేంత వరకు మాట్లాడుతూనే ఉంది. పదే పదే కుర్చీకి దూరంగా ఉండమంది. ఇది దమ్మదొరల కుర్చీ... నువ్వు కూర్చుంటే నిన్ను చంపేస్తారు అంది. నిన్ను చంపేయడానికే ఈ తెల్లపందిని మంతిరించి పంపించారు అని ఏడిచింది. నేను లేచి నా గదికి వెళ్ళి ఒక సిగరెట్ కాల్చుకుని పైకప్పుకేసి చూస్తూ ఉండిపోయాను. పిచ్చిదాన్లా మాట్లాడినా అమ్మ మాటల్లో నిజముందేమో అనిపించింది. నేను యజమానుల కుర్చీలో కూర్చుని ఉన్నానా? అందుకే నన్ను చంపేస్తున్నారా? ఈమె నా రక్తాన్ని జుర్రుకుంటోందా? నన్ను వశపరచుకున్న ఈ మాయలకు బయట నిల్చుని, ఈ మాయల్లో పడిపోని మృగంలా, అమ్మ వాస్తవాన్ని పసిగడుతోందా?

***

నేను నా ఆఫీసుకు తిరిగి వచ్చేసరికి నాలుగున్నర అయింది. నా గది లోపలికి వెళ్ళి కూర్చుని కుంజన్ నాయర్‌ను టిఫిన్ తీసుకు రమ్మన్నాను. నా చేతగానితనానికి నేను సాకులు వెతుక్కుంటున్నానా? శుభ అలానే అంటుంది. నా అసమర్థతలకు బయట కారణాలు వెతుక్కుంటున్నాను. 'నువ్వు ఎందుకు తెగించకూడదు? నువ్వు అనుకుంటున్న అడ్డంకులన్నీ నీ ఊహలు. నువ్వు ఏం చెయ్యాలో నీకు తెలిస్తే ఎందుకు చెయ్యట్లేదు? చేసి చూడు...'

చెయ్యాలంటే ఉన్నది ఒకటే. నేను నాలాంటివాళ్ళ గొంతుకగానూ చెయ్యిగానూ ఈ వ్యవస్థలో ఉండాలి. నాలాంటివాళ్ళు అంటే పాకీవాళ్ళు ఊడ్చి తీసుకొచ్చి, గాడిద సంత హాస్పిటల్‌లో మనుషుల చెత్తగా రాశి పోయబడినవాళ్ళు. ప్రజారోగ్యం కోసం కోట్లను ఖర్చుబెట్టే ఈ ప్రభుత్వం అక్కడ చావుబతుకుల్లో మగ్గిపోతున్న వారి ప్రాణాలకోసం ఎందుకు ఖర్చు పెట్టకూడదు? ఆ డాక్టర్లనెందుకు వాళ్ళనూ మనుషులుగా భావించేలా చెయ్యకూడదు? వీలు కాదు అనేవాళ్ళని దండించండి. మీలో ఒకడికి ఆ హాస్పిటల్లో సరిగ్గా

చూసుకోలేదంటే మీ గొంతులు వినిపిస్తారే, మీ ధర్మగుణం పైకి ఉబుకుతుందే!

ఆవేశంతో చేతులు వణుకుతూ రాయడం మొదలుపెట్టాను. నా రిపోర్టును టైపు చేశాను. గాడిదసంత హాస్పిటల్లో నేను చూసిందంతా వివరంగా రాసి వెంటనే చర్యలు తీసుకోమని ఆర్డర్ వేశాను. తీసుకున్న చర్యలకుగానూ మూడురోజుల్లో రిపోర్ట్ ఇవ్వాలి. లేదంటే నాకున్న అధికారంతో దానికి బాధ్యులైన వారిమీద కఠినమైన చర్యలు తీసుకోబడతాయి అని హెచ్చరించాను. జిల్లా వైద్యాధికారికి డైరెక్ట్ కాపీ, రాష్ట్ర ఆరోగ్యశాఖ కార్యదర్శికి నకలు తయారుచేశాను. పిళ్ళైని పిలిచి వెంటనే వాటిని పంపేందుకు ఏర్పాటు చేసి ఒక సిగరెట్ వెలిగించుకున్నాను.

సాయంత్రం మళ్ళీ హాస్పిటల్‌కు వెళ్ళాను. డాక్టర్ ఇందిర "ఎటువంటి డెవలప్‌మెంటూ కనిపించలేదు. కావాలంటే రేపు డయాలిసిస్ చేసి చూడొచ్చు" అంది. అమ్మ అలాగే పడుకుని ఉంది. హాస్పిటల్ వారి పచ్చ దుస్తులు వేసుకొని ఉంది. చేతులు కాళ్ళల్లో వాపు తగ్గి నీళ్ళు ఎండిన బురదలా చర్మంలో ముడతలు కనిపిస్తున్నాయి. నేను ఇంటికి వచ్చి పడుకోగానే నిద్రపోయాను. శుభ అమ్మ గురించి నాతో ఏదో 'మాట్లాడాలనుకుంటున్నాను' అంది. అయితే ఆ సమయంలో నాకు ఏ మాటలూ వినాలనిపించలేదు.

గంట నిద్రపోయాక మెలకువ వచ్చింది. శుభ మంచి నిద్రలో ఉంది. ఎ.సి., గోడగడియారం రెండూ రాగమూ తాళమూలాగా వినిపించాయి. బయటకు వెళ్ళి సిగరెట్ కాల్చుకున్నాను. సిగరెట్ ఎక్కువ కావడం వల్ల నిద్ర చెడిపోతోందా అన్న ఆలోచన వచ్చింది. మళ్ళీ నిద్రలోకి జారుకునే ముందు వచ్చిన చివరి ఆలోచన రేపు ఆఫీసుకు వెళ్ళగానే నా రిపోర్ట్ గురించి డి.ఎమ్.ఒ.తో నేనే స్వయంగా మాట్లాడాలి అన్నదే. ఏం చెయ్యబోతున్నాడు అని అడిగి తెలుసుకోవాలి. వీలైతే ప్రెస్‌తో వెళ్ళి ఒక విజిట్ చేయించి సంబంధించినవాళ్ళను ఎండగట్టడానికైనా వెనకాడకూడదు.

వీళ్ళు ఏమంటారో నాకు తెలుసు. ఈ ఏడాదిన్నరగా నేను అన్నీ చూసేశాను. గౌరవం, అవమానం అన్న మాటలకు అర్థాలనే నా మనసు మర్చిపోయింది. వాటి చివరి ఆనవాళ్ళను కూడా అమ్మ చెరిపేసే వెళ్ళింది. మదురైలో ఉన్నప్పుడు

ఒక రోజు పొద్దున ప్రేమ్‌ని తీసుకుని బయటకు వెళ్ళిపోయింది. శుభ స్పృహ తప్పి పడిపోయింది. నేను ఎస్.పి.కి ఫోన్ చేసి చెప్పాను. పోలీసువాళ్ళు నగరం అంతా గాలించారు. నలభైయైదు నిముషాల్లో పట్టేశారు. నగరంలోని ప్రసిద్ధి చెందిన హోటల్ వెనక ఎంగిలి ఆకులు ఏరుకుంటూ ఎంగిలి ఆకుల్లో దొరికినదాన్ని వాడికి తినిపిస్తూ కనిపించిందట.

బుల్లెట్ దెబ్బ తిన్న మృగంలా శుభ బయటకు పరిగెత్తి ఎస్.ఐ. చేతుల్లోనుండి బిడ్డను లాక్కుంది. బిడ్డ నోట్లో ముఖంమీద, ఒంటి మీదా అంతా పాచిపోయిన ఆహారం. ఆమె బిడ్డను గట్టిగా గుండెలకు అదుముకుని ముద్దులు పెట్టుకుంటూ నేలమీద కూర్చుండిపోయింది. నేను నిశ్చేష్టుడనై నిల్చుండిపోయాను. జీపునుండి దిగి నన్ను చూసి “ఒరే కాప్పా” అంటూ వచ్చిన అమ్మను చూడగానే నాలో ఏదో ఆవేశం కట్టలు తెంచుకుని బయటకు వచ్చింది. అక్కడ కింద పడున్న హోస్ తీసుకుని “వెళ్ళిపో ఇక్కణ్ణుంచి... కుక్కా... ఇంకెప్పుడూ ఈ ఇంటివైపు రావద్దు. వెళ్ళిపో ఇక్కణ్ణుంచి” అని ఇష్టమొచ్చినట్టుగా కొట్టి తరిమాను. ఆమె పొలికేకలు పెడుతూ నేలమీద పడి చేతులూ కాళ్ళూ కొట్టుకుంటూ విలవిలలాడింది. ఆమెను గట్టిగా తన్నాను.

నన్ను ఎస్.ఐ. వచ్చి పట్టేసుకున్నాడు. అమ్మ లేచి వీధిలోకి వెళ్ళి నిల్చుని “అరే కాప్పా! నువ్వు నాశనం అయిపోతావు. సస్తావు. తెల్లపంది నీ రక్తం తాగేస్తుంది. రేయ్ పాపిష్టోడా! కుక్కా! పాపీ!” అని గుండెలు బాదుకుని శాపనార్థాలు పెడుతూ ఏడ్చింది. నడుముకున్న బట్ట విప్పి పడేసి నగ్నంగా నడిచి చూపిస్తూ, చేతులు విప్పి రకరకాల సైగలు చేస్తూ బూతులు తిట్టింది.

“సార్, మీరు లోపలికి వెళ్ళండి” అన్నాడు ఎస్ఐ.

నేను లోపలికి వెళ్ళి తలుపుకు గడియ పెట్టుకోగానే వచ్చిన తొలి ఆలోచన ఉరేసుకోవడమే. నాకు మరింత ధైర్యం ఉన్నట్టయితే ఆరోజే ఈ అవస్థంతా ఒక కొలిక్కి వచ్చుండేది.

ఆ రోజు ఎస్.ఐ. అమ్మను పట్టి జీపులో ఎక్కించుకుని ఒక పెద్ద క్రిస్టియన్ మిషన్‌వాళ్ళు నిర్వహించే వృద్ధుల ఆశ్రమంలో అతనే డబ్బు కట్టి చేర్చి వెళ్ళాడట. మరుసటి రోజు నేను డబ్బు పంపించాను. మళ్ళీ అమ్మను చూసే ధైర్యం నాకు

రాలేదు. నాలో ఒక్కో క్షణమూ ఒక అగ్నిజ్వాల రగులుతూనే ఉంది. నా అవయవాలన్నీ కాలిపోతూ పొట్టలో ఆమ్లంలా మరుగుతూ ఉంది. మరుసటి రోజు ప్రేమ్‌కు విరోచనాలూ జ్వరమూ మొదలయ్యాయి. అవి మరింత తీవ్రమయ్యాయి. పన్నెండు రోజులకు కానీ కోలుకోలేదు. మీనాక్షి మిషన్ హాస్పిటల్లో పది రోజులు ఉంచాము. రెండుసార్లు జ్వరం తారాస్థాయికి వెళ్ళినప్పుడు ప్రాణం దక్కుతుందన్నది కూడా అనుమానమే అన్నారు.

శుభ రాత్రింబవళ్ళు వాడితోనే ఉంది. చెదిరిన జుట్టుతో, వడలిన ముఖంతో నిలువునా బాధని, కోపాన్ని, భయాన్నీ మోస్తూ గడిపింది. అప్పుడు నేను ఆమెతో మాట్లాడటానికి కూడా ధైర్యం చెయ్యలేకపోయాను. ఒక మాటతో నా గొంతు నులిమేసి కొరికేసి చంపేస్తుందేమో అని భయపడ్డాను. పిల్లాడి లేత కాళ్ళనూ జ్వరంతో పీల్చుకుపోయిన ముఖాన్నీ చూస్తూ రాత్రంతా హాస్పిటల్ వార్డులో ఇనప కుర్చీలో కూర్చుని గడిపాను. పిచ్చి బిడ్డ, చేతులు చాపుకుని ఎదురు రొమ్ము పైకి కిందకి ఎగిసెగిసి పడుతూ నిద్రపోతున్నాడు. చర్మమంతా తడిలేక ఎరుపెక్కిపోయింది. ఎదుర్రొమ్ములోని పక్కటెముకలు కనబడుతూ వేరే ఎవరో పిల్లవాడిలా మారిపోయాడు. మరణం వాడికి దగ్గరగా వచ్చి వెళ్ళింది. ఈ గదిలోనే ఏదో వస్తువు రూపంలో మరణం ఇక్కడే ఉందా? కొంచం ఏమరుపాటుతో కునుకు తీస్తే చేతులు చాచి వాడిని తీసుకెళ్ళిపోతుందా?

వాడిని ఆ స్థితిలో చూస్తున్నంతసేపూ పెద్ద ఇనుప రేకొకటి పొత్తికడుపులో దిగుతున్నట్టు అనిపించింది. అయితే ఆ బాధ కావాలి అనిపించింది. ఆ బాధను నిశబ్దంగా అనుభవించాను. త్రాసులోని ఒక తట్టలా మనసులోని మరోవైపును అదిమేస్తున్న ఒక బాధ నన్ను సమస్థితికి తీసుకొచ్చింది. నిర్విరామంగా సిగరెట్లు కాల్చాను. సిగరెట్లు ఎక్కువ కాల్చినందువల్ల నా పెదవులు మండాయి. నా గుండె మండి పొడి దగ్గు వచ్చింది. ఏ తిండి తిన్నా, ఎంత ఆకలితో ఉన్నా రెండో ముద్దకే డోకొచ్చేది. ఒక్కో క్షణంగా జీవించాను. ఒక్కో శ్వాసగా కాలాన్ని వెనక్కి నెట్టాను.

ఒక రాత్రి వాడిని చూస్తుండగా నా మనసులో ఒక ఆలోచన మెదిలింది. వీడున్న ఇదే వయసులో నేను ప్రతిరోజూ ఆ పాచిపోయిన ఎంగిలి కూడే తిని బతికాను. ఎలా బతికానో మరి. నా వయసున్న పిల్లలు ఎందరో వర్షాకాలాల్లో

చనిపోయేవారు. మా అమ్మ పదిమందినైనా కని ఉంటుంది. తొమ్మిదిమంది చనిపోయారు. చచ్చిపోయిన పిల్లల్ని కాళ్ళతో పట్టి ఎత్తుకుని బిరబిరమని సాగే కరమన ఏటిలో పడేసేవాళ్ళు. అలా పడేసేముందు చనిపోయి పడి ఉన్న మా చెల్లెల్ని చూశాను. నల్లటి చిన్న ముఖంలో ఆమె చివరిగా ఏం ఆలోచించిందో అది నిలిచిపోయి ఉంది. 'కూ... కూ...' ఆ మాట మాత్రమే ఆమె మాట్లాడగలిగేది. ఆ మాట పెదవులపై ఉండిపోయింది.

ఆ క్షణం నా మనసులో వచ్చిన ఒక క్రూరమైన ఆలోచనని ఎప్పటికీ మరిచిపోలేను. ఈ తెల్ల బిడ్డ అలాంటి తిండి తినడంవల్ల చచ్చిపోయేట్టయితే చచ్చిపోనీ. చెత్తకుండీలోని ఆహారం తినడంవల్లో లేక పస్తులవల్లో చచ్చిపోయిన పిల్లలున్న ఆ పైలోకపు బ్రహ్మాండమైన స్వర్గంలో ఈ బిడ్డను చూడాలని ఎదురుచూస్తూ ఈ బిడ్డ బంధువులు ఎంతమంది ఉంటారో! మరుక్షణమే ఆ ఆలోచన వచ్చినందుకుగానూ నన్ను నేనే తలమీద కొట్టుకున్నాను. మంచం మీద కూర్చుని నా చిన్నారి కాళ్ళను ముద్దులు పెట్టుకుంటూ కన్నీళ్ళు కారుస్తూ ఏడ్చాను.

అమ్మ మదురైలోని హోమ్ నుండి కొన్ని రోజులకే పారిపోయిందని తెలిసింది. నేను పట్టించుకోలేదు. అయితే ఆ రోజునుండి నా ప్రవర్తనలో మార్పు వచ్చింది. నేను క్రూరుడిగా మారాను. క్షమించనివాడిగా, ఎప్పుడూ కోపంతో ఉండేవాడిగానూ మారాను. రోజూ నా కింద ఉద్యోగులకు హెచ్చరిక లేఖలు, శిక్షల మెమోలూ ఇచ్చాను. వాళ్ళు దాన్ని నా పై అధికారి దగ్గరకు తీసుకెళ్ళి రద్దు చేయించుకునేవారు. నా ముందు హేళన నిండిన ముఖంతో నిలబడి ఎడంచేత్తో తీసుకునేవారు. బయటకు వెళ్ళి గట్టిగా మాట్లాడుకుని నవ్వుకునేవారు.

కొన్ని రోజులకు నా ఆఫీస్ గోడలమీద నా గురించి పోస్టర్లు కనబడ్డాయి. మా అమ్మ చేతిలో ప్లాస్టిక్ గిన్నె పట్టుకుని భిక్ష అడుక్కుంటున్న బొమ్మ ఉంది వాటిల్లో. కన్నతల్లిని వీధుల్లో భిక్ష అడుక్కుని తిననిస్తూ అధికార భోగాలు అనుభవిస్తున్న దుర్మార్గుడి చేతుల్లోనా జిల్లా బాధ్యతలు? నేను ఆ పోస్టర్లను ఆఫీసు లోపలికి వచ్చేప్పుడు చూశాను. వరుసగా అంటించి ఉన్నారు. అన్ని పోస్టర్లను దాటుకుని మలుపులో తిరిగేప్పుడు దాన్ని చదివాను. నా కాళ్ళు బలం కోల్పోయాయి. బ్రేక్ కూడా తొక్కలేక పోయాను. కారు ఆపేసి దాదాపు పరుగెట్టుకుంటూ నా గదిలోకి

వెళ్ళాను. వెళ్ళేటప్పుడు అందరి కళ్ళూ నా మీద మూగాయి. నేను గది తలుపు వేసుకోగానే ఆఫీసంతా గొల్లుమన్న ఆ నవ్వు చప్పుడు నన్ను గట్టిగా వచ్చి మోదింది.

రెండు రోజుల తర్వాత అమ్మను ఎవరో ఆఫీసు కేంపస్‌కే తీసుకొచ్చేశారు. అమ్మ నా ఆఫీసు ముందున్న రేల చెట్టుకింద కూర్చుని, నా ఆఫీసులో మధ్యాహ్న భోజనం చేసినవారు మిగలగా ఇచ్చిన ఎంగిలి మెతుకుల్ని ప్లాస్టిక్ పేపర్లో పెట్టుకుని ఆనందంగా తింటోంది. నా గది కిటికీ నుండి కనబడే చోటే ఆమెను కూర్చోబెట్టారు. భోజనం ముగించి చేతులు కడుక్కోడానికి వాష్‌బేసిను వైపుకు వెళ్ళిన నేను ఇది చూశాను. కొన్ని క్షణాలు నేను ఎక్కడ ఉన్నానన్నది మరిచిపోయాను. గది లోనించి బయటకెళ్ళి, కారు కూడా ఎక్కకుండా పిచ్చివాడిలా రోడ్డు మీద పరిగెట్టాను.

పొద్దున నేను ఆఫీసుకు వెళ్ళి పేరుకుపోయున్న ఫైళ్ళన్నీ చూసి పదిన్నరకు హాస్పిటల్‌కు వెళ్ళాను. మధ్యలో ఫోన్ చేసి కనుక్కున్నాను. అమ్మ పరిస్థితిలో ఏ మార్పూ లేదన్నారు. నేను హాస్పిటల్ లోపలికి వెళ్తున్నప్పుడు ఆ వరండాలో డాక్టర్ మాణిక్యం నిల్చుని ఉన్నాడు. నాలో ఉన్నపళంగా మొదలైన అలజడి అతను నా దగ్గరకు వచ్చి నమస్కారం చెప్పినప్పుడు ఎక్కువైపోయింది.

"చెప్పండి మాణిక్యం" అన్నాను.

అతను కళ్ళనీళ్ళు పెట్టుకుంటూ మళ్ళీ దండం పెట్టాడు. నేను ఇంకా కటువుగా ఉండాలి అనుకున్నాను.

"సార్, మీరు నేను చెప్పిందేదీ నమ్మినట్టు లేరు. నేను చెప్పినవీ చేసినవీ అన్నీ నా తప్పును కప్పిపుచ్చుకోడానికే అనుకుంటున్నారు కదా... ఏంటి సార్ ఇది! నేను..." అతని గొంతు పూడుకుపోతూ "నేను ఎప్పుడూ దేవుడికి భయపడే అన్నీ చేస్తుంటాను సార్. ఆ ఎరువుల దిబ్బలో నా వల్ల అయినంత వరకు పాటుపడుతూనే ఉన్నాను సార్. పొద్దున ఎనిమిది గంటలకు వస్తే మళ్ళీ ఇంటికి వెళ్ళడానికి రాత్రి తొమ్మిదో పదో అవుతుంది సార్. మందులు కూడా ఉండవు. మాత్రలుండవు. పుళ్ళకు పెట్టి కట్టడానికి గాజ్‌గుడ్డ ఉండదు. సార్, చెప్తే మీరు నమ్మరు, పక్కనుండే వెటర్నరీ హాస్పిటల్‌కు వెళ్ళి, అక్కడ మిగిలిపోయిన

మందులు యాంటీబయాటిక్‌లు తీసుకొచ్చి ఇక్కడ వీళ్ళకు వైద్యం చేస్తుంటాను సార్. ఇరుగు పొరుగు ఇళ్ళకు మా ఇంటావిడను పంపించి చిరిగిన చీరలవీ కలెక్ట్ చేసి తీసుకొచ్చి వాటితో పేషంట్లకు కట్లు కడుతుంటాను సార్... మనసెరిగి నాలుగైదు రోజులు లీవ్ కూడా తీసుకున్నది లేదు."

నేను ఊరడిస్తున్న స్వరంతో "నేను మిమ్మల్ని తప్పు పట్టడంలేదు. పరిస్థితి ఇలా ఉంది అని రిపోర్ట్ ఇచ్చాను. అది నా బాధ్యత కదా? అది నేను చెయ్యకుంటే ఇలానే ఉండనీ అని వదిలేసినట్టే కదా?" అన్నాను.

"మీరు అనుకున్నది న్యాయమే సార్. నేను మిమ్మల్ని నిందించడంలేదు. అయితే..." ఆ పైన అతనికి మాటలు రాలేదు.

"ఐయామ్ సారీ!" అని చెప్పి లోపలికి వెళ్ళడానికి ప్రయత్నించాను.

"ఆగండి సార్. ఇది మాత్రం విని వెళ్ళండి. మీరూ నాలాంటివారే. సార్, నాకు ఏడేళ్ళుగా ప్రమోషన్ డ్యూ. ఏవేవో తప్పులు తడకలు చెప్పి ఎక్స్‌ప్లనేషన్ అడిగి అలా పక్కన పెట్టేస్తూవచ్చారు. ట్రిబ్యునల్ వరకు వెళ్ళి తీర్పు తెచ్చుకుని ఆ తీర్పుని అప్లై చెయ్యడానికి మళ్ళీ ఆర్డర్ తెచ్చుకుని ఇప్పుడే పేపర్ వచ్చింది. నేను సీనియర్‌ని సార్. ఇప్పుడు మీ లెటర్‌ని చూపించి నన్ను సస్పెండ్ చేసేశారు. ఇక ఆ ఆర్డర్‌ని రద్దు చేసిగానీ నన్ను తీసుకోరు. మళ్ళీ పదేళ్ళే అవుతుందో అంతకంటే ఎక్కువ అవుతుందో... వస్తాను సార్" అని వేగంగా వెళ్ళిపోయాడు.

నేను అతని వెనకే నడిచాను. అతను బయటకు వెళ్ళి తన బైక్ ఎక్కి వెళ్ళిపోయాడు. నేను నీరసపడి హాల్లో కూర్చున్నాను. ఇలానే జరుగుతుంది, ఇలా కాకుండా మరోలా ఏం జరిగినా ఆశ్చర్యమే. తెలిసీ నేను ఎందుకిలా చేశాను? ఎవరికి ఏం నిరూపించడానికోసం చేశాను? నాకు కొన్ని రోజులుగా పొట్టలో తిప్పేస్తున్న ఆమ్లం గొంతులో పుల్లగా మండింది. వాంతి చేసుకోవాలనిపించింది. తలను చేతులతో పట్టుకుని కూర్చుని ఉన్నాను.

నర్స్ వచ్చి "సార్" అంది.

నేను లేచాను.

"అవ్వ కళ్ళు తెరిచింది. తెలివి వచ్చింది" అంది.

నేను గబగబా అమ్మ గదిలోకి వెళ్ళాను. అమ్మ కళ్ళు తెరిచి లేచి కూర్చోడానికి ప్రయత్నిస్తూ ఉంది. చేతిలో గుచ్చిన సెలైన్ గొట్టం లాగి పడేసి ఉంది. గుచ్చిన చోటునుండి రక్తం కారుతోంది.

నర్స్ వచ్చి "అయ్యయ్యో... ఇలా లాగకూడదు అవ్వా... పడుకోండి పడుకోండి" అని ఆమెను పట్టుకుంది. నర్సుని అమ్మ పట్టి దూరం తోసింది. ఆమె కళ్ళు కలియజూసి నన్ను దాటుకుని బయటకు చూశాయి.

"కాప్పా... ఒరేయ్ కాప్పా" అంటూ లేవబోయింది.

నేను "అమ్మా... నేనే. అమ్మా..." అని అన్నాను.

"కాప్పా... రే కాప్పా... సొక్కాలు వద్దురా. దమ్మదొరల కుర్చీల్లో కూర్చోవద్దు బిడ్డా... కాప్పా..."

అమ్మ కళ్ళకు నేను కనబడనే లేదు. నర్స్ ఆమెను లాగి పడుకోబెట్టింది. అమ్మకు మూర్ఛ వచ్చినట్టు చేతులు కాళ్ళు కొట్టుకోసాగాయి. నోరు ఒక పక్కకు తిరిగిపోయి పెదవులు వేగంగా వణుకుతున్నాయి.

"డాక్టర్‌ను పిలుచుకొస్తాను" అని నర్స్ పరిగెట్టింది. నేను అమ్మను పట్టుకుని పడుకోబెట్టాను. బిగుసుకుపోయిన చేతులు మెల్లమెల్లగా సడలిపోసాగాయి. డాక్టర్ వచ్చేప్పటికి అమ్మ మళ్ళీ స్పృహ కోల్పోయింది.

నేను బయట నిల్చుని చూస్తూ ఉన్నాను. ఇందిర బయటికి వచ్చి "డయాలిసిస్ చేస్తే మంచిది. షీ ఇజ్ సింకింగ్" అంది.

"చెయ్యండి."

"చేసినా పెద్ద మార్పేమీ ఉండకపోవచ్చు. షీ ఈజ్ అల్మోస్ట్ ఇన్ హెర్ ఫైనల్ మినిట్స్" అంది.

నేను నిట్టూర్చాను. లోపల వాళ్ళందరు ఏవేవో మాట్లాడుకుంటున్నారు. ఏవేవో చేస్తున్నారు. నేను మళ్ళీ హాల్లోకి వచ్చి కూర్చున్నాను. తల తడుముకుంటూ కూర్చున్నాను. వాచ్ విప్పి మళ్ళీ కట్టుకున్నాను.

శుభ ఫోన్ చేసి పిలిచింది. నేను "హలో" అనగానే "హౌ ఈజ్ షీ?" అంది

"ఇంక కాసేపే, అన్నారు"

"ఓ!" అని "నేను ఇప్పుడక్కడికి వస్తున్నాను. పది నిముషాలు పడుతుంది" అంది. నేను ఫోన్ పెట్టేశాను. ఆ ఫోన్ క్లిక్ వినిపించిన క్షణం నిర్ణయించాను. అవును, అదే. ప్రజానందులవారు చెప్పింది అదే. ఆయన మాటలు నా చెవులకు దగ్గరగా వినిపించాయి. "అమ్మకు చేసిన అన్యాయానికి నువ్వు అన్ని ప్రాయశ్చిత్తాలూ చెయ్..." ఆయన చెప్పింది ఇదేనా? ఇది నేను చెయ్యను, నాకు ఆ ధైర్యం రాదు అని ఊహించే ధైర్యంగా ఉండు అని అన్నారా?

నేను లేచి వెళ్ళి అమ్మను చూశాను. లోపల నర్స్ మాత్రమే ఉంది.

"కళ్ళు తెరిచిందా?" అని అడిగాను.

"లేదు. డయాలిసిస్ చెయ్యాలి. ఇప్పుడు అక్కడికి తీసుకెళ్తాం" అని అంది.

'అమ్మ కళ్ళు తెరవాలి' అని ఆ క్షణం మనస్ఫూర్తిగా కోరుకున్నాను. ప్రార్థన చెయ్యడానికి నాలో పదాలు ఇంక ఏవీ మిగిలి లేవు అనిపించింది. ఆ సమయాన, ఆ గదిలో లోషన్ వాసనతో నిండిన గాలిని, కిటికీలోనుండి వచ్చిన వెలుగుని, అక్కడ చుక్కలు చుక్కలుగా జారిపోతున్న కాలాన్నీ వేడుకున్నాను. అమ్మ కోసం వేడుకున్నాను. అమ్మ కళ్ళు తెరవాలి అని. కొన్ని నిముషాలు చాలు.

ఆమె పక్కన కూర్చుని ఆమె చేతులను నా చేతుల్లోకి తీసుకుని చెప్పాలి. ఆమె ఇన్ని ఏళ్ళు ఆవేశంగా ప్రాధేయపడినందుకు జవాబు చెప్పాలి. "అమ్మా, నేను నీ కాప్పన్. నువ్వు కోరుకున్నట్టే నేను చొక్కా తీసేస్తాను. దమ్మదొరల కుర్చీలో కూర్చోను. లేచేస్తాను. నేను నీ కాప్పన్" అని చెప్పాలి.

అయితే అమ్మ ముఖం క్రమంగా మైనపు ముద్దలా మారడం చూశాను. మరో నర్స్ వచ్చి అమ్మ బట్టలు మార్చింది. అమ్మ దేహం ఇప్పుడు శవంలా ఊగుతోంది. ఆమె కూడా ఒక శవంలాగే హేండిల్ చేస్తోంది.

సమయం గడుస్తోంది. అర్ధగంట దాటినా శుభ రాలేదు. అయితే వైరుబుట్ట పట్టుకుని కుంజన్ నాయర్ వక్కాకు నవ్వుతో జారిన భుజాలతో నడిచి వచ్చాడు.

"నమస్కారం సార్. ఆఫీసుకు వెళ్ళాను. మెడ్రాస్ నుండి ఫోన్ వచ్చింది. వివరాలన్నీ రమణి రాసి ఇచ్చి పంపించింది" అని ఒక కాగితం నా చేతికి

ఇచ్చాడు. నేను దాన్ని చదవకుండానే జేబులో పెట్టుకున్నాను. అతన్ని వెనక్కి పంపించాలనుకున్న అదే సమయానికి అమ్మ "కాప్పా" అంది.

నేను లోపలికి వెళ్ళేలోపే కుంజన్ నాయర్ లోపలికి వెళ్ళాడు. అతన్ని చూసి అమ్మ భయపడి రాయిని చూసిన వీధి కుక్కలా తన దేహాన్నంతా ముడుచుకున్నట్టు వెనక్కి లాక్కుని రెండు చేతులు జోడించి "దమ్మదొరా, గంజి ఇవ్వు దమ్మదొరా" అని హీన స్వరంలో వేడుకుంది. ఆమె ఒళ్ళు ఒకసారి అలా కుదేసినట్టు వణికింది. కుడి కాలు చాచి బిగుసుకుని సడలిపోయింది. ఎంగిలి కారిన ఆమె ముఖం దిండుమీద ఒక పక్కకు ఒరిగిపోయింది. నర్స్ ఆమెను మెల్లగా కుదిపి పల్స్ చూసింది. ఇంతలోపే నాకు అర్థం అయిపోయింది.

అవును ప్రజానందులవారు చెప్పింది ఇదే... కూర్చోవాలి. ఈ భిక్షగత్తె ముసలమ్మను మట్టిలో పూడ్చేసి ఆమె హృదయం అన్ని పరితాపాలతోనూ మగ్గి మట్టి అయిపోవాలి అంటే నాకు ఇంకా వంద కుర్చీలు కావాలి.

♦♦♦

[మూలం: నూఱు నాఱ్కాలిగళ్, ఫిబ్రవరి 24, 2011]

7
యాత్ర

నేను కోమల్‌గారి ఇంటికి వెడుతూ వెడుతూ మళ్ళీ దారి తప్పాను. వాళ్ళింటికి రావడం ఇది ఏడో సారో, ఎనిమిదో సారో.

మొదటిసారి వచ్చినప్పుడు ఎవరో నా జేబు కొట్టేశారు. బాగా గుర్తు. పొడవాటి కలకత్తా లాల్చీ వేసుకొని ఉన్నాను. బస్సు దిగి జేబులో చెయ్యి పెట్టగానే, పర్సు పోయిందని అర్థమైంది.

"అఖిలన్‌కు జ్ఞానపీఠ్ అవార్డు ఇచ్చారని కమర్షియల్ రచయితలు పండగ చేసుకోడం, జేబుదొంగలు లాల్చీని జాతీయ వేషంగా ప్రకటించాలని కోరడం, ఈ రెంటికీ తేడా లేదని మనం అర్థం చేసుకోవాలి" అన్న సుందరరామస్వామిగారి మాటలు గుర్తొచ్చాయి.

'ఎలాంటి సందర్భంలో ఆ మాటలు గుర్తుకొచ్చాయి?' అనుకుని తల కొట్టుకున్నాను.

కోమల్‌గారిల్లు ఎంత వెతికినా దొరకలేదు. ఆయన్ని కలవకుండా వెనక్కి వెళ్ళిపోదామన్నా డబ్బులు లేవు. కష్టపడి ఇంకో జేబులోనుంచి తవ్వి ఓ యాభై పైసలు బైటికి తీశాను. అదృష్టవశాత్తూ, కోమల్‌గారి ఫోన్ నంబర్ రాసి ఉన్న చీటీ కూడా దొరికింది. రోడ్డు పక్కనున్న టీ బంకులోంచి, కొంచెం గాభరాగా ఫోన్ చేశాను. ఇప్పుడు గనక అవతలివాళ్ళు ఫోనెత్తి హలో అనేసి వెంటనే లైన్ కట్ చేస్తే, ఈ ఆఖరి యాభై పైసలు కూడా గోవిందా! అదృష్టం కొద్దీ కోమల్‌గారే ఫోనెత్తారు. 'హలో' అన్న పదం తర్వాత, మనిషి భారంగా అటునించి ఇటు సర్దుకున్నట్టు, చిన్న మూలుగు వినిపించింది.

"కోమల్‌ని మాట్లాడుతున్నాను" అన్నాడాయన.

కొంచెం తడబడి, తర్వాత పరిచయం చేసుకున్నాను. నా కథలు ఆయనకు బాగానే గుర్తున్నాయి. "నువ్వా?" అన్నారాయన, ఉత్సాహంగా. ఇంటికి ఆహ్వానించారు.

"కొంచెం మీ ఇంటికి దారి చెప్తారా సార్?"

"నేను ఎంత అద్భుతంగా వివరించి చెప్పినా, నువ్వు దారి తప్పుతావు. అది ఖచ్చితం. అడ్రెస్ చెప్తాను. ఒక ఆటో తీసుకొని వచ్చేయి..."

"సర్! నా దగ్గర డబ్బుల్లేవు." కొంచెం ఇబ్బందిపడుతూ చెప్పాను.

"ఏవయ్యింది?"

"ఎవరో జేబు కొట్టేశారు సర్!"

కిసుక్కున నవ్వాడాయన. "ఆటో పట్టుకుని వచ్చేయ్. డబ్బులు నేనిస్తాలే!"

అడ్రస్ రాసుకుని ఆటో ఎక్కాను.

అదో కాంక్రీట్‌తో కట్టిన భవంతి. ఎనభైల తరహాలో ఒకే రకమైన వీధులు. రోడ్డుకిరువైపులా ఒకేలా ఉండే ఇళ్ళు. కోమల్ గారిల్లు బాగా పెద్దది. వాళ్ళమ్మాయి బయటకొచ్చింది.

"నాన్న మిమ్మల్ని లోపలికి రమ్మన్నారు, రండి."

ఆ అమ్మాయే ఆటో అతనికి డబ్బులిచ్చి పంపేసింది. "మీ పర్సు పోయిందటగా, ఈ రూట్లో ఇది మామూలే" అందా అమ్మాయి.

లోపలికెళ్ళాను. హాలు పక్కనే ఉన్న గదిలో, రెండు దిళ్ళు చెరో వైపు వేసుకొని, మంచం మీద కూర్చుని ఉన్నాడాయన. ఎడమపక్కనున్న కిటికీలోంచి, ఆయన ముఖంపై ఓ వైపు సన్నగా వెలుగు పడుతోంది. ఒక నోటుపుస్తకం, కొన్ని కాయితాలు వొళ్ళో ఉన్నాయి.

"లోపలికిరా" అన్నాడాయన తన చక్కని పలువరస తళుక్కుమనేలా, ఓ చిరునవ్వు చిందిస్తూ. "ఎంత పోయింది?"

"ఎనభై రూపాయలు, సర్."

"అయ్యో!"

"పర్లేదండీ."

"నేను వాడి గురించి ఆలోచిస్తున్నాను. ఇంత కష్టపడితే వాడికి కనీసం రోజు కూలీ డబ్బులు కూడా గిట్టలేదే అని!"

ఇద్దరం నవ్వేశాం.

భుజాల దాకా పెరిగి వెండిరంగులో మెరుస్తున్న ఆయన పొడవాటి జుట్టు, ఈ మనిషి రచయితో, కళాకారుడో అయివుంటాడని తెలియచేస్తోంది. అదంతా ఎలా ఉన్నా, ఈ మనిషి ప్రాపంచిక విషయాలను పట్టించుకోడు అన్న విషయం మాత్రం, ఆయన ఆకృతిని చూడగానే తెలిసిపోతుంది. నాకుగూడా అలాంటి సహజ సిద్ధమైన రూపం ఉంటే ఎంత బావుణ్ణు అనుకున్నాను. కానీ తక్కలైలో ఉన్న మా ఆఫీసుకి, అలా తయారై వెళితే వీధి కుక్కలు వెంటపడటం ఖాయం. నేను చేయగలిగింది – అందరిలో కలిసిపోయే వస్త్రధారణతో, టీపి, డీప అనుకుంటూ, వెలిసిన రంగుల ఆఫీసు బట్టలు వేసుక తిరగడమే! సెలవు రోజు మటుకు లాల్చీ తొడుక్కుని, 'నేను వేరే లోకపు జీవిని' అని అనుకుంటుంటాను.

***

ఈసారి కూడా ఒకే రకంగా ఉన్న ఆ ఇళ్ళ మధ్యలో, కోమల్ గారిల్లు ఎక్కడా? అని చాలాసేపు వెతుక్కుంటూ అయోమయానికి గురయ్యాను. ఎండ ఎక్కువగా లేదు కాబట్టి పర్లేదు. ఇప్పుడు మళ్ళీ ఆయనకు ఫోన్ చేసి ఇబ్బంది పెట్టడం సరి కాదు. ఈ నడుమ ఆయన ఆరోగ్యం కూడా బాగుండటం లేదు.

కొంతసేపు ఆలోచించి, మా ఉమ్మడి మిత్రుడు 'పరీక్ష' జ్ఞానీకి ఫోన్ చేశాను. అతను చెప్పిన గుర్తులన్నీ నాకు తెలిసినవే. కాకపోతే జ్ఞానీ చెప్పే దాకా గుర్తుకు రాలేదంతే. తొందరగానే కోమల్‌గారిల్లు కనుక్కోగలిగాను.

"రండి." వాడిపోయిన మొహంతో పలకరించింది వారమ్మాయి. లోపల కోమల్‌గారితో ఇంకెవరో ఉన్నారు.

"ఆయనతో పావై చంద్రన్ ఉన్నారు. అదే, కుంకుమమ్ పత్రికలో పని చేస్తారు గదా?" అన్నారు కోమల్ భార్య.

"ఓహ్."

"చంద్రన్‌ని కలుస్తారా?"

"లేదండీ... ఇప్పుడు కాదు."

చంద్రన్ వెళ్ళిపోయిన తర్వాత లోపలికి వెళ్ళాను. ఇంతకుముందులానే మంచం మీద వెల్లకిలా పడుకొని ఉన్నారాయన. ఇంకా చిక్కిపోయారు. మెడ కండరాలు వదులైపోయి, దవడలు లోపలికెళ్ళిపోయి, పళ్ళు, ముక్కు ముందుకొచ్చాయి. బాగా వయసు మీద పడ్డ మనిషిలా అయిపోయాడు. నవ్వినప్పుడు పెదవులు కుడివైపుకి తిరిగి ఆ నవ్వుకి ఒకింత కొంటెతనాన్ని ఆపాదిస్తున్నాయి. లేకపోతే ఎప్పుడూ మొహం మీదుండే ఆ తుంటరి నవ్వే... ఆ పెదవులను అలా పక్కకు తిప్పేసిందేమో! ఇప్పుడు మటుకు అదే నవ్వు నా గుండెల్ని మెలి తిప్పుతోంది. మోడా దగ్గరికి లాక్కుని కూర్చున్నాను.

"నువ్వు పావైని కలిశావు గదా?"

"లేదు. కానీ ఉత్తరాల ద్వారా పరిచయం."

"ఓహ్! మంచి వ్యక్తి."

ఆయన వైపు దృష్టి నిలపకుండా ఉండడానికి ప్రయత్నించాను. కానీ నా చూపు నా మాట వినకుండా ఆయన మొహంలో, కళ్ళల్లో దేనికోసమో తీవ్రంగా వెతుకుతోంది. నా ఎదుటనున్న ఈ మనిషేనా తిరువణ్ణామలై దాకా ఉత్సాహంగా బస్సు ప్రయాణం చేసి వచ్చి తనని తీసుకెళ్ళడానికి వచ్చిన రచయిత భవా చెల్లదురై బృందంతో ఆర్భాటంగా నవ్వుతూ వచ్చిన వాళ్ళందరినీ దగ్గరకి లాక్కుని

మరీ ఆత్మీయంగా కౌగిలించుకుంటూ బుగ్గలు గిల్లుతూ రాని వాళ్ళని పేరు పేరునా గుర్తుకు తెచ్చుకుని లాల్చీ కూడా మార్చుకోకుండా మంచం మీదే కూర్చుని దిండు ఒళ్ళో పెట్టుకుని నాటకాల గురించి సాహిత్యం గురించి మాట్లాడింది? నా ఎదుటనున్న ఈ మనిషేనా నిర్విరామంగా రెండు రోజులు గుళ్ళో రమణాశ్రమంలో వీధుల్లో హోటల్లో భవా చెల్లదురై ఇంట్లో మాట్లాడి మాట్లాడి మాటలు ఇంకా పూర్తి కాకపోతే అర్ధరాత్రి రోడ్డు పక్క కల్వర్టు మీద బస్సుకోసం ఎదురు చూస్తున్నప్పుడు కూడా మాట్లాడుతూ బస్సు రాగానే వాక్యం మధ్యలోనే ఆపి పరిగెత్తుకుంటూ బస్సెక్కి వెళ్ళిపోయింది?

అలా చూస్తూ ఉండిపోయాను.

ఎండాకాలంలో మాత్రమే నదిని చూసిన వాడికి, ఆ నదికి వరద వస్తే ఎలా ఉంటుందో ఊహించుకోవడం కష్టం. ఆలోచనల్లో మునిగిపోయి, కిటికీ లోంచి రెప్ప వాల్చకుండా బయటికి చూస్తున్నారు కోమల్. వ్యాధి పెరిగేకొద్దీ నిశ్శబ్దం ఆయనని కమ్మేస్తూ పోతోంది. నిజం చెప్పాలంటే తిరువణ్ణామలైకి వచ్చినప్పటికే, ఆయన వెన్నులో మొదలైన కాన్సర్ – వైద్యానికి లొంగదని తెలిసిపోయింది. రెండు ఆపరేషన్ల సాయంతో, జరగబోయే దాన్ని ఎనిమిదేళ్ళు వెనక్కి నెట్టగలిగారు. దగ్గరి స్నేహితులకు కూడా ఐదేళ్ళ తర్వాతనే ఆయన వ్యాధి గురించి తెలిసింది. ఆపరేషన్‌తో చిన్నదై పోయిన వెన్నెముకతోనే, ప్రతి నెలా ఇరవై పట్టణాల్లో నాటక ప్రదర్శనలు నిర్వహించేవారు. ఎన్నో స్క్రీన్‌ప్లేలు రాసి, ఓ రెండు సినిమాలకు దర్శకత్వం కూడా వహించారు.

ఒక దశలో నాటక ప్రదర్శనలు ఆపేయమని డాక్టర్లు మందలిస్తే అప్పుడు నాటకాల బృందాన్ని కట్టి పెట్టేసి తన చిన్ననాటి స్నేహితుడు శ్రీరామ్ చిట్‌ఫండ్స్ యజమాని అయిన త్యాగరాజన్ నడిపే 'శుభమంగళ' పత్రికను తన చేతిలోకి తీసుకున్నారు కోమల్. అప్పటిదాకా కేవలం మహిళల పత్రికగా పేరున్న శుభమంగళ కోమల్‌గారి చేతుల్లో ఒక గొప్ప సాహితీ ఉద్యమంగా రూపుదిద్దుకుని, ఆయన మీద పని భారాన్ని ఇంకా పెంచింది. ఉన్నపళంగా చాలామంది ప్రసిద్ధ రచయితలు, యువ రచయితలు, పాఠకులు, ఈయన చుట్టూ గుమికూడారు. నాటకాల పిచ్చి ఇంకా ఎక్కువై, నాటక మహోత్సవాలు, వర్కుషాపులు, సాహితీ సమావేశాలు నిర్వహిస్తూ మునుపటికంటే మరింతగా,

పూర్తిగా పనిలో కూరుకుపోయారు కోమల్.

కుర్తాలంలో ఒక సాహితీ సమావేశం ముగిసిన తర్వాత, ఇద్దరం చొక్కాలు విప్పి, భుజానేసుకుని, అక్కడున్న పెద్ద జలపాతం కింద స్నానానికి వెడుతున్నప్పుడు ధైర్యం కూడగట్టుకుని అడిగాను, "నొప్పేమన్నా ఉందా?" అని.

"జయమోహన్! ఈ నొప్పి పసిబిడ్డ లాంటిది. మన చంకనెక్కి, ఎప్పుడూ చీమిడి కార్చుకుంటూ, ఆపకుండా నస పెడుతూ ఉంటుంది. రాత్రిపూట అకస్మాత్తుగా లేచి, చచ్చే ఇబ్బంది పెడుతుంది. కానీ నొప్పి నాదేగా? నా నుంచి పుట్టిందేగా? అందువల్ల దాని మీద నాకు వాత్సల్యం ఉండడం సహజం. ఈ దిక్కుమాలిన దాన్ని, బాగా పద్ధతిగా పెంచి, ఒక గొప్ప వ్యక్తిగా తయారు చేద్దాం! ఏమంటావ్?"

అయితే క్రమేపీ మనిషిలో చురుకుదనం తగ్గింది. ఓ ఎనిమిది తొమ్మిది నెలలక్రితం ఫోన్ చేసినప్పుడు అన్నాడు, "ఇప్పుడెక్కడికీ వెళ్ళట్లేదయ్యా, ఆఖరికి ఆఫీసుగ్గూడా! ఇంటి దగ్గరే ఉండి అన్ని పనులూ చూసుకుంటున్నా!"

"నొప్పేమన్నా తగ్గిందా?" అడిగాను.

"ఇప్పుడు అది పెద్దదయ్యిందయ్యా. దాని ఆలోచనలు దానికున్నాయిప్పుడు. ఎక్కడికో వెళ్ళిపోవాలని దాని తపన. కచ్చితంగా దాంతో పాటూ నన్ను గూడా తీసుకెళ్ళేట్టుంది."

అప్పుడు కనపడ్డాడు, ఆయనలో... మొట్టమొదటి సారి ఓ జబ్బుమనిషి.

నన్ను ఆలోచనల్లోనించి బయట పడేస్తూ... కోమల్ నా వైపు తిరిగి నవ్వుతూ "అయ్యో! అసలు నువ్వున్నావని మర్చేపొయ్యాను" అన్నారు. "బుర్ర రోజంతా ఎక్కడెక్కడికో తిరిగొస్తోంది. ఏవో గజిబిజి ఆలోచనలు. ఒక పద్ధతంటూ లేదు. ఒక గంట తర్వాత, దేని గురించి ఆలోచిస్తున్నానా? అని వెనక్కి చూసుకుంటే, ఏవీ గుర్తుకురాదు. 'వేవేల పక్షులు ఎగిరినా వినువీధిన దారి గురుతులుండవుగా!' అనే కవిత లేదూ... అచ్చం అలాగే!"

"నొప్పెలా ఉంది?" భయపడుతూనే అడిగాను.

"నీకు 'పరీక్ష' జ్ఞానీ తెల్సుగా. మొన్ననే వచ్చెళ్ళాడు. ఇదే ప్రశ్న వేశాడు.

తలుపు తెరిచి, బొటనవేలు తలుపు సందులో పెట్టి, తలుపు గట్టిగా మూసి పెట్టి, రోజంతా అలానే ఉంచితే, ఎలా ఉంటుందో అలా ఉంది." అని అన్నాను. అమాయకుడు, దెబ్బకు భయపడి పోయాడు. అసలు ఈ మధ్య జ్ఞానీ వంటి నా నాటకాల మిత్రులు అందరూ భయంతో వణికిపోతున్నారనుకో! మేమంతా ఒకే తాను గుడ్డలం కదా. వాళ్ళక్కూడా నాలాగా ఇదే రోగం తగులుకుంటుందేమోనని. ఇంకా చెప్పాలంటే జ్ఞానీ కూడా నాలాగే నాటకాల పిచ్చోడు, అభ్యుదయవాది కూడా. హ్హా , హ్హా !" నవ్వేశాడాయన.

కోమల్‌గారి భార్య వచ్చి టీపాయ్ మీద కాఫీ పెట్టి గోడకానుకుని నిలబడి, నన్ను చూస్తూ "మీరైనా కొంచెం బుద్ధి చెప్పండి! వయసులో పెద్దవాళ్ళు, సీనియర్లూ అందరూ ఈయనకి చెప్పి చూశారు. కనీసం చిన్నవాళ్ళు మీరు చెపితే అన్నా, వింటారేమో అని ఒక ఆశ."

"దేని గురించి?" అడిగానేను.

"నేను చెప్తాను" అన్నారు కోమల్.

"ఈయన బుర్రలోకేవీ ఎక్కడం లేదు. ఎక్కడానికి అసలు వినిపించుకుంటేగా!" అంటూ విసవిసా లోపలికెళ్ళిపోయారు ఆవిడ.

"ఏమైంది సార్?" రెట్టించాన్నేను. 'ఏదో నాటక ప్రదర్శన చేస్తామని మొండి పట్టు పడుతున్నాడేమో ఈయన' అని లోపల అనుకుంటూ.

"కైలాసయాత్రకు వెళదామనుకుంటున్నాను!" సమాధానం ఇచ్చాడు ఆయన.

"సర్?"

"అదే! హిమాలయాలకు తీర్థయాత్ర, అర్థం కావడం లేదా? నాదో కోరిక – ఆఖరి కోరికలాంటిదనుకో! హిమాలయాలకెళ్ళి కైలాస పర్వతం ముందు నిలబడాలని."

నాకు బుర్ర తిరిగిపోయింది. "మీరసలు లేచే పరిస్థితుల్లోనే లేరు."

"పాక్కుంటూ వెడతాను. ఏం? కారైక్కాల్ అమ్మగారు చేతుల మీద కొండెక్కగాలేంది, నేనెక్కలేనా?"

"మీరు చెప్పేదానికి అర్థం పర్థం లేదు. ఇక్కణ్ణించి మీరు బయలుదేరితే, సగం దూరం వెళ్ళేలోపలే..."

"చచ్చిపోతాను. అంతేగదా, పోనీ! ఇక్కడ మంచం మీద పడుండి రైలు కోసం వేచిచూడ్డం కంటే, లేచెళ్ళి ఆ రైలుకు చెయ్యి అడ్డం పెట్టి ఆపి, ఎక్కడం ఎంతో మేలు. ఆ గోలంతా ఎందుకు? నేనైతే గట్టిగా నిర్ణయించేసుకున్నాను."

నేనేం మాట్లాడలేదు.

"ఏదోటి మాట్లాడు."

"ఏవీ లేదు సర్."

"ఇంత భక్తిపరుడు! వీడు అభ్యుదయ రచయితల సంఘంలో ఎలా ఉన్నాడు, అని ఆలోచిస్తున్నావు కదూ! రేపు అందరూ అదే అనబోతారు. అనుకోనీ! వీటన్నిటి గురించి ఆలోచిస్తూ కూర్చోడానికి నాకు సమయం లేదు. కానీ ఎవడికి అర్థం అయినా కాకపోయినా, నువ్వర్థం చేసుకోడం ముఖ్యం. నాకోసం ఇదంతా ఎప్పుడోకపుడు రాయాలి నువ్వు!"

తలూపాను.

"ఇది మామూలు తీర్థయాత్ర కాదు. నేను ఒక హిందువుని! నాకలా చెప్పుకోడానికి ఇబ్బంది లేదు. అయితే నాకే చాదస్తాలూ లేవు. పూజలూ పునస్కారాలూ చెయ్యను. గుడికి కూడా ఎప్పుడూ వెళ్ళింది లేదు. నిజం చెప్పాలంటే, ఇప్పటిదాకా నేను ఆ దేవుణ్ణి వేడుకున్నది ఏవీ లేదు. ఒకప్పుడయితే ఇంట్లో పిల్లల్ని పెట్టుకుని జేబులో పైసా లేకుండా ఊరిమీద పడి తిరిగిన రోజులున్నాయి. ఆ రోజుల్లో కూడా దేవుడికి ఓ దణ్ణం పెట్టింది లేదు. అంతెందుకు? ఈ రోగం గురించి తెలిశాక కూడా చేయెత్తి ప్రార్థించలేదు. ఈ బాధనించి తప్పించమని ఆ పైవాడికి మొర పెట్టుకోకుండా మొండిగా ఎలా లాక్కొస్తున్నానో, నాకే తెలియడం లేదు."

ఉన్నట్టుండి ఒక్కసారిగా ఆయన మొహంలో ఏదో వెలుగు. "చాలా సంవత్సరాల క్రితం కుముదమ్ పత్రిక కవర్ పేజీ మీద ఒక ఫోటో చూశాను. హిమాలయాల్లో స్వామి శారదానంద అని ఒకాయన తీసిన ఫోటో."

ముందుకు ఉత్సాహంగా వంగి నేనన్నాను. "నాకు కూడా గుర్తుంది. చిన్న జడల బట్టె, ఒంటి నిండా మంచుతో రోమాలు నిక్కబొడుచుకుని తెల్ల దుప్పటి కప్పినట్టున్న కొండ వాలు మీద నిల్చుని... ఆ రోజుల్లో ఆ ఫోటో చాలా పాపులర్ అయ్యింది."

"కరెక్ట్. అదే!

"ఆ రోజు శివగంగలో నాటకం పూర్తి చేసుకుని మిగతా వాళ్ళని పంపించేసి, మరుసటి రోజు ప్రదర్శన ఇవ్వబోయే సాతూరుకు కార్లో బయలుదేరాను. మధ్యలో ఏదో ఇబ్బందొచ్చి కారు ఆగిపోయింది. రోడ్డుకు రెండు పక్కలా బంజరు భూమి. మే నెల కూడాను. నేలంతా పూర్తిగా మాడి, ఎండిపోయుంది. ఆదీ అంతం లేనట్టుగా, కనుచూపు మేర సాగిపోతూ నిర్జీవంగా కనిపిస్తోన్న నేల. ఎక్కణ్ణించో గాలి మోసుకొచ్చిన మట్టి, ఎండుటాకుల మీద పడుతున్న శబ్దం, ఆగకుండా చెవుల్లో గింగురుమంటోంది. మెకానిక్‌ని తీసుకరావడానికి డ్రైవర్ నన్ను అక్కడే వదిలేసి బస్సు పట్టుకుని ఊర్లోకి పోయాడు. కారులో కూర్చోలేక పోయాను. బయటికి దిగి కొంత దూరం నడిచాను. రోడ్డు పక్కన ఒక పాడుపడిన ఇల్లు కనపడితే ఇంటి మేడ పైకెక్కి ఆ నిర్జీవమైన నేలనే తదేకంగా చూస్తూ కూర్చున్నాను. ఎందుకో తెలీదు. నా కళ్ళు నిండుకున్నాయి. కళ్ళ నించి నీళ్ళు జలజలా కారిపోవడం మొదలైంది. ఏ సమస్య, ఏ ఇబ్బందీ లేని జీవితం గడుపుతున్న రోజులవి. అయినా ఎందుకో ఆ క్షణంలో ఏదో లోతు తెలియని ఒంటరితనం హఠాత్తుగా నా మనస్సును సంపూర్ణంగా ఆవహించింది.

"కొంతసేపాగి నన్ను నేనే ప్రశ్నించుకున్నాను. ఎందుకు ఏడుపొచ్చింది? నేలనావరించిన శూన్యం నాలోకి ప్రవేశించి ఇంకిపోయిందా? అసంభవం. అంతరాంతరాల్లో శూన్యపు శకలమైనా లేకపోతే, బాహ్యప్రపంచంలో నాకు గోచరించింది, గ్రహింపుకెలా వస్తుంది? మనకు కనపడేది ఏమిటి? మహా రచయిత మౌని చెప్పినట్టు – బయట మనకు ఏదైతే కనపడుతుందో అది మన అంతరాంతరాల్లోనున్న పదార్థపు బాహ్యస్వరూపం. అంతేగా? అక్కడ నువ్వు గమనిస్తే, మహారచయిత మౌనికి అనావృతం అనే పదం ఎంత ఇష్టమో నీకు తెలుస్తుంది. విధ్వంసం అనే అర్థం వచ్చేట్టుగా వాడలేదాయన. అంతులేని మహాశూన్యం అనే అర్థం వచ్చేలా వాడాడు. ఆయన కథలన్నీ అంతే. అలాంటి

అనుభవాన్నే ఇస్తాయి.

"కొంతసేపటి తర్వాత దాహం వేస్తే కారు వైపు వెళ్ళాను. డ్రైవర్ ముందు సీట్లో నీళ్ళ సీసా వదిలేసి వెళ్ళాడు. కింద కార్పెట్ మీద కుముదమ్ సంచిక ఒకటి కనపడింది. చేతిలోకి తీసుకున్నాను. అప్పుడు కనపడింది ఆ ఫోటో. రెండుచేతులూ ఒక్కసారిగా కంపించాయి. ఆ సమయంలో, ఆ ప్రదేశంలో ఎలాంటి సంకేతం? గొప్ప సందేశంలా – ఏదో పైనుంచి వచ్చిన పిలుపు అనుకోవచ్చు. అక్కడే కూర్చుని దాన్నే చూస్తూ ఎంతసేపు అలా ఉండిపోయానో నాకే తెలియదు.

"ఆ రోజు జరిగిన దాని గురించి తరువాత ఎన్నోసార్లు ఎంతో ఆలోచించాను మోహన్! మాటల్లో పెట్టడానికి ప్రయత్నించాను. ఏదో అంతులేని శూన్యాన్ని అనుభవిస్తున్నాను మోహన్! నేనేదీ లోపల దాచుకునే మనిషిని కాను – ఎక్స్ట్రావర్ట్ని. ఎప్పుడూ నా చుట్టూ జనం ఉంటారు. ఎడతెరిపి లేకుండా వాగుతూ నవ్వుతూ రోజులన్నీ సంతోషంగా నా జీవితాన్ని గడిపాను. కానీ నాలో ఏదో అంతులేని ఒంటరితనం ఉంది. ఆ శూన్యాన్ని తాకకుండా ఇన్నాళ్ళూ గడిపాను మోహన్! తాకితే ఏమౌతుందో అన్న భయం. ఆ చిన్న జడల బర్రెను చూసినప్పుడు నా మనసులో స్ఫురించిన పదం అదే, ఒంటరితనం! అలా ఆ ఫోటోని చూస్తూ మూర్తీభవించిన శూన్యంలా అక్కడే కూచుండిపోయాను ఆ రోజు.

"సమస్త జీవరాశికీ ప్రకృతి ప్రసాదించింది – ఒంటరితనమే గదా. మిగతావన్నీ ఆ బాధనించి తప్పించుకోడానికి మన మీద మనం కప్పుకునేవి. చేతికి ఏది దొరికితే దాంతో కప్పుకుంటాం! భార్య, పిల్లలు, స్నేహితులు, కళలు, సాహిత్యం, రాజకీయాలు ఇలాంటివి. ఆ రోజు మటుకు ఆ పొరలన్నీ తొలగించేసి నగ్నంగా ఆ శూన్యంలో నిలబడాలనే కోరిక కలిగింది. అప్పుడు మాత్రమే నా లోపల ఎక్కడో దాగున్న ఒంటరితనం బయటపడి భూతంలా నా ముందుకొచ్చి నిలబడుతుంది అనిపించింది నాకు. ఆ పిశాచాన్ని నేను అడగాల్సిన ప్రశ్నలు ఎన్నో ఉన్నాయిగా."

"జడల్లోంచి గంగ ప్రవహిస్తూ, తలమీద చంద్రుణ్ణి ఉంచుకున్న రూపం

గురించా మీరు చెప్తున్నది?" నవ్వుతూ అడిగాను.

"నన్ను చర్చల్లోకి నెట్టేయడం నీకు సరదా కదా?"

"అసలు ఎలా వెళదామని?" మామూలు ప్రపంచంలోకి వచ్చి అడిగాను నేను. "మీకు బెడ్‌పాన్ అవసరం ఉంది. కొంచెం అటూ ఇటూ కదిలినా మీకు ఇబ్బందిగా ఉంటోంది. పైగా దూర ప్రయాణం. ఇక్కణ్ణించి విమానంలో వెళతారనుకుందాం, అయినా విమానం ఎక్కాలి, కూచోవాలి, దిగాలి. మళ్ళీ అక్కణ్ణించీ టాక్సీ తీసుకోవాలి. అసలు కొండ పైకి ఎలా ఎక్కుతారు మీరు? మోసుకుని పైకి తీసుకెళ్ళడానికి మనుషులు ఉంటారట కదా?"

"నడిచే ఎక్కాలనుకుంటున్నాను."

నాకు గుండె ఆగినంత పనయ్యింది.

"కచ్చితంగా ఇబ్బందే. కానీ వెన్నెముక విరిగి ఊడి వచ్చేంత కాదు కదా? చూద్దాం. లక్షా యాభైవేల మెట్లు అనుకుంటా! సో ఒకసారి కాలు కిందపెట్టి మళ్ళీ కాలు లేపి, అలా మూడు లక్షల సార్లు! ఎవరో పెద్ద సుత్తి తీసుకుని బాదుతున్నట్టనిపిస్తుంది. మూడు లక్షల సార్లు దేవుడి పేరు తలచుకున్నట్టు అనుకో. ఎంత పెద్ద పనైనా, అంకెల్లోకి మార్చేస్తే ఇంతే కదా అనిపిస్తుంది." పొడిగించారాయన.

"తలచుకుంటేనే భయం వేస్తోంది. మంచి ఆరోగ్యం ఉన్న వాళ్ళకు కూడా... చాలా కష్టమైన ప్రయాణం."

"సరిగ్గా చెప్పావ్. ఆరోగ్యంగా ఉన్న వాళ్ళకు కష్టం. ఎందుకంటే వాళ్ళు వెనక్కి తిరిగి రావాలనుకుంటారు కాబట్టి. తిరిగి వెనక్కి రావాల్సిన అవసరమే అసలు లేదనుకో... ఎక్కడికైనా వెళ్ళిపోవచ్చు. ఏమంటావ్?"

అక్కడే కూచుండిపోయి ఆయన్నే చూస్తూ కొన్ని నిమిషాలు అలా ఉండిపోయాను.

"వాత్తియార్ రామన్‌కి, ఇళయభారతికీ చెప్పాను. నువ్వు రాసేది నేరుగా వా.రా. దగ్గరకు వెళ్తుంది. ఏవీ మార్చకుండా ఉన్నది ఉన్నట్టుగా ప్రచురించమని చెప్పాను." నేను బయటికొచ్చేసే ముందు చెప్పారు కోమల్.

బస్‌స్టాప్‌కి వెళ్ళేటప్పుడు ఎక్కడో ఆలోచిస్తూ, మూడు నాలుగు సార్లు దారి తప్పాను. ఇద్దరో ముగ్గురో ఆటో డ్రైవర్లు, వాళ్ళ దారి కడ్డం వచ్చానని తిట్టేశారు కూడా. ఆ చిన్న జడల బర్రె గురించే నా ఆలోచన అంతా! నేను ఏడో తరగతిలోనో ఎనిమిదో తరగతిలోనో ఉన్నప్పుడు, కుముదమ్ పత్రిక ముఖచిత్రంగా వేశారు ఆ ఫోటో. చూసినప్పటినించీ కలలో కనపడ్డ ఓ రమణీయ చిత్రంలా నా మనసులో ముద్రించుకుపోయింది. హిమాలయాల మీద నేను మనసు పారేసుకోడానికి ఆ ఫోటోనే కారణం.

ఆ లోయల్లో కొండల పైన మంచు కప్పుకున్న పర్వత శిఖరాల మీద ఎన్నెన్ని సార్లు నడిచాను? ఇపుడు ఆ జడల బర్రె ఉండదక్కడ. ఛాయాచిత్రకారుడు శారదానందగారూ ఉండరు. అంతా ఆవరించి ఉన్న ఆనాటి మంచు, కరిగి ఈపాటికి మాయమై పోయి ఉంటుంది. శాశ్వతంగా నిలిచి ఉండేది ఆ హిమాలయాలు మాత్రమే. పార్వతి పుట్టినిల్లయిన హిమాలయాలు! శివుడు సొంతం చేసుకున్న హిమాలయాలు! ఏ హిమాలయాలను, కాళిదాసు తన కవిత్వంతో అభిషేకించాడో ఆ హిమాలయాలు! ఆ వెండికొండల్లో సంచరించాలనే కోరిక. ఏదో రోజు అడుగు పెడతానక్కడ. కైలాస పర్వత పాదాన మోకరిల్లి, బంగరు సంజె కాంతుల్లో స్నానిస్తూ, ఆ అంతులేని ఏకాంతంలో, నన్ను నేనే తెలుసుకుంటే, మిగిలేది ఏమిటో? జ్వలించి, శమించిన చితాభస్మం. అది నా నుదుట ధరించి, గుహాంతరాల్లోకి పయనిస్తానేమో?

పూర్ణ స్వరూప కైలాసం! భస్మాంగ రంజిత కైలాసం!

***

కోమల్‌గారు మళ్ళీ ఆఫీసుకొస్తున్నారని శుభమంగళ పత్రిక వాళ్ళు చెప్పారు.

"ఎలా ఉన్నారాయన?"

"పరవాలేదు."

"బాగా తిరగగల్గుతున్నారా?"

"లేదు. కానీ కూర్చోగల్గుతున్నారు. మాట్లాడగల్గుతున్నారు."

కలవాలనిపించింది. నా రెండో కథల పుస్తకం భూమి, స్నేహా పబ్లికేషన్స్

వాళ్ళ ప్రెస్‌లో తయారవుతోంది. ఆ పుస్తకం ఆయనకే అంకితం ఇచ్చాను. అంతా రెడీ అయిన తరువాత ఒక ప్రతి తీసుకెళ్ళి ఆయనకివ్వాలి. హిమాలయాల్లో కైలాస పర్వత సామీప్యంలో ఆయన ఎలాంటి అనుభూతి పొందారో అడిగి తెలుసుకోవాలి. ఆయన వివరించి చెప్పొచ్చు. లేకపోతే చాలామంది లాగా 'మాటల్లో చెప్పడం కష్టం. నీ కళ్ళతో నువ్వే చూడాలి' అంటాడేమో!

మద్రాసుకు ఒక నెల తరవాత మాత్రమే వెళ్ళగలిగాను. పుస్తకం ఇంకా ముద్రణ పూర్తి కాలేదు. 'అయిపోతోంది సర్' అని ప్రెస్‌లో ఒకాయన చెప్పాడు. కోమల్‌గారి ఇంటికి ఫోన్ చేస్తే ఎవరూ తీయడం లేదు. 'వెళ్ళాలా? వద్దా?' అని కొంతసేపు తన్నుకులాడి, చివరికి బయలుదేరాను. ఇంటి ముందర, ఈ సారి ఎవరూ లేరు. రెండు మూడు సార్లు పిలిస్తే ఆయన భార్య బయటికి వచ్చి ముభావంగా నన్ను లోపలికి రమ్మన్నారు.

కోమల్‌గారి అమ్మాయి నా పక్కనుంచి వెడుతూ పల్చగా నవ్వింది. మృత్యువు, నిశ్శబ్దపు దుప్పటితో ఆ ఇంటిని కప్పేసిందని తెలుస్తోంది.

ఇంటి లోపలికి వచ్చేటప్పుడు నేను విన్న వింత శబ్దం ఏ టీవీనించో ఇంకెక్కడినించో వస్తోంది అని అనుకున్నానో, అది కోమల్‌గారి గొంతులోంచి వస్తోంది అని కొంత సేపటి తర్వాత అర్థమయ్యేసరికి నా చేతులు పట్టు తప్పాయి. పూర్తిగా స్పృహ కోల్పోయేంత బాధ కలిగినప్పుడు తెలీకుండా పుట్టే శబ్దం అది. ఒక ప్రాణి తట్టుకోలేనంత భయంకరమైన నొప్పిని అనుభవించేటప్పుడు అది చేసే శబ్దం! ఆశ పూర్తిగా నశించి పక్క మనిషిని అడిగేటందుకు ఏమీ తోచక కనిపించని ఆ స్వరూపాన్ని ఉద్దేశించి వేసే పెనుకేక! వేడుకోలో? పశ్చాత్తాపమో? దూషణో? లేక ప్రార్థనో?

అలాంటి వేదనాభరిత ప్రయాణం సంపూర్ణ ఏకాంతంలో మాత్రమే సాధ్యమయ్యే విషయం. ఆ స్థితిలో, ఆయన్ని గురువుగా భావించిన వాళ్ళు, భుజం మీద చేతులేసి నడిచిన మిత్రులు, భార్య, పిల్లలు... వాళ్ళు ఎవరైనా సరే! వేరే ప్రదేశం నించో వేరే ప్రపంచం నించో వేరే కాలం నించో మాత్రమే ఆయన్ని చూడగలరు.

"మీరు కావాలంటే లోపలికి వెళ్ళి కలవండి" అన్నారు కోమల్‌గారి భార్య.

'వెనక్కి వెళ్ళిపోదాం... వెళ్ళిపోవడమే మంచిది...' అనుకున్నాను. కానీ తర్వాత నాగురించి ఆయన అడిగితే? అన్న ఆలోచనొచ్చింది. కలవకుండా వెళ్ళిపోతే నేను భవిష్యత్తులో దానికి బాధపడాల్సి వస్తుందేమో అనిపించి, వెళ్ళి తలుపు నెమ్మదిగా తోశాను.

గదంతా ఇంతకుముందెపుడూ లేని దుర్గంధంతో నిండి ఉంది. మందుల వాసనతో కలిసిపోయి ఆ దుర్వాసన గాలిని నింపేసింది. కోమల్ మంచం మీద పడుకుని ఉన్నారు. అక్కడ ఎదురుగా కనిపించే మనిషి ఆయనే అన్న విషయాన్ని నా మనస్సాక్షి అంగీకరించడం లేదు. కోమల్‌గారి అందమైన పొడవాటి జుట్టు పూర్తిగా రాలిపోయి, కంటికి ఆనడం లేదు. మిగిలివున్న కొద్దిపాటి వెంట్రుకలు తలకు రెండు పక్కలా, దూది ముక్కల్లాగా అంటుకొని ఉన్నాయి. అలానే నించుండి పోయి ఆయన్నే చూస్తున్నాను. మొహం ఇంకా కుచించుకుపోయి పళ్ళు ఇంతకుముందు ఎన్నడూ లేనట్టుగా ముందుకు పొడుచుకుని వచ్చున్నాయి. వణుకుతున్న ఆయన మెడ బాగా వాచినట్టుగా కనపడుతోంది. అయినా ఆ కేకలు కోమల్‌గారి నుంచి వస్తున్నాయని ఊహించుకోవడం దుస్సాధ్యంగా ఉంది. ఈ గదిలో అదృశ్యంగా ఇంకెవరైనా పొంచి ఉన్నారా?

ఆయన కళ్ళెత్తి నన్ను చూశారు. ఎరుపెక్కిన ఆ కళ్ళల్లో జ్వరం నిండి ఉంది. ఆయన నన్ను గుర్తుపట్టలేదేమో అనిపించి మోడా లాక్కుని వెళ్ళి ఆయనకు దగ్గరగా కూర్చున్నాను.

"ఎవరూ... మోహనా?" సన్నటి మూలుగుతో అడిగారు.

"అవునండీ!"

"అంతా బానే ఉందా?"

"బావుంది సర్."

"హిమాలయాల్లో నా ప్రయాణం గురించి రాస్తున్నాను. చదివావా?"

"చదివాను సర్."

"చెప్పాల్సింది ఇంకా చాలా ఉంది. నేను డిక్టేట్ చేస్తూ రాసుకోమన్నాను.

చూద్దాం ఎంత ముందుకు సాగుతుందో."

"అంతా బావుంటుంది సర్. అంత దూరం వెళ్ళి వెనక్కి రాగలిగారు కదా!" నవ్వారాయన. ఏదో మొహమాటానికి నేను అన్న మాట కాదు అది. నా గుండె లోతుల్లో నుంచి వచ్చిన ప్రార్థన.

"నొప్పి ఇంకా ఉందా, సర్?" అదొక మూర్ఖమైన, ఇంకా ఎక్కువ మాట్లాడితే క్రూరమైన ప్రశ్న అని తెలుసు. కానీ అక్కడ ఆ సమయంలో అంత కంటే మాట్లాడగలిగే విషయం, ఇంకేవుంటుంది?

"ఊళిత్పెరువలి యావుళ? (విధి బలీయమగును విడువడు తప్పుకో నెందుబోవ వచ్చి ముందు నిలచు) విధికంటే బలమైన శక్తి ఏముంది?" అన్నారాయన తిరుక్కురళ్‌ను గుర్తు చేసుకుంటూ. వంపు తిరిగిన ఆయన పెదవులు కొంటెగా నాకేసి చూసి నవ్వాయి. అప్పుడు అంగీకరించింది నా మనసు, నేను కోమల్‌గారి సమక్షంలోనే ఉన్నానని.

"ఆ పదం 'పెరువలి'ని గమనించావా? తమిళభాషలో అలాంటి సంక్లిష్టమైన పదాలు చాలా ఉన్నాయి. 'వలిమై' అంటే శక్తి, బలం. 'వలి' అంటే వ్యధ. బలానికి, వ్యధకూ మధ్య సంబంధం ఏమిటి? వ్యధ లేకుండా బలం ఉంటుందా? లేదంటే, ఎంత బలం ఉంటే అంత వ్యధ అని అర్థమా? ఏది ఏమైనా నాకు ఆ పదం చాలా ఇష్టం. పెరువలి... చాలా సార్లు ఆ పదాన్ని స్మరిస్తూ ఉంటాను."

మూలుగుల మధ్యలో ఆగి ఆగి, మాట్లాడుతున్నారు. 'మాట్లాడి ఇబ్బంది పడొద్దు' అని చెబుదామనుకున్నాను. కానీ ఆయన ఏదో చెప్పాలని అనుకుంటున్నారని అర్థం అయ్యింది.

"నొప్పి తగ్గడానికి ఇంజక్షన్ ఇవ్వలేదా?"

"అన్ని ప్రయత్నాలూ చేశారు. తూమునయితే మూయొచ్చు. గండి పడితే ఎవరు మాత్రం ఏం చేయగలరు?" ఎపుడో తప్ప ఆయన తంజావూరు మనిషన్న విషయం ఆయన మాటల్లో అంత తేలిగ్గా బయటపడదు.

"నీకు కి.రా. తెలుసుగా? రాజనారాయణ్ కాదు. కి.రా. గోపాలన్?" అడిగారాయన.

"ఆయన గురించి విన్నాను. 'కలైమగళ్'లో పని చేసేవారు ఆయనే కదా?"

"అవును. మొదట్లో త్రిలోకసీతారామన్ నడిపే పత్రికలో పని చేసేవాడు. తరువాత 'మణిక్కోడి'లోకి వెళ్ళాడు. చివరగా 'కళైమగళ్'కి వచ్చాడు. నిజం చెప్పాలంటే 'మణిక్కోడి' బృందంలో ముఖ్యుడు. అరవైల్లో ఒక మంచి రోజు చూసుకుని మాయమైపోయాడు. ఎక్కడెక్కడో వెతికారు. కనపళ్ళేదు. పదేళ్ళ తర్వాత నేను కాశీలో తిరుగుతూంటే వెనకనించొచ్చి నా భుజం మీద చెయ్యి వేసి ఒక స్వామివారి వేషంలో ప్రత్యక్షమయ్యాడు. ఎదురు పడగానే ఎక్కడో ఇతన్ని చూసినట్టుందే, అనుకున్నాను. 'నేను, కి.రా.' అన్నాడు. నేను ఓ రెండు క్షణాలు నమ్మలేకపోయాను. 'నన్ను 'స్వామి' అని పిలవాలి నువ్వు; అన్నాడు. 'అలానే!' అంటూ ఇపుడు ఏం చేస్తున్నావని అడిగాను. 'నేను సన్యాసిగా మారాను! అన్నాడు. అంత తొందరగా వదిలిపెడతానా? మరి ఏం తెలుసుకున్నారు కొత్తగా? అన్నాను ఎగతాళిగా. 'దూరాన ఒక పర్వతం కనపడుతోంది, నాకు' అన్నాడు. 'అది బంగారు పర్వతం. కైలాసం. నిరంతరం దాని వైపే ప్రయాణం చేస్తూ ఉంటాను. ఇప్పుడు కూడా అదిగో... దూరాన కనపడుతోంది. వెడుతున్నాను" అంటూ జనంలో కలిసిపోయాడు.

"నేను కైలాస పర్వత ప్రయాణం చేస్తున్నపుడు, కి.రా. గురించే నా ఆలోచనలన్నీ. దారి మధ్యలో ఎక్కడో ఒక చోట నన్ను కల్సి, ఏదో గొప్ప విషయం బోధిస్తాడనుకున్నాను. జ్ఞానాన్ని ఆర్జించినవారు మన చుట్టూ ఎంతోమంది ఉండొచ్చు. కానీ, ఎవరో ఒక మహాత్ముడు వచ్చి, మనకు వివరిస్తేనే కదా, దానికి ఒక అర్థం అంటూ ఏర్పడేది. ఏమంటావ్? అయితే కి.రా. వచ్చి నన్ను కలుస్తాడనే నమ్మకం, దారంతటా నాతో ప్రయాణించలేదు. కేదార్‌నాథ్ చేరుకొని కైలాస పర్వతం వైపు ప్రయాణం మొదలు పెట్టిన తర్వాత కానీ అసలు విషయం నాకు వెలగలేదు. అదీ సంగతి – కి.రా. ఇక లేడు. ఈ మట్టిలో ఒకటైపోయాడు. ఎంతో మంది అతనిలా తమ ఇళ్ళనీ కుటుంబాలనీ వదిలి ఈ భూమి మీదికి వచ్చారు. ఏదో వెతుక్కుంటూ ఇక్కడికి వచ్చారు. బదులుగా ఇంకేవేవో ఎన్నెన్నో పొందగలిగారు. చివరికి మరణించారు. ఇదంతా తప్పనిసరిగా ఈ నేలలో నిక్షిప్తమై పోయి ఉంటుంది."

"కొండ మీదికి ఎక్కడం కష్టం అనిపించిందా?"

"ఏం కష్టం? కళ్ళు మూసుకుని, నాలుగైదు అడుగులు ముందుకు వేసేవాణ్ణి, ఏదో బావిలోకి దూకినట్టు... తర్వాత ఆగి రెండు నిమిషాలు నిలబడేవాణ్ణి."

"ఆగడం మంచిదే లేండి. కొంత సాంత్వన దొరికుంటుంది."

"అమాయకంగా మాట్లాడుతున్నావు! నిలబడితే ఇంకో రకమైన నొప్పి. నడవడం గునపంతో గుచ్చినట్టుంటే, నిలబడ్డం పారతో కోసినట్టు! కానీ మార్పు మంచిదేగా, ఏమంటావ్? పెరువలి! మావలి అనే రాక్షస రాజుండేవాడట. పెరుమాళ్ళు ఆయన తలమీద కాలుపెట్టి పాతాళలోకానికి ఒక్క ఉదుటున తొక్కేశాడట. పేరు గమనించావా? మా-వలి ; మహా – వలి, మహావ్యధ. ఆ విష్ణుమూర్తే, నిన్ను కాలితో తొక్కితే, మహావ్యధ సహజమే కదా?"

ఉన్నట్టుండి, ఏదో మీదికి వచ్చి పడ్డట్టు... 'అమ్మా' అని కేక పెట్టాడాయన. "అమ్మా! అమ్మా! అమ్మా!' అని కొంతసేపు నొప్పి భరించలేక అలా అరుస్తూనే ఉన్నాడు.

లేచి వెళ్లిపోదామా! అని అనుకున్నాను.

"వెడుతున్నావా?"

"లేదు" అన్నాను మళ్ళీ సర్దుకుంటూ.

"నేను హిమాలయాలకు వెళ్ళకుండా, కైలాసం చూడకుండా చనిపోయుంటే, ఇక్కడే పుట్టి నా నాటకాలన్నీ మళ్ళీ ప్రదర్శించి, ఈ తమిళ దేశంలో పెను విధ్వసం సృష్టించి ఉండేవాణ్ణి. మీరందరూ బతికిపోయారు." జోక్ చేశాడాయన.

కళ్ళు మూసుకున్నాడు. ఆ కనురెప్పల మీదున్న సన్నటి చర్మం కదులుతోంది. కుడి దవడ ఎముకలు, మెలి తిరిగి వణుకుతున్నాయి. కొంతసేపటి తర్వాత మాట్లాడటం మొదలెట్టాడు.

"ఇప్పటికీ కళ్ళు మూసుకుంటే నాకు ఆ హిమాలయాల మీద నడుస్తున్నట్టుగానే ఉంది. 'ఎత్తు' అనేది హిమాలయాలను అత్యున్నత స్థితిలో నిలబెడుతుంది. నీ తల కిందా కాళ్ళు పైకి పెడితే మైళ్ళ కొద్దీ లోతుండే పాతాళ లోకాన్ని కూడా విపరీతమైన ఎత్తుగా ఉన్నట్టు ఊహించుకోవచ్చు. ఆ 'ఎత్తు' మనుషులకు తామెంత అల్పజీవులమో స్ఫురింపజేస్తుంది. అలానే ముందుకు

నడుస్తూ పోతూ తలెత్తి చూస్తే ఎల్లలు లేని సంజె చీకటి, ఆకాశం నించి భూమి మీదికి వరదలా తరలి వస్తోందనే అనుభూతిని కలుగచేస్తుంది. పర్వతానికి చుట్టిన వడ్డాణంలా కనపడుతోన్న కాలి బాట, మనల్ని ముందుకు తీసుకువెడుతూ ఉంటుంది. నడుస్తున్న కొద్దీ కొంచెం కొంచెంగా కనపడుతూ ఒక్కసారిగా రాక్షస కాయంతో మహా పర్వతం కళ్ళ ముందర సాక్షాత్కరిస్తుంది! మీదికి వంగుతోన్న ఆకాశంతో నిలబడివున్న భూతగణాలతో పాటూ నీడ, చీకటి అనేవి నీలం, నలుపు రంగుల్లో, అక్కడ కనిపిస్తాయి. అందరూ మంత్రముగ్ధులై ధ్యానంలో మునిగి ఉంటారు.

"ఆ కనపడ్తున్న కొండ ఎక్కి దిగితే కైలాస పర్వతం మనకెదురుగా కనపడ్తుంది – అని చెప్పారు వాళ్ళు. ఆ మాట వినగానే నాతోపాటూ వచ్చిన వాళ్ళందరూ కళ్ళు మూసుకుని తలలు వంచి ప్రార్థనలు చేశారు. ఎందుకో తెలీదు, నాకైతే 'నేను ఘోరంగా మోసపోయాను' అనిపించింది. కేవలం ఏదో నిర్జీవమైన పెద్ద కొండను చూడబోతున్నాను, అంతే – అనిపించింది. నా అంతరాంతరాల్లో నేను ఊహించిందదే. ఎందుకంటే ఆ క్షణంలో నా తర్కానికి అందింది ఆ మాత్రమే. మూర్ఖంగా ముప్ఫయి ఏళ్లుగా, ఒక కల కంటూ దాన్ని సాకారం చేసుకుందామని ఇంత దూరం వచ్చాను. ఆ స్వప్నం ఇన్నిరోజులు నాలో చిన్ని దీపాన్ని వెలిగించి, నా దైనందిన జీవితం అర్థరహితం కాకుండా కాపాడింది. నేను దాన్ని అలానే ఉండనిచ్చి ఉండాల్సింది. ఇంత దూరం వచ్చి ఉండకూడదు. నా బుర్రలో అదొక్కటే ఆలోచన. 'నేను వచ్చి ఉండకూడదు. నేను వచ్చి ఉండకూడదు...' నా కాళ్ళు గడ్డ కట్టిపోయి, వేళ్ళు కదపలేక పోతున్నాను. అంతెందుకు, ఆఖరికి కనుబొమ్మలు కూడా కదిలించ లేకపోతున్నాను. నా మనసంతా అదే మాటతో నిండిపోయింది. ఉన్నట్టుండి, విపరీతంగా భయం వేసింది. నేను చచ్చి పోయానా! నా శ్వాస ఆ మాటల దగ్గరే ఆగిపోయిందా! ఈ ఆలోచనలన్నీ నేను శవంగా మారిన తర్వాత చేస్తున్నవా! ఇదేనా చావంటే?

"నిజంగా చెప్తున్నా మోహన్! ఏదో ఒళ్ళు తెలీని స్థితి. నా శరీరం చల్లగా గడ్డకట్టిన శవంలా మారిపోయింది. నొప్పేమన్నా ఉందా అని చూశాను. లేదు. నిజంగానే నేను చచ్చి పోయాను. ఎంత హాయిగా ఉంది. నేను చచ్చిపోయాను. ఇంక నొప్పంటూ లేదు. 'ఊళిత్పెరువలి యావుళ' – విధి కంటే బలీయమైన శక్తి

ఏముంటుంది? ఓహ్! ఈ గడ్డం కవిగారు చచ్చిన తర్వాత కూడా నన్ను వదిలిపెట్టడం లేదు. పెరువలి మాయమై పోయింది. మావలికి మోక్షం ప్రాప్తించింది. 'నేను చచ్చిపోయాను. చచ్చిపోయాను' అని అరిచి ఆనందతాండవం చెయ్యాలనిపించింది. ఎగిరి గంతులు వేద్దామనుకున్నాను. ఎప్పుడైతే ఉత్తర భారతం నించి వచ్చిన భక్తులు చప్పట్లు కొడుతూ పాటలు పాడుతూ నృత్యం చేస్తూ కొండ పైకి వెళుతూ ఉండడం చూశానో నాకు కూడా వాళ్ళలాగా పైకెక్కితే బావుంటుంది అనిపించింది. కానీ నొప్పి లేకపోతే మటుకు నేను నిజంగా ఎక్కే ప్రయత్నం చేసేవాడినా, అనే సందేహం వచ్చింది. ఆ క్షణంలో ఎందుకో ఒళ్ళు మరిచి నృత్యం చేయాలనిపించింది. కానీ నా శరీరం నించి నన్ను నేను విడిపించుకోడం సాధ్యం కాలేదు. ఒక్కసారిగా భయం నన్ను ఆవరించింది. ఇక్కడే ఇరుక్కుపోయి ఎప్పటికీ ఇలానే ఉండిపోతానా, బోనులో చిక్కి, కుళ్ళి శవంలా మారే ఎలుక లాగా?

"అదంతా ఒక నాలుగైదు క్షణాల భ్రమ. కొంతసేపటి తర్వాత తెలివి తెచ్చుకుని, కొండ పైకెళ్ళే దారి పక్కన కూర్చున్నాను. 'నాకిదంతా వద్దు. వాళ్ళనే చూడనీ కైలాసం. నేను వెనక్కి తిరిగి వెళ్ళిపోతాను. నా ఊహల్లో ఉండే కైలాసాన్ని అలానే ఉండనీ' అని నిర్ణయించుకున్నాను.

"నాతో పాటూ ఒక మార్వాడీ ఆవిడ అప్పటిదాకా నడిచి వచ్చింది. ఎక్కడం మొదలు పెట్టినప్పట్నుంచీ అపుడపుడూ నన్ను ఆపేక్షగా పలకరిస్తోంది. ఆవిడది భారీ శరీరం. ఆయాసపడుతూ తల పైకెత్తి సీల్ చేపలాగా నోరు వెళ్ళబెట్టి అతి కష్టం మీద కొండ ఎక్కుతోంది. నడుస్తూంటే ఆవిడ ఒళ్ళంతా అటూ ఇటూ కదిలిపోతోంది. అంత చలిలోనూ ఆవిడ నుదుటిపైనుంచి చెమట కారుతోంది. వచ్చి రాని భాషలో నాతో కష్టపడి మాట్లాడుతోంది, ఆవిడ.

'ముందుకు రావడం లేదా? కైలాసం ఇక్కడే ఉంది. ఇంకొంచెం దూరం నడిస్తే చాలు... కళ్ళకు కనపడుతుంది' అన్నారావిడ. బాగా నొప్పిగా ఉందని నా నోటిని తిప్పుతూ సైగ చేశాను.

'ఇంతదూరం వచ్చారు. ఇంకెంత, నాలుగడుగులు?' అంటూ జీవిత పరమావధి ఇదే... అన్నట్టుగా ఆవిడ నన్ను ప్రోత్సహించింది. 'అదుగో పర్వత

శిఖరం. అదే పరమశివుడుండే కైలాసం' అని అంటూ కళ్ళు తడిచేసుకుని, కన్నీళ్ళు కార్చటం మొదలెట్టింది. మతి భ్రమించిన మనిషిలా, రెండు చేతులూ జోడించి, అటూ ఇటూ ఊగుతూ ఏదో భజన చేయడం మొదలు పెట్టింది. గుంపులోని జనమంతా అదే అవస్థలో ఉన్నారు. నేనొక్కడినే వేరే ప్రపంచంలో గడ్డ కట్టుకుపోయి, ఆ నిండు చలిలో, వాళ్ళ వంకే ఆశ్చర్యంగా చూస్తూ నిలబడి ఉన్నాను.

'నా చెయ్యి పట్టుకుని లాగుతూ 'దయచేసి రండి' అంది.

'లేదు బెహెన్‌జీ. నేను రాలేను. మీరు వెళ్ళండి' అన్నాను.

'మీరు రావాల్సిందే. మీరు రాకుండా నేనెలా వెళ్ళేది?' అందావిడ. అని కదలకుండా అలా నా పక్కనే నిలుచుంది. అందరూ ముందుకెళ్ళిపోయారు. నేను, ఆవిడ మటుకు చీకటి ముసురుకున్న ఆ దారిలో మిగిలి ఉన్నాం. రెండు ఆత్మలు... వేరే వేరే చోట్ల పుట్టి సంబంధం లేని రెండు వేర్వేరు జీవితాలు గడుపుతున్న వాళ్ళం... ఒకే చోట... ఆ సమయంలో... అలా నిలబడిపోవాలని రాసుంది.

'బెహెన్‌జీ! మీరు ముందుకెళ్ళండి. నాలుగైదు నిమిషాల్లో అక్కడుంటాను.' నేను గట్టిగా చెప్పాను.

'లేదు. మిమ్మల్ని వదిలిపెట్టి వెళ్ళే సమస్యే లేదు.' ప్రకటించింది ఆవిడ. మిగతా వాళ్ళు కూడా వెనక్కి తిరిగి వచ్చేస్తున్నారని, తొందర పెట్టాను.

'పరవాలేదు. నేను కైలాసాన్ని చూడకూడదు అనేది, ఆ రుద్రుడి ఆన అయితే అలానే కానిద్దాం. అసలు మిమ్మల్ని ఈ స్థితిలో ఒదిలి ఎలా వెళ్ళడం?' అందావిడ.

"ఆ మాట నన్ను కదిలించింది. జీవితంలో ఏదైనా ఎప్పుడైనా వదిలేసి ఉండగలగడం... దేన్నీ ఇది నా సొంతం అనుకోకపోవడం... అలా అనుకునే వాళ్ళ చేతుల్లో ఏదీ నిలవదు. జీవితంలో వాళ్ళు గొప్పవనుకునేవేవీ సాధించలేరు.

కానీ అన్నిటికంటే ముఖ్యమైనదేదో అది వాళ్ళు పొందుతారు. అయినా నేను అక్కడనించీ కదలలేదు.

‘నాకు ఒంటరిగా ఉండాలని ఉంది. దయచేసి నన్ను వదిలెయ్యండి. మీరు వెళ్ళండి. కైలాసాన్ని దర్శించుకోండి. వెనక్కి వెళ్ళేటప్పుడు మీతోనే వస్తాను. కొంచెంసేపు నన్నిక్కడ ఉండనియ్యండి.’ చెప్పానావిడకి.

కొంతసేపు ఆలోచించి, ‘ఇక్కడే ఉండండి. వచ్చేస్తా నేను’ అంటూ ఆవిడ గబగబా ముందుకు వెళ్ళింది.

“నేను అక్కడే కూర్చుని అనుకున్నాను, ‘ఈ ఒంటరితనం అనుభవించడానికా ఇంత దూరం వచ్చాను?. ఇదేనేమో నా ఆఖరి గమ్యం? బహుశా ఆ శివుడు నాకు ఇదే రాసిపెట్టాడేమో? నా స్వీయ కైలాసం!’ ఏకాంతంలో ఉన్నాను. ఆ ‘నేను’ అనే పదార్థం, నాకు సంబంధించనిది... అనిపించటం మొదలైంది.

“నా భారీ బూట్లు, స్వెట్టర్ మీద తగిలించిన దళసరి కోటు, మెరిసిపోతున్న తెల్లటి ఎంజీఆర్ టోపీ, మెడను చుట్టుకుపోయిన మఫ్లర్ – ఇవన్నీ తగిలించుకునేటప్పటికి, కైలాసం చూడడానికి అంత దూరమూ నా ముక్కు, నుదురు మటుకే ప్రయాణం చేసినట్టుగా ఉంది. కళ్ళు పొడుచుకున్నా ఏమీ కనపడని చిక్కటి చీకటి. ఇక్కడ కనపడే చీకటి లాగా కాదు. నీలపు ఛాయలో ఉన్న చీకటి. ఇంకొంత దూరాన బూడిద రంగు ఆకాశం మీద ఎవరో చిత్రకారుడు చిత్రించినట్టుగా వెండి పర్వత సానువుల మొనలు కనపడుతున్నాయి. అంతటా నిశ్శబ్దం. బహుశా చెవులు మూసుకపొయ్యాయేమో? నాతో వచ్చిన వాళ్ళంతా దగ్గరలోనే ఉన్నారు. కానీ వాళ్ళు చేసే శబ్దాలు, ఎక్కడో దూరాన్నించి వస్తున్నట్టుగా ఉంది. శరీరం దానిపాటికదే వణికిపోతోంది. ఆశ్చర్యం ఏమిటంటే నొప్పి అనేదే తెలియడం లేదు. అసలు లేదా అనడిగితే... ఉందేమో? నాకైతే మటుకు తెలియడం లేదు. మధ్యాహ్నం మూడో, మూడున్నరో అయ్యుంటుంది. కానీ అక్కడ గంటలతో పని లేదు. అంతెందుకు సమయం అనే దానికి ఉనికే లేదక్కడ. పర్వత శిఖరాలు... కాలంతో వాటికి పనేముంది? కాలాతీతమైన స్థితి వాటిది. సిక్కులు ప్రార్థించేటప్పుడు, ‘సత్ శ్రీ అకాల్’ అంటారు. అ-కాలం. కాలంతో పని లేనిది. ఎంత గొప్ప మాట. కాలాతీత అవస్థలో ఎవరి కాలానికైనా అంతం ఎలా వస్తుంది? కాలా! ఓ మృత్యుదేవతా! నా దగ్గరకు రావడానికి ధైర్యం చెయ్యొద్దు!

నిన్నెత్తి విసిరేస్తాను! ఎందుకని... కొంచెం కూడా బాధ అనేదే లేదు? బాధ అనేదే జీవితం. అది జీవితం మీద ఎప్పుడూ కదలాడే మృత్యువు నీడ. ఎక్కడైతే జీవితం, మృత్యువు – ఇలాంటి వాటికి అర్థమే లేదో, అక్కడ బాధ అనేది ఎక్కడుంటుంది? కదలకుండా అలానే కూర్చున్నాను. నా కళ్ళొకటే అటూ ఇటూ సంచరిస్తున్నాయి. కొండ వాలు మీద అటూ ఇటూ... ఒక సారిక్కడా... ఒక సారక్కడా...

"'అది' నాకు మొదట వెంటనే కనపడలేదు. కోటు జేబులోంచి బైనాక్యులర్స్ తీసి చూశాను. అప్పుడు కనపడింది, ఎక్కడో దూరంగా అకస్మాత్తుగా – జడల బట్టె!

"నేను చెప్తే నువ్వు నమ్మవు, మోహన్! నా ఊహో, భ్రమో అని కొట్టి పారేస్తావు. కానీ అది నిజం. ప్రమాణ పూర్వకంగా నిజం. అదే ప్రదేశంలో అదే విధంగా... శారదానంద ఫొటోలో ఉన్న మాదిరిగా... అదే జడలబర్రె! సత్య ప్రమాణంగా! తెలుపు దుప్పటితో కప్పిన ఆ పర్వతం మీద, దాదాపు రెండు మూడు కిలోమీటర్ల దూరంలో కనపడుతోంది. తెల్ల ఇసుక మీద తెల్లటి గులక రాళ్లు పరిచినట్టుగా... కనపడేదంతా మంచే! కొండ వాలంతా ఉప్పు రాళ్ళ వాన కురిసినట్టుగా ఉంది. ఆ చిన్న జడల బట్టె, మంచులో ముందు కాళ్ళు మడిచి కూర్చుని తలను పక్కకు వాల్చి కళ్ళు మూసుకుని వేరే లోకంలో విహరిస్తోంది. గుండె దడ పెరిగిపోయి నా కళ్ళు బైర్లు కమ్మాయి. ఇదంతా నిజమా? ఊహా? అనుమానం లేదు. అదే జడల బట్టె. నాలుగైదు నెలల వయసుండొచ్చు దానికి. నిత్యనూతనమైన స్వచ్ఛమైన మచ్చలేని శరీరం. ఒక క్షణం, ఏదో మహాకాయం ధరించిన చిట్టెలుకలాగా అనిపించింది. మరో క్షణంలో రాతితో చేసిన పవిత్ర నందీశ్వరుడిలా అగుపడింది. ఒక్క ఉదుటున దగ్గరకెళ్ళి దాన్ని నా చేతిలోకి తీసుకున్నాను. మరో క్షణంలో నేను దాని పాదాల దగ్గర నిలబడి ఉంటే దాని గిట్టలు నా ఎత్తులో ఉన్నాయి. ఎంత నాజూకైన చర్మం దానిది! కేశాలు బూడిదరంగులో ఉండి గాజు ఫలకాల్లా ఉన్నాయి. నాసికం లేత తాటిపండులా... గిట్టలు కవచంలా... అది అంత స్వచ్ఛంగా ఉండడం ఎలా సాధ్యం? నిజంగా శారదానంద ఆరోజు ఎలాంటి అనుభూతిని పొందారో? అలాంటి చిత్రాన్ని బంధించిన తరువాత శ్వాస పూర్తిగా స్థంభించి పోకుండా

ఉండడం ఎలా సాధ్యం?

“ఆవిడ వెనక్కి తిరిగొచ్చేటప్పటికీ, నేను స్పృహ తప్పి వెల్లకిలా పడిపోయి ఉన్నాను. మొహం మీద నీళ్ళు చల్లి అటూ ఇటూ కదిపి లేపిందావిడ. తన ఫ్లాస్క్ లోంచి కాఫీ తాగడానికిచ్చింది. లేవబోతుంటే అంది ‘లేవకండి, కొంచెం సేపు కూర్చోండి’ అని. ‘లేదు నేను ఇప్పుడే కైలాసం చూడాలి!’ అన్నాను ముందుకెడుతూ. ఒక కిలోమీటర్ దూరం ఐదునిమిషాల్లో నడిచేశాను. భారరహితమైన ఆ వాతావరణంలో దూదిలాగా ఎగిరిపోతున్నాను. ఆకాశం బూడిదరంగులో ఉంది. మధ్యాహ్నపు సూర్యుణ్ణి నల్లగొడుగులోంచి చూసినట్టుగా, మూగవెలుగుతో అంబరం ప్రకాశిస్తోంది. సూర్యుడింకా బయటకు రాలేదు. కైలాస పర్వతం కోసం దిగ్మండలం అంతా వెతుకుతున్నాను. నాలుగైదు మంచుతో కప్పిన పర్వత శిఖరాలు, దూరాన ఆకాశంలో తెల్ల గుడారాల్లా కనపడుతున్నాయి. అకస్మాత్తుగా అప్పుడు నా కంటి ముందు సాక్షాత్కరించింది కైలాస పర్వతం. ఒక్కసారిగా నా శరీరం ఆనందపారవశ్యంలో మునిగిపోయి గడ్డ కట్టుకుపోయింది. వెచ్చని కన్నీళ్లు ఆగకుండా ప్రవహిస్తున్నాయి. రెండుచేతులు జోడించాను. పెదవులు బిగబట్టి అలానే నిల్చున్నాను. ‘నీ కర్మ నశించింది’ అని చెవిలో ఎవరో గుసగుస లాడినట్టనిపించింది. ఎవరది? నాలో నేనేనా?

“చల్లటి గాలి లోయలోంచి పైకెగసింది. అప్పుడు నెమలి పింఛపు వర్షంలా చల్లటి సుడిగాలి ఆపాదమస్తకం నన్ను ముంచెత్తింది. మంచు మేఘాలు గొర్రెల మందలా కైలాసపర్వతపు కుడి వైపున లోయలో కదలకుండా నిలబడి ఉన్నాయి. ఆ పర్వతం చూడడానికి, రెండు అరచేతులూ, ఒడిలోవున్న పట్టువస్త్రంలో ఉంచి, ధ్యానంలో మునిగిపోయి ఉన్న మౌనీశ్వరుడిలా ఉంది.

“అంతటా నిశ్శబ్దం. అకాలం.

“అక్కడ ఏ శబ్దం లేదంటే ఏవీ వినపడడం లేదని కాదు. గాలి ప్రవహిస్తోన్న శబ్దం నిరంతరంగా చెవిన పడుతోంది. నువ్వు పడవ వేసుకుని మద్రాస్ నుంచి దూరంగా సముద్రంలోకి వెళితే నగరంనించి వచ్చే శబ్దాలన్నీ కలిసిపోయి రణగొణ ధ్వనులతో కూడిన తరంగాలుగా మారి నిన్ను చేరతాయి. అక్కడి గాలి

చేసే శబ్దం అలా ఉంది. కొంత మంది తుమ్ముతున్నారు. కొంతమంది నిట్టూర్పులు విడుస్తున్నారు. కొంతమంది నిశ్శబ్దంగా ఏడుస్తున్నారు. మాతో పాటు వచ్చిన నాలుగు గుర్రాలు, పొగరుగా వాటి గిట్టలను నేలకేసి కొడుతూ శబ్దం చేస్తున్నాయి. కానీ ఈ శబ్దాలన్నీ ఒక మహా నిశ్శబ్దంలో మునిగి కరిగిపోతున్నాయి. భూత, భవిష్యత్, వర్తమానాలు - మన మనస్సులో సంచరించే అన్ని కాలావస్థలూ అక్కడ సంగమించి కాలాతీతమైపోయాయి. దూదిని గులాబిరంగులో ముంచి అక్కడక్కడా అద్దినట్టుగా బూడిదరంగు ఆకాశంలో కెంజాయ మరకలు ఉద్భవిస్తున్నాయి. కొంతసేపటికి ఆ అరుణిమ దిగి వెళ్ళిపోయి ఆకాశపు కింది భాగాన్ని ఆవరించింది. నింగి పైపొరను ఎవరో చీల్చివేసినట్టుగా ఉంది.

"అప్పుడు మొదలైంది మళ్ళీ నా నొప్పి. ఎవరో కాలుతున్న ఇనప కడ్డీని నా ఒంటి మీద బలంగా నొక్కిపెట్టి మర్దిస్తున్నట్టు మరుగుతున్న పాదరసం రక్తంగా మారి నా నరనరాల్లో ప్రవహిస్తున్నట్టు నా శరీరంలోని ప్రతి అణువణువూ కాలిపోయి బూడిదవుతున్నట్టూ ఎవరో బతికుండగానే నా చర్మాన్ని వలిచేస్తున్నారు. లాగేసిన చర్మం కింద ఉన్న నా శరీరమంతా వణికిపోతోంది. నా చర్మం అంతా వేరు చేసి పక్కన పడేసి నన్నలా వొదిలేసి వెళ్ళారు. గాలి తగులుతున్న నా శరీరం గాయాలతో తగలబడి పోతోంది. చూపు పూర్తిగా మందగించింది. పట్టు తప్పి జారి పోతున్నాననిపించింది. ఎక్కడో ఉన్న మెరీనాసాగరం ఒడ్డున వీచే గాలిలో పడిపోయి ఇంకెక్కడికో విసిరేయబడ్డట్టుగా అనిపించింది. అకస్మాత్తుగా అదే సమయంలో అనేకానేకమైన గొంతులు కలిసి 'జై శ్రీ కైలాష్' అనడం వినిపించింది. కలా? నిజమా? ఈ నార్త్ ఇండియన్ గుంపు అంతా మద్రాస్ కొచ్చిందా? లేక ఇది రామేశ్వరమా?

"మరుక్షణం కళ్ళు తెరిచాను. నా ముందర కైలాస పర్వతం, బంగారు గోపుర శిఖరంలా కాంతులీనుతూ ఆకాశంలో కనపడింది. కళ్ళు మిరిమిట్లు గొలిపేలా ఒక వైపునున్న పర్వతపు ముఖం పసుపుపచ్చగా ప్రకాశిస్తోంది. ఇంకో ముఖంపై పర్వతపు వంపు నీడలు బంగారు వర్ణంలో మెరుస్తున్నాయి. బంగారు వర్ణం. పసిడి వర్ణపు ఆకాశ మండలం. అమలిన అపరంజి శిఖరం. ఏ మనిషీ దోచుకోలేని అపార సంపద. ఈ రోజుకీ నిలిచి ఉండి మన కళ్ళకందుతోన్న ఓ

అద్భుతం. కాలాతీతం!

"చెప్తే నమ్మవు కానీ, అక్కడున్న ఎనభై మంది కళ్ళల్లోనుంచి నీళ్లు ధారాపాతంగా ప్రవహిస్తున్నాయి. కన్నీళ్ళెందుకు – బాధా? సంతోషమా? లేదా బాధలన్నీ సమసిపోయినందుకు పైకి పొంగి పొరలి వచ్చిన సంతోషమా? ప్రతి మస్తిష్కం, దానికై అదొక ప్రపంచం. అనేక రకాల దేవుళ్ళు, వివిధ రకాలైన స్వర్గాలూ... నరకాలూ... కానీ అంతా మనుషులమేగా? అందరం కీటక సమూహంలా ఒక గులకరాయి కంటుకుని బతుకుతాం. ఈ తుచ్ఛమైన నీచమైన జీవితం ఇదే విధంగా గడపాలని రాసి ఉన్నా, ఎంతో వేదనకూ వ్యధకూ గురై అర్థరహితంగా రాలిపోవడం ఖాయమైనా, ఎవరో మన సమస్త మానవాళికి పట్టాభిషేకం చేసి ఈ కిరీటాన్ని అనుగ్రహించాడు. ఆ కిరీటాన్ని మోయడం దుర్భరమైన భారం. అంత గొప్ప గౌరవాన్ని పొంది నిజంగా మనం అందుకు తగినట్టుగా బతుకుతున్నామా? నా ఆత్మ క్షోభిస్తోంది. నా రోమాలు నిక్కబొడుచుకుంటున్నాయి. నా జీవితంలోని దుర్మార్గమైన జ్ఞాపకాలు పైకి తేలి నన్ను కుదిపేస్తున్నాయి. మోహన్! నేను పని చేసిన చోట అడుగడుగునా ప్రతి రోజూ ఎదురయ్యే దుర్మార్గం ఎవరినైనా రాయిగా మారుస్తుంది. పెద్దవాళ్ళల్లో, చిన్నవాళ్ళల్లో అందరిలో కనపడే దుర్మార్గం. ఎవడీ మూర్ఖుడు? ఈ దుర్మార్గపు శిఖరం మీద కిరీటం పెట్టి మనిషిని దీవించింది? 'మనిషి!' ఎంత గొప్ప పేరు పెట్టాడు ఆయన మనకి. మోహన్! ఎనిమిదిమంది చేత రాత్రంతా మానభంగానికి గురైన పన్నెండేళ్ళ కూతురిని ఆ అమ్మాయి తల్లి తన చేతుల్లో మోసుకెళ్ళడం నా కళ్ళారా నేను చూశాను. ఆ ఎనిమిది మంది మగవాళ్ళూ ఆడ పిల్లలకు జన్మనిచ్చిన వాళ్ళే. ఇంకెంతో మంది నిర్దయగా మోసగించబడ్డ ఆడవాళ్ళు, గుండెలు బాదుకుని ఏడవడం చూశాను. నా కడుపంతా నేను మళ్ళీ మళ్ళీ దిగమింగిన అన్యాయాలు, అవి నా గుండెకి చేసిన గాయాల రసితో నిండిపోయుంది.

"మూర్ఖత్వంతో కళ్ళు మూసుకుపోయిన అంధుడివి! అసలు నీకు వెన్నెముకెందుకు? విస్ఫోటనకు గురికావాల్సిన ప్రతి క్షణంలో బండ రాయిలా ఉండి పోయింది నువ్వే కదా? ఆ దురదృష్టకరమైన క్షణాల్లో నీ నాలిక మీదకి దూకిన ప్రతి శాపాన్ని, బయటికి రాకుండా దిగమింగావు. అవి నీలో దాగి

ఉండిపోయి నీ వెన్నెముకను తినేశాయి. ఉప్పు మీద పడిన ఇనుములా తుప్పు పట్టి ఆ వెన్నెముక వంగిపోయింది. చూడు! నా వెన్నెముక, నూరు విషసర్పాలు పెనవేసుకున్న గొలుసులా ఉంది. వంద పాము కాట్లు! వంద విషాలు! నా మీదనా నువ్వు బంగారు కిరీటం పెట్టావు? నాతో ఆడుకుంటున్నావా? నన్ను గేలి చేస్తున్నావా? మరణభయంతో వణికిపోతూ, ఒక అల్పక్రిమి లాగా ఇక్కడ నిలబడిపోయిన నన్ను ఇంకా చిన్నబుచ్చుతున్నావా? ఎక్కడున్నావు నువ్వు? అసలున్నావా? అసలు నువ్వంటూ లేకపోతే నా జీవితమంతా హాయిగా గడపొచ్చు అనుకున్నాను. నువ్వు లేనిచోట ఏదైనా చెల్లుతుంది. నువ్వనేదే లేకపోతే దేన్నయినా సమర్థించవచ్చు. నువ్వు లేకపోతే ప్రతిదీ ఒక కొత్త అర్థాన్ని సంతరించుకుంటుంది.

"కానీ ఈ విశ్వాంతరాళంలో ఎక్కడో కూర్చుని, ఒక అద్భుతమైన కాంతి కిరీటాన్ని, మనిషి అనే జంతువు శిరస్సుపై ఉంచావు. అయ్యో! ఈ క్షణంలో, ఒకే ఒక్క క్షణం పాటు ఆ కిరీటాన్ని నా తల మీద ధరిస్తే, ప్రతిదీ అర్థవంతమౌతుంది. ఏదీ వ్యర్థమై పోదు. నా జీవితం, నా ప్రయాణం, కొత్త అర్థాన్ని సంతరించుకుంటాయి. ఒరేయ్ దుర్మార్గుల్లారా? మీ కోసం, మీలో ప్రతి ఒక్కరి కోసం ఈ కిరీటాన్ని నేను ధరిస్తాను. మీ వ్యధని మీ ఎనిమిదితరాల వ్యధనీ నేనే మింగేస్తాను. నేను చేసిన నా ముందు అనేక తరాలు చేసిన పనులకు శిక్షను నేను అనుభవిస్తున్నాను. నేను ఏసుక్రీస్తు లాంటి వాడిని. కానీ నాకు ముళ్ళు వద్దు. బంగారు కిరీటం మాత్రమే కావాలి. ఇప్పుడే, ఈ క్షణమే, ఎక్కడున్నా... అసలు న్యాయం అనేదంటూ ఒకటుంటే క్రిమి లాంటి ఈ మనిషి మీద నీకు కించిత్ నమ్మకం అన్నా ఉంటే ఆ బంగారు కిరీటం వెంటనే నా తలనలంకరించాలి. ఇప్పుడే... ఈ క్షణం లోనే.

"అదెలా జరిగిందో నాకు తెలీదు మోహన్... ప్రమాణం - నాకు తెలీదు. అదొక రోగిష్టి బుర్రలోనించి ఉద్భవించిన, పిచ్చి ఊహ మాత్రం కాదు - అప్పటికప్పుడే ఆ అద్భుత కిరీటం నా తలపై వచ్చి కూర్చుంది. నా శరీరం అంతా బంగారు వర్ణంలో మెరిసిపోయింది. కిందనున్న ప్రపంచం అంతా మాయమైపోయి నేనొక్కణ్ణే ఆ శూన్యంలో నిలబడిపోయాను. సమస్త మానవాళి కోసం, అంతులేని ఓ దయా ప్రవాహం - అపార శక్తిని సంతరించుకుంటూ,

మంచు తుఫానులా విరుచుకు పడి, పర్వత సానువులపై నుంచి వేగంగా దొర్లుతూ, కుంభవృష్టిగా మారి భూమినంతా అభిషేకించింది. ఆ వర్షధారలో తడిసి, భూ ప్రపంచమంతా కంపించిపోతూ కొత్త వెలుగులో మెరిసిపోతోంది. నేనక్కడ నిలబడి నా గుండె లోతుల సాక్షిగా ప్రతి ఒక్కరినీ క్షమించాను. మనిషి అన్న ప్రతివాణ్ణీ భూత, భవిష్యత్, వర్తమాన, కాలాల్లోని ప్రతి మనిషినీ క్షమించాను.

"ఆ క్షణంలో అక్కడేవి జరిగిందో తెలీదు కానీ అక్కడ నుంచుని ఉన్న అందరూ ఒక్కసారిగా నా వైపు చూశారు. వాళ్ళందరి కళ్ళల్లో భక్తి భావన. కొందరి మొహాలను కన్నీళ్ళు తడిపి ముంచేస్తున్నాయి. కొంతమంది గౌరవపూర్వకంగా నా వైపు చూస్తూ చేతులు జోడించారు. బెహెన్‌జీ నోరు తెరిచి ఏదో చెప్పబోయింది. ఎందుకో ఆమె పెదవులు మధ్యలోనే ఆగిపోయాయి. నాకు వాళ్ళు కనపడుతున్నారు, కానీ నేను వాళ్ళను చూడలేక కళ్ళు మూసుకున్నాను."

కొంతసేపు ఆ గదిలో ఒక సుదీర్ఘమైన నిశ్శబ్దం రాజ్యం ఏలింది. ఆ గదిలో ఆయన లేరు. మసక వెలుతురులో కోమల్‌గారి శరీరం ఒకటే కనపడుతోంది. ఇంతసేపూ ఆయన మాట్లాడుతున్నారా? లేక ఇదంతా నా ఊహా? నా గుండె బరువెక్కింది. ధారగా జారబోతున్న నా కన్నీళ్ళను ఆపడానికి రెండు వేళ్ళతో కళ్ళు ఒత్తుకున్నాను.

'అమ్మా! అమ్మా! అమ్మా!' కోమల్ ఉన్నట్టుండి, పెద్దగా కేకలు పెట్టారు. ఆయన భార్య వచ్చి, పక్కనే మౌనంగా నిల్చుంది. ఏదో అగ్ని పక్కన నించుని ఉన్నట్టు, ఆమె ముఖం జ్వలిస్తోంది. కోమల్‌గారి సైగననుసరించి ఆయన్ని పట్టుకుని, కొద్దిగా ఓ వైపుకు జరిపింది. 'అమ్మా! అమ్మా! అమ్మా!' అంటూ ఆయన బాధతో అరిచారు. వణుకుతున్న చేతులతో, ఆమె ఆయన భుజాలను పట్టుకున్నారు. దిండు మార్చి, ఒక మాత్ర చేతికందించింది ఆవిడ. మాత్ర మింగి కళ్ళు మూసుకున్నారాయన. అమ్మా! అమ్మా! అమ్మా! అని అరుస్తూనే ఉన్నారు. ఓ రెండునిమిషాల తర్వాత ఆ అరుపు మూలుగుగా మారింది.

కొంత సేపటి తర్వాత ఆయన కళ్ళు తెరిచి, నావైపు చూసి 'నువ్వా?' అన్నట్టు

చూశారు. బాధ కొంత తగ్గిందన్నట్టుగా నిట్టూర్పు విడిచి మళ్ళీ మాట్లాడటం మొదలెట్టారు.

"మోహన్! ఆ రోజు కైలాసపర్వతం ఎదుట నిల్చున్నప్పుడు నాకు నోట మాట రాలేదు. చెప్పేదీ, చేసేదీ ఇంకేమీ మిగిలిలేదు అనిపించింది. అంకెలు వేసి కూడి కింద గీత గీసి జవాబు రాసిన తర్వాత లెక్క అవసరమేముంది? తుడిపెయ్యొచ్చుగా? అక్కణ్ణించీ అడుగులో అడుగు వేసుకుంటూ వెనక్కి నడిచాను. ఒక కొత్త పరిచయస్తుడిలా నొప్పి నెమ్మదిగా నాలోకి మళ్ళీ ప్రయాణించింది. సంతోషం వేసింది. అలా చివరి దాకా మనల్ని వదలకుండా ప్రయాణం చేసే స్నేహితుడు ఎక్కడ దొరుకుతాడు? ఊళిఖ్ పెరువలి! విధి కంటే గొప్పదైన శక్తి ఏముంది? ఊళ్ఎనుం పెరువలి – గొప్ప వ్యథ అనే గమ్యం. వెనక్కి వచ్చాక బెహెన్జీని అడిగాను – అక్కడ అందరూ ఒక్కసారిగా నా వంక ఎందుకు చూశారు? అని. ఆమె చిరునవ్వుతో చెప్పింది – సాయంసంధ్య వెలుగు ఉన్నట్టుండ పక్కనున్న రాతి మీద ప్రతిఫలించి మీ మీద పడింది. బంగారు వర్ణకాంతిలో మీరు మెరిసిపోతున్నారు. మీ తల మీద పెట్టుకున్న కుచ్చుటోపీ బంగారు కిరీటంలా మెరిసిపోతోంది. మా చూపులు మరల్చుకోలేకపోయాము. మీకు ఖచ్చితంగా ఆ కైలాసేశ్వరుడి కటాక్షం ఉంది! నా కన్నీళ్ళు బెహెన్జీకి కనపడనీకుండా ఒంటి మీదున్న దుప్పటి తలపైకి లాక్కున్నాను."

కోమల్ మళ్ళీ మౌనం లోకి వెళ్ళిపోయారు. 'ఇంక సెలవు తీసుకోవాలి' అనుకున్నాను. అలా ఆలోచన రాగానే, ఆయనకెలా తెలిసిందో, "ఆలస్యం అవుతోందా? సరే అయితే! మళ్ళీ మనం ఎక్కడ, ఎప్పుడు కలుస్తామో తెలీదు కానీ తప్పక కలుస్తాం" అన్నారు చివరిగా కోమల్. అదే కొంటె నవ్వు ఆయన పెదవులపై మళ్ళీ మెరిసింది.

"నిన్న రాత్రి, కిటికీ బయట ఏదో శబ్దం వినిపించింది మోహన్. ఒక చిన్న బట్టె దూడ చెవులు ఆడించిన శబ్దం వచ్చింది. నిజం... ఆకుల గలగల అయ్యుండొచ్చు. లేదా అది బట్టె కూడా అయివుండొచ్చు. నాకైతే తెలీదు" పెద్దగా నవ్వుతూ అన్నారు, "మిగతా వాళ్ళు నన్ను భయపెట్టడానికి చూశారు. అదేదో భయంకరమైన జంతువు అన్నారు. కానీ అది చిన్న దూడ... అంతే! చూడ్డానికి ఎంతో చక్కగా ఉంది. దాని తల నిమురుతూ ముద్దు చేయాలనిపిస్తోంది!"

నేను కోమల్‌గారి ఇంటి బయటకు అడుగు పెట్టగానే, మధ్యాహ్నపుటెండతో అప్పటిదాకా వేడెక్కిన గాలి, ఒక్క ఉదుటున నా చెవులకు సోకింది. అటూ ఇటూ మెల్లగా ఊయలలూగుతూ చెట్ల నుంచి నేల మీదికి జారి పడుతోన్న ఎండుటాకుల వాసనతో పొడవుగా పరుచుకున్న నీడలతో సాయంకాలం సమీపిస్తోంది.

తలవంచుకుని ఆ నిశ్శబ్ద ఏకాంతంలోకి నా పయనం మొదలుపెట్టాను.

♦ ♦ ♦

[మూలం: పెరువలి, మార్చ్ 07, 2011]

8
తాటాకు శిలువ

నేను మొట్టమొదటిసారి నెయ్యూరు ఆసుపత్రికి వెళ్ళింది, మా నాన్న మంచం మీద చావుబతుకుల్లో ఉన్నప్పుడే. ఆ ఆసుపత్రిని చూసీ చూడగానే నాకు నోటమాట రాలేదు. జంట తాటి చెట్లలాంటి తెల్లటి పొడవైన స్తంభాలున్న ఆ భవనాన్ని తలపైకెత్తి చూస్తూ అలానే నిల్చుండిపోయాను. ఎత్తుగా ఉన్న ఆ పెంకుల పైకప్పుకు చెరో వైపూ రెండు శిలువలు అమర్చి ఉన్నాయి. ఏపుగా పెరిగి ఉన్న వేప చెట్లనుండి రాలిన బంగారు రంగు ఎండుటాకులు కప్పు మీదంతా పరుచుకుని ఉన్నాయి. అయితే కింది నేలనంతా ఎప్పటికప్పుడు చిమ్ముతూ శుభ్రంగా ఉంచుతున్నారు. కొబ్బరి పుల్లల చీపురు జీరాడిన గీతలు అలలు అలలుగా ఉన్న ఆ ఇసుక నేలమీద రకరకాల అడుగుల జాడలున్నాయి.

తల మీద తెల్లటి టోపీ పెట్టుకుని పొడవాటి సాక్సులు, గౌన్‌లు వేసుకున్న నర్సులు చేతుల్లో ఏవేవో పట్టుకుని అటూ ఇటూ పరుగులు తీస్తున్నారు. ఇద్దరు ఖాకీ దుస్తులు వేసుకున్న ఆడవాళ్ళు ఆ వెనకే తెల్ల పేంట్ వేసుకున్న పొడవాటి ఒక మగమనిషీ నన్ను దాటుకుని ముందుకు వెళ్ళారు. ఆ ప్రాంతమంతా చల్లగా ఉంది. ముక్కుపుటాలను మంటపెట్టే వింత వాసన ఏదో అక్కడి గాల్లో తేలుతూ ఉంది. ఆ వాసనను నెమ్మదిగా నాలోకి పీల్చుకున్నాను. వరండాలో ఒక పెద్ద నల్ల అంచు తెల్లటి పళ్ళాన్ని, ఇనుముతో చేసిన ముక్కాలి బల్ల మీద అమర్చి ఉన్నారు. దానిలో నీళ్ళు ఉన్నాయి. లోపలనుండి బయటకు వచ్చిన ఒక నర్స్ అందులో చేతులు కడుక్కుంది. చేతులు కడుక్కోడానికి, తినే పళ్ళెం కంటే పెద్ద పళ్ళెం! ఆమె అక్కడ్నుండి వెళ్ళగానే నేనెళ్ళి ఆ పళ్ళేన్ని పట్టుకుని తడిమి చూశాను. నున్నగా తెల్లటి తెలుపుతో కోడిగుడ్డు పెచ్చులా ఉంది. నునుపైన ఆ పళ్ళేన్ని తాకుతుంటే కొత్తగా అనిపించింది. మళ్ళీ మళ్ళీ తడిమి చూశాను.

అటుగా వెళ్ళిన ఒకాయన “ఏయ్! ముట్టుకోకూడదు” అంటూ అదిలించాడు. నేను చేయి వెనక్కి తీసుకున్నాను. “తాకావంటే తంతాను” అని చెప్పి ఉరిమి చూసి వెళ్ళిపోయాడు. నోట్లో కిళ్ళీ ఉన్నట్టు మాట్లాడాడు. చూడటానికి విచిత్రంగా కనిపించాడు. అతని ముఖం మంటల్లో కాలినట్టు ఉంది. పోలీసువాళ్ళలా ఖాకీ రంగు పేంటు, పైన తెల్ల చొక్కా. మీసాల్లేని ముఖంలో కత్తితో చీరినట్టు ఎర్రటి పుండులా ఉన్న నోరు. గీతలు గీసినట్టు చారలు పడ్డ నుదురు. నుదురు, ముక్కు కలిసేచోట అసలు చిన్న నొక్కయినా లేకుండా చదునుగా ఉంది. ముక్కుకూడా మొన నొక్కేసినట్టు రెండు చెంపల వైపు సాగదీసినట్టు ఉంది. వీటన్నిటికంటే ఆశ్చర్యం కలిగించింది మాత్రం ఆయన కళ్ళే, జంగు పిల్లి కళ్ళను గుర్తుకు తెస్తున్నాయి. పిల్లి కళ్ళ మనిషి!

అమ్మ ఒక గదిలో నుంచి బయటకు వచ్చి “ఏం తాకావురా అక్కడ? తిన్నగా చేతులు కట్టుకుని ఒకచోట ఉండలేవా... ఇట్రా” అని నన్ను లాక్కుని వెళ్ళింది. నేను ఒక్కో గదీ వెతుక్కుంటూ వెళ్ళాను. గదుల్లో ఇనుప మంచాలమీద నీలంరంగు దుప్పట్లు కప్పుకుని మనుషులు పడుకుని ఉన్నారు. కొన్ని గదుల్లో టేబుళ్ళ మీద చిన్న గాజు బుడ్డీలు పెట్టి ఉన్నాయి. ఒక కిటికీ బయట చాలామంది జనం చేతుల్లో చిన్నచిన్న బుడ్డీలను పట్టుకుని నిల్చుని ఉన్నారు.

తెల్లదుస్తుల్లో ఉన్న ఒక వ్యక్తి వాళ్ళ బుడ్డీల్లో రంగు రంగుల మందులను నింపి పంపుతున్నాడు. "గోల చెయ్యకండి... ఓయ్... అటు... నిన్నే... ఓ ముసలీ..." అని అరుస్తూ ఉన్నాడు.

హాస్పిటల్‌కు వెనక ఉన్న మరో పొడవైన భవనంలో ఒక చిన్న మంచం మీద నాన్న పడుకుని ఉన్నాడు. ఆ భవనంలో ఉన్నవన్నీ చిన్న మంచాలే. ప్రతి మంచం మీదా ఒకరు పడుకుని ఉన్నారు. చువ్వలకు తెల్ల రంగు వేసిన పెద్ద కిటికీల బయట మందారం చెట్లు ఊగుతూ కనబడ్డాయి. ఈ భవనంలో మట్టి పెంకులతో అమర్చిన గచ్చు. గోడల మీద ఎక్కడ చూసినా తమిళంలో ఏదో రాసి ఉన్నారు. మరో గోడకు ఏసుక్రీస్తు పటం వేలాడుతోంది. రొమ్ము మీద ముళ్ళకంప చుట్టబడి ఎర్రగా మండుతోన్న హృదయం, ఆశీర్వదిస్తున్నట్టు చేయి చూపిస్తున్న చిత్రపటం. నల్లటి జుట్టు. ఆడవాళ్ళ కళ్ళు. ఆ పటాన్ని నేను ఇదివరకే చూశాను.

నాన్న నిద్రపోతున్నాడు. నడుము చుట్టూ ఒత్తుగా గుడ్డ చుట్టి ఉన్నారు. మెడ చుట్టూ కట్టు. రెండు చేతులూ తాబేలు డొప్పలా వాచిపోయి ఉన్నాయి. నల్లగా కందిపోయిన ఆయన కనురెప్పలు ఉబ్బిపోయి, ముఖం కూడా గుర్తుపట్టలేనట్టుగా వాచిపోయి ఉంది. వేరెవరో మనిషిలా కనిపిస్తున్నాడు. నాన్నకు చెరోవైపు రెండు మంచాలు. ఒక మంచంమీద ఓ ముసలాయనా, ఇంకో మంచం మీద ఓ యువకుడూ పడుకుని ఉన్నారు. వాళ్ళు మాకేసి ఆబగా చూశారు. నాలుగో మంచం మీద ఒకాయన ఊఁ... ఆఁ... అని మూలుగుతూ ఉన్నాడు. ఆ మూలుగులు వింటూంటే ఆయన పాడుతున్నాడేమో అనిపిస్తోంది.

ముసలాయన అమ్మతో "ఏమ్మా, మీ పెనిమిటా?" అని అడిగాడు. అమ్మ "ఆఁ" అంది. "నేను ఎంత పలకరించినా పలకడంలేదు... డాట్రు నిన్ననే చెప్పేసినాడు. ఇంక బతకడంట... నేన్జెప్పేది అర్తం అవతావుందా?"

అమ్మ "అయ్యో!" అంది

"అద్దో చూడు, ఉచ్చలో ఎట్లా నెత్తురు వస్తా ఉండాదో... గడ్డలు గడ్డలుగా నెత్తురు నవదోరాల్నుంచీ కారతా ఉండాది. నువ్వింకీడిగురించి ఆసెలు వొదులుకో" అని అన్నాడు. పక్క మంచం మీది యువకుడు ఏ భావమూ

ప్రదర్శించకుండా మౌనంగా ఇద్దర్నీ మార్చి మార్చి చూశాడు.

అమ్మ "అయ్యో... ఓ దేవుడా... శాస్తా..." అని గుండెలమీద బాదుకుంటూ ఏడవసాగింది. ఒక నర్సు తొంగి చూసి "ఏయ్, ఎవరక్కడ ఏడ్చేది? బయటకు పో!" అంది.

"అమ్మా, బిడ్డా పాపలుండేదాన్నమ్మా.... నాకింకెవరూ లేరమ్మా, దిక్కులేందానమ్మా" అని ఇంకా వేగంగా గుండెలమీద బాదుకుంటూ ఏడ్చింది.

"బయటకు పోతావా లేదా?" అని గద్దించింది నర్స్.

"ఈ పాపిష్టి ముసిలోడు శాపాలు పెడతా ఉండాడు... మా రాజుకు కాలం తీరిపోయింది అంటా ఉండాడు, ఈ బేదులతో పోయే ముండాకొడుకు" అంటూ శపిస్తూ ఏడ్చింది అమ్మ.

ఆ నర్స్ నల్లగా పుష్టిగా ఉంది. నేరుగా వచ్చి అమ్మ భుజాలు పట్టి లాక్కుని బయటికి తీసుకెళ్ళింది. "ఇక్కడే నిల్చో... లోపలికి రాకూడదు. వేరే రోగులుంటారు కదా?" అంది.

అమ్మ, నేను వరండాలో నిల్చున్నాం. బంగారు రంగులో గుండ్రంగా నేలమీద రాలిపడి ఉన్న వేపపళ్ళు ఏరి స్తంభం పక్కన పెట్టాను. అమ్మ స్తంభానికి ఆనుకుని కూర్చుంది. బాధని వెళ్ళబుచ్చుతూ ఏవేవో చెప్పుకుంటూ మెల్లగా ఏడుస్తూ ఉంది. ఉన్నట్టుండి ఏదో గుర్తొచ్చినట్టు గుండెలమీద బాదుకుంటూ ఏడ్చింది. “ఇద్దో... మళ్ళా ఎవరక్కడ గోల?” అని గద్దించింది నర్సు. అమ్మ ఏడుపు తగ్గించింది. నేను అమ్మకు దగ్గరగా ఆనుకొని కూర్చున్నాను. అమ్మ పైన కప్పుకుని ఉన్న గుడ్డ చెమటలో తడిసి చెమ్మగా ఉంది. ఆ గుడ్డకు వెనుక అమ్మ గుండె కొట్టుకోవడం వినబడింది.

ఉన్నట్టుండి అమ్మ నన్ను కుదిపి “రేయ్ నిద్రపోయినావా? బిరబిరా పొయ్యి, ఇందా ఈ కాణీ నాణేన్ని సంత మైదానం కాడుండే శాస్తా గుళ్ళో ఏసి రా పో...” అంది. ఆమె చెంగునుండి తీసిచ్చిన ఆ ఇత్తడి కాణీ నాణేన్ని తీసుకున్నాను. “రేయ్... ఏం జెప్పి ఏస్తావు?” నేను మాట్లాడకుండా నిల్చున్నాను. “నాయనకు నయమవ్వాల దేవుడా... దిక్కులేని అనాథలం శాస్తా! గెతిలేనివాళ్ళం దేవుడా... ఎనిమిదిమంది పిల్లలతో వీధిలో పడున్నాను శాస్తా... అని చెప్పి ఎయ్యాల...

సరేనా?” చెప్తూనే మళ్ళీ ఏడవ సాగింది. నేను తలూపాను.

హాస్పిటల్ నుండి బయటకు వచ్చినప్పుడు నా మనసంతా ఆ కాణీతోనే నిండిపోయుంది. దానితో ఎనిమిది దోసెలు తిని ఒక తాటిబెల్లం కాఫీ తాగొచ్చు. శనగలు, బొరుగులు కొనుక్కుంటే నలుగురు కడుపు నిండా తినొచ్చు లేదా ఉన్నియప్పాలయితే పది కొనుక్కోవచ్చు. నా నోరూరి చొంగ ఛాతీ మీదికొచ్చింది. నడుముకు చుట్టుకున్న గుడ్డను విప్పి తుడుచుకుని మళ్ళీ నడుముకు కట్టుకున్నాను.

ఎలా వచ్చానోగానీ సంత మైదానం దగ్గరున్న కండన్ శాస్తా గుడిదాక వచ్చేశాను. కర్ర తడికలకు అవతల గుడిలో పునుగు చందనం రాసిన శాస్తా రాతి విగ్రహం కంటబడింది. ఇనుపహుండీ వాకిట్లోనే ఉంది. వెయ్యాలా వద్దా అని ఆలోచించాను. వేసేస్తే ఆ తర్వాత అ కాణీ నాది కాదు. అయితే ఆ క్షణం నాన్న మంచంమీద పడుకుని ఉన్న దృశ్యం నా కంటి ముందు కదిలింది.

***

నాన్న తెల్లారగట్టే లేచి తాటి చెట్లెక్కడానికి వెళ్తాడు. ఇంట్లో మేము ఎనిమిదిమంది పిల్లలం. నాకు ముగ్గురు అక్కలు, ఇద్దరు తమ్ముళ్ళు, ఇద్దరు చెల్లెళ్ళు. చెల్లెళ్ళు అడివికివెళ్ళి ఎండు పుల్లలు, కట్టెలూ ఏరుకుని వస్తారు. అక్కలు, అమ్మా తాటి కల్లు కాస్తారు. ప్రతి శుక్రవారం నేను, అమ్మా తాటి బెల్లం ముద్దల్ని తాటాకు బుట్టల్లో నింపుకుని ఎనిమిది మైళ్ళ దూరంలో ఉన్న కరుంగల్లు సంతకు నెత్తిన మోసుకుంటూ తీసుకుని వెళ్తాము. నాన్న కొరట్టిమేడు, ఆనైకయంలాంటి ఊళ్ళల్లో దించే కల్లు కుండల్ని, మోసుకుని తీసుకొచ్చి ఇంటికి చేర్చే పని నాకు, చిన్నక్కకి, చెల్లెలికీ.

మూడు రోజులక్రితం తెల్లవారుజామున నాలుగో విడత నీరా తేవడానికి చుక్కలగుట్ట దాటుకుని పదిమాకుల తాటితోపు దగ్గరకు వెళ్తుంటే నేలమీద ఏదో పాకుతుండటం చూశాను. భయంతో వెనక్కి మళ్ళి కొంత దూరం పరిగెత్తినాక అది నాన్నేనేమో అనిపించింది. వెను తిరిగి ఆవైపుకు పరిగెత్తాను. బాగా తెల్లారిపోయింది. నాన్న నిమ్మ గడ్డి మీద పడి ఉన్నాడు. ఆయన చేతులు, కాళ్ళు అడ్డ దిడ్డంగా విరిగిపోయి వంకర్లు తిరిగి ఉన్నాయి. కాలుతున్న ఎండుతీగెలా

మెలికలు తిరుగుతున్నాడు. పచ్చి రక్తపు వాసన.

నేను ఏడుస్తూ ఇంటికి పరిగెట్టి చూసిందంతా అమ్మకు చెప్పాను. నీరా కాచడానికి కాగును పొయ్యిమీద పెడుతున్న అమ్మకు నేను చెప్తున్నది అర్థంకాక నన్ను చూసింది. కళ్ళు పెద్దవి చేసి తన తలను తొండ తల ఊపినట్టు ఊపింది. మరుక్షణంలో భోరుమని ఏడుస్తూ గుండెలు బాదుకుంటూ గ్రామదేవత పూనిన పూజారి స్మశానానికి పరుగు తీసినట్టు అడ్డదారిలో పరుగులు పెట్టింది. నేను కూడా పరిగెత్తుతూ ఆమెను అనుసరించాను. నా వెనకే నా చెల్లెళ్ళు పరిగెత్తుకుంటూ వచ్చారు. అమ్మ ఏడుపు విని దారి పొడవునా ఉన్న తాటి చెట్లనెక్కి కల్లు దింపుతోన్న వాళ్ళంతా కిందకు దిగి మాతో బాటు పరిగెడుతూ వచ్చారు.

దగ్గర్లో ఉన్న ఒక ఇంటి తలుపుని పీకి నాన్నను ఆ తలుపు చెక్క మీదకు దొర్లించి నలుగురు మనుషులు నెయ్యూరు హాస్పిటల్‌కు మోసుకెళ్ళారు. పొలాల గట్ల మీదుగా వాళ్ళు వెళ్తుంటే, వెనకే అమ్మ ఊడిపోయిన కొప్పుతో ఏడుస్తూ వెళ్ళింది. "రేయ్ నువ్వు ఇంట్లోనే ఉండు... ఉన్న ఒక మగోడివి నువ్వే..." అని అమ్మ చెప్పడంతో నేను ఇంట్లోనే ఉండిపోయాను. అక్కలు కూడా ఏడుస్తున్నారు. కాగులో పోసిన కల్లు పులిసిపోయి అంచుల గుండా పొంగిపోతోంది. నేను కాసేపు ఎటూ కదలకుండా గుడిసెలోనే ఉన్నాను. ఆకలి తట్టుకోలేక నేను, చెల్లెళ్ళు ఆ పులిసిన కల్లు వంపుకుని తాగాము. ఎప్పుడు నిద్రపోయామో తెలియకుండానే నలుగురం నిద్రపోయాము.

తాటి చెట్టు మీద అమ్మోరు ఉంటుంది. నాన్నని ఆ అమ్మోరు పూని కిందకి తోసేసింది అని కర్రబ్బ మామ అన్నాడు. "ఈ అమ్మోరుకు నరబలి కావాలి. అందుకని అప్పుడప్పుడూ ఇలా చెట్టెక్కే వాళ్ళని ఈ అమ్మోరు లొంగదీసుకుని బలితీసుకుంటూ ఉంటుంది. తనకి బలి కావాలనిపించినప్పుడు తాటిమట్టను వదులుగా పెడుతుంది. వాళ్ళు ఆ మట్టను పట్టుకున్నప్పుడు అది ఊడిపోయి నేలమీద పడిపోతారు. లేదా చెట్టు పైకి ఎక్కాక కాలు పెట్టినా మట్టను నున్నగా చేసి జారేలాగా చేసేస్తుంది. అదీ కాకుంటే తేలుగా మారి కల్లు కుండలో దాక్కోని ఉండి ఉండి కుడుతుంది. వర్షాకాలం పోయాక తాటి చెట్లలో ఊట ఎక్కువగా ఉండే నెలల్లో ఎటు తిరిగీ నలుగురైదుగురైనా తాటి చెట్ల మీద నుంచి పడిపోతూ

ఉంటారు."

అలా తాటి చెట్లమీద నుంచి పడిపోయిన వాళ్ళలో నాకు తెలిసి ప్రాణాలతో బతికి బట్ట కట్టింది గుణమణి మామ ఒక్కడే. బతికాడు కానీ కదలల్లేక ఎప్పుడూ అరుగుమీదే పడి ఉంటాడు. ఆఖరికి ఒంటికి పోసుకోడానికి కూడా లేవలేడు. ఆయన భార్య బుచ్చమ్మ సంతలో మూటలు మోసి సంపాదిస్తూ ఉంటుంది. పిల్లలు అందరూ కూలి పనులకు వెళ్తున్నారు. గుణమణి మామ చాపలో పోసిన ఉచ్చ అరుగు మీద నుంచి వాకిటి దాకా పారుతూంటుంది. ఒంటరిగా ఉండే గుణమణి మామ ఎప్పుడూ బూతుల్నే పాటలుగా మార్చి పాడుకుంటూ ఉంటాడు.

***

కాణీని హుండీలో వెయ్యకుంటే తాటమ్మోరు నన్ను చంపేస్తుందేమో అని భయం వేసింది. కనపడకుండా ఎక్కడో దాక్కుని ఆమె నన్ను చూస్తూ ఉండొచ్చు.. నాణేన్ని హుండీలో వేసి గిన్నెలో ఉన్న సింధూరాన్ని ఒక గంగరావి ఆకులోకి ముడుచుకొని గబగబా వెనక్కి పరుగు తీశాను. నేను నాన్న ప్రాణాలు కాపాడే ఒక పనిని చేస్తున్నాను అన్న తృప్తి కలిగింది.

అమ్మ సిందూరం తీసి "దేవుడా" అనుకుంటూ నుదుట దిద్దుకుంది. తర్వాత మెల్లగా ఆ గదిలోకి తొంగి చూసింది. అక్కడ నర్సు లేదు. చప్పుడు చెయ్యకుండా లోపలికి వెళ్ళి చుట్టూ తేరిపార చూసి నాన్న నుదుట సిందూరం పెట్టింది. "ఇక్కడ అదంతా పెట్టకూడదు తెల్సా?" అన్నాడు ముసలోడు. "ఊరుకోరా సచ్చినోడా. ఈ ముసలోడికి సావురాదెందుకో" అని తిడుతూ అమ్మ బయటకు నడిచింది. ముసలోడు "ఇక్కడ వీళ్ళు పెట్టిందే సట్టం" అన్నాడు. అమ్మ వెనక్కి తిరిగి చూస్తూ "సస్తావురా ముసలి పీనుగా" అని అతన్ని మరో తిట్టు తిట్టి బయటికి వచ్చింది. ఆ యువకుడు మాత్రం చెమ్మెక్కి మెరుస్తున్న కళ్ళతో ఊరికే అలా చూస్తూ ఉన్నాడు.

నాకు ఆకలేసింది. అయితే మా ఇంట్లో ఎప్పుడూ ఆకలి గురించి పైకి చెప్పే అలవాటు ఎవరికీ లేదు. తాటిపళ్ళ కాలంలో మటుకు పొద్దున్నే వాటిని కాల్చుకుని తింటాం. నేనైతే నీరా కుండలు ఇంటికి తీసుకొచ్చేప్పుడు దార్లోనే

కొంచెం నీరా తాగేసి ఆకలి తీర్చుకునేవాడిని. మధ్యాహ్నం ప్రతిరోజూ ఉడికించిన కర్రపెండలం గడ్డలు, దాంతోపాటు కొంచెం నీళ్ళ గంజి. గంజి ఇంకాస్త కావాలి అని అడిగితే అమ్మ కర్రగరిటెతోనే కొట్టేది. నేను హాస్పిటల్ వరండాలో కాస్త దూరం నడిచి వెడితే ఒక పెద్ద మట్టి కుండలో నీళ్ళు కనపడ్డాయి. తాగి వచ్చి కూర్చున్నాను.

హాస్పిటల్ వరండాలో ఎప్పుడూ నీడా, చీకటీ మాత్రమే ఉండటంవల్ల సాయంకాలం కావొస్తుందన్నదే తెలియడంలేదు. ఈ భవనం నీడ, అవతల ఉండే పెద్ద భవనం దాకా పాకివుంది. పెద్ద భవనం లోనుంచి నలుగురు ఈ భవనానికి వచ్చారు. వాళ్ళలో ఒకరు నేను ఇదివరకే చూసిన పిల్లికళ్ళ మనిషి. పెంకుల బట్టీలో పని చేసే వాళ్ళలా ఎర్రమట్టి రంగులో ఉన్నాడు. చేతుల మీదున్న ఆ తెల్ల జుట్టు ఎర్రమట్టిలో గడ్డి చిగురించినట్టు ఉంది. ఖాకీ నిక్కరు, తెల్ల చొక్కా వేసుకుని ఉన్నాడు.

అమ్మ ఆయన్ను చూడగానే లేచి నిల్చుని చేతులు జోడించి "దొరా, బీదోళ్ళం దొరా... మమ్మల్ని ఆదుకోవాల దొరా" అని బాధని వెళ్ళబోసుకుంది.ఆయన అమ్మ ఏడుపుని పట్టించుకున్నట్టే అనిపించలేదు. నర్సు మాత్రం "ఇదిగో! ఊరికే కేకలు పెడితే దొరగారు తుపాకీతో కాల్చేస్తారు... గమ్మునుండు" అంది. అమ్మ "దొరా... దొరా... దిక్కులేనోళ్ళం దొర. మాకు వేరే దేవుడి దిక్కు లేదు దొరా" అని ఏడ్చింది. మమ్మల్ని దాటుకుని వెళ్ళేటప్పుడు ఆయన చూపులు నన్ను మాత్రం తడిమి వెళ్ళాయి. వాళ్ళందరూ ఒక గది లోపలికి వెళ్ళి కనుమరుగయ్యారు.

ఆ గదిలోపలనుండి ఒక నర్సు బయటికి వచ్చి "అరేయ్ ఇదిగో... దొర ఇచ్చారు" అని ఒక రొట్టె నా చేతికి ఇచ్చి వెళ్ళింది. నేను నాలుగు వైపులా చూసి దాన్ని తీసుకుని గోడ వైపుకు తిరిగి కూర్చుని తినసాగాను. సగం రొట్టె తిన్నాక గానీ నాకు దాని రుచి తెలియలేదు. నేలమీది చిందిపోయిన చిన్న చిన్న ముక్కలను కూడా ఏరుకుని నోట్లో వేసుకున్నాను. అలా వేసుకున్న ఒకటీ రెండూ - అవి రొట్టె ముక్కలు కాదు, చీమలు అన్న విషయం నోట్లోపెట్టుకున్నాక కానీ తెలీలేదు.

మళ్ళీ అమ్మ పక్కన వచ్చి కూర్చున్నాను. గదిలోపల సొరకాయ ఆకారంలో ఉన్న గాజు గొట్టం దీపాలు వెలిగించి పెట్టారు. ఎఱ్ఱటి పంచె పరిచినట్టు తలుపుల మధ్యలోంచి దీపాల వెలుతురు వరండాలో వచ్చి పడింది. అమ్మ తనలో తాను ఏదో మాట్లాడుకుంటూ ఏడుస్తూ స్తంభానికి ఆనుకుని కూర్చుని ఉంది. తలుపుసందు ద్వారా వచ్చే వెలుతురు కొంతసేపు ప్రకాశంగా కొంతసేపు సన్నగిల్లుతూ ప్రసరిస్తోంది. ఒక నర్సు మాటిమాటికీ వరండాలోకి వచ్చి, కాసేపు ఏదో వెతుకుతున్నట్టు అటూ ఇటూ చూసి మళ్ళీ లోపలికి వెడుతోంది. ఆమె మమ్మల్నే గమనిస్తోంది అని కాసేపటి తర్వాత నాకు అర్థమైంది. “అమ్మా” అని కదిలించాను. అమ్మ లేచి కదిలింది అని గమనించిన నర్సు “ఓయ్! నిన్నే... దొర పిలుస్తున్నారు రా” అంది.

దొర గదిలోకి నేను అమ్మ ఇద్దరం వెళ్ళాము. అమ్మ చేతులు జోడించి వణుకుతూ తలుపుకు ఆనుకుని నిల్చుంది. దొర నన్ను ఒక్క క్షణం చూసి “చెయ్యి నోట్లో పెట్టుకోకూడదు. తీయ్... లేదంటే దెబ్బలు పడతాయ్” అన్నారు. నేను నోట్లో పెట్టుకున్న చెయ్యి తీసేశాను. ఈ గదిలో కూడా చేతులు కడుక్కునే ఆ తెల్లటి పళ్ళెం ఒకటి ఉంది. గోడకు యేసుక్రీస్తు పటం. మరో వైపు గోడకు ఉప్పును మూడు పెద్ద పెద్ద రాశులుగా పోసినట్టు ఉన్న ఒక చిత్రపటం. పెద్ద టేబుల్. దాని మీద పెద్ద పెద్ద పుస్తకాలు. కొన్ని డబ్బాలు. ఒక గడియారం టిక్ టిక్ మంటూ శబ్దం చేస్తోంది.

“నీకు ఎంతమంది పిల్లలు?” దొర అమ్మని అడిగారు. ఒక్కొక్క మాటనీ కూడబలుక్కుంటూ నెమ్మదిగా మాట్లాడుతున్నారాయన.

అమ్మ “ఎనిమిది మంది దొరా. వీడు నాలుగోవోడు . వీడెనక నలుగురున్నారు” అంది.

“వీడేం చదువుతున్నాడు?"

“ఎక్కడ... సదివేది? వీడికి ఇప్పటిదాకా కడుపునిండా ఒక్కపూటైనా గంజి పోసి ఎరగను. ఇంక సదువుగూడానా? వాళ్ళ అయ్యతో బాటు నీరా కుండలు మోస్తాడు. పాకం కాగులు కాస్తాడు” అంది అమ్మ తొణికిపోతూ.

“మిగిలిన పిల్లలు ఏం చేస్తారు?”

"అందరికీ తాటి బెల్లం కాసే పనే సరిపోద్ది, దొరా! తాటి చెట్టెక్కే మనిషేమో ఇట్టా ఇక్కడ మంచం మీద గమ్మున పడి ఉన్నాడు... ఇక మేం ఎట్టా బతుకుతామో? ఆ దేవుళ్ళకి కూడా మామీద జాలి లేకుండా పోయింది" అని రొప్పింది అమ్మ.

దొర నన్నూ అమ్మనీ మార్చి మార్చి చూశారు. తర్వాత "నీకు ఒక మాట చెప్పాలి. నీ భర్త ఇంక బతకడు. అతనికి కాలేయం పాడైపోయింది. నెత్తురు గడ్డ కట్టేసింది. ఈరోజు కాపోతే రేపు..." అన్నారు. అమ్మ మతి పోయిన దానిలా అలా చూస్తూ ఉండిపోయింది. "నేను చేయగలిగింది ఏమీ లేదు" అన్నారు దొర.

అమ్మ రొప్పుతూ అలా నేల మీద కూర్చుండి పోయింది. ఆమె మొహం చూస్తే అప్పుడే చచ్చిపోతుందేమో! అన్న భావన కలిగింది నాకు. అమ్మను హత్తుకున్నాను. ఆమె మెల్లగా కళ్ళు తుడుచుకొని లేచింది. "సరే, మా తలరాత ఎట్టుంటే అట్టా జరుగుద్ది. పోతే ఇక్కడే ఒక గుంత తొవ్వి పూడ్చేయండి దొరా. ఒక కొబ్బరి చెట్టుకో అరటి చెట్టుకో ఎరువు అయిద్ది. ఇన్నేళ్ళ బతుకులో ఒక్క దినం కూడా కడుపునిండా గంజి తాగి ఎరగని మడిసి. దొరికిందంతా పిల్లలకి తెచ్చి ఇచ్చిన మడిసి. ఇప్పుడా మడిసి రగతమాంసాలను వేర్లు జుర్రుకుని ఏపుగా..." ఆమె గొంతు పూడుకుపోయింది. "ఆయన్ని తిని ఎదిగే చెట్లు బాగా కాయలు కాస్తాయి దొరా" బలవంతంగా మాటలను ఆపుకుంటూ దుఃఖాన్ని దిగమింగుకుంటూ చేతులెత్తి మొక్కి అమ్మ అక్కడినుంచి బయలుదేరింది.

బరువు మోస్తూ వెళ్ళే వాళ్ళు పరిగెత్తినట్లు అమ్మ పరిగెత్తుతుంటే నేను వెంబడించాను. వెనక నుండి ఎవరో వేగంగా వస్తున్నట్టు అనిపించింది. నిక్కర్ వేసుకున్న ఒక హాస్పిటల్ మనిషి "ఓయ్, దొర పిలుస్తున్నారు..." అని అన్నాడు. అమ్మ ఆగి "నేను వచ్చే జనమలో దొర కాళ్ళమీద పడి వెయ్యి దండాలు పెడతానని చెప్పు" అంటూ ముందుకు నడిచింది అతను గట్టిగా "ఓయ్! దొర పిలిస్తే వెళ్ళాలి... అదే ఇక్కడ చట్టం. అర్థమైందా?" అని గట్టిగా గద్దించినట్టు చెప్పాడు.

ఈసారి అమ్మ ఏడవకుండా స్థిమితంగా లోపలికి వెళ్ళి నిలబడింది. దొర నన్ను కాసేపు చూశారు. తర్వాత "మీరు శవాన్ని వదిలేసి వెళ్ళిపోతే అతన్ని

మేము క్రైస్తవుడిగా మార్చి కానీ ఖననం చేయలేం” అని అన్నారు. “మార్చండి దొరా... రెక్కాడితేగానీ డొక్కాడనోళ్ళకి అన్ని దేవుళ్ళూ రాళ్ళే” అంది అమ్మ. దొర మళ్ళీ నాకేసి చూశారు. “అయితే మీరందరూ మతం మారొచ్చు కదా? మతం మారారంటే మీ బతుకు తెరువుకి ఒక మార్గం దొరుకుతుంది. ఈ అబ్బాయికి లండన్ మిషన్‌లో చెప్పి ఇక్కడే ఒక ఉద్యోగం ఇప్పిస్తాను” అని అన్నారు.

అమ్మకు ఆయన చెప్పింది అర్థం కాలేదు. ఆయన ఒక్కో మాటా పట్టి పట్టి మాట్లాడారు. అక్కడే ఉన్న నర్స్ అందుకుని “ఇదిగో చూడు, దొర ఏమంటున్నారంటే నువ్వు మతం మార్చుకుని ఈ మతానికి వచ్చావంటే మీ అబ్బాయిని ఇక్కడే చేర్పించి చదువు నేర్పిస్తారు. మీకందరికీ కూడా ఒక మంచి మార్గం చూపిస్తారు. నువ్వూ నీ పిల్లలూ పొట్ట పోసుకుంటూ బతకొచ్చు... ఏమంటావ్?” అంది.

వాళ్ళ మాటలు అర్థం చేసుకున్న అమ్మ ఉన్నట్టుండి అసంకల్పితంగా గది బయటకు వెళ్ళడానికి ప్రయత్నిస్తూ తలుపును పట్టుకుంది. తలుపు కిర్రుమని శబ్దం చేసింది. “ఏమంటావు?” అని అడిగారు దొర. అమ్మ ఏదో చెప్పడానికి ప్రయత్నించింది. నన్ను చూసింది. “దొరా, మా నాన్న ఇండేరీ శంకరం నాడారు. ఎనిమిది తరాలుగా 14 ఊళ్ళల్లో పేరు మోసిన పూజార్ల కుటుంబం మాది. ఏళ్ళమ్మోరూ, భద్రకాళీ చల్లంగా చూసి అందించిన మా ఇల్లు ఇండేరిలో ఈనాటికీ ఉంది. చిన్నతనంలో మా అమ్మ దగ్గర కంటే దేవుళ్ళతోనే ఎక్కువగా గడిపాను. వద్దు సామీ! దొర నా మీద జాలిపడిందానికి, ఆ ఋణం వచ్చే జనమలో తీర్చేస్తాను. నేనూ నా పిల్లలూ గంజికి లేకుండా చచ్చిపోవాలని దేవుళ్ళు కోరుకుంటే అలానే జరగనీ” అంది వైరాగ్యంగా.

“నువ్వు అట్లా పోవడం చూసి భయపడ్డాను, చచ్చిపోడానికి పరిగెడుతున్నావేమో అని” అన్నారు దొర.

అది విన్న అమ్మ అసంకల్పితంగా తెరిచిన నోటి మీద చేయి పెట్టుకుని మాట్లాడకుండా నిల్చుని ఉండిపోయింది.

“సరే... నీది పూజారి కుటుంబమే. ఈ పిల్లాడు ఏం తప్పు చేశాడు? వాడిని ఎందుకు చంపుతావు?” అని అడిగారు దొర.

అమ్మ నాకేసి చూసి "సరేలే" అని "రేయ్ కొచ్చుబ్బీ, నీకు నచ్చితే వీళ్ళ మతానికి పో... దొర నీకు సొక్కాయి, రొట్టె ఇస్తారు" అని అంది.

నేను దొర వైపు చూస్తూ అమ్మను పట్టుకుని "వద్దు, నాకొద్దు" అని అమ్మని కుదిపేశాను. నాకు ఏడుపొచ్చింది. నీళ్ళు నిండిన కళ్ళతో అమ్మను హత్తుకుంటూ మొఖం దాచుకున్నాను.

దొర "సరే... బాగా ఆలోచించి చూడు... ఇక్కడి తలుపులు ఎప్పుడూ తెరిచే ఉంటాయి" అన్నారు. "ఇప్పుడు నేను అనుకుంటే ఐదో పదో నీకు ఇవ్వొచ్చు. నేను ఉన్నా లేకున్నా నీకు ఎప్పుడు సహాయం కావాలన్నా మాలో వచ్చి కలిస్తే, వెంటనే దొరుకుతుంది" అంటూ పొడిగించారు. "వెళ్ళొస్తాను దొరా" అని తిరిగి బయటకు నడిచింది అమ్మ. నేను కూడా ఆమె వెనకే నడిచాను.

చీకట్లో దయ్యాల్లాగా నడిచాము. ఆకాశం నిండుగా చుక్కలు. పొలాల్లో చిమటల చప్పుడు, కప్పల అరుపులు వినిపిస్తున్నాయి. మిణుగురులు రంగురంగుల కాంతులతో పంట పొలాల మీద గుట్టల మీదా ఎగురుతున్నాయి. పొలం గట్ల మీదున్న బురద తొక్కుకుంటూ ఎండ్రకాయల బొరియల్లో కాళ్ళు తడబడుతూంటే అడ్డదారుల్లో కాళ్ళకు గుచ్చుకునే గులకరాళ్ళను లెక్క చెయ్యకుండా ఇల్లు చేరుకున్నాము. ఇల్లంతా ఒకటే చీకటి. అయితే ఎవరూ నిద్రపోలేదు.

అమ్మ ఇంటికి రాగానే పడుకుంది. నేను అక్కతో "ఏం తిన్నావు?" అనడిగానుడి. "పొద్దున తాటిపళ్ళు నాలుగైదు దొరికితే అవి కాల్చి వీళ్ళకు ఇచ్చాను" అంది. నేను రొట్టె తిన్న విషయం గుర్తుకు తెచ్చుకున్నాను. నా చాప విప్పి పరుచుకుని పడుకున్నాను. మూడు రోజులుగా ఇంట్లో అందరూ తాటిపళ్ళు మాత్రమే తింటున్నారు. ఇల్లంతా కుళ్ళిన తాటి పళ్ళ వాసన. కాసేపటికి ఆ వాసన గుప్పుమని హెచ్చింది. నేను లేచి "తాటిపండు కుళ్ళిపోయింది" అని అన్నాను. "తమ్ముడికి బేదులు " అంది అక్క.

మళ్ళీ పడుకున్నాను. ఇంటిలోపలికి వచ్చిన ఒక మిణుగురు చీకట్లో చక్కర్లు కొడుతోంది. అది ఇంటిని తగలబెట్టేస్తుందని తాటాకుల కప్పు, తడికెలూ అంటుకుని మేమందరం బూడిదయిపోతామని అనిపించింది. నేను మెల్లగా

నిద్రలోకి జారిపోతుండగా చిన్న చెల్లెలు తంగమ్మ కలవరించడం మొదలెట్టింది. లేచి చూసాను. ఆమె నిద్రలోనే గొణుగుతూ ఏదో చేతిలోకి తీసుకోవడం కనిపించింది.

నాకు తెలివొచ్చిన కాసేపటికి అక్కడ ఏం జరుగుతోందో అర్థమైంది. నిద్రలో తింటున్నట్టు కలగంటూ ఉత్తి ఉత్తిగా ఏదో నోట్లో వేసుకుని చప్పరిస్తూ నములుతోంది. చేతులు నాక్కుంటోంది. అప్పుడే మేలుకున్నదానిలా నన్ను చూసి నోటిని తెరిచింది. "అన్నా" అంది. "పడుకోవే" చిన్నగా అదిలించాను. చిరునవ్వుతో "గంజి ఉందా? ఆకలేస్తోంది" అంది. అమ్మ "పడుకోవే దయ్యమా" అంది. తంగమ్మ కళ్ళుమూసుకుని అటు తిరిగి పడుకుంది. నేను "అమ్మా" అన్నాను. "ఏరా?" అంది. "నేను రేపు నెయ్యూరుకు పోతున్నా" అన్నాను. అమ్మ "ఎందుకు?" అంది. "నేను వాళ్ళ మతంలో చేరతాను" అన్నాను. అమ్మ ఏదైనా బదులుగా మాట్లాడుతుందేమోనని ఎదురు చూశాను. అయితే ఆమె నిట్టూర్పుని మాత్రమే జవాబుగా ఇచ్చింది.

మరుసటి రోజు ఒక్కడినే బయలుదేరి వెళ్ళాను. నెయ్యూరు హాస్పిటల్ చేరుకోగానే అదంతా నాకు బాగా అలవాటు అయిన చోటు లాగే అనిపించింది. నేరుగా నాన్న దగ్గరకి వెళ్ళాను. నిన్న నాన్న ఉన్న మంచంలో ఇప్పుడు మరో ముసలాయన ఉన్నాడు. బయటకు వచ్చాను. అక్కడి నర్స్ నాతో "అరే పిల్లాడా, మీ అమ్మ ఎక్కడ?" అని అడిగింది. "అమ్మ రాలేదు, మా నాన్న ఎక్కడ?" అని అడిగాను. "ఆయన రాత్రి చనిపోయారు. నువ్వు వెనక ఉన్న జీడిమామిడి తోట దారినే పోయావంటే చర్చి కనబడుతుంది. దాని వెనకమాల సమాధుల తోట ఉంటుంది. మీ నాన్నని అక్కడికి తీసుకెళ్ళారు" అని అంది.

నేను జీడిమామిడి తోటలో దూరి పరిగెట్టాను. రెండు సార్లు కింద పడ్డాను. నా నడుముకు చుట్టుకున్న గుడ్డ ఊడిపోయింది. దాన్ని చేతులతో గట్టిగా పట్టుకుని చర్చి గట్టెక్కి దిగి వెనక వైపుకు వెళ్ళాను. సమాధుల తోటలో ఐదారుగురు మంది నిల్చుని ఉన్నారు. వారిలో ఒక అతను పొడవాటి అంగీ వేసుకున్న పాస్టరు. ఇద్దరు పని వాళ్ళు. నేను వాళ్ళ దగ్గరకు వెళ్ళి నిల్చున్నాను.

లోతైన ఎర్రమట్టి గుంత. చూడడానికి అది ఆకలితో తెరుచుకుని ఉన్న ఒక

పెద్ద నోరులా ఉంది. నాన్నని తాటి బెల్లం ముద్దలా తాటాకు చాపలో చుట్టి పెట్టారు. అందులోనుంచి కారిన రక్తం తాటి బెల్లం జోములా చాప అంచుల్లో నల్లటి మరకలై ఉంది. దాని మీద ఈగలు ముసురుతున్నాయి. గుంతకు పక్కన నిల్చున్న వ్యక్తి "దించేద్దామా? ఇంకేమైనా ఉందా?" అని అడిగాడు. పాస్టరు "దొర రానీ. అనాథ శవం అయితే ఆయన కచ్చితంగా వస్తారు" అని అన్నాడు. వాళ్ళు నన్ను గమనించలేదు.

కాసేపట్లో ఒక పెట్టెను మోసుకుంటూ ఒక అతను వచ్చాడు. అతని వెనకే పైన జుబ్బా వేసుకుని, గుదికాళ్ళవరకు కాషాయం పంచె కట్టుకున్న దొరగారు వచ్చారు. హాస్పిటల్లో మందులు పెట్టుకునే రెండు పెట్టెలను జతచేసి మేకులు కొట్టి తయారు చేసిన పొడవాటి పెట్టె అది. దానిమీద ఏవేవో మందుల పేర్లు రాయబడిన కాగితాలు అంటించున్నాయి. పెట్టెను కింద పెట్టగానే ఆ ఇద్దరూ నాన్నను తాటాకు చాపతో పాటు ఒడిసి పట్టి ఎత్తి ఆ పెట్టెలో పెట్టారు. పెట్టెకు మూత పెట్టి, పెట్టె కింద అడ్డంగా తాళ్ళు పోనిచ్చి, ఇరువైపులా తాళ్ళను పట్టుకుని పెట్టెను గుంతలోకి దించారు. తాళ్ళను ఒక వైపునుండి లాగి బయటకు తీశాక దొర నా వైపుకు తిరిగి "ఇట్రా" అని పిలిచారు.

'ఆయన నన్ను గుర్తు పట్టారు' అన్న విషయం నాకు ఆశ్చర్యం కలిగించింది. "ఫాదర్, వీడు చనిపోయిన జోసెఫ్ కొడుకు" అన్నారు దొర. ఫాదర్ తల ఆడించారు. ఫాదర్ నాన్న గురించి కొన్ని మాటలు మాట్లాడారు. యేసు ప్రభువు తనలో ప్రవేశించాకే నాన్న చనిపోయాడని తెలుసుకున్నాను. క్లుప్తంగా ప్రార్థన ముగించి, పిడికెడు మట్టి తీసుకుని వేయమని చెప్పారు. వేశాను. ఫాదర్ కూడా మట్టి వేశాక ఆ పనివాళ్ళు గబగబా గుంతను పూడ్చారు.

అక్కడ్నుంచి వెనక్కి వచ్చేటప్పుడు నేను దొర వెనకే నడిచాను. పాస్టరు ఇంకా మిగతా వాళ్ళు, దారెమ్మట నడుస్తుంటే దొర మాత్రం జీడి చెట్లమధ్యలో దూరి, కొమ్మలకింద వంగి వంగి నడుస్తున్నారు. కిందుగా ఉన్న ఒక కొమ్మ కిందికి వంగి దాటాక వెనక్కి తిరిగి "మీ అమ్మ రాలేదా?" అని అడిగారు. "లేదు. నేను మాత్రమే వచ్చాను" అని అన్నాను. ఆయన "ఓ... ఐ సీ" అని గొణుక్కున్నారు. నేను గబుక్కున వణుకుతున్న గొంతుకతో "నేను ప్రభువు బిడ్డగా మారిపోతాను. రొట్టె ఇవ్వండి దొరా" అని అన్నాను. "రొట్టె మాత్రమే

సరిపోతుందా?” అని అడిగారు నవ్వుతూ. “బోలెడన్ని రొట్టెలు కావాలి. మా ఇంటికి తీసుకెళ్ళాలి దొరా. నాకు, మా చెల్లెళ్ళకు, తమ్ముళ్ళకూ రొట్టెలు కావాలి దొరా” అన్నాను.

దొర నన్ను దగ్గరకు తీసుకుని పొదువుకున్నారు. ఆయన పరిమళం నన్ను చుట్టేసింది. కళ్ళల్లో ఉబికి ఉప్పొంగిన నీటి ధారలతో నా ముఖాన్ని మరింతగా ఆయన ఒంటికి అదుముకుని దాచుకున్నాను. నాకు ఊపిరాడనంతగా ఏడుపు తన్నుకొచ్చింది. మా నాన్న చెమట వాసన, తాటిచెట్లు, చెరువు పాచి, ఉప్పూ అన్నీ కలగలిపినట్టు ఉండేది. దొర చెమటలో సన్నటి పేలుడు మందు వాసన వస్తోంది. ఆ రోజునుండి ఆ వాసనమీద నాకు కొత్త మమకారం వచ్చేసింది. అప్పట్నుండి ఆయన బట్టలు నా చేతికి దొరికితే వాసన చూడకుండా పక్కన పెట్టేవాడిని కాను.

దొర గదికి వెళ్ళాక ఒక ఖాకీ నిక్కర్ తీసి నా చేతికి ఇచ్చి “ఇది వేసుకో” అని అన్నారు. నేను దాన్ని తీసుకుని నెమ్మదిగా వాసన పీల్చాను. మైమరిపించే వాసన. కొత్త బట్టల వాసన అది. నేను వేసుకున్న మొదటి కొత్త బట్ట అదే.

“ఏసు ప్రభువా, నీకు స్తోత్రం ప్రభూ అని చెప్పి వేసుకో” అని అన్నారు.

నేను “ఏసు ప్రభువా, నీకు స్తోత్రం ప్రభూ” అని అన్నాను. నాకు ఆ నిక్కరు చాలా పొడవుగా వదులుగా ఉంది. నడుం దగ్గర నాడాని రెండు మూడు చుట్టులు చుట్టి ముడేశాను... దొర నవ్వారు. నేనూ నవ్వాను. “బాగా తిను. తొందరలో సైజు సరిపోతుంది” అన్నారు.

దొర బైబిల్ తెరిచి “ఇటు రా” అన్నారు. దగ్గరకు వెళ్ళగానే నా తల మీద చేయి పెట్టి బైబిల్ వచనాలను గట్టిగా చదవసాగారు. అలా నేను క్రైస్తవుడినయ్యాను. నా పేరు ఇప్పుడు జేమ్స్ డేనియేల్.

* * *

నాకు మతం ఇప్పించింది నెయ్యూరులో ప్రసిద్ధి చెందిన డాక్టర్ థియోడర్ హోవార్డ్ సామర్వెల్ [Dr.Theodore Howard Somervell]. ఆ ఊళ్ళో అందరూ ఆయన్ను సామువల్ అనేవారు. నేను ఆయన పుట్టు పూర్వోత్తరాలు తెలుసుకున్నది వారిని కలిసిన నాలుగేళ్ళ తర్వాతే. ఆయన తన గురించి ఏమీ

చెప్పుకునేవారు కారు. 'మంచి పనిమంతుడు' కానీ మితభాషి. ఎప్పుడూ ఏదో ఒకటి చదువుతూ ఉండేవారు. బైబిల్ తప్ప మరేదీ చదవని ఇతర తెల్లదొరల్లా కాదీయన. ఆయనకు షేక్స్పియర్ అంటే వల్లమాలిన అభిమానం, తనివితీరని ప్రేమ. ఆయన బల్లమీద ఎప్పుడూ లెదర్ బైండింగ్‌తో ఉన్న షేక్స్పియర్ సమగ్ర సాహిత్యం ఉండేది. ఆయన మాటల్లో షేక్స్పియర్ వాక్యాలు అతిసహజంగా దొర్లుతూ ఉండేవి. ఆయన నేరుగా మద్రాస్ నుంచి పుస్తకాలు తెప్పించుకుని చదివేవారు. ప్రతి శుక్రవారం స్వయంగా నాగర్కోవిల్‌కు వెళ్ళి వాటిని తీసుకొచ్చేవారు. ఆయన పుస్తకాల అలమార చాలా పెద్దది. అందులో డికెన్స్, విలియం థాకరే, జార్జ్ ఎలియట్ అంటూ ఒక వరుసలో పుస్తకాలు అమర్చబడి ఉండేవి. డబ్ల్యూ డబ్ల్యూ జేకబ్స్, మేరీ కెరెల్లీ మరో వరుస. వాటిల్లో చాలా పుస్తకాలను తర్వాత నేను చదివాను. ఆయన తదనంతరం ఆ పుస్తకాలన్నీ స్కాట్ క్రిస్టియన్ కాలేజ్ లైబ్రరీకి వెళ్ళిపోయాయి.

సామర్వెల్‌కు సంగీతం పైన మంచి అభిరుచి, ఆసక్తి ఉండేవి. ఎందువల్లనో మరి భారతీయ సంగీతం ఆయన్ని అంతగా ఆకట్టుకోలేదు. పాశ్చాత్య సంగీతం, గోస్పెల్ సంగీతం అంటే విపరీతమైన పిచ్చి. ఆయన దగ్గర నల్లటి ఉమ్మెత్త పువ్వు లాంటి గ్రామొఫోన్ ప్లేయర్ ఒకటి ఉండేది. అతని సంగీత అభిరుచికి సరిజోడీ, ఆయన మిత్రుడు నాగర్కోవిల్ స్కాట్ కాలేజీ ప్రిన్సిపాల్ రాబిన్సన్ దొర. ఆయన ఆదివారం మధ్యాహ్నం గ్రామొఫోన్ రికార్డులు పట్టుకుని వచ్చేవాడు. ఇద్దరూ చేతిలో బ్రాందీ గ్లాస్ పట్టుకుని, రాత్రి వరకూ అవే రికార్డులు మళ్ళీ మళ్ళీ పెట్టుకొని కలల్లో తేలుతూ ఆ సంగీతం వింటూ కూర్చునేవాళ్ళు. సామర్వెల్ పియానో, ఓబో వాయించేవారు.

సామర్వెల్ ఇంగ్లాండ్ లోని వెస్ట్ మోర్‌లండ్, కెండాల్ అనే ఊర్లో జన్మించారు. ఈ విషయం ఆయన ఫైల్లో చూశాను. వారి తల్లి తండ్రులు చెప్పులు తయారు చేసే ఫ్యాక్టరీలు నడిపేవారు. ఆ విషయం ఆయనే ఒకసారి చెప్పారు. నాగర్కోవిల్‌కి చెందిన నాగరాజ అయ్యర్ అని ఒక వ్యక్తి వరిబీజ శస్త్ర చికిత్స కోసం ఆస్పత్రిలో చేరినప్పుడు అతని పక్కన మంచంలో చెప్పులు కుట్టే మాదిగ అతన్ని పడుకోబెట్టారు. ఫిర్యాదు చేసిన అయ్యర్‌తో "నేను కూడా చెప్పులు కుట్టేవాణ్ణే తెలుసా, అయ్యర్?" అని అడిగారు. "అబద్ధం చెప్పకండి దొరా"

అన్నాడు అయ్యర్. "నిజంగానే. మా కుటుంబీకులు చెప్పులు కుట్టి అమ్మే ఫ్యాక్టరీ నడిపేవారు" అన్నారు ఆయన. "ఫ్యాక్టరీయే కదా?" అని చెప్పి వెంటనే కళ్ళు మూసుకున్నాడు అయ్యర్.

సామర్వెల్ అద్భుతమైన క్రీడాకారుడు. హాస్పిటల్‌కి, చర్చికి మధ్య ఉన్న మైదానంలో ప్రతిరోజూ బ్యాడ్మింటన్ ఆడేవారు. అతనితో ఆడటానికి నాగర్కోవిల్ నుంచి కొంతమంది తెల్లదొరలు వచ్చేవాళ్ళు. నేను మొదటిసారి కలిసేటప్పటికే ఆయనకి 50 ఏళ్ళు దాటేశాయి. అయితే ఆయనతో ఆడి ఎవరూ నెగ్గలేరు. ఆడి ఆడి ఒక్కొక్కరు అలసిపోయి కూర్చుంటే కొత్తవాళ్ళు ఒకరి తర్వాత ఒకళ్ళు ఆడేవాళ్ళు. బాగా చీకటిపడి బంతి కనిపించనంతవరకు ఆడి, చెమటతో తడిసి ఒంటికి అంటుకుపోయిన చొక్కాతో వచ్చి ఇనప కుర్చీలో కూర్చునేవారు సామర్వెల్. నేను అతనికి బెల్లం కలిపిన వేడి పత్తిగింజల పాలను కప్పులో తీసుకెళ్ళి ఇచ్చేవాణ్ణి.

ఆయనంటే నాకు అంతులేని గౌరవం, మర్యాద. ఆయన్ని మరింతగా అర్థం చేసుకోడానికి చేరువగా ఉన్న పదేళ్ళలో ప్రతి క్షణమూ ప్రయత్నిస్తూ ఉండేవాడిని. ఆయన ఫైల్ ఒకసారి లండన్ మిషన్ ప్రధాన కార్యాలయానికి వెళ్తున్నప్పుడు రహస్యంగా ఒకాయన దగ్గర అడిగి తీసుకుని చదివాను. సామర్వెల్ కేంబ్రిడ్జ్ గాన్విల్-కాయస్ కాలేజీలో వైద్యం చదువుకున్నారు. ఆ తర్వాత సైన్యంలో చేరి మొదటి ప్రపంచ యుద్ధంలో పాల్గొన్నారు. 1915 నుండి 1918 వరకు ఫ్రాన్స్‌లో బ్రిటిష్ సైనికుడిగా పనిచేశాడు. క్యాప్టెన్ పదవి వచ్చాక స్వచ్ఛంద పదవీ విరమణ తీసుకున్నారు. అప్పుడు ఆయన వయసు ఇరవైయెనిమిది.

తన ఆర్మీ జీవితం గురించి మాత్రం సామెర్వెల్ ఎప్పుడూ నాతో ప్రస్తావించలేదు. ఒకే ఒకసారి మాత్రం తను ఎదుర్కొన్న ఒక సంఘటనను చెప్పుకొచ్చారు. ఆయన వార్డులోకి అడుగు పెడుతున్నప్పుడు ఒక ముసలాయన "నేను చచ్చిపోతాను దొరా... నేను నొప్పిని ఓర్చుకోలేక పోతున్నాను... ఇక్కడికి రండి దొరా..." అని కేకలు పెడుతున్నాడు. సామర్వెల్ "ఉండు" అని చేత్తో సైగ చేశారు. ఆ సమయంలో ఆయన మరో మలయాళీ పంతులు కట్టు విప్పి చూస్తున్నారు. ముసలాయన మళ్ళీ "దొరా, పరుగున రా దొరా" అని మరింత

గట్టిగా కేకలు పెట్టినప్పుడు సామర్వెల్ ముసలాయన దగ్గరకు పోయి ఫటీమని చెంపమీద ఒకటి పీకారు. ఆ ముసలాయన పిళ్ళై అనబడే అగ్రకులస్తుడు. దెబ్బ తగలగానే జడుసుకుని రెండు చేతులూ జోడించి నమస్కరిస్తూ కళ్ళల్లో నీళ్ళు పెట్టుకుని శాంతించాడు. సామర్వెల్ అక్కడేమీ జరగనేలేదన్నట్టు ప్రశాంతంగా పంతులు పుండుకు వైద్యాన్ని కొనసాగించారు.

సామర్వెల్ తన గదికి వెడుతూ వెడుతూ దార్లో ఒక రోజు ఈ సంఘటనను పంచుకున్నారు. మొదటి ప్రపంచ యుద్ధకాలం. ఫ్రాన్స్ లోని సొమ్మె అనే ఊర్లో యుద్ధం జరుగుతోంది. యుద్ధంలో తీవ్రంగా గాయపడిన దాదాపు ఏడువందల మందిని తీసుకువచ్చి ఒక గుడారంలో పడేశారు. సామర్వెల్‌తో కలిపి అక్కడ ఉన్నది నలుగురు డాక్టర్లే. రాత్రంతా పూనకం వచ్చిన వాడిలా సామర్వెల్ వైద్యం చేస్తూ ఉన్నారు. ఏ అర్థరాత్రో దాటాక అలసిపోయి ఒక సైనికుడి మంచం మీద కాసేపు కూర్చుండి పోయారు. పక్క మంచంలో రెండు కాళ్ళూ నుజ్జు నుజ్జుగా చితికి పోయిన ఒక సైనికుడు చికిత్స కోసం పడుకుని ఉన్నాడు. అతని కళ్ళు తనకేసి చూస్తుండడం గమనించి లేచారు. అతను చేయూపి "పర్వాలేదు, కాస్త విశ్రాంతి తీసుకున్నాకే రండి" అని సైగ చేశాడు.

సామర్వెల్ అక్కడే ఉద్వేగానికి గురై కళ్ళనీళ్ళ పర్యంతమయ్యారు. ఆ శిబిరంలో పడి ఉన్న సగం మందికి పైగా సైనికులు ఒక గంటలోపు వైద్యం అందించక పోతే చనిపోతారు. వాళ్ళ మంచాల మీద నుండి కారుతున్న రక్తమంతా కలిసి ఒక చిన్నపాటి కాలువలా తయారై పారుతోంది. అయినా కానీ ఏ ఒకళ్ళూ ముందు మమ్మల్నే చూడాలి అని వరుస క్రమాన్ని అతిక్రమించే ప్రయత్నం చేయలేదు. ఎవ్వరూ బతిమలాడలేదు. "దేవుని సృష్టిలోని మనిషి ఎంత మహనీయమైనవాడు! సృష్టిలోని జీవులందరిలోనూ ఒక్క మనిషికి మాత్రమే అంత మనోనిబ్బరం సాధ్యమవుతుంది. అతడు అధిరోహించగల శిఖరాలకు హద్దంటూ లేదు. చేయిచాస్తే ఆ దేవుని కుమారుడి పాదాలనే అందుకోగలడు ఈ మనిషి... ఇక్కడ ఇలా కొన ప్రాణాలతో ఊగిసలాడుతున్న వారందరూ అలాంటి అంతర్లీనమైన శక్తి ఉన్న వారేగా? వీరందరినీ మాంసపు ముద్దల్లా మార్చి చీల్చి చెండాడి ఏ విజయాన్ని ఆస్వాదించబోతున్నారు ఈ రక్త పిపాసులు? ఏ జయజయ ధ్వానాలలో మునిగి పోవడానికి ఇవన్నీ?" ఈ

ఆలోచనలన్నీ మనసులో మెదిలాయి ఆయనకి. ఇక ఎప్పటికీ యుద్ధంలో పాలుపంచుకోకూడదని అప్పటికప్పుడే నిర్ణయించుకున్నారు సామర్వెల్.

పిళ్ళైగారితో ఆ సంఘటన జరిగిన తర్వాత ఆ రోజు సాయంత్రం, చేతిలో తన ఓబోని పట్టుకుని వెళ్ళి ముసలాయన పక్కన కూర్చున్నారు సామర్వెల్. ఆయన్ని చూడగానే కంగారుగా లేచి కూర్చుని వణికే చేతులను పైకెత్తి జోడించాడు పిళ్ళై. సామర్వెల్ మెల్లగా తన ఓబోని వాయించసాగారు. నేను వెళ్ళి వాకిట్లో నిల్చుని వినడం మొదలెట్టాను. ఆయన వాయిద్యం వేడుకోలులా, కృతజ్ఞతాభివందనలా, వంపులు తిరుగుతూ జారుతున్న సెలయేరు ప్రవాహంలాంటి పాశ్చాత్య సంగీతాన్ని వినిపిస్తోంది. చేతులు జోడించుకుని నీళ్ళు నిండిన కళ్ళతో కూర్చుని ఉన్నాడు పిళ్ళై. ఆ గదంతా అదృశ్యంగా వ్యాపించి ఉన్న వేదనేదో కిటికీలను దాటుకుని బయటకు వెళ్తోంది. అంతు చిక్కని రసానుభూతి ఆ గదిలో నలుమూలలా వ్యాపించింది. ఎల్లలు దాటి, అనాయాసంగా మనిషిని కదిలించి వేసే గొప్ప అనుభవమిది. అక్కడున్న అందరి యాతననూ ఒక సూత్రంలో కట్టేసి సమస్త మానవాళికీ ఉన్న వేదనను ఏకం చేసి చూపించడం అన్న బృహత్కార్యం సంగీతానికి మాత్రమే సాధ్య పడుతుందా?

అవతల మంచంమీద మలయాళీ పంతులు దిండులో తలదాచుకుని ఏడవడం గమనించాను.

నేను మొట్టమొదటిసారి సామర్వెల్ గదికి వెళ్ళినప్పుడు ఆ గది గోడమీద నేను చూసిన ఆ చిత్రం హిమాలయ శిఖరాలది అని తర్వాతెప్పుడో తెలుసుకున్నాను. ఆ చిత్రంలోని శిఖరాల మధ్యలో ఎత్తుగా ఉన్న శిఖరమే ఎవరెస్ట్. దాన్ని ఎక్కడానికి వెళ్ళిన తొలి వీరుల్లో సామర్వెల్ కూడా ఒకరు. 1922లో ఆయన, ఆయన స్నేహితుడు జార్జ్ మాలోరీ ఎవరెస్ట్ శిఖరాన్ని ఉత్తరభాగంనుండి ఎక్కడానికి ప్రయత్నించారు. తీవ్రంగా కురుస్తున్న మంచుని కూడా లెక్క చెయ్యకుండా 8000 మీటర్ల ఎత్తు వరకు ఎక్కారు. అప్పటిదాకా హిమాలయాలు ఎక్కినవారిలో వీళ్ళు చేరుకున్న ఎత్తే అత్యధికం. గాలి పూర్తిగా పలచబడిపోయి అంతకంటే పైకి ఎక్కనివ్వకుండా వీళ్ళను ఆపేసింది.

మొదటి సారి వాళ్ళు ఆక్సిజన్ లేకుండా ప్రయాణం చేశారు. అందుకని అదే

ఏడాది ఆక్సిజన్‌తో మరోమారు ఎవరెస్ట్ ఎక్కడానికి ప్రయత్నించారు. నడుము లోతు మంచులో కూరుకుపోయి నడుస్తూ, మంచు గొడ్డలితో గడ్డలపై మెట్లను చెక్కుతూ వాటి సాయంతో పైకెక్కారు. సగం దూరం వెళ్ళాక, పైన ఏదో విస్ఫోటనం జరిగినట్టుగా ఒక శబ్దం సామర్వెల్ చెవిన పడింది. అప్పుడు అప్రయత్నంగానే 'ఆమెన్' అని అన్నారటాయన. ముందున్న ఓ పర్వతం నించి ఒక పెద్ద ముక్క హఠాత్తుగా ఊడి, మంచు జలపాతంలా కిందకు ఒరుగుతూ జారడం కనపడింది. ఆయన ముందున్న మంచుబండ కిందకొస్తున్న మంచు ప్రవాహాన్ని రెండుగా చీల్చి వేసింది. ఆ రెండు మంచు పాయలకు మధ్య భాగంలో సామర్వెల్ నిల్చుండిపోతే ఆయనతో వచ్చిన మిగతా అందర్నీ ఆ రెండు హిమపాతాలూ పెకలించుకుని క్షణాల్లో అథఃపాతాళానికి తీసుకెళ్ళి పోయాయి. నిముషాల్లో ఆ ప్రదేశం అంతా అంతకు ముందున్న స్థితికి సంబంధం లేకుండా పూర్తిగా తన స్వరూపాన్ని మార్చేసుకుంది.

ఆ పెనుశబ్దం సద్దుమణగగానే సామర్వెల్ ఏకాకిలా ఆ తెల్లటి మంచుకొండ మీద వణుకుతూ కూర్చున్నారు. అక్కడినుండి ఒక అడుగైనా ముందుకు వెయ్యలేక అక్కడే చాలాసేపు కూర్చుని ఉండిపోయారు. తమ బృందం ఎక్కడానికి ఆ మార్గాన్ని ఎన్నుకుంది తానే. క్షణాల్లో మరణించిన తన స్నేహితులకు సంఘీభావంగా ఇప్పుడు చెయ్యగలిగింది వెనువెంటనే ఎదురుగా ఉన్న మంచులోయలో దూకి మరణించడమే. ఆ నిర్ణయంతో ఆయన పైకి లేచి నిల్చున్నప్పుడు ఎదురుగా ఉన్న ఆ మంచుబండ, తెల్లటి అంగీ పాదాల దాక ధరించిన రూపం దాల్చి, దైవహస్తం చాచి ఆశీర్వదిస్తూ నిల్చున్నట్టుగా కనిపించింది. "యేసే నా రక్ష!" అంటూ గుండెల మీద చేయి పెట్టుకుని వెక్కి వెక్కి ఏడ్చారు సామర్వెల్.

కొండ దిగి డెహ్రాడూన్ వచ్చిన సామర్వెల్ ఇండియా మొత్తం తిరిగారు. ప్రతి రాత్రీ గది తలుపులు వేసుకుని మోకాళ్ళ మీద నిల్చుని కళ్ళనీళ్ళు పెట్టుకుని గంటల కొద్ది జపం చేశారు. "నా దేవా, ఈ అల్పుణ్ణి కాపాడటంలో నీ ఉద్దేశం ఏమిటి? నువ్వు నామీద పెట్టదల్చుకున్న బాధ్యత ఏమిటి, చెప్పు?" అంటూ ఆర్తితో ప్రశ్నించారు. ఏదో దైవకార్యానికి నియోగించడానికే నన్ను ప్రాణాలతో బ్రతకడానికి నా ప్రభువు అనుమతించారు అని అనుకున్నారు. దేశమంతా

పర్యటిస్తూ ప్రతి ఊళ్ళో 'నా నేల కళ్ళబడేట్టు అనుగ్రహించు దేవా' అని కన్నీరు చిందించారు.

1925లో ఒక రోజు ఆయన కలకత్తాలో విడిది గదిలో జపం చేసుకుంటూ ఉంటే నౌకరు ఒక లేఖ తెచ్చి ఇచ్చాడు. తనతోబాటు మిలిటరీలో ఉద్యోగం చేసిన ఒక మిత్రుడు లండన్ మిషన్ కార్యకర్తగా నాగర్కోవిల్లో ఉన్నాడు. అతను రాసిన ఉత్తరం అది. దాన్నే పిలుపుగా తీసుకుని సామర్వెల్ తన మిత్రున్ని కలుసుకోడానికని తిరువిదాంగూరుకు వచ్చారు. నెయ్యూరులో చర్చికి వెళ్ళే దారిలో అంతకు ముందురోజు పడిన వర్షంవల్ల ఒక గుంట ఏర్పడి నీళ్ళు నిండి ఉండటంతో మరో దారిలో వెళ్ళారు. ఆ రోజుల్లో, అక్కడ అతి చిన్న మిషన్ హాస్పిటల్ ఒకటి ఉండేది. హాస్పిటల్ చుట్టూ తిరనాళ్ళకు గుమికూడినట్టు జనం ఉండటం చూశారు సామర్వెల్. వాళ్ళంతా మందులు తీసుకోడానికి వచ్చిన రోగుల గుంపు అని అర్థమయింది. ఆ కాలంలో హాస్పిటల్ మొత్తానికి ఒక డాక్టరు, ఒక కాంపౌండర్ మాత్రమే ఉండేవాళ్ళు. ప్రతి రోజూ సుమారు మూడువేలమంది అక్కడికి చికిత్సకోసం వచ్చేవాళ్ళు. దాదాపుగా అందరికీ కార్బనేట్ మిక్చర్ మాత్రమే మందుగా ఇచ్చేవాళ్ళు.

తెలీని ఆకర్షణ ఏదో ఆయన్ను హాస్పిటల్ వైపుకు నడిపించింది. అప్పుడు నడుముకు ఒక చిన్న గుడ్డ మాత్రం కట్టుకుని పరుగు పురుగున ఓ నల్లటి మూడేళ్ళ పసిపాప ఆయన దగ్గరకొచ్చి ఒక బుల్లి శిలువను తన చేతికిచ్చి నవ్వి వెళ్ళిపోయింది. "నా ప్రభువా!" అంటూ గట్టిగా రోదిస్తూ అక్కడే కూర్చుండిపోయారు సామర్వెల్. తాటాకులతో చేసిన ఆ చిన్ని శిలువను నుదుటిమీద అదిమి పట్టుకుని "ఏసు ప్రభువా! మీ ఆజ్ఞ శిరసావహం. మీ ఆనతి ప్రకారం ఇదే నా జీవుడి గమ్యస్థానం" అంటూ తన లోలోపల నుంచి పొంగుకొచ్చిన ఉద్వేగానికి తట్టుకోలేక నిశ్చేష్టులై అలా కొంతసేపు నిలబడిపోయారు.

ఆరోజు తెల్లవార్లూ అక్కడే ఉండి అందరికీ మందులిచ్చారు. మరుసటి వారమే బయలుదేరి లండన్ వెళ్ళారు. ఆయనకు అక్కడ పెద్ద పెద్ద ఫ్యాక్టరీలు, ఇళ్ళు, పొలాలూ ఉండేవి. అన్నిటిని అమ్మేసి ఆ డబ్బు మొత్తాన్నీ తీసుకుని ఇండియా వచ్చారు. ఆ రోజుల్లో ఆ విషయం లండన్లో పెద్ద వార్తగా

మారిపోయింది. 'బ్రిటిష్ సామ్రాజ్యంలోని గొప్ప డాక్టర్లలో ఒకరు, దేవుని కుమారుడు ఇచ్చిన ఆజ్ఞను శిరసావహించి, ఆ సామ్రాజ్యపు చిత్రపటంలోనే ఏ మాత్రం ప్రాధాన్యత లేని, ఎవ్వరూ పేరు కూడా వినని ఒక చిన్న ఊరికి వెళ్ళిపోతున్నారు' అంటూ.

సామర్వెల్ నిర్విరామంగా శ్రమించి నెయ్యూరులో బ్రహ్మాండమైన వసతులుగల భవనాలతో గొప్ప వైద్యశాలను నాలుగేళ్ళలో నిర్మించారు. 1838లో తిరువిదాంగూర్ మహారాజావారు *శ్రీమూలం తిరునాళ్* ఇచ్చిన విరాళంతో ఆర్చ్‌బాల్డ్ రామ్సీ స్థాపించిన చిన్న వైద్యశాల అది. తర్వాత వచ్చిన చార్ల్స్ కాలర్ లీచ్ ఇంటింటికి వెళ్ళి బియ్యం కొబ్బరికాయలు చందాలుగా తీసుకుని అక్కడ చిన్న భవనం నిర్మించారు. తర్వాత సామర్వెల్ హయాంలో పెద్ద వటవృక్షంలా ఆ హాస్పిటల్ విస్తరించింది. సూర్యుడు అస్తమించని బ్రిటిష్ సామ్రాజ్యంలో ఉన్న లండన్ మిషన్ హాస్పిటల్స్‌లో అదే పెద్దది.

అక్కడ ఉద్యోగానికి చేరిన మామూలు యువకులను ఎందరినో మహా గొప్ప వైద్యసేవకులుగా తీర్చిదిద్దారు సామర్వెల్. స్థానికంగా విరివిగా దొరికే వస్తువులతోనే శక్తివంతమైన ఔషధాలను ఎలా తయారు చేసుకోవాలి అన్న కిటుకుని కనుగొన్నారు. శివకాశి ప్రాంతం నుండి తీసుకువచ్చిన గంధకపు మట్టిని కాచి వడపోసి తయారుచేసిన మిశ్రమంతో గజ్జి, పొలుసు రోగాలు వంటి చర్మవ్యాధులను నయం చేశారు. చైనా కారంతో మామూలు పుళ్ళకు విరుగుడు మందు తయారు చేశారు.

సామర్వెల్ తన స్వీయప్రయోగాలతో కనుగొన్న శస్త్రచికిత్సలను చూసి శిక్షణ పొందటానికి ప్రపంచపు నలుమూలల నుండి వైద్యనిపుణులు వస్తూ ఉండేవారు. లేత కొబ్బరి నీళ్ళను నేరుగా రక్తంలోకి పంపించవచ్చు అని, పిండికట్టు వేయడానికి చెదల పుట్టలోని మట్టి ఎంతో ప్రత్యేకమైనది అని వాళ్ళు నేర్చుకున్నారు. గేదె తోకలోని వెంట్రుకలతో గాయాలకు కుట్లు వేయొచ్చు అని, తెగిపోయి కదిలే కండరాలకు నరాల పోకడను పసిగట్టి కుట్లు ఎలా వేయాలి అని తెలుసుకున్నారు. అయితే వాళ్ళెవ్వరూ నేర్చుకోలేకపోయిన విషయం మటుకు ఒకటుంది. ఆసుపత్రిని దేవాలయంలా ఎలా మార్చాలి అన్న ఆ అంతఃసూత్రం మాత్రం ఆయనతోనే మిగిలిపోయింది. డాక్టరుగా ఆయన చేసిన సేవ, ఆ

ప్రాంతపు పసిపిల్లల జ్ఞాపకాలలో కూడా ఏడు దశకాలకు పైగా సామర్వెల్ గారిని నిలిపేలా చేసింది.

* * *

అయితే ఆ దైవాంశసంభూతుడి స్పర్శ కూడా నా అంతరాత్మను మేల్కొలపలేక పోయింది. నేను నా ఎనిమిదో ఏటనే ఆయన ద్వారా యేసు వచనాలను అందుకున్నాను. పేరు మారింది కానీ నా అంతరాత్మలో ఏ పరివర్తనా లేదని నాకే అర్థం అవుతోంది. సామర్వెల్ పాదముద్రలను పెదాలతో కుక్కలా వేయిమార్లు అదే పనిగా స్పర్శించేంత విశ్వాసం ఉంది నాకు. కానీ ఆయన నా చేతికందించిన బైబిల్‌లోని మాటలు మటుకు మనసుకెక్కలేదు.

నన్ను మిషన్ స్కూల్లో నేరుగా ఐదో తరగతిలో తీసుకెళ్ళి చేర్చారు సామర్వెల్. అంతకు ముందు నాలుగు నెలలు ఆయనే నాకు ప్రతిరోజూ లెక్కలు, తమిళం, ఆంగ్లం నేర్పించారు. చదువుల్లో అందరికంటే నేనే ముందుండేవాడిని. చదువుకుంటూనే హాస్పిటల్లో నౌకరీ కూడా చేసేవాణ్ణి. పొద్దున ఏడు నుండి తొమ్మిది వరకు సామర్వెల్‌కి సపర్యలు చేసేవాడిని. సాయంత్రం నాలుగు నుండి నడిజాము దాక హాస్పిటల్లో పనిచేసే వాడిని. మా అక్కలు ఇద్దరూ మతం పుచ్చుకుని లండన్ మిషన్ హాస్పిటల్లో ఉద్యోగానికి చేరారు. ఇంకో సంవత్సరం తర్వాత అమ్మ కూడా మతం పుచ్చుకుంది.

మా చిన్న ఇంటిని తీసేసి కొంచెం సౌకర్యంగా ఉండేట్టు పెద్ద ఇల్లు కట్టుకున్నాము. అమ్మ చిన్న కుట్టు మిషన్ కొనుక్కొని చేత్తోనే తిప్పుతూ బట్టలు కుట్టడం మొదలుపెట్టింది. చెల్లెళ్ళు దగ్గరే ఉన్న బడిలో చేరారు. ఒకరోజు రాత్రివేళ పున్నాగనూనె దీపంలో నాకు వేడి అన్నం వడ్డిస్తూ అమ్మ మాటలకు మధ్య "ఇది దొరగారు మనకు ఇచ్చిన జీవితం బిడ్డా" అన్నది. ఆనాడు పిల్లలను తీసుకుని ఆమె ఆత్మహత్య చేసుకోడానికి వెళ్తోంది అని దొరగారు ఊహించకపోయుంటే ఆరోజే అందరూ మట్టిలో కలిసిపోయేవాళ్ళం కదా? "ఆ యేసు ప్రభువు కరుణవల్ల కదా ఈ రోజు ఇలా నాలుగు కూటి మెతుకులు, చేపల పులుసు మన పళ్ళెంలోకి వస్తున్నాయి?" అని అంది అమ్మ. నేను అమ్మవైపు చూడకుండానే "అయితే ఇదంతా ఈ కూటి మెతుకుల కోసమేనంటావు" అని

అడిగాను. నీళ్ళు తిరిగిన అమ్మ కళ్ళలో మంటలు కనపడ్డాయి. "అవున్రా, కూటి కోసమే. ఏసు ప్రభువు అంటే నాకు ఈ నాలుగు మెతుకులూ, ఆ పులుసే. ఈ విషయాన్ని సిగ్గుపడకుండా నేను ఎక్కడైనా చెప్పగలను" అంది.

ఆ వాక్యాన్ని నేను పట్టుకున్నాను. ఎలాంటి చర్చలోనైనా నేను ఆ వాక్యాన్ని ఉటంకించేవాణ్ణి. ఎంత పెద్ద వివాదమయినా సరే ఆ వాక్యం ముందు నిలబడలేకపోయేది. "అవును కూటికోసమే. యేసుప్రభువు! నాకూ నా కుటుంబానికీ ఆకలి తీర్చే పట్టెడు కూడే ఆ ప్రభువు మాకు. ఆకలితో అలమటించే వాడికి అందిన ఆహారమే ఆయన స్వరూపం." అయితే లోలోపల ఆ భావన నన్ను ఇబ్బంది పెట్టేది. నా గది మెట్ల కింద ఉండేది. అక్కడ వేసున్న చిన్న మంచం మీద ఒంటరిగా పడుకుని ఉన్నప్పుడు ఎదురుగా గోడకు తగిలించున్న యేసు చిత్రపటాన్నే చూస్తూ ఉండేవాడిని. "యేసుప్రభూ, నీ శిలువను నాకు అందించు. నీ రక్తంలోని ఒక బొట్టును నాకు అందించు!" అంటూ ప్రార్థించేవాడిని. అయితే ఆ పటంలోని కళ్ళు నన్నే చూస్తున్నట్టున్నా వాటిలోని కరుణ మటుకు నన్ను చేరలేదు.

ఎవరూ నాలో గుర్తించని శూన్యాన్ని కనుగొన్నది సామర్వెల్ మాత్రమే. సామర్వెల్ ఒకసారి ఎందుకనో నా గదికి వచ్చి తొంగి చూసినప్పుడు ఆ చిత్రపటాన్ని చూసి వెనక్కి తిరిగి వెళ్ళిపోయారు. నాలుగైదు రోజులు తర్వాత ఒక అనాథ శవానికి అంత్యక్రియలు ముగించి అదే జీడిమామిడి తోటలోంచి నడిచి వెనక్కి వస్తున్నాము. ఒక చెట్టు కొమ్మ మీద కూర్చుని "నువ్వు ప్రభువు స్తోత్రాన్ని జపం చేస్తున్నావా?" అని అడిగారు. నేను ఆయనతో అబద్ధమాడలేను కాబట్టి తలవంచుకుని నిల్చున్నాను. "నువ్వు నీ విశ్వాసాన్ని కాపాడుకుంటున్నావా?" అని రెట్టించారు. సమాధానం ఏమీ ఇవ్వలేదు.

సామర్వెల్ కోప్పడ్డారు. "నీ గదిలో ప్రభువు పటం దుమ్ము పట్టిపోయి ఉంది... నీ నరకం నుంచి బయటకు తీసి ప్రభువు నీకు చేయూతనిచ్చి నిలబెట్టారు కదా. నువ్వు తినే తిండి, నీ పైనుండే కప్పు ఆయన కృపవల్ల లభించినవే కదా. నీకింకేం కావాలి?" అని అడిగారు. నేను తలవంచుకొని కళ్ళు తడిచేసుకున్నాను. "కన్నీళ్ళు ఎందుకొస్తున్నాయి... చెప్పు" అని అడిగారు. నేను మాట్లాడకుండా నిల్చున్నాను. నా జవాబు కోసం కాసేపు వేచి చూసి తర్వాత లేచి

వెళ్ళిపోయారు.

నేను మరసటి రోజు ఆయనకు పరిచర్యలు చేయడానికి గదిలోకి వెళ్ళినప్పుడు అక్కడ జ్ఞానదాసు ఉన్నాడు. “ఈరోజు నుంచి నన్ను రమ్మని దొరగారు చెప్పారు... నువ్వు ఇకనుండి హాస్పిటల్లో పని మాత్రం చేస్తే చాలట” అని అన్నాడు జ్ఞానదాసు. నేను వణుకుతూ అక్కడే నిల్చున్నాను. కళ్ళల్లోంచి జలజలమని నీళ్ళు రాలసాగాయి. అయితే నిల్చున్న చోటు నుంచి నేను కదల్లేదు. కాసేపటి తర్వాత హాస్పిటల్ నుండి ఆపరేషన్ ముగించుకుని వడివడిగా వచ్చిన సామర్వెల్ నన్ను చూశారు. మాట్లాడకుండా లోపలికి వెళ్ళిపోయారు. మళ్ళీ ఆయన బయటికి వెళ్ళేటప్పుడు కూడా నేను అక్కడే నిల్చుని ఉన్నాను.

ఆరోజు మధ్యాహ్నం ఆయన భోజనానికి వచ్చినప్పుడు కూడా నేను కదలకుండా అక్కడే ఆ ఎండలో నిల్చుని ఉన్నాను. దూరం నుండే నేను ఎండలో నిలుచుని ఉండటం ఆయన చూశారు. అక్కడి నుండే “లోపలికి వెళ్ళు, లోపలికి వెళ్ళు” అని చెప్తూనే వచ్చారు. నా దగ్గరికి రాగానే అప్రయత్నంగా ఆయన తన చేతి రుమాలు తీసి నా తల మీద వేసి మెట్లెక్కించి వరండాలోకి తీసుకెళ్ళారు. నా బాధంతా పెద్ద ఏడుపుగా బయటకు తన్నుకు వచ్చేసింది. “సరే సరే ఏడవకు... రేపటినుండి నువ్వే రా” అని అన్నారు. ఆ తర్వాతకూడా నేను వెక్కి వెక్కి ఏడుస్తూనే ఉన్నాను. సామర్వెల్ ఒక పెద్ద పింగాణి కప్పులో పత్తిపాలు తీసుకొచ్చి ఇచ్చి “తాగు” అని అన్నారు.

ఆ తర్వాత ఆదివారం రోజు మేమిద్దరం చర్చి నుంచి వెనక్కి వస్తూ ఉన్నాము. సామర్వెల్ నన్ను ఏదీ అడగరు అని నాకు తెలుసు. అడగకూడదు అని ఆయన నిర్ణయించుకుంటే అడిగే ప్రశ్నే ఉండదు. నేను ఆయన చేయి పట్టి లాగితే ఆగారు. నేను గబగబా మాట్లాడేశాను. “డాక్టర్, యేసుక్రీస్తు నాకు కట్టుకోడానికి బట్టలు ఉండటానికి ఇల్లు ఇచ్చారు. దానికి నేను కృతజ్ఞతలు మాత్రమే చెప్పగలను. నాకు విశ్వాసం కలగటంలేదు... పెట్టిన కూడు నా పొట్టలోకి వెళ్తుంది కానీ ఆత్మలోకి వెళ్ళటం లేదు.” నేనేం మాట్లాడుతున్నానో నాకే అర్థం కాలేదు. అయితే మాట్లాడటం మాత్రం ఆపలేదు. “నాకు మీరే ప్రభువు. నేను ప్రభువుని విశ్వసించలేను. మిమ్మల్ని విశ్వసిస్తున్నాను. మీకోసం నా ప్రాణమైనా ఇవ్వగలను.”

ఆ పైన నాకు మాటలు రాలేదు. ఏడుస్తూ పరిగెత్తాను. సామర్వెల్ అక్కడే కొన్ని నిమిషాలు నిల్చుని ఉండిపోయారు. మరుసటి రోజు నాకు ఒక లేఖ పంపించారు. ఆంగ్లంలో "నువ్వు చెప్పింది అంతా నేను అర్థం చేసుకోగలుగుతున్నాను. నీవు తెలుసుకోవలసిన ప్రభువు చాలా పెద్దవారు. మనం మరీ అంత సులువుగా తెలుసుకోగలిగినంత చిన్న వారు కారు. ఆయన అంతర్యామి. నేను ఆయన్ని నీకు సరిగ్గా పరిచయం చేయలేదు అనుకుంటున్నాను. ఒకవేళ ఆ అర్హత నాకు లేకపోయి ఉండొచ్చు. అయితే క్రీస్తు నీలోకి, నీ సామీప్యానికి చేరుకోవాలని నేను రోజూ ప్రార్థిస్తాను" అని రాశారు.

ఆ కాగితాన్ని వణికే చేతులతో చాలాసేపు చూస్తూ ఉండిపోయాను. లేచి వెళ్ళి ఆయన పాదాల మీద పడి "నేను విశ్వసిస్తున్నాను... మనస్ఫూర్తిగా విశ్వసిస్తున్నాను" అని గట్టిగా అరవాలని మనసులో ఆవేశం పొంగుకొచ్చింది. అయితే నేను ఆయనతో అబద్ధమాడలేను. ఆయన కళ్ళలోని నిజాయితీ కలిగించేంత భయం నెయ్యూరిలో మరేదీ కలిగించదు.

ఆ తర్వాత ఆరేళ్ళు నేను ఆయన దగ్గర పనిచేశాను. మా ఇద్దరక్కలు పెళ్ళిళ్ళు చేసుకుని వెళ్ళిపోయారు. నేను 11వ తరగతి ముగించుకుని స్కాట్ క్రిస్టియన్ కాలేజీలో చేరాను. అప్పుడు నేను సామర్వెల్ డాక్టర్‌కు సహాయకుడిగా పని చేయడం మొదలుపెట్టాను. నేను కూడా ఒక మంచి డాక్టర్ని అని ఊరంతా చెప్పుకునే వాళ్ళు. ఎక్కడికి వెళ్ళినా నన్ను మందులు అడిగేవాళ్ళు. కాబట్టి నేను చేతిలో ఎప్పుడు అత్యవసరమైన కొన్ని మందులు ఉంచుకునేవాడిని. కొన్నిచోట్ల రోగులకు స్తోత్రజపం కూడా చేయమని అడిగేవాళ్ళు. నేను అది కూడా నేర్పుగా చేసేవాడిని. ఆ స్తోత్రాలలోని లయబద్ధమైన శబ్దం, కృత్రిమమైన భావోద్వేగం నాకు సులువుగానే అలవాటు అయ్యాయి. అయితే ఎప్పుడూ సామర్వెల్ సమక్షంలో ఆ సాహసం నేను చెయ్యలేదు.

సామర్వెల్ ఏళ్ళు గడిచిన కొద్దీ మరింతగా నెయ్యూరి మనిషిలా మారిపోయారు. అతనిని అక్కడి స్థానికుల నుండి వేరు చేసి చూపిన అన్ని ఆనవాళ్ళు మెల్లమెల్లగా చెరిగిపోతూ వచ్చాయి. ఆయన బ్యాడ్మింటన్ ఆడడం మానేశారు. నిక్కర్ వేసుకోవడం మానేసి కాషాయ ధోవతి, జుబ్బా వేసుకోసాగారు. కాళ్ళకి బూట్లకు బదులుగా టయర్ చెప్పులు వేసుకునేవాళ్ళు.

ఆకులో వడ్డించిన అన్నం, చాపల పులుసును చేత్తోనే కలుపుకుని తినేవాళ్ళు. నేల మీద బాసింపట్లు వేసుకుని కూర్చుని పుస్తకాలు చదివేవాళ్ళు. ప్రతిరోజు సాయంకాలం వేళల్లో బైబిల్ చేత పట్టుకుని ఒక ఖాకీ సంచి భుజాన వేసుకుని స్తోత్రాలు జపించడానికి చుట్టుపక్కల గ్రామాలకు వెళ్ళేవారు.

ఆయనను ఎక్కడ దారిలో చూసినా నలువైపుల నుండి క్రైస్తవులు, హిందువులు, ముస్లింలు గుమికూడిపోయేవారు. ఆయన నిర్జనమైన వారధి మీద కూర్చుని కాసేపు విశ్రాంతి తీసుకుంటూ ఉంటే బెల్లం మీద మూగిన ఈగల్లా ఆయన చుట్టూ జనం చేరిపోయేవారు. ఆయన దారి మధ్యలో ఉన్నారన్న కనీస స్పృహ కూడా వాళ్ళకు ఉండేది కాదు. అన్ని ఏళ్ళుగా ఆయన తమిళం మాట్లాడుతున్నప్పటికీ ఆయన మాట్లాడేది జనాలకు అతి స్వల్పంగానే అర్థమయ్యేది. అయితే యేసుప్రభువునే దారిలో చూసినట్టు చేతులు జోడించి కళ్ళు చెమర్చుకుంటూ ఆయన ముందు కూర్చుని ఉండిపోయేవారు. ఆయన బట్టలని, పాదాలనూ తాకి కళ్ళకు ఒత్తుకునేవారు. ఆయన నడిచిన చోట చెప్పుల అడుగు జాడల్లోని మట్టి తీసి చెంగున ముడివేసుకునేవారు. సామర్వెల్ సాయంత్రం గ్రామాల పర్యటన ముగించుకుని వెనుతిరిగేటప్పుడు దారి పక్కనున్న ఏ దట్టమైన చీకటి పొద లోపలికో వెళ్ళిపోయి తన ఓబోని వాయించుకునేవారు. ఆయనకు పురుగూపుట్రా పాములు వంటి వాటి గురించిన భయాలేవీ లేవు. ఏదో ఒక దశలో భయం అన్న దాన్ని పూర్తిగా దాటేశారు. చీకటి కమ్ముకున్న తోటల్లోకో, పొదల్లోకో, పెద్ద పెద్ద బండల మీదికో, చెట్టు కొమ్మల మీదికో వెళ్ళి కూర్చుని ఓబోని వాయించేవారు. ఆ సమయంలో ఆ సంగీతాన్ని యేసుప్రభువు తప్ప మరెవరూ వినరు. ఆ సంగీతంలో కరిగి కరిగి ఇంకా తనలో ఏమీ మిగలలేదు అని తెలిక పడిన తర్వాత ఎప్పుడో అక్కడినుండి లేచి వెళ్ళి తన గదిలో పడుకునేవారు.

ఒకరోజు నేను ఏటి ఒడ్డు గుండా ఒక రోగిని చూసి తిరిగి వస్తూ ఉంటే కర్రయ్య అనే ఆ ఊరి ముసలాయన చేతులు జోడించుకుని కూర్చుని ఉండడం నా చేతి టార్చ్ లైట్ వెలుగులో చూశాను. ఆయన ఏ కాలకృత్యమో తీర్చుకోవాలనుకుంటే తోట వైపు కేసి చూస్తూ కూర్చోనక్కర్లేదు. ఒక క్షణం తర్వాత దూరంనుండి సామర్వెల్ వాయిస్తున్న ఓబో పిల్లనగ్రోవి లోంచి సంగీతం

గాలిలో తేలుతూ వచ్చి నా చెవిన పడింది. నా టార్చ్ లైట్ ఆపేసి ఆ ముసలాయన పక్కనే కూర్చున్నాను. ఆ చీకట్లో నుండి పాటో, మాటో తెలీని ఒక సంగీతం మంద్రంగా వినపడుతోంది. సంగీతం కొన్ని కొన్ని సమయాల్లోనే పరిపూర్ణమైన భావోద్వేగాన్ని ఇస్తుంది. అలాంటప్పుడు కేవలం దానిలోని ఆత్మ మాత్రమే నడయాడుతూ వచ్చి మనల్ని చేరుతుంది. ఎలాంటి చదువు సంధ్యలు ఎరుగని ఆ అర్ధనగ్నపు ముసలాయన్ని, నన్నూ, కలిపి ఈ సమస్త మానవాళితో ఏదో పవిత్రమైన, అతీతమైన బంధంతో సంపూర్తిగా పెనవేసినట్టనిపించింది. మేమిద్దరం లోలోపలి తేమనంతా వెలుపలికి కన్నీరుగా కార్చేస్తూ అలా కదలకుండా అక్కడే కూర్చుండి పోయాము.

***

1949లో కన్యాకుమారి జిల్లాకి కలరావ్యాధి పాకింది. వర్షపాతం ఎక్కువగా ఉండే ఈ జిల్లాలో కలరా ఎప్పుడూ ఏదో ఒక రూపంలో ఉంటూనే ఉండేది. దాన్ని ఈ జిల్లాలో నీకంబు అంటారు. నీరుకంబం అన్న మాటయొక్క రూపాంతరం అది. కంబము అంటే అధికం అని అర్థం. కలరా వ్యాధి ఎప్పుడూ కొల్లంగోడు సముద్రతీరాన్నే పీడించేది. సముద్ర తీరం నుంచి రవాణా అయ్యే చేపల ద్వారా దూరపు ప్రాంతాలకు సోకేది. దూరంగా ఉన్న ప్రాంతాలలోకూడా శాంభవర్లు, పులయర్లు వంటి హరిజన కులాలవారు ఉండే వాడల్లో సోకిన రెండో రోజుకే ఎందరో ప్రాణాలను బలిగొనేది.

అప్పుడు ఆ వ్యాధికి మందులేమీ లేవు. మామిడి గింజలు, ముష్టి గింజలు వంటి చేదు, వగరు ఉన్న గింజల్ని కాచి వడపోసిన కషాయాన్ని తాగేవారు. అయితే దానివల్ల ప్రయోజనమేమీ ఉండదు. అయితే ఊర్లకి ఊర్లు కలరా సోకి పూర్తిగా నశించిపోకుండా ఉండడానికి కారణం వాటియొక్క నిర్మాణమే. కల్కుళం, విళవంగోడు ప్రాంతాలలో ఏడెనిమిది కరైలను కలిపితే ఒక ఊరు. కరై అంటే లోతట్టు ప్రాంతాల్లో నీటి కాలువలూ పొలాలు ఉండి, వాటి మధ్యన ఎత్తయిన మిట్టనేల దీవుల్లో జనం నివసించే వాడలు ఉంటాయి. ఉన్న వాటిల్లోనే ఎక్కువ ఎత్తుండే ప్రదేశంలో గుడి, పెద్ద కులస్తుల ఇళ్ళూ ఉంటాయి. ఇంకో చోట నాడార్లు ఉంటారు. మరో దాంట్లో వడ్రంగులు, చాకలి వాళ్ళు. ఇంకొక దాంట్లో పులయర్లు, శాంభవర్లు. ఒక కరైలో కలరా సోకితే అది అక్కడుండే అందరి

అంతు చూసి వెళ్తుంది. మరో కర్రై దాకా వెళ్ళడానికి దాదాపుగా కిలోమీటర్ దూరం దాటాల్సి ఉంటుంది. కేవలం ఈ కారణంగానే అక్కడ కలరా కాస్త నియంత్రించబడేది.

హరిజనవాడలో జనసాంద్రత ఎక్కువుండి ఇళ్ళు దగ్గర దగ్గరగా ఉండేవి. వాటిలో ఒక ఇంటికీ మరో ఇంటికీ మధ్య కొంచెం కూడా సందు ఉండదు. ఒక సౌకర్యమైన కోడి గూటి కంటే చిన్న స్థలంలో గుడిసెలు. ఒకరి ఇంటి నీళ్ళు మరో ఇంటికి వెళ్ళేవి. ఎక్కడ చూసినా చేపముళ్ళు, చెత్తా కుప్పలు కుప్పలుగా ఉండేవి. కోళ్ళు, మేకలు, గేదెలు మనుషులతో బాటు అక్కడ సహజీవనం చేసేవి. అందరి మలమూ ఆ వాడలో వాననీటిలో ఏకమై బురదగా పేరుకుపోయి ఉండేది. పేద పురుగుల జీవనం. అక్కడ కలరా వస్తే పదే రోజుల్లో దాదాపుగా అక్కడ నివసించే అందరూ చనిపోయి శవాలుగా పడి ఉండేవారు.

కలరా వ్యాధి సోకడానికి ప్రధాన కారణం కిళాత్తి అనబడే తోలెలుక చేప (Triacanthus Strigilifer) అని సామర్వెల్ కనుగొన్నారు. వైశాఖ, జ్యేష్ఠ మాసాలలో తొలి వర్షాకాలం ముగిశాక ఆషాఢ మాసంలో ఈ చేప సముద్రతీరాల్లో ఎక్కువగా దొరుకుతుంది. నదులు సముద్రంలో కలిసే చోట ఉన్న బురద నీటిలో గుడ్లు పెట్టడానికి ఇవి గుంపులు గుంపులుగా సముద్రం నుంచి తీరప్రాంతాలకు వస్తాయి. బురద నీటిలోని కుళ్ళిన చెత్తాచెదారాలను తింటాయి. వాటిలో ముఖ్యంగా తోలు కిళాత్తి చేపలు మత్స్యకారులకు ఎక్కువగా దొరుకుతాయి. ఇవి నల్లగా గ్రాఫైట్‌లా మెరుస్తూ రావి ఆకు ఆకారంతో పెద్ద పెద్ద రెక్కలు కలిగి ఉంటాయి - వీటిని చుంచుచేప, ఆబోతు చేప, నల్ల అబోరి చేప అనీ అంటారు.

కన్యాకుమారి జిల్లాలో, 1970 ప్రాంతంలో రబ్బర్ వంటి వాణిజ్య పంటలు వచ్చేంతవరకు, ఆషాఢం కరువు నెలగా ఉండేది. వైశాఖంలో పంటపొలాల నాట్ల పనులు అయిపోయేవి. జ్యేష్ఠంలో కలుపు తీయడం కూడా పూర్తయిపోతే, ఆషాఢం నుండి శ్రావణం వరకు పేదలకు ఉపాధి ఉండేది కాదు. అరటి తోటల్లో అప్పుడే ఆకులు వస్తూ ఉంటాయి. వైశాఖంలో నాట్లు వేసిన చిలకడదుంపలు అప్పుడప్పుడే వేర్లు ఊనుకుంటూ ఉంటాయి. చైత్రంలో ఎండిపోయిన అడవి దుంపలు కూడా మెల్లగా ఆకులు చిగురిస్తూ ఉంటాయి. ఎప్పుడూ సన్నగా వాన

పడుతూ ఉంటుంది కాబట్టి పంట పొలాలకు నీళ్ళు కట్టే పని కూడా ఉండదు. ఏ పంటలు, ఏ కాయలూ పక్వానికి వచ్చే అదును కాదు. తాటిచెట్లలో కూడా కల్లు దిగదు. కాబట్టి పస్తులు, ఆకలి కేకలు విరివిగా ఉంటాయి.

ఆ సమయంలో చవకగా దొరికే కిళాత్తి చేపలను జనం తెగ కొనుక్కునేవారు. అర్ధకాణీకి ఇరవై ముప్పై కిళాత్తి చేపలు దొరుకుతాయి. వాటిని తెచ్చి దొరికిన కాయలతోనూ దుంపలతోనూ కలిపి ఉడికించి తినేవారు. కిళాత్తి చేప పేగులోను, పొట్టలోనూ కలరా క్రిములు ఉంటాయి అని సామర్వెల్ అందరికీ చెప్పారు. 'ఆషాఢ మాసంలో విపరీతంగా పెరిగే ఈగల సంఖ్య వల్ల అవి మరింతగా పాకుతాయి. కిళాత్తి చేపలను తినకూడదు' అని ప్రతి గ్రామానికీ వెళ్ళి చెప్పమని అన్ని లండన్ మిషన్ చర్చీలకు వర్తమానం పంపించారు సామర్వెల్. క్రైస్తవులకు కిళాత్తి చేప నిషేధించబడిన ఆహారమని చర్చీల్లో చెప్పారు.

అయితే కిళాత్తి చేపను తినడాన్ని ఆపడం వీలుకాలేదు. కొందరు ఛాందసులైన క్రైస్తవులు తప్ప మిగిలిన వాళ్ళు రహస్యంగా తిన్నారు. కిళాత్తి చేప చర్మాన్నీ, పేగుల్నీ గుంత తవ్వి పాతి పెట్టండి అని ప్రచారాలు చేయసాగారు. సామర్వెల్ ఆ పని కోసం ప్రతి చర్చికీ వెళ్ళి ఒక్కో ఊరిలోను ఒక్కో బృందాన్ని ఏర్పాటు చేశారు. చర్చిలకు రాని హిందువులకు, ముస్లింలకు వాళ్ళ నివాస స్థలాలకు వెళ్ళి ఇంటింటికి ఈ వార్తను చేరవేశాము.

అప్పుడు నాకు ఒకటి అర్థం అయింది. ఎక్కువ శాతం సామాన్య ప్రజలు దేన్నయినా గమనించి నేర్చుకునే అలవాటునే కోల్పోయి ఉన్నారు. మేము మా సూచనలను చెబుతూ ఉంటే ఆ కళ్ళ వెనక ఒక ఆత్మ ఉన్నదని కూడా తెలియకుండా, వాళ్ళ కళ్ళు నిర్లిప్తతతో చూస్తూ ఉండేవి. వాళ్ళకు తెలిసిందల్లా పడుచు వయసులో వాళ్ళ బుర్రలోకి వెళ్ళిన సంగతులు మాత్రమే. ఎలాంటి విజ్ఞానమూ వాళ్ళ చెవికెక్కలేదు. ప్రతిరోజు ప్రతిపూటా ఆకలితో అలమటించి 'ఆహారం ఆహారం' అని అల్లాడుతూ వేరే ఆలోచనలే లేకుండా మొద్దుబారిపోయిన మనసులు వారివి. ఆ మనసులకు మాటలను అర్థం చేసుకోగలిగే శిక్షణే లేదు.

పది రోజుల్లో మేమందరం నమ్మకం కోల్పోయాము. అయితే సామర్వెల్

ఎప్పుడూ, దేనికీ నిరుత్సాహ పడింది లేదు. ఆయన విశ్వాసం అన్నది పూర్తిగా ఆయన ఆత్మకు మాత్రమే సంబంధించిన విషయం. ఆయన ప్రతి రాత్రీ చేతిలో ఒక గంట, బైబిల్ పట్టుకుని ఒక్కొక్క గ్రామానికి వెళ్ళేవారు. ఆయనకు ముందు ఒక పిల్లాడు గాజు గొట్టమున్న ఫానీస్ దీపాన్ని పట్టుకుని నడిచేవాడు. దారి పొడవునా ఆయన గంట కొడుతూ వెళ్ళేవారు. జనం బయటికి తొంగి చూసినప్పుడు ఆయన "కిళాత్తి పాపముతో సృష్టించబడిన చేప. కిళాత్తి చేపను తినకండి. తెలియక కిళాత్తి చేపలు వండుకుని ఉంటే వాటి పేగులను లోతుగా గుంత తొవ్వి పాతి పెట్టండి..." అని గట్టిగా అరిచి చెప్తుండేవారు. నేను ఆయన వెనకే వెళుతూ ఆయన మాటల్ని మరింత బిగ్గరగా అరిచి చెప్పేవాడిని.

వాడల మధ్యలో, ఇళ్ళ ముంగిళ్ళలో నిల్చుని సామర్వెల్ "అయ్యలారా, అమ్మలారా! తెల్లోళ్ళ దేవుడు యేసుక్రీస్తు పేరిట చెప్తున్నాను, కిళాత్తి చేపను తినకండి. వేడి నీళ్ళు తాగండి. ఎవరైనా తిని ఉంటే కిళాత్తి చేప చర్మాన్ని, పేగుల్నీ వీధిన పడేయకండి. వాటిని లోతుగా పాతిపెట్టండి... అయ్యల్లారా, అమ్మల్లారా... తెల్లోళ్ళ దేవుడి తరపున చేతులెత్తి మొక్కి చెప్తున్నాను... కిళాత్తి చేపను తినకండి..." అని ప్రాధేయపడేవారు. ఆయన్ని చూడగానే గ్రామంలో ఆడవాళ్ళు ఆయన ముందు సాష్టాంగపడేవాళ్ళు. హిందువులు కూడా ఆయన్ని చేతులెత్తి నమస్కరిస్తూ ఆయన దాటుకుని వెళ్ళేంతవరకు నిల్చుని ఉండేవారు. అయితే ఆయన చెప్పే మాటలను ఎవరూ వినేవారు కారు.

***

ఆషాఢం నెల మధ్యలో కలరా సోకి చనిపోయే వారి సంఖ్య పదింతలుగా పెరిగింది. మా హాస్పిటల్ ముందు పెట్టడానికి స్థలం లేనంతగా ఎక్కడ చూసినా శవాలు. వార్డులలో, వరండాలలో, బెడ్లకు మధ్యలో ఎక్కడపడితే అక్కడ రోగులు. సామర్వెల్ ఊర్లో ఉన్న పెరువట్టర్లకు, ఒడ్డు నాయర్లకూ కబురు పంపించి గుత్తులు గుత్తులుగా కొబ్బరి బొండాలను తీసుకొచ్చి చేరవేశారు. లేత కొబ్బరి నీళ్ళను రక్తంలోకి ఎక్కించడం మాత్రమే ఏకైక చికిత్సగా ఉండింది. అప్పుడు అందుబాటులో ఉన్న ఏదో ఒక ఆంటీబయోటిక్ ఇచ్చేవాళ్ళం.

అయితే వచ్చిన వాళ్ళలో కొంతైనా ఆరోగ్యంగా ఉన్నవాళ్ళు చాలా

కొద్దిమందే. కరువు నెలలో దొరికినది తిని, అప్పటికే విరేచనాలతో ఆర్చుకుపోయి నీరసంతో ఉన్నవాళ్ళే ఎక్కువ శాతం మంది. పిల్లలు, వృద్ధులు జబ్బుసోకిన ఒకరోజుకే చనిపోయేవారు. అంతకంటే ఘోరంగా చనిపోయినవారు పిల్లలతల్లులే. చేతికి దొరికిందంతా పిల్లలకు తినిపించేసి పస్తులుండి ఎముకల గూడులా అయిపోయిన వారు. అయితే వాళ్ళే చివరిగా మరణించేవారు. ప్రాణాపాయావస్థలో ఏడుస్తూ ఉన్న వారి పిల్లలను చూస్తూ వీళ్ళ ప్రాణాలు పలురెట్ల వైరాగ్యంతో దేహాలను అంటిపెట్టుకొని ఉంటున్నాయా అనిపించేది.

తెల్లవారినుండి సాయంత్రం వరకు సామర్వెల్ హాస్పిటల్లోనే ఉండేవారు. అక్కడే భోంచేసేవారు. చీకటి పడగానే లాంతరు దీపం, గంటా పట్టుకొని గ్రామాలకు వెళ్ళేవారు. మరణం అనే రాక్షసుడి చేయి సోకి చల్లబడి, గడ్డకట్టుకు పోయిన సందులు, గుడిసెలు అంతా తిరిగేవారు. మరణాలు పెరిగిన కొద్దీ మాకు కొత్త బాధ్యత కూడా వచ్చి చేరింది. చాలా చోట్ల రోగులను, శవాలను అలాగే వదిలేసి జనం వేరే చోట్లకు వెళ్ళిపోయారు. ఎన్నో ప్రాంతాల్లో గుడిసెల లోపల శవాలు పడి కుళ్ళిపోయి ఉన్నాయి. వాటిని కుక్కలు, నక్కలు లాక్కెళ్ళి తిని నీటి కాలువల్లో పడేశాయంటే కలరా మరింత వేగంగా పాకి చావులు పలురెట్లు పెరిగిపోతాయి అని సామర్వెల్ చెప్పారు. ఒక్కొక్క శవాన్ని వెతికి పట్టుకుని పాతి పెట్టాల్సిందేనని అన్నారు.

మరణాలు ఇలా రోజురోజుకూ పెరిగిపోతుంటే ఇది ఎలాంటి అమానవీయమైన సంఘటనలకు దారితీస్తుందోనని నేను భయపడ్డాను. అయితే అలాంటిదేమీ జరగలేదు. మా హాస్పిటల్లో పనిచేసే సిబ్బందిలో కూడా ఇద్దరు కలరా సోకి చనిపోయారు. హాస్పిటల్ని ఊడ్చడానికి, శుభ్రం చేయడానికి కూడా మనుషులు రారేమో అని నేను భయపడ్డాను. అయితే ప్రతిరోజూ మనుషులు వస్తూనే ఉన్నారు. ఒక దశలో హాస్పిటల్ సిబ్బందికి వంట చేయడం కోసం చర్చికి ముందర ఒక పెద్ద పందిరే వేయవలసి వచ్చింది. అలాంటొక సంక్షోభ సమయంలో విశ్వాసం మాత్రమే రక్ష అన్న పరిస్థితిలో కంటి ముందర ఆ దేవుని కుమారుడే నేలమీదికి దిగి వచ్చాడా అన్నట్టు కనిపించారు సామర్వెల్. ఆయన మాటే దేవుడి వచనంగా అనిపించింది. అంతటి సేవలను చేస్తున్న ఆయనతో ఉండటానికే ఎంతోమంది వెతుక్కుంటూ వచ్చారు.

రాత్రి వేళల్లో సామర్వెల్ గంట, బైబిల్ పట్టుకుని శవాలను వెతుక్కుంటూ వెళ్ళినప్పుడు ఆయనతోపాటు వందలాదిమంది వెళ్ళేవారు. రెండు పక్కల పొదల్లో, కాలువల్లో కూడా మరణం దాక్కుని చల్లని కళ్ళతో చూస్తూ ఉన్నట్టు భ్రాంతి కలిగేది. ఎప్పుడో ఒక దశలో వాళ్ళు పాటలు పాడడం ప్రారంభించేవారు. వాళ్ళకు నేర్పబడిన క్రైస్తవ గీతాలనే పాడేవాళ్ళు. రెండు చేతులను జోడించి, చేతులను గాలిలో ఊపుకుంటూ పెద్ద కంఠంతో అందరూ కలిసి పాడుతూ వెళ్ళే వాళ్ళ గొంతుకలు, నీడలూ గ్రామాలను దాటుకుని వెళ్తూ ఉండటాన్ని దూరం నుండి చూసే వాళ్ళు కూడా చేతులు జోడించి మొక్కేవారు.

"మా యేసు ప్రభువా, మా గుండె కొలువా

మము రక్షించ రావా, ఎల్లవేళలా"

సరళమైన బాణీలతో, సులువుగా పాడుకోదగ్గ నాలుగైదు పాటల్నే పాడేవాళ్ళు. గ్రామంలోకి వెళ్ళగానే పాడుతూ ఒక్కొక్క ఇంటి ముందూ నిలుచునేవారు. ఇంట్లో మనుషులు ఉంటే తమ ఇంటి ముందు ఒక దీపం వెలిగించుకొని నిల్చోవాలి. సామర్వెల్ భజన బృందాన్ని చూడటానికి ఇంట్లో ఉన్న అందరూ వచ్చి వాకిట్లో నిల్చునేవారు. సామర్వెల్ తన చేతిలో ఉన్న చిన్న చెక్క శిలువతో వాళ్ళ తలను తాకి ఆశీర్వదించేవారు. అప్పుడే కలరా గురించిన అవగాహనను, పాటించాల్సిన నియమాలనూ బోధించేవారు.

దీపం లేని ఇళ్ళల్లోకి మేము లాంతరు పట్టుకుని లోపలికి వెళ్ళి చూసేవాళ్ళం. లోపల శవం ఉంటే ముందుగానే పసిగట్టే స్థాయికి ఎదిగిపోయాం. ఎలుకల చప్పుడు వినిపించేది. ఒక అసాధారణమైన కంపు వచ్చేది. ఇంకా కుళ్ళిపోని శవం కూడా నోరు తెరుచుకుని ఆ కంపునీ బయటికి పంపుతూ ఉండేది. పొట్టనుండి వెలువడే మిథేన్ వాసన అది అని సామర్వెల్ చెప్పారు. రెండు వెదురు బొంగులకు కట్టి అప్పటికప్పుడు దళసరి బట్టతో తయారుచేసుకున్న స్ట్రెచర్ మీదికి శవాన్ని ఒక కర్రతో దొర్లించి ఎక్కించేవాళ్ళం. దాన్ని మోసుకుంటూ ఇద్దరు, దీపమూ కర్రా పట్టుకుని మరో ఇద్దరూ వెంట వెళ్ళేవాళ్ళు.

అలాంటి కొన్నిసార్లు సామర్వెల్, ఆయనకు తోడుగా నేనూ మాత్రమే

మిగిలిపోయే వాళ్ళం. యథావిధిగా గంట కొట్టుకుంటూ, పాడుకుంటూ సామర్వెల్ వెళుతూ ఉండేవారు. అది వరకు ఉన్న అంతమంది తనను అనుసరించుకుంటూ రాకపోయినా ఆయన మాత్రం ముందుకు సాగుతూ ఉండేవారు. ఆయన ఎప్పుడూ ఒంటరిగానే ఉండేవారు. తోడుగా ఆయన కంటికి మాత్రమే కనిపించే దేవుని కుమారుడు ఉన్నాడేమో!

అలాంటి ఓ రాత్రి, కృష్ణుడి గుడి ముందు ఉన్న కొన్ని ఇళ్ళకు వెళ్ళాము. పెద్ద పెద్ద పెంకుటిళ్ళు. ఊహించిన దాని కంటే అక్కడ ఎక్కువమందే మరణించారు. ప్రతి ఇంటి వాకిట్లో ఇత్తడి కుందుల్లో దీపాలు పెట్టి ఆ ఇంటి వాళ్ళు నిల్చుని ఉన్నారు. సామర్వెల్ ఒక్కో ఇంటి ముందూ ఆగి గట్టిగా జపం చేసి ఒక్కొక్కరిని తన శిలువతో ఆశీర్వదించి కలరా గురించిన సందేశాన్ని బోధించారు. హాస్పిటలికి కొబ్బరిబొండాలు, బియ్యము తీసుకొచ్చి ఇవ్వమని కోరుకున్నారు.

చివరి ఇంటిని దాటేశాము. నేను నిల్చోడానికైనా ఓపిక లేక అలసిపోయి ఉన్నాను. సమయం రాత్రి రెండు దాటి ఉండవచ్చు. అప్పటికి కనీసం 20 మైళ్ళు నడిచి ఉంటాము. ఆహారము, నీరు లోపలికి వెళ్ళి ఏడు గంటలు దాటింది. మూడున్నరకు గాని హాస్పిటల్ చేరుకోలేము.

ఇలాంటప్పుడు ఒక్కోసారి అరుగుల మీద దొరికిన చోట అలా పడి నేను నిద్రపోయే వాడిని. కొన్నిసార్లు కొబ్బరి చాపల్లో చుట్టబడిన శవాలు వరుసగా అక్కడ ఉండేవి. శవాల మధ్యలోనే నిద్రలేచే వాడిని. నేను పొద్దున ఆరు గంటలకు లేచి తడిసిన గోనెసంచిలా బరువుగా తోచే నా దేహాన్ని, కళ్ళు తిరుగుతూ, భారంగా తోచే నా తలనూ మోసుకుంటూ వార్డుకు వెళ్తే అక్కడ సామర్వెల్ రోగులకు వైద్యం చేస్తూ కనిపించేవారు.

సామర్వెల్ నడవడం ఆపి ”ఒక ఇంటిని వదిలేశాము” అని అన్నారు. నేను నీరసంగా “లేదు అన్ని ఇళ్ళనూ చూసేశాము” అని అన్నాను. “నాకు అన్ని ఇళ్ళూ తెలుసు... ఒక ఇంటికి మనం వెళ్ళలేదు” అని ఆయన వెనక్కి నడిచారు. అప్పుడు జీవితంలో మొదటిసారి నేను ఆయన్ని ద్వేషించాను. ఈ పిచ్చి తెల్లదొరతో ఉంటే నా జీవితం సర్వనాశనం అయిపోతుంది అనుకున్నాను. అక్కడే ఆగిపోయాను. సామర్వెల్ తిరిగి చూడనైనా చూడకుండా ఆ ఊళ్ళోకి

వెళ్తున్నారు. ఎవరైనా తనతో కల్సి రావడం, రాకపోవడం రెంటికీ తేడా లేదు ఆయనకు.

మరో దారి లేక ఆయన్ని వెంబడించాను. నిజమే! నాలుగు రోజులకు ముందుగా ఆ ఇంటికి వచ్చాము. ఇంటి వాకిట్లో దీపం వెలగలేదు. కొబ్బరి చెట్ల కింద చీకటి అలముకున్న ఒక చిన్న పెంకుటిల్లు. నాకు భయం వేసింది. అక్కడ శవం ఉంటే ఏం చేయాలి? మళ్ళీ ఇంత దూరమూ నడుచుకుంటూ వెళ్ళి మనుషుల్ని పిలుచుకుని రావాలా? ఆ ప్రాంతంలో ఉండే నాయర్లను పిలవాలా?

సామర్వెల్ ఆ ఇంటి వాకిట నిల్చుని గంట కొడుతూ గట్టిగా పాడనారంభించారు. "నా ప్రభువుకే విజయము, ప్రతి దినమూ! నా ప్రభువుకే విజయము...". లోపలనించీ అలికిడి వినిపించింది, ఎవరో మాట్లాడుతున్నట్టు, ఎవరో ఏడుస్తున్నట్లు. తలుపు తెరిచారు. ఒక మధ్య వయస్సు నాయర్ స్త్రీ తొంగి చూసింది. చెదిరిన తెల్ల జుట్టుతో నడుముకు తెల్ల ముండు కట్టుకుని, పైన తెల్ల రవిక తొడుక్కుని ఉన్న దయ్యంలాంటి ఆకారం.

"భయము లేదు నాకు, ఇక భయము లేదు నాకు" సామర్వెల్ గట్టిగా పాడారు. ఆ స్త్రీ ఒక చిన్న పున్నాగనూనె దీపంతో బయటకు వచ్చింది. దాన్ని మెట్లమీద ఉంచి చేతులు జోడించి నిల్చుంది. సామర్వెల్ ఆమెతో "నీటిని కాచుకుని తాగండి, చేపలు తినకండి. ప్రభువు తోడు ఉన్నాడు. భయపడకండి" అని వచ్చీరాని మలయాళంలో చెప్పారు. ఆమె "ఏమి అక్కర్లేదు దొరలసామీ. నీకంబు వచ్చి నన్నూ, దాన్నీ తీసుకెళ్ళిపోమ్మని ఆశీర్వదించు. అది చాలు సామీ" అంది ఆమె. ఆ మాటలు చెప్పేలోపే ఆమెకు దుఃఖం ముంచుకొచ్చేసింది. ఆమె ఏడుపు హెచ్చించింది. అలా మెట్లమీద కూలబడి తలను బాదుకుంటూ వెక్కి వెక్కి ఏడవ సాగింది. తననీ తన చెల్లెల్నీ కలరా వచ్చి తీసుకెళ్ళి పోయేలా ఆశీర్వదించమని మళ్ళీ మళ్ళీ ప్రాధేయ పడుతోంది.

ఆ ఇంట్లో ఇద్దరు అక్క చెల్లెళ్ళు మాత్రమే ఉంటారు. మగవాళ్ళు లేరు. పెద్దామెకు పిల్లలు లేరు. చిన్న ఆమెకి ముగ్గురు పిల్లలు. మూడు రోజుల వ్యవధిలో ముగ్గురు పిల్లలు వరుసగా కలరా సోకి చనిపోయారు. ఆమె వెక్కి వెక్కి ఏడుస్తూ ఏడుపు మధ్యలో మాట్లాడుతోంది. సామర్వెల్ ఆమెను ఓదారుస్తూ ఆమె

తన బాధనంతా వెళ్ళబోసుకునేదాకా సహనంగా విన్నారు. తర్వాత "నేను ఇంట్లోపలికి రావచ్చా?" అని అడిగారు. "నా చెల్లి లేవ లేక పడి ఉంది సామి" అందామె.

లోపలికి వెళ్ళాం. ఇల్లంతా చీకటిగా ఉంది. లోపల గదిలో ఒకామె నేల మీద పడి ఉంది. చప్పుడు విని కళ్ళు తెరిచి చూసింది. కళ్ళల్లో బొట్టు నీరైనా లేదు. మొహం పిచ్చెక్కినదానిలా ఉంది. సామర్వెల్ ఆమెకేసి చూశారు. ఆమె ఆయన్ని పట్టించుకున్నట్టే అనిపించలేదు.

నేను " వచ్చిన ఆయన తెల్లదొరల సామి" అని అన్నాను.

ఆమె "ఆ?" అంది.

"సామి... తెల్లదొరలసామి" అని అన్నాను.

ఆమె కళ్ళు వెంటనే గుర్తుపట్టాయి. "నా కూతురు, స్వామీ! నా కూతురు" అని గట్టిగా ఏడుపుని లంకించుకుంది.

సామర్వెల్ పాదాల మీద పడిపోయింది. ఆమె నుదురు నేలకు తాకినప్పుడు వచ్చిన శబ్దం విని నా వెన్నుపూస జలదరించింది.

సామర్వెల్ కిందికి వంగి ఆమెని లేపి గోడకు ఊతమిచ్చి కూర్చోబెట్టారు. ఆమె ఒళ్ళు మూర్ఛ వచ్చినట్టు వణుకుతోంది. జోడించుకుని ఉన్న ఆమె చేతులు ఊగిపోతున్నాయి. పక్కనే చెక్కతో చేసిన చిన్న పూజగది. గోడ మీద పటం కట్టి వేలాడదీసిన ఫోటోల్లోంచి ఆమె పూర్వీకులు కరడు కట్టిన చూపుతో చూస్తూ ఉన్నారు. పున్నాగనూనె ఎర్రటి దీపకాంతిలో ఆ గదంతా ఒక తెరమీద గీసిన చిత్రపటంలా ఉంది. "నా పిల్లలు పోయారు సామీ... నాకు ఇంక ఈ జీవితం వద్దు సామీ..." అని ఆమె రోదిస్తోంది.

"పిల్లలు ఎక్కడికి పోలేదు" అని దృఢంగా చెప్పారు సామర్వెల్. ఒక్క ఉదుటున లేచి ఆ గోడకు వేలాడుతోన్న చిత్రపటం తీసుకున్నారు. వెన్న ముద్దను చేతపట్టుకుని ఉన్న చిన్ని కృష్ణుడయిన గురువాయూరప్ప చిత్రపటం అది. దాన్ని ఆమె చేతికి ఇచ్చి "ఇదిగో ఇక్కడే ఉంది నీ బిడ్డ. ఇకనుండి ఇదే నీ బిడ్డ..." అని మలయాళంలో "నీ బిడ్డే... ఇక ఇదే నీ బిడ్డ..." అన్నారు.

ఏమి అర్థం కానిదానిలా ఆమె ఆయన్ను చూసింది. ఆ పటానికేసి చూసింది. హఠాత్తుగా వచ్చిన ఆవేశంతో ఆ పటాన్ని రొమ్ములకు హత్తుకుంది. ఆ గాజు చట్టం విరిగి ముక్కలై పోతుందేమో అనే అంత గట్టిగా హత్తుకుంది. సామర్వెల్ ఆమె తల మీద చేయి పెట్టి ఆశీర్వదించి మెట్లు దిగి బయటకు వెళ్ళిపోయారు. నేను ఆయనంత వేగంగా నడవలేకపోయాను. నా కాళ్ళు నీరసంతో సడలిపోయున్నాయి. మెట్లమీదొకసారి, బయట వాకిట్లో ఒకసారీ కాళ్ళు తడబడి కింద పడబోయాను.

గంట కొడుతూ తల పైకెత్తుకుని, పెద్ద పెద్ద అంగలేసుకుంటూ సామర్వెల్ ముందు వెళ్తూ ఉన్నారు. నేను తటపటాయిస్తూ ఆయన వెనకాల నడుస్తున్నాను. తీవ్రంగా గాయపడ్డ దేహంలా నా మనసు భరించలేని బాధతో ఉక్కిరిబిక్కిరి అవుతోంది. చీకటి మరింత చిక్కగా మారి నన్ను నడవనీకుండా చేస్తోంది. అప్పుడు జరిగిందది. ఆయన సంపూర్ణ స్వరూపం ఒక్కసారిగా నా కళ్ళ ముందు సాక్షాత్కరించింది. పొడవైన ఆయన తెల్లటి అంగీ ఆ చీకటిలో మెల్లగా తేలియాడుతోంది. ప్రపంచపు వేదననంతా నింపుకున్న మహా సౌందర్యంతో నిండివున్న ఆ రెండు కళ్ళు నన్ను ప్రేమతో చూశాయి. చేష్టలుడిగి ఆపాదమస్తకం ఘనీభవించిన రాతి శిలలా స్థాణువై పోయాను.

ఆయన చేతినున్న ఒక తాటాకు శిలువను నాకేసి చాచారు. ఎండిన తాటాకు శిలువ. పిల్లలు ఆడుకోవడానికని చేసి పక్కన పడేసింది. ఆయన చిరునవ్వును చూస్తూ ఒళ్ళెరుగని తన్మయత్వంతో నించుండిపోయాను. దేవాలయ వాయిద్యాలలా ధ్వనిస్తోన్న స్వరంతో "ఇది నీకోసం" అన్నారాయన. ఆ శిలువను అందుకోవడానికి చేయి చాచి కాలు నిలపలేక తట్టుకుని ముందుకు పడ్డాను. తాటాకు శిలువ కూడా నేలజారింది. నేల పైనున్న సిలువను చేతిలోకి తీసుకుని పైకి లేచాను. నాకాయన కనపడలేదు, అయితే అప్పటివరకు ఆయన అక్కడే ఉన్నందుకు రుజువుగా ఒక కాంతిపుంజం సన్నగా వెలుగుతూ గోచరించింది.

నేను చూసిందేమిటో చివరకు బోధపడింది. ఆ శిలువను నా నుదుట అదిమిపెట్టుకుని, కన్నీరు నా ఎద మీద పొంగి పొర్లుతూంటే శరీరం మీద అన్ని రోమాలూ నిక్కబొడుచుకోగా నేల మీద మోకరిల్లి నా ఒళ్ళు పేలిపోయేంత

ఉద్వేగంతో నినదించాను “ దేవా! యేసు ప్రభో! నా రక్షకా! నా తండ్రీ, నన్ను స్వీకరించు ప్రభూ. పూర్తిగా స్వీకరించు!”

దూరానెక్కడో సామర్వెల్ కనపడుతున్నారు. ముందుకెడుతూ కనపడుతున్నారు.

♦ ♦ ♦

[మూలం: ఓలైచ్చిలువై, ఫిబ్రవరి 11, 2011]

సామెర్వెల్

https://en.wikipedia.org/wiki/Howard_Somervell

శ్రీమూలం తిరునాళ్

https://en.wikipedia.org/wiki/Moolam_Thirunal

9

నెమ్మి నీలం

"**నీ**లమా? నీలమేనంటారా?" అడిగాడు బాలసుబ్రమణ్యం.

"అవును. ఎందుకలా అడుగుతున్నారు?" అని బస్సు కిటికీలోంచి వెలుపలకు చూస్తున్నవాడల్లా ఇటువైపు తిరిగి అడిగాడు రామన్. బయటనుంచి లోపలకి పడుతోన్న వెలుగు నీడలు ఆయన ముఖం మీద పరిగెడుతున్నాయి.

"ఏం లేదు. ఊరికనే అడిగాను."

రామన్ సూటిగా చూసి "పరవాలేదు, చెప్పండి. నేనేమీ అపార్థం చేసుకోను" అంటూ చిరునవ్వు ఒకటి చిందించాడు. ఆయన చిన్ని దంతాల పలు వరుసవల్ల ఆ నవ్వు స్త్రీల సౌకుమార్యాన్ని సంతరించుకుంది. దానికి తోడు ఆయనలో ఎప్పుడూ ఒక చిన్నపాటి బిడియం ఉంటుంది. 'కాలివేలితో నేల మీద ముగ్గులు వెయ్యడం ఒకటే తక్కువ' అని ఈయన గురించి కృష్ణన్ తనతో పరిహాసంగా అంటాడు కూడాను.

"మీరు దేన్నీ అపార్థం చేసుకోరని నాకు తెలియదా ఏంటి!" అన్నాడు బాలసుబ్రమణ్యం.

"మీరేమో ఇలా అంటున్నారు! మా ఇంట్లో వాళ్ళందరూ మటుకు నన్ను 'కోపిష్టి' అంటారు."

"కాఫీ స్ట్రాంగ్ గా లేకపోతే ముఖం ముభావంగా పెట్టుకుంటారేమో... అంతేగానీ మనుషుల్లోని కల్లాకపటాల గురించి, గూడుపుఠాణీల గురించి, చీకటికోణాల గురించీ మీకు ఏమీ తెలియదు..."

రామన్ కనుబొమ్మలు ఎగరేసి "అంతేనంటారా!" అని అడిగాడు.

"నేను చదివినంతవరకు మీ కథల్లో ఎక్కడా పెద్దగా 'చెడు' కనపడలేదు..."

రామన్ "ఓహో" అంటూ కాస్త ఆలోచనలో పడి "ఈ ప్రపంచంలో చెడ్డవాళ్ళూ కూడా కొందరున్నారు కదా!" అని అడిగాడు.

"ఉన్నారు. అయితే వాళ్ళు కూడా మనచుట్టూ ఉండే ఈ భవసాగరాన్ని ఈదుతున్న సాటి మనుషులే ... అసూయపడతారు, ఆవేశపడతారు. చేతనైనంతమటుకు ఇతరుల దగ్గరున్నదాన్ని లాక్కోడానికి ప్రయత్నిస్తుంటారు. అది కూడా చెయ్యలేదంటే వాళ్ళు మనుషులు ఎలా అవుతారు!"

రామన్ ఏమనాలో తోచక కాసేపు అలా చూస్తూ ఉండిపోయాడు. ఆయనకు ఎప్పుడూ అరిచేతుల్లో చెమట పడుతుంది. ఆడవారికి మల్లే ముక్కుపుటాలు, నుదురు చెమట చుక్కలతో నిండిపోయుంటాయి. చేతిలో ఎప్పుడూ తెల్లని చేతిరుమాలు ఒకటి పెట్టుకుని ఉంటాడు.

దాంతో ముఖం తుడుచుకుంటూ "తెలియక అడుగుతాను, మరి మనుషుల్లో చెడు అంతకంటే ఎక్కువగా ఉంటుంది అంటారా!" అని అడిగాడు.

"మనుషుల్లోని చెడుకసలు అవధులు ఉండవు. అది మనిషికంటే పలురెట్లు పెద్దది. జీవించడం కోసం మనిషి చెడ్డపనులు చేయటం లేదు. చెడ్డపనులు చేయడం కోసమే జీవిస్తున్నాడు. చెలమలో ఉబికే ఊటలాగా, మనిషి మనసులో నిత్యం చిమ్ముకొచ్చే చెడు పోగవుతుంటే కలిగే సుఖముంది చూశారూ, అదే మనిషి జీవితంలో అనుభవించే అన్ని సుఖాలకంటే పెద్ద సుఖం. దానికోసమే యుద్ధాలు చేశాడు. కోట్లాది మందిని క్రూరంగా చంపి నేలకు కూల్చాడు. రకరకాల హింసా విధానాలను కనుగొన్నాడు. కొత్త కొత్త బానిస పద్ధతులను

సృష్టించాడు... దానికోసమే కాన్సన్ట్రేషన్ క్యాంపుల్లో సాటి మనుషులను కుక్కి ఊపిరి సలపలేని స్థితిలోకి తోసి నల్లుల్ని నలిపినట్టు నలిపాడు..."

"ఎక్కడో విదేశాల్లో..." అని రామన్ చెప్పబోతుంటే, బాలసుబ్రమణ్యం అడ్డుకొని "ఇక్కడ మనదేశంలో మటుకు... ఎన్నెన్ని చెయ్యలేదూ! పద్మనాభపురం పేలస్‌లోని చిత్రహింసా పరికరాలను చూశారా?" అని అడిగాడు.

అలా అంటోన్న బాలసుబ్రమణ్యం ముఖం కణకణలాడే నిప్పులా ఎరుపెక్కి ఉండటం చూసి తిరుగు సమాధానం వెంటనే ఇవ్వకుండా భయపడి చూపులు తిప్పుకుని, రామన్ కాసేపాగి "అక్కడోటి ఇక్కడోటి జరగచ్చులెండి" అని అన్నాడు.

"కుంభకోణంలోనో, పాపనాశంలోనో మీ కళ్ళ ముందు జరిగితే మాత్రమే మీరు సమస్యగా గుర్తిస్తారు! లేదంటే లేదు ... అంతే కదా!"

"అలా కాదు..." అని తంజావూరు యాసలో నసిగాడు రామన్.

"దానర్థం అదే" బాలసుబ్రమణ్యం నొక్కి చెప్పాడు.

రామన్ మళ్ళీ ముఖం తుడుచుకుని చేతిరుమాలును ఉండగా చుడుతున్నాడు.

కాసేపు ఇద్దరి మధ్యా మౌనం. బస్ కోయిల్పట్టి బస్టాండ్‌లో ఆగింది. కొంతమందిని దింపి, మరి కొంతమందిని ఎక్కించుకుని కదిలింది బస్సు.

"రచయిత '*కి.రా*' ఇక్కడే కదా ఉండేది?" అని అడిగాడు రామన్.

"అవును."

"ఒకసారి ఆయనతో వెళ్ళి విళాత్తికుళం స్వాముల్ని దర్శించుకోవాలి."

"కి.రా కూడా వెళ్ళాలన్నారు."

"ఒక కార్డు ముక్క రాసుంటే మనతోపాటు వచ్చేవారేమో కదా! ఆయనకు సంగీతమంటే మహా పిచ్చి! ఎంతైనా తెలుగువాడు కదా!"

"ఇప్పుడు ఇక్కడ ప్రత్తి నాటే సమయం. ఊరు విడిచి ఎక్కడికీ కదలడు.

తర్వాత ఒక మూడు నెలలు పనీ పాటా ఉండదు. ప్రపంచంలోని జనమంతా ఎందుకు సంవత్సరం పొడవునా పనులు చేస్తూ ఉంటారో అని ఆశ్చర్యపోతూ ఉంటాడు ఆయన ..."

రామన్ నవ్వాడు. పరిస్థితి కాస్త తేలిక పడింది.

బాలసుబ్రమణ్యం "మామూలుగా నీలం, ఊదా రంగులు మనోవ్యథతో బిగుసుకుపోయిన వాళ్ళకి నచ్చే రంగులు. మనుషుల్లోని చెడుని కనిపెట్టుకుని చూస్తూవుండేవారి రంగు. మీరన్నది వింతగా ఉంది" అన్నాడు.

"చెడు లేకుండా సాహిత్యం లేదా, బాలూ?" అని సన్నటి గొంతుతో అడిగాడు రామన్.

"ఉంటుంది. అయితే అదో గొప్ప స్థాయి సాహిత్యంగా పరిగణింపబడుతుందా! అంటే నాకు అనుమానమే. అన్ని మహా గ్రంథాలలోనూ చెడే కదా పరిమాణంలో హెచ్చుగా ఉండేది! అయితేగియితే మంచికి పెద్ద పీట వేసి ఉండచ్చు గాక..."

"నేను రాస్తాను. చెడు లేకుండా మంచినే వస్తువుగా చేసుకుని క్లాసిక్ రాస్తాను" అని బరువున్న మూటను మోసుకొచ్చి దింపి పెట్టినవాడిలా రామన్ రొప్పుతూ చేతిరుమాలును తీసి ముఖం తుడుచుకున్నాడు. ముఖాన్ని ఆ చేతిరుమాల్లో దాచేసుకుంటాడేమో అనిపించింది బాల సుబ్రహ్మణ్యంకు.

బాలసుబ్రమణ్యం మందహాసం చేస్తూ "రాయండి" అని చెప్పి మౌనంగా ఉండిపోయాడు. ఆ తర్వాత ఇద్దరూ కొంతసేపు ఏవీ మాట్లాడుకోలేదు. బాలసుబ్రమణ్యం ఎక్కడైనా నోరు జారానా అని ఆలోచిస్తున్నాడు. అలా ఏమీ అనిపించలేదు. రామన్ ఉన్నట్టుండి ముభావంగా మారిపోగలడు. మహా అయితే అలా ఓ ఇరవై నిమిషాలు ఉండగలదు. ప్రతి ఇరవై నిమిషాలకు ఒకసారి ఆయన ప్రపంచం పూర్తిగా మారిపోతూ ఉంటుంది. ఇరవై నిముషాలకో పునర్జన్మ! ఏదీ మనసులో దాచుకోడు, ప్రతి క్షణాన్నీ ఆస్వాదిస్తూ జీవించటం ఆయన స్వభావం.

బస్ కళుగుమలైకు వచ్చేసింది. బస్ దిగుతున్నప్పుడుకూడా రామన్ మౌనంగా ఉండటం బాలసుబ్రమణ్యం గమనించాడు. ఆయన మౌనం తన

మాటలవల్ల వచ్చిన కోపంతో కాదని దాంతో గ్రహించి ఊరటపడి, ఆయనను కదిలించకుండా ఉండటమే సబబు అని నిర్ణయించుకున్నాడు. తను మాట్లాడకుండా ఎదుటివారిని మాట్లాడించి వారిని వారి మాటల్ని క్షుణ్ణంగా పరిశీలిస్తూ ఉండటం బాలుకు ఎంతో ఇష్టం.

బసకు తీసుకువెళ్ళడానికి బస్టాండ్‌కు సామినాథం వచ్చాడు. కుంభకోణం నుండి బయలుదేరి ఆయన ఇంత దూరం రావడం బాలసుబ్రమణ్యానికి ఆశ్చర్యాన్ని కలిగించింది.

"రండన్నయ్యా... ఎలా ఉన్నారు? పెద్దమ్మాయికి ఇప్పుడెలా ఉంది?" అని అడిగాడు సామినాథం. "సుబ్బు అన్నయ్య వచ్చేశారా?" అని అడిగాడు రామన్.

"ఆయన రావడం అయ్యింది. తీర్థాలు పుచ్చుకునే కార్యక్రమం కూడా మొదలైపోయింది. ఊర్లో ఉన్న పనికిమాలిన వాళ్ళందరూ కట్టగట్టుకుని వచ్చి చుట్టూ కూర్చుని ఉన్నారు. ఇల్లంతా ఒకటే పొగ" అన్నాడు సామినాథం.

"ఎక్కడ దిగారు?"

"ఇక్కడ చేత్తుపట్టి మిరాసిదారు ఇంట్లో" అన్నాడు సామినాథం.

"ఇంట్లోనా?" అని ఆశ్చర్యంగా అడిగాడు రామన్.

సామినాథం ఇబ్బందిగా "ఇల్లంటే.... ఆయనకు ఇక్కడ కూడా ఒక ఇల్లుంది" అని అన్నాడు.

"ఓహో!" అంటూ రామన్ వెలిగిపోతున్న ముఖంతో "దానికి నువ్వెందుకురా అంత ఇదైపోతున్నావు? ఆ తప్పేదో నువ్వే చేస్తున్నట్టూ" అని, బాలసుబ్రమణ్యం వైపుకు తిరిగి "మన సామినాథం రాముడిలా మంచి బాలుడు. మంచి పద్ధతులున్న పిల్లాడు. ఇలాంటివంటే భలే చిరాకు" అన్నాడు.

"దిగువ తంజావూరు నీళ్ళు వంటబట్టినట్టు లేదనుకుంటాను" అని అన్నాడు బాలసుబ్రమణ్యం.

రామన్ గట్టిగా నవ్వాడు.

జట్కాబండిని సిద్ధంగా ఉంచాడు సామినాథం. రామన్ చిన్నపిల్లాడిలా

ఉత్సాహంతో ఎక్కి బండి తోలేవాడి వెనక కూర్చున్నాడు. “నేను ఎప్పుడూ ఇక్కడే కూర్చుంటాను బాలూ. చిన్నప్పట్నుండి ఈ విషయంలో నాది మంకుపట్టు. ఈ స్థానాన్ని ఎవరైనా పిల్లలు ఆక్రమించినా ‘నాకు బండే వద్దు’ అని చెప్పి గబగబా నడవడం మొదలుపెట్టేస్తాను. ఇందులో ఏముంది అనుకుంటున్నారు కదా?”

“లేదు”

“అనుకుంటున్నారు. నాకు తెలుసు... చిన్నప్పటి అలవాటు!”

బండి కదిలింది. సామినాథం బండి చివర్లో కూర్చుని “ఈయనెప్పుడూ చిన్నప్పటి జ్ఞాపకాల్లోనే ఊగిసలాడుతూంటారు. వారం కిందట కుంభకోణం వచ్చారు. ‘ఏంట్రా ఇది? ఇలా ఉన్నాయి వీధులన్నీ? పాత రోజుల్లో వీధులన్నీ ఎంత బాగా కంపు కొట్టేవి’ అని తెగ బాధపడిపోయారంటే చూసుకోండి” అని అన్నారు.

బాలసుబ్రమణ్యం చిన్నగా నవ్వాడు.

రోడ్డుకు రెండు వైపులా కొబ్బరిచాపల పందిళ్ళు కట్టి, పాత ప్యాకింగ్ కర్ర పెట్టెలను మేజాల్లా పేర్చి వాటిమీద తిరునల్వేలి ప్రాంతానికి చెందిన ప్రత్యేకమైన శనగపాకం చెక్కలు, కొబ్బరిలౌజు మిఠాయిలను పీసా టవర్లలా పేర్చి ఉంచారు. రాశిపోసిన తీపి కొమ్ములు. కళ్ళను ఆకర్షించే ఎర్ర, పసుపు పచ్చ, ఆకు పచ్చ రంగుల్లో చక్కెర మిఠాయిలు. నేలమీద గోతులు తీసి ఇటికెలు పేర్చిన పొయ్యిలమీద పెద్ద పెద్ద మూకుళ్ళను పెట్టి సలసలమని కాగుతున్న నూనెలోనుండి తీపి, కారపు కొమ్ములను తీసి జల్లెడ బుట్టల్లోకి వేస్తున్నారు.

రామన్ ఉత్సాహంగా వాటిని వేడుక చూస్తూ వెనక్కి తిరిగి చూసి “తిరనాళ్ళనగానే ఊరికి ఒక కొత్త శోభ వచ్చేస్తుంది. పీటల మీదకు వస్తున్న కొత్త పెళ్ళికూతురిలా, కదా!” అన్నాడు. బాలసుబ్రమణ్యం చిన్నగా నవ్వాడు. “ఈ ఊళ్ళో తిరనాళ్ళంటే తీపి మిఠాయిలే ప్రధానం. మా ఊళ్ళో అయితే తిరనాళ్ళకు తాంబూలానికి సంబంధించిన రకరకాల వస్తువులు దేశం నలుమూలలనుండి వచ్చి ఊరంతా నిండిపోతాయి... కేవలం వక్కల్లోనే పది పదిహేను రకాలున్నాయంటే చూసుకోండి.” అన్నాడు రామన్.

అగ్రహారమంతా వీధులు పట్టనంత పెద్దపెద్ద ముగ్గులు పెట్టి ఉన్నారు. బ్రాహ్మణ పిల్లలు ఒళ్ళంతా విభూతి రేఖలు దిద్దుకుని చొక్కాలేకుండా, పెద్ద పనసతొనల్లాంటి చెవులేసుకుని నూనె పట్టించుకున్న జుట్టుతో గట్టి గట్టిగా కేకలు పెడుతూ నవ్వుతూ ఆడుకుంటున్నారు. అరటిమట్టతో, దారిన వెళ్ళేవాళ్ళను వెనకనుండి తాటించి జడిపించే వింత ఆట ఆడుతున్నారు. గోడల మీద కాషాయ చారలేసున్న ఇళ్ళ ముందు ఎత్తయిన సిమెంటు అరుగులు. వాటి మీద అక్కడక్కడా ముసలి బామ్మలు కూర్చుని కళ్ళు చికిలించి వీధికేసి చూస్తున్నారు. ఇళ్ళకు మావిడాకు తోరణాలు, అందంగా అమర్చిన పూలహారాలు వేలాడుతున్నాయి. ఒక కూరలమ్మే పిల్ల ఖాళీ గంప చేతబట్టుకుని ఎదురుగా నడిచొస్తోంది.

అగ్రహారం దాటుకుని ఎడమవైపుకు వెళ్తున్న వీధి మలుపులో పాతకాలంనాటి పెద్ద పెంకుటిల్లు, ఇంటి ముంగిట ఎద్దులను విప్పదీసి ఖాళీగా కనపడుతోన్న నాలుగైదు బళ్ళు ఉన్నాయి. వేపచెట్టు ఆకులను నిలువెల్లా ప్రతిబింబిస్తూ ఒక నల్లటి 'బ్యూక్' కారు ఆ చెట్టు నీడన ఉంది. "బాగా తోమిన భిక్షాపాత్రలా ఉంది కదా?" అన్నాడు రామన్.

బాలసుబ్రమణ్యం చిరునవ్వుతో "దీనికేదైనా అమ్మాయి ఉపమానం చెప్తారు అనుకున్నానే" అన్నాడు. సామినాథం గట్టిగా నవ్వాడు.

బళ్ళనుండి విప్పిన ఎద్దులు వరి గడ్డిని నములుతూ తలలు పెకెత్తి చూసి కొత్తగా వచ్చిన దున్నపోతుల్ని చూసి 'బుస్ బుస్'మని శబ్దం చేస్తూ స్వాగతం పలికాయి. రామన్ బండి మీదనుండి చిన్నపిల్లాడిలా కిందకి దూకి "సామినాథం, పెట్టె తీసుకెళ్ళి లోపల పెట్టు. నేను పైకి వెళ్తాను. నాయక్కర్ పైనే ఉన్నాడు కదా?" అంటూ పరుగు పరుగున భవనానికి పక్కవైపునున్న మెట్లు ఎక్కాడు. బాలసుబ్రమణ్యం దిగి తన పెట్టెను, రామన్ పెట్టెతోబాటే తీసుకెళ్ళి పెట్టమని చెప్పి నెమ్మదిగా ముఖం కడిగి తుడుచుకుని పైకి వెళ్ళాడు.

పై అంతస్తున నడి కూటంలో పరచిన చాపలమీద దివాను తలగడల సమేతంగా ఏడెనిమిది మంది కూర్చుని ఉన్నారు. మధ్యలో మదురై సుబ్బు అయ్యర్ తాంబూలం వేసుకుంటూ కూర్చుని ఉన్నారు. పక్కనే దాదాపుగా సుబ్బు

అయ్యర్‌కు సంబంధించిన సర్వ హక్కులూ తనదేనన్నట్టు అతి చనువు ఉన్నవాడిలా నాయకర్ కూర్చుని మీసాలు దువ్వుకుంటూ నవ్వుతున్నాడు. రామన్ చిన్నపిల్లాడిలా సుబ్బు అయ్యర్ ముందుకెళ్ళి కూర్చుని గారాలు పోతూ మాట్లాడుతుంటే మిగిలిన వాళ్ళు నవ్వుకుంటున్నారు.

పైకి ఎక్కిన బాలసుబ్రమణ్యం జంకుతూ వాకిట్లోనే నిల్చున్నాడు. గదంతా విస్కీ వాసనతో నిండిపోయి ఉంది. చాపల మీదున్న పెద్ద తపేలాల్లో పనసకాయ చిప్స్, నేంద్రం అరటి చిప్స్, వేయించిన జీడిపప్పులు ఉన్నాయి. సుబ్బు అయ్యర్ పక్కన రామన్ కూర్చుని ఉండే ఆ దృశ్యం చూడగానే వాళ్ళిద్దరూ అన్నదమ్ములా! అన్నట్టు అనిపించారు. నుదుటిమీదకు వచ్చి పడుతున్న జుట్టు, ఉబ్బిన బుగ్గలు, మీసాల్లేని ముఖాలు ఇద్దరివీ. అయితే రామన్‌కు ఉన్న నాజూకుతనం మాత్రం సుబ్బు అయ్యర్లో లేదు. ఆయన ముఖంలో మెరుగెక్కిన ఒక వింత నిగ్గు ఉంది. లావుపాటి చెవితమ్మెలు. మొహంలో కొట్టొచ్చినట్టు కనపడే చిలిపితనం. నిత్య తాంబూల సేవనం వల్ల ఎర్రగా కనబడుతోంది ఆయన నోరు. లేత మావిడాకు రంగు జుబ్బా వేసుకుని, పట్టు పంచె కట్టుకుని ఉన్నారు. ఛాతీ మీద పులిగోరు పొదిగిన లాకెట్ గొలుసు కనబడేలా పై రెండు గుండీలు విప్పదీసి ఉన్నాయి.

బాలసుబ్రమణ్యానికేసి చూపించి "అన్నయ్యా, ఇతనే, 'బాలు' అని ఎప్పుడూ చెప్తూ ఉంటాను కదా... బాగా మాట్లాడతాడు. ఇతను మాట్లాడితే సంగీతంలా ఉంటుంది. చూడ్డానికి అలా సాదాసీదాగా ఉన్నాడు గాని, చాకులాంటి వాడు! ఇతణ్ణి చూస్తే చాలు! నాకు ఎక్కళ్ళేని ఉత్సాహం వచ్చేస్తుంది. మాట్లాట్టం మొదలెడితే అదరగొట్టేస్తాడు" అంటూ పరిచయం చేశాడు రామన్.

సుబ్బు అయ్యర్ "కూర్చోండి" అని చేతితో సైగ చేస్తూ "పుచ్చుకుంటారా?" అని అడిగారు.

"ఇప్పటివరకు లేదు" అంటూ సమాధానమిచ్చాడు బాలసుబ్రమణ్యం.

"అయితే ఇప్పుడు మొదలుపెడతారా?"

"లేదు, నేను అందుకోసం రాలేదు."

సుబ్బు అయ్యర్ అరక్షణం చూసి "అయితే పోన్లే... ఒరేయ్ రాము! మీవాళ్ళనెవ్వర్నీ బలవంతపెట్టలేమురా" అన్నారు.

బాలసుబ్రమణ్యం సుబ్బు అయ్యర్ చేతులను చూసి చూపు ముఖం మీదకు తిప్పాడు. వేళ్ళు ఒకదాని మీదకు ఒకటి అతుకున్నట్టుగా ముడుచుకుపోయి వంగిపోయినట్టు ఉన్నాయి.

“అన్నయ్యా! చెప్పాను కదా ఇతని గురించి... ఇప్పుడు ఇండియాని ఇతని చేతిలో పెట్టామంటే, నెహ్రూను అమెరికాకు పంపించేయొచ్చు” అన్నాడు రామన్.

“ఆయన్నెందుకురా అక్కడికి పంపించడం! అక్కడ ఇప్పటికే ప్రసంగాలు ఇచ్చేవాళ్ళు కోకొల్లలుగా ఉన్నారు. గమ్మున రష్యాకు పంపించేయొచ్చు. కృశ్చేవ్‌ని మాటల్తోనే చంపేస్తాడు. ప్రపంచానికి విమోచనం కలుగుతుంది.”

రామన్ చక్కిలిగింతలు పెట్టినట్టు, చిన్నపిల్లాడిలా నవ్వాడు.

బాలసుబ్రమణ్యంకు సుబ్బు అయ్యర్ తో దూరం తగ్గినట్టనిపించి వచ్చి చాప మీద కూర్చున్నాడు.

సుబ్బు అయ్యర్ “మీరు కమ్యూనిస్టు కాదు కదా?” అంటూ ప్రశ్నించారు.

“ప్రస్తుతం కాదు” సమాధానం ఇచ్చాడు బాలసుబ్రమణ్యం.

“ఒరేయ్ రాము, మీ వాడు రాజాజీకి తమ్ముడ్లా ఉన్నాడే. ఆచితూచి మాట్లాడుతున్నాడు” అన్నారు సుబ్బు అయ్యర్.

బాలసుబ్రమణ్యం చిరునవ్వు చిందించాడు. తాంబూలంవల్ల నాలుక మొద్దుబారినట్టు సుబ్బు అయ్యర్ మాటల్ని బట్టి తెలుస్తోంది.

“కాఫీ తాగుతారా?” అడిగారు సుబ్బు అయ్యర్.

“పురమాయించాను అన్నయ్యా!” అన్నాడు వాకిట్లో నిల్చుని ఉన్న సామినాథం.

“ఎవర్రా అది... రేయ్ సామినాథా... నాయాలా. రారా, రా. నీ యయ్యా... చల్లగా బిందెడు కావేరి నీళ్ళను నెత్తిన కుమ్మరించినట్టు హాయిగా ఉందిరా, నిన్ను చూస్తుంటే. రా! వచ్చి కూర్చో”

“పర్వాలేదు అన్నయ్యా.”

"ఏం పరవాలేదురా! వచ్చి కూర్చోరా వెధవా. బాగా చిక్కిపోయినట్టున్నావుగా!"

"పని అన్నయ్యా."

"ఏం పని రా? నువ్వు ఎప్పుడురా స్కూల్‌కి వెళ్ళావు?"

రామన్ జోక్యం చేసుకుని "ఆ పని గురించి చెప్పడం లేదు, వాడిప్పుడు టీ.ఎం.రామనాథన్ రికార్డులు నాలుగు కొని తెచ్చుకుని వింటున్నాడు... అదేమైనా మామూలు శ్రమా!" అని నవ్వాడు.

సుబ్బు అయ్యర్ పగలబడి నవ్వారు.

"మీరు రామనాథన్ అభిమాని కాదు కదా" అడిగారు సుబ్బు అయ్యర్.

"అవును" సమాధానం ఇచ్చాడు బాలసుబ్రమణ్యం.

"ఓ అలాగా! మేము ఆయన గురించి కొంచెం వేళాకోళం ఆడుతూ ఉంటాం. మీకు ఇబ్బందిగా అనిపిస్తే కొంచం తాంబూలం తీసుకోండి... బాగా పని చేస్తుంది."

కాఫీ వచ్చింది.

సుబ్బు అయ్యర్ కొనసాగిస్తూ "ఈయన రంగనాథ నాయకర్. కోయిల్పట్టిలో మిల్లులు అవీ ఉన్నాయి. మిరాసిదారు. మనకు ఆప్తుడు. సంగీతాన్ని నీళ్ళు పోసి పెంచి పోషిస్తున్నారు" అని నవ్వారు.

"మీరు మరీ అన్నా!" అంటూ మెలికలు తిరిగాడు నాయకర్.

కాఫీ తాగుతూ సుబ్బు అయ్యర్ "ఒరేయ్ సామినాథు, పాట అందుకోరా" అన్నారు.

"అన్నయ్యా, పాటా? నేనా? భలేవాళ్ళు అన్నయ్యా మీరూ..."

"అరేయ్, బెట్టు చెయ్యకుండా పాడవోయ్!" అని గదమాయించి, బాలసుబ్రమణ్యం వైపు తిరిగి అన్నారు సుబ్బు అయ్యర్. "బాగా పాడతాడు. వీడి గొంతులో భావం సరిగ్గా పలుకుతుంది. చెప్పాలంటే వీడు పాడినప్పుడే నేను తమిళ, తెలుగు కీర్తనల్లోని సాహిత్యానికి అర్థం ఏమిటో తెలుసుకుంటూ

ఉంటాను..."

సామినాథం "ఏం పాట పాడమంటారు అన్నయ్యా" అని అడిగాడు.

"ఇది సుబ్రమణ్యస్వామి కొలువున్న కళుగుమలైరా. వెధవా... అణ్ణామలై రెడ్డిగారి సాహిత్యం కాకుండా వేరే ఏది పాడినా చెప్పుచ్చుకుని కొడతాను దరిద్రుడా!"

సామినాథం తలవంచుకుని చాపలోని పుల్లలని మెల్లగా పీకుతూ 'హ్మమ్...' అంటూ ప్రారంభించి చక్కగా పైస్థాయికి గొంతెత్తి పాటందుకున్నాడు.

వన్న తినై మావై తెళ్ళియే - ఉణ్ణుమ్

వాళ్ళై కుఱక్కుల వళ్ళియే - ఉయిర్

వాంగ పిఱందిట్ట కళ్ళియే!

సుబ్బు అయ్యర్ గట్టిగా "భేష్" అంటూ సర్దుకుని నిటారుగా కూర్చున్నారు.

గదిలో అప్పటిదాకా ఆవరించివున్న వాతావరణం అదృశ్యమై బయటకు వెళ్ళిపోయింది. వెలుగులాంటిదేదో సాంతం వ్యాపించింది. నిష్కళంకమైనది, నిర్మలమైనది - తానున్న చోటున, సంపూర్తిగా తనదైన రూపాన్ని సంతరించేది.

కన్నత్తినిల్ కుయిల్ సత్తమే - కేట్క

కన్నుదు పార్ ఎన్నన్ సిత్తమే - మయక్కమ్

సెయ్యుదే కామ పిత్తమే!

పక్కనున్న గదిలో ఏదో కదులుతున్నట్టు కడకంట కనిపించి బాలసుబ్రమణ్యం పక్కకు తిరిగి చూశాడు. ఆ గదినుండి ఒక స్త్రీ అద్దంలో బింబంలా తొణక్కుండా సుతారంగా కదిలి వచ్చింది. నీలంరంగు పట్టుచీర కట్టుకుని ఉందామె. మెడలోని కంటెలో, చెవుల్లోని పోగుల్లో, ముక్కున ముక్కెరలో బ్లూజాగర్ వజ్రాలు మెరుస్తున్నాయి. ఆమె రావడం, వారగా వచ్చి గోడకానుకుని కూర్చోవడం అంతా అందమైన నాట్య ప్రదర్శనలా ఉంది. 'వెతికిన దొరకని స్వర్ణమా, ప్రాణమున్న చిత్రమా, రాయంచనోడించు గమనమా' అణ్ణామలై రెడ్డిగారు రచించిన పాటలోని చివరి పాదం ప్రాణంపోసుకుని అప్పటికప్పుడు

దృశ్యరూపంలోకి మారినట్టుంది.

పాట అయిపోగానే సుబ్బు అయ్యర్ తిరిగి బాలసుబ్రమణ్యంతో "ఏంటి అలా నోరెళ్ళబెట్టారు... ఇదివరకు ఎప్పుడూ చూడలేదా?" అని అడిగారు.

ఆమె చిరునవ్వు చిందించింది. సుబ్బు అయ్యర్ "ఈమే చంద్ర! భరత నాట్యంలో దిట్ట" అని అన్నారు.

బాలసుబ్రమణ్యంకు ఊపిరాడనట్టనిపించింది. ఆమెను మరోసారి కన్నెత్తి చూడలేకపోయాడు. ఒకక్షణం ఆమె ముఖము, మరుక్షణం ఆమె ఆకృతి అతడి మనసు తెరమీద ఒకదాని తర్వాత ఒకటి కనపడుతూ, మరుగౌతూ మెరుస్తున్నాయి. ఇంతకంటే మంచి చొక్కా వేసుకుని ఉండాలేమో! కనీసం తలైనా దువ్వుకుని వచ్చుంటే బాగుండేది అనుకున్నాడు.

సుబ్బు అయ్యర్ నవ్వుతూ "ఎన్నో ఏళ్ళుగా చూస్తున్నాను, చంద్రని చూసి ఊపిరి ఆగనివాణ్ణి ఒక్కణ్ణి చూడలేదు" అన్నారు.

చంద్ర బాలసుబ్రమణ్యంతో "మీ పేరేంటి?" అని అడిగింది. ఆమె గొంతు కొంచం మొరటుగా, కరకరమంటోంది - ఆ సౌందర్యంతో పొసగనట్టు. ఆ వైరుధ్యమే ఆమెను ఒక్క క్షణంలో మామూలు స్త్రీగా మార్చేసింది. బాలసుబ్రమణ్యం ఆమెనే చూస్తూ "బాలు, బాలసుబ్రమణ్యం" అన్నాడు.

"చంద్రా, ఈయన రచనారంగంలో చాలా ఎత్తున ఉన్నారు. అపారమైన సృజన ఈయన సొంతం. 'ఈయన బుర్రలో విష్ణుమూర్తి సుదర్శన చక్రమే తిరుగుతూంటుంది' అనంటాడు మన రాముడు" అన్నారు సుబ్బు అయ్యర్.

ఆమె "ఓహ్" అంటూ నవ్వింది.

"ఈమె గురించి వినే ఉంటారు."

"అవును. అయితే బయటెక్కడా చూడలేదు. సినిమాల్లో చూడటమే..."

బంగారు వెదురు కర్రలాంటి చక్కని దేహం. పొడవైన మెడమీద పచ్చని నరాలు. నిండు పెదవులు, పెద్ద కళ్ళు, నుదుటికి ఇరువైపులా జారేటట్టు వదులుగా దువ్వి వెనక్కి ముడుచుకున్న జుట్టు. అస్తమించే సూర్యుడిలాంటి పెద్ద కుంకుమ బొట్టు.

"నాతోపాటూ వచ్చింది" అని అన్నారు సుబ్బు అయ్యర్. ఆ ఒక్క మాట చెంపపెట్టులా అనిపించింది బాలసుబ్రమణ్యానికి. ఉలిక్కిపడినట్టు చేతివేళ్ళను అప్రయత్నంగా చూసుకుంటూ రామన్ వైపు తిరిగి చూశాడు. రామన్ కూడా ఎప్పుడూ లేనట్టు అనూహ్యంగా నోట మాట రాని స్థితిలో ఉన్నాడని అప్పటికిగానీ తెలియలేదు. బాలసుబ్రమణ్యం తన లోపలి ఆలోచనలను దాచుకుంటున్నవాడిలా ఎప్పట్లానే ఉన్నట్టుండి ఒక ప్రశ్న విసిరాడు "మీది ఆంధ్ర దేశమా?"

"మా పూర్వీకులది గుజరాత్. నేను పుట్టి పెరిగిందంతా పూనా... భరతనాట్యం నేర్చుకోవాలని కంచికి వచ్చాను" అంది ఆమె.

సుబ్బు అయ్యర్ "కంచి నల్లుచ్చామి పిళ్ళైవారే ఈమె గురువు" అన్నాడు.

"ఓహో!" అటూ ఇటూ కాకుండా తలూపాడు బాలసుబ్రమణ్యం. రామన్ నేలకేసే చూస్తూ ఉండటాన్ని ఓరకంటతో గమనించాడు.

"ఇప్పుడు కాఫీ తాగితే, భోజనం ఏం తింటారు?" అంది చంద్ర.

"కాఫీ ఎప్పుడైనా తాగొచ్చు. పొద్దున లేవగానే కాఫీతో నోరు పుక్కిలించడం మా నాన్న అలవాటు" అన్నారు సుబ్బు అయ్యర్.

"మీరు మరో తీర్థంతో కదా పుక్కిలిస్తున్నారు!" అని గొణిగాడు సామినాథం.

"చంద్ర ఎంచి మరీ తింటుంది. తెల్లవారి రెండు ఇడ్లీలు. మధ్యాహ్నం ఒక చపాతి, కొంచం ఆకు కూర, కూరగాయలు. రాత్రికి రెండు ఇడియాప్పాలు లేదా ఇడ్లీలు. ఒక గ్లాసుడు పళ్ళరసం. అంతే" అంటూ సుబ్బు అయ్యర్, బాలసుబ్రమణ్యంకేసి కన్ను గీటుతూ "భలే బిగువుతో ఉందిగా మనిషి?" అన్నారు.

అది విన్న బాలసుబ్రమణ్యం నోట మాటరాలేదు. ఒక క్షణం ఆమెకేసి చూసి, తన చూపులు పక్కకు తిప్పుకున్నాడు. ఆమె నవ్వు వినిపించి మరోసారి ఆమె వైపు దృష్టి సారించాడు.

సుబ్బు అయ్యర్ "ఇప్పుడు ఆమె వయసు ఎంత ఉంటుందంటారు?"

అడిగారు.

"తెలియటం లేదు" అన్నాడు బాలసుబ్రమణ్యం.

"ఎంతో వీడికి చెప్పవే..." అంటూ ఒక కాగితాన్ని ఉండగా చుట్టి ఆమె మీదకు విసిరారు సుబ్బు అయ్యర్.

"ఏం చెప్పను? ఐయామ్ టైమ్‌లెస్ యూ నో" అంది చంద్ర చమత్కారంగా.

"ఈ శ్రావణమాసానికి ముప్పై ఐదు నిండి ముప్పయ్యారు వస్తుంది. చూస్తే పాతిక ఉన్నట్టైనా చెప్పగలమా?" అన్నారు సుబ్బు అయ్యర్. బాలసుబ్రమణ్యం చిరునవ్వుతో ఆమెకేసి చూశాడు.

జాగ్రత్తగా చూస్తే ఆమె ముఖంలోని చిన్నచిన్న ముడతలు వయసును చెప్తున్నట్టే అనిపించింది.

"మేలురకం వైన్ లాగా నేను కాలాన్ని మెల్లగా సేవిస్తూ మెఱుగుపడుతున్నాను" అని ఇంగ్లీషులో పాశ్చాత్యుల ఉచ్చారణతో చెప్పింది చంద్ర.

సుబ్బు అయ్యర్ కూడా ఇంగ్లీషులో "మనకు కాలం అంటే నల్లనిది అని కూడా ఒక అర్థం ఉంది. అంటే మరణం అని... కాలాన్ని మింగేసి చుట్టచుట్టుకుపడి ఉండేది నాగుపాము. దాని విషానికి ఒక బొట్టుతోనే ప్రపంచాన్నంతా నాశనం చెయ్యగల శక్తి ఉంది. అదే కాలకూట విషం అంటే" అని అన్నారు. ఉన్నపళాన ఆయన ఇంగ్లీషులో మాట్లాడటం బాలసుబ్రమణ్యంకు ఆశ్చర్యం కలిగించింది. సుబ్బు అయ్యర్ ఇంగ్లీషు మాటల్లో పదాలను ఒత్తి పలికే దేశీయాస ఉన్నప్పటికీ వాక్య నిర్మాణం, పదాల కట్టుబడి మాత్రం చాలా స్పష్టంగా పండితుడి భాషలా ఉంది.

చంద్ర "అన్ని రకాల అమృతాలు మనిషిని కట్టిపడేసేవే. తప్పించుకోడానికి వీలులేనంత ఆకర్షణీయమైనవి. కాబట్టే అవన్నీ విషాలు కూడానూ" అని అంది.

బాలసుబ్రమణ్యం వాళ్ళ ఇద్దరి మధ్య ఏదో నడుస్తోందని పసిగట్టాడు. రెండు సూదుల మొనలు ఒకదాన్నొకటి తాకుతున్నాయి.

సుబ్బు అయ్యర్ ఉన్నట్టుండి రామన్ వైపుకు తిరిగి "ఏం చేస్తున్నావురా?

నిద్రపోయావా?” అని అడిగారు.

“లేదన్నయ్యా...”

“ఏం లేదు?”

“అదేంటంటే అన్నయ్యా...” అని గుటకలు మింగాడు రామన్.

“అది ఏదైతే నాకెందుకురా. ఏంటో తెలుసుకుంటే నాకొచ్చేదేముంది! వచ్చినప్పట్నుంచి చూస్తున్నా, నువ్వు చచ్చిన పీనుగులాగా పడున్నావు” అని అన్నారు సుబ్బు అయ్యర్.

బాలసుబ్రమణ్యం ఉలిక్కిపడి మళ్ళీ అప్రయత్నంగా చంద్రని చూశాడు. ఆమె మామూలుగానే నవ్వుతూ ఉంది. సుబ్బు అయ్యర్ మాటలకి, చంద్ర నవ్వుకి నాయకర్ కూడా కాస్త ఇబ్బంది పడుతున్నట్టు అనిపించింది.

రామన్ “ లేదన్నయ్యా. మీరు మాట్లాడుతూ ఉన్నారు కదా అనీ...” నీళ్ళు నమిలాడు.

“విన్నావా బాలు, బాలూనే కదా నీ పేరు? చంద్ర నాట్యం గురించి వీణ్ణే అడగాలి. ఏరా?” అని రామన్‌ని అడిగారు సుబ్బు అయ్యర్.

“అవును అన్నయ్యా ” పేలవంగా చిరునవ్వు చిందించాడు రామన్.

“ఆయన మీకు తెలుసా?” అడిగాడు చంద్రని బాలసుబ్రమణ్యం.

“చాలా బాగా. కళాక్షేత్రాలో అప్పుడప్పుడు కలుసుకునేవాళ్ళం. గంటలు గంటలు ముచ్చటించుకునేవాళ్ళం...” అని చిన్నగా ఒక నవ్వు నవ్వి “ఆయనకు పాడాలని ఆశ. అయితే పాడలేదు పాపం. ఆయనకు రాయడం మహా బాగా అబ్బింది. అందుకేగా రాస్తుంటాను అంటారు” అంది చంద్ర.

“కళాక్షేత్రాలో ‘మాయా’ అని ఒక బెల్జియం అమ్మాయి ఉండేది. ఆ అమ్మాయి మా ఇంటి పై గదిలో అద్దెకు ఉండేది. ఆమె ద్వారా ఈమె పరిచయం అయ్యింది” అన్నాడు రామన్.

బాలసుబ్రమణ్యానికి చిక్కు ముళ్ళున్న ఒక అతి పెద్ద రంగవల్లిక విస్తరించుకుంటున్నట్టు తోచింది. తామరకొలనులో పువ్వులు, వాటి నీడలు,

వాటి కింద నీటి లోపలున్న తీగెలూ అన్నీ ఒకదాన్నొకటి పెనవేసుకుని, గజిబిజిగా చుట్టేసుకుని ఏర్పడే ఒక దట్టమైన చిక్కు.

"ఒరేయ్ సామినాథూ, వెళ్ళి ఒక వైన్ బాటిల్ పట్టుకురారా" అని పురమాయించారు సుబ్బు అయ్యర్.

సామినాథం నాయకర్ వైపు చూశాడు "ఏంట్రా?" సుబ్బు అయ్యర్ అదిలించారు.

"విస్కీ దాని తరవాత వెంటనే, వద్దన్నయ్యా... ఇడియాప్పం తయారుగా ఉంది."

"ఉండనీలేరా..."

"కచేరీకి వేళవుతుంది అన్నయ్యా."

" ఒరేయ్! ఏంటి అడ్వైసా? భడవా!"

"సరే అన్నయ్యా" అంటూ ఆయన కిందకి వెళ్ళాడు. సుబ్బు అయ్యర్ పైస్థాయి గొంతుకతో ఒక ఇంగ్లీష్ పద్యం చెప్పారు.

'Wine comes in at the mouth
And love comes in at the eye;
That's all we shall know for truth
Before we grow old and die.
I lift the glass to my mouth,
I look at it, and I sigh.'

బాలసుబ్రమణ్యంకేసి చూసి కన్నుగీటి "ఎవరి పద్యమో తెలుసా?" అడిగారు సుబ్బు అయ్యర్.

"లేదు" అన్నాడు బాలసుబ్రమణ్యం.

"డబ్ల్యూ బీ యీట్స్" అన్నారు సుబ్బు అయ్యర్.

"నాకెందుకో అతను బాగా నచ్చుతాడు. ఊరికే తాత్వికత, అది ఇదీ అని వాయగొట్టకుండా సూటిగా మనసుకు తోచింది రాసేస్తాడు. మంచి రసాస్వాదన

కలిగించే కవిత్వం... పాత వైన్‌లా నాలుకమీదే నిలిచిపోతుంది.”

వైన్ వచ్చింది. “భలే! సామినాథు గట్టోడు. ఎంతైనా కుంభకోణం మనిషి కదా” అన్నారు సుబ్బు అయ్యర్. “వైన్ మాత్రం సరైన గ్లాసులోనే తాగాలి. వైన్ నింపిన గ్లాసు ఓ కన్నె పిల్ల ఎరుపెక్కిన పెదవుల్లాగా...” ఆయన ఆ సీసాను లాఘవంగా మూత తీసి రక్తం ఒంపుకుంటున్నట్టు గ్లాసుల్లో ఒంపి ముక్కుకు దగ్గరగా తీసుకెళ్ళి వాసన పీల్చి చిరునవ్వు చిందించారు.

“మాంచి వైన్! ఏం చంద్రా, నువ్వు ఒక గ్లాస్ తీసుకుంటావా?”

ఆమె ఇంగ్లీషులో “వద్దు” అని చెప్పింది.

“మంచి వైన్, భూమికి ఋతుస్రావ రక్తం లాంటిది” అన్నారు సుబ్బు అయ్యర్. బాలసుబ్రమణ్యానికి ఆ మాటలు, అసహ్యామైన పురుగులను చూసినప్పుడు కలిగేటువంటి జుగుప్సను కలిగించాయి. సుబ్బు అయ్యర్ వైన్ మెల్లగా జుర్రుకుని ఆస్వాదిస్తూ తల ఊపారు. నాయకర్ గ్లాస్ అందుకున్నాడు.

రామన్ ఉన్నట్టుండి లేచి “అన్నయ్యా నేను కాస్త విశ్రాంతి తీసుకుంటాను. కచేరిలో కూర్చోవాలి కదా? చాలా సేపు బస్సులో ప్రయాణం చేసి వచ్చాను కదా” అన్నాడు.

“సరే రా!” అన్నారు సుబ్బు అయ్యర్.

బాలసుబ్రమణ్యం లేచి “నేనూ వస్తాను” అని రామన్ వెంటే నడిచాడు.

రామన్ తటపటాయిస్తూ అయిష్టంగా మెట్లు దిగుతున్నాడు. రామన్ పడుతున్న ఆ అవస్థ చూసిన బాలసుబ్రమణ్యం, సుడులు తిరుగుతున్న తన ఆలోచనలనుంచి బయటికి వచ్చాడు. రామన్ లోలోపలి అలజడి పైకి కనిపిస్తూనే ఉంది. రామన్ చివరి మెట్టుమీద నిల్చుని వెనక్కి చూసి “మీరు కావాలంటే అక్కడే ఉండిపోండి. ఇంకాసేపు మాట్లాడి రండి” అన్నాడు.

“లేదు, నాకూ కొంచం రెస్ట్ తీసుకోవాలని ఉంది” అన్నాడు బాలసుబ్రమణ్యం. రామన్ మాటల్లో పదును అతడిని ఆశ్చర్యపరిచింది. రొప్పుతున్నట్టు అనిపించింది.

రామన్ ముందుకు మరో అడుగు వేసి వెనక్కి తిరిగి చూసి “రెస్ట్ రేపు

తీసుకోవచ్చులే... ఆమె ఇకిలింతలు సకిలింతలు ఇంకాసేపు చూసి రావచ్చుగా! చొంగ కార్చుకుంటూ నోరెళ్ళబెట్టి చూస్తున్నారుగా!" అన్నాడు.

అది విన్న బాలసుబ్రమణ్యం మూములు మనిషి అయ్యి, లోలోపలే నవ్వుకుంటూ నింపాదిగా "నోరెళ్ళబెట్టి చూస్తూ చొంగ కార్చినా తప్పులేదు అనిపించింది. అంతటి అందగత్తె" అన్నాడు.

రామన్ వడివడిగా గది లోపలికి దూరి కొంచం గందరగోళపడి ఆగి, "ఏ రూమో చెప్పాడా" అంటూ అడిగాడు.

"లెఫ్ట్... ఆ చిన్న రూమ్."

రామన్ లోపలికి వెళ్ళి అలా కటికనేల మీద పడుకున్నాడు. బాలసుబ్రమణ్యం లోపలికి వెళ్ళి తన జుబ్బా తీసి, పక్కన చుట్టి పెట్టి ఉన్న పరుపుని విప్పి నేల మీద వేసి దానిమీద కూర్చున్నాడు. రామన్ కళ్ళు మూసుకొని ఉన్నాడు. బయటి నుంచి వచ్చే శబ్దాలు, వెలుతురుల మార్పుతో సాయంత్రం వేళ సన్నగిల్లడం తెలుస్తోంది. అందరి గొంతుకలూ కొంచెం గట్టిగానే వినబడుతున్నాయి. కిటికీ బయట వేపచెట్టుకు అవతలున్న మామిడిచెట్టు ఆకులు గలగలమంటున్నాయి.

రామన్ పెద్దగా నిట్టూర్పు విడిచాడు. బాలసుబ్రమణ్యం ఏమీ మాట్లాడలేదు. రామన్ మాట్లాడకుండా ఉండలేడని ఆయనకు తెలుసు. దేన్నీ దాచుకోవడం, వ్యూహాత్మకంగా మౌనం పాటించడం వంటివి చేతనైన మనిషి కాదు. ఆయనంతట ఆయనే మాట్లాడేంతవరకు మౌనంగా ఉండాలని బాలసుబ్రమణ్యం నిర్ణయించుకున్నాడు. కొంచెం కదిలిస్తే చాలు, రామన్ లోపల ఉన్నదంతా కుండపోతలా కుమ్మరించేయగలడు. అప్పటివరకు ఆ కారుమేఘాన్ని మరింత నీళ్ళను పోగు చేసుకుంటూ ఉండనివ్వాలి. ఆ మౌనంలో ఆయన పడుతోన్న హింసను తలచుకుంటే బాలసుబ్రమణ్యంకు నవ్వొచ్చింది. మరి కొన్ని క్షణాల్లోనే ఆయన కళ్ళల్లో కనిపించిన అవస్థకు జాలి కలిగింది. నిరాడంబరమైన స్వాభిమానం కలిగిన ఆయన పుట్టుకతోనే కళాకారుడు. అక్షరాలను సంగీతంగా మార్చిన వాడు.

ఆయన్ని ఏ మాత్రం రెచ్చగొట్టకుండా, ఆయన మనోస్థితికి అనుగుణంగా మృదువుగా, "ఏంటి మీ సుబ్బు అయ్యర్ అంత మాంచి ఇంగ్లీష

మాట్లాడేస్తున్నారు?” అడిగాడు బాలసుబ్రమణ్యం.

రామన్ ఇటు వైపుకు తిరిగి పడుకుంటూ కట్టలు తెగిన ఆసక్తితో “చూశారుగా ఎలా మాట్లాడుతున్నాడో! ఉన్నట్టుండి ఆయనకు ఇంగ్లీషు మీద ఇష్టం కలిగింది. చదవడం మొదలుపెట్టేశాడు. రెండు న్యూస్ పేపర్లు, రేనాల్డ్స్ నావెల్స్ చదవడంతో మొదలు పెట్టి, అలా అల్లుకుపోయాడు. బ్రిటీష్ రొమాంటిక్ పొయెట్రీ అంటే ప్రత్యేకమైన అభిమానం. దాని గురించి ప్రసంగం మొదలుపెడితే ఆపడనుకోండి. తమిళ సాహిత్యం కూడా కూలంకషంగానే చదువుకున్నాడు. రచయిత మౌనితో దగ్గరి పరిచయం... పుదుమైపిత్తన్ రచనలంటే మహా ప్రాణం. మౌని ఊరికే గమకాలతో ఆడుకుంటుంటాడ్రా, పుదుమైపిత్తన్ పిళ్ళై అలా కాదు. గుండెల్లో కణకణలాడే నిప్పును సంగీతంగా మార్చినోడు అని అంటాడు. కు.ప.రా.ను కాణీకి ప్రయోజనం లేనివాడు అని కూడా అంటాడు.”

“మరి మీ గురించి ఏమంటారు?” అడిగాడు బాలసుబ్రమణ్యం.

“నేను బానే రాస్తాను అని అంటాడు. నేను సంగీతం గురించి రాసేదంతా ఒట్టి బూటకం అంటాడు. నా ప్రత్యేకత సెక్సేనట. దాన్ని దాచుకోడానికే నేను సంగీతం చుట్టూ కథలు రాస్తానంటాడు. దాసీలు దేవుడికి మొక్కుతారుకదా, నా భక్తి అలాంటిదట. దొంగ భక్తట” రామన్ గట్టిగా నవ్వాడు.

“అలా కాదు... నిగూఢమైన అబ్‌స్ట్రాక్ట్ విషయాలు రాయడం ఏ రచయితకైనా ఓ పెద్ద సవాలే. దానికోసం ఒక్కొక్కరు ఒక్కో ఎత్తుగడను ఎంచుకుంటారు. కొందరు ప్రకృతిని వర్ణిస్తారు. మరి కొందరు వంట గురించి మాట్లాడతారు. మీరు సంగీతాన్ని పట్టుకుంటారు” అన్నాడు బాలసుబ్రమణ్యం.

“అలా అంటారా!” అన్నాడు రామన్.

‘ఆయనకు తను చెప్పింది అర్థం అయినట్టు లేదు’ అనుకున్నాడు బాలసుబ్రమణ్యం. మాట్లాడటానికి పూనుకున్నట్టుగా రామన్ ముఖంలోకి చూస్తే తెలిసిపోతోంది. ఎంత సాదాసీదా మనిషి? అని లోలోపలే నవ్వుకున్నాడు బాలసుబ్రమణ్యం.

“చంద్ర కట్టుకున్న చీరను గమనించారా?” అడిగాడు రామన్.

"ఊ!"

"నెమలి అటూ ఇటూ తల తిప్పి చూస్తుంటే దాని మెడ మీద సూర్యకాంతి ప్రతిఫలించి కనపడే నీలం ఉంటుంది చూశారూ! ఆ నీలం! ఆమెకు ఇష్టమైన రంగు అది. ఆమె మేని చాయకు ఆ రంగు చక్కగా అబ్బింది కదా! డైమండ్స్ కూడా ఆమెకు నీలం రంగువే ఇష్టం. నీలం రంగులో ఏదో మర్మం దాక్కుని ఉంటుంది అని అంటారు. నీలం రంగును కాసేపు చూస్తూ ఉంటే మనసు మత్తులోకి జారిపోతుంది అని ఒక సారి చెప్పింది. అది నిజమా, కాదా అని తెలుసుకుందామని ఒకరోజు నీలం పట్టుచీర తెచ్చి దీపం కింద పెట్టుకుని రాత్రంతా అలా చూస్తూ కూర్చున్నాను. ఎందుకో తెలియదు ఉన్నట్టుండి విపరీతంగా భయం వేసింది"

బాలసుబ్రమణ్యం చిన్నగా నవ్వాడు.

"మీరు ఆమెను చూసి మైమరిచిపోయారు కదా?" అన్నాడు రామన్.

"లేదు" అన్నాడు బాలసుబ్రమణ్యం.

"ఈ విషయంలో మాత్రం మీరు భలే ఒడుపుగా తప్పించేసుకుంటారు. మీలో సహజంగా ఉండే ఆ పెద్దరికం ఎక్కడికో పోతుంది" అంటూ రామన్ నవ్వాడు.

బాలసుబ్రమణ్యం ముఖంలో ఓ చిరునవ్వు.

"మీరనే కాదు, ఎవరు ఆమెను చూసినా అలాగే మైమరిచిపోతుంటారు. ఎందర్ని చూళ్ళేదు, నేనూ! ఆ విషయం ఆమెకూ బాగా తెలుసు. నేనుకూడా ఆమెను చూసిన రోజున పిచ్చివాడిలా ఆమె వెనకే వెళ్ళిపోయాను. నాకు ఆ రోజు బాగా గుర్తుంది. ఆశ్చర్యం ఏంటంటే ఆ రోజు ఏమి చూశానో, ఎక్కడికి వెళ్ళానో ఇవేవీ గుర్తులేవు. ఆమె ముఖం, ఆమె దేహం, ఆ సౌందర్యం మాత్రమే గుర్తున్నాయి. ఆ రోజునంతా ఆమే ఆక్రమించేసింది. ఆశ్చర్యంగా లేదూ!"

"ఇందులో ఆశ్చర్యపోవడానికేముందీ" అన్నాడు బాలసుబ్రమణ్యం.

రామన్ పడుకున్నవాడల్లా గబుక్కున లేచి కూర్చుని "ఒకటి చెప్తాను బాలు. ఆమె మామూలు మనిషి కాదు. ఆమెలో ఏదో ఉంది. ఆమె విశ్వామిత్రుణ్ణి సైతం వశపరుచుకున్న మేనక అంశ అని నాకు అనిపించింది. ఎలా చెప్పాలి...

మాటలే రావడం లేదు. ఒక విషయం చెప్తాను. ఇప్పుడు, ఆమె మీతో మొరటు గొంతుతో మాట్లాడింది కదా? అది ఆమె నిజమైన గొంతు కాదు."

బాలసుబ్రమణ్యం ఆశ్చర్యపోయాడు. "ఆమె గొంతేమీ అంత గొప్పగా ఉండదు కానీ మొరటు గొంతు మాత్రం కాదు. మామూలు గొంతు. మొదటిసారి మాట్లాడేటప్పుడు కావాలనే అలా మాట్లాడుతుంది. అదొక ఎత్తు."

"ఎందుకు?" అనడిగాడు బాలసుబ్రమణ్యం.

"నేను వేయిసార్లయినా ఆలోచించి ఉంటాను. ఆమెను చూశావుగా? అందం! చేతులు, కాళ్ళు, ముఖం, మెడ, చెంపలు - ఎక్కడయినా చిన్న లోపమైనా కనిపించిందా? పూర్వకాలంలో పంచలోహాలతోవిగ్రహాలు చేసేవాళ్ళు కదా... తంజావూరు ప్యాలస్‌లో అందమైన శివకామి విగ్రహాలు కొన్ని ఉన్నాయి. పడుచు వయసు పిల్లలాగానూ ఉంటుంది, నిండుగా ఒంపుసొంపులతో ఉన్న ప్రౌఢలాగానూ ఉంటుంది. అలాంటిదే... అదేకదా మగాడికి కనపడేది! వాడి మనసు భ్రమించిపోతుంది. ఆ మత్తులో వాడు ఉన్నపుడు ఆమె కరుకు గొంతుతో మాట్లాడుతుంది. వాడి మనసులో ఊహించుకుంటున్న స్వప్నం చెదిరిపోతుంది. వాడు మామూలుగా మాట్లాడటం మొదలుపెడతాడు. అప్పుడు ఆమె సహజమైన పరిచయాన్ని ఏర్పరచుకుంటుంది."

రామన్ కొనసాగించాడు "అంతే కాదు బాలు! ఆ గొంతు అలా ఉండటం కూడా మనల్ని హింసిస్తూనే ఉంటుంది. మచ్చల్లాంటివి. మంచి నిగనిగలాడే మేనిలో మచ్చని చూసిన తొలి క్షణం మనకు ఒక చికాకు కలుగుతుంది. అదేదో మఱకలా అనిపిస్తుంది. అయితే మన హృదయం అక్కడ చిక్కుకుపోతుంది. ఆల్చిప్పలో ఇసుకరేణువు ఇరుక్కుపోతే, అది దాన్ని బయటకు తోసేందుకు శతవిధాలా ప్రయత్నిస్తుంది; తోయలేనప్పుడు ముత్యంగా మార్చేసుకుంటుందిగా! అలాగే మనం ఆ మచ్చను చూసి చూసి దాన్ని కూడా ఆ సౌందర్యంలో ఒక భాగంగా చేసుకుంటాం. ఈమె ఆ స్వర ప్రయోగం కూడా అలాంటిదే... మీరిప్పుడు ఆమె గొంతు గురించి మాత్రమేగా ఆలోచిస్తున్నారు!"

బాలసుబ్రమణ్యం ముఖంలో ఆశ్చర్యం.

"అవును అని చెప్పొచ్చు కదా! ఏఁవైపోతుందీ?" స్వరం తగ్గించి అడిగాడు

రామన్.

"అవును, అలాగే అనుకోండి" అన్నాడు బాలసుబ్రమణ్యం.

రామన్ మరింత రహస్యంగా, గుసగుసలాడుతున్నట్టు "నీకూ నడుము కింద బుల్లకాయ ఒకటుంటుంది కదా. ఒప్పుకుంటే నీ కిరీటం ఏం నేల వాలిపోదులే" అన్నాడు నవ్వుతూ.

"ఆమె నన్నాకర్షించాలి అని ఎందుకనుకుంటుంది!" అడిగాడు బాలసుబ్రమణ్యం.

"నిన్ను మాత్రమే కాదు. ప్రపంచంలో ఉన్న మగవాళ్ళందరినీ అలాగే ఆకట్టుకోవాలని అనుకుంటుంది. ఆమె మనసు అలాంటిది. ఎలా అంటే - అయస్కాంతం ఇనుమునెందుకు ఆకర్షిస్తుంది? ఆకర్షించడం దాని సహజ లక్షణం కాబట్టి..."

"అది కొంతమటుకు అందరు ఆడవాళ్ళలోనూ ఉంటుంది. చిన్న వయసు ఆడపిల్లలు కూడా అట్రాక్ట్ చెయ్యడానికి ప్రయత్నిస్తుంటారు, అదేంటనేది వాళ్ళకు తెలియకుండానే" అన్నాడు బాలసుబ్రమణ్యం.

"ఇది అలాంటిది కాదులే. ఈమెకు గెలవడం కావాలి. ప్రపంచంలో మగాళ్ళందర్నీ గెలవాలి. అయితే ఈమెకు డబ్బు, అధికారం ఉన్న మగాళ్ళు లెక్కలేదు. మనసులో కళారాధన ఉండేవాళ్ళు కావాలి. ఆమె ఎంత ప్రయత్నం చేసినా అందుకోలేనంత ఎత్తులో ఉండి ఆడేవాళ్ళు ..."

"ఈమె కూడా కళాకారిణే కదా?"

"అలా కాదు బాలు. ఈమె ధోరణే వేరు. ఎంత దూరమైనా వెళ్ళగలదు, ఎవరితోనైనా మాట్లాడగలదు. ఇంగ్లీష్ అనర్గళంగా మాట్లాడుతుంది. కుప్పలు తెప్పలుగా పుస్తకాలు చదువుతుంది... ఆ చదువుతో ఆమె చాలా దూరం వెళ్ళగలదు. రుక్మిణీ దేవి అరండేల్ కంటే పైకి ఎదగగలదు. అయితే ఎప్పటికీ నిజమైన కళను అంది పుచ్చుకోవడం ఈమె వల్ల కాదు. గాజురాయి కూడా దాన్ని బాగా శుభ్రం చేసి వెల్వెట్ గుడ్డలో పెట్టి దీపపు కాంతిలో చూస్తే వజ్రం లాగే కనబడుతుంది. వజ్రం అంటే ఒక కాంతిరేఖా ప్రవాహం కదా! స్వచ్ఛమై

ప్రవాహం అంటే అడవిలో రహస్యంగా సాగే సెలయేటి ప్రవాహమే! ఆ స్వచ్ఛమైన ప్రవాహ కాంతిరేఖ గాజురాయిలో ఎలా ఉంటుంది? ఆమెకు తెలుసు, ఆమె కేవలం గాజు రాయేనని! ఒక కళాకారిణిగా ఆ స్థాయిని చేరుకోవడం తనవల్ల కానిపని అని..."

"ఎందువల్ల?" అడిగాడు బాలసుబ్రమణ్యం.

"పప్పుసుద్దా! నీకు ఆ మాత్రం అర్థం కాలేదా! ఆమె మనసులో కళాకారులకుండాల్సిన ఆ చెమ్మ లేదు. ఆమె మనసు సానపెట్టిన కత్తి. పదునెక్కి బాగా మెరుస్తూ ఉంటుంది. అయితే నిజమైన కళ విషయానికి వచ్చేసరికి కత్తిని చేతపట్టుకున్న ఈమెను, కేవలం అరటిదంటు చేతపట్టుకున్న పసిపాపాయి ఓడించేయగలదు. నువ్వు అలమేలువళ్ళి నాట్యం చూశావు కదా?"

"చూశాను"

"ఆమెను చూడు. బొత్తిగా లోకజ్ఞానంలేని మనిషి. చూడటానికికూడా బక్కచిక్కి పీల్చుకుపోయినట్టు ఉంటుంది... అయితే గజ్జెకట్టి వేదిక మీదకి వస్తే మాత్రం ఆనాటి కావ్యనాయకి మాధవిని సైతం కళ్ళ ముందుకు తెచ్చి నిలబెట్టేస్తుంది."

బాలసుబ్రమణ్యం మౌనంగా చూస్తూ ఉన్నాడు.

"చంద్ర తనేదో పేద్ద ఇది అనుకుంటోంది! కళ అంటే మాటలా! అరే... కాలంతో నిమిత్తం లేకుండా చరిత్రను తీసుకుంటే అన్ని కాలాల్లోనూ పది మంది కళాసేవ చేస్తున్నాము అని చంకలు గుద్దుకుంటూ, గొంతులు చించుకుంటూ ఉంటారు. ఆ పదిమందిని ఆహా ఓహో అంటూ హాహాకారాలు చేస్తూ నెత్తిన పెట్టుకునేందుకు ఒక ముఠా ఉంటుంది. అయితే నిజమైన కళ ఎలాంటి ఆర్భాటాలూ లేకుండా ఎక్కడో మౌనంగా దాని మనుగడను అది సాగిస్తూ ఉంటుంది. ఇతరులకు తెలియకున్నా, ఆమెకు తెలుసు ఆమె స్థానం ఏంటోనని! అంతే" అని రామన్ గట్టిగా నవ్వి రుమాలుతో గడ్డం తుడుచుకున్నాడు. "గాయకులను పట్టి మింగేస్తే పాటలు పాడేయొచ్చు అనుకుందట ఒక దయ్యం..." మళ్ళీ ఆవేశం నిండిన ముఖంతో "ఈమెకు అందర్నీ గెలవాలన్న కాంక్ష. గెలిచి తనే పైన కూర్చోవాలన్న తపన. శివుడి గుండెల మీద కాలు మోపి

కాళికాదేవి నిల్చుంటుంది కదా? అలా నిల్చోవాలని..."

"ఇప్పుడు ఈమె సుబ్బు అయ్యర్ మీద కాలు మోపిందా?" అని అడిగాడు బాలసుబ్రమణ్యం.

"మోపాలని ఆశపడుతుంది. అయితే అన్నయ్య అలాంటి వాటికి లొంగేవాడు కాదు. ఆయన మనస్తత్వం వేరు. ఆయనలో ఒక సముద్రం దాగి ఉంది. దాన్లో ఉప్పొంగే అలల నించీ బయటపడ్డ ఒకటీ అరా చుక్కల్ని మాత్రమే నువ్వూ నేనూ కచేరీల్లో అందుకుంటాము. దాన్ని బట్టి ఆయన్ని పూర్తిగా తెలుసుకున్నాం అనుకోలేము. ఆయన దరిదాపుల్లోకి కూడా చేరుకోలేము. ఆయన తాగేసి బూతులు మాట్లాడుతూ తైతక్కలాడుతూ పడున్నాడు. ఈమెకు కూడా చివరికి తాగుడు అలవాటు చేసేస్తాడు... అంతే! అంతకంటే ఆయనకు దగ్గరవ్వడం ఎవరి తరమూ కాదు. ఎంత దగ్గరగా వెళ్ళినా ఆయన్ని అందిపుచ్చుకోవడం అసాధ్యం. ఆయనకు ప్రేమ, ఆప్యాయతల్లాంటివి ఏం లేవు. ఆయన ఉంటున్నది ఆ సముద్రపు నడిమధ్యన ఒక దీవిలో. అక్కడికి చేరుకోవడం ఎవరికీ సాధ్యంకాదు.

కాసేపు ఆగి "అయినా ఆమె విషయంలో మనం ఏం అంచనా వేయలేం" అన్నాడు రామన్. "ఆ మహారాజ్ఞి అఖండురాలు. ఆమె వేగం, నేర్పు... వాటి స్థాయి వేరే. ఆమె ఎత్తుగడలేంటన్నది ఎవరూ ఊహించలేరు" అన్నాడు

"మహారాజ్ఞి ఎవరు?"

"ఆమే, 'చంద్ర'... నేను ఆమెను అలానే పిలుస్తాను."

"ఓహో" అంటూ బుర్రలో వెంటనే తొలిచిన సందేహాన్ని మొహమాటపడకుండా "అయితే మీ మనసులో కూడా కాలు మోపేసిందా ఆవిడ" అంటూ వ్యక్తపరిచాడు బాలసుబ్రమణ్యం.

రామన్ ఉన్నట్టుండి మాటలు పోగొట్టుకున్నవాడిలా మౌనంగా ఉండిపోయాడు. ఆయన లోతైన సుడిగుండంలో కొట్టుమిట్టాడుతున్నట్టు అనిపించింది. అలా అడక్కుండా ఉండాల్సింది ఏమో అని సందేహపడ్డాడు బాలసుబ్రమణ్యం. సరేలే! ఆయనే మళ్ళీ మాట్లాడేంతవరకు కదిలించొద్దు! అని సరి పెట్టుకున్నాడు. రామన్ కళ్ళు మూసుకుని ఉన్నాడు. మూసిన కనురెప్పల

వెనక కనుపాపలు కదులుతుండటం కనిపించింది. బయట లైట్లు వేశారు. మైక్ సెట్‌ల శబ్దం మొదలైంది. లైట్ల వెలుగు, వేపచెట్టు ఆకుల్ని నీడ వలలా మార్చి గదిలోకి విసిరింది.

సామినాథం వచ్చి "అన్నా బయల్దేరవా... వేళ అవుతోంది" అని అన్నాడు.

"సుబ్బు అన్నయ్య బయలుదేరాడా?" అడుగుతూ లేచాడు రామన్.

"బాగుంది... ఆయన ఈపాటికి గుళ్ళో ఉండుంటారు."

రామన్ లేచి చొక్కా విప్పుతూ యథాలాపంగా "ఆమె కూడా అన్నయ్యతోనే వెళ్ళిందా?" అని అడిగాడు.

సామినాథం నవ్వునాపుకుంటూ బాలసుబ్రమణ్యాన్ని చూశాడు. బాలసుబ్రమణ్యం నవ్వగానే సామినాథం కూడా నవ్వాడు.

"ఏంట్రా ఆ నవ్వు... అశుద్ధాన్ని చూసిన పంది లాగా?" గద్దించాడు రామన్.

"ఏమిటి అన్నయ్యా! ఎక్కడో చూపించాల్సిన కోపాన్ని మా దగ్గర చూపిస్తున్నావు! మీ ఇద్దరూ తొందరగా బయలుదేరి రండి. కచేరి వినడానికి ఇంత దూరం వచ్చారు. విని వెళ్ళండి. ఈరోజు మంచి ఫామ్‌లో ఉన్నారు సుబ్బు అన్న."

రామన్ "ఆ సానిది వెన్నంటుకునే ఉందిగా, ఫామ్‌లో ఉండక ఏం చేస్తాడు..." అంటూ తన పెట్టెను తీసుకుని "నాకు ఒక జట్కా బండిని పట్టుకు రా, నేవచ్చిన్దార్నే వెళ్ళిపోతాను" అన్నాడు ఆవేశంగా.

"ఇప్పుడు ఏమైంది? ఇంత దూరం వచ్చి కచేరి వినకుండా వెళ్ళిపోతే సుబ్బుఅన్నయ్య ఏమనుకుంటాడు?"

"అనుకుంటే, గేదెతో పడుకోమను ... నేను వెళ్తున్నాను"

ఇదేంటో కొత్త బూతులా ఉందే! అని బాలసుబ్రమణ్యం లోలోపలే నవ్వుకుని ఊరుకున్నాడు.

సామినాథం గట్టిగా "అన్నయ్యా, పెట్టె కింద పెట్టండి.... ముందు మీరు

కింద పెట్టండి చెప్తాను" అన్నాడు.

"తప్పుకోరా!"

"ఇప్పుడు మీరు కింద పెట్టలేదు అంటే, పట్టుకుని ఈడ్చుకెళ్ళిపోతాను. నేనేం చేస్తానో మీకు బాగా తెలుసు... "

రామన్ పెట్టెను కింద పెట్టేశాడు.

"అలా రండి దారికి! స్నానానికి సమయం లేదు. చొక్కా మార్చుకోండి. కచేరి ప్రారంభమైపోతుంది" అన్నాడు సామినాథం. బాలసుబ్రమణ్యంకేసి చూస్తూ " గుడికి వెళ్తారా?" అని అడిగాడు.

"కచేరీ అయిపోయాక వెళ్దాం. ఇప్పుడు బాగా రద్దీగా ఉంటుంది కదా?" అన్నాడు బాలసుబ్రమణ్యం.

"ఒరేయ్, నాకు ఎందుకో ఆరాటంగా ఉందిరా. నేను రాలేనురా" అని దీనంగా అన్నాడు రామన్.

"మీరు వస్తున్నారు అంతే" మంకు పట్టు పట్టాడు సామినాథం.

"అంతేనంటావా..." అని తంజావూరు యాసలో రాగం తీశాడు రామన్. లేచి చొక్కా తీసి "ప్చ్! చొక్కా అంతా నాఫ్తలీన్ వాసన. చెప్తే వినదు" అన్నాడు. చొక్కా వేసుకుని "ముఖం మాత్రం కడుక్కుని వస్తాను" అని వెళ్ళాడు.

"అది మన్నార్‌గుడి ప్రాంతంలో ఫేమస్ అయిన బూతులెండి. సంసారులు తరచూ వాడే బూతు. అగ్రహారపు లోక్లాస్ బూతుల్లో దీనికంటే వందరెట్లు ఘాటు ఉంటుంది, అవునూ! మీరు చొక్కా మార్చుకోవట్లేదా?" అడిగాడు సామినాథం.

"నేను అప్పుడే మార్చేసుకున్నాను. చంద్ర ఇక్కడికి వస్తున్నట్టు మీకు తెలియదా?" అడిగాడు బాలసుబ్రమణ్యం.

"తెలీదు. తెలిసి ఉంటే ఈయనగార్ని రమ్మని చెప్పే వాణ్ణికాను. బాగా ఇబ్బంది పడుతున్నాడు. అయితే ఏదో రకంగా నాలుగైదు గట్టిదెబ్బలు తగిలి తెగినా బాగుండు" అని నొచ్చుకున్నాడు సామినాథం.

బాలసుబ్రమణ్యం నవ్వుతూ "అంత సులువుగా తెగిపోదు. ఆమె మీద ఒక

నవలయినా రాయందే ఇది విడిచిపెట్టదు" అన్నాడు.

"అప్పట్లో అన్ని పనులు మానుకుని కుక్కలాగా తోక ఊపుకుంటూ ఆమె వెనకే తిరిగాడు. ఆ రోజుల్లో రచయితలందరూ పసిపిల్లాడికి హితబోధ చేసినట్టు చెప్పారు ఈయనకి. కరిచ్చాన్‌కుంజు అయితే నన్ను పిలిచి 'ఒరేయ్, వాడు పుట్టుకతో రైటర్రా. వాడికి మొహమాటం, బెరుకు నిండుగా ఉన్నాయి. ఏదో ఒకటి చేసి సాని వాడలకు తీసుకుపోరా. ఆ మత్తు వదిలితే గానీ వాడు నడుము పైభాగంతో ఆలోచించలేడు' అని అన్నారు."

బాలసుబ్రమణ్యం గట్టిగా నవ్వాడు.

"ఎందుకు నవ్వుతున్నారు?"

"లేదు సామినాథం, వీటి గురించి చెప్పడం చాలా కష్టం. ఇది కేవలం నడుము కిందుండే చిల్లికి, కక్రకీ సంబంధించిన విషయం మాత్రమే అనుకుంటే ఈ సంగీతం, ఇంత కవిత్వం, ఇన్ని కళలు అసలివన్నీ ఎందుకు? మనిషికి ఈ దశలన్నీ ఒక మీడియంలాంటివి. వీటి ద్వారా వాడు ఎక్కడికో వెళ్ళడానికి ప్రయత్నిస్తున్నాడు. కానీ ఇప్పుడు ఈయనలో మనం చూస్తోన్నది రావణుడి కోటలాగా చక్కర్లు కొట్టిస్తూ మళ్ళీ అక్కడికే తీసుకొస్తోంది తప్ప బయటకు దారి చూపించడం లేదు. అసలు ఈయనకు సెక్స్ అన్నది సమస్యే కాదు. ఇప్పటిదాకా నాతో ఆయన సెక్స్ గురించి ఒక్క మాటయినా ప్రస్తావించలేదు. ఆడవాళ్ళ గురించి కూడా ఒక్క మాట మాట్లాడలేదు."

"ఆశ్చర్యంగా ఉందే! ఎప్పుడూ దాని గురించి మాత్రమే కదా మాట్లాడుతారు?"

"మాట్లాడుతాడు. అయితే ఆడవాళ్ళ గురించి కాదు, వాళ్ళ సౌందర్యం గురించి. మళ్ళీ మళ్ళీ ... సౌందర్యం గురించి మాత్రమే. ఆయన సెక్సుకు బానిస కాదు. అందానికి బానిస. సౌందర్య పిపాసి. ఆయన ఏం వెతుకుతున్నాడో ఆయనకే తెలియదు. అయితే వెతుకుతూనే ఉన్నాడు" అన్నాడు బాలసుబ్రమణ్యం.

"ఆశ్చర్యంగా ఉంది. కానీ మీరన్నది నిజమే... పిచ్చి పట్టిన వాడిలా వెంపర్లాడతారు. అయితే హద్దు దాటరు... అదుగో వచ్చేస్తున్నారనుకుంటాను"

అన్నాడు గొంతు తగ్గించి సామినాథం.

రామన్ వచ్చి ఉత్సాహంగా "బయలుదేరుదామా, బాలూ" అని అడిగాడు. 'మరో ఇరవై నిమిషాల కొత్త జన్మని ఎత్తేశాడీయన' అనుకుంటూ బాలసుబ్రమణ్యం నవ్వుకున్నాడు.

"అన్నయ్య కచేరి విని దాదాపు మూడు నెలలయింది. ఒకప్పుడు ఆయనతోబాటే ఆయన కార్లోనే వెళ్ళి ప్రతి కచేరీలో కూర్చుని వినేవాడిని. ఆయన్ని ఆరాధించేవాళ్ళెంతమందో! ఆయనది మదురై సంగీత పరంపర. దక్షిణాదిలో ఆయనకంటూ ఒక శ్రోతల పటాలమే ఉండేది" అంటున్నాడు రామన్.

అగ్రహారానికి అవతలే గుడి. దానికి ఆనుకునే మైదానం. అక్కడనుండి పెద్దగా సన్నాయి రికార్డు వినిపిస్తోంది. "వాయిస్తున్నది రాజరత్నం పిళ్ళైగారు!" పరవశిస్తున్నాడు రామన్. "పాపిష్టిముండాకొడుకు! వాడి చేతిలో ఉన్నది సన్నాయా లేక మంత్రదండమా! చంపేస్తున్నాడు! వెధవ ఏం పుట్టుక పుట్టాడో కానీ! కొవ్వొత్తిలా కరిగించేస్తున్నాడు!"

బాలసుబ్రమణ్యం మౌనంగా తల ఆడిస్తూ నడిచాడు.

"నాయాలు! రికార్డులతో చిరస్మరణీయుడు అయిపోయాడు! అందర్నీ చంపుతాడుగానీ వాడెక్కడ చస్తాడు!" అని కితాబిచ్చాడు రామన్.

"అన్నయ్య ఈ రికార్డుని అరిగిపోయేలా విన్నారు" అన్నాడు కలగచేసుకుంటూ సామినాథం.

"బాలూ, ఇందులో మూడో చరణంలో మెల్లగా కింది స్థాయికి దిగుతాడు. అది ఎలా ఉంటుందంటే అమ్మవారి ముందు మనం తలవంచమూ? అలా ఉంటుంది. ఆ మాదర్చోద్ నిజంగానే బ్రహ్మ రాక్షసుడు. ఏమంటారు?" అని అడిగాడు రామన్.

ఈ మనిషి ఎప్పుడు ఏకవచనంలో సంబోధిస్తాడో, ఎప్పుడు బహువచనంలో సంబోధిస్తాడో అర్థం కాదు అనుకున్నాడు బాలసుబ్రమణ్యం. ఆయన లోపల ఏదో ఒక లెక్క ఉన్నట్టుంది.

అగ్రహారం వీధి వీధంతా ఖాళీగా ఉంది. ఇంటి అరుగులమీద వెలిగించిన ప్రమిదలు, కుందులనించి కాంతులు ప్రసరిస్తూ ఉంటే, అగ్రహారమంతా చీకటి తెర మీద గీసిన ఎరుపురంగు చిత్రంలా మెరిసిపోతోంది. ఒక ఇంటి అరుగుమీద కూర్చున్న పిల్లి మియావ్ అంటూ అటూ ఇటూ చూస్తోంది. వీధిలో అరటి బోదెలు చెల్లాచెదరయి పడి ఉన్నాయి. ఒక ఇంటి అరుగు మీద కూర్చున్న ముసలాయన 'ఎవరూ' అంటూ పలకరించాడు.

అగ్రహారాన్ని దాటుకుని గుడివాకిట చేరుకోగానే అక్కడున్న జనాన్ని చూసి బాలసుబ్రమణ్యం ఆశ్చర్యపోయాడు. ఎంత లేదనుకున్నా రెండువేల మంది దాకా ఉండొచ్చు. అందరూ ఇసక నేల మీద కూర్చుని మైక్ సెట్‌లో నుంచి వస్తున్న సన్నాయి రికార్డును వింటున్నారు. మంత్రముగ్ధులై కూర్చుని ఉన్న ముఖాలు, చీకట్లో అక్కడక్కడా వేలాడుతున్న విద్యుత్ బుగ్గ దీపాల కాంతిలో కనిపిస్తున్నాయి.

సామినాథాన్ని చూడగానే నాయకర్ తాలూకు మనుషులు పరిగెత్తుకుంటూ వచ్చారు. పిలకపెట్టుకున్న ఒక మనిషి వచ్చి "మీకోసం కుర్చీలు వేయించామండయ్యా" అన్నాడు.

"కుర్చీలేంవద్దులే... ఇలా నేల మీదే కూర్చుందాం" అన్నాడు రామన్.

"మీకొద్దేమోగానీ, ఆయనకు అవసరమవుతుందన్నయ్యా" బాలసుబ్రమణ్యాన్ని చూపిస్తూ అన్నాడు సామినాథం. బాలసుబ్రమణ్యం చిరునవ్వు నవ్వాడు.

"పంచె మురికవ్వకుండా సంగీతం వినడంవల్లే మీరు రామనాథన్ దగ్గరే ఆగిపోయారు" అని నవ్వి "సరే... మీ ఇష్ట ప్రకారం హాయిగా కుర్చీల్లో సుఖాసీనులై విందాంలే!" అని సమాధాన పడ్డాడు రామన్.

పేము కుర్చీలను వేదికకు పక్కన ఓరగా వేసి ఉన్నారు. బాలసుబ్రమణ్యం కూర్చున్నాడు.

రామన్ "కచేరి ప్రారంభం అవ్వకముందు మనసులో కలిగే ఉద్వేగం ఉంది చూశారూ, వర్ణనాతీతం అనుకోండి. మందు తాగే వాళ్ళకు సారాయి వాసన రాగానే కలుగుతుంది కదా అలాంటిది... ఏం బాలూ?" అన్నాడు.

"నాకు అలా ఏమీ అనిపించదు"

"నీకు అసలు ఎప్పుడైనా దేని గురించయినా ఏదైనా అనిపించిందా? అట్లీస్ట్ శోభనం రాత్రయినా..."

బాలసుబ్రమణ్యం సమాధానంగా నవ్వాడు.

అవతల వైపు నుండి తన బృందంతో సుబ్బు అయ్యర్ గబగబా వస్తూ ఉన్నారు. "అన్నయ్యకు దిగిపోయింది అనుకుంటా. గ్రీన్ రూములో మళ్ళీ ఎక్కించుకోవడం కోసం పరిగెత్తుకొస్తున్నారు" అన్నాడు సామినాథం.

"ఊరుకోరా... ఇక్కడి నాయకర్లకీ, దేవర్లకీ అసలే బ్రాహ్మణ భక్తి ఎక్కువ. వాళ్ళు విన్నారంటే పరువు పోతుంది" అన్నాడు రామన్.

వాయిద్య బృందం గుంపుగా వెనకవైపు నుండి వేదిక మీదికి ఎక్కారు. ఇద్దరు వ్యక్తులు మైకుల్ని అమర్చి 'ఉఫ్ ఉఫ్' అని ఊది చూశారు. చీకట్లో నుండి ఇద్దరు కుర్చీల వైపు నడిచి వచ్చారు. నాయకర్, చంద్ర. బాలసుబ్రమణ్యం తిరిగి రామన్ వైపుకు చూశాడు. ఆయన బిగుసుకుపోయినవాడిలా ఉన్నాడు.

చంద్ర నడుస్తుంటే ఆమె కట్టుకున్న పట్టుచీర జేరజేరమని చప్పుడు చేస్తోంది. దగ్గరకు వచ్చి బాలసుబ్రమణ్యంతో "అప్పుడే వచ్చి కూర్చునేశారా?" అంటూ ఆయన పక్కన కూర్చుంది. ఇప్పుడు వేరే చీర కట్టుకుని ఉంది. ఇది కూడా నీలం రంగు చీరే. ఆకాశ నీలం. చీర జేరీ బ్రహ్మాండంగా ఉంది. ఆ చీరు చెంగుని ఆమె లాఘవంగా పట్టుకుని నాజూకుగా నడిచి వచ్చి కూర్చున్న తీరు పురివిప్పిన నెమలి మళ్ళీ తన పింఛాన్ని ముడుచుకున్నంత కళాత్మకంగా ఉంది. తనను తాకింది గాలా, లేక ఆమె చీర చెంగా ... బాలసుబ్రమణ్యం గుండె జేల్లుమంది. ఆమెనుండి ఆహ్లాదకరమైన మొగలి పరిమళం. ఫేస్ పౌడర్ వాసనతో బాటూ ఇంకా ఏవేవో పరిమళాలు.

చంద్ర తల తిప్పి చూసినప్పుడు, తన గుండెలమీద ఒక దూడ కాలు విదిల్చి తన్నినట్టనిపించింది బాలసుబ్రమణ్యానికి. అంత వయ్యారంగా ఒక స్త్రీ తల తిప్పగలదా! ఒక చిన్న కదలిక మహా గొప్ప కళాఖండం కాగలదా! ఎలా దాన్ని మాటల్లోకి తర్జుమా చేయడం! నెమలి మెడను తిప్పినట్టు... నెమలి మెడ తిప్పడాన్ని మాటల్లో ఎలా చూపించగలం! ఎంత అర్థరహితమైన మాటలవి! ఒక

వర్ణనాతీతమైన విషయాన్ని మరో వర్ణనాతీతమైన విషయంతో సరిపెట్టేస్తున్నాం!

వాయిద్య బృందమంతా వేదికమీద కూర్చున్నారు. మృదంగం, వయొలిన్‌లను మెల్లగా శ్రుతి చేసుకుంటూ కచేరీకి సన్నద్ధం అవుతున్నారు. ఒక పిల్లాడు పెద్ద దుప్పటి తీసుకొచ్చి మడిచి నేల మీద వేసి, దాని మీద ఒక పట్టు గుడ్డను పరిచాడు. ఒక పెద్ద వెండి కూజా తీసుకొచ్చి పెట్టారు. దానిలో తేనె వాసనగల కోన్యాక్ బ్రాందీ కొంచంగా సోడా కలిపి నింపి ఉంటుంది అని రామన్ ఇదివరకెప్పుడో చెప్పాడు. ఫ్రాన్స్ నుండి నెలనెలా అది తీసుకొచ్చి ఇవ్వడానికి ఆయనకు ప్రత్యేకమైన అభిమానులు ఉన్నారు.

చంద్ర తిరిగిచూసి బాలసుబ్రమణ్యం చేయిమీద తన చెయ్యివేసి "అల్పాహారం తీసుకున్నారా?" అని అడిగింది. ఆమె స్పర్శ బాలసుబ్రమణ్యం ఒంటిని కంపింపజేసింది. రామన్ వైపుకు అరక్షణం తిరిగి చూసి "అయింది" అన్నాడు.

పట్టుకున్న చెయ్యిని వదలకనే "రాత్రి భోజనానికి అడై వండారు, కచేరి అయ్యాక తినడానికి... రాత్రుళ్ళు నేను భోజనం చెయ్యట్లేదు" అని అంది.

"నాకూ అడై నచ్చదు" అన్నాడు.

"హెవీ" అంది చంద్ర.

'ఆమె చెయ్యి తీసేస్తే బాగుండు' అని అనుకుంటూ విలవిలపోతున్నాడు బాలసుబ్రమణ్యం. మెల్లగా తన చేతిని వెనక్కి లాక్కునే ప్రయత్నం చేశాడు. అయితే ఆమె పట్టు గట్టిగా ఉండటంతో కదిలించడం సాధ్యం కాలేదు.

సుబ్బు అయ్యర్ వేదిక మీదకి వచ్చి కూర్చున్నారు. ఆయన వస్తున్నప్పుడే సభలో పెద్దగా మొదలైన కరతాళధ్వనులు, కూర్చున్నప్పుడు ఇంకా ఎక్కువయ్యాయి. ఆయన తన రెండు చేతులూ జోడించి చప్పట్లు ఆగడానికోసం వేచి చూస్తున్నారు. తర్వాత మందహాసంతో కూజాను వంపుకుని వెండి గ్లాసులోకి పానీయాన్ని నింపుకున్నారు. ఒక్కసారిగా ముందువరుస నుండి కరతాళధ్వనులు వినిపించాయి. గ్లాసును పైకెత్తి సభవైపుకు చూపిస్తు 'ఛియర్స్' అన్నట్టు పెదవులు కదిపి రెండు గుక్కలు తాగారు. దాన్ని పక్కన పెట్టి వయొలిన్ విద్వాంసుడి వైపు చూశారు. క్షణం వ్యవధిలో సుబ్బు అయ్యర్ చూపు ఒకటి

వచ్చి చంద్రను తాకి వెళ్ళడాన్ని బాలసుబ్రమణ్యం గమనించాడు.

'మ్మ్. మ్మ్. మ్మ్. మ్మ్' అని సన్నటి గొంతుతో మొదలు పెట్టారు. ఇలాంటి ప్రత్యేకమైన శుభకార్యాలప్పుడు జరిగే సభల్లో, ఆయన ఒక సంప్రదాయం అంటూ ఏవీ పాటించరు - ఏ వరుసలోనైనా పాడుతారు. ఏం పాడతారన్నది అక్కడికి వచ్చేంత వరకు ఆయనకే తెలియదు. ఆ అయోమయంతో బిక్కుబిక్కుమంటా వయొలిన్, మృదంగ వాయిద్యకారులు కూర్చుని ఉంటే తంబురా వాయిద్యకారుడు మాత్రం ఉత్సాహంగా సభలోని శ్రోతలకేసి పళ్ళికిలిస్తూ నవ్వుతూ ఉన్నాడు. సుబ్బు అయ్యర్‌కు కచేరి అనేది తనని తానొక సామ్రాట్టుగా భావించుకుని తన ప్రజలతో ఆడుకునే ఆటలాంటిది. మళ్ళీ 'నా... నా... నా...' అని ఆలపించారు సుబ్బు అయ్యర్.

సామినాథం "అన్నయ్య ఇప్పుడు అష్టపదితో ప్రారంభించబోతున్నారు" అన్నాడు.

"ఒరేయ్, ఇది సుబ్రమణ్యస్వామి దేవస్థానంరా" అన్నాడు రామన్.

"ఆయనదంతా వితండవాదం కదా" సమాధానమిచ్చాడు సామినాథన్.

విళాత్తికుళం దేవస్థానానికి సంబంధించిన కచేరి కాబట్టి ఇక్కడ అణ్ణామలై రెడ్డిగారి కావిడిచిందులతో ప్రారంభిస్తాడు అని అనుకున్న బాలసుబ్రమణ్యం, "ఎలా తెలుసు?" అనడిగాడు.

"తెలుసు... అంతే... ఎన్నేళ్ళుగా వింటున్నామని... పైగా ఆయనతోనే తిరుగుతున్నాంకదా!" అంటూ నవ్వులొలికించాడు సామినాథం.

'యా రమితా వనమాలినా సఖీ! యా రమితా...' అని సుబ్బు అయ్యర్ ప్రారంభించారు. సభలోని శ్రోతల్లో ఒక చిన్న ఆశ్చర్య తరంగం. విరహం యొక్క తాపం, తాళలేని బాధ, తపన, ఆవేదన, వైరాగ్యం అన్నీ కలగలిసిన భావోద్వేగంతో, ఆ పాట, పరుచుకుని ఉన్న చీకటిలో, కనిపించని వర్షంలా కురిసి జనాన్ని ముద్ద చేసింది.

ముందు పాటకు సంబంధంలేకుండా ఉన్నపళాన 'కృష్ణా నీ బేగనే బారో' అందుకుని దాని తర్వాత 'తూండిల్ పుళువినైప్పోల్, వెళియే

సుదర్విళక్కినైప్పోల్' దాని తర్వాత 'నగుమోముగనలేని' పాడారు. ఈ పాటల క్రమంతో ఉప్పొంగిపోతున్న పరవశంనుండి బయటకు వచ్చిన ఆ ఒక్క క్షణంలో బాలసుబ్రమణ్యం తనలో ఏం జరుగుతుందోనన్నది గ్రహించాడు. వయొలిన్ ఇంపుగా, మెత్తగా గుండెల్ని కోసుకుంటూ పోతోంది. మృదంగాన్ని వాయిద్యకారుడు చిన్నగా సుత్తితో తడుతూ ఉన్నాడు. అన్ని పాటల్లోనూ ఆర్తి నిండిన తాపమే! రావా, నన్ను ఆదుకోవా, చిన్నచూపు చూస్తున్నావా! నన్ను ఎందుకు ఆదుకోవడం లేదన్న నిందే... అవును అదే అదే అన్నట్టు వంత పలికింది మృదంగం.

బాలసుబ్రమణ్యం ఎంతో ఆశగా ఎదురు చూసిన పాట వచ్చింది. 'అలర్శర పరితాపం' చిన్న తనంలో అమ్మ ఒడిలో కూర్చుని విన్న స్వాతీతిరునాళ్ కీర్తన. ప్రాచీన సురటి రాగం. సెలయేటి నీటిలో ఈదే పాములా, అద్దం మీద పాకుతున్న వానపాములా, గాల్లో తేలుతూ పడమర దిశలో కనుమరుగయ్యే ఒంటరి పక్షిలా... ఒంటరితనం ఇంత మహోన్నతమైనదా? క్రూరంగా నిరాకరించబడటం ఇంత తీయగా ఉంటుందా! పూర్తిగా ఓడిపోవడంలో ఇంత అద్భుత విజయం ఉంటుందా! వెనువెంటనే చికాకు, అశాంతి కలిగి తన చేతిని వెనక్కి లాక్కున్నాడు. రేయి పరచిన ఎల్లలు లేని నల్లటి ఆచ్ఛాదనాన్ని తల పైకెత్తి చూశాడు. ఆకాశంలో అనంతమైన కాంతిని ప్రజ్వలిస్తూ చిల్లుల్లా కనిపిస్తున్న నక్షత్రాలు. అజరామరంగా వెలుగులు కురిపిస్తున్న నిశీధి నేత్రాలు. ఏవిటీ అవస్థ! ఏ అవధుల్లేని అజ్ఞానాలతో పరితపిస్తున్నాను?

పక్కనుంచి వస్తున్న ఏడుపు శబ్దం విని బాలసుబ్రమణ్యం పక్కకు తిరిగి చూశాడు. రామన్ ఛాతీమీద రెండు చేతులూ జోడించి కళ్ళల్లోనుంచి ఉబుకుతోన్న నీళ్ళధారతో కూర్చుని ఉన్నాడు. రెక్కఈకలు రాలిపోతూండగా ఎత్తుకు ఎగసిందా విహంగం. ఒక్కొక్కటి పూర్తిగా రాలిపోతుండగా ఒంటరిగా పైకెగురుతోంది. కొంత దూరం ఎగిసిన తర్వాత శరీరాన్ని కూడా విసర్జించి పయనిస్తూ, తానొంటరిగా అనంత విశ్వాంతరాళంలోకి వెళ్ళి కలిసిపోయింది. ఆకాశంలా విస్తరించిన శూన్యంలో తన ఉనికిని మాత్రమే మిగుల్చుకున్న ఒంటరి శబ్దరేఖ తనను తానే చూసి విస్తుపోయింది. ఇక్కడే ఇక్కడే అంది... ఎప్పటికీ ఇక్కడే అంది... ఈ ఒక్క క్షణం మాత్రమే అంటూ అక్కడ నిలిచి

పోయింది...

ఉన్నట్టుండి కుర్చీ కదిలిన చప్పుడు విని బాలసుబ్రమణ్యం ఆలోచనల గొలుసు తెగి, తిరిగి చూశాడు. కుర్చీ పక్కకు ఒరిగి జారి పడిపోయాడు రామన్. సామినాథం 'అలికిడి కానివ్వకండి' అని బాలసుబ్రమణ్యంతో గుసగుసలాడి "అన్నయ్యా, అన్నయ్యా" అని రామన్‌ను పట్టుకుని కదిలించాడు. రామన్ స్పృహ తప్పిపోయాడు. "ఒరేయ్ పట్టంద్రా" అని వెనక కూర్చున్న నాయకర్ ఆజ్ఞాపించగానే తన మనిషి రామన్‌ను పైకి లేపాడు. "ఎవరూ చూడకుండా, స్టేజ్ వెనకవైపునుండి చీకట్లోనే నేరుగా బంగ్లాకు తీసుకెళ్ళిపో" అని అన్నాడు సామినాథం. అతను రామన్‌ను పసిపిల్లాడ్ని ఎత్తుకుపోతున్నట్టు ఎత్తుకుపోయాడు.

నేలమీద పడి ఉన్న రామన్ కళ్ళజోడుని బాలసుబ్రమణ్యం తీసుకున్నాడు. ఆయన కూడా వాళ్ళ వెనకే వెళ్ళాడు. వెనక్కి చూస్తే చంద్ర నాయకర్‌తో చాలా మామూలుగా ఏదో మాట్లాడుతున్నట్టు అనిపించింది. చీకట్లో పరుగెత్తాల్సి వచ్చింది. ముందు వెళ్తున్నవాడు ఆయన్ని పరుగు పరుగున ఎత్తుకుపోయి అరుగు మీద పడుకోబెట్టాడు.

"ఏమైంది?" కంగారుగా రొప్పుతూ అడిగాడు బాలసుబ్రమణ్యం.

"ఏం లేదు. ఈయన సంగీతం వినేప్పుడు ఒక్కోసారి ఇలా అవుతుంది" అని సమాధానమిచ్చాడు సామినాథం.

ముఖం మీద నీళ్ళు చిలకరించి విసనకఱ్ఱతో కాసేపు విసరగానే రామన్‌కు తెలివొచ్చింది. శూన్యంలోకి చూస్తున్నవాడిలా కాసేపు అలానే పడుకుని ఉన్నాడు.

"కాఫీ తాగండన్నయ్య" అన్నాడు సామినాథం.

"వద్దురా."

"తాగమంటున్నానా!" అని గద్దించడంతో రెండు చేతులతోనూ అందుకుని తాగాడు. అప్పుడు కానీ ఆ సమయంలో కాఫీ ఎంత అవసరమో ఆయనకర్థం కాలేదు.

రామన్ లేచి కూర్చున్నాడు.

"చొక్కా తీసేస్తావ్రా. తడిసిపోయింది..." అని అంటూ "నేను బాగా కంగారు పెట్టేశానా?" అని ప్రశ్నించాడు.

"అదేం లేదు. ఎవరూ చూళ్ళేదు."

"అన్నయ్య చూసి ఉంటాడు. ఆయన కళ్ళు అలాంటివి!"

నాయకర్ వచ్చి "అంతా బానే ఉందా ఇప్పుడు? ఏమైందసలు?" అని అడిగాడు.

"ఏం లేదు... బడలిక... ఇప్పుడు పర్లేదు" అని బదులిచ్చి "అన్నయ్యా, నేను నాయకర్‌తో వెళ్తున్నాను. మీరు మాట్లాడుతూ ఉండండి. వెళ్దాం రండి నాయకర్‌గారూ, కచేరి ఎలా ఉంది? కిన్నెర, గంధర్వుల గానంలా ఉంది కదా?" అంటూ సామినాథం నాయకర్‌తో చీకట్లోకెళ్ళి కనుమరుగయ్యాడు.

రామన్ "వీడేం మనిషిరా, బాలూ..." అని బాలసుబ్రమణ్యంకేసి చూస్తూ "ఇప్పుడు నేను కోరుకునేది మీతో ఏకాంతంగా మాట్లాడటమే అనేది సూక్ష్మంగా గ్రహించి వెళ్ళిపోయాడు సామినాథం, చూశారా?" అన్నాడు.

బాలసుబ్రమణ్యం సన్నగా నవ్వాడు.

"అన్నయ్య నాకు జవాబందించాడు. మార్గం చూపించాడు.... ఆయన సాక్షాత్తు గంధర్వుడే. ఆకాశంనుండి దివ్య జ్ఞానధార ఆయన గళం ద్వారా కిందికి ప్రవహిస్తోంది. పాపపంకిలమైన దేహం, మేధస్సు ఆ ప్రవాహాన్ని భరించలేక పోతూంటే, అదంతా తట్టుకోడానికి ఆయన తాగుతున్నాడు" అంటూ స్వగతంలోకి జారిపోయాడు రామన్.

రామన్ ఇప్పుడేం మాట్లాడుతాడో శ్రద్ధగా వినాలి అన్నట్టు బాలసుబ్రమణ్యం ముఖాన్ని అరచేతిలో పెట్టుకుని కూర్చున్నాడు.

"మీరు అడిగారు కదా, నేను ఓడిపోయానా అని! ఘోరంగా ఓడి అవమానాలపాలయ్యి పాడైపోయాను. నేల మీద కాలు పెట్టలేనివాడిలా అయిపోయాను. మా ఊళ్ళో దాయాదుల పొలాల్లోని చెట్ల వేర్ల దగ్గర తవ్వి నవసారం పోసి పాతేస్తారు. ఆ విషం వేళ్ళలో పైకి పాకి ఆకులు, చిగుళ్ళు,

కాండాలు అన్నీ విషమెక్కి చెట్టు అలా నిలువునా ఎండిపోతుంది. ఎండిపోవడమే కాదు, అగ్నిప్రమాదానికి లోనైనట్టు అలా భస్మం అయ్యి అస్థిపంజరంలా నిల్చుని ఉంటుంది. నాలో కూడా విషం అలా ఎక్కిపోయింది. మూడేళ్ళుగా అలా అగ్నికి మండిపోతూ భస్మం అయిపోతున్నాను బాలూ..."

"ఉఁ" అన్నాడు బాలసుబ్రమణ్యం.

"ఇప్పుడు అన్నయ్య చెప్పేశాడు. ఏం చెప్పాడని సరిగ్గా చెప్పలేకపోతున్నాను. అయితే నాలోపల ఈ విషం లేదంటే నేను ఎవరిని! ఒట్టి అన్నపు ముద్దని కదా? ఈ విషం ఎక్కి దహిస్తూ ఉండటంవల్లే నా వేళ్ళ చివర్లలో సంగీతం ప్రతిధ్వనిస్తోంది. నా మనసులో ఈ ఆవేదనంతా సంగీతమే కదా? వాగుతున్నానా? చెప్పలేక పోతున్నాను బాలూ. నేను ఈ రోజువరకు చెప్పలేకపోతున్నాను అన్నదే చెప్తూ ఉన్నాను. అవే ఇన్నేళ్ళ నా రచనలనిండా! నా వల్ల కావడంలేదు బాలూ... గుండెలో నొప్పిగా ఉంది... 'రండి, రండి! ప్రపంచంలో ఉన్న అందరూ రండి. వచ్చి మీ ఆటనీ, మీ విషాన్నీ నా మీద కుమ్మరించండి' అని గట్టిగా అరవాలనుంది. 'నన్ను చల్లారనివ్వకండి. నన్ను నిత్యం ఇలానే దహించుకుపోయేలా చెయ్యండి." గుండెలమీద గట్టిగా కొట్టుకుంటూ "జ్వలిస్తోంది... జ్వలిస్తోంది" అని బిగ్గరగా అరిచాడు రామన్.

తర్వాత తల ఆడిస్తూ కొనసాగించాడు. "నేను కాలి బొగ్గయ్యి పోడానికే పుట్టినవాడిని. నావల్ల కావడంలేదు బాలూ... నావల్ల కావడంలేదు. ఇవాళే చచ్చిపోయేలా ఉన్నాను. నా పక్కనే ఉండు. నువ్వు నా తమ్ముడులాంటి వాడివి. నాకందనిదంతా నీలో ఉంది. నేను చేరుకోలేని శిఖరాలకు చేరుకునే ప్రతిభ నీకు ఉంది. నువ్వు వేరే రకం మనిషివి. ఉలితో చెక్కినట్టుండే విగ్రహం నీది. నిన్ను చూస్తేనే ముచ్చటేస్తుంది. ఆనందంగా ఉంది. నేను ఏ పూటకు ఆ పూట జీవిస్తుంటాను. అప్పుడప్పుడు చచ్చి మళ్ళీ బతుకుతుంటాను. నన్ను చంపడానికే ఉంది ఈ సంగీతం. నా వల్ల కాదు బాలు! పది జన్మలకు కావలసిన జీవితాన్ని ఈ అల్పమైన దేహంతో జీవించాలనుకోవడం వల్ల కాని పని."

ఆగిపోయి మాటలు ఖాళీ అయిపోయినవాడిలా మౌనం పాటించాడు రామన్. దూరాన 'అలర్శర పరితాపం' అంటూ వయొలిన్ ముద్దుగా

పలుకుతోంది. ఆ శబ్దం గాల్లో సాగే జేరిలా అల్లల్లాడుతోంది. "నెమలి మెడమీద మాత్రమే మెరిసే ఆ ప్రత్యేకమైన నీలం రంగు నన్నెందుకు ఆకర్షిస్తోందని అడిగావు కదా, బాలూ. అందులో విషం ఉంది బాలూ. రహస్యంగా మెరుస్తూ ఉండే నెమలి మెడ రంగులా, కాలకూట విషానికి సమానమైన రంగేముంది చెప్పు? ఎంత ఆకర్షణీయమైన రంగో అది! ఎక్కడో కారడవుల్లో ఒక మహా సర్పం నెమలి నీలపు రంగులో ఉంది. కచ్చితంగా ఉంది. నేను దాన్ని కలలో చూశాను. వెన్నెల వెలుగులో నీలి రంగును మరింతగా చిమ్ముతుందది. అలర్శర పరితాపం సురటి రాగంలో గాల్లో తేలుతోంది... ఇప్పుడు అక్కడ ఆ కొండశిఖరాన చలిలో ఒంటరిగా మెలికలు తిరుగుతోంది... నేను దాన్ని చూస్తున్నాను. నేను మళ్ళీ ఏవో వాగుతున్నాను బాలు... ఎలా చెప్పాలో తెలియక! నాకు జ్ఞానం, మోక్షం ఏవీ వద్దు. సౌందర్యం చాలు. అందులోని విషం నన్ను దహించేసినా సరే, నాకు ఇంకా సౌందర్యం కావాలి. ఆపాదమస్తకమూ సౌందర్యంతో నిండిన జీవియొక్క పెను సౌందర్యం ఏదైతే ఉందో అది కావాలి. సౌందర్యం అంటే ఏమిటో అన్నయ్య ఇవాళ పాడి వినిపించాడు. సౌందర్యం ఆమెలో ఉందా ఏంటి? అది లోలోపల తపించుకుపోయే నా తపనలో ఉంది బాలూ. నాలో జ్వాలలా ఎగబాకుతూ మండుతున్న ఈ తపనలోనుండే, నేను చూసే అన్ని సౌందర్యాలు పుట్టుకొస్తున్నాయి... అదిగో తపనని ఎలా పిండేస్తున్నాడో ఆ మనిషి, విను! అదేమైనా మానవ మాత్రమైన తాపమా? ఇది కావాలన్నదాన్ని వెల్లడించే తాపమా? కాదు! అది తాపం, అంతే! ప్రపంచమంతా నిండి ఉండేటి బ్రహ్మ తాపం. దానికి ఏ కారణమూ అవసరంలేదు. పాడి వినిపించేశాడు ఆ మనిషి...

"నేను ఎక్కువ మాట్లాడుతున్నాను అనేకదా అనుకుంటున్నావు? నాకు కావేరి ప్రవహిస్తే చాలదురా. అది కట్టలు తెంచేయాలి. ఊళ్ళోకి వచ్చి ఇల్లు, వీధి, గుడి, కోనేరు అంతా ఏకం అయిపోవాలి. చెత్త, దిబ్బ, గుడి, కొండ అన్నీ అందులో మునిగి తేలి కొట్టుకుపోవాలి. అందుకేగా నేను పుట్టింది. ఈ జన్మను అంకితం చేశాను. ఈ వేదన ఇంకా కావాలి బాలూ. ఈ వేదన, ఈ విషం ఇంకా కావాలి. కాటేసి వెళ్ళిన పాములన్నీ నా రక్తంలోనుంచి ఒక బొట్టును మాత్రమే తీసుకెళ్ళాయి. అందులోని ఒక్కో బొట్టూ సంగీతమే! ఎంతో ఉన్నతమైన సంగీతం. చెవులతో వినే సంగీతం కాదు... ఇదిగో ఇప్పుడు అన్నయ్య ఇంకా

దాన్నే పాడుతూ ఉన్నాడు. అలర్శర పరితాపం... ఎలా మెలికల తిరుగుతూ ధారలా కారుతుందో! ఇంత తాపాన్ని తనలో ఉంచుకుని స్వాతితిరునాళ్ రాజుగా ఎలా ఉన్నాడో! నిజానికి రాజుగా ఎక్కడున్నాడ్లే! లోపల దహించేస్తున్న తపనతో తపించి తపించి కరిగిపోయి ముప్ఫయి మూడేళ్ళకే కాలి బూడిదైపోయాడు. నేను ఇంకా బతుకుతున్నాను. అయితే బతికినంత కాలం కాలుతూనే ఉంటాను. అన్నయ్య పాడుతున్నాడు చూశావా, ఇప్పుడు ఆయన మాత్రం వినే ఒక సంగీతం అక్కడ వేదిక మీద వ్యాపించి ఉంది బాలు. అదే నా రక్తంలో ప్రవహిస్తూ ఉంది. అదే నన్ను ఆరిపోనివ్వకుండా రగిలిస్తూ ఉన్నది. ఇది చాలు ఈ జన్మకు... ఇది చాలు."

కళ్ళు మూసుకుని పడుకుని ఉన్న రామన్ ముఖాన్నే చూస్తూ ఉన్నాడు బాలసుబ్రమణ్యం. ఆయన ముఖమంతా పారవశ్యంతో నిండిపోయి ఉంది. నెమ్మదిగా ఆయన మొహం మీది కండరాలు మెల్లగా సడలి ప్రశాంతత చోటు చేసుకుంది. పెద్ద నిట్టూర్పుతో "ఏం బాలూ, వెళ్ళేప్పుడు తిరుచ్చెందూర్ మీదుగా వెళ్దామా?" అని అన్నాడు.

"నాతోబాటు నాగర్కోవిల్‌కు వస్తారా! ఇక్కణ్ణుండి సుబ్బు అయ్యర్‌తో వెళ్ళిపోతానని కదా అన్నారు?"

"లేదు... తిరుచ్చెందూర్ వెళ్ళాలనిపిస్తుంది. అక్కడ ఒక నెమలినీలం పట్టుచీర కొని అమ్మవారికి సమర్పించాలని ఉంది. నూటయాభైకి దొరుకుతుంది కదా?"

"అదేముంది, చూసుకుందాంలే. ఎవరికి?"

"నీలం కాబట్టి అది వళ్ళికే. నీలం అంటే అది అడవి యొక్క రంగు - అమ్మవారు చెంచితకదా! దేవసేనకైతే మావిడి పండు రంగు అని అంటారు"

"సరే" అన్నాడు బాలసుబ్రమణ్యం.

ఇద్దరూ కాసేపు అలానే కూర్చుని దూరంనుండి గాల్లో వస్తున్న సుబ్బు అయ్యర్ ఆలాపనను వింటూ ఉన్నారు. వాకిట్లో పరచుకున్న వేపచెట్ల వెలుగు నీడల ఆటలు, దూరానున్న మసక వెలుతురులో మెరుస్తున్న తెల్లటి ఇళ్ళ గోడలు, వాటికి అవతల ఎర్రటి పెదవుల్లాంటి కాంతుల్ని ఆకాశంలోకి చిమ్ముతున్న

అగ్రహారపు దీపాలు - అన్నీ సురటి రాగంయొక్క ప్రతి రూపాలుగానే ఉన్నాయి. గాలి సురటిని మెల్లగా కదిలిస్తూ నాట్యం చేయిస్తోంది. సుబ్బు అయ్యర్ గొంతు ఆగి, వయొలిన్ శబ్దం ముక్తాయింపుగా ఆ రాగాన్ని మోగిస్తోంది. మెల్లగా అదీ ఆగాక, గొంతు సవరింపులు, జనాల అలికిళ్ళు, కరతాళధ్వనులు వినిపించినప్పుడు బాలసుబ్రమణ్యంకు సుబ్బు అయ్యర్ స్వర మాధుర్యం ఎంత మహోన్నతమైనదోనన్న విషయం అవగతమైంది. అది ఒక గాయకుడి గొంతే కాదు. అనిర్వచనీయమైన గాత్రం. పదాలను అక్కడక్కడా విరిచేసి పాడే విచిత్రమైన పద్ధతి. ఆలాపన కూడా ముగ్గుకు చుక్కలు పెడుతున్నట్టు అక్కడోటి ఇక్కడోటి అని దాటేసుకుని వెళ్ళిపోయే విధానం. అయితే ఆ చుక్కల్ని కలుపుకుని ముగ్గుని పూరించుకునేది మాత్రం, వినే శ్రోతల మనసు... నక్షత్రాల గుంపుల్ని ఎలుగుబంటిగా, పరుగుతీస్తున్న గుఱ్ఱంలా కలుపుకుని ఊహించుకున్నట్టు.

రామన్ సన్నటి గురక పెడుతూ నిద్రలోకి జారిపోయాడు. అరుగు వెడల్పు తక్కువ... పడిపోతాడేమో అనిపించింది బాలసుబ్రమణ్యానికి. అలాంటి చిన్న అరుగుల మీద సర్దుకుని నిద్రపోవడం తంజావూరు వాళ్ళకు అలవాటే. సుబ్బు అయ్యర్ తరువాయి పాటను అందుకున్నాడు 'బ్రోవ భారమా' అంటూ!

బాలసుబ్రమణ్యం లేచి పెరట్లోకి వెళ్ళాడు. ఆ పెద్ద బంగళా చివర్న ఉండే కాలిబాట, ఆ స్నానాల గదినీ ఇంటినీ కలుపుతోంది. లైటు మీట ఎక్కడుందో కనిపించలేదు. వెతికినా దొరక్క, చీకట్లోనే తడుముకుంటూ లోపలికి వెళ్ళాడు.

కాళ్ళు కడుక్కుంటూ ఉండగా 'అలర్శర పరితాపం' అని తన పెదవులు మెల్లగా పాడుకుంటూ ఉండటం గమనించాడు. అకస్మాత్తుగా ఉద్వేగంతో వచ్చి తీరానున్న బండరాయిని మోదుకుని, కప్పేసి చెల్లాచెదరై మెలమెల్లగా వడిగే ఒక పెద్ద అలలాగా సుబ్బు అయ్యర్ పాడిన ఆ ఆలాపనంతా చెవిన పడింది. మనసు ఉప్పొంగి మత్తు కమ్మింది. కళ్ళల్లో నీళ్ళు తిరిగాయి. చల్లటి నీళ్ళతో ముఖం కడుక్కున్నాడు. గొంతు పూడుకుపోయింది. గుండె అదిమిపట్టేసినట్టు అనిపించింది. నెమ్మదిగా కాసేపు కదలకుండా నిలబడి ఊపిరి పీల్చుకుంటూ ఆ అలజడి తగ్గాక రుమాలుతో ముఖాన్ని గట్టిగా ఒత్తి తుడుచుకుంటూ వరండా వైపుకు నడిచాడు.

♦♦♦

[మూలం: మయిల్‌కళుత్తు, ఫిబ్రవరి, 21, 2011]

కి.రా *- కి.రాజనారాయణన్ – ప్రసిద్ధ తమిళ రచయిత.*

10

చిలుకంబడు దధికైవడి

ప్రొఫెసర్ని సభకు తీసుకు రావడానికి బయలుదేరుతూ "నువ్విక్కడుండి చేసేదేవుంది? బండెక్కు!" అన్నాడు కుమార్.

"అరుణ కూడా వస్తానందీ... ఆమె కోసం చూస్తున్నాను" అంటూ నసిగాను.

"బావుంది. ఎదురెళ్ళి హారతిస్తావా ఏం? పెళ్ళాం అంటే 'ప్రేమ' ఉండాలి కానీ 'ఇంత' అవసరం లేదేమో?" అంటూ వ్యాన్ తలుపు తెరిచాడు కుమార్.

"ఇలాంటి సమావేశాలకు వచ్చినప్పుడు, ప్రొఫెసర్ మాంచి ఊపులో ఉంటాడు. అపుడు ఆయన మాట్లాడుతూంటే వినడం ఓ గొప్ప అనుభవం. నువ్వా అవకాశం కోల్పోడం నాకిష్టం లేదు. చూస్తావుగా?" అన్నాడు బండి నడుపుతూ కుమార్.

"వాళ్ళావిడ కూడా హల్లేలూయా అనుకుంటూ పక్కనే ఉంటారేమో" అన్నా నేను.

"లేదు, లేదు. ఆవిడ స్టీవెన్ కార్లో వస్తున్నారు. వ్యాన్ ఎక్కితే కళ్ళు తిరుగుతాయంది. సరే అంబాసిడర్‌లో రండి, దాంట్లో అయితే ఇబ్బంది ఉండదు, అని చెప్పాను. ప్రొఫెసర్‌తో మాట్లాడేటప్పుడు మటుకు - సంభాషణని తెలివిగా కంబ రామాయణం మీదికి మళ్ళించే బాధ్యత నీదే! మధ్యలో పొరపాటున బైబిలని కానీ ప్రభువా అని కానీ అన్నావో... అంతా వేరే దార్లోకెళ్ళిపోతుంది."

నింపాదిగా చెప్పుకుపోతున్నాడు కుమార్.

"ఇప్పుడు మూడేగా. సభ మొదలయ్యేది ఆరుగంటలకు కదా?" అన్నాను.

"నన్నడిగితే ఇప్పటికే ఆలస్యం అయ్యింది అంటాను. కాలాలు, వాటికి సంబంధించిన పరిమితులు... వీటన్నిటికీ అతీతుడు ఆయన. ఇది పొద్దునా, రాత్రా, అనే స్పృహ కొంచెం కూడా ఉండదు. ఈ పాటికే ఊళ్ళో ఉండే దిక్కుమాలిన సంతంతా ఆయన చుట్టూ చేరి, పోచుకోలు కబుర్లలో దింపేసుంటారు. ఈ మహాత్ముడు చిన్నపిల్లాడిలా వాళ్ళకు తన చెవులు అప్పగించి, వింటూ ఉంటాడు. వెళ్ళగానే ఆయనకు స్నానం చేయించి, లాల్చీ పంచె తగిలించి, తీసుకువెళ్ళాల్సి ఉంటుంది."

"స్నానం కూడా చేయించాలా?" నవ్వాను నేను.

"అలానే ఉండబోయేట్టుంది!"

వ్యాన్ పున్నైవనం దగ్గర, కుడివైపుకు తిరిగింది.

"సజిన్‌కి ఒక పని అంటగట్టి, నీ మీద గురి కుదరాలంటే, నువ్వీ పని పూర్తి చేయాలి! అని చెప్పి మరీ వచ్చాను" అన్నాడు కుమార్.

"అతనికి ఈ రోజు కాలేజీ లేదా?"

"ఉంది. కానీ నాకు అసలు విషయం అకస్మాత్తుగా నిన్న రాత్రి గుర్తుకొచ్చింది. మన వల్ల అయ్యే పని కాదు! అందుకని అప్పటికప్పుడు అతనికి ఫోన్ చేశాను. పొద్దున్నే ఎనిమిదిన్నర కల్లా తయారై, మా ఇంటి దగ్గరికొచ్చేశాడు. మరీ అంత పెందలాడే వచ్చేసరికి, మా అక్కా వాళ్ళింటికి వేరే ఏదో చిన్న పని మీద పంపించి, అది అయిన తర్వాత సభ దగ్గరికి రమ్మన్నాను. అవ్వడానికి అరవ పంతులు అయినా, పనిమంతుడే, చూద్దాం! ఏం చేస్తాడో?"

ప్రొఫెసర్ ఇంటికి వెళ్ళేసరికి మేము అనుకున్నట్టే, ఆయన కేవలం పంచ మాత్రమే కట్టుకుని, నింపాదిగా వరండాలో కూచుని ఉన్నాడు. పాలిపోయిన తెలుపు, చిన్నపాటి ఆకారం ఆయనది. దేనికో పగలబడి నవ్వుతున్నాడు. ఒంటిమీద చొక్కా లేని ఒక నల్లటి మనిషి, ఆయనకెదురుగా ఉన్న స్థంభానికి ఆనుకుని నిల్చుని గొంతెత్తి అభినయిస్తున్నాడు, "రేయ్ ఉన్న చోటునించి

కదలొద్దు, నీటి పాము ఉంది పక్కనే! అనగానే, ఆ పిల్లోడు నా మాట పూర్తిగా వినకుండా వెంటనే కొబ్బరి చెట్టెక్కేసి, 'అన్నా! అన్నా!' అని ఆపకుండా కేకలు పెట్టాడు. రేయ్! చూస్కో, పాములు కొబ్బరి చెట్లు తేలిగ్గా ఎక్కేస్తాయి అన్నా! వాడు 'ఏసు ప్రభువా! ఏసు ప్రభువా! అని ఆపకుండా అరిచెయ్యడం మొదలెట్టాడు."

మేము రావడం గమనించి మాటలాపేశాడు ఆ నల్లటి మనిషి.

"కుమారూ! నువ్వేమిటి? ఇలా వచ్చావు?" అన్నాడు ప్రొఫెసర్ మమ్మల్నిద్దర్నీ చూస్తూ. "పిల్లలెలా ఉన్నారు? వీడు చెప్పింది విన్నావా? పాము తాటిచెట్టు ఎక్కగలదట. కల్లు కూడా తీస్తుందేమో? హ్హహ్హహ్హ!" నవ్వాడాయన.

"చెప్పానా! ఏవీ గుర్తు ఉండదు ఈయనకు!" నా చెవిలో గుసగుస లాడాడు కుమార్.

"ఏం సార్! బయలుదేరడానికి తయారా?" అడిగాడు కొంచెం బిగ్గరగా ఆయన్నుద్దేశించి కుమార్.

"అయ్యో! మర్చేపోయాను." అన్నాడు హడావుడి పడుతూ ప్రొఫెసర్. "ఈ రోజు ఆదివారం అని నాకు గుర్తే లేదు. చూడు! చర్చికెళ్ళే రోజులు కూడా మర్చిపోయే వయసు వచ్చేసింది."

"ఈ రోజు ఆదివారం కాదు!"అన్నాడు కుమార్ కొంచెం అసహనంగా.

"ఆదివారం కాదా!"అడిగాడు ప్రొఫెసర్ అనుమానంగా. "ఓహ్ జ్ఞానరాజ్ కూతురు పెళ్ళి కదా!" అన్నాడు ఏదో నిర్ధారించుకున్నట్టు, పేలవమైన స్వరంతో.

"అది కూడా తప్పే. ఆ పెళ్ళి చైత్రమాసంలో. ఇది మాఘమాసం." అన్నాడు కుమార్ కూచుంటూ.

నేను గూడా అరుగు మీద తిష్ట వేశాను. ప్రొఫెసర్ నా వైపు ప్రేమగా చూసిన చూపుతో, నన్ను ఇంకెవరో అనుకుని పొరబడ్తున్నారని నాకర్థం అయ్యింది.

"పాస్టర్! మీరెప్పుడు వచ్చారు?" అడిగాడాయన నన్ను చూస్తూ. వచ్చే నవ్వుని పెదాల దగ్గర ఆపాను.

కుమార్ మధ్యలో కలగజేసుకుంటూ "ఈరోజు సాయంత్రం 'కుమరి మంద్రమ్' వాళ్ళ వార్షికోత్సవం. మీరు ప్రసంగిస్తున్నారు అక్కడ."

ప్రొఫెసర్ మొహం ఒక్క వెలుగు వెలిగింది. "అదీ అసలు విషయం!" అని, విప్పారిన మొహంతో నవ్వుతూ, "డెయిసీ వెడుతూ వెడుతూ చెప్పింది. అయితే ఏం చెప్పిందో మర్చిపోయాను కుమారూ!" అన్నాడు.

ఆయన కళ్ళు మళ్ళీ నా వైపు తిరిగాయి. "ఇతను జయమోహన్. రచయిత" అని ప్రొఫెసరుకి గుర్తు చేశాడు కుమార్.

ఒక్కసారిగా దగ్గరికొచ్చి ప్రొఫెసర్ నా చేతులు ఆయన చేతుల్లోకి తీసుకున్నాడు. "అరే! నిన్ననే 'బసవడి మోక్షం' చదివాను. కథంటే అలా ఉండాలి. అదో అద్భుతం! కుమారూ, నువ్వు చదివావా?"

"చదివాను" అన్నాడు కుమార్. "మీరింకా స్నానం కూడా చెయ్యలేదు. ముందు మీరెళ్ళి స్నానం చెయ్యండి. అస్సలు సమయం లేదు."

ప్రొఫెసర్ మనవరాలు తలుపు చాటు నించి తల బయటకు పెట్టి చూసింది.

"స్నానానికి వేణ్ణీళ్ళు తయారుగా ఉన్నాయామ్మా?" అడిగాడు కుమార్.

"ఎవరూ చెప్పందే?" అందామ్మాయి.

"ఆ సంగతి కొంచెం చూడమ్మా! తొందరగా బయలుదేరాలి."

ఆ అమ్మాయి లోపలికెళ్ళగానే, చొక్కా లేని ఆ నల్లటి మనిషి మళ్ళీ ప్రొఫెసర్‌తో సంభాషణ ప్రారంభించాడు. "అసలు తమాషా ఏందంటే, అది పామే కాదు, తెల్సా మీకు?"

"మరి?" అడిగాడు ప్రొఫెసర్ ఆసక్తిగా.

"రేయ్ పనేం లేదా! ఫో ఇక్కణ్ణించి!" కుమార్ ఆ మనిషిని అదిలించాడు. 'వెడుతున్నానని ప్రొఫెసర్‌కు చూపుల్తోనే చెప్పి వెంటనే పలాయనం చిత్తగించాడు అతను.

"సభ ఎక్కడ జరుగుతోంది? కుమారూ!" అడిగాడు ప్రొఫెసర్.

"అసీసీ స్కూల్లో...మన జిల్లాకు చెందిన రచయితలు అందరూ వస్తున్నారు.

పచ్చయిమలై అందరికీ సన్మానాలు ఏర్పాటు చేశాడు."

"దానికి నేనెందుకు?" అన్నాడు కిసుక్కున నవ్వుతూ ప్రొఫెసర్.

"అక్కడికొచ్చే రచయితల్లో దాదాపుగా అందరూ మీ శిష్యరికం చేసినవాళ్ళే. మీరే ఆ సభకి ముఖ్య అతిథి" అని అందించాను నేను.

సమాధానంగా నవ్విన నవ్వుకి, పొరబోయింది ప్రొఫెసర్‌కి.

"చూడు కుమారూ! రచయితలను తయారు చేయడం అంటే మాటలు కాదు. గుర్తుపెట్టుకో!" అంటూ మళ్ళీ పగలబడి నవ్వాడాయన.

ఇంక ఆయన్ని కంబన్ వైపు మళ్ళిద్దామని, ఏ పద్యం గురించి మాట్లాడాలో ముందు మననం చేసుకున్నాను.

"నిన్న కంబ రామాయణంలో ఒక పద్యం చదువుతున్నప్పుడు, మీరే గుర్తొచ్చారు" అన్నాను.

ఒక్కసారిగా ఆయన ముఖాన ఆనందం అలముకుంది. "కంబ రామాయణమా? నిన్నే చదివావా? అదొక శుభఘడియ అనే చెప్పాలి. ఆ కావ్యాన్ని తాకే అదృష్టం కలగాలన్నా, ఆ మహాకవే ప్రేరేపించాలి. ఇప్పుడు మనం రామాయణం గురించి మాట్లాడటం మొదలెట్టగానే ఆయన మనమధ్యకే వచ్చి కూర్చోడం నా కళ్ళకు కనపడుతోంది. కంబన్ మహాకవి చిరంజీవి. ఆయన మనలో ఒకడిగా ఈ భూమి మీద తిరగడం మానవాళి చేసుకున్న గొప్ప పుణ్యం" అంటూ పరవశం ఒలుకుతున్న కళ్ళతో కనుబొమ్మలు పైకెత్తి నన్నడిగాడాయన, "ఏ పద్యం?"

పద్యం చెప్పాను.

తే॥ చిలుకంబడు దధికై వడి, గలతనొంది,

యెడను తడలబడు ప్రాణంబులింద్రియంబులు,

గందనగు పైత్యమును వియోగంపు వంత,

యెంతకలదో లెక్కగ వచియింపనగునె.

"నువ్వలా చదువుతున్నట్టు అప్పజెప్పకూడదు. రాగయుక్తంగా పాడాలి.

మంద్రంలో... ఆభేరి రాగంలో పాడాలి!" ప్రొఫెసర్ చేతులూపుతూ అభినయిస్తున్నాడు. వయసు పైబడడం వల్ల వదులైపోయిన ఆయన మొహంలోని కండరాలన్నీ, ఒకింత ఆవేశంతో కదులుతున్నాయి.

"ఏవంటున్నాడో చూశావా? 'వియోగంపు వంత.' వియోగం వల్ల జనించిన విషాదం! అసలు, మనిషి జన్మ కంటే పెద్ద విషాదం ఉంటుందా? మనిషి ఒంటరి కాదు. ప్రతి మనిషి జీవితం ఇంకో మనిషితో ముడిపడి ఉంటుంది. వాడిది ఇంకోడి జీవితంతో! శరీరానికి తగిలించబడ్డ కాళ్ళు, వేళ్ళు, చేతులూ లాగే, ప్రతి మనిషి, సమస్త మానవాళితో అనుసంధానం అయి ఉంటాడు. ఆ మహాసముద్రం నించి ఒక నీటి బిందువు విడివడడాన్నే, మనం వియోగం అంటాం. జీవన్మరణాలు రెండూ వేరు కాదు, ఒకటే! ప్రతి వియోగమూ ఒక చిన్న మరణం లాంటిది!"

వృద్ధాప్యం వల్ల వచ్చిన వణుకు మాయమై, దాని స్థానంలో వచ్చిన ఉద్వేగం, ఆయన గొంతులో స్పష్టంగా కనపడుతోంది. స్వరం కొంత హెచ్చింది. పైస్థాయిలో నాజూగ్గా మారిపోయే, శ్రావ్యమైన గొంతు ఆయనది.

"యెంతకలదో లెక్కగ వచియింపనగునె? అని అడుగుతున్నాడు మహాకవి. మనిషి పడే వెతలను లెక్కించగలమా? ఎన్నో రకాల వ్యధలు. బతికే ప్రతి నిమిషమూ బాధాతప్తమేగా? అస్తిత్వాలు వేరు వేరైనా దేని వేదన దానిదే. దూరాన్ని కొలవొచ్చు, బాధను కొలవగలమా?" అంటూ కళ్ళు మూసుకుని, "ఓ ప్రభూ! అంతుతెలీని యాతనలో మమ్మల్ని ఓలలాడించి, ఆత్మ శుద్ధి కావించి, నీ చేరికనిస్తావు! నా వేదనంతా నీ దీవెనే కదా!" ప్రార్థించాడు ప్రొఫెసర్.

కొంచెం జాగ్రత్తగా సంభాషణను, మళ్ళీ దారిలోకి తీసుకొచ్చే ప్రయత్నం చేశాను. "చిలుకంబడు దధికైవడి ప్రాణంబులింద్రియంబులు, సీతకు దూరమైన రాముడి ప్రాణం, ఆయన పంచేంద్రియాలూ కవ్వంతో చిలుకబడ్డ చల్ల లాగా మథించబడుతున్నాయని చెబుతున్నాడు కవి. నాకు అంతమటుకు అర్థం అయ్యింది. కానీ 'తడలబడు' అన్న పదం అక్కడ ఎందుకు వాడాడు?" అడిగాను.

"కంబన్ ఒక మహాకవి. మహా కవులు పసిపిల్లల్లాంటి వారు. వాళ్ళకు తమ

మేధస్సును ఉపయోగించి రాయాల్సిన అవసరం ఉండదు. మనోనేత్రం ముందు ఆవిష్కరింపబడ్డ దృశ్యాన్ని మాటల్లో పెడతారు. కంబన్ సాక్షాత్ సరస్వతీ స్వరూపం. ఆమె ఆయనతో పలికించిన పలుకులివి. 'తడలబడు', అంటే అలలా ముందుకీ వెనక్కీ వెళ్ళడం!"

ఒక్క సారి పైకి లేచి నిలబడి, తన చేతులను కవ్వం చిలుకుతున్నట్టు కదుపుతూ, "ఇది అర్థం కావాలంటే, ఆ దృశ్యాన్ని మనం పూర్తిగా కళ్ళ ముందు ఊహించుకోవాలి. 'కవ్వం, కుండలోని చల్లను చిలుకుతోంది. కుండ - శరీరం. కవ్వం అంటే మనోవేదన. చల్ల - జీవితం. వేదన అనేది జీవితాన్ని అతలాకుతలం చేస్తుంది. చిలకబడుతున్నప్పుడు చల్ల అవస్థను ఎప్పుడయినా గమనించావా? ఒక చివరను చేరుకొని, నురగతో సహా పైకి లేస్తుంది. ఏ క్షణంలోనైనా ఎగిరి బయటకు వచ్చి పడుతుందేమో అనిపిస్తుంది. కవ్వం మళ్ళీ వెనకకు తిరగడం మొదలై చల్ల మరో వైపుకు మళ్ళుతుంది. మళ్ళీ ఆ వైపు అదే పరిస్థితి! ఇలా ఆయాస పడుతూ, పడుతూ లేస్తూ, ఒక్క క్షణం కూడా తీరిక లేకుండా నానా యాతనకూ గురవుతుంది. మన జీవితాలూ అంతే కదా. నిరంతర బాధామయం. అదైనా, ఇదైనా... అటైనా, ఇటైనా... చావనీక, బతకనీక...' ఆ మహాకవి చెప్తున్నది దీని గురించే!" అన్నాడు ప్రొఫెసర్.

నేను ఆయన వివరించిన దృశ్యాన్ని ఊహించుకుంటున్నాను.

"కంబన్ అక్కడితో ఆగిపోలేదు. ఆయన పరిశీలన చాలా లోతైనది. అసలు, దీని ముందరి పద్యం గమనించావా?" ప్రొఫెసర్ కొనసాగించాడు.

నాకు ఆ పద్యం గుర్తుకు రాలేదు.

"రేయ్ కుమారూ! నువ్వు పాడు" అన్నాడాయన.

"నాకు జ్ఞాపకం లేదు" అన్నాడు కుమార్ సిగ్గుతో, తలవంచుకుని నవ్వుతూ.

"అప్పుడెలావున్నావో ఇప్పుడూ అలానే ఏడిశావు. నిన్నెవరు బాగు చెయ్యగలరు? ఏం చదివావో, ఎలా బయట పడ్డావో" అన్నాడు ప్రొఫెసర్.

ఆయనే మళ్ళీ మొదలుపెట్టాడు. "నువ్వు చెప్పిన పద్యం ముందు పద్యాన్ని

'ఎరుక కలదు రాఘవోర్వి పతికి' అని ముగిస్తాడు. చల్లను చిలికితే వచ్చేది వెన్న అయితే, వేదనతో చిలకబడ్డ వాడికి లభించేది 'ఎరుక'... అంటే జ్ఞానం. పాల సముద్రాన్ని చిలికినప్పుడు వచ్చిందేమిటి? అమృతం. అంటే మోక్షం. అదే నేనిందాక చెప్పింది. ఆ ప్రభువును చేరుకునే మార్గం ఒకటే. ఆయనిచ్చే వేదనను అంగీకరించి, భరించడం. - రేయ్, కుమారూ! ఇకనైనా చర్చికి రావడం మొదలుపెట్టు."

"అవునవును. ఇంక రావాలి!" అన్నాడు కుమార్.

"చాలా సంతోషం. అసలు చర్చికొచ్చే మొహమేనా ఇది. సరేలే, నేను మటుకు చెయ్యగలిగింది ఏముంది?"

ఈ లోపల ఆయన మనవరాలు వొచ్చి "వేణ్ణీళ్ళు తయారు!" అని ప్రకటించింది.

"స్నానం చేసి వస్తాను" అన్నాడు ప్రొఫెసర్.

కుమార్ ఆయన మనవరాలితో "ఆయన లాల్చీ, పంచె కొంచెం తీసి పెడతావా... ఈయన్ను ఫంక్షనుకి తీసుకెళ్ళాలి!" అన్నాడు.

"రేయ్! అక్కడ మనవాళ్ళందరూ ఉంటారుగా!" అడిగాడాయన.

"ఆఁ! ఆఁ! కార్లోస్, పెరుమాళ్ అందరూ ఉంటారు" జవాబిచ్చాడు కుమార్.

" రాజం... రాజం వస్తున్నాడా?" అడిగాడాయన.

కుమార్ వెంటనే బదులివ్వలేదు. ఎక్కడో ఆలోచిస్తూ, "ఆఁ, ఉంటాడు!" అన్నాడు.

"వాణ్ణి చూడాలనుందిరా కుమారూ! కిందటి వారం ఒక కలొచ్చింది, వాడికి ఏదో బహుమతి వచ్చినట్టు. కవిత్వానికో, నవలకో గుర్తు రావడం లేదు. బహుమతి ఇస్తున్న మనిషి మటుకు నెహ్రూగారే!"

"నెహ్రూ వచ్చాడా?" నవ్వాను నేను.

"కలలోనే కదా! అయినా, నాలాగా ఖాదీ వేసుకునే వాళ్ళ కలల్లో తప్ప నెహ్రూ ఇంకెక్కడ కనబడుతున్నాడు? 'మన రాజం ధగధగలాడే తెల్ల లాల్చీ

వేసుకుని స్టయిలుగా నడుచుకుంటూ వెళ్ళి నెహ్రూగారి దగ్గర బహుమతి తీసుకుని, 'ధన్యవాదాలు' అని మైకులో చెప్పాడు. మైకులో నా పేరు కూడా చెప్పాడు. 'రేయ్!కుమార పిళ్ళై... కుమార పిళ్ళైగారిని మర్చిపోవద్దు' అని నేను కింద నించి అరుస్తున్నాను. కానీ వాడు వినిపించుకోవడం లేదు. అక్కడుండే మిగతా వాళ్ళు కూడా నన్ను పట్టించుకోవడం లేదు. ఈ లోపల నాకు మెలకువ వచ్చేసింది." నిట్టూర్చాడాయన.

"నిజంగా చూడాలనుందిరా వాణ్ణి! ఈ మధ్య ఎందుకోగానీ ఇంకెప్పుడూ రాజాన్ని చూడలేనేమోనన్న బాధ మొదలైంది!"

"మీరు స్నానానికి వెళ్ళండి. అట్టే సమయం లేదు సభ మొదలవ్వడానికిక" అని తొందరపెట్టాడు కుమార్.

"రెండు నిమిషాల్లో వచ్చేస్తా!" అని చెప్పి లోపలికెళ్ళాడాయన.

"ఈయన ఈ నడుమ రాజం గురించి ఒకటే అడుగుతున్నాడు. రాజం ఈయన కలల్లోకి రావడం కూడా ఎక్కువైంది" అన్నాడు కుమార్ నాతో.

"ఎందువల్ల?" అడిగాను నేను.

"ఎందువల్ల, ఏవిటి? గొర్రె పిల్ల దారి తప్పితే, కాపరికి వేరే ధ్యాస ఏవుంటుంది?"

నవ్వాను నేను.

"కిందటి వారం, రామస్వామి గారి అమ్మాయి పెళ్ళి విందులో, రాజం కనపడ్డాడు ఈయనకి! నేను కూడా పక్కనే ఉన్నాను. మేము రోడ్డు మీదికెక్కుతూంటే కనబడ్డాడు రాజం. అతన్ని ప్రొఫెసరే ముందు చూశారు, నేను చూడలేదు. "మన రాజం కదూ?" అని అడిగాడు ఈయన నన్ను. ప్రొఫెసర్ ఎదురు పడతాడని రాజం ఊహించి ఉండడు. అతని చొక్కా మాసిపోయి ఉంది. తైల సంస్కారం లేని జుట్టు. కట్టయన్వళై గోపాలన్‌తో వెళ్ళి తప్పతాగి, ఎక్కడో రోడ్డు మీద పడిపోయాడు. అప్పుడే తెలివొచ్చి, అటువైపే నడుచుకుంటూ వస్తున్నారు ఇద్దరూ. "రాజం, ఏరా అబ్బాయ్! నువ్వేనా అదీ!" అడిగాడు ప్రొఫెసర్. అంతే! రాజం నేలమీద గొంతుకు కూర్చుని, తల వొంచి రెండు చేతుల

మధ్యలో పెట్టేశాడు. ఇంకా పూర్తిగా దిగినట్టులేదు. గోపాలన్ మటుకు 'ఇంకో చిన్న పెగ్గు విస్కీ!' అంటూ గొణుగుతూనే నిలబడి ఉన్నాడు. ఇంకో పక్క రాజం కట్టలు తెంచుకుని ఏడవడం మొదలుపెట్టాడు. ఎలాగోలా అతి కష్టం మీద ప్రొఫెసర్ని కార్లో ఎక్కించాను. 'రేయ్! వాణ్ణి ఆసుపత్రికి తీసుకుపోదాం, వాడికి ఒంట్లో బాగాలేదు!' అని ఈయన దారంతా ఒకటే గొడవ. తాగుబోతులతో ఈయనకి పెద్ద పరిచయాలు లేవు. అసలు ఒక మనిషి ఒళ్ళు తెలీనంత తాగగలడనేది... ఈయన ఊహకే అందని విషయం."

"రాజం అన్న తాగుతాడని ఊరంతా తెలుసుగా?" అడిగాను నేను.

"ఆ! ప్రొఫెసర్‌కు కూడా రాజం ఇరవై ఐదు ఏళ్ళ నించీ తెలుసు. కానీ ఇలా, ఇంత ఘోరంగా తయారయ్యాడని తెలీదు. అదీ విషయం! ప్రొఫెసర్ కళ్ళ ముందే రాజం చేజారిపోవడం మొదలైంది. అతన్ని కాపాడాలని ఈయన చేయని ప్రయత్నం అంటూ లేదు. ఆఖరికి ఆ అమ్మాయి కాళ్ళ మీద పడి బతిమాలడానికి కూడా తయారయ్యాడు ఈయన."

"ఏ అమ్మాయి?"

"ఆ అమ్మాయి విషయం ఇప్పుడెందుకులే?"

"చెప్తే ఇప్పుడొచ్చే నష్టం ఏవుంది?"

నేరుగా సమాధానం చెప్పకుండా "అందుకే సజిన్ను ఇక్కడికి రమ్మన్నాను. ఏదో కాస్తైనా సంస్కరించి, రాజంని ఆయన ముందు నిలబెడదాం అనుకున్నాను. మధ్యాహ్నం మూడు గంటల ప్రాంతంలో రాజంకి, ఓ లార్జ్ గూడా పోయించమని చెప్పాను సజిన్‌కి." అన్నాడు కుమార్.

"అరె! అదేవిటి?"

"రోజంతా అస్సలు ఏవీ పడకపోతే, నించోను కూడా నిల్చోలేడు గురుడు. మూడు గంటలకు ఒక పెగ్గు వేసుకుంటే, ఐదు గంటలకల్లా మామూలు మనిషైపోతాడు. అప్పుడు రామస్వామి ఇంటికి ఎలాగోలా పట్టుకెళ్ళి, కొంచెం తయారు చేసి తీసుకొచ్చి, ప్రొఫెసర్ ముందు నిలబెట్టాలని నా ఆలోచన. దాంతో మన పని పూర్తయ్యినట్టు. రామస్వామి ఇంట్లో ఇస్త్రీ చేసిన బట్టలు కూడా పెట్టి

ఉంచాను."

"నీ శిష్యుడేగా సజిన్. ఆ మాత్రం నెగ్గుకొస్తాడులే..."

"తెలివైనోడే. కానీ ఏ పుస్తకం చదవమని చేతికిచ్చినా, సజిన్ సగం చదివి వదిలేస్తాడు. ఒక్కో సారి తిక్క పుట్టి అరిచెయ్యాలనిపిస్తుంది."

"అది సరే. రాజం మీ క్లాసే అనుకుంటా కదా?"

"ఊహూ. ఒక సంవత్సరం సీనియర్. నేను కాలేజీలో చేరిన రోజుల్లో ప్రొఫెసర్ ఎప్పుడూ అతన్ని వదిలిపెట్టి ఉండేవాడు కాదు. రాజంది నిండైన విగ్రహం. ఈ ప్రాంతాల్లో తాటి మొద్దుల్ని కోసుకు తీసుకొచ్చి దేవళాల్లో, దూలాలకు, స్థంభాలకు అమర్చుతుంటారు. తోపుడు తోయించి మెరుగు పెట్టిస్తే ఆ తాటి మొద్దులు, నల్ల బంగారంలా నిగనిగలాడుతూంటాయి. రాజం చూడ్డానికి అలా ఉండేవాడు. అప్పటికే 'అడిమురై' అనే మల్లయుద్ధం నేర్చుకున్నాడు. వాళ్ళది కర్రైనాడార్ల కుటుంబం. మహారాజులు భరణం కింద ఇచ్చిన భూమితో వాళ్ళ పూర్వీకులు భూస్వాములయ్యారు. భుజం దాకా పెరిగిన పొడవాటి నల్లటి జుట్టు... గుబురుగా పెరిగి చివర్లు మెలి తిరిగిన మీసం. చూడ్డానికి ఏదో జానపద కథానాయకుడిలా ఉండేవాడు. అతన్ని మొదటసారి చూసినప్పుడు కొంచెం భయపడ్డాను. కాలేజీ మొదటి రోజున నేను క్లాసు ముందర నిలబడుంటే, తన పక్కనున్న రాజం వైపు చూసి ప్రొఫెసర్ 'అతనికేఁగావాలో కనుక్కోరా' అన్నారు. ప్రొఫెసర్‌దేమో చిన్న విగ్రహం. ఆయన పక్కన ఈ భారీ ఆకారుడు రాజం... మీసం తిప్పుతూన్న ఘటోత్కచుడిలా కనిపించాడు నాకైతే."

"ఆ తర్వాత?" అన్నాను నేను.

"భయపడిపోయి అక్కడే నిలబడిపోయాను. రాజం నా దగ్గరికొచ్చి 'పద టీ తాగి వద్దాం' అని తీసుకెళ్ళాడు. ఇద్దరం క్యాంటీన్ వైపుకు వెడుతుంటే 'మీ ఇల్లెక్కడ?' అని అడిగాడు. నువ్వు కూడా గమనించే ఉంటావ్! రాజం ఎంత మెల్లగా నిదానంగా మాట్లాడతాడంటే అతను చెప్పేది అర్థం కావాలంటే మనం చాలా జాగ్రత్తగా వినాలి. అతని కంఠంలో మటుకు ఏదో మహత్తు ఉంది. ఆ స్వరం నా చెవిన పడగానే, ఏదో ఎప్పుడో దూరమైన ఆత్మీయుడి గొంతు

వింటున్న భావన కలిగి 'ఒక్క ఉదుటున అతన్ని కౌగిలించుకోవాలి' అని అనిపించింది. అసలు అతని మాటలు ఓ సారి వింటేనే, ఈ మనిషి మనసులో ఎటువంటి కల్మషానికీ చోటులేదని మనకు స్పష్టంగా తెలిసిపోతూ ఉంటుంది. కదా?"

నవ్వి చెప్పాను, "నిజం! రాజం అన్నతో ఎప్పుడు మాట్లాడినా నాకూ ఇలాగే అనిపిస్తుంది."

"ఇపుడున్నట్టే ఆ రోజుల్లోకూడా కల్లాకపటం తెలియని మనిషి. కోపం, ద్వేషం, అసూయల్లాంటివి ఏవిటో కూడా అతనికి తెలీదు. ప్రొఫెసర్‌కి చాలా చాలా దగ్గరి మనిషి. మొదట్లో నాక్కూడా కొంచెం చిరాకనిపించేది కానీ తర్వాత అర్థం అయ్యింది. ఈ పరిస్థితి ఎప్పటికీ మారేది కాదు అని. ప్రొఫెసర్ పక్కన రాజంకు తప్ప మరెవ్వరికీ చోటు లేదు. ఆఖరికి ఆయన పిల్లలకు కూడా. ఇప్పటికిప్పుడు జీసస్ దిగొచ్చి ప్రొఫెసర్ ముందు నిలబడితే, 'రాజం, ఒక సారి ఇటురా!' అని పిలిచి మొదట అతన్నే పరిచయం చేస్తాడు."

"రాజం పీహెచ్. డీ. పూర్తి చెయ్యలేదు కదా?" అడిగాన్నేను.

"ఎలా చేస్తాడు? అప్పటికే కొంపలంటుకున్నాయిగా..."

"ఏఁవయ్యింది?"

ఒక క్షణం తటపటాయించి, చెప్పాడు కుమార్ "రాజంది అతి సున్నితమైన హృదయం. శివాజీ గణేశన్ నటించిన 'ప్రాప్తం'- ఓ విషాద ప్రేమ కథ. ఆ సినిమా చూస్తూ వెక్కి వెక్కి ఏడవడం మొదలెట్టాడట. జనం తెరవైపు చూడ్డం మానేసి ఇతని చుట్టూ గుమికూడేటప్పటికి మేనేజర్ సినిమా ఆపించి పరిగెత్తుకుంటూ వచ్చాడట. ఇలాంటి వాడు ఉన్నట్టుండి ఓ రోజు ప్రేమలో పడ్డాడు!"

"అమ్మాయెవరు?"

"ఎవరైతే ఏంలే? ఇంగ్లీష్ లిటరేచర్ స్టూడెంట్, నాయర్ల అమ్మాయి. పేరు చెప్తే గుర్తు పడతావ్. ఆమె అన్న ప్రసిద్ధ మలయాళ రచయిత.ఎక్స్‌ప్రెస్‌లో కొన్నాళ్ళు పనిచేశాడు."

“ఓహ్!”

“ఆ వయసులో ప్రేమంటే ఏముంది? చిన్న పిల్లలు ఆటబొమ్మలు ఎంచుకున్నట్టు! అన్నిటికంటే ప్రత్యేకంగా కనపడే బొమ్మ కావాలి. అది ఇంకెక్కడా కూడా దొరకనిదైతే తప్పనిసరిగా ఆ బొమ్మ మనదై పోవాలి. లేదంటే తిండి, నిద్ర మానేస్తాం.”

“రాజం అన్నవి భలే కళ్ళు. కళ్ళు మనసుకి ప్రతిబింబాలు అంటారు కదా... ఆ కళ్ళను చూసిన ఏ అమ్మాయికైనా, అతన్ని విడిచి ఉండడం కష్టం” అన్నాను నేను మధ్యలో కలగజేసుకుంటూ.

“అమ్మాయిలు కూడా ఆ వయసులో చాలా అమాయకంగా ఉంటారు. ప్రొఫెసర్ అనేవారులే... ‘లేతగా ఉన్నప్పుడు తీపిగా మొదలై వయసయే కొద్దీ వగరు పెరిగి పోయే పండులాంటి వారు’ అని. రాజం అంటే అందరికీ ఉండే ఆకర్షణే మొదట ఆ అమ్మాయిని అతనికి దగ్గరయేట్టు చేసింది. బయటికి అలా గంభీరంగా కనపడినా లోపల అతనిది వెన్నపూసలాంటి మనసు. అతనికి కూడా ఆ అమ్మాయితో వెంటనే స్నేహం కుదిరింది. రాజం ఏ పని మొదలెట్టినా దానికి హద్దులు పరిమితులు ఉండవు. అప్పట్నుంచీ ఆ అమ్మాయే అతని లోకం. ఆ రోజుల్లో అసలు అతనెలా ఉండేవాడంటే - కొంతమంది చర్చిలో వెనక బెంచీలో కూర్చొని పాస్టర్ మాట్లాడిన ప్రతి మాటకీ కన్నీళ్ళు ధారాపాతంగా కారుస్తూంటారు కదా? రాజం మొహం కూడా నాకు ఎప్పుడూ అలా కనిపించేది. ఆ అమ్మాయి కూడా పీకలోతుల్లో ఇతనితో ప్రేమలో మునిగిపోయి ఆ ప్రవాహంలో కొట్టుకుపోసాగింది. విషయం అంత దూరం వెడుతుందని ఆ అమ్మాయి కూడా ఊహించుండదు. పాపం ఆ అమ్మాయి మటుకు ఏం చెయ్యగలదు?”

“ఆ తరువాత?”

“ఆ తరువాత ఏవుంది? కల నించి ఎప్పుడో ఒకప్పుడు బయటపడాలి కదా? అమ్మాయి ఇంట్లోవాళ్ళకి ఈ విషయం తెల్సి, మండిపడ్డారు. ఆ చెంపా ఈ చెంపా వాయించేటప్పటికి ఆ అమ్మాయి కళ్ళు తెరిచి, కలనించి వాస్తవానికి నడిచి వచ్చేసింది. రాజం మటుకు అదే స్థితిలో ఉండిపోయాడు. ఆ అమ్మాయి

ఇతనితో మాట్లాడటం కూడా మానేసింది. రాజం పద్ధతి గల మనిషి కదా... ఒకసారి ఆ అమ్మాయి విషయం చెప్పగానే మళ్ళీ ఆమెతో మాట్లాడటానికి కూడా ప్రయత్నించలేదు. ఆ అమ్మాయి తిరిగే వీధుల్లో వేచి చూసేవాడు. హాస్టల్ బయట నిలబడి ఆ అమ్మాయి గది కిటికీ వైపే చూస్తూ ఉండే వాడు. తిండి లేదు... నిద్ర లేదు, ఎప్పుడూ మౌనవ్రతంలో ఉండేవాడు. అతని బాధ చూడలేక ప్రొఫెసర్ ఆ అమ్మాయి దగ్గరకెళ్ళి, చేతులు జోడించి 'మా వాడిని చంపెయ్యొద్దు' అని బతిమాలాడు. ఆ అమ్మాయి తట్టుకోలేక ఏడ్చేసింది. వాళ్ళ నాన్న మరుసటి రోజు కాలేజీకొచ్చి ప్రొఫెసర్ గదిలోకెళ్ళిపోయి, ఆయన్ని నానా అనరానిమాటలు అన్నాడు. 'నువ్వు ప్రొఫెసర్వా? లేక పెళ్ళిళ్ళ బ్రోకర్వా?' అని అనటం అటుగా వెళ్ళిన నా చెవిలో పడింది. ప్రొఫెసర్ తల వంచుకుని కుర్చీలో అలా కూర్చుండిపోయాడు. కళ్ళల్లోంచి నీళ్ళు జలజలా కారిపోతున్నాయి. నేనైతే ఆ పరిస్థితిలో ఆయన్ని చూసి కదిలిపోయాను. ఆ అమ్మాయి వాళ్ళ నాన్న అన్న మాటలకు ఈయన బాధ పడ్తున్నాడనుకున్నాను. వెళ్ళి ఆ అమ్మాయి తండ్రిని ముక్కలు ముక్కలుగా నరుకుదామన్నంత కోపం వచ్చింది. కానీ ఆయన 'ఇక వీణ్ణి మామూలు మనిషిని చేసేదెలా?' అని తనలో తాను అనుకుంటూ కళ్ళు తుడుచుకుంటూ ఉంటే, నాకర్థం అయ్యింది, ఆయన బాధ పడేది రాజం గురించి ఆలోచిస్తూ అని. నా కళ్ళు కూడా చెమర్చాయి. కొద్ది రోజులకే ఆ అమ్మాయిని తీసుకెళ్ళి, పూనాలోనో, బరోడాలోనో వేరే కాలేజీలో చేర్పించారు. ఓ రోజు పొద్దున కాలేజీలో అడుగుపెట్టగానే, రాజంకు ఈ విషయం తెల్సింది. ఏం చెయ్యాలో తెలీక కాలేజీ ఆవరణలో పిచ్చోడిలా తిరుగుతూ పక్కనుండే చెట్టుకి ఢీకొట్టుకుని స్పృహ తప్పి పడిపోయాడు. ఓ ఇరవై ఏళ్ళు గడిచాక ఆ అమ్మాయి తిరిగి తిరువనంతపురంలో అడుగుపెట్టింది."

"ఆ అమ్మాయి కాలేజీ నించి వెళ్ళిపోయిన రోజు మన వాళ్ళెవరో తీసుకెళ్ళి, ఓ రెండు పెగ్గులు పోయించారు. అంతే! ఆ రోజు ఎత్తిన గ్లాసు ఇంక దించలేదు రాజం. ఓ రెండు వారాల్లోనే మూడు పూటలా తాగడం మొదలెట్టాడు. ఎవ్వరూ ఆపలేకపోయారు. కాళ్ళా వేళ్ళా పడ్డారు. బెదిరించారు. ఏదీ పని చేయలేదు. ఆఖరికి వాళ్ళ నాన్నగారు ఓ రోజు ముత్యాలమ్మ గుడికెళ్ళి, అమ్మవారి ముందర నిల్చుని తన చెయ్యి కోసేసుకుని గుడి మెట్ల మీద తన రక్తం పారుతూ ఉంటే 'నీ

దాహం నా రక్తంతో తీర్చుకో తల్లీ! నా కొడుకుని నాకు తిరిగిచ్చెయ్యి!' అంటూ వెక్కి వెక్కి ఏడ్చాడు. అంతకంటే, ఎవరైనా చెయ్యగలిగింది ఏవుంది?"

***

స్నానం చేసి ప్రొఫెసర్ వెనక్కి తిరిగొచ్చారు. తెల్లటి లాల్చీ మీద నీలిమందు మరకలు కనపడుతున్నాయి. సరిగా తుడుచుకోలేదేమో తల నించి నీళ్ళు ధారగా కారిపోతున్నాయి.

"సరిగా తుడుచుకోవచ్చు కదా?" అంటూ, పక్కనున్న తువ్వాలు తీసి ఆయన తల తుడవడం మొదలెట్టాడు కుమార్.

"పర్సు కనపడ్డం లేదు కుమారూ!" ఆందోళనగా అన్నాడు ప్రొఫెసర్.

"దానవసరం ఏవుంది ఇప్పుడు? మీ కంటద్దాలు మర్చిపోకండి!" అన్నాడు కుమార్.

"ఉన్నాయి!"

"చాలు! ఇంక బయల్దేరుదాం" అంటూ వ్యాన్ దగ్గరికి నడిచాడు కుమార్.

జాగ్రత్తగా మెట్లు దిగాడాయన. వ్యాన్ ఎక్కబోయేముందు, "ప్రభూ!" అంటూ రెండు క్షణాలు కళ్ళు మూసుకున్నాడు. కుమార్ బండి నడుపుతూంటే వెనక సీట్లో ప్రొఫెసర్ పక్కన కూచున్నాను నేను.

మధ్యలో ఆపిన పాట మళ్ళీ మొదలెట్టినట్టుగా, ప్రొఫెసర్ కంబ రామాయణం నించి ఇంకో పద్యాన్ని అందుకున్నాడు.

తే// ప్రాణమున్నదని వచించునంతెకాని,

తన శరీరము తాకి మాదని సుమములు

చివుళులును లేవు వేలాలు చెదరకుండు,

తరువులును లేవు, వల్లులంతకును లేవు.

వయసు వల్ల క్షీణించిన స్వరంలోనుంచి వస్తున్న ఆ పద్యం, మంద్రస్థాయిలో ఉచ్ఛరిస్తోన్న వేదమంత్రంలా వినపడుతోంది. అర్థం స్ఫురించేలోపలే, గుండెనెవరో లాగి మీటుతున్నట్టుగా, నా మనసు తెలీని బాధతో నిండిపోయింది.

"నువ్వింందాక చెప్పిన పద్యానికి రెండు పద్యాల ముందర వచ్చే పద్యం ఇది. రాముడు సీత నుంచి వేరయ్యాడు. హనుమంతుడు రాముడి దుస్థితిని సీతకు వివరిస్తున్నాడు.

'జీవం ఉన్న శరీరం ఒకటే ఉందక్కడ. అంతే, వేరేమీ లేదు!' అంటే... 'ఇక్కడో మనిషున్నాడు, మనిషిలో జీవం ఉంది కానీ ఉండవలసింది మటుకు ఏదో లేదు. ఇంకేదో ఉండాలి!' ఎంత భరించలేని విషాదం! 'ఈ అరణ్యంలో, రాముడి వేదనాభరిత స్పర్శననుభవించి జీవంతో మిగిలినదేదీ లేదు. ఒక తీగ కాని, ఆకు కాని, పూవు కానీ ఏదైనా! అరణ్యమంతా మోడువారి పోయింది. సమస్త అరణ్యాన్నీ మోడు వార్చిన కార్చిచ్చు వంటి వేదన! రేయ్! కుమారూ ఊహించగలవా!"

కుమార్‌నించి ఏ రకమైన స్పందనా లేదు. తదేకంగా రోడ్డు వైపు చూస్తూ వ్యాన్ నడుపుతున్నాడు.

'ప్రకృతి కూడా తట్టుకోలేనటువంటి వ్యథ!" అన్నాను నేను.

"ఎంత అద్భుతమైన వర్ణన. అయినా ఈ రోజుల్లో కంబన్‌ను చదివే వాళ్ళు ఎవరున్నారు? నిస్సందేహంగా, ఇతిహాసాలు మన సంస్కృతికి తలమానికాలు. దేవాలయానికి గోపుర కలశం ఎలానో మన సమాజానికి కంబన్ అలాంటి వాడు. కానీ మనవాళ్ళకు ఇదంతా పట్టదు. 'అసలు ఈ గోలంతా ఏవిటి? దీనివల్ల ఏం ప్రయోజనం? ఇవన్నీ అర్థం పర్థం లేని విషయాలు!' అంటారు. అసలు 'విషాదం' అనే దానికి అర్థం ఎలా అంటగట్టగలం? విషాదాన్ని వివరంగా అర్థం చేసుకున్న వాడికి కవిత్వం అవసరం ఏముంది?" చెబుతూ పోతున్నారు ప్రొఫెసర్.

నేను రాజం గురించే ఆలోచిస్తున్నాను.

ప్రొఫెసర్ కొనసాగించారు. "కంబ రామాయణాన్ని, చేతిలోకి తీసుకుని గబగబా చదివేయకూడదు. ఏవీ లాభం ఉండదు. ఏదో ఉబుసుపోక చేసిన వర్ణనలా ఉంటుంది. గురు ముఖతః నేర్చుకోవాలి. ఆ గురువు కవితా సౌందర్యంతోబాటూ అందులోని జీవనసారాన్ని నీకందేలా చేయాలి. ఎంతమందికి అలాంటి అదృష్టం కలిసొస్తుంది?"

ఆయన తన జ్ఞాపకాల పొరలేవో ఒకటొకటిగా తొలగిస్తూ ఎక్కడికో ప్రయాణిస్తున్నట్టు అనిపించింది.

"పూర్వజన్మ సుకృతం. నాకలాంటి గురువు దొరికాడు. కవిత్వం దొరికింది. ఆయన సాంగత్యం వల్ల కవిత్వానికి స్పందించే స్పృహ అలవడింది. అంతకంటే ఏం కావాలి? అసలు ఇవన్నీ మన నుదుటి మీద రాసిపెట్టి ఉండాలేమో? ఇప్పుడెక్కడున్నాడో ఆ మహాత్ముడు" అంటూ రెండు చేతులూ జోడించాడు ప్రొఫెసర్. "ఆయన్ను తలచుకోకుండా, నాకు ఒక్క రోజు కూడా గడవదు. కోట్టారు కుమార పిళ్ళైగారు నన్ను చేరదీయకపోతే, ఈపాటికి నేనెక్కడ ఉండేవాడినో? ఏం చేసేవాడినో? ఊహించడానికే భయంగా ఉంది, ఓ జీసస్!" కన్నీళ్ళు...ఆయన ముఖపు ముడతల మధ్య నుంచి దారి చేసుకువచ్చి ఒళ్ళోకి జారి పడుతున్నాయి. ధ్యానంలో ఉన్నట్టుగా దగ్గరగా చేర్చి ఉన్న రెండు చేతులు కదపకుండా ఒక నిముషం అలానే ఉండిపోయాడాయన.

కుమార్ కొంచెం కూడా వేగం తగ్గించకుండా బండి నడుపుతున్నాడు. వెనక సీట్లో జరిగుతున్నదేదీ అతను పట్టించుకున్నట్టు కనపడలేదు.

ప్రొఫెసర్ కళ్ళు తుడుచుకున్నాడు. ఈ మధ్య నేనెప్పుడు ప్రొఫెసర్‌ని కలిసినా కంబన్ గురించో జీసస్ గురించో ఏదో విషయం మీద కన్నీళ్ళు పెట్టుకోడం గమనించాను. జీవితపు చరమాంకంలో బంధనాలన్నీ విడిపించుకుని ఆయన హృదయం మరింత మెత్తబడుతోంది. లేత తాటిముంజలోకి చల్లటి ద్రవం చేరుకున్నట్టు...వయసు పైబడే కొద్దీ ఆయన గుండె ప్రేమతో నిండుకుపోతోంది.

"జీసస్, మై లార్డ్" అని స్మరిస్తూ మళ్ళీ కళ్ళు తుడుచుకున్నాడు. నావైపు తిరిగి నవ్వాడు. మిఠాయి కోసం ఏడ్చే పిల్లాడి చేతికి మిఠాయి అందిస్తే అదే కన్నీళ్ళలోంచి నవ్వులు కురిపించే పిల్లాడిలా కనపడుతున్నాడాయన.

అది చూసి నాకూ నవ్వొచ్చింది.

"అసలు నేను నీకు కోట్టారు కుమార పిళ్ళై గురించి ఇంతకు ముందు చెప్పానా?" అడిగాడు.

"చెప్పారు!" బదులిచ్చాను.

నా సమాధానంతో సంబంధం లేకుండా ఆ కథ లోకి వెళ్ళిపోయాడాయన.

“ఆరోజుల్లో డీవీడీ స్కూల్‌లో సీటు అంత సులువుగా దొరికేది కాదు. సంవత్సరం చివర్లో అయితే ఫీజు వసూలు చేయలేమేమోనని ముందుగానే పూర్తి ఫీజు కట్టించుకునేవాళ్ళు. మా నాన్న తాపీ మేస్త్రీగా పనిచేసేవారు. ఇప్పటి రోజులు కావు. ఆయన రాబడి బాగా తక్కువుండేది. జీతం కింద ఆరణాలు ఇచ్చి భోజనానికి కొంత గంజి పోసే వాళ్ళు. అంతే. మా నాన్న ఎక్కడ పని చేస్తున్నాడో అక్కడికెళ్ళి ఆయనకు ఇచ్చిందాంట్లో సగం గంజి నేను తాగేవాణ్ణి. ఆయనకు రోజూ పని దొరికేది కాదు. దొరకని రోజున ఇద్దరం నెయ్యూర్ హాస్పిటల్‌కి వెళ్ళి అక్కడ ఇచ్చే గంజి తాగే వాళ్ళం. మా నాన్నకు ఎలా అయినా సరే, నన్ను బాగా చదివించాలనే కోరిక ఉండేది. ఒకటి మటుకు నిజం. దుర్భర జీవితం గడిపే మనుషులకు ఒక కోరికంటూ పొరపాటున కలిగితే, సర్వశక్తులూ కేంద్రీకరించి, అది తీర్చుకోవడానికి ప్రయత్నిస్తారు.”

“నేను మెట్రిక్ పాస్ అయ్యిన రోజున ఊరు ఊరంతా నివ్వెరపోయింది. ఒక తాపీ మేస్త్రీ కొడుకు మెట్రిక్ పూర్తి చెయ్యడమా? వీడిప్పుడు తెల్లచొక్కా వేసుకుని మనతో పాటూ తిరుగుతాడు అనుకుంటూ, పైకులాల వాళ్ళే కాదు మా కులంలో డబ్బులుండే వాళ్ళు కూడా అసూయతో రగిలిపోయారు. ‘ఏరోయ్! జ్ఞానం! మీ వాడి చూపంతా ఇప్పుడు గవర్నమెంట్ ఉజ్జోగం మీద పడ్డట్టుంది!’ అంటూ మా నాన్నని ఎగతాళి చెయ్యడం మొదలు పెట్టారు. రాత్రికి రాత్రి మా అమ్మ నడతే మారిపోయింది.

మా నాన్న మటుకు ఇంకో అడుగు ముందుకేశాడు. ‘ఏరా! పై చదువుల కెడతావా?’ అని అడిగాడు నన్ను.

‘సరే!’ అన్నాను నేను.

వెంటబెట్టుకుని, నన్ను నాగర్కోవిల్ తీసుకెళ్ళాడు. అక్కడ నాలుగు మిషనరీ స్కూళ్ళున్నాయి. వాళ్ళెవ్వరూ డబ్బులు ముందు చేతిలో పడకుండా సీట్ ఇవ్వడానికి ఒప్పుకోలేదు. మన అదృష్టం పరీక్షించుకుందాం... అనుకుంటూ డీవీడీ స్కూల్‌కి వెళ్ళాం. అక్కడ కూడా అదే కథ.”

ప్రొఫెసర్ ముఖంలోని ఉద్విగ్నతను చూస్తూ చూపులు తిప్పుకోలేక

పోతున్నాను నేను.

"మాకేం చెయ్యాలో తెలీలేదు. సరిగ్గా అదే సమయాన అక్కడ కుమార పిళ్ళైగారు ప్రత్యక్షమయ్యారు. నాకిప్పటికీ జరిగిందంతా కళ్ళకు కట్టినట్టుగా కనపడుతోంది. బట్టతల, చిక్కటి నల్లనైన శరీరం. తెల్ల లాల్చీ పంచె ధరించి, వరండాలో పరుచుకుని ఉన్న వెలుగు నీడలను దాటుకుంటూ వస్తున్నారాయన. భుజం మీద కండువాతో నుదుటిపై విభూతి పూసుకుని, చిన్న నోటు పుస్తకం పెన్ను, చొక్కా పైజేబులో పెట్టుకుని తన తోలుచెప్పులను టకటకలాడించుకుంటూ మావైపే వచ్చారు. పంచె చివరను సొగసుగా చేతిలోకి తీసుకుని నిటారుగా నా ఎదుటికొచ్చి నిలబడ్డ ఆ మనిషిని చూసి మాటలుడిగి ఉండిపోయానలాగే! డబ్బులు మనిషికి హుందాతనాన్ని తెచ్చిపెట్టవచ్చు కానీ... జ్ఞానం వల్ల సమకూరే ఆ అపార తేజస్సుని ఇవ్వలేవు.

ఆయన దగ్గరకెళ్ళి తల వంచి నిలబడ్డాను. మనస్సులో అప్పటికే ఆయనకు శతకోటి సాష్టాంగ ప్రణామాలు చేసి ఉంటాను.

'ఏవిటి, విషయం?' అడిగాడాయన. చెప్పాను.

'వెళ్ళి హెడ్‌మాస్టర్ని కలు. నాతో చెప్పి ప్రయోజనం లేదు' అన్నాడాయన.

"బదులుగా 'మిమ్మల్ని ఈ క్షణం నించీ నా గురువుగా భావిస్తున్నాను!' అన్నాను నేను. ఎందుకు ఆ మాట అన్నానో నాకే తెలీదు. కొంతమందిని చూసినప్పుడు ఎంతో కాలం నించీ పరిచయం ఉన్నట్టుగా అనిపిస్తుంది కదా, ఆయన్ని చూస్తే అదే భావన కలిగింది.

"ఆయనక్కడే నిల్చుని నావైపు ఓ నిమిషం పాటు తదేకంగా చూశారు. 'రా నాతో!' అంటూ స్కూల్ లోపలికి తీసుకెళ్ళారు. 'వీడు మా అబ్బాయి!' అని ప్రకటించి స్కూల్లో చేర్పించారు. ఫీజు, ఇతర ఖర్చులకి తాను పూచీకత్తుగా ఉండి నా పేరు కింద గార్డియన్‌గా తన పేరు రాయించారు.

"అలా ఆయన దగ్గర చేరాను. ఒక గురువుతో ఉండే సంబంధం చాలా ప్రత్యేకమైనది. ఇప్పుడు నాకు అరవైనాలుగేళ్ళు దాటాయి. పిళ్ళైగారు వెళ్ళిపోయి నలభై ఏళ్ళు అవుతోంది. ఇన్నాళ్ళుగా ఆయన్ను తలచుకోని రోజంటూ లేదంటే నమ్ము! ఆయన కూతురు ఇక్కడే ఉంటుంది. నాకంటే పదేళ్ళు చిన్నది. ఆవిడ

ముందు కూర్చుని మాట్లాడాలంటే కూడా నాకు ఇబ్బందిగా ఉంటుంది. అంతెందుకు? ఆవిడ కొడుక్కి ఇరవై ఏళ్ళు ఉంటాయి. అచ్చు కుమార పిళ్ళై లాగానే ఉంటాడు. అతను నించుని ఉంటే నేను కూచుని ఉండలేను.

"ఆ రోజుల్లో పొద్దున్నే లేచి నేరుగా ఆయనింటికి వెళ్ళిపోదామని ఆలోచించేవాణ్ణి. ఆయనకు దగ్గరవడానికి కొన్ని రోజులు పట్టింది. నాతో ఎక్కువ మాట్లాడేవాడు కాదు. కానీ ఒక్కసారి దగ్గరైన తర్వాత ఇక మాటల ప్రవాహమే. రోజూ పొద్దున ఏడున్నర కల్లా ఆయనింటి దగ్గర ఉండేవాణ్ణి. శివుణ్ణి ప్రార్థించి దినచర్య మొదలు పెట్టేవాడాయన. ఎనిమిదిన్నరకు స్నానానికి వెళ్ళేవాడు. తువ్వాలు, సోపు, బట్టలు చేతిలో పట్టుకుని ఆయన వెనకే వెళ్ళేవాణ్ణి. వీధుల్లో నడుస్తూ కంబరామాయణం లోని పద్యాలను పాడుతూ ఉండేవాడు. చక్కటి కంఠం ఆయనది. అచ్చు కర్ణాటక విద్వాంసుడు మదురై సోము గొంతులా ఉండేది. కానీ సంగీతం మీద ఆయనకు అంత ఆసక్తి ఉండేది కాదు. తన రాగజ్ఞానాన్ని పద్యాలు పాడటానికి మటుకే ఉపయోగించేవాడు. కంబరామాయణం లోని వ్యాకరణం, ఇతిహాసం, సంస్కృతి వీటన్నిటి గురించి మాట్లాడుతూ తన జీవితానుభవాల గురించి కూడా చెప్పేవాడు. 'సహానుభూతి లేని వాడు, కవిత్వాన్ని ఆస్వాదించలేడు' అని అనేవాడాయన. మాటలతో గుండె నిండి పొర్లిపోయి ఖాళీ అయేదాకా అలా మాట్లాడుతూనే ఉండేవాడు."

ఉన్నట్టుండి ప్రొఫెసర్ స్వరం కీచుగా మారి మాటలు కొద్దిగా తడబడుతున్నాయి. "నాకున్నదీ... తెలిసిందీ... సర్వం... ఆయన భిక్ష. ఏదైనా తీసుకుంటే తిరిగివ్వాలి. గుండెలో గుడి కట్టి కొలవడం తప్ప నేనాయనకు ఏవివ్వగలను? ఆయనెక్కడున్నా నేనిప్పుడు మాట్లాడుతున్న మాటలు ఖచ్చితంగా వింటూనే ఉంటాడు. ఆయన్ను తలచుకున్నప్పుడల్లా ఈ పేదవాడి హృదయం ఎలా బరువెక్కుతుందో, ఆ మహాజ్ఞానికి తెలీదా?" అంటూ మళ్ళీ కళ్ళు తడి చేసుకున్నాడు, ప్రొఫెసర్.

వ్యాన్ చుంకంకడై గ్రామాన్ని దాటుతోంది.

"కుమారూ! ఇది చుంకంకడై కదా?" అడిగాడు ప్రొఫెసర్. సమాధానం లేదు. మళ్ళీ అడిగాడు స్వరం హెచ్చించి.

"మ్మ్" అని శబ్దం వచ్చింది కుమార్ గొంతులోంచి. కుమార్ కూడా కదిలిపోయినట్టున్నాడు,

"కుమారూ, కొంచెం బండి పక్కనాపు!"

ఆపాడు కుమార్. రోడ్డు పక్కకెళ్ళి, రెండు నిమిషాల్లో తిరిగివచ్చాడాయన. ముప్ఫయి ఐదు ఏళ్ళనించీ షుగర్‌తో ఇబ్బంది పడుతున్నాడు ప్రొఫెసర్.

కూచోగానే, మళ్ళీ మొదలెట్టాడు. "నేను ఆయన్ని కలిసిన ఒక నెల తరువాతో ఏమో ఓ శుభముహూర్తాన నన్ను వంటింట్లోకెళ్ళి కాఫీ పట్టుకురమ్మని పంపాడాయన. ఆయన చెప్పాడు గదా అని లోపలికి అడుగుపెట్టాను. బాగా పట్టింపులుండే కుటుంబం వాళ్ళది. ఆ రోజుల్లో నాంజిల్ ప్రాంతంలోని పిళ్ళైలు ఇప్పటిలా ఉండే వాళ్ళు కాదు. ఆయన భార్య అయితే మరీ ఘోరం. నాక్కూడా ఆ విషయం తెలిసినప్పటికీ, ఆయన ఆజ్ఞ పాటించడం మాత్రమే నాకు ముఖ్యం.

"నేను లోపలికి రావడం చూసి ఆయన భార్య కోపంతో విసవిసా హాల్లోకి వచ్చింది. 'ఏం చెప్పారు మీరు వాడికి? అసలు నా వంటింట్లోకి అడుగుబెట్టే ధైర్యం వీడికెలా వచ్చింది?' అని గట్టిగా ప్రశ్నించింది. పిళ్ళై గారు, 'వాడు అడుగు పెట్టలేని చోట నాకు పనేవుంది?' అన్నాడు తాపీగా.

"ఆమె స్థాణువై నిలబడిపోయింది. ఏమనుకుందో ఏమో కానీ నా వైపు ఒక క్షణం దీర్ఘంగా చూసి వెనక్కి తిరిగి లోపలికి వెళ్ళిపోయింది ఆవిడ. ఆరోజు నించీ ఆమె నన్ను తన బిడ్డగా చూసుకుంది. కూరలోకి మసాలా రుబ్బి ఇవ్వడం చీర ఉతకడం గిన్నెలు తోమడం ఆవిడ తన బాధలు ఏకరువు పెడుతుంటే వినడం... అన్నీ చేసేవాణ్ణి. ఆమె పిళ్ళైగార్ని అప్పటికే పదహారేళ్ళు తట్టుకుంది. ప్రతి వారం క్రమం తప్పకుండా వెళ్ళి, అలిసిపోయిన ఆవిడ పాదాలు వత్తుతూ ఆమె చెప్పేదంతా ఊఁ కొడుతూ వినేవాణ్ణి" అంటూ ప్రొఫెసర్ ఎటో చూస్తూ నవ్వాడు.

"నేను ఎర్రగా బుర్రగా ఉండే అమ్మాయిని పెళ్ళి చేసుకోలేదని, ఆవిడకు నా మీద చాలా కోపం. నాకు నలుగురు పిల్లలు పుట్టి, మా పెద్దది డిగ్రీ పూర్తి చేసిన తర్వాత కూడా, ఆమె అలక తగ్గలేదు.

"స్కూల్ పూర్తిచేసిన వెంటనే, పిళ్ళైగారు రికమెండేషన్ లెటర్ రాసిచ్చి అణ్ణామలై యూనివర్సిటీలో ఉండే కా. సు. పిళ్ళైగారి దగ్గరికి పంపించారు.

అక్కడ మొదట బీ. ఏ, తర్వాత ఎం .ఏ పూర్తయ్యాయి. సగం పైగా ఫీజులు పిళ్ళైగారే భరించారు. దాని తర్వాత మదురైలో క్రిస్టియన్ల కాలేజీలోనే ఉద్యోగం వచ్చింది. ఆ రోజుల్లో మదుర్రై పూర్తిగా అగ్రకులపు నాడార్ల చేతిలో ఉండేది. ఆ ఉద్యోగం మూడు నెలలు కూడా చెయ్యలేకపోయాను. పిళ్ళైగారికి వివరంగా జాబు రాశాను. 'తట్టా బుట్టా సర్దుకుని వచ్చేయ్, నా దగ్గరికి!' అని సమాధానం ఇచ్చారు. అది చూసి నాకు కన్నీళ్ళు ఆగలేదు. వెంటనే సామాన్లతో సహా వెళ్ళి ఆయన ఇంటి గుమ్మం ముందు నిలబడ్డాను. నన్ను తిరువనంతపురం తీసుకెళ్ళి ప్రసిద్ధ లాయర్, తమిళ పండితుడు ఐన వైయాపురి పిళ్ళై దగ్గర ఉద్యోగం ఇప్పించాడు. 'ఉద్యోగం లేదనడానికి వీల్లేదు, వీడు నా కొడుకు!' అని చెప్పాడాయనకి. అలా ఈ వృత్తిలోకి వచ్చాను. నా ధర్మం ఏదో నేను తెలుసుకున్నాను - 'నా గురువు ఏదైతే నాకిచ్చాడో, అది నా శిష్యులకు అందించడం'."

నా చూపు ప్రొఫెసర్ మీద నించి కదలట్లేదు. ఎందుకో 'చిలుకంబడు దధికైవడి' అన్న పద బంధం పదే పదే బుర్రలో తిరుగుతోంది. "ఆ పద్యంలో అరణ్యాన్ని అంతా కాల్చి బూడిద చేసిన దుఃఖం గురించి చెప్పారు కదా! అలాంటి దుఃఖం నిజంగా ఉంటుందా? దుఃఖం కాలంతో పాటూ నశించదా?" అడిగాను ఆయన్ని.

"మామూలు కురుపు మానిపోతుంది. శరీరానికి ఆ పాటి శక్తి ఉంది. కానీ రాచకురుపు తనతో పాటూ మన శరీరాన్ని తీసుకుపోతుంది" అన్నారు ప్రొఫెసర్.

నా వెన్ను చిన్నగా కంపించింది. "అంత దుఃఖాన్ని నింపుకుని మనగలడం ఎలా సాధ్యం?"

ప్రొఫెసర్ తల తిప్పి నా వైపు చూశాడు. "నాకూ తెలీదు. కుమార పిళ్ళై ఒకసారి నాతో అన్నారు. 'ఇంతకు మించిన జీవితం లేదు అని మనం దేన్నైతే అనుకుంటామో, అది వికలమైనప్పుడు కలిగే దుఃఖం మనల్ని సకలంగా దహించేస్తుంది.'"

మేము పట్టణం శివార్లలోకి రాగానే, ప్రొఫెసర్ వాలకం మారింది.

అద్దంలోంచి బయటకు చూడటం మొదలెట్టాడు. చిన్న పిల్లవాడిలాగా పక్కన వెళ్ళే ప్రతి వాహనాన్ని, వాటితో పాటే తలను అటూ ఇటూ తిప్పుతూ చూస్తున్నాడు. ఎత్తయిన భవనాలు కనపడితే కింది నుంచి పై దాకా తల పైకెత్తి చూస్తున్నాడు.

***

వ్యాన్ అసీసీ చర్చి ఆవరణ లోకి ప్రవేశించగానే పచ్చైమాల్ చేతులు జోడించి, వ్యాన్ తలుపు తీసి పట్టుకోడానికి ఎదురు వచ్చాడు.

ప్రొఫెసర్ కిందికి దిగాడు. "పచ్చైమాలూ ఎలా ఉన్నావు? నోట్లో పళ్ళన్నీ ఊడిపోయినట్టున్నాయి" అంటూ పలకరించాడు.

"నోటి నిండా మాటలు మటుకూ ఎక్కడికీ పోలేదు సార్!" అని నవ్వుతూ సమాధానం ఇచ్చాడతను.

హాలు రణగొణ ధ్వనులతో నిండి పోయివుంది. అందరూ గొంతెత్తి మాట్లాడుకుంటున్నారు. ఓ మామూలు సాహితీ సభలాగా కాకుండా పచ్చైమాల్ హాలంతా శుభ్రం చేయించి, చక్కగా అలంకరించి ఉంచాడు. ముఖద్వారానికి ఇరుపక్కలా ఆకుపచ్చటి ఆకులు, పువ్వులతో రెండు పొడవాటి అరటి పిలకలు నిలబెట్టి ఉన్నాయి. పెరుమాళ్ ఎదురొచ్చి ప్రొఫెసర్‌కి నమస్కరించి, పక్కన నిలబడ్డాడు. కార్లోస్ కూడా అతనితో వచ్చాడు.

"ఏం పెరుమాళ్?" అంటూ, అతని భుజం మీద చెయ్యేసి పలకరించాడు ప్రొఫెసర్. తరువాత కార్లోస్ వైపు తిరిగి "ఇంకా బెంగుళూరేనా?" అంటూ ప్రేమగా పలకరించాడు.

"లేదు సార్, ఇప్పుడు ఆంధ్రాలో... కుప్పంలో ఉంటున్నాను" అన్నాడు కార్లోస్.

ప్రొఫెసర్‌గారి భార్య డెయిసీ బాయి, హ్యాండ్ బాగ్, గొడుగు చేతిలో పట్టుకుని లోపలికి వచ్చారు. "మీ మందులు అన్నీ తెచ్చుకున్నారా"? అడిగారు ఆవిడ ప్రొఫెసర్ని.

"అన్నీ పట్టుకొచ్చానండీ" సమాధానం ఇచ్చాడు కుమార్.

"బిస్కట్లు? షుగర్ లెవెల్ ఒక్కోసారి ఉన్నట్టుండి పడి పోతుంది ఈయనకి."

"అవి కూడా తెచ్చానండీ!"

"రండి, ఇప్పటికే లేట్ అయిపోయింది. ఇదేమిటి? ఈ చొక్కా వేసుకొచ్చారు? నేను తీసిపెట్టింది ఇది కాదుగా" మురిపెంగా విసుక్కుంది, ప్రొఫెసర్‌గారిని ఆవిడ.

ప్రొఫెసర్ చేయి పట్టుకుని అడిగాడు పెరుమాళ్, "వెడదామా, సర్!"

పెరుమాళ్, కుమార్ ఇద్దరూ ప్రొఫెసర్‌గారిని నడిపించుకుంటూ తీసుకెళ్ళి, వేదిక ఎక్కించారు.

కుమార్ నన్ను పక్కకి పిలిచి, "జయన్, ఒక చిన్న సమస్య!" అన్నాడు.

"ఏమయ్యింది?"

"రాజం తప్పించుకుని వెళ్ళిపోయాడు. సజిన్ ఏదో చిన్న పని ఉందని, అతన్ని వొదిలి, పక్కకొచ్చాడు. ఈలోపల రాజం కనపడకుండా పోయాడు."

"ఎక్కడికి పోతాడు? పక్కనే ఎక్కడో వైన్ షాపు దగ్గర ఉండుంటాడు."

"అది అంత తేలిగ్గాదు. అతను మామూలు వైన్ షాపులకు వెళ్ళడు. సారా కోసం వెతుక్కుంటూ వెళ్ళుంటాడు. ఎక్కడికి పోయుంటాడో కనుక్కోడం కష్టం."

"ఎవర్నైనా తెల్సినవాళ్ళని పంపిస్తే?"

"ఏం... వాళ్ళకు కూడా మందు పోసి పంపించాలా నేనిప్పుడు?" అడిగాడు కుమార్ విసుగ్గా.

సభ మొదలైంది. నేను కూడా వేదిక ఎక్కి, ఓ మూలగా వేసి ఉన్న ఒక కుర్చీలో కూర్చున్నాను. కన్యాకుమారి జిల్లాలో ఇంతమంది రచయితలున్నారని నేనూహించలేదు. ప్రొఫెసర్ అటూ ఇటూ చూస్తున్నారు, కుమార్ కోసం. అతను మటుకు తప్పించుకుని ఎక్కడెక్కడో తిరుగుతున్నాడు.

పచ్చైమాల్ నా దగ్గరకొచ్చి, వంగి చెవిలో "ప్రొఫెసర్, రాజం గురించి అడుగుతున్నాడు. ఎక్కడున్నాడో నీకు తెలుసా?" అని ప్రశ్నించాడు.

కొంచం ఇబ్బందిగా నవ్వుతూ, "కుమారుకు మాత్రమే తెల్సు. ఆయన్ని

అడగండి" అన్నాను నేను.

"కుమార్ ఎక్కడున్నాడు?"

"సజిన్‌ని అడగాలి."

పచ్చైమాల్ పాపం! మొహం అదోలా పెట్టాడు. వేదిక వెనకాల అంతా వెతికొచ్చి, రాజం ఎక్కడా దొరకలేదంటూ, మొహం వేలాడేసుకుని వచ్చాడు, పచ్చైమాల్.

ప్రొఫెసర్ టాయిలెట్ కోసం వేదిక నించి దిగితే ఆయనతో పాటు వెళ్ళిన పచ్చైమాల్‌కి కుమార్ ఎదురయ్యాడు. వాళ్ళు ముగ్గురూ గుమికూడి ఏదో మాట్లాడుకోడం, దూరంనించీ నాకు కనిపిస్తోంది. చివరికి కుమార్ వైపు చిరాగ్గా చూసి వేదిక మీదికొచ్చి కూచున్నారు ప్రొఫెసర్.

ఒక దాని తర్వాత ఒకటి ప్రసంగాలు, తరువాత వరసగా బహుమతి ప్రదానాలు జరిగిపోతున్నాయి.

నేను కూడా ఓ నిమిషం ఊపిరి పీల్చుకుందామని వేదిక మీదినించి దిగుతూ, ఫోన్ చూసుకున్నాను. రెండు మిస్డ్ కాల్స్ ఉన్నాయి. ఫోన్ డయల్ చేస్తూ హాల్ బయటికి నడిచి వెడుతుంటే, పక్కనున్న గదిలో నాకు ఎవరో కదిలినట్టు లీలగా కనిపించింది.

ఆ గదిలో ఎవరో ఉన్నారు. ఫోన్ పట్టుకుని, అలాగే, వెనక్కి రెండు అడుగులు వేశాను.

నా మాటలు మధ్యలోనే ఆగిపోయాయి. రాజం అన్నా? నిజమే. అతనే! నేల మీద కూర్చుని, గోడకు వీపును ఆనించి, అలా శూన్యంలోకి చూస్తున్నాడు. చూడ్డానికి అది పాత సామాన్లు ఉంచే గదిలా ఉంది. గది బయటకు తెరుచుకున్న ఒక కిటికీలోంచి చూస్తే కొన్ని అట్టపెట్టెలు, బేనర్లూ, ఒక కుర్చీ, మేజా బల్ల ఆ గదిలో నేల మీద అడ్డదిడ్డంగా పడున్నాయి. లోపలికి అడుగుపెట్టాను.

రాజం అన్న మందు మత్తులో ఉండుంటాడు, నెమ్మదిగా పక్కకి తీసుకెళ్ళి, కొంచెం సర్ది, హాల్లోకి తీసుకువెడదాం! అనుకున్నాను.

అతను తల పైకెత్తి నన్ను చూసాడు. ఆ కళ్ళు ఏదో తట్టుకోలేని నొప్పి

భరిస్తున్న జంతువు కళ్ళలా తడితో మెరుస్తున్నాయి.

దగ్గరకెళ్ళి "అన్నా!" అని పిలిచాను చిన్నగా.

"ఉఁ!" అన్నాడు.

"ఇక్కడేం చేస్తున్నావు?"

తాగిలేడని స్పష్టంగా తెలుస్తోంది. ఉతికిన బట్టలు వేసుకుని ఉన్నాడు. జుట్టు, గడ్డం రెండూ చక్కగా దువ్వి ఉన్నాయి.

"ఏవయ్యింది?" అడిగాన్నేను.

"ఒంట్లో బాలేదు."

"ఏవిటి ఇబ్బంది?"

"భయంకరమైన తలపోటు, అందుకనే, చీకట్లో కూర్చోని ఉన్నాను. నువ్వెళ్ళు! వేదిక మీద ఉండాలిగా!"

గది బయటకొచ్చి కుమార్‌కి ఫోన్ చేసి వెంటనే అక్కడికి రమ్మన్నాను. నేనక్కడినించి కదిలితే రాజం అన్న వెళ్ళిపోతాడని నాకు తెలుసు.

కుమార్ పరిగెత్తుకుంటూ వచ్చాడు. "ఇక్కడేం చేస్తున్నాడు రాజం?" అడిగాడు నన్ను.

"ఏఁవీ లేదు. బాగా తలనొప్పిగా ఉందట."

"తాగి ఉన్నాడా?"

"లేదు, వాసనేఁవీ రావడం లేదు."

"గంజాయి తీసుకున్నాడేవో?"

"లేదనుకుంటా! నువ్వొకసారి చూడు" అంటూ వెనక్కి మళ్ళాను. అక్కడికి వచ్చిన రచయితల్లో అందరికంటే చిన్నవాడిని కాబట్టి వందన సమర్పణ బాధ్యత నాకే అప్పగించారు. పచ్చైమాల్ నాకోసం ఆతృతగా ఎదురుచూస్తున్నాడు.

***

కార్యక్రమం అయిపోయిన తర్వాత ప్రొఫెసర్ వేదిక మీదినించి దిగారు.

పెరుమాళ్ చేయి పట్టుకుని హాలు బయటికి వెళ్ళిపోతూ ఆతృతగా అటూ ఇటూ చూస్తున్నారు.

కుమార్ నా దగ్గరికి వచ్చాడు. "ప్రయత్నించాను. కానీ రాజం మాట వినడం లేదు. ఒక్కసారి వచ్చి ప్రొఫెసరుకు కనపడమని బతిమాలాను. ఒప్పుకోడం లేదు. నువ్వొకసారి ప్రయత్నించకూడదూ?" అన్నాడు అతను.

మళ్ళీ ఆ గదిలోకి వెళ్ళాను. "అన్నా! మీరొక్కసారి వచ్చి, ఓ అరనిముషం ప్రొఫెసర్ ముందు నిలబడండి... చాలు. ఏరా రాజం! అని పలకరిస్తాడాయన. అంతే, చాలు. మీకు తెలుసుగా, ఆయన ఎక్కువసేపు నిలబడలేడు. వెళ్ళిపోయే తొందరలో ఉంటాడు" ఏదో విధంగా ఒప్పించడానికి ప్రయత్నించాను.

"లేదు, దయచేసి నన్ను ఇబ్బంది పెట్టొద్దు" అన్నాడు రాజం.

అక్కడున్న కుర్చీ దగ్గరకు లాక్కుని కూర్చున్నాను. "అన్నా! ప్రొఫెసర్‌కి మీరు ఈ మధ్య ఒకటే గుర్తుకొస్తున్నారట. పొద్దుణ్ణించీ మిమ్మల్ని చాలా సార్లు అడిగాడు."

ఏవీ సమాధానం లేదు.

ఇంకొంచెం రెట్టిస్తూ "ఇదే నాకు రాజంని కలవడానికి చివరి అవకాశం" అని ఇందాక ప్రొఫెసర్ అన్నారు. ఆయనలాంటి మనిషి, అలాంటి మాటలు ఊరికెనే అనరు. ఇప్పుడు ఆయన్ని కలవకపోతే, మీరు జీవితాంతం బాధ పడాల్సి వస్తుంది" అన్నాను.

అతనిలో కదలిక లేదు. తల పైకెత్తకుండా నేల వైపే చూస్తున్నాడు.

"దయచేసి వచ్చి, ఒక్కసారి ఆయన్ని కలవండి. నా మాట వినండి. ఇది మీకు ఆయన్ను చూడ్డానికి చివరి అవకాశం" అన్నాను నేను.

ఒక్క ఉదుటున నా వైపు తలెత్తి చూసి, "ఆ విషయం నాకు తెల్సు" అన్నాడు.

నాకు నోట్లోంచి మాట రాలేదు. ఆ మనిషిని కొంచెం కదిలిద్దామని ఏదో మాట వరసకన్నాను కానీ అలాంటి సమాధానం వస్తుందని ఊహించలేదు.

"లేదు, నేనైతే రావడం లేదు. నన్ను వొదిలేసేయ్!" అని రెట్టించాడు.

ఒకసారి అతన్ని తేరిపార చూశాను. ఇంక ప్రయత్నించి లాభం లేదని నాకర్థం అయ్యింది. ఒక నిట్టూర్పు విడిచి, గదిలోనించి బయటకొచ్చేశాను.

కుమార్ పరిగెత్తుకుంటూ వచ్చాడు. "ఏమంటున్నాడు?" అడిగాడు.

"అతను రాడు. బలవంతం చేసి ప్రయోజనం లేదు" చెప్పాను.

సజిన్ కూడా పరిగెత్తుకొచ్చాడు. "ప్రొఫెసర్ వెళ్ళిపోతున్నాడు!" కుమార్‌తో చెప్పాడతను.

కుమార్ ఆదరా బాదరాగా బయటికి వెడుతూంటే, నేనతన్ని అనుసరించాను. డెయిసీ బాయిగారు అప్పటికే కార్లో కూర్చుని ఉన్నారు. తల బయటికి పెట్టి, "ఆయన ఇంకా అక్కడ ఏం చేస్తున్నాడు?" అందావిడ.

ప్రొఫెసర్ హాలు బయటకొచ్చి నిలబడి ఉన్నారు. ఆయన పాత విద్యార్థులు అందరూ గుంపుగా ఆయన్ని చుట్టుముట్టి ఉన్నారు. "మీరందరూ బాగా వృద్ధిలోకి రావాలి. ఆ ప్రభువు మిమ్మల్నందరినీ చల్లగా చూస్తాడు. మీ అందరినీ మళ్ళీ కలుస్తానో లేదో నాకు తెలీదు. అవతలి తీరం ఎక్కువ దూరంలో లేదని అర్థం అవుతోంది. చూద్దాం!" అని అంటూంటే ఆయన గొంతు బొంగురు పోయింది.

వెనక్కి తిరిగి కుమార్ వైపు చూశాడాయన. కుమార్ ఆయనతో పాటూ కారు దగ్గరికి నడిచాడు. "రాజం రాలేదా?" అడిగాడాయన.

"వచ్చాడు. కానీ ఎక్కడికెళ్ళాడో తెలీదు" అని సమాధానం ఇచ్చాడు కుమార్.

"తాగడానికి వెళ్ళుంటాడు. వాడికదే రాసుంది. వాడు అందరికంటే పైకెదుగుతాడనుకున్నాను. జీసస్ ఏవి రాసి పెట్టాడో తెలుసుకోకుండా నేను వాడిని ఏదో చేసేద్దావని కలలు కన్నాను..." అంటూ వలవలా కళ్ళనీళ్ళు పెట్టుకున్నాడు ప్రొఫెసర్. ఆయన ఏడుస్తూంటే మెడమీద నరాలు కదిలిపోతున్నాయి.

"ఇంక రండి. ఆలస్యం అవుతోంది" పిల్చింది డెయిసీ బాయి గారు.

కుమార్ తలుపు తీస్తే అతని భుజం పట్టుకుని ప్రొఫెసర్ కార్ పక్కన

నిలబడ్డారు. "నా గుండెలవిసి పోయేలా ఆ ప్రభువుతో వీడి గురించి మొర పెట్టుకున్నాను. ఆయన ఆలకించలేదు. నేను బతికినంత కాలం వీడి గురించి ప్రార్థిస్తూనే ఉంటాను. కుమారూ! రాజం చల్లగా ఉండాలి. వాడు దేవుడి బిడ్డ. క్రీస్తు వాడి వేదనను తనదిగా చేసుకొని భరించాలి."

కుమార్‌కి ప్రొఫెసర్ని ఎత్తి కారులో కూర్చోబెట్టినంత పనయ్యింది. తలుపు మూయగానే. కార్ చిన్నగా ముందుకెళ్ళిపోయింది. వాళ్ళు వెళ్ళినతర్వాత కుమార్ నా వైపు తిరిగాడు. "ఎంత ఒళ్ళు పొగరు! నాలుగు తగిలించి ఉండాల్సింది. దారికొచ్చేవాడు!" అన్నాడు. నేనేవీ మాట్లాడలేదు.

కుమార్ సజిన్ వైపు తిరిగి, "వ్యాన్ తీసుకొస్తావా లేదా? నీ అంతట నువ్వే పనీ చెయ్యవా, ప్రతిదీ నేనే చెప్పాలా?" అని అతని మీద విసుక్కున్నాడు. నా వైపు చూసి, "నీ సంగతేంది? ఎలా వెళ్తున్నావ్?" అడిగాడు.

"బస్సెక్కి వెడతాలే" అన్నాను నేను.

కుమార్ వెళ్ళిపోయినతర్వాత, అక్కడే నిలబడ్డాను. సమావేశానికి వచ్చిన జనం చాలా మటుకు నెమ్మదిగా బయలుదేరి వెళ్ళిపోయారు. నా వెనకాల నించున్న గుంపులో ఏదో సాహిత్య చర్చ జరుగుతోంది. ఎవరిదో గొంతు ముద్ద ముద్దగా వినపడుతోంది.

మా ఆవిడని తీసుకొద్దామని హాలు వైపు నడుస్తూంటే, వరండాలోనించి బయట నేల మీద పడుతున్న స్థంభం నీడలో, నిలబడి ఉన్న రాజం అన్న కనబడ్డాడు. అతను నన్ను గమనించలేదు. పరుగెడుతోన్న వాహనాల హెడ్ లైట్లతో, వెలుగు చీకట్ల మధ్య కొట్టుమిట్టాడుతున్న రోడ్డు వైపే, తదేకంగా చూస్తున్నాడు.

ఆ దృశ్యం చూస్తూ అలానే నిలబడిపోయాను.

రోడ్డు మీద అటూ ఇటూ వెడుతున్న కార్ల హెడ్ లైట్ల నించి వచ్చే వెలుగు, చీకటితో నిండి ఉన్న వరండాని, అపుడపుడూ స్పర్శిస్తోంది. ఆ వెలుగులో, తల కొద్దిగా పైకెత్తి చూస్తున్న రాజం అన్న కనపడుతున్నాడు. ఆయన గొంతు మీది కండరాలు బిగుసుకుని ఉన్నాయి. మనిషి చిన్నగా కంపిస్తున్నాడు. తన పంచె కొంగు చేతిలోకి తీసుకుని, ఓ అడుగు ముందుకేసి, వంగి, ప్రొఫెసర్ నడిచి

వెళ్ళిన నేలని, వణుకుతూన్న తన మునివేళ్ళతో, మృదువుగా స్పర్శించాడు.

తర్వాత తల కిందికి దించుకుని ముందుకెళ్ళి అలా చీకట్లో కలిసిపోయాడు.

♦♦♦

[మూలం: మత్తుఱు తయిర్, ఫిబ్రవరి, 7, 2011]

**ఈ కథలో ప్రస్తావించబడ్డ పద్యాలు పూతలపట్టు శ్రీరాములురెడ్డి గారు తెనుగించిన 'కంబ రామాయణం' లోనివి.*

11

పిచ్చిమాలోకం

హాస్పిటల్ రోడ్లో వెళ్తోంటే టీవీఎస్-50 గుడగుడమని శబ్దం చేస్తూ ఆగిపోయింది. బండి దిగకుండా అలానే కాళ్ళతో నెట్టుకుంటూ రోడ్డు పక్కకి తీసుకెళ్ళి స్టాండేశాను. చైన్ ఊడిపోయుంది. ఇదిప్పుడో రోత. ముట్టుకుంటే చేతులు మురికవ్వడం ఖాయం. ఎంత జాగ్రత్త పడ్డా బట్టల మీద మరకలు పడ్డం ఖచ్చితం. ఒంటిమీదుండేది తెల్ల చొక్కా. ఒకటో, రెండో నాకున్న మంచి చొక్కాలన్నీ తెలుపే! వెళ్ళేదేమో ఓ ముఖ్యమైన పని మీద.

ఇంటిగడప దాటే ఆఖరి నిమిషంలో కూడా, నాన్న చెవిలో ఊదుతూనే ఉన్నాడు. "రేయ్! అక్కడికెళ్ళి నీ తెలివితేటలు ప్రదర్శించొద్దు, అర్థమైందా? వాళ్ళది బాగా ఉన్న కుటుంబం. మన నారాయణన్ మధ్యలో ఉండబట్టి దిగొచ్చారు. పిల్ల చూడ్డానికి బావుంటుంది. వాళ్ళు కావాల్సినంత ఇస్తారు. ఇంకాస్త ఎక్కువడిగినా సరే! అసలు ఈ సంబంధం కుదిరిందంటే మటుకు ఆ దేవుడు నిన్ను చల్లగా చూసినట్టే." రాత్రంతా ఇదే గోల.

నేవెళ్ళేది అమ్మాయిని చూడ్డానికి! కాదు కాదు. వాళ్ళు 'అబ్బాయిని చూసేందుకు' నేనే వాళ్ళింటికి వెడుతున్నాను. వెళ్ళి, ఆవును బేరం చెయ్యడానికి వచ్చినట్టుగా నటించాలి. అక్కడందరికీ విషయం తెల్సు. కానీ ఏవీ తెలీనట్టు ప్రవర్తిస్తారు. నా ఒడ్డు, పొడుగు, తీరూ నచ్చితే లోపల్నించి అమ్మాయి వచ్చి - ఆవుకు తవుడు పెట్టడానికన్నట్టో, కుడితి నీళ్ళు పొయ్యడానికన్నట్టో, తన ముఖం చూపిస్తుంది. వాళ్ళది పెరువట్టార్ కుటుంబం. ఒకప్పటి కాలంలో మహారాజులకు కప్పాలు, భూమి శిస్తులు కూడా కట్టేవాళ్ళట. ఈ రోజునా వాళ్ళకున్న ఆస్తులకు తక్కువేం లేదు. మామూలుగా అయితే బయటి వాళ్ళకు, ఆ కుటుంబంతో సంబంధం కలుపుకోడం అసాధ్యం. కాపోతే వాళ్ళిప్పుడు ఒక చదువుకున్న అబ్బాయిని తెచ్చుకోవాలి అనుకుంటున్నారు. లేదంటే బయట వ్యక్తి ఒకరు వాళ్ళ ఇంటికెళ్ళి అమ్మాయిని చూడటం అన్న ప్రసక్తే లేదు.

బీ.ఏ. బీ.ఎల్. చేసి, సుబ్రమణ్య నాడార్ దగ్గర జూనియర్ లాయర్‌గా పని చేస్తున్నాను. ఆయనకు సంవత్సరమంతా కలిపి ఒక్క నాలుగు కేసులు ఒస్తే అదో పెద్ద పండగ. ఆఖరికి టీ డబ్బులు కూడా నా దగ్గర నించి లాక్కోడానికి సంశయించదు మా నాడార్‌గారు. నాకు మటుకు అంతకంటే గత్యంతరం ఏముంది? మంచి వకీలు దగ్గర జూనియర్‌గా చేరడమంటే అదో పెద్ద యుద్ధం. బడా వకీళ్ళు వాళ్ళ వాళ్ళను మాత్రమే జూనియర్లుగా చేర్చుకుంటారు, అది కూడా భార్య వైపు చుట్టం అయితేనే. నాలుగేళ్ళ క్రితం నేనేదో లాయరుగా వెలిగిపోతానని ఊహించేసుకుని నాన్నే స్వయంగా వెళ్ళి లీమన్ టైలర్స్‌లో నా కోసం ఒక కోటు కుట్టించి తీసుకొచ్చాడు. ఇప్పుడు అలాంటి కలలు కనడం మానేసి గమ్మునుంటున్నాడు.

చైన్ సరిచేసి గడ్డినేల మీద చేతులు రుద్ది తుడుచుకున్నాను. శుభ్రంగా నీళ్ళతో కడుక్కుంటే తప్ప కుదరదు. చేతులు దూరంగా చాపి, కొంచెం దూరంలో ఉన్న బడ్డీకొట్టు దగ్గరకి నడిచాను. అక్కడున్న లావుపాటి ఆవిడ బకెట్లోకి నీళ్ళచెంబు ముంచి, చేతులమీద పోసింది. అయినా ప్రయోజనం కనపడలేదు. "కొంచెం పెప్సీ పోసుకోయ్యా! జిడ్డంతా ఒక్కసారిగా వదిలిపోతుంది!" అంటూ నేను సమాధానం చెప్పేలోపల, చేతుల మీద పెప్సీ బాటిల్ ఒకటి ఒంపేసింది. మురికి అంతా ఒక్కదెబ్బకి మాయం. చేతులు కడుక్కుని తుడుచుకుంటూ ఉంటే,

అప్పుడు కనపడింది అది, చొక్కా ముంజేతి మీద... వేలి ముద్ర! ఎప్పుడు అక్కడికి ఎలా చేరుకుందో, అర్థం కాలేదు.

చిరాగ్గా టీవీఎస్ స్టార్ట్ చేస్తూ ఉంటే, ముందర ఒకాయన మాసిపోయిన గొడుగు పట్టుకుని కాళ్ళీడ్చుకుంటూ నడుస్తూండడం కనపడింది. ఒక్క క్షణం మా మాణిక్యం మామేమో అనుకున్నాను, కాదు. మోపెడ్ ఎక్కి ముందుకెడుతూ ఆ మనిషిని దాటుకుని వెళ్తూ ఉంటే, ఈయన్ను చూసి 'మాణిక్యం మామ' అని ఎలా అనుకున్నాను? అని చెప్పి తల గోక్కున్నాను. ఆయనకూ ఈ మనిషికీ అసలు పోలికే లేదు. అసలు మా మాణిక్యం మామ ఉండేది 'ఈశాంతి మంగళం'లో. ఒక్కసారిగా ఎక్కడో ఏదో వెలిగి బండి ఆపాను.

నిజమే! నేను చూసిందాయన్నే! పూమేడై రామయ్య! ఎందుకో నా బుర్రలో ఆయన్నీ మా మాణిక్యం మామనీ, ఎప్పుడూ తారుమారు చేసేస్తూంటాను.

చిత్రం ఏమిటంటే ఏ విషయంలోనూ ఇద్దరికీ పొంతన ఉండదు. మాణిక్యం మామ నల్లగా, భారీకాయంతో ఉంటాడు. ఆ చదరపు మొహం మీద పెద్ద మీసం ఒకటి తగిలించుంటుంది. ఎప్పుడూ కళ్ళు చిట్లిస్తూ నేలచూపులు చూస్తూ మాట్లాడతాడు. మాట్లాడతాడన్నానా? అన్నీ పైపై మాటలు... అదికూడా అస్పష్టంగా, గందరగోళంగా. ఎప్పుడు కనపడినా ఒకటే పలకరింత - నిజంగా పిల్లనిచ్చిన మామగారయినట్టు, "ఏం అల్లుడూ! అందరూ బావున్నారుగా!" అని. అరటితోటలూ బర్రెలూ తప్ప ఇంకేమీ తెలీదు మాణిక్యం మామకి. పూమేడై రామయ్య అందుకు పూర్తిగా వ్యతిరేకం. బక్కపల్చటి పొట్టి ఆకారం. మీసం లేని కోల చామనచాయ మొహం, ఎప్పుడూ నవ్వుతూ ఉండే కళ్ళు. తల మీద తెల్లటి గాంధీ టోపీ, ఒంటి మీద ఖాదీ లాల్చీ, ధోవతి.

పక్క జేబులో ఒక డైరీ, ఇంకేవో వస్తువులూ ఉంటాయి. వాటి బరువుకి, లాల్చీ ఒక వైపుకి లాగినట్టుగా జారి ఉంది. ఆ లాల్చీకి విచిత్రంగా ఒక పై జేబు కూడా ఉంది. దాంట్లో కొన్ని ఫౌంటెన్ పెన్నులూ, చిన్న నోట్ పాడ్, పర్సు, కళ్ళద్దాల కేసూ ఉంటాయి.

ఇప్పటిదాకా తలమీంచి తీయకుండా గాంధీ టోపీని పెట్టుకుని తిరిగే వ్యక్తిని ఈయన్ని తప్ప ఇంకెవర్నీ చూడలేదు నేను. అందుకే మొదటి సారి

చూసినప్పట్నుంచీ అలా గుర్తుండిపోయాడు. పొద్దస్తమానం ఒక తుప్పు పట్టిన సైకిలేసుకుని తిరిగేవాడు. ఆయనకున్న ఏకైక సహచరి ఆ సైకిలు. ఎందుకో ఆయన నడుచుకుంటూ వెళుతున్న పద్ధతి, నన్ను కొంత కలవరపెట్టింది. అసలు నిజంగా... నేను చూస్తున్నది ఆ మనిషినేనా? అన్న అనుమానం వచ్చింది. చాలా కష్టపడి అడుగులో అడుగు వేసుకుంటూ, నెమ్మదిగా నడుస్తున్నాడు. జాగ్రత్తగా చూశాను. ఆయనే! కానీ ఆయన మొహంలో ఎపుడూ కనిపించే ఆ కొంటెనవ్వు మటుకు కనపడ్డం లేదు. మొహం బాగా వాచిపోయి ఉంది. బుగ్గలు నున్నగా ఉబ్బి తేలి ఉన్నాయి. కళ్ళు చిన్నవై పోయి వాటి కింద గుంటలు అగుపిస్తున్నాయి.

నేను 'నమస్కారం' అని పలకరిస్తే 'వందేమాతరం!' అంటూ సమాధానం ఇచ్చాడు పూమేడై.

"ఏమైంది మీకు?"

"కాలు బాగా వాచింది" సమాధానం ఇచ్చాడు ఆయన. "ఆస్పత్రిలో చూపించుకుందామని బయలుదేరాను. చివరాఖరికి వాచిన నా ముఖం చూసి 'ఇప్పటిగ్గానీ మీ పిళ్ళై కులస్తుల కళ నీ ముఖంలో రాలేదురోయ్' అని అందరూ అంటున్నారు!'

"బండి ఎక్కండి సార్!" అన్నా నేను.

"పర్లేదు బాబు! ఎక్కడికో ముఖ్యమైన పని మీద వెడుతున్నట్టున్నావు."

"పర్లేదు, రండి. నే చెప్తున్నాగా!"

"ఈ బండి ఎక్కడం అదీ అలవాటులేదు. నీకిబ్బంది!" అంటూ మోపెడ్ మీద కష్టపడి కూర్చున్నాడు. మోపెడ్ అంత మంచి కండిషన్‌లో లేదు. లాగుతుందో లేదో అన్న అనుమానం కలిగింది. బండి ఎక్కడం అలవాటు లేదేమో ఎగుడుదిగుడుగా కూచున్నాడు పెద్దాయన. అలా కూర్చోడంతో బండి ఓ పక్కకి వంగింది.

"ఇది ఇనుముతో చేసిన గాడిద లాంటిది కదా" అన్నాడాయన.

నవ్వాను నేను.

'గాడిద, గుర్రం కంటే బరువెక్కువ మోస్తుంది...' పొడిగించాడు.

బయలుదేరాం.

"నీకు... నేనెవరో తెలిసినట్టుంది బాబూ! నా ప్రసంగాలు కానీ విన్నావా?"

"ఎక్కువ కాదు లెండి. ఒకటో రెండో."

"అంతేలే, ఎక్కువ విని ఉంటే చీదరించుకుని తప్పించుకుని దూరంగా పారిపోయేవాడివి. హహ్హాహ్హా ' అని నవ్వేశాడు. నేనూ జత కలిపాను.

'ఏం చేస్తూంటావ్?"

"నేనో లాయర్ని!"

"సివిలా? క్రిమినలా?"

"ఏదో చెప్పాలంటే ఒక్క కేసైనా వాదించాలి కదండీ?"

"భలే వాడివయ్యా నువ్వు!" అని ఫకాల్న నవ్వాడు. "ఎక్కడికో శుభకార్యానికి వెళ్తున్నట్టున్నావ్, ఈ తళతళ లాడే తెలుపు చెప్తోంది నాకు."

ప్రతిదీ బాగా గమనించేట్టున్నాడు పెద్దాయన అనుకున్నాను. "ప్రస్తుతం సగం శుభం మాత్రమే సార్, మిగతా సగం వాళ్ళ చేతుల్లో ఉంది. శుభానికి కూడా ఖరీదు ఎక్కువైపోయింది ఈ రోజుల్లో."

దానికి కూడా నవ్వాడాయన. "పుస్తకాలవీ చదివే అలవాటుందా?" అడిగాడాయన.

"ఉంది."

"ఏం చదువుతావ్?"

"కథలు."

"ఎవరి కథలు. కల్కి?"

"కల్కి ఇప్పుడెవరు చదువుతున్నారు సర్? నేను సుందర రామస్వామి కథలు చదువుతాను."

"ఓహ్! సుదర్శన్ స్టోర్ నడుపుతాడు, అయ్యర్... అతను కమ్యూనిస్టు

కదా?”

“అవును.”

“చదవడం మానొద్దు. అది నిన్నెప్పుడూ ముందుకే తీసుకెళ్తుంది! ఏం చదివినా పర్లేదు. నిన్ను చేరాల్సిన చోటుకి కచ్చితంగా చేరుస్తుంది. అరె! నా పత్రిక పట్టుకరావడం మర్చిపొయ్యాను. ‘సత్యభేరి’ ఇరవై ఎనిమిదో సంచిక వచ్చింది. దాంట్లో వళ్ళలార్ ‘దీపారాధన’ పద్ధతి గురించి రాశాను. ఓ సారి తీస్కొని చదువు.”

ఆ పత్రిక నేనెప్పుడూ చదవలేదు కానీ ఊరంతా పోస్టర్లు మటుకు చూశాను, ‘సాంఘిక దురాచారాల మీద చర్నాకోలు! అంతర్జాతీయవాదుల వేట! మధ్యే మార్గపు పత్రిక!’ అంటూ.

వచ్చే నవ్వును దాచుకుని అడిగాను “మాస పత్రిక కదా?”

“అలానే అనుకోవచ్చు. కానీ మదర్ ప్రెస్ యజమాని షణ్ముఖ నాడార్ నాన్చి సాగదీశాడంటే, మారు మాట్లాడకుండా, మాసం కాస్త మల్లె తీగలా సాగి యాభై రోజులకో, అరవై రోజులకో బయటికొస్తుంది.”

“అది సరే! మీకు ఒంట్లో బాలేదా?”

“పైకెళ్ళడానికి ఒళ్ళు తయారవుతోంది. ఇప్పుడు నాకు డెబ్భై రెండేళ్ళు. నిరసన ప్రదర్శనలు చేస్తూ చేస్తూ ఎన్నోసార్లు విపరీతంగా దెబ్బలు తిన్నాను. అదృష్టం కొద్దీ, ఇక్కడి టీ షాపుల్లో ఇంకా చిక్కటి టీ దొరుకుతోంది. ఈ శరీరంలో ఇంకా కొంత శక్తి ఏదన్నా మిగిలుందంటే ఆ టీ వల్లే. చూద్దాం! ఒకసారి పూర్తి మరమ్మత్తు చేయించుకుని దాటుకుంటే, దాటి పోయినట్టే. అలా కాకుండా ఆ పైనున్న పెద్దాయన ఈ యంత్రాన్ని మొత్తంగా తీసి పక్కన పారేద్దామనుకుంటే, అదైనా పర్లేదు.”

***

మొదటి సారి ఈయన్ను ఎక్కడ చూశానో గుర్తు చేసుకున్నాను.

ఆ రోజుల్లో మేము కొట్టారం వినాయకుడి గుడి ఎదురుగా ఉన్న ఇంట్లో కాపురం ఉండే వాళ్ళం. నేను ఒకటో క్లాసు చదువుతున్నాను. నాన్న ప్రైమరీ

స్కూల్ టీచరుగా పని చేసేవారు. ఇంటి మధ్యభాగంలో చావడి, ముందుభాగంలో వసారా అరుగులు, వెనక భాగంలో నివాసపు గదులు, పెరడూ ఉండే పాత కాలపు పెద్ద పెంకుటిల్లు అది. ఆ ఇంటిగలాయనే ఈ పూమేడై రామయ్య. ముందరున్న వసారా గదుల్లో ఒక్కదాన్ని తనకుంచుకుని, మిగతా ఇంటిని రెండు భాగాలుగా చేసి, అద్దెకిచ్చాడు. కానీ ఎప్పుడూ అక్కడికి వచ్చేవాడు కాదు.

ఒకసారి వీధిలో నిలబడి ఏవో సైగలు చేస్తూ మా నాన్నతో మాట్లాడుతూ ఉండడం చూశాను. పూమేడై చేతులు తిప్పుతూ, తల అటూ ఇటూ ఊపేస్తూంటే కథకళి చూస్తున్నట్టు తమాషాగా అనిపించింది. పక్క రోజ గాంధీ టోపీ పెట్టుకుని సైకిల్‌తో కనపడ్డాడు. ఏదో పాత తువ్వాలు తలకు చుట్టుకున్నట్టుగా ఉంది. పూమేడై! పూమేడై! అని అరుస్తూ గేలి చేస్తూ వీధిలో పిల్లలు ఆయన వెనకాల పడ్తున్నారు. సైకిల్ తొక్కుతూ రెండు చేతులూ గాల్లో వదిలేసి, "నలుదిక్కులూ స్వాతంత్రమని మ్రోగేను! మనమంతా సమానమన్నది నిశ్చయమేను!" అని గొంతెత్తి పాడుతున్నాడు. నా దగ్గరికి రాగానే ఆగి, "నిశ్చయం! ఏం నిశ్చయం అయింది?" అన్నాడు.

నాకు భయమేసి కోనార్ అంగడి వరండాలోకి పరిగెత్తాను. కోనార్ "ఏం పన్లేదా పూమేడై? పిల్లల్ని ఇలా భయపెడ్తున్నావు. ఫో ఇక్కడ్నించీ!" అన్నాడు. అలా అంటూనే నావైపుకు తిరిగి అడిగాడు, "నువ్వు బడి పంతులుగారి అబ్బాయివి కదా? వీడొక వెర్రిబాగులోడు. వాణ్ణి పట్టించుకోకు. ఆ ఏడుపాపేసి అల్లం మిఠాయి కావాలంటే చెప్పు? చిల్లరుందా?" అన్నాడు నన్ను సముదాయిస్తూ.

ఆ తర్వాత ఎప్పుడో అమ్మనడిగాను, "అమ్మా! ఆరోజు పూమేడై నాన్నతో నిలబడి సైగలెందుకు చేస్తున్నాడు?"

"వాడి గురించి మర్చిపో! వాడొక దరిద్రప్పీనుగ! పిత్రార్జితం అంతా, దీపావళి టపాసుల్లాగా కాల్చి బూడిద చేస్తూ తిరుగుతున్నాడు. తిక్క సంత... ప్రతి శుక్రవారం వాడికి మౌనవ్రతం అట. మన జోలికి రాకపోతే అదే పదివేలు" తిట్లందుకుంది ఆవిడ.

మా ఊరి జనాల మాటల్లో చెప్పాలంటే, "పూమేడైకి కొట్టారం, నాగర్కోవిల్, ఎలందైయడి ఈ ఊళ్ళల్లో అంతా ఎకరాలకెకరాల భూమి, బోలెడు ఇళ్ళూ ఉండేవి. తిరువనంతపురంలో బీఏ చదువుతానని వెళ్ళి గాంధీ టోపీ నెత్తిమీద పెట్టుకుని తిరిగొచ్చాడు. అక్కణ్ణించీ అంతా మారిపోయింది. ప్రసంగాలు, సత్యాగ్రహాలు, పోలీసులు తరుముకోడాలు, జైలు బతుకు, గట్రా! గట్రా! కన్న తల్లీ తండ్రీ కూడా వీడి మీద బెంగతోనే పోయారు. కన్నవాళ్ళ ఉసురు తగలక పోతుందా? వాళ్ళ మనోవ్యథ వీడికి శాపంగా తగిలింది. చివరికి వీడికి కూడా పిచ్చెక్కింది!"

మళ్ళీ ఆయన్ని చూసింది నేను నాగర్కోవిల్ స్కాట్ క్రిస్టియన్ కాలేజీలో డిగ్రీ చదువుతున్న రోజుల్లో. పిక్చర్ పాలస్‌లో ఏదో సినిమా చూడ్డానికి వెడుతూ వెడుతూ టైటస్ ట్యుటోరియల్ సందులోకి పాసు పోసుకోడానికని వెళ్ళాను. అక్కడ ఆ మూత్రపు మడుగులో చెక్కపెట్టె ఒకటేసుకుని దానిపై నిలబడి ప్రహరీ గోడ మీద ఏదో అంటించడానికని చూస్తున్నాడు. వెనక్కి తిరిగి ఉండడంతో మొదట నేను ఆయన్ని గుర్తుపట్టలేదు.

తెల్ల కాయితం మీద, ఎర్రటి అక్షరాలు, "ఆకస్మిక శిరోవేదనా సమావేశం" అనే శీర్షికతో. నవ్వకుండా ఉండలేకపోయాను,

"రాచరికాలు లేకుంటే దేశం సుభిక్షం అవుతుంది. 'తోటి'వాళ్ళు లేకుంటే దేశం గబ్బు పట్టిపోతుంది! ఛాందస పెత్తందారీ పాలకులారా తస్మాత్ జాగర్త! పూమేడై (మధ్యేవాది) గర్జిస్తున్నాడు. బహిరంగ సభ సాయంత్రం ఆరుగంటలకు - మున్సిపల్ మైదానంలో! రండి! అంతరాత్మ పిలుపు వినండి! కుహనా వాదులను తరిమికొట్టండి!"

అదంతా చదివిన తర్వాత కానీ నాకర్థం కాలేదు - 'ఈ గోలంతా వీధులు శుభ్రం చేస్తూ పారిశుధ్య పనులు చేసుకుంటూ పొట్ట పోషించుకునే తోటి అనే కులానికి చెందిన కార్మికులకు మద్దతుగా, ఈయన పెట్టబోయే సమావేశం గురించి' అన్న విషయం.

చెక్కపెట్టె మీదనుంచి కిందకిదిగి సంచీలోంచి గాంధీ టోపీ బయటికి తీసి తన తలమీద పెట్టుకుంటున్నప్పుడు మాత్రమే ఆయన్ని గుర్తుపట్టగలిగాను. నన్ను

చూసి నవ్వుతూ "పని చేసేటప్పుడు టోపీ తీసేస్తాను. మురికి గుంటలో దిగినప్పుడు టోపీ పెట్టుకోడం మంచిదే కానీ అది కింద పడిపోతే కష్టం గదా!" అంటూ కన్నుగీటాడు.

"నిజమే! మొదట గుంటలో పడేది అదేగా?" అన్నాను నవ్వుతూ.

"హహ్హహ్హ" అంటూ ఆయన కూడా ఒళ్ళు జలదరించేట్టు నవ్వాడు.

కొన్ని పోస్టర్లు, జిగురు బకెట్టు వీటితో పాటూ కొన్ని ఆకుకూరలు, అరటి పువ్వు, సైకిల్ మీంచి వేలాడుతూ ఉన్నాయి. గాంధీగారిలా సాత్విక ఆహారం కాబోలు!

"ఇక్కడ అంటించడం కంటే మీరు మెయిన్ రోడ్డులో పోస్టర్లు అంటిస్తే ఎక్కువ మంది చూస్తారు కదా?" అన్నాను.

"బాబూ, గత ముప్ఫయి ఏడేళ్ళ నించీ గోడలమీద పోస్టర్లు అంటిస్తున్నాను. ఇది నేను నిర్వహిస్తున్న నాలుగు వేలా ఎనిమిది వందలా పద్దెనిమిదో సమావేశం. నా అనుభవం ఏవి నేర్పించిందో చెప్తా విను - మెయిన్ రోడ్డు మీద నెమ్మదిగా వెళ్ళేవాణ్ణి ఎప్పుడన్నా చూశావా? ప్రతి వాడూ తను పోయే లోపల కుబేరుడు ధనాగారం మూసేస్తాడేమో అన్నంత వేగంగా ఉరుకులు పరుగులెత్తుతూంటాడు కదా! కానీ ఈ సందులోకొచ్చిన వాడికి వేరే గత్యంతరం లేదు. పోస్తూ పోస్తూ ఒక నిముషం అన్నా ఆగాల్సిందే. పరిగెడుతూ పోయగల్గిన వాడెవడున్నాడు?" అంటూ సైకిల్ని స్టాండ్ మీంచి ఒక తాపు తన్ని, బయటకు తీశాడు. " ఈ మధ్య అమెరికన్లు ఈ పరిగెడుతూ పోసే విషయం మీద పరిశోధనలు చేస్తున్నారని విన్నాను. అప్పుడు బళ్ళు ఈడ్చుకెళ్ళే ఎద్దుల్లా, మనిషి కూడా రోడ్డు మీద ఈసీజీ గీతల్లా మూత్రిస్తూ ముందుకెడతాడు" అన్నాడు ముగిస్తూ.

ఆయన సమావేశానికి వెడదామని నిశ్చయించుకున్నాను. శనివారం సాయంత్రం సైకిల్ వేసుకుని మున్సిపల్ గ్రౌండ్‌కు వెళ్ళాను. వెళ్ళేటప్పటికి టైము పావు తక్కువ ఆరైంది. ఒక్క పిట్ట కూడా ఆ పరిసరాల్లో కనపళ్ళేదు. స్టేజీ, లైట్లూ అంటూ ఏవీ లేవు. అరటిపళ్ళు అమ్ముతూ కొంతమంది ముసలమ్మలు కూర్చుని ఉన్నారు. చాలా సైకిళ్ళు నిలబెట్టి ఉన్నాయి. సమావేశం రద్దయినట్టుగా ఉంది.

ఈడ్చుకుంటూ ఇంత దూరం వచ్చినందుకు, కనీసం బగ్గి శంకరం షాపుకి వెళ్ళి పప్పు చెక్కలు తిని అల్లం కాఫీ తాగుదామని నిశ్చయించుకున్నాను. అక్కడ నిలబడి తింటూంటే క్లాక్ టవర్ వైపు నించి పూమేడై సైకిల్ మీద రావడం చూసాను.

అదే సైకిలు, అదే లాల్చీ, అదే టోపీ. కానీ బట్టలు శుభ్రంగా గంజి బెట్టి ఇస్త్రీ చేసినట్టు తెల్లగా తళతళలాడుతున్నాయి. సైకిల్ వెనకాల ఒక దేవదారు చెక్కతో చేసిన పెట్టె, ముందర కుడి వైపు హేండిల్‌కి ఒక చిన్న లౌడ్-స్పీకరు తగిలించి ఉన్నాయి. ఎడమ వైపు ఒక పెట్రోమాక్సు లైట్ ఉంది. రెండు పెద్ద సంచులు హేండిల్ బార్‌నుంచి వేలాడుతున్నాయి. మితిమీరిన భారం వల్ల సైకిల్ ఒక పక్కకి ప్రమాదకరంగా ఒరిగిపోయి ఉంది. ఎదురైన వాళ్ళని కొంతమందిని నమస్కారంతో కొంతమంది వైపు తల పంకిస్తూ, పలకరిస్తూ చిరునవ్వుతో వస్తున్నాడు. నా పక్కనించి వెడుతూ తల ఊపుతూ ఒక చిరునవ్వు పారేశాడు. కానీ నన్ను గుర్తు పట్టలేదన్నది స్పష్టం!

ఆయన ఆపినప్పుడు సైకిల్ నేలమీదకి ఒరిగింది. పైకి లేపి నిలబెట్టి స్టాండ్ వేశాడు. చెక్కపెట్టెకి కట్టిన తాళ్ళను విప్పి దాన్ని మోసుకుంటూ మైదానానికి ఉత్తరం వైపు చివరికంటా తీసుకెళ్ళి, నేల మీద పెట్టాడు. ఆ పెట్టె అటు ఇటు ఊగకుండా రెండు బల్లపరుపుగా ఉండే రాళ్ళు అటొకటి ఇటొకటి అడ్డంగా పెట్టాడు.

అప్పటికే ఒక పది పదిహేను మంది చుట్టూ చేరారు. ఎవరో నవ్వుతూ ఎగతాళిగా అన్నారు:. “ఏయ్ పూమేడై! ఈసారి ఎవర్నైనా పాకీదాన్ని దగ్గర తీశావా?”

ఆ మాటలు ఏవీ ఆయన చెవిన పెట్టుకున్నట్టనిపించలేదు. ఒక వైరు తీసుకెళ్ళి పక్కనున్న బడ్డీ కొట్టు స్విచ్ బోర్డులో దూర్చాడు. తన దగ్గరున్న లౌడ్ స్పీకర్ని అక్కడే ఉన్న వేప చెట్టు మీదకెక్కి ఒక కొమ్మకు కట్టేశాడు. చెట్టు దిగి, రెండు చేతులూ దులుపుకొని చెక్కపెట్టెకు దగ్గరలో ఉన్న ఇంకో కొమ్మకు, ఒక పెద్ద బల్బు తగిలించి స్విచ్చి ఆన్ చేశాడు. వైర్ తీసుకొచ్చి లౌడ్ స్పీకరుకు తగిలించాడు. పెట్రొమాక్స్ లైట్ ఆన్ చేసి మంట పూర్తిగా తెల్లగా మారేదాకా ఉఫ్, ఉఫ్ అని

గట్టిగా గాలి కొట్టాడు. ఓ యాభై అరవై మంది పోగయ్యారు. బడ్డీ కొట్టు దగ్గర టీ దుకాణం దగ్గర నిలబడున్న వాళ్ళను కూడా లెక్కెయ్యాలేమో? అందరూ ఆయన పని చేస్తూంటే చూస్తున్నారు కానీ సహాయం చెయ్యడానికి ఒక్కడు కూడా ముందుకు రావడం లేదు. ఉదాసీనంగా తమాషా చూస్తున్నారు.

ఆయన సమావేశం మొదలుపెట్టేటప్పటికి ఆరున్నర కావచ్చింది. మైకు చేతిలో పట్టుకుని ఓ రెండు క్షణాలు కళ్ళు మూసి చిన్నగా గొణిగినట్టుగా, "వందే మాతరం!" అన్నాడు. మళ్ళీ వెంటనే "వందే మాతరం! వందే మాతరం!" అని గొంతు హెచ్చించి నినాదాలు చేశాడు. ఒకట్రెండు సార్లు ఊపిరి తీసుకుని పాట పాడడం మొదలు పెట్టాడు. స్పష్టమైన ఉచ్ఛారణతో, కంచుకంఠంతో పాడుతున్నాడు.

దేశం ముందుకు ముందుకు!

మంచిని పంచుకు పంచుకు!

ద్వేషం ఎందుకు ఎందుకు!

ప్రేమే చెంతకు చెంతకు!

పాట చివరికి రాగానే మళ్ళీ ఓ రెండు క్షణాలు కళ్ళు మూసుకున్నాడు. చిరునవ్వుతో తలనటూ ఇటూ తిప్పుతూ జనాలనందరినీ ఒక సారి పరికించాడు. మరుక్షణం చప్పట్లతో తాళం వేస్తూ ఖంగుమంటున్న స్వరంతో ఇంకో పాట అందుకున్నాడు.

అయ్యలూ, నా సాములూ!

అయ్యో అయ్యయ్యో నా సాములూ!

ఆలోచించండి, ఆలోచించండి, సాములూ!

మందలం కాదు మనం మనుషులం!

ఆలోచించండి, ఆలోచించండి, సాములూ!

పాట పూర్తి కాగానే ఏదో సంభాషణ కొనసాగిస్తున్నట్టుగా మాట్లాడ్డం మొదలు పెట్టాడు. "అయ్యలారా! విషయం ఏంటంటే, మొన్నీ మధ్య కొత్త చట్టం ఒకటి ప్రవేశపెట్టబడింది. అదేం చెప్తోందంటే, 'ఇంతకు ముందులా వడచ్చేరి

బజారులో చెత్త ఎత్తి చిమ్మి శుభ్రపరిచే పని ఒక 'తోటి'లే చేసే అవసరం లేదు. వేరే వాళ్ళు కూడా ఈ పని చెయ్యడానికి దరఖాస్తు చేసుకోవచ్చు.' భలే! భలే! చివరికి మన దేశంలో సమానత్వం చోటుచేసుకోవడం ఎంత అద్భుతమైన విషయం? ఓ సారూ వింటున్నారా! ఇది ఎంత గొప్ప వార్త! మహాత్మా చెప్పింది కూడా ఇదే... పాలించేవాళ్ళు కూడా తప్పనిసరిగా తమ చేతులకు మట్టి అంటించుకోవాలని... రాజు కూడా 'తోటి' వాడు చేసే పని చెయ్యడానికి ముందుకు రావాలని. సరే బావుంది! అప్పుడు 'తోటి' వాడు ఏం పని చేసుకు బతకాలి? చెప్పండి సారూ! మనం వాళ్ళకి అద్భుతమైన చదువులు చెప్పించేస్తున్నాం కదా? వాళ్ళ నాలికల మీంచి ఇంగ్లీష్ ప్రవహించేస్తోందిగా. ఓహ్! మంచి మంచి ఇళ్ళు కూడా వాళ్ళకి కట్టించడం పూర్తయి పోయింది. ఎంత గొప్ప విషయం? వాళ్ళు ఇప్పుడు ఇళ్ళల్లో సుఖంగా కుర్చీలేసుకుని కూర్చుని రేడియో వినేస్తున్నారు. ఇంతటితో మనం ఆగొద్దు! ముమ్మందు వాళ్ళకు గొప్ప ఉద్యోగాలు కూడా ఇప్పిచ్చేద్దాం! మున్సిపల్ కమిషనర్ని చేసేద్దాం! లేదనుకుంటే, ఒక ప్రత్యేక కార్యదర్శిని చేసేద్దాం, ఇదంతా ఎందుకు కౌన్సిలర్ని కూడా చేసేస్తే పోలా? ఏవంటారు?"

ఆయన చెప్పేదాంట్లో విషయం ఉందనిపించింది నాకు.

"మురికి కాల్వలు శుభ్రం చేయడం, మార్కెట్లోని చెత్తను ఎత్తివెయ్యడం, ఇవి రెండూ పారిశుధ్య పనుల కిందికే వస్తాయి. ఈ చట్టం అమలులోకి వస్తే, మిగతా కులస్తులు తెలివిగా మార్కెట్లో చెత్త తీసే పనికి మాత్రం, పోటీకి వచ్చి 'తోటి' లను బయటకు తోసేస్తారు. మార్కెట్లో నించి ఎత్తి వేసే అన్ని రకాల చెత్తకూ మంచి గిరాకీ ఉంటుంది కదా. డబ్బులే! డబ్బులు. అక్కడ నించీ వచ్చే ప్రతి పైసా జేబులో వేసుకుని మురికి కాలవ పని మటుకు, తోటీలకు వదిలేస్తారు," అన్నాడాయన ముగిస్తూ.

ప్రసంగం పూర్తి చెయ్యంగానే ప్రశ్నలు మొదలైపోయినాయి.

'ఏందయ్యా నువ్వనేది? 'తోటి'లు మటుకే మార్కెట్ పని చెయ్యాలంటావా?" అన్నారెవరో.

"వాళ్ళ పని వాళ్ళను చెయ్యనివ్వండి. వాళ్ళు సరిపోకపోతే, అప్పుడు వేరే

వాళ్ళను తీసుకొద్దాం.” అన్నాడు పూమేడై.

భుజం మీద ఎర్ర కండువా వేసుకుని ఉన్న ఒకాయన, “అంటే గాంధీ చెప్పినట్టు, ఎవడి కులవృత్తి వాడు చేసుకోవాలంటావ్” అన్నాడు.

తొట్రుపాటు లేకుండా సమాధానం ఇచ్చాడు, పూమేడై, “ అవును కామ్రేడ్! గాంధీ మరుగుదొడ్లు కడిగి పెంటను ఎత్తిపోశాడు. ఎందువల్లనంటే ఆయన ‘తోటి’ కులంలో పుట్టాడు! ఏ ప్రపంచంలో బతుకుతున్నావ్ నువ్వు?” అంటూ ఎగతాళిగా నవ్వుతూ, తన చెయ్యి అతని వైపే చూపిస్తూ, ఒక అర నిమిషం అలానే ఉండిపోయాడు పూమేడై. అందరూ ఆ ప్రశ్న వేసిన కామ్రేడుకేసి తిరిగిచూసి ఫక్కుమని నవ్వారు.

“‘తోటి’ వాడు ఈ పని వదిలేయాలంటే, వాడికి ముందు ఇంతకంటే మంచి ఉద్యోగం ఒకటి చూపించు. లేకపోతే వాళ్ళకు చేసుకోడానికి ఈ పని కూడా లేకుండా పోయి, నీలాగా వీధుల్లో అడక్క తింటారు. ఎర్ర పోస్టర్లు గోడ కంటించి ‘జిందాబాద్’, అని ఓ అరుపు అరుస్తే, మీ పార్టీ పెద్దలు, నీ మొహం మీద చిల్లర డబ్బులు విసురుతారేమో. ‘తోటి’ వాళ్ళకి ఆ అదృష్టం కూడా లేదు!” అని కొనసాగించాడు పూమేడై.

“ఏయ్ పూమేడై! నువ్వే వెళ్ళి ఆ పెంటంతా మొయ్యి!” ఎవరో అరిచారు జనాల్లోంచి.

పూమేడై అతని వైపు తిరిగాడు. “ఏం? ఎందుకు మొయ్యగూడదు? రోజూ మా ఇంట్లో మరుగుదొడ్డి నేనే కడుగుతాను. తాను విసర్జించినది వేరే వాడొచ్చి శుభ్రం చేయాలనుకునే వాడు, మరుజన్మలో అశుద్ధం తినే పందిగా పుడతాడు. అయినా ఇప్పుడు నేను మాట్లాడుతోంది నీతో కాదుగా, వచ్చే జన్మలోని నీ అవతారంతో - “ఏయ్ పందీ! పో ఇక్కణ్ణించి!”

ప్రశ్న వేసిన మనిషితో సహా, అందరూ పొట్టచెక్కలయ్యేలా నవ్వారు.

ఏదో కేతిగాణ్ణి చూసినట్టు చూస్తున్నారందరూ, పూమేడైని. ఆయన గంభీరంగా చేస్తున్న ప్రతి ప్రకటనకీ పగలబడి నవ్వుతున్నారు. నిజం చెప్పాలంటే ఎప్పుడు ఎగతాళిగా మాట్లాడుతున్నాడో, ఎప్పుడు ‘విషయం’ మాట్లాడుతున్నాడో, అర్థం కావడం లేదు. ఎనిమిది గంటలకల్లా సమావేశం

ముగిసింది. ముగిసిన వెంటనే సామాన్లన్నీ తనొక్కడే సర్దుకోడం మొదలెట్టాడు.

నేను కూడా ఒక చెయ్యి వేద్దామనుకున్నా కానీ 'ఎవరైనా చూస్తే?' అన్న ఆలోచనొచ్చి, ఆ ప్రయత్నం విరమించుకున్నాను. బడ్డీ కొట్టతనికి కరెంటు వాడుకున్నందుకు డబ్బులిచ్చి, ఒక సోడా తాగి సైకిల్ తోసుకుని వెళ్తూ వెళ్తూ, టీ బంకు దగ్గర నిలబడున్న నన్ను చూశాడాయన. చూసి నవ్వాడు. అయితే గుర్తు పట్టినట్టు లేదు.

దాని తర్వాత ఇరవై ముప్ఫయిసార్లు అయన ప్రసంగాలు విని ఉంటాను. ఒక్కోసారి 'ఈయన మాటల్లో గొప్ప ఉద్వేగం ఉంది' అనిపించేది. కొంతసేపటి తర్వాత, లేని శత్రువుని ఊహించుకుని బాణాలు సంధిస్తున్నాడేమో అనిపించేది.

కొన్ని రోజుల తర్వాత నాకు అర్థమైంది - సమాజం ఆయనకు నిశ్శబ్దంగా స్పందిస్తోంది! అని.

ఎప్పుడూ తన ప్రసంగాల్లో సామాన్యుల ఇబ్బందుల గురించే ప్రస్తావిస్తూ ముఖ్యమైన విషయాలను వెలుగులోకి తీసుకువచ్చేవాడు. ఎక్కడ ఏ తప్పు జరుగుతున్నా, మొదట తనే జనబాహుళ్యంలో ప్రస్తావించి, ప్రశ్నించేవాడు. దీని వల్ల ఎవరైతే ఆ సమస్యను ఎదుర్కుంటున్నారో వాళ్ళందరూ సంఘటితమయ్యే వాళ్ళు. విషయం ప్రాచుర్యంలోకి వచ్చి అన్ని కోణాల్లో చర్చ జరిగేది. చివరికి ఆ సమస్యకు ఒక సమాధానం దొరికేది.

రెండేళ్ళ క్రిందట కనకం అనే ఆవిడ, ఫాస్ట్ ట్రాక్ కోర్టుకి జడ్జీగా నియమితులయ్యారు. రావడంతోనే ఆమె కోర్టుగదిలో అందరి ముందరా "నేనేది రాస్తే అదే చట్టం! ఏ జడ్జిమెంటుకి ఎవరు ఎంత ఇవ్వాలో కూడా నా ఇష్టం!" అంటూ ప్రకటించింది. ఓ బలమైన కులానికి చెందిన ఆవిడకి, తన కులస్తులనించి మంచి తోడ్పాటు ఉండడమే కాకుండా, రాజకీయంగా కూడా బాగా పరపతి ఉంది. లాయర్లలో సగంమంది ఆమెతో బేరాలు కుదుర్చుకున్నారు. మిగతా సగం కోపంతో ఊగారు తప్ప ఏమీ చెయ్యలేక పోయారు. ప్రతి విషయంలో తన మాటే చెల్లాలని శాసించేది ఆవిడ. ఈ వార్త పూమేడై చెవిలో పడగానే, ఊరంతా పోస్టర్లు అంటించి తన సమావేశంలో ఆవిడని ఎండగట్టాడు. ఏదైతే అప్పటిదాకా గుసగుసలాడుకునే వాళ్ళో, ఆ

విషయం టీ బంకుల దగ్గర జరిగే చర్చల్లోకి ప్రవేశించింది. ఊరు ఊరంతా, ఆమె గురించి కోడై కూయడం మొదలెట్టింది. ఆవిడ తన మొహం బయట చూపించుకోలేక పోయింది. నాలుగు నెలల్లోనే హైకోర్టు ఆమెని ఒక మారుమూల ప్రాంతానికి బదిలీ చేసింది.

***

మోపెడ్, హాస్పిటల్ ముందు ఆపాను. "లోపలకి వెళ్ళే ముందర టీ తాగుదామా?" అడిగాను.

"పర్లేదు, బాబూ! ఇప్పటికే నువ్వు చాలా చేశావు. ఇక్కడ దిగేసి నా పాటికి నేను పోతాను" అన్నాడాయన.

"నేను తీసుకపోతాలెండి. టీ తాగి పోదాం."

"సరే నీ ఇష్టం. అయితే నువ్వు డబ్బులిచ్చేట్టయితే నేను తాగను. నా టీకి నేనే డబ్బులిస్తాను."

నేను ఏదో అనే లోపలే, "ఇదంతా, పూమేడై ఉప నిబంధనల్లో రాసుంది. రూలు నంబర్ ఎనిమిది, చూడు!" అని జేబులోంచి ఒక కాయితాన్ని బయటకు లాగాడు. నలిగిపోయి, దళసరిగా ఉన్న ఆ కాయితం మీద 'పూమేడై సంఘ రాజ్యాంగ చట్టాలు' అనే శీర్షిక కింద వరసగా నంబర్లు వేసి, కొన్ని వింత నియమాలు ముద్రించి ఉన్నాయి.

సేవలు చెయ్యి, ప్రశ్నల బాంబులు వెయ్యి!

అవగాహన పెంచు, అలసటను చంపు!

'తోటి' కి సమానత్వం కల్పించు!

ఇలా సాగినవాటిలో ఎనిమిదో నంబరు పక్కన ఇలా రాసుంది 'అడుక్కుతినొద్దు!అమ్ముకు తిను!'

మొత్తం ఇరవై నియమాలున్నాయి. అన్నిటికన్నా కింద 'తీర్మాన స్వీకారం జరిగిన తేదీ - అక్టోబర్ 2, 1948' అని రాసుంది. సాక్షి సంతకం కింద ఇద్దరి వేలిముద్రలున్నాయి. 'సుండన్, గుణమణి', అని ఇద్దరు ఎవరో అనామకులు. వస్తున్న నవ్వును ఆపుకోడానికి పక్కకి తిరిగాను.

"నీకు టీ ఇప్పించడానికి నా దగ్గర డబ్బులు లేవు!" అన్నాడాయన.

షాప్ లోపలికి వెళ్ళి రెండు టీలు ఇమ్మని అడిగాను. "మంచిగా, పల్చగా చెయ్యి అమ్మా!" అన్నాడు, పూమేడై. బెంచీ మీద కూర్చుని, భారీగా శ్వాస తీసుకుంటూ, ఆస్తమా రోగిలా కనిపిస్తున్నాడాయన.

"అమ్ముకు తిను - వినడానికి బానే ఉంది కానీ, అమ్మడానికి ఏమన్నా మిగిలుందా?"

"సైకిలుందిగా! పాత మోడలే కానీ గట్టిపిండం. రెండో ప్రపంచ యుద్ధానికి కూడా పోయొచ్చింది."

"మరి మైకు సంగతి ఏవిటి?"

"అది కిందటి నెలలో వెళ్ళిపోయింది. ఇప్పుడు 'రేపే లక్కీ డిప్! రేపే లక్కీ డిప్!' అని అరుచుకుంటూ ఊరంతా తిరుగుతూ ఉంటుంది. అది వినంగానే, "అరేయ్! మునగాలంటే ఇప్పుడే మునుగు! రేపనేది ఉందో లేదో!" అని నేనూ అరుస్తూ ఉంటాను.

"అయితే ఇంక సమావేశాలు లేవనమాట!"

"ఆ! అంత తొందరగా వదిలిపెడతామా మనం. ఇప్పుడు నా దగ్గర ఓ పెద్ద బూర మైకుంది. క్లాక్ టవర్ కింద నిల్చుని ప్రసంగిస్తూంటే, ఇప్పుడు సాక్షాత్ 'కలైవాణర్ ఎన్. ఎస్. కే. గారు' శ్రోతగా నా ముందు నిలబడుంటారు. అంతకంటే ఏం కావాలి? అంత మహానటుడూ చేతులు వెనక్కి కట్టుకుని, విగ్రహరూపంలో ఉంటాడాయే. పాపం రాళ్ళు వెయ్యాలన్నా వెయ్యలేడు. ఇంక నన్ను ఆపేదెవరు?"

"ఇప్పుడు ఉన్న ఉద్యోగమల్లా పెద్దవాళ్ళు ఇచ్చిన ఆస్తిని కరిగించుకు తినడమన్నమాట!"

"ఏంది బాబూ, నీ అమాయకత్వం. అక్కడికి వాళ్ళేదో చెమటోడ్చి కష్టపడి సంపాదించేసినట్టు. ఇదంతా అభాగ్యుల మీదా అన్నార్తుల మీదా అజమాయిషీ చేసి సంపాదించిందేగా. ఎండాకాలంలో సంపాదించింది, వానాకాలంలో పోవాల్సిందేగా! 'చేయఁదగిన విధులఁ జేయుటే ధర్మంబు, ధర్మమెడలి బ్రతుకఁ

దగవు గాదు' అని మహాత్ముడు తిరువళ్ళువర్ చెప్పలేదూ?"

"మీరు చెబుతున్న విషయానికీ, తిరువళ్ళువర్ చెప్పిందానికీ సంబంధం ఏవన్నా ఉందా?" చిరాగ్గా అడిగాన్నేను.

"అదేదో అక్కడికి ప్రతివాడూ తిరుక్కురళ్‌ను సందర్భోచితంగా ప్రస్తావిస్తున్నట్టు! ఎప్పుడు గుర్తొస్తే అప్పుడు ఓ రెండు వాక్యాలు వల్లించలేకపోతే, అసలు అలాంటి వాటికి ప్రయోజనం ఏముంది? అది సరే, నన్నయితే అడుగుతున్నావ్! ఆ కరుణానిధి విచ్చలవిడిగా ఎక్కడ పడితే అక్కడ ఇలాంటివి వెదజల్లుతాడుగా! ఆయన్ని అడిగే ధైర్యం ఉందా నీకు?"

టీ వచ్చింది. చప్పుడు చేసుకుంటూ టీ తాగాడు.

"మీరు స్వతంత్ర పోరాటంలో పాల్గొన్నారుగా. పింఛను వస్తుందనుకుంటా?"

"అదో వింత!" నవ్వాడాయన. "1946లో మొట్టమొదట జైలుకెళ్ళా నేను. అప్పుడు యూనివర్సిటీ కాలేజీలో చదివే వాణ్ణి. ఓ రోజు పొద్దున్న మా కాలేజీకి బోధేశ్వరన్ వచ్చాడు. కవయిత్రి సుగతకుమారి ఉన్నారే, వాళ్ళ నాన్నగారు. చట్టంపి స్వామిగారి శిష్యుడు ఆయన. తెల్ల గడ్డంతో, పొడుగాటి ఖాకీ చొక్కా, ఖాదీ ధోవతి వేసుకుని ఎర్రటి ఎండలో నిలబడి ప్రసంగించాడు. ఆయన ఉపన్యాసం వినాల్సింది నువ్వు. ఎంత ఉద్వేగంతో ప్రసంగించాడనుకున్నావ్? ఓ మూడు నాలుగు వందల మంది విద్యార్థులు పోగైయుంటారు ఆరోజు. 'నగ్నంగా దేశమాత నిలబడి ఉంటే, నీకెందుకు ఈ చదువులు తెచ్చి పెట్టే తలపాగాలు?' అని గర్జించాడు. ఆ రోజే ఉద్యమంలోకి దూకాను. అప్పట్నుంచీ ఎన్నో చోట్ల ఎన్నెన్నో ఉద్యమాల్లో పాల్గొన్నాను. ఒకసారి నాగర్కోవిల్లో సత్యాగ్రహం చేస్తే, నాతో బాటూ అరెస్ట్ అయిన వాళ్ళల్లో తేరూర్ శివన్‌పిళ్ళైగారు, ఈత్తవిళై అర్జునన్ నాడార్‌గారు లాంటి స్వాతంత్ర పోరాట యోధులంతా ఉన్నారు. ఆ రోజుల్లో జైలు వేరే చోట ఉండేది. ఫైర్ స్టేషన్ పక్కనుండే ముత్తు సినిమా హాల్‌ని కోర్టుగా, మళ్ళీ పోలీసు స్టేషన్‌గా కూడా వాడుకునే వారు. దాని పక్కనుండే షెడ్లు జైలు గదులన్నమాట. నాతో పాటూ ఇంకో ఎనిమిది మందిని, రెండూ చేతులూ గుడ్డతో కట్టేసి, పోలీస్ స్టేషన్‌కి తోలుకెళ్ళారు. మమ్మల్ని తీసుకెళ్ళిన ఇనస్పెక్టర్

పేరు నారాయణ్ నాయర్. తరువాత ఆయన ఎస్పీగా రిటైర్ అయ్యాడు. నేను ఎప్పుడు కనపడినా, 'రేయ్ పూమేడై! మాదర్ఛోద్! నాతో చేయికలిపి వినయంగా ఉంటే నీకీ ఈ గొడవలు ఉండవు' అని సలహా ఇచ్చేవాడు. దానికి నాదెపుడూ ఒకటే సమాధానం, "సారూ! గాంధీగారి ప్రబోధంతో అంతరాత్మకు విరుద్ధంగా జీవించడంకంటే చావడం మంచిదని శపథం పూనినవాడిని" అని.

"ఒక సారి ఏం చేశాడంటే - బజార్లో నిలబడి దారిన పోయే వాళ్ళందరిమీదా, చర్నాకోలుని ఝళిపించడం మొదలు పెట్టాడు. సంత వైపు వెళ్ళే అమాయకుల్ని కూడా వదిలిపెట్టడం లేదు. ఒక ముసలి బెస్తలావిడ, అటు వైపు వస్తోంటే ఆమె మీదకు దూకబోయాడు. అది చూసి ఊరకే ఉండలేక పోయాను. "ఏయ్! కొట్టాలంటే, తన్నులు తినడానికి సిద్ధంగా ఉన్న నాలాంటి వాళ్ళ మీదబడు" అని అరిచాను. "ఆమెను కొడితే ఏం చేస్తావ్?" అని సవాలు విసిరాడు. "కొట్టి చూడు. తెలుస్తుంది." అన్నాను.

"ఆమెను కొట్టడానికి, చర్నాకోలు పైకెత్తాడు. "అయ్యో!" అని కేక పెట్టిందావిడ. "హేయ్! హేయ్! హేయ్!" అని ఎద్దులబండివాడిలా అదిలించినట్టుగా కేక పెట్టాను. మళ్ళీ చెయ్యెత్తాడు. "హేయ్! హేయ్!హేయ్!" అని మళ్ళీ కేక పెట్టాను. అక్కడున్న జనమంతా పగలబడి నవ్వారు. తీవ్రమైన కోపంతో ఊగిపోయాడు. ఒళ్ళంతా పొగరు నిండిన నాయర్ కదా! తనని ఒక ఎద్దుల బండివాడి కింద జమ కడితే ఎలా తట్టుకోగలడు?

"చర్నాకోలు పక్కన పారేసి నన్ను కిందకుతోసి కాలితో ఎడాపెడా తన్నడం మొదలెట్టాడు. అలానే నా చెయ్యి లాగిపట్టుకుని రోడ్డు మీద ఈడ్చుకెళ్ళాడు. నా పంచె, గోచీ ఊడిపోయాయి. ఒంటి మీద ఏవీ మిగల్లేదు. ఆ రోజుల్లో నేను చొక్కా వేసుకునే వాణ్ణి గాదు. నేను దొంగబిచ్చగాడినని కేసు రాసి, లాక్కొచ్చి లోపల పడేశాడు. జైలు ఆవరణలో సాక్షాత్తూ శివన్ పిళ్ళైగారి పక్కనే చాలా సేపు పడున్నాను. ఒళ్ళంతా దుమ్ము కొట్టుకొని పోయుంది. ఆయన నన్ను గుర్తు పట్టలేదు. స్పృహ రావడానికి ఒక రోజు పట్టింది. నాలుగైదు రోజుల తర్వాత శివన్ పిళ్ళై నన్ను చూశారు. తరవాత సుచీంద్రం గుళ్ళో హరిజనుల ప్రవేశానికి పోరాడిన పెద్దాయన ఎమ్. ఈ. నాయుడు జైలుకి వచ్చి, మా విడుదల గురించి అధికారులతో మాట్లాడారు. అప్పుడు మమ్మల్ని రాజకీయ ఖైదీలుగా

పరిగణించాలని పిటిషన్ పెడితే, ఇంకో పెద్దమనిషిని పంపించారు. వచ్చినాయన, అసలు సిసలు పిళ్ళై, పెద్ద విభూతి రేఖలు, మధ్యలో కుంకుమ బొట్టు. ఆయనెవరో కాదు, మన డాక్టర్ ఆనంజ పెరుమాళ్ ఉన్నారే, ఆయన తండ్రి! వివరాలు అన్నీ కనుక్కున్న తర్వాత, గొంతు తగ్గించి, రూఢి చేసుకోడానికి అడిగాడు నన్ను, "ఏవిటి మీరు? పిళ్ళైలా?" అని.

"కానీ శని నా నాలిక మీదే ఆడుతూంటాడుగా! ఆ దరిద్రుడు, గమ్మునెందుకుంటాడు? "లేదు! కిందటి నెల డబ్బులిచ్చి కులం మార్పించుకున్నాను. ఇప్పుడు తోటి కులం!" అన్నా నేను. ఒక మాంచి రిపోర్ట్ రాశాడాయన. దాని తర్వాత, జైల్లో జేబుదొంగగా ఒక ఎనిమిది నెలలు ఉన్నాను."

"అదేం తెలివితక్కువతనం! ఇలాంటి పనులు చేసేటప్పుడు, చేతిలో తగిన కాయితం పెట్టుకుని తిరగొచ్చుగా? అవేవీ లేకుంటే మీరు జేబుదొంగో, దేశభక్తుడో ఎవడు చెప్పగలడు?"

"అసలెందుకు ఎవడి దగ్గరకైనా వెళ్ళడం? నిన్న స్వాతంత్ర్యం కోసం పోరాడిన వాళ్ళు, ఈ రోజు జేబు దొంగలయ్యారు. దానర్థం, నిన్నటి జేబుదొంగలు, ఈరోజు దేశభక్తులనేగా?"

"మీకు నిజంగానే పిచ్చెక్కింది!"

"అది సరేలే! అదిప్పుడు నువ్వు కొత్తగా చెప్పేదేముంది? అందరికంటే ఆ విషయం ముందు కనిపెట్టింది మా అమ్మ. "రేయ్! నీలాగే ఆ గాంధీకి కూడా కొంచెం బుర్ర తక్కువటగా? దాన్ని దాచుకోడానికే టోపీ పెట్టుకు తిరుగుతాడటగా" అని ఓ రోజు నెమ్మదిగా నన్నడిగింది? హహ్హాహ్హా."

"అదే. ఈ నవ్వుకోడమే ఇప్పుడు మీకు కావాల్సింది" అన్నాను పైకి, లోపల జాలి పడుతూ.

"నేను నవ్వింది అందుకు కాదు. నేనెప్పుడు కనిపించినా వాళ్ళ జేబులు తడుముకుంటూ అక్కడ జైలర్లు చాలా జాగర్తగా ఉండేవాళ్ళు... హహ్హాహ్హా."

"ఒక విషయం చెప్పండి నాకు! శివన్ పిళ్ళైగారు ఇప్పుడు మీ గురించి ఒక

మాట చెప్తే, ఏదో కొంత పింఛను రాదూ?"

"ఏం మాట్లాడుతున్నావ్? అసలు ముందు, ఆ శివన్ పిళ్ళైని పట్టించుకునే వాణ్ణి ఎవర్నైనా ఒకణ్ణి చూపించు. స్వాతంత్ర్యం తర్వాత, అందరూ ఆయన్నెప్పుడో మరిచిపోయారు. 1953లో ఉద్యమ నాయకుడు నేసమణి, ఆయన ముఖ్య అనుచరుడు దాణులింగ నాడార్‌తో కలిసి, నాగర్కోవిల్ ప్రాంతాన్ని తమిళనాడులో కలపడానికి చేసిన ఉద్యమంలోకి దూకాను. మళ్ళీ నిరసనలూ, ప్రదర్శనలూ... తమాషాగా, అప్పుడు కూడా నన్ను పట్టుకు చావగొట్టింది, నారాయణ్ నాయర్ అవ్వడం, నాకు చాలా సంతోషాన్ని ఇచ్చింది. అప్పటికి అతనికి ప్రమోషన్ కూడా వచ్చింది. మక్కెలిరగదన్ని పోలీస్ వ్యాన్లోకి విసిరేశాడు. ఎంతైనా పాత స్నేహితుడు గదా! పలకరిద్దాం అనుకుని, "ఎలా ఉన్నారు సార్?" అని అడిగాను. అలా అడిగినందుకు ఇంకో రెండు తగిలించాడు. నేరుగా కోర్టుకి తీసుకెళ్ళారు. ఈ సారి నిలబడింది మన స్వతంత్ర్య భారత దేశపు కోర్టులో. నెత్తి మీద ఒక సీలింగ్ ఫాన్ కూడా తిరుగుతోంది. అలాగే, మన్ను తింటూ పట్టుబడ్డ పిల్లాడిలా నవ్వుతోన్న గాంధీగారి ఫోటో కూడా ఒకటి, గోడ మీద వేలాడేసి ఉంది. అవి పక్కన పెడితే బ్రిటిష్ కాలం లానే అదే బిళ్ళ బంట్రోతు! అదే పాత కాయితాలు! అదే చట్టం! జడ్జీ ఒక అయ్యర్. ఇంతకు ముందు నాకు పడ్డ శిక్షలు చూశాడు. బ్రిటిష్ చట్టాలను తూచా తప్పకుండా పాటించమని మన వాళ్ళకు ఆర్డర్ ఉంది కదా? అందువల్ల ఆయన, 'నా నేరం దోపిడీ దొంగతనం!' అని ఖరారు చేసి లోపల వెయ్యమన్నాడు. నేను చెప్పాల్సిన విషయం ఒకటుంది ఇక్కడ! రాజకీయాల కంటే దోపిడీలకి జైలుకెళ్ళడం మేలు. అక్కడున్న ఖైదీలు మనల్ని చాలా గౌరవంగా చూస్తారు. కంచంలోని సాంబారు ముక్కలు తీసి మన కంచంలో పెట్టి, 'తినండి సర్!' అంటారు. 'ఎడలాక్కుడి కసాయి అంగడి' ఖాదర్ తెలుసు కదా, వాళ్ళ నాన్న మొయినుద్దీను కూడా నా జైలుమేటు. జంట హత్యలకని జైల్లో పెట్టారు. మేం బయటికొచ్చిన తర్వాత తను చచ్చేదాకా రోజూ నన్ను కలిసి భూప్రపంచంలోని ప్రతి విషయాన్ని నాతో చర్చించి టీ తాగి ఇంటికెళ్ళేవాడు. మంచోడు పాపం!"

"కానీ, నేసమణిగారు ఒక మాట చెప్పుంటే, 'భాషోద్యమం పెన్షను' వచ్చేదిగా మీకు! తమిళోద్యమంలో పోరాడిన వాళ్ళకి ఏదో ఇస్తామని

గవర్నమెంట్ ప్రకటించింది అనుకుంటా కదా!"

"ఆయన చెప్తే సరిపోతుందా. నేను ఒప్పుకోవద్దా? నిజానికి చిదంబరనాథన్, ఒక రోజు నన్ను కలవడం కోసం కొట్టారంకి వచ్చాడు. 'చూడూ, జరిగిందేదో జరిగింది. నువ్వు దిక్కులేని చావు చస్తే మాకు తలొంపులు. నువ్వు చేయాల్సిందల్లా పింఛను తీసుకోడానికి ఒప్పుకోడం. మిగతాది పెద్దాయన చూసుకుంటారు' అని చెప్పాడు. అప్పటికే, నేసమణి రాజకీయాల్లోకి వెళ్ళాడని నాకు ఒళ్ళు మంటగా ఉంది. 'ఏనుగు ఎక్కి తిరుగుతున్నాడు కదా. కిందున్న నేల కనపడుతోందటనా పెద్దాయనకి?' అని అడిగాను. 'ఆ గోల అంతా ఇప్పుడు ఎందుకు? ఈ పింఛను ఇచ్చేది మీ ప్రభుత్వమే కదా! తీసుకోవచ్చుగా?' అని వాదించాడు. 'ప్రభుత్వం దగ్గర డబ్బులు తీసుకునే వాళ్ళు, లంచాలు కూడా తీసుకుంటారట! నేనిప్పుడు ఈ డబ్బులు తీసుకుంటే, లంచాలు కూడా తీసుకోవచ్చా?' అని అడిగి అక్కడితో ఆగకుండా 'నేనూ అలా చెయ్యొచ్చు అనిచెప్పి ఒక ఉత్తర్వు పట్టుకురా! అప్పుడు ఒప్పుకుంటాను పింఛను తీసుకోడానికి' అన్నాను. ఏది ఏమైనా, పక్షపాతం ఉండకూడదుగా! నాకూ ఓ గవర్నమెంటు బంట్రోతుకూ తేడా ఉండొద్దూ! అది కూడా లేపోతే నెత్తిమీదున్న ఈ గాంధీ టోపీకి విలువేముంది? 'నీ చావు నువ్వు చావు!' అని ఒక అరుపు అరిచి, చిదంబరనాథన్ తల కొట్టుకుంటూ అక్కడ్నించి మాయమయ్యాడు."

"మీ ఈ పొగరుబోతుతనమే మీ ఇబ్బందులకు కారణం!" అన్నా నేను. "మీ మీదున్న గౌరవం కొద్దీ ఆయన మీ దగ్గరికొచ్చాడు. మీరు కూడా ఆ గౌరవం నిలుపుకోవాల్సింది. ఇప్పుడేమో ఇవన్నీ భరించాల్సి వస్తోంది... ఒక ఇల్లూ వాకిలీ లేకుండా ఇలా వీధుల్లో!"

"బాబూ! పట్టినత్తార్ వంటి సిద్ధుడు కూడా, వీధుల్లోనే తన జీవితం గడిపాడు."

"ఇలా అంటున్నందుకు ఏవనుకోవద్దు. మీ కంటే నేసమణి చాలా సీనియర్ కదా! ఒక్కసారన్నా ఆయన్ని వెళ్ళి కలవాల్సింది మీరు."

"నేనదోరకం బాబూ! గాంధీలో కూడా ఇద్దరు మనుషులున్నారు. మొదటిది సర్కారు గాంధీ - మహా... రాజనీతిజ్ఞుడు! రెండోది తోటి గాంధీ - కార్యకర్త! నీ

ముందున్నది - తోటి గాంధీ! అర్థమైందా? ఆ తరువాతి వారమే కోర్టు ఎదురుగా మీటింగ్ పెట్టి నేసమణిని ఒక గంట సేపు కడిగవతలేశాను. అవకాశం వదులుకుంటానా?"

"ఆ దెబ్బతో, పెన్షన్ పూర్తిగా భూస్థాపితం అయిపోయుంటుంది."

"పెన్షన్ అంటే, పోయినోళ్ళ నోళ్ళల్లో వేసే వాతబియ్యం! నేను బతికి బాగున్నానుగా! నాకెందుకు? అది సరే బాబూ, ఒక విషయం చెప్పు! గాంధీ గారికి పింఛను ఇస్తావంటే ఆయన ఒప్పుకునేవాడా?"

ఆయన తర్కం నాకర్థం కాలేదు. "పెన్షన్ తీసుకునేది, పని చెయ్యడం మానేశాక. నేను ఇంకా పని చేస్తున్నాగా?" అని ముక్తాయించాడాయన.

"కాంగ్రెస్ వాళ్ళు ఏమన్నారు? మీ వైద్యానికి చిల్లర డబ్బులైనా ఇచ్చారా లేదా?"

"కన్యాకుమారి కాంగ్రెస్ పార్టీని తన వేలిమీద నడిపించిన అంత గొప్ప నేసమణిగారి శిష్యులే ఈ రోజు ఆఫీసుకి నడుచుకుంటూ వెళతారు. అదే ఆఫీసులో నేల ఊడ్చి కడిగిన వాళ్ళు, ఈరోజు పార్టీ ఆఫీసుకి కాంటెస్సా కార్లలో వెళ్తున్నారు" అంటూ టీ అంగడి లోకి చూసి, "టీ కెంత అయ్యింది?" అని అడిగాడు.

"రూపాయిన్నర!"

"అంతకంటే తక్కువకు ఇవ్వవా?" అని అడిగాడు, చిల్లర ఇస్తూ. నా టీకి నేను డబ్బులిచ్చాను.

బయటికి రాగానే, "మళ్ళీ కలుద్దాం, అయితే!" అన్నాడు. "వచ్చే వారం ఒక సమావేశం ఉంది. అనాథాశ్రమంలో కన్యకా స్త్రీలు, పసిపిల్లలకు కుళ్ళి పోయిన కూరలు పెడుతున్నారట. అసలు ఇలాంటి వాటి గురించి ఎవడికి పట్టింది మన దేశంలో?"

"నన్ను కూడా రానీండి, మీతో పాటూ హాస్పిటల్ లోపలకి!"

"దేనికి? నీ పనులు నీకున్నాయిగా!"

"ఆ సంగతి వదిలేయండి! మీరు డాక్టర్ని కలిసేదాకా, మీతో ఉంటాను.

వెళ్దాం పదండి!"

ఎలాగోలా సమాధానపడి బండెక్కాడాయన.

"మీరు చివరి సారి జైలుకెళ్ళిందెప్పుడు?"

"అంటే, ఊరికే తీసుకెళ్ళి లోపల పడేయడం కాకుండానా? నీకో విషయం చెప్పేదా. కొంతమంది కానిస్టేబుళ్ళు అయితే నేను కళ్ళబడ్డం కూడా సహించలేరు. చూడంగానే బూతులు లంకించుకుంటారు. ఒక్కోసారి, రెండు దెబ్బలు కూడా వేస్తారు. అంతెందుకు, స్టీవెన్ జ్ఞానరాజ్ ఎస్పీగా ఉండేటప్పుడు, ఎప్పుడు పడితే అప్పుడు తీసుకెళ్ళి, ఏ కేసూ రిజిస్టర్ చెయ్యకుండా, కొన్నిరోజులు లోపలుంచి, చావబాది కానీ వొదిలిపెట్టేవాడు గాదు. ఆ విషయం ఒదిలేస్తే, చాలా మంచి పిల్లాడు. నిజం కేసు మీద చివరి సారి లోపలికెళ్ళింది అయితే, 1989 లో గాంధీ జయంతి నాడు."

'సత్యాగ్రహం చేసినందుకా?"

"ఛా ఛా కాదు!" అన్నాడు, కొట్టి పారేస్తూ. "ఆ రోజు పొద్దున్నించీ గాంధీగారి విగ్రహానికి దండల మీద దండలు వేస్తున్నారు. కొంచెం స్టయిలుగా ఉంటే బావుంటుందని ఒక టోపీ తీసుకెళ్ళి పెట్టాను ఆయన తల మీద. ఎవడో పేపర్ వాడు అది ఫోటో తీశాడు. అరెస్ట్ చేసి నా మీద కేసు పెట్టారు."

"ఏం టోపీ అది?"

"ఎర్ర టోపీ, మంచి వెల్వెట్ బట్టతో చేసింది. ఆ రోజు ఎక్కడో 'గాడిదల సంత మైదానంలో సర్కస్ వస్తోంది!' అనే పోస్టర్ చూశాను. దాన్లో బఫూన్ తలమీద ఉన్న టోపీ చూసి భలేవుందే! అనుకొని నా డబ్బులతో బట్ట కొని అలాంటిదే ఒక అందమైన టోపీ కుట్టించి గాంధీ తల మీద పెట్టాను. నిజంగా చెప్తున్నాను... ఒట్టు! తమాషా కాదు. ఆ టోపీ పెడితే ఆయన ఎంత చక్కగా అందంగా ఉన్నాడనుకున్నావ్! ఆయనకు కూడా నచ్చిందనుకుంటాను! నన్ను చూసి ఒక కొంటె నవ్వు కూడా పారేశాడు. ఆ తర్వాత ఒక ఆర్నెల్లు లోపలుంచారు. నేను చేసిన నేరం ఏమిటి? అని ముందర పోలీసుల్ని, తర్వాత కోర్టునీ అడిగాను. ఏమీ చెప్పం! అన్నారు."

"మీకు నోటి దురద ఎక్కువ. లేపోతే పొద్దస్తమానం ఎవడైనా తన్నులు తినాలనే తాపత్రయంతో తిరుగుతాడా?"

"బాబూ, తన్నించుకోవడంలో కూడా ఓ తెలీని ఆనందం ఉంటుంది. కొంతమంది ఆడవాళ్ళకి మొగుడొచ్చి చితక్కొడితే కానీ రాత్రి పూట నిద్ర పట్టదు తెలుసా? ఇది కూడా అలాగే!"

"ఇక్కడ మటుకు దయచేసి మీ నోరు అదుపులో పెట్టుకోండి, అతి తెలివిని ప్రదర్శించకండి. డాక్టర్‌తో నేను మాట్లాడతాను. గమ్మునుండండి. సరేనా?"

"చూద్దాం. నిజానికి నా ఆరోగ్యం అంత గొప్పగా లేదు. నాలుగైదు రోజుల్నించీ, మూత్రం బొట్లు బొట్లుగానే వస్తోంది. రంగు కూడా మారిపోయింది. మూత్రమా, యాసిడా అని చేత్తో తాకి కూడా చూశాను! ఓహ్! తట్టుకోలేనంత నొప్పి..."

బండి ఆస్పత్రి వరండా దగ్గరగా ఆపి ఆయనకు ఊతమిస్తూ మెట్లెక్కించాను. ఏదో కొన్ని మెడికో లీగల్ కేసుల విషయంలో గవర్నమెంట్ ఆసుపత్రికి ఒకట్రెండు సార్లు వచ్చాను. పొద్దున పూట, ఇంత జనం ఉంటారని తెలీదు. ఒక పెద్ద వరండాలో కటిక నేల మీద స్తంభాలకు, గోడలకు ఆనుకొని ముసలివాళ్ళు, ఆడవాళ్ళు, పిల్లలు, వాళ్ళ తల్లులు బారులు బారులుగా కూర్చుని ఉన్నారు. నేలంతా పేషంట్ల ఉమ్మితో నిండి పోయుంది. గాయాల దుర్గంధం, మందుల వాసన, కలిసిపోయి అక్కడి గాలి ముక్కుపుటాలను అదరగొడుతోంది. పశువులతో బాటూ, వీధికుక్కలు కూడా విచ్చలవిడిగా స్వైరవిహారం చేస్తున్నాయి.

పూమేడై స్తంభానికి ఆనుకుని కూర్చున్నారు. "ఇంక నువ్వు వెళ్ళు, బాబూ. పర్లేదు! నా సంగతి నేను చూసుంటాను."

"ఇంతదూరం వచ్చా కదా! ఒక మాట డాక్టర్తో మాట్లాడి వెళ్తాను" అంటూ పైకి లేచాను.

"ఒక్క నిముషం!" అని నన్ను ఆపి తనదైన పంథాలో "మిగతా వాళ్ళలా, నేను కూడా లైన్లోనే నిలబడతాను. అర్థమైందా?" అన్నాడు.

"మంచిది!" అన్నాను.

కిసుక్కున నవ్వాడాయన. "లైనులో నిలబడ్డం, ప్రజాస్వామ్యం!" అంటూ కన్నుగీటుతూ, "లైను అస్సలు ముందుకు కదలకకుండా నిలబడి పోవడం, పరిథవిల్లిపోతున్న ప్రజాస్వామ్యం!" అని పొడిగించాడు.

"మీరిక్కడే ఉండండి. నేనెళ్ళి లైన్లో నిలబడతాను. అది ఓకే కదా!"

"అది ఓకే. కానీ యముడు పాశం పట్టుకొచ్చినప్పుడు - వెళ్ళి, మీ బదులు నేను లైన్లో నిలబడతాను అనేవ్!" అని చిన్నగా నవ్వాడు.

ఒక పెద్ద ఆవు, చిక్కం కట్టున్న దూడతో వచ్చి, ఆయన్ను వాసన చూసింది. ఆవు తలను నిమిరాడాయన.

ఓ రెండు మూడు వందలమంది నిల్చుని ఉన్నారు వరసలో. కమ్ములున్న కిటికీ. దాని వెనకాల కౌంటర్లో తెల్ల యూనిఫారం వేసుకున్న నడి వయస్కురాలు. వంచిన తల పైకెత్తకుండా, చీటీలు రాస్తోంది. వెనకాల ఫైళ్ళతో నిండిన అల్మైరాలున్నాయి. నెత్తిమీద పాత సీలింగ్ ఫ్యాన్ ఒకటి తిరుగుతోంది. ఉన్నట్టుండి ఆమె రాయడం ఆపేసి, బయటకెళ్ళి ఓ పది నిముషాల తర్వాత లోపలికి వచ్చింది. లైను కదులుతున్న పద్ధతి నా సహనాన్ని పరీక్షిస్తోంది. ఇద్దరు ముసలివాళ్ళు తమ తలను చేతుల మధ్యలో పెట్టుకుని, గొంతుకు కూర్చుని ఉన్నారు. అదే భంగిమలో వరసతో పాటూ నెమ్మదిగా ముందుకు కదులుతున్నారు. అందరికంటే ముందు నిలుచున్న ముసిలి ఆడ మనిషి, చీటీ తీసుకుంటూ నర్సుతో ఏదో అంది.

"ఏయ్ ! దాంట్లో రాసుంది కనపడట్లా! ముందిక్కణ్ణించి కదులు, ఫో!" అని బుసలు కొట్టింది కౌంటర్‌లో ఉన్న నర్సు.

ఏదో గొణుక్కుంటూ గూని దేహాన్ని ఈడ్చుకుంటూ వెళ్ళిపోయింది ముసలావిడ.

అప్పుడు చూశాను హెడ్ కానిస్టేబుల్ ముత్తుస్వామి లోపలికి రావడం. నాకు బాగా తెలుసతను.

పూమేడై కూర్చోనున్న స్తంభం దగ్గరికి రాగానే ముత్తుస్వామి ఆయన్ని గుర్తు

పట్టాడు. పూమేడై జోగుతున్నాడు. ముత్తుస్వామి ఆయన్ని "ఏయ్!" అని అరుస్తూ బూటు కాల్తో తొడమీద తన్నాడు. పూమేడై, పక్కకి పడబోతున్నవాడల్లా స్తంభాన్ని పట్టుకుని సర్దుకున్నాడు. నా రక్తం మరిగిపోయింది, గట్టిగా పళ్ళు బిగించి, కళ్ళు పెద్దవి చేసి, పెల్లుబికిన కోపాన్ని అణుచుకున్నాను.

"ఇక్కడేం చేస్తున్నావ్?" అడిగాడు ముత్తుస్వామి ఆయన్ని. ఎర్రబడ్డ కళ్ళతో, ముత్తు స్వామి వైపు చూశాడు ఆయన. ఇంకా పూర్తిగా దిగ్భ్రాంతి నించి తేరుకున్నట్టు లేదు.

"సార్! ముత్తుస్వామి సార్!" అని వరండాకు అవతల పక్క నించి అరిచాను.

"ఎవరూ! ఓహ్ మీరా? ఇక్కడేం చేస్తున్నారు?" అడిగాడు నన్ను అతను.

"మా నాడార్ సారు ఈయన్ను ఆసుపత్రికి తీసుకెళ్ళమంటే ఇటొచ్చాను."

"ఏందీ! నీకేమన్నా పిచ్చి పట్టిందా! వీడో మహా పిచ్చినాకొడుకు. తిన్నింటి వాసాలు లెక్కపెట్టే రకం! చూడ్డానికి అలా ఉంటాడు గానీ ఒళ్ళంతా విషమే వెధవకి! మా ఎస్ఐ భాస్కరన్‌గారి ఉద్యోగం పోయింది వీడి వల్లే. ఇప్పుడాయన రైసుమిల్లులో బియ్యం దంచుతున్నాడు."

"అలానా? మా సార్ చెప్పాడని తీసుకొచ్చాను."

"అది సరే, కాంచాంబరం కేసు ఏవయ్యింది?" అంటూ, ఒక్కసారిగా ముఖకవళికలు మారుస్తూ గొంతు తగ్గించి "కేసు మనం గెలిచే అవకాశం ఏవన్నా ఉందా?" అనడిగాడు ముత్తుస్వామి.

"అదే చూస్తున్నాను. ప్రస్తుతానికి కేసు వాయిదా పడింది. కాంచాంబరం దగ్గర డబ్బులస్సలు లేవు."

"మరదే! వాడి జేబులో డబ్బులుంటే మీ దగ్గరకి ఎందుకొస్తాడు?" ఎగతాళిగా అన్నాడు ముత్తుస్వామి. "సర్లే, నేను పోతున్నాను. ఇంకో కేసు ఎదురుచూస్తోంది అక్కడ. చేతులు నరికేసిన కేసు!" అంటూ వెళ్ళి పోయాడు.

"ఒక చీటీ ఇస్తారా?" కౌంటర్లోకి తల పెట్టి అడిగాను.

ఏవీ సమాధానం లేదు.

"చీటీ!" మళ్ళీ అడిగాను.

నా వైపు చూసి ఓ రెండుక్షణాలాగి అడిగిందామె. "ఎవరికి?"

"అదిగో అక్కడున్నాడే, పూమేడై."

"అతన్నొచ్చి లైన్లో నిల్చోమను! నువ్వు పక్కకి జరుగు!"

నా ఒంట్లో రక్తం సలసలా మరిగింది, "ఆయన నిలబడలేడు!"

"నిల్చోలేకపోతే అక్కడే వదిలేయ్! చచ్చినప్పుడు లోపలకి తీసుకపోతాం! అసలు నువ్వు ముందు లైన్లో నించి బయటకురా!"

ఒక ఆడమనిషి అంత కఠినంగా మాట్లాడగలదు అన్నది నమ్మలేక, నేను ఆమె వైపు తీక్షణంగా చూశాను. సర్దుకోడానికి కొంత సేపు పట్టింది. "సరే పిలుస్తాను!" ఆమెకి చెప్పాను.

"ఇక్కడ కాదు. లైను వెనకాలకి పోయి నించోమను. నువ్వు కదులు ఇక్కణ్ణుంచి."

నేనేదో అనే లోపల వెనక నించున్న ముసలాయన నెమ్మదిగా గొణిగాడు, "ఒక ఐదు రూపాయలు పడేస్తే గానీ పని అవ్వదిక్కడ!"

పూమేడైకి కనపడకుండా జాగ్రత్తగా ఒక ఐదురూపాయలు, కౌంటర్ లోపలికి తోశాను. సరుగు తెరిచి నోటు లోపల పడేసి మరోమాట లేకుండా వెంటనే "పేరు? వయసు?" అని అడిగింది. వివరాలిచ్చి చీటీ తీసుకుని పూమేడై దగ్గరకు వెళ్ళాను. జాగ్రత్తగా పైకి లేపి నిలబెట్టాను. "రూమ్ నంబర్ 13" అని చెప్పాను.

"అబ్బా! అదృష్ట సంఖ్య" అన్నాడు. "సరిగ్గా విన్నావా, అది మార్చురీ ఏమో?"

"మార్చురీ అయితే మనల్ని వెళ్ళమనరు. వాళ్ళే దగ్గరుండి జాగర్తగా తీసుకెళ్తారట... చెప్పారు."

"ఓహ్! గౌరవప్రదమైన విడిదిలా, ఏసీ కూడా ఉంటుందనుకుంటా?"

రూమ్ నంబర్ 13 ముందర, బెంచీలు ఖాళీలు లేవు. ఒక యాభై మంది నిలబడివుంటే, ఇంకో ఇరవై మంది కూచుని ఉన్నారు. నలుగురో ఐదుగురో

కింద కూచుని కాళ్ళు చాపుకుని ఉన్నారు. పూమేడైని కూర్చోమని చెప్పి నేను క్యూలో నిలబడ్డాను. పేషంట్లు ఎంత తొందరగా రూంలోకి వెళ్తే అంత తొందరగా బయటికి రావడం చూసి కొంచెం తేలిక పడ్డాను.

వాచీ వైపు చూశాను. 'బేరం కోసం తయారుగా ఉన్న వాళ్ళింటి ఆవు, ఆ పిల్ల ఇద్దరూ నా కోసం వేచి చూస్తూ ఉంటారు. ఆమె ఎలా ఉంటుంది? పెరువట్టర్ల పిల్ల కదా! టెక్కుకి తక్కువుండదు. పెద్దింటి పిల్లకి పిసరంత పొగరు ఉంటే చూడ్డానికి బానేవుంటుంది!'

గంట గడిచిన తర్వాత నా వంతు వచ్చింది. పూమేడై వైపు చూస్తే, గాఢ నిద్రలో ఉన్నాడు. వెంటనే లోపలికెళ్ళాను.

"చెప్పండి?" అన్నాడు నన్ను అనుమానంగా చూస్తూ డాక్టర్. నడివయసు మనిషి. బట్టతలతో పాటూ మాడు మీదికి అతి కష్టం మీద లాక్కొచ్చి దువ్విన కొద్ది పాటి వెంట్రుకలు, దళసరి కళ్ళద్దాలు, ముడతలు పడ్డ ప్యాంటూ చొక్కాతో, కూచుని ఉన్నాడాయన.

"నా పేరు గణేశన్, నేను లాయర్ని!" అన్నాను. ఆయన చూపులో మార్పు గమనించి సంతోషించాను. "ఈయనకు ఒంట్లో బాలేదు. తీసుకొచ్చాను."

"పోలీస్ కేసా?" వెనక్కి వాలి అడిగాడాయన.

"లేదండీ, తెల్సినాయన. అంతే! వయసుపైబడింది. చూసుకునే వాళ్ళు ఎవరూ లేరు. ప్రైవేట్ ఆస్పత్రికి తీసుకెళ్ళడానికి ఒప్పుకోలేదు. దయచేసి మీరు చెయ్యగలిగిందంతా చెయ్యండి. డబ్బు విషయం నేను చూసుకుంటాను. ఆయనకు తెలియాల్సిన అవసరం లేదు."

తలకొద్దిగా పక్కకు వాల్చి అడిగాడు, "ఆయన మీకు బంధువా?"

"చిన్నప్పటినుంచీ తెల్సు."

"లోపలికి తీసుకరండి."

పట్టుకుని తీసుకెళ్ళాను. డాక్టర్ ఆయన్ని పక్కరూములోకి తీసుకెళ్ళి పడుకోబెట్టి, పరీక్ష చేశాడు. నేను బయట నిలబడ్డాను. చేతులు కడుక్కుని డాక్టర్ నన్ను లోపలికి రమ్మన్నాడు. "మూత్రపిండాలు బాగా దెబ్బతిన్నాయి. ఆయన

పరిస్థితి ప్రమాదకరంగా ఉంది. అసలు ఆ మనిషి లేచి నిల్చోగల్గడమే నాకు ఆశ్చర్యంగా ఉంది."

"గట్టి పిండం" అన్నాను నేను.

"పెద్దాయన గదా, నా క్లినిక్‌కి ఎలాగోలా తీసుకురాగలరా?"

"ఆయన రాడండీ! అక్కడ మీరేమి చేయగలరో, అదంతా ఇక్కడ చెయ్యండి. డబ్బులు నేను కడతాను."

"మీకు ఆయన బంధువు కాదు అంటున్నారు. చాలా అవుతుంది. చూద్దాం. ముందు ఓ ఐదు వేలు సర్దండి. అంతా అయ్యేటప్పటికి ఇంకొంత ఖర్చు అవ్వొచ్చు."

గట్టిగా శ్వాస తీసుకుని చెప్పాను, "పర్లేదు. ఈయన కోసం ఖర్చు పెట్టేవాళ్ళు కొంతమంది తప్పకుండా ఉంటారు. మీరు అడ్మిట్ చేసుకోండి!"

"సరే అయితే!" అంటూ ఏదో రాయడం మొదలెట్టి మధ్యలో ఆగాడు. "కొంచెం ఆగండి. వార్డులో చెప్పాలి!" అంటూనే ఏదో రహస్యం చెప్తున్నట్టుగా, గొంతు తగ్గించేసి "డబ్బంతా ముందరే ఇచ్చేస్తే బావుంటుంది" అన్నాడు.

అతని కళ్ళలోకి చూసాను. ఏం చెప్తున్నాడో అర్థం అయ్యింది. మళ్ళీ నన్ను నేను అతికష్టం మీద నిభాయించుకున్నాను. "డాక్టర్! మీరే ఆయన పరిస్థితి తీవ్రంగా ఉందన్నారు. ఆలస్యం చెయ్యకుండా దయచేసి వెంటనే అడ్మిట్ చేసుకోండి. డబ్బులు తీసుకుని ఒక గంటలో వచ్చేస్తాను" నాకు తెలియకుండానే నా స్వరంలో తీవ్రత పెరిగింది.

డాక్టర్ నవ్వినట్టుగా పెదాలు వంకర చేసి, "మీకు ఆయన బంధువు కాదంటున్నారు. మీరు ఇక్కడ ఆయనని వదిలేసి మళ్ళీ తిరిగిరాకపోతే? అంటే అలా చేస్తారని కాదు. ఊరికే మనం అనుకోడానికి! అసలే స్పెషల్ వార్డు ఒక పద్ధతిలో నడుస్తుంది. అక్కడ అటూ ఇటూ తిరిగే హెల్పర్లు కూడా వాళ్ళ చేతులు తడపాలంటారు. నేనేమీ తీసుకోలేదంటే వాళ్ళు నమ్మను కూడా నమ్మరు! వాళ్ళకి నా జేబులోంచి తీసివ్వలేను కదా!"

అతని మొహంలోని నవ్వు ఏదీ వినడానికి తయారుగా లేడని చెప్తోంది.

"సరే, డబ్బులు తీసుకొస్తాను" అని భారంగా నిట్టూర్చాను.

అప్పుడే ఇంకో ముసలావిడ రూంలోకి వచ్చింది. ఆమె చేతులు, కాళ్ళు వాటికవి వేరే ప్రాణాన్ని సంతరించుకొని ఉన్నట్టుగా అడ్డూ ఆపూ లేకుండా వణుకుతున్నాయి. "జొరం సారూ!" అని మూలిగింది. కనీసం ఆమె వైపు కూడా చూడకుండా చిన్న చీటీ రాసి చేతిలో పెట్టాడు.

"కానీండి!" అన్నాడు నన్ను చూస్తూ.

"ఈయనను ఎక్కడుంచాలి?" అడిగాను అయన్ని.

ఆమె ఆపకుండా మూలుగుతూ మాట్లాడుతూనే ఉంది "ఈ జ్వరం నాలుగైదు నెలల్నించీ తగ్గడంలా! ఇప్పుడేమో ..." .

"ఆయన్ను బయట వరండాలోకి తీసుకెళ్ళండి!" అని నాకు సమాధానమిచ్చాడు డాక్టర్.

"ఆయనకస్సలు..." అంటూ నేను అభ్యంతరం చెప్పే లోపలే, ఒక్క ఉదుటున నా మాటలకడ్డం వచ్చాడు. "సార్, ఇక్కడి మాకొచ్చే కేసులన్నీ ఇలానే ఉంటాయి. మేము ప్రతి ఒక్కరి గురించి పట్టించుకోవాలంటే కుదిరే పని కాదు" అని చెప్తూ, వణుకుతూ మాట్లాడుతున్న ఆ ముసలి ఆవిడను "చీటీ ఇచ్చాగా, పక్కకెళ్ళు!" అని విసుక్కొని, బెల్లు మోగించి అరిచాడు, "తరువాతి పేషెంట్‌ని పంపించండి!" అని.

పూమేడైని నిద్ర లేపాను.

"ఏమన్నారు డాక్టర్లు? తగలబెట్టమన్నారా? పూడ్చి పెట్టమన్నారా?" అడిగాడు.

"లేదు ముందర శవపరీక్ష చేస్తామన్నారు! మాట్లాడకుండా నాతో రండి!" అంటూ బయటికి తీసుకెళ్ళాను. "వాళ్ళు మిమ్మల్ని అడ్మిట్ చేయాలంటున్నారు. ముందర కొన్ని పరీక్షలు చేస్తారట. మీరు కొంచెంసేపు, వరండాలో కూచొని ఉండండి!"

"నువ్వెక్కడికి వెడుతున్నావ్? ఈ పెద్దపెద్ద పూలహారాలు వెయ్యడం, పూలపాడెలూ అవీ నేను పెద్ద పట్టించుకోను."

"అయితే కేవలం నాలుగు మూరలు మల్లెపూలు మాత్రమే వేస్తాను. సరేనా? మీరు.. కొంచెంసేపు మాట్లాడకుండా ఉంటారా? నాకో చిన్న పనుంది, పది నిముషాల్లో వస్తాను. ఇక్కడే ఉండండి."

స్థంభానికి ఆనుకుని, పడుకున్నాడాయన.

టీవీఎస్-50ని, నా చేతనైనంత వేగంగా నడిపించాను. 5000 రూపాయలు నాకెక్కడ దొరుకుతాయి? అంత డబ్బు దగ్గర పెట్టుకునేవాళ్ళు నాకు తెలీదు. పూమేడై పేరు చెప్పి ఎవరిని అడగొచ్చు? పార్టీ వాళ్ళు! ఐదు వేలు అప్పటికప్పుడు! నేనెక్కడికెళ్ళాలో దానంతటకదే స్ఫురించింది.

ఆ అమ్మాయి వాళ్ళింటి వైపు బండిని నడిపించాను.

***

వరండాలో ముగ్గురు పెద్ద మనుషులు కూర్చొని ఉన్నారు. నాకోసమే ఎదురు చూస్తున్నారు. ఒకాయన, మైలై పొన్నుస్వామి శివజ్ఞానం లాగా పొడవాటి గుబురు మీసాలు మెలితిప్పి, కామరాజ్ నాడార్‌గారి ఆకారంలో కూర్చొని ఉన్నాడు. అప్పటిదాకా పటాసులు పేలినట్టు, డబడబా మాట్లాడుతున్న ఆ మనిషి నన్ను చూడగానే మాట్లాడ్డం ఆపేశాడు. అందరూ నన్ను గమనించడం మొదలెట్టారు. మోపెడ్ స్టాండేసి గబగబా మెట్లెక్కాను. కిళ్ళీ నములుతూ, రంగు పంచె కట్టుకుని, చొక్కా వేసుకోకుండా కూర్చొని ఉన్నాయన ఇంటిగలాయన అయ్యుంటాడని ఊహించాను.

"నేను, గణేశన్! లాయర్ని' అని చెప్పాను ఆయనకి.

"రండి, రండి" అన్నాడాయన. నాకప్పుడు తెలిసొచ్చింది, నా బట్టలన్నీ మురికైపోయి, మరకలతో నిండి ఉన్నాయని.

"ఒక అత్యవసరమైన పని మీద మీ దగ్గరకొచ్చాను. నాన్నకేమీ బాలేదు. హాస్పిటల్లో ఉన్నారు. కొంచెం మీ సహాయం కావాలి" అంటూ ఆయనేదో సమాధానం చెప్పే లోపల, "అర్జెంటుగా ఐదువేలు కావాలి. నాన్న మిమ్మల్ని కలవమన్నారు. 'అక్కడొక్కచోటే మనకు వెంటనే సహాయం దొరుకుతుంది', అని చెప్పి పంపించారు" అన్నాను.

ఏదో చెప్పబోతున్నట్టు మిగతా ఇద్దరి వైపు చూస్తూ ఇబ్బందిగా కదిలాడు ఆయన. వేరే పెద్ద మనుషుల ముందర, ఇలా డబ్బులడిగితే ఆయన మాత్రం ఎలా కాదంటాడు? పాపం ఇలాంటి పరిస్థితి ఇంతకు ముందర ఎదుర్కొని ఉండడు.

"టైమ్ లేదండి. సాయంత్రం ఐదు లోపల డబ్బులు వెనక్కిచ్చేస్తాను. మీరు వేరేరకంగా అనుకోవద్దు. కొంచెం వెంటనే..." ఒత్తిడి చేశాను. కిళ్ళీతో నిండిన నోరు ఖాళీ చేసుకుని, ఒక్క నిముషం! అని ఆయన అనబోతూంటే, నా రెండు చేతులు జోడించి "గొప్ప సహాయం ఇది!" అన్నాను. మరో క్షణం అనుమానంగా చూసి లోపలికెళ్ళి వెంటనే నోట్లు లెక్క పెడుతూ బయటకొచ్చాడాయన. "గొప్ప సహాయం!" అని మళ్ళీ అన్నాను. డబ్బులు తీసుకుని లెక్క కూడా పెట్టుకోకుండా, వాళ్ళకి నమస్కారం పెట్టి, మోపెడ్ మీదికి దూకాను.

***

నేను డాక్టర్ గదిలోకి వెళ్ళే లోపలే, అక్కడ ఏదో జరిగింది అని అర్థం అయ్యింది. జనాలు గుమికూడి ఉన్నారు. పెద్ద పెద్దగా అరుపులు వినబడుతున్నాయి. ఆ గుంపులోంచి దారి చేసుకుని ముందుకెళ్ళాను. డాక్టర్ నిప్పులు తొక్కిన కోతిలా ఎగురుతున్నాడు. నన్ను చూడంగానే, "వచ్చావా! ఇదంతా నీ వల్లే! వీడ్ని ఇక్కడ్నించి తీసుకెళ్ళిపో! లేకపోతే నేను లాక్కెళ్ళి బయట పడేస్తాను. ఏమనుకున్నావ్? నేనేమన్నా బుర్ర తక్కువోణ్ణి అనుకున్నావా! పిల్ల కాకిననుకున్నావా!" అని ఆయాసపడ్తూ విరుచుకపడ్డాడు.

"ఏంది? ఏమైంది?"

"ఒక్క దెబ్బ కొడితే చచ్చి ఊరుకుంటాడు. అదృష్టం! అంత దాకా రాలేదు. ఈ ముష్టి పీనుగను ఇక్కడ్నించి ఈ క్షణమే తీసుకెళ్ళు" అరిచాడు డాక్టర్. అతనికి ఒళ్ళంతా చెమటలు పట్టున్నాయి.

"డాక్టర్! నేను చెప్పేది వినండి. మీరు అడిగినట్టే..." అంటూ డబ్బు తెచ్చినట్టుగా సైగ చేశాను.

"ఆ బ్రహ్మదేవుడొచ్చి చెప్పినా వాణ్ణి ఇక్కడ చేర్చుకోను. ఈ చుట్టుపక్కల

ఎక్కడా వాడసలు కనపడ్డానికే వీల్లేదు. ముందు వాణ్ణి ఇక్కడ్నించి తీసుకెళ్ళు!"

"ఏమంటున్నాడు?" పూమేడై ఆసక్తిగా అడిగాడు. "దిక్కుమొక్కూ లేనివాళ్ళు ప్రశాంతంగా చావడానికి, ఆఖరికి ప్రభుత్వ ఆస్పత్రిలో కూడా వీలు లేకపోతే, అవి ఉండి ఏం ప్రయోజనం చెప్పు?"

"తిక్కలండీకొడకా!" అంటూ డాక్టర్ కోపంతో ఊగిపోతూ పూమేడై వైపు అంగలేశాడు. డాక్టర్ని జబ్బ పట్టుకుని ఆపాను. సహనం పూర్తిగా చచ్చిపోయి, "ఏయ్, ఏమనుకుంటున్నావ్? ఆయన మీద చెయ్యి చేసుకునే దమ్ములున్నాయా నీకు? నీ అంతు చూస్తా నేను" అని కేక పెట్టాను.

డాక్టర్ తగ్గాడు. "నేను బతికుండగా, ఈ మనిషి ఈ హాస్పిటల్ లోకి అడుగుపెట్టడానికి లేదు, చెప్తున్నాను" అంటూ అక్కడ్నించి నడుచుకుంటూ వెళ్ళిపోయాడు.

"ఏం చేశారు మీరు? ఇంత గొడవ అవుతోంది!" అడిగాను, పూమేడై వైపు తిరిగి.

అప్పటికే బాధ తట్టుకోలేక నేల మీద ముడుచుకుని పడుకున్నాడాయన. యూనిఫారం వేసుకోనున్న వార్డ్ బాయ్ ఒకతను నా దగ్గరికొచ్చాడు. "సార్ మీరా ఈయన్ను తీసుకొచ్చింది? ఈయన మన పూమేడై కదూ?" అని అడిగాడు.

"అవును, ఆయన నా క్లయింట్. నేను ఆయన లాయర్ని! అది సరే. ఏమయ్యింది ఇక్కడ? ఇంత గొడవేంది?" అడిగానతన్ని.

స్వరం తగ్గించి చెప్పాడతను, "కాంగ్రెస్ పార్టీ మనుషులు దేవసహాయం, కరుణాకరన్ ఇక్కడికొచ్చారు. ఎవర్నో పొడిచేసి నేరుగా ఇక్కడికే వచ్చినట్టున్నారు. మారు తేదీలతో ఆస్పత్రిలో చేరినట్టు రాసుకోమన్నారు. ఇక్కడిది మామూలే కదా! వాళ్ళు క్యూలో నిలబడలేదు. ఒక నమస్కారం పెట్టి నేరుగా లోపలికొచ్చారు. డాక్టర్ ఒళ్ళంతా నవ్వులు పూసుకుంటూ, దగ్గరుండి మరీ లోపలికి తీసుకెళ్ళి అడ్మిట్ చేసుకున్నాడు. మనోడికి ఇదంతా కంటబడి డాక్టర్ దగ్గరికెళ్ళి అడిగాడు. 'క్యూలో ఉన్న వాళ్ళ సంగతి ఏంది? నలభై మంది పొద్దున్నించీ ఇక్కడ నిలబడున్నారు కదా?' అని. దానికి డాక్టర్, 'వీళ్ళు అధికార

పార్టీ మనుషులు, వీళ్ళకు క్యూ లేదు' అన్నాడు.

వార్డ్ బాయ్ అలా చెబుతూ ఉండగానే నాకు నోట మాట పడిపోయింది. ఆ తర్వాత ఏం జరిగుండొచ్చో ఊహించాను.

ఆపకుండా పగలబడి నవ్వుతూనే చెప్పుకుంటూ పోతున్నాడతను. "అప్పుడు ఈ పిచ్చోడు, తన నిజ స్వరూపం చూపించాడు. బయటికి పద్ధతిగా నడుచుకుంటూ వెళ్ళి అక్కడ దూడతో పాటూ మేస్తున్న ఆవుని, నేరుగా డాక్టర్ గదిలోకి తోలాడు. డాక్టర్ భయపడి పోయి తన టేబుల్ మీదకెక్కేశాడు. మనోడు నినాదాలు ఇచ్చాడు, 'ఆవు-దూడ, కాంగ్రెస్ గుర్తు! వాటికి కూడా క్యూ లేదు!' అని. ఆవు లోపలంతా చిందర వందర చేసేసి బయటకి పరిగెత్తింది. డాక్టరేమో 'వామ్మో వాయ్యో' అని కేకలు పెడుతూనే ఉన్నాడు. కొంతసేపు ఏదో మాంఛి సినిమా చూసినట్టు ఉండింది అనుకో!"

జనాలంతా వాళ్ళల్లో వాళ్ళే నవ్వుకుంటూ మాట్లాడుకుంటున్నారు. 'ఓహ్! ఈయనే కదా. ఆ ఉబ్బిపోయిన మొహంతో గుర్తు పట్టలేక పోయాం ఎవరనేది!' అంటున్నారెవరో. 'ఒకప్పుడు బాగా డబ్బులుండేవి. ఆ సభలూ ఈ సభలూ అని చెప్పి ఉన్నదంతా గోకిపారేసాడు!', 'పిచ్చెక్కితే ఇంతే అన్న మాట!', 'వీధుల్లో పడాలని రాసుంటే అంతే!', 'భార్యా పిల్లలూ లేరు కదా!' 'పిల్లలు లేరు. భార్య ఎప్పుడో పోయింది.' 'ఎక్కడ చస్తే మటుకు ఏమిటి?' 'హాస్పిటల్లో చస్తేనే కొంత నయం! పరువుగా ప్రాణం పోయినట్టు!'"

ఆ రణగొణధ్వనిలో పూమేడై ఎలావున్నాడో చూసేందుకు కిందికి వంగాను. మొహమంతా పాలిపోయి పచ్చగా మారిపోయింది. నా కదలికలు చెవిలోపడి కళ్ళు తెరిచి నవ్వాడు. "ఒక తప్పు చేశాను. బహుశా ఆఖరి తప్పేమో!" అన్నాడు.

నా నోట్లోంచి "ఆహా! ఏం సమయం ఎన్నుకున్నారు? జ్ఞానోదయానికి!" అంటూ రాబోయే మాటల్ని గొంతులోనే నొక్కేశాను.

"కాంగ్రెస్ గుర్తు 78 లోనే మారిపోయింది కదా! ఇప్పుడు చేతి గుర్తు... పూర్తిగా మర్చేపోయాను" అన్నాడు, మళ్ళీ కళ్ళు మూస్తూ. అలాంటి పరిస్థితిలోనూ నవ్వొచ్చింది నాకు.

అవే ఆయన ఆఖరి మాటలు!

ఆటోని పిలిచి వేరే ఆసుపత్రికి తీసుకువెడుతోంటే దారిలోనే ప్రాణం పోయింది. నా ప్రపంచాన్ని తలక్రిందులు చేసిన ఆ ఐదువేలతోనే అంత్యక్రియలు పూర్తయ్యాయి. మువ్వన్నెల జండాతో మూడు రంగుల పూదండలతో మహా బాగా జరిగింది ఆ తంతు. వచ్చినవాళ్ళందరికీ తల మీదికి గాంధీ టోపీ, టోపీ లోపల నోట్లో వేయడానికి కొన్ని వాతబియ్యపు గింజలూ పోసి చేతికిచ్చాను. .

♦ ♦ ♦

[మూలం: కోట్టి, మార్చ్ 10, 2011]

పూమేడై రామయ్య *(1924-1996) – కన్యాకుమారి జిల్లా, నాగర్కోవిల్‌కు చెందిన స్వాతంత్ర సమరయోధులు, గాంధేయవాది. కన్యాకుమారి జిల్లాను తమిళనాడులో కలిపేందుకు పోరాడినవాళ్ళలో అతిముఖ్యులు. ఎన్నో సామాజిక ఉద్యమాల్లో పాల్గొన్నారు.*

కవయిత్రి సుగతకుమారి

https://en.wikipedia.org/wiki/Sugathakumari

12

ఎల్ల లోకములు ఒక్కటై...

తెల్లతోలున్న మనిషి నాకు కొత్తగా ఎవరెదురైనా నేను వేసే మొదటి ప్రశ్న ఆయనకూ వేసాను. "మీరు ఏదేశం నించి వచ్చారు?"

అస్సలదే ఆయనను అడగకూడని ప్రశ్న అనిపించినా, ఆయన్ను గురించి తెలుసుకోవాలంటే నిజంగా అడగాల్సిన ప్రశ్న కూడా అదేనేమో అనిపిస్తుంది.

డెబ్బై ఏళ్ళు ఉంటాయి. పెదవులే లేనట్టు నోరు లోపలికి ముడుచుకుపోయి చుట్టూ ముడతలు పడ్డ ముఖంతో కొంచెం వంపు తిరిగిన నిటారైన జర్మన్ ముక్కు; ఆయన వయసును చెప్పే గురుతులివే. సుమారు ఏడు అడుగుల పొడవు; తమకంటే పొట్టిగా ఉన్నవారితో పదే పదే వంగి మాట్లాడటం వల్ల సహజంగానే కొంచం గూని వచ్చి ఉంటుంది. ఎండకు కందిన బట్టతల, వెడల్పాటి నుదురు, సాగిన చెంపల మీద దున్నిన ఎర్రమట్టి నేలలాంటి ముడతలు. నీలంరంగు కళ్ళు, వెడల్పాటి భుజాలు. చదునుగా ఉన్న పొట్ట. ఖాకీ ప్యాంటు, షర్టు వేసుకుని ఉన్నారు. కీళ్ళల్లో స్ప్రింగులున్నట్టు నడక.

తన మందపాటి కళ్ళజోడు వెనకనుంచి ఆప్యాయంగా నాకేసి చూస్తూ "నువ్వు ఏ దేశస్థుడివి?" అని అడిగారు.

నేను కొంచెం గాభరాపడి "నేను ఇండియన్‌ని" అన్నాను.

"ఓఁ! అసలు నువ్వు ఇండియన్ వని చెప్పిందెవరు?"

ఒక క్షణం జాగ్రత్తగా ఆలోచించాను. "చట్టప్రకారం నేను ఇండియన్‌ని."

"అంటే, ఇండియా అనే భూప్రాంతం మీద ఏర్పాటయి ఉన్న ఒక ప్రభుత్వం నీకు ఆ గుర్తింపుని ఇస్తుంది. ఇండియాకు చెందిన పౌరుడివని నిన్ను అది గుర్తిస్తుంది, అంతేనా?"

నేను ఒక తిరకాసు పెట్టే మనిషి చేతిలో ఇరుక్కున్నానని గ్రహించాను. అయితే ఊటీ చుట్టుపక్కలున్న పల్లె ప్రాంతాలలో అది మామూలే. ఊటీ టవున్‌లో లేదా ఆటవిడుపు స్థాలాలకు వెళ్ళే దారుల్లో తటస్థపడే తెల్లవాళ్ళు వేరే కోవకు చెందినవాళ్ళు. భుజాన పెద్ద పెద్ద సంచులతో, పెద్ద బూట్లు వేసుకుని కొండెక్కడానికి వెళ్ళేవాళ్ళు, కెమెరాలతో బైనాక్యులర్లతో అడవిలోకి వెళ్ళేవాళ్ళు, చెట్టాపట్టాలేసుకొని జంటగా వెళ్తూ నాలుగు అడుగులకు ఒకసారి ముద్దులు పెట్టుకునేవాళ్ళు. కానీ కొడైకెనాల్‌లో తటస్థపడినంతగా మాదకద్రవ్యాలకు బానిసైపోయిన మనుషులు ఇక్కడ కనపడరు. కొడైకెనాల్‌లో దొరికే ఒక రకమైన పుట్టగొడుగు కోసం జులపాల జుట్టుతో ఉండే విదేశీ యువకులు విరివిగా వస్తూ ఉంటారు. ఊటీలో కనిపించేవాళ్ళలో దాదాపుగా అందరూ ఆరోగ్యవంతులే.

ఊటీ పొలిమేరలకు అవతల విసిరేసినట్టు పడి ఉన్న ఎన్నో గ్రామాలలో గురుకులాలు, ఆశ్రమాలు ఉన్నాయి. క్రైస్తవ దేవాలయాలు, ధ్యాన మందిరాలు కోకొల్లలు. ఇలాంటివాటికి వెళ్ళే వాళ్ళే ఈ పల్లెటూరి రోడ్ల మీద తటస్థపడుతుంటారు. ఇక్కడికొచ్చే విదేశీయులందరికీ ఒక ప్రత్యేకమైన అలవాటు ఉంటుంది. వీళ్ళు ఇతర విదేశీయులను కాకుండా స్థానికులను కలవడం కోసం, వాళ్ళతో మాట్లాడటం కోసం చిన్న చిన్న అంగళ్ళలో టీ తాగడానికి ఆసక్తి చూపుతుంటారు. ఇతర పర్యాటకుల్లా కనిపించిన ప్రతిదాన్నీ ఫోటో తీసుకోవాలన్న ఉబలాటం వీళ్ళకు ఉండదు. పొడవుగా జుట్టు పెంచుకున్నవాళ్ళు, కాషాయం కట్టుకున్నవాళ్ళు, గుండు గీసుకుని రుద్రాక్ష

ధరించినవాళ్ళు – ఇలా రకరకాలు. అయితే ముఖంలో ఎప్పుడూ ఉండే నవ్వో లేదంటే నవ్వనేదే అస్సలు కనపడని వీళ్ళ ముఖాలో వీరంతా వేరే కోవకు చెందినవారు అని ఎత్తి చూపుతూ ఉంటుంది. ఈయన తన వరిగడ్డి రంగు జుట్టును వెనకవైపుకు పోనీటెయిల్‌లా కట్టుకుని ఉన్నారు.

కోళికోడు నుండి ఊటీ బస్టాండ్‌లో దిగి ఫెర్న్ హిల్ వెళ్ళడానికి నిల్చుని ఉన్నప్పుడు ఆయన్ని చూశాను. 'ఈరోజు బస్సులు నడవవు' అని చెప్పారక్కడ. ఆటోలు, వ్యాన్లు కూడా లేవు. ఊటీ బంద్. తేయాకు కొనుగోలు బేరసారాలకు సంబంధించిన ధర్నా. నడవక తప్పదు. అలా నేను నడక మొదలుపెట్టినప్పుడు, అదే సమయంలో మరో కేరళ బస్ లోనుండి దిగి, చిరుతపులిలా వేగంగా నడుస్తూ నన్ను దాటుకొని వెళ్ళారు ఆయన . నేను కూడా వేగం పెంచి ఆయనతో నడక కలిపి ఆయన్ను పలకరించాను.

'ఒకసారి మాట్లాడి చూద్దాం, ఏమవుతుంది' అన్న ఆలోచన కలిగినప్పుడు మొదలైంది ఆయనతో సంభాషణ.

"...నా దేశం నాకు కేవలం పౌరుడిని అన్న గుర్తింపుని మాత్రమే కాదు, భద్రతాభావాన్నీ ఇస్తుంది" అన్నాను నేను.

"ఎవరి నుంచి భద్రత?"

"ఇతర దేశస్థుల నుండి."

"ఇతర దేశస్థులు అంటే? ఆయాప్రభుత్వాలచేత గుర్తింపు పొంది అక్కడ నివసించే ప్రజలనుండా? వాళ్ళు నిన్ను చంపేద్దామనుకుంటున్నారా?"

నేను జవాబు చెప్పలేకపోయాను.

"నీ దేశ ప్రభుత్వం మీదికి యుద్ధానికి దిగేది, ఇంకో దేశ ప్రభుత్వం. అది ప్రభుత్వాల మధ్య జరిగే యుద్ధం. నీలాంటి వాళ్ళను ముందుకు నెట్టి యుద్ధాలు చేసే ప్రభుత్వాలు నీకు భద్రతను ఇస్తున్నాయి అని అనుకుంటున్నావు."

నాకు వెంటనే వెలిగింది - మామూలుగా ఒక ప్రాంతపు రౌడీలు అక్కడి ప్రజలకు 'పొరుగు ప్రాంతపు రౌడీల దగ్గర నుండి మిమ్మల్ని కాపాడటానికే ఈ ప్రాంతాన్ని అడ్డాగా చేసుకున్నాం' అని చెప్తూ ఉంటారు.

అయినా నేను ఓటమిని ఒప్పుకోలేక సంభాషణను పొడిగించాను, "దేశం అంటూ ఒకటి ఉంటేనే కదా ప్రజలు కలిసికట్టుగా ఉంటారు?"

"ఏ ప్రజలు? పాకిస్తానీలు, భారతీయులా?" అని అడిగారాయన.

నేను కోపంగా "లేదు, భారతీయులు" అన్నాను.

"అయితే ఊటీ, ఇండియాతో ఎందుకు ఉండాలి? ఈ కొండ ప్రాంతాన్ని ప్రత్యేక దేశంగా ప్రకటించవచ్చు కదా? ఈ కొండ ప్రాంతం ప్రజలందరూ ఒకరితో ఒకరు అన్యోన్యంగా ఐకమత్యంగా ఉంటారు కదా? అంతెందుకు 'మసినగుడి' అన్న ఈ ఊరినే ఒక ప్రత్యేక దేశంగా ప్రకటించొచ్చు."

ఆయన సంభాషణను ఎటు తీసుకెళుతున్నారో అర్థమై మౌనం పాటించాను.

"ఊటీ తమిళనాడుతో కలిసి ఐకమత్యంగా ఉండగలదు అలానే తమిళనాడు ఇండియాతో కలిసి ఉండగలదు అనుకోగలిగితే అసలు ఈ లోకమంతా ఎందుకు కలిసి ఉండకూడదు?" అని అడిగారు.

ఆయన ప్రశ్నలో దాగి ఉన్న ఊహేదో నాకు చిరునవ్వును తెప్పించింది. ఊటీలోని కొండదారుల్లో నడిచేవాళ్ళకందరికీ ఋషులలాగా ఆలోచించాలని అనిపిస్తుందేమో.

"నువ్వు నవ్వుతున్నావు. దీన్ని పిచ్చితనం అని అనుకుంటున్నావు. నేను ప్రపంచంలోని నూటయాభై దేశాలలో వేలాదిమంది ఇదే నవ్వు నవ్వడాన్ని చూశాను. నూరేళ్ళకు ముందు నల్లవాడూ తెల్లవాడూ సమానం అని చెప్పినప్పుడు కూడా ఇలాగే నవ్వుకొని ఉంటారు. రెండువందల ఏళ్ళకు ముందు 'మనిషిని బానిసగా అమ్మడం, కొనుక్కోవడం పాపం' అన్నప్పుడు కూడా ఇలాగే నవ్వుకుని ఉంటారు. 'ఆడవాళ్ళు, మగవాళ్ళు సమానమ'ని అన్నప్పుడు కూడా ఇలాగే పకపకమని నవ్వుకుని ఉంటారు." ఆయన వేగంగా బిగ్గరగా మాట్లాడినప్పటికీ మాటల్లో ఎలాంటి కోపమూ కనిపించలేదు.

"ఎన్నో అభ్యుదయ భావాలను వ్యక్తపరుస్తాం కదా! ఈ విషయం గురించి మనం ఎందుకు ఆలోచించడం లేదు? ఆ కోణంలో ఆలోచించడం మొదలుపెడదాం. చర్చించుకుందాం. చిన్న స్థాయిలోనైనా ప్రయోగాత్మకంగా దీన్ని అమలు చేసి చూద్దాం. ఏ ఒక్క మంచి ప్రతిపాదనయినా తొలి దశలో

పిచ్చితనంగానే అనిపిస్తుంది. కొందరు పిచ్చివాళ్ళు ఆ ప్రయోగాన్ని భుజాన వేసుకుని నడుము బిగించినప్పుడే ఆ ఆలోచన కార్యరూపం ధరిస్తుంది. పౌరహక్కుల గురించి మాట్లాడిన హెన్రీ డేవిడ్ థొరోని పిచ్చివాడిగానే చూశారు. వ్యక్తి స్థాయిలో అతను చేపట్టిన చిన్న చర్యకు ప్రత్యేకమైన అర్థమేమీ లేదు. పన్ను చెల్లించడం అన్న నియమాన్ని తిరస్కరించి ఒక వ్యక్తి అడవికి వెళ్ళి చెరువు ఒడ్డున, చెట్టు కింద గుడిసెలో నివసించడం వల్ల ఏం మార్పొచ్చేస్తుంది? అది ఒక సంకేతాత్మక చర్య... ఒక నాంది.

"ఇదిగో చూడు..." అంటూ తన సంచిలోనుంచి నీలి రంగులో ఉన్న ఒక పెద్ద డైరీ తీసి ఇచ్చారు. అది డైరీ కాదు పాస్‌పోర్ట్ అని చేతికి తీసుకున్న తర్వాతే తెలిసింది. అట్టకున్న ముదురు నీలం రంగు చూసి ముందుగా అమెరికన్ పాస్‌పోర్ట్ అనుకున్నాను. అయితే దాని అట్టమీద ఎర్ర రంగులో భూగోళ చిత్రం ఉంది. కింద 'One World, One Nation' అన్న నినాదం, దాని కింద మరింత పెద్ద అక్షరాలతో 'World Passport For World Citizens' అని ఉంది.

ప్రపంచంలోని ఏ ఒక్కదేశానికీ చెందకుండా, 'ప్రపంచాన్నంతా ఒకేదేశంగా భావించే ప్రపంచ పౌరుడి పాస్‌పోర్ట్ అది' అన్న వివరణ రెండో పేజీలో ఉంది. పలుభాషలలో ఆ వాక్యాలు ఉన్నాయి. ఆ పాస్‌పోర్ట్ అమెరికాలోని ఎల్స్‌వర్త్ నగరంలో, మెయిన్ ప్రాంతంలో ఉన్న ప్రపంచ పౌరుల రిజిస్ట్రీ (International Registry of World Citizens) జారీ చేసింది. ఆ పాస్‌పోర్ట్ పొందటానికి ఉన్న నిబంధన ఒకటే; వేరే ఏ దేశం పాస్‌పోర్టూ కలిగి ఉండకూడదు. ఏ దేశపు సైన్యానికి చెంది ఉండకూడదు. ప్రపంచాన్నంతా తన దేశంగా మనస్ఫూర్తిగా అంగీకరిస్తున్నట్టు ప్రమాణం చెయ్యాలి.

ఆ పాస్‌పోర్టులో ఆయన ఫోటో ఉంది. నలబై ఏళ్ళ నాటి బ్లాక్ అండ్ వైట్ ఫోటో. కోల ముఖం, పెద్ద నుదురుతో ఉత్సాహంగా నవ్వుతూ ఉన్నారు. లారెల్ హార్డీ జంటలో లారెల్‌కు కొంచం కండపడితే ఎలా ఉంటాడో అలా ఉన్నారు. ఆయన పేరు గ్యారీ డేవిస్. ప్రపంచ పౌరుడు. 1921లో అమెరికాలో జన్మించారు. 1948లో తొలి ప్రపంచ పౌరుడిగా తనను తాను ప్రకటించుకున్నారు.

ఇందాక ఆయన చెప్పినప్పుడు ఇదంతా ఒక రకమైన పిచ్చితనం కాబోలు అనుకున్నాను. ఇంతలో ఆయన ఆ పాస్‌పోర్ట్ నాకు చూపించి "ఈ పాస్‌పోర్ట్ ఇప్పుడు 60 దేశాల్లో చెల్లుతుంది. ఈ పాస్‌పోర్టుతో నేను ఏడోసారి ఇండియా వచ్చాను" అని అన్నారు. నేను పాస్‌పోర్ట్ పేజీలను తిరగేసి చూస్తున్నకొద్దీ ఆశ్చర్యంతో నివ్వెరపోయాను. ఆ పాస్‌పోర్ట్‌కు అనేక పేజీలు జత చేసి ఉన్నాయి. 200 పేజీల కంటే పైనే ఉంటుంది ఆ పాస్పోర్ట్. ఆ పేజీలలో ముద్రలే ముద్రలు. ఎరుపు, నీలం, ఆకుపచ్చ అక్షరాలతో రాతలు. కొట్టి వేతలు, దిద్దుబాట్లు. పలు భాషలలో పలు చేవ్రాతలతో... ప్రపంచ మ్యాప్‌లో పడి పొర్లాడి ఒళ్ళంతా రంగులను అంటించుకుని వచ్చిన ఉడతలా ఉంది ఆ పాస్‌పోర్ట్.

పేజీలు తిరగేస్తున్నప్పుడు ఒక చోట నాకు జవహర్‌లాల్ నెహ్రూ సంతకం కనపడి ఆశ్చర్యానికి గురయ్యాను. ఆకుపచ్చ సిరాతో 'ఇండియన్ రిపబ్లిక్ - ఈ పాస్‌పోర్ట్‌ని అధికారిక ఆనవాలుగా అంగీకరించాలని నేను సిఫారసు చేస్తున్నాను; జవహర్‌లాల్ నెహ్రూ, ప్రైమ్ మినిస్టర్ ఆఫ్ ఇండియా' అని 1954 జూలై 18వ తారీఖున సంతకం చేసి ఉన్నారు. ఒక అధికారిక ముద్ర, దాని కింద 'ఇది ఒక ఉన్నతమైన లక్ష్యం. దీనికి ఇండియన్ ప్రభుత్వం ఆమోదముద్ర వేస్తోంది' అని ఇందిరాగాంధీ సంతకం. ఆయన ఆ పాస్‌పోర్ట్ తీసుకుని ఒక పేజీ తెరిచి "ఇది చూడు" అని అన్నారు. 'ప్రపంచ పౌరుడిని అయిన నేను, ప్రపంచ పౌరుడైన గ్యారీ డేవిస్ ఫ్రాన్స్‌లో ప్రవేశించడానికి అంగీకారం ఇస్తున్నాను' అని అల్బేర్ కామూ సంతకం చేసి ఉన్నారు.

ఇదంతా పిచ్చి ముదిరినవాళ్ళు చేసే పని అని మళ్ళీ అనిపించింది. అయితే ఈజిప్ట్ దేశపు నాసిర్, యుగోస్లావియా మార్షల్ టిటోలు కూడా సంతకాలు చేశారు. మరెందరో ప్రపంచ దేశాల అధ్యక్షులు కూడా అధికారిక అనుమతికి సిఫారసు చేసి ఉన్నారు. మొట్టమొదటగా దీన్ని అమెరికన్ ప్రభుత్వమే అంగీకరించినట్టుంది. నేను పాస్‌పోర్టును తిరిగి ఇచ్చాను.

"నీకు ఇందులో చేరాలని ఉంటే చేరవచ్చు. నేను నీకు పాస్‌పోర్టు ఇప్పిస్తాను" అన్నారు.

"మీరు ఎక్కడికి వెళ్తున్నారు?" అడిగాను.

"ఇక్కడ నారాయణ గురుకులం అని ఉంది. అక్కడ ఉంటున్నాను."

"అరే! నేను కూడా అక్కడికే వెళుతున్నాను. నేను నిత్యచైతన్యయతి శిష్యుడ్ని."

ఆయన నా చేతులను తన బలమైన చేతులతో పట్టుకున్నారు. "ఎంత ఆశ్చర్యం! నేను నిత్యాకు ఆప్తమిత్రుడిని. నిజానికి నేను ఆయన గురువుకి స్నేహితుణ్ణి. నిన్ను ఇలా కలుసుకోవడం చాలా సంతోషంగా ఉంది."

"మీరు నటరాజగురుని ఎరుగుదురా?"

"మేమిద్దరం పాతికేళ్ళు కలిసి పనిచేశాం. నేను ఆయన్ని నా గురువుగా స్వీకరించాను."

ఆశ్చర్యంగా ఆయన వంక చూశాను.

"నాకు హెన్రీ బెర్గ్‌సన్‌తో స్నేహం ఉండేది. ఆయనను కలవడానికి 1945లో నేను సోర్బోన్ విశ్వవిద్యాలయానికి వెళ్ళాను. అప్పుడు నటరాజగురు ఒక సమావేశం కోసం అక్కడకు వచ్చారు. ఆయనని, జాన్ స్పియర్స్‌నీ అక్కడే కలుసుకున్నాను. ఆ తర్వాత 'ఒకే ప్రపంచం' అన్న సిద్ధాంతం మీద మేమందరం కలిసి పనిచెయ్యాలని నిర్ణయించాం."

అలా మాట్లాడుకుంటూనే గురుకులం వైపు నడిచాం. ఉదయం ఎనిమిదిన్నర అయితే గానీ ఊటీలో తెల్లవారదు. ఎక్కణ్ణించో ఒక చిలకలగుంపు బంగాళాదుంపల తోటల మీదుగా ఎగురుకుంటూ వచ్చి మా దారికి అడ్డంగా వాలింది. బాట పక్కన మంచుకు తడిసి మెరుస్తున్న పచ్చగడ్డిని, పుష్టిగా ఉన్న ఆవుల మంద ఒకటి మేస్తోంది. ఆ ఆవులను దాటుకుని వస్తున్నాయి, పొడవైన నీరెండ వెలుగు నీడలు. ఆవుల తోకల విసురుల మధ్య గాల్లో నిప్పు కణికల్లా ఎగురుతున్నాయి, చిన్న చిన్న ఈగలు.

నేను నిత్యచైతన్యయతి గురించి తెలుసుకుని ఆయన్ని పరిచయం చేసుకుని గురుకులానికి వెళ్ళడం మొదలుపెట్టి, అప్పటికి సంవత్సరమైనా కాలేదు. గురుకులం గురించి, దాన్లో సభ్యులుగా ఉండే చాలా మంది గురించి, వలంటీర్ల గురించి నాకు పెద్దగా తెలియదు. అక్కడికి వెళ్ళిన ప్రతిసారీ నన్ను పులకింపచేసే అనుభవాలు నాకోసం ఎదురుచూస్తూ ఉండేవి. ప్రపంచవ్యాప్తంగా ప్రసిద్ధి

చెందిన ఎందరో విద్యావేత్తలు, ప్రముఖ అధ్యాపకులు, తత్వవేత్తలు, యాత్రికులు నిత్యచైతన్యయతి స్నేహితులుగాను, శిష్యులుగానూ అక్కడికి వస్తూ ఉంటారు.

దార్లో నాలుగు గుఱ్ఱాలు ఎదురొచ్చాయి. ఒకటి తెలుపు. మిగిలినవి లేత గోధుమరంగు. పొద్దుటి నీరెండలో అవి బంగారంతోను, వెండితోనూ పోతపోసినట్టు మెరుస్తున్నాయి. తమ శరీరాలను విదిలించుకుంటూ తోకలు విసురుకుంటూ నిగనిగలాడే మేనితో గిట్టల చప్పుడుతో నడిచి వచ్చాయి. ఒక గుఱ్ఱం మాకేసి తిరిగి చూసినప్పుడు దాని జూలు భలే ముచ్చటగా ఊగింది. నేను మనసులో ఏమనుకున్నానో ఆయన అదే మాట పైకి అన్నారు. "బంగారము, వెండి..." అని ఆగి వాటిని చూస్తూ విప్పారిన మొహంతో "ఎవరికీ సొంతం కాని సిరులు..." అన్నప్పుడు ఆయన మనసు ఎప్పుడూ అదే భావనతో నిండి ఉంటుందని నాకు అర్థం అయింది.

మంజనకొరై గ్రామాన్ని దాటి నారాయణ గురుకులం వెళ్ళే దారి వైపుకు తిరిగాము. ఆ మలుపులో ఎవరో కొత్తగా ఇల్లు కడుతూ ఉన్నారు. గ్యారీ డేవిస్ నాతో "1954లో ఇక్కడికి నేను మొదటిసారి వచ్చినప్పుడు ఈ ప్రాంతంలో ఒక్క ఇల్లు కూడా లేదు. లోయలో అక్కడక్కడా బంగాళాదుంప తోటలు, వాలుగా ఉన్న కొండంతా దట్టమైన పొదలు, యూకలిప్టస్ చెట్లు మాత్రమే ఉండేవి. ఇక్కడినుండి చూస్తే గురుకులం, అడవి మధ్యలో ఎవరో వదిలేసి వెళ్ళిపోయిన రేకు డబ్బాలా ఉండేది" అన్నారు.

నటరాజగురు ఆ నిర్జనారణ్యంలో ఎవరో విరాళంగా ఇచ్చిన స్థలంలో తానే కట్టుకున్న రేకుల షెడ్‌లో ఏకాకిగా గడిపిన కాలం అది. ఆ రోజుల్లో అతికొద్దిమందికి మాత్రమే ఆయన గురించి తెలుసు. ఆయన ఇంతకుమునుపు కలిసి నిర్వహించిన నారాయణగురు సంస్థలు అన్నిటితోనూ, తన బంధాలను తెంచుకొని ప్రపంచానికి దూరంగా ఇక్కడ జీవిస్తూ ఉండేవారు. అప్పటికి నటరాజ, నటరాజగురుగా మారే క్రమంలో ప్రాథమిక దశలో ఉండేవారు. 1950ల ప్రారంభంలోనే జాన్ స్పియర్స్ ఇక్కడికి వచ్చేశారు. నిత్యచైతన్యయతి కూడా మదరాస్ యూనివర్సిటీలో ప్రొఫెసర్ ఉద్యోగాన్ని వదిలి వచ్చేశారు.

"మీరు వచ్చినప్పుడు నిత్యచైతన్య ఇక్కడే ఉండేవారా?" అని అడిగాను.

"ఆ... కానీ నేను మొదటిసారి వచ్చినప్పుడు ఆయనను చూడలేదు. ఆయన వళ్కలై అనే చోట ఉండేవారు. జాన్ స్పియర్స్ బెంగుళూరులో ఉండేవాడు. అక్కడినుండి వేల్యూస్ అనే మాస పత్రికను నడిపేవారు. ఇక్కడ నటరాజగురు, చిదంబర తీర్థులు మాత్రమే ఉండేవారు. చిదంబర తీర్థులు అప్పటికి సన్యాసాశ్రమం పుచ్చుకోలేదు. బర్మా నుండి అప్పుడే వచ్చి ఇక్కడ ఏదో ఉద్యోగం చేస్తూ ఉండేవారు."

గురుకులం చేరుకోగానే గ్యారీ డేవిస్ "నేను ఆ పైన కనపడుతోన్న పాకలో ఉంటాను. నువ్వు నన్ను కలుసుకోవాలి అనుకుంటే మొహమాట పడకుండా అక్కడికి రావచ్చు" అని చెప్పి నీటి తొట్టి పక్కనుండి పైకి వెళ్ళే కాలిబాటలో నడిచారు. నేను నేరుగా నిత్యచైతన్యగారి గదికి వెళ్ళి నమస్కరించి మాట్లాడటం మొదలుపెట్టాను.

"గురువుగారూ, నేను గ్యారీ డేవిస్‌ను చూశాను. ఇందాక మేం కలిసే వచ్చాం" అని చెప్పాను.

నిత్యచైతన్య యతి నవ్వుతూ "ఊరికే వచ్చారా? మాట్లాడుకుంటూ వచ్చారా?" అని అడిగారు.

"మాట్లాడుకున్నాం. ఇప్పటి దాకా ఆయన గురించి నేనేమీ వినలేదు, తెలుసుకోలేదు కూడా."

"అంటే అందుకు కావాల్సినంత ఆసక్తి నీకు లేదని అర్థం. నటరాజగురు ఆత్మకథ (The Autobiography of an Absolutist) చదివావా?" నేను అప్పటికి ఆ పుస్తకం మొదలుపెట్టి రెండో అధ్యాయంలో ఉన్నాను. "అందులో గ్యారీ డేవిస్ గురించి విస్తారంగా రాశారు. 'ఒకే ప్రపంచం' అనే సిద్ధాంతం ఆయన, గ్యారీ కలిసి సృష్టించిందే. ఇద్దరూ కలిసి ఈస్ట్-వెస్ట్ యూనివర్సిటీ డ్రాఫ్టును తయారుచేశారు."

"నేను ఇంతదాకా ఆయన గురించి ఏమి తెలుసుకోనందుకు చాలా బాధపడుతున్నాను..."

"దాందేముందిలే ఇప్పుడు తెలుసుకుంటావుగా. స్వయంగా కలుసుకునే అవకాశం కూడా దొరికింది కదా."

నిత్యచైతన్యయతి అతిథులను కలవడం మొదలుపెట్టగానే నేను వంటగదికి వెళ్ళాను. డాక్టర్ తంపాన్‌సామి వంటలో ముమ్మరంగా మునిగిపోయి ఉంటే కరుణాకరన్ ముల్లంగులు తరుగుతున్నారు.

నేను వెళ్ళగానే "రండి, రండి. ఇదేనా రావడం?" అని మలయాళ యాసలో తంపాన్‌సామి ఆహ్వానం పలికారు. "మీ సాహితీసేవ ఎలా సాగుతోంది?" అని అడిగారు.

"దాని పాటికి అది నడుస్తూ ఉంది" అంటూ గ్లాస్ తీసుకుని అల్యూమినియం పాత్రలో ఉన్న వేడివేడి బ్లాక్ టీని వంపుకున్నాను. కరుణాకరన్ పక్కనే, బెంచి మీద కూర్చున్నాను.

"గ్యారీ డేవిస్‌ను కలిశారా?" అని అడిగారు డాక్టర్.

"మీకెలా తెలుసు?" నేను ఆశ్చర్యపోయాను.

"నాకు అంతా తెలుసు స్వామీ! త్రికాల జ్ఞానిని నేను."

నాకు పెరటి వైపున్న కిటికీ కనపడింది. ఆ కిటికీలోనుంచి చూస్తే మేము ఇందాక నడిచి వచ్చిన దారి కనబడుతోంది.

"మీరు మహాత్ములు!" మలయాళంలో బదులిచ్చాను.

"రచయిత సారు వారూ! హెన్రిక్ ఇబ్సెన్ రాసిన 'ఎనిమీ ఆఫ్ ద పీపుల్' చదివారా?" మలయాళంలో అడిగారు తంపాన్‌సామి.

"చదివాను" అన్నాను. డాక్టర్ అందుకున్నారు.

"అది ప్రపంచవ్యాప్తంగా, మేధావుల వ్యక్తిత్వ వికాసానికి మార్గదర్శకమయ్యింది. ఐరోపాలో 17వ శతాబ్దంలో స్వేచ్ఛాయుత ఆలోచనలకి ఎక్కువ ప్రాధాన్యం లభించింది. అయితే సామాజికస్థాయిలో కాకుండా స్వేచ్ఛాయుత చింతనా ప్రతిపాదనలు చేసేవారిని ఆనాటి మతం, ప్రభుత్వం, యావత్ సమాజం భ్రష్టులకింద జమకట్టి బహిష్కరించేవి. అలాంటివారిని శీలహీనులుగాను, ఆందోళనకారులుగాను, ఉగ్రవాదులుగానూ ముద్రవేసేవి. ఇలాంటి వాళ్ళను 18వ శతాబ్దపు ఐరోపాలో చాలా ప్రమాదకరమైన మనుషులుగా పరిగణించేవాళ్ళు."

డాక్టర్ కొనసాగించారు. "ఆ రోజుల్లో వేలాది మేధావులు, శాస్త్రవేత్తలు ఇలా సమాజంచేత వెలివేయబడి, వేటాడబడి చంపబడ్డారు. అయితే అలా వెలివేయబడ్డవాళ్ళే ఐరోపా ఖండమంతా నాగరికతను సృష్టించారు. నిజానికి వారందరి ప్రతినిధిగానే 'డాక్టర్ థామస్ స్టాక్‌మన్' అన్న పాత్రను రచయిత ఇబ్సెన్ సృష్టించారు. ఆ కాలంలో ఐరోపాలో ఎందరో స్టాక్‌మన్‌లు ఉండేవారు. ఆ నాటకం, అలా వెలి వేయబడి పరాయివాళ్ళుగా చూడబడ్డ వ్యక్తుల పట్ల సామాన్య ప్రజల అభిప్రాయాలను మార్చడంలో గొప్ప పాత్ర పోషించింది. 'తనని తాను సమాజం నుండి బహిష్కరించుకున్నవాడే సమాజానికి ఒక కొత్త బాటను చూపగలడు' అనే విషయాన్ని ఆ నాటకం ఎలుగెత్తి చాటింది. ఏ సమాజానికైనా అలాంటివారే తరగని ఆస్తులు..."

ఆకులు తీసి నూనె కాగుతోన్న మూకుడులో వేశారు. అవి సుయ్యిమంటుండగా గరిటతో కలుపుతూ కొంచెం మిరప్పొడి చల్లి నా వైపుకు తిరిగి "నేడు యూరప్, ప్రపంచానికంతా విజ్ఞానాన్ని, సాంకేతిక పరిజ్ఞానాన్ని అందించే జ్ఞానభూమిగా మారింది అంటే, పరాయివాళ్ళనుకున్న వారిని ప్రత్యేకంగా గుర్తించి గౌరవించడమెలానో ఆ సమాజం నేర్చుకోవడమే ముఖ్య కారణం. సమాజం పిచ్చివాళ్ళుగా పరిగణించినవాళ్ళు సృష్టించినదే ఈ మానవాళి ఆధునిక నాగరికత. రచయితగారూ, మీరు కార్ల్ సేగన్ రాసిన బ్రోకాస్ బ్రెయిన్ చదివారా?"

"లేదు" అన్నాను.

"భలే సమాధానం!" అన్నారు బయట నుండి అటువైపుగా వెళ్తున్న త్యాగేశ్వరన్ స్వామి. "ఏ పుస్తకాన్నైనా ఓడించడానికి చెయ్యడానికి ఇవ్వాల్సిన ఏకైక సమాధానం ఇదే. ఆ పుస్తకం పుంఖానుపుంఖాలుగా ఎన్ని వివరాలు ఇస్తే మటుకు ఏంటి! ఈ ఒక్క మాట వాడితే ఎవరైనా సరే నోళ్ళు వెళ్ళబెట్టాల్సిందే !"

నేను నవ్వాను.

డాక్టర్ తంపాన్‌సామి ఆయనను చూసి చిరునవ్వు నవ్వి "ఆ పుస్తకంలో 'నైట్ వర్కర్స్ అండ్ మిస్టరీ మాంగర్స్' అని ఒక అధ్యాయం ఉంది. విజ్ఞానశాస్త్రపు ఎల్లలను గురించిన అద్భుతమైన వ్యాసం అది. మనం ఏమనుకుంటామంటే

సైన్స్ చాలా తర్కబద్ధమైనది, అందులో మూఢనమ్మకాలకి తావే లేదు అని. అదంతా పాఠ్య పుస్తక విజ్ఞానం. మనకు తెలిసిందంతే. మన విద్యార్థులు అంతకంటే ఎక్కువ చదవరు కూడాను. అయితే సైన్సు నిత్యం అభివృద్ధి చెందుతూ ఉంటుంది కదా. లేత చిగురు దశనుండి దాన్ని పిచ్చివాళ్ళే ఎదిగించి ముందుకు తీసుకెళ్తుంటారు. తమకొచ్చే రకరకాల పిచ్చి ఊహలను పరీక్షిస్తూనే ఉంటారు. అలాంటి కొన్ని ఊహలే సైన్సు సిద్ధాంతాలుగా నిరూపించబడతాయి. మిగిలినవన్నీ చెత్తబుట్టకు వెళతాయి. అలా రాత్రుళ్ళు మేలుకుని దయ్యాల్లా తిరిగే ఆ పిచ్చివాళ్ళే లేకుంటే విజ్ఞానశాస్త్రమే లేదు."

మూకుడు దించి కింద పెట్టేసి ఒక కుండను పొయ్యి మీద పెట్టారు డాక్టర్ తంపాన్‌సామి. నేను పచ్చి ముల్లంగిని ఉప్పులో అద్దుకుని తినేసాను. "పచ్చి ముల్లంగిని ఉప్పులో నంజుకోకూడదు. ఉన్నది ఉన్నట్లుగా తినాలి. ఉప్పు తగిలితే దాని స్వభావం మారిపోతుంది. ఏదైతే వస్తువు సహజ స్వభావాన్ని మారుస్తుందో అది ఆహారానికి శత్రువు... కాకరకాయను చింతపండుతో కలిపి వండి తింటే చేదు ఉండదు. చేదే లేకుంటే కాకరకాయని ఎందుకు తినాలి? కీర దోసకాయ చాలు కదా? సాహిత్యమే లేకుంటే జయమోహన్ ఎందుకు? బిఎస్ఎన్ఎల్ క్లర్క్ చాలుగదా?" అని కొనసాగిస్తూ "విజ్ఞానశాస్త్రానికే ఇది వర్తిస్తే తత్వశాస్త్రానికి, కళలకు ఇంకెలా ఉంటుంది? ఆచితూచి అడుగులు వేసేవారికి, లౌకిక స్పృహ ఉన్నవాళ్ళకి విజ్ఞానశాస్త్రం లోతులు చూడటానికి ఏమాత్రం అనుమతి లేదు."

"మన సమాజంలో అలాంటివారికి స్థానం ఉంది కదా..."

"భారతీయ నాగరికత ఎవరికీ అందనంత ఎత్తులో ఉన్నప్పుడు, అర్ధరాత్రీ అపరాత్రీ అనే తేడా లేకుండా తిరిగే సంచార పక్షులను, మర్మాలను శోధిస్తూ అన్వేషించే వారిని నెత్తికెత్తుకుంది, ఆదరించింది. వాళ్ళకు ఈ సమాజం చేయూతనివ్వాలని, రక్షణ కల్పించాలని నొక్కిచెప్పింది. ఎంతోకాలం ఇటువంటి భావజాలాన్ని గౌరవిస్తూ క్రమంగా దాన్ని ఒక సామాజిక ధర్మంగా మార్చుకుంది. అటువంటి ధర్మాలు మతపరమైన ఆచారాలుగా మారినందువలనే అవి నేటికీ ఆచరించబడుతూ కొనసాగుతున్నాయి. అందువలనే నటరాజగురు ఆరేళ్ళు ఈ దేశంలో భిక్షమెత్తుకుని తిరగగలిగారు. నిత్యచైతన్యయతి నాలుగేళ్ళు తిరిగారు. కనీసం నాలుగు లక్షలమంది ఇప్పటికీ అలా తిరుగుతూ జీవనం

కొనసాగిస్తున్నారు. అలాంటి వారిని ఈ సమాజం ఇంకా పోషిస్తూనే ఉంది."

డాక్టర్ మసలుతున్న నీటిలో బంగాళాదుంపలను వేశారు. నా పక్కన వచ్చి కూర్చుని క్యారెట్ ముక్కలు తరగసాగారు. "అయితే ఎక్కడ హిందూ బౌద్ధ జైన సిక్కు వంటి మత విశ్వాసాలు బలంగా ఉన్నాయో అక్కడ మాత్రమే ఈ ఆచారాలు కొనసాగుతూ ఉన్నాయి. మనలో చదువుకున్న వర్గం దీన్ని మూఢనమ్మకం అని అంటుంది. వాళ్ళు యూరప్ నుండి అల్పమైన సాంకేతిక విద్యను మాత్రమే అందిపుచ్చుకుంటున్నారు. యూరప్ అంటే అంతమాత్రమే అని వారనుకుంటున్నారు. యూరప్ అంతరాత్మ గురించిన ఎరుక వాళ్ళకేమాత్రం లేదు."

ఆ మాటలు వింటూ నేనాలోచనలో పడితే, డాక్టర్ కొనసాగించారు. "చెప్పాలంటే ఇలాంటి వారు ఎంతోమంది యూరప్లోనూ ఉండేవారు. క్రైస్తవ మతాన్ని ప్రపంచమంతా తీసుకెళ్ళిన ప్రచారకులు అలాంటివాళ్ళే. ఓడలనెక్కి కొత్త ప్రపంచాలను కనుగొనాలని బయలుదేరిన కొలంబస్, వాస్కోడగామాలు కూడా అలాంటివాళ్ళే. నేను చిన్నప్పుడు హెర్మాన్ గుండర్ట్ గురించి తలచుకున్నప్పుడల్లా చెప్పలేనంత ఆశ్చర్యానికి లోనయ్యేవాడిని. పద్దెనిమిది ఏళ్ళ వయసులో ఓడనెక్కి ఏదో ఒక దేశానికి పలు సముద్రాలను దాటి వెళ్ళి అక్కడే జీవితకాలం స్థిరపడి ఆ భాషను నేర్చుకుని ఆ భాషకే వ్యాకరణ గ్రంథాన్ని రాసి, నిఘంటువుని తయారుచేసి ఆదర్శంగా నిలబడటం అన్నది ఎంత మహత్తరమైన విషయం. మనలో ఎంతమంది అలాంటివి చెయ్యగలరు అని ఆలోచించి చూస్తే వారి పట్టుదల, తీవ్రతకు కారణమేంటో తెలుస్తుంది.

"ఒకప్పుడు ఇండియాలో అలాంటి ఉద్వేగం ఉండేది. కేవలం రావి ఆకుతో బోధిధర్ముడు జపాన్ దాకా వెళ్ళారు. అయితే ఆ ఆత్మవిశ్వాసం, బలం, ప్రపంచాన్నే అక్కున చేర్చుకోగల ప్రజ్ఞ మనలో లేకుండా పోయింది. మనం మనసుల్లో కుటిలత్వం నింపుకున్న సమాజంగా మారిపోయాం. ఆ మనస్తత్వాన్ని మళ్ళీ పునరుద్ధరించింది స్వామి వివేకానంద మాత్రమే. 'తెగించే మనస్తత్వం ఉన్న యువకులు నాకు కావాలి' అంటూ వివేకానంద చెప్పింది కూడా అదే. మనం ఇంకా లౌకికమైన బురదలో కాళ్ళు దింపి పూడుకుపోయి ఉన్నాము. ఇప్పటి యువతలో సాహస భావాలు, గొప్ప లక్ష్యాలు కలిగినవాళ్ళు దాదాపు

కనపడటంలేదు...” డాక్టర్ తంపాన్‌స్వామి చేతులు ఆయనతో సంబంధం లేనట్టు అలవోకగా క్యారెట్‌లను తరుగుతోంటే, ఆ ముక్కలు వాటంతటవే పొందికగా కింద అమరుతున్నాయి.

“గ్యారీ డేవిస్ అలాంటి యూరోపియన్ మనస్తత్వం కలిగిన మనిషి. సాహసాలు చెయ్యడం, విభిన్నంగా ఆలోచించడం, గొప్ప ఆశయాలతో దృఢంగా నమ్మిన సిద్ధాంతం కోసం ప్రాణాన్ని సైతం లెక్కచేయకపోవడం, ప్రపంచం గురించి మాట్లాడగల ఆత్మవిశ్వాసం ఇవన్నీ ఆయనకు ఉన్నాయి. అవే ఆయన్ను అలా తయారుచేసినవి. ఆయన మీద ఒక మంచి వ్యాసం ఉంది... ఇస్తాను.” అంటూ డాక్టర్ తంపాన్‌స్వామి మాట్లాడ్డం ముగించారు.

నేను లేచాను. “స్నానం చేసి వస్తాను డాక్టర్ సామీ.”

“ఈ రెండు గిన్నెలు, గ్యారీ సారుకు తీసుకెళ్ళి ఇవ్వు.”

“ఎందుకు?”

“ఆ పెద్ద గిన్నెలో వెర్రితనం చిన్న గిన్నెలో కలలు ముంచి ఇస్తారు... ఉఫ్‌మని ఊదుకుంటూ తాగొచ్చు.”

నేను నవ్వాను. “తీసుకెళ్ళి ఇవ్వండి స్వామీ” అన్నారు డాక్టర్.

నేను ఆ మిట్ట ఎక్కి ఆయన పాక చేరుకున్నాను. పాక బయట గ్యారీ డేవిస్ నీరెండలో పొట్టి నిక్కరు ఒకటే వేసుకుని పొడవైన క్యారెట్‌లా నిల్చుని ఉన్నారు. ఎండలో చలి కాచుకుంటున్నారు. పక్కనే ఆయన ఖాకీ బట్టలు. నేను తీసుకెళ్ళి ఇచ్చిన గిన్నెలను తీసుకుని ధన్యవాదాలు చెప్పారు. ఆ గిన్నెల్లో కొంచెంగా నీళ్ళు పోసి బట్టలను అందులోనే వేసి చిన్న బ్రష్‌తో రుద్దుతు విచిత్రమైన పద్ధతిలో ఉతకసాగారు. అతితక్కువ నీళ్ళతో బట్టలను ఉతికే పద్ధతిని ఆయన యూరప్‌లోని ప్రకృతి ప్రేమికుల దగ్గర నేర్చుకున్నారట.

***

గ్యారీ డేవిస్ గురించి చదివిన తర్వాత, ఆ రోజు వెళ్ళి మళ్ళీ ఆయన్ని కలిశాను. ఆయన న్యూయార్క్ బ్రాడ్‌వేలో నటుడిగా ఉండేవాడు అన్నది నాకు చాలా ఆశ్చర్యాన్ని కలిగించింది. ఆయన స్పష్టమైన ఉచ్చారణ, నిర్దిష్టమైన

ముఖకవళికల ద్వారా సంభాషించే లక్షణాలు అన్నీ అక్కడి తర్ఫీదుతో వచ్చినవేనని నాకు అనిపించింది. ఆయన ఎన్నో విభిన్న విషయాల్లో శిక్షణ పొంది ఉన్నారు. క్రిస్టియన్ ఫాదర్ కావడానికి చదవాల్సిన చదువులు ముగించాక, ఇంజనీరింగ్. ఆ తర్వాత నటుడుగా. ఆ తర్వాత పైలట్గా. అతి చిన్న వయసులోనే పైలట్ పరీక్ష నెగ్గి పేరు సంపాదించారు.

ఆయన జీవితంలో ఎప్పుడూ ఏదో ఒక రకమైన తిరుగుబాటు ధోరణి ఉండేది. ఎన్నోసార్లు ఇల్లు వదిలి వెళ్ళిపోయారు. రకరకాల చదువుల్లోకి దిగారు. ఆయనలోని సహజమైన ప్రతిభ వల్ల ఒకదాని తర్వాత ఒకటి ఈ ప్రయత్నాలన్నీ ఆయనను ముందుకు నెడుతూనే ఉండేవి. రెండో ప్రపంచ యుద్ధంలో పైలట్గా వెళ్ళి జర్మనీ ఆధిపత్యంలో ఉన్న రెండు నగరాల మీద బాంబులు వేశారు. ఆయన వెళ్ళిన బి-17 విమానం తోకలో అమర్చిన కెమరా తీసిన ఫోటోలు ఆయన తిరిగి వచ్చిన తర్వాత ఆయనకు చూపించారు. ప్రమాదపూర్వకంగా అతి కొద్ది ఎత్తులో విమానం నడిపి సరైన చోట బాంబు వేసి, తిరిగి వచ్చిన ఆయన సాహసచర్యలను అభినందించడానికి పై అధికారి ఆయన్ని తన గదికి పిలిచి ఆ ఫోటోలను చూపించారు. బల్లమీద పరిచున్న ఆ బ్లాక్ అండ్ వైట్ ఫోటోలను చూడగానే తన గుండెలమీద బరువైన ఒక ఇనప గుండు వేగంగా వచ్చి పడ్డట్టు అనిపించింది. స్పృహ కోల్పోయినంతపనై కింద పడబోయి బల్లను పట్టుకుని తమాయించుకుని నిల్చున్నారు. కాలుతున్న ఇళ్ళు. చెల్లాచెదరై పరుగెడుతున్న మనుషులు. ఆకాశానికి ఎగబాకుతున్న అగ్ని జ్వాలలు. నరకాన్ని ఫోటోలు తీసినట్టు తోచింది.

ఆ రాత్రంతా తనలో తానే చెప్పలేని వేదనతో పోరాడారు గ్యారీ. తనలో నిద్రాణమైయున్న పాత పాస్టరు తనను పిరికివాడిని చేస్తున్నాడా? మగతనం అనే మాటను తనలో నూరిపోసి పెంచిన పెంపకాన్ని, తనలో నిండి ఉన్న సున్నితత్వంతో పోరాడి నెగ్గుకు వచ్చారు. సాహసం చెయ్యకుంటే, గెలుపును అంది పుచ్చుకోకుంటే మగాడిగా ఉండటంలో అర్థమేంటి? నిజంగా ఇందులో సాహసం ఏముంది? దయ్యంలాంటి ఓ పెద్ద యంత్రానికి ఇరుసుసీలగా ఉండటమా వీరత్వం? ఆ యంత్రానికి మనసు లేదు. అది చేసే వినాశనంతో ఆ యంత్రానికి సంబంధం లేదు. దానికి కాఠిన్యమైన ఆలోచనలనిచ్చింది తనే.

విజయానికి కాదు తాను బాధ్యుడు, జరిగిన పాపానికి మాత్రమే.

సిగరెట్లు కాలుస్తూ, మద్యం తాగుతూ, సైనిక శిబిరాల మధ్య చీకట్లో తిరుగాడుతూ రాత్రులు గడిపేవారు. తెల్లవారాక మామూలు స్థితికి చేరుకున్నాక అంతా న్యాయబద్ధంగానే జరుగుతున్నట్టు, అన్నీ సరిగ్గానే ఉన్నట్టు అనిపించేది. సన్నగా ఎక్కడో చిన్న చాంచల్యం మాత్రం చిట్టెలుకలా లోపల చప్పుడు చేస్తూ మెలిపెట్టేస్తూ ఉండేది. రాత్రి చీకట్లో ఏకాంతంగా పడుకోగానే అప్పటి వరకు ఉన్న పట్టుదల సడిలిపోయేది. ఆ మానసిక సంఘర్షణ తట్టుకోలేక తన తలను తానే చేతులతో బాదుకునేవారు. మొండిగా స్పృహపోయేదాకా తాగేసి రాత్రంతా అలా పడి ఉండేవారు.

నెల రోజులు తర్వాత మళ్ళీ బాంబులు వేసే పనికి పంపించారు. 'లేదు. నావల్ల కాదు' అని తనలో తనే ఆక్రోశంగా కేకలు పెట్టుకున్నారు. 'లేదంటే లేదు. ఇక సాటి మనుషులను చంపలేను' అని తన పై అధికారులతో చెప్పడానికి వందలసార్లు తన ఆంతరంగిక రంగస్థలం మీద సాధన చేసుకున్నారు. ఒంటరిగా ఆ మాటలను లోలోపలే మననం చేసుకుంటూ భావోద్వేగాలతో జేవురించి ఉన్న ముఖంతో నడిచి వెళ్ళే ఆయన్ను చూసి మిత్రులు కంగారుపడ్డారు. చివరిగా ఒక దశలో ఆయనకు అనిపించింది 'ఇది పిరికితనం. ఈ పిరికితనం న్యాయబద్ధమైనదేనని నాకు నేను సర్ది చెప్పుకుంటున్నాను' అని. ఆ వైరాగ్యంతోనే వెళ్ళి తనను తానే గాయపరచుకునే ఒక మనోస్థితిలో విమానమెక్కారు. విమానం పైకి వెళ్ళగానే కింద నుండి విమాన సమాచార వ్యవస్థ అకస్మాత్తుగా పనిచెయ్యడం ఆగిపోయింది. అప్పుడు ఒక ఆలోచన వచ్చింది. ఇలాగే ఎగురుకుంటూ ఎవరికీ కనిపించకుండా వెళ్ళిపోవాలి. మరొక దేశంలో వాలిపోవాలి. 'కాదు, గాలిలో అలా కలిసిపోయి, అంతమవ్వాలి!' వేగం పెంచిన కొద్దీ గాలిలో కలిసిపోవాలి అన్న భావం ఎక్కువయింది. అతి వేగంగా విమానం నడుపుకుంటూ ఆయన ఆకాశంలో పల్టీలు కొట్టారు.

జర్మనీ మీద తన విమానం ఎగురుతూ ఉన్నప్పుడు కింద నుంచి ఆయన మీదికి తూటాలు పేలాయి. తనకు రెండు వైపులా పసుపు జేగురు ఎరుపు రంగులతో పువ్వులలాగా వికసించి కాలి ఆరిపోతున్న షెల్స్‌ని చూస్తూ ఎగురుతూ చెప్పలేనంత ఆనందాన్ని అనుభవించారు. ఆ తూటాల్లో ఒక్కటైనా

తన విమానానికి తగలాలి అని ఆశించారు; అయితే ఆ తూటా తనను ఎన్నుకోవాలి. నెగ్గి తనను నేల మీదకు కూల్చాలి. ఎంతో ప్రమాదకరంగా ఇంకా ఎత్తుకి ఎగిరారు. అయితే ఆశ్చర్యకరంగా, ఏమీ జరగలేదు. ఏ బాంబూ వచ్చి తాకలేదు.

అతి తక్కువ ఎత్తులో ఎగురుతూ కింద ఉన్న నగరాన్ని పాము కుబుసం లాంటి వాగు వంకలను, ఆడవారి చేతిసంచి అద్దాల లాంటి తటాకాలను, పెరిగిన చెట్ల ఆకుపచ్చ అలలను, గుట్టల సమూహాలనూ చూశారు. చేతి పక్కనే ఉంటుంది బాంబులు వేసే లీవర్. అయితే ఆయన ఎంత ప్రయత్నించినా తన చేతిని అక్కడిదాకా తీసుకుని వెళ్ళలేకపోయారు. నాలుగైదుసార్లు ఎంతో బలంగా మనసుపెట్టి చేతిని ఆ లీవర్ మీదకి తీసుకెళ్ళే ప్రయత్నం చేశారు. చేయి గడ్డకట్టుకుపోయి, బిగుసుకుని, ఇనుప దిమ్మెలా కదలకుండా ఉండిపోయింది. ఆపైన ప్రయత్నం విరమించి కిందకుచూస్తూ ఆ అందాలను ఆస్వాదించసాగారు. ఒక దశలో మనసంతా ఆనందోత్సాహాలతో నిండిపోయింది. అది ఒక పసిపిల్లాడి ఆటలా మారింది. కావాలనే కిందివాళ్ళను ఉసిగొల్పే రీతిలో ఎగిరారు. వాళ్ళ కాల్పుల మధ్యకు దూసుకు వెళ్ళినప్పుడు 'హే' అని గట్టిగా కేక పెట్టారు. కిందకు దిగి వాళ్ళ ముందు చెయ్యెత్తి విజయసంకేతం చూపించాలి అనుకున్నారు.

చివరికి విమానంలోని ఇంధనం అయిపోతుంటే ఒక బాంబయినా వేయకుండానే తిరిగి శిబిరానికి వచ్చారు. అప్పటికే ఆయన గురించి అనేక వార్తలు అక్కడ ప్రచారంలో ఉన్నాయి. రాగానే తీసుకు వెళ్ళి విచారణ చేశారు. గ్యారీ ఇంకా అదే ఉన్మత్త మనోస్థితిలో ఉన్నారు. దేహంలోని ప్రతి వెంట్రుకలోనూ ఉత్సాహం నిండి ఉంది. 'ఇప్పుడే తెలుసుకున్నాను. ఇది ఒక అద్భుతమైన క్రీడ. ఇప్పటికైనా ఆలస్యం అయ్యింది ఏమీ లేదు. వాషింగ్టన్‌కు వెంటనే సమాచారం పంపించండి. మనం యుద్ధాన్ని ఇలా ఆటలాగా మార్చుకుందాం. ఇందులో మరణం ఉన్నప్పటికీ వేదన ఉండదు. జీవితం అనే ఈ ఆటని మనం మరింత అద్భుతమైన క్రీడగా మార్చి ఆ దేవుడిని ఓడిద్దాం. రండి' అని అందరినీ ఆహ్వానించారు. విచారణా అధికారిని వాటేసుకుని ముద్దు పెట్టుకున్నారు. మధ్యలో కాఫీ తీసుకువచ్చిన సహాయకుణ్ణి పట్టుకుని

ఉత్సాహంగా నాట్యం చేశారు.

ఫలితంగా అక్కడినుండి నేరుగా పిచ్చాసుపత్రికి, ఆ తరవాత జైలుకు తీసుకవెళ్ళారు. విపరీతమైన శారీరక శ్రమకూ, హింసకూ గురిచేశారు. అంతలో యుద్ధం ముగిసింది. మిలిటరీ నుండి విడుదల కాగానే గ్యారీలో శూన్యత ఏర్పడింది. మిలిటరీలోను, జైలులోను జీవితంలోని అత్యున్నత స్థాయి సవాళ్ళను చవిచూసాక, ఇలా అర్థం లేని రోజువారి చర్యలతో నేల మీదకు దిగివచ్చి నిల్చున్నట్టు అనిపించింది. ఆ లోటును పూడ్చుకోవడానికి ప్రయాణాలు మొదలుపెట్టారు. భుజానికి ఒక చిన్న సంచి తగిలించుకొని ఎక్కడికి కావాలంటే అక్కడికి, ఎప్పుడు కావాలంటే అప్పుడు బయలుదేరి వెళ్ళిపోయేవారు. పర్యాటక స్థలాలు ఆయన్ని ఆకర్షించలేదు. పర్వతాలంటే మటుకు చెప్పలేనంత మోహం ఉండేది. అయితే కొన్ని నెలలకే వాటినెక్కి దిగడం కూడా వెగటు పుట్టించింది. ఆర్థికంగా కిందిస్థాయిలో ఉన్న నిరాడంబరమైన జన సమూహంతో, నగరాల్లోని మురికివాడల్లో జీవించడం మాత్రమే ఆసక్తికరంగా ఉన్నట్టు అనిపించింది.

ఉన్నట్టుండి ఒక ఆలోచన వచ్చి జర్మనీకి వెళ్ళారు. ఆర్థికంగా జర్మనీ వెనుకబాటుతనం, ప్రజలు మోస్తున్న అవమాన భారాన్ని దగ్గరగా చూశారు. అంత ఘోరమైన ఓటమి, భయంకరమైన వినాశనం జరిగాక తప్పు చేశామన్న భావనతో కుంగిపోయిన ఆ దేశాన్ని గుర్తించారు. తమ పిల్లలు ఆకలితో అలమటిస్తున్నపుడు కూడా, పశ్చాత్తాపంతో చింతించే ప్రజల మనస్సాక్షి ఎంత గొప్పదో అన్న ఆలోచన వచ్చింది ఆయనకు. అంతకన్నా ఎక్కువ వినాశనాన్నే అమెరికా జపాన్‌కు కలిగించింది. ఐతే అమెరికన్లకు ఆ సంఘటనల పట్ల పశ్చాత్తాపం మచ్చుకైనా లేదు. ప్రజలు ప్రభుత్వాలు చెప్పినవి నమ్మేటట్టు చేయడమే జరుగుతోందని అర్థమైంది. అలాగే ఈ చావుదెబ్బలు ప్రపంచ శాంతికోసం అత్యంత అవసరమైన చర్యలుగా అక్కడి ప్రజలు నమ్ముతున్నారు. ఆయా ప్రభుత్వాలు, జాతివాదులు - ప్రజల్ని గొర్రెల మందల్లాగా, తమను నమ్మి, తమ దుశ్చర్యలను సమర్థించేటట్టు చేసుకోగలిగారు. ఒకవేళ యుద్ధంలో జర్మనీ గెలిచుంటే, వారు కూడా తాము చేసిన జాతి హననాలు లోకకల్యాణం కోసమే అని తమ దేశాన్ని నమ్మించగలిగి ఉండేవాళ్ళు.

గ్యారీ యుద్ధ సమయంలో తాను బాంబులు కురిపించిన ప్రాంతాల్ని

సందర్శించారు. పచ్చదనం వేళ్ళూనుకుని, శిథిలాలనీ, లోహశకలాలనీ కప్పివేసింది. ఆ ప్రాంతాన్ని సరికొత్త జీవచైతన్యం నింపివేసింది. అక్కడి ప్రజలు వినాశనపు జ్ఞాపకాలని గతంలోకి నెట్టివేసి, తమ జీవితాలను పునర్నిర్మించుకుంటున్నారు. తెలుపెక్కిన బుగ్గలతో యూనిఫామ్ తొడుకున్న పిల్లలు ఉత్సాహంగా కబుర్లు చెప్పుకుంటూ బళ్ళకు వెళ్తున్నారు. రోడ్ల పక్కన ఆడవాళ్ళు కూర్చొని తాజా పండ్లను, కూరగాయలను అమ్ముతున్నారు. ఎటు చూసినా జీవేచ్ఛ, మనుగడ కొనసాగింపుకు సంబంధించిన కృషి తాలూకు ఆనవాళ్ళు మాత్రమే కనిపిస్తున్నాయి. అక్కడి వినాశనానికి కారణమైన హత్యాయంత్రం ఈరోజు వారి మధ్యే నిలబడి ఉన్నదని వారు పట్టించుకోలేదు. ప్రాణంతో ఉన్న శరీరం నుండి, పుండు పగిలి చీముతోబాటూ బయటకు నెట్టబడిన ముల్లులా ఆయన ఆ జీవచైతన్యం మధ్య పరాయివాడిలా నిలబడిపోయారు.

'నేను మీ అందరిని చంపాలని ప్రయత్నించినవాడిని తెలుసా?' అనుకుంటూ లోలోపల వెక్కిళ్ళు పెట్టారు. 'మీరు నా మీద రాళ్ళు రువ్వచ్చు. నన్ను శిలువ ఎక్కించవచ్చు. ఎందుకంటే ఎలాంటి శత్రుత్వమూ లేకుండా, మీరు ఎవరన్నది కూడా తెలియకుండా, మీ అందరిమీద సామూహిక హత్యాప్రయత్నం చేసాను నేను' అని పశ్చాత్తాపపడ్డారు. బంగారు రంగుపూలు పూసిన చెట్లు గొడుగుల్లా అమరివున్న ఆ రోడ్డు పక్కనే ఉన్న ఒక పార్క్ లో సిమెంట్ బెంచిమీద కూర్చుని తన పక్కనున్న వ్యక్తితో గ్యారీ "సోదరా, నేను ఈ ప్రదేశాన్ని, ఇక్కడి మనుషులను నాశనం చెయ్యడానికి ప్రయత్నించాను" అని అన్నారు. ఆ వ్యక్తి ఈయన మాటలను సరిగ్గా విన్నారో లేదో తెలియలేదు గానీ, చిరునవ్వు చిందిస్తూ ప్రశాంతంగా, "అభివాదాలు. ఆ యేసుప్రభువు రక్ష మీకు ఎప్పుడూ తోడుగా ఉండుగాక" అని అన్నారు.

ఆ నగరంలో ఉన్న అందరినీ సంబోధిస్తూ 'నేను మిమ్మల్ని చంపడానికి వచ్చిన హంతకుడిని' అని గట్టిగా అరవాలనుకున్నాడు. అయితే ఏ ఒక్కరైనా దాన్ని లెక్కచేస్తారని ఆయనకు అనిపించలేదు. అవును! రెండేళ్ళ క్రితం ప్రపంచంలో సగంమంది, మిగిలిన సగంమందిని చంపేయాలన్న కాంక్షతో బయలుదేరారు. ప్రపంచంలో చెప్పుకోదగినంత భూభాగాన్ని నాశనం చేసేశారు.

ఈ చర్యలో పాల్గొన్న వాళ్ళెవ్వరూ హంతకులు కారు. ఎవరికీ ఎవరిమీదా కోపం లేదు. ఎలాంటి శత్రుత్వమూ లేదు. అలా చంపడం వారి బాధ్యత అని మాత్రమే వాళ్ళకు చెప్పబడింది. వాళ్ళు దాన్ని నమ్మారంతే. ఇప్పుడు అలా చెప్పినవారు చేతులు కలిపారు. ఇక పైన వాళ్ళకు ఎవర్నీ చంపాల్సిన అవసరం లేదు. చంపినవాళ్ళు, చంపబడినవాళ్ళు ఇద్దరూ ఏమీ ఎరుగని అమాయకులే. వాళ్ళ మధ్య ఏవిటి వైరుధ్యం? ఎక్కడుంది కక్ష?

ఆ రాత్రి చలిలో ఆ పార్కులో ఏకాంతంగా కూర్చుని ఏడ్చారు గ్యారీ డేవిస్. అక్కడ ఆయనకు బోధపడింది, ఎందుకు యేసుప్రభువు అలా కుమిలిపోయారో. 'నా తండ్రీ! నన్నెందుకు ఆదుకోలేదు. నన్నెందుకు చిన్నచూపు చూశావు?' అని ఘోషించిన ఆ యేసుప్రభువు కూడా మానవుడి ప్రతినిధే. దేవుడు ఆదుకోకుండా వదిలేసిన కోటానుకోట్ల మనుషులలో ఒకరు. 'తండ్రీ వీళ్ళను క్షమించు' అని ఆ దేవునికి మొరపెట్టుకున్నవాడు, దేవుడియొక్క అంశ. ఈ రెండు వాక్యాలతో నిండినదే సకల జ్ఞానుల అంతరంగమా? ఈ రెండు వాక్యాల మధ్యన ఊగిసలాడేదేనా వాళ్ళ మనుగడ?

ఆ వసంత ఋతువులో గ్యారీ ప్యారిస్‌కు వెళ్ళారు. అక్కడ జరుగుతున్న ఒక ప్రపంచ సమ్మేళనంలో తన అమెరికన్ పౌరసత్వాన్ని త్యజించేస్తున్నట్టు ప్రకటించి ఒక బహిరంగ ప్రదేశంలో తన పాస్‌పోర్టును తగలబెట్టారు. 'నా పైచర్మాన్ని ఒలిచి తీసి పడేసి వట్టి రక్తమాంసాలతో వీధిలో నిలుచున్నాను. నేను కొత్తగా జన్మించాను' అని ప్రకటించారు. అందుకుగాను ఆయన అరెస్టు చేయబడ్డారు. ఆయన ఇంటర్వ్యూ, ఆయన గురించిన వ్యాసాలు పారిస్ అంతా ఆయన గురించే మాట్లాడుకునేలా చేశాయి. ఆంద్రే గిడే, ఆల్బేర్ కామూ వంటి వారితో సహా పారిస్ లోని మేధావులందరూ ఆయనను అభినందించారు, కొందరు ఆయన వాదానికి ప్రతికూలంగా స్పందించారు. ఫ్రాన్స్ ఆయనను దేశంనుంచి బహిష్కరించింది.

ప్యారిస్ నుండి జెనీవా వెళ్ళిన గ్యారీ డేవిస్ ఐక్యరాజ్యసమితి సమావేశంలో ప్రేక్షకుడిగా వెళ్ళి కూర్చుని తగిన సమయంలో లేచి ప్రచార కరపత్రాలను అక్కడ చల్లుతూ నినాదాలు చేశారు. "ప్రపంచాన్ని భాగాలు చేసి పంచుకోవడం ఆపండి. దేశం అన్నది దోపిడీదారులు గిరిగీసి ఏర్పరిచిన ఎల్లలు మాత్రమే.

మనుషుల్ని కలిసిమెలిసి జీవించేటందుకు అనుమతించండి. ఒకే ప్రపంచం ఒకే మానవజాతి!” అప్పుడు ఆయన్ను గార్డులు అక్కడి నుండి నెట్టివేశారు. అయితే అక్కడి సభ్యుల్లో చాలామంది అది విని కరతాళధ్వనులతో ఆదరించారు.

ఆ తర్వాతి గ్యారీ జీవితం అంతా ఒక సుదీర్ఘ పోరాటం. మరుసటి సంవత్సరమే ప్రపంచ పౌరుల కోసం ఒక ప్రపంచ రిజిస్ట్రీ ప్రారంభించి తన పాస్‌పోర్టును తానే సృష్టించుకున్నారు. ఆ పాస్‌పోర్టుకు గుర్తింపును తెచ్చుకోడానికి ప్రపంచ దేశాలన్నిటిలో పర్యటించారు. ప్రపంచంలోని 150 దేశాలలో 200 సార్లు జైలుకు వెళ్ళారు. 1954లో ఆ పాస్‌పోర్టుతో ఇండియా వచ్చారు. ఇండియన్ పోలీస్ అరెస్టు చేసి జెయిల్లో పెట్టిన ఆయనను రక్షించడానికి, ఆయన స్నేహితుడైన నటరాజగురు ప్రభుత్వానికి, ప్రముఖులకీ లేఖలు రాశారు. ఆర్కే లక్ష్మణ్, ముల్క్ రాజ్ ఆనంద్ కూడా వారికి మద్దతుగా నిలిచారు. జవహర్‌లాల్ నెహ్రూ అంగీకరించి ఆయనను విడుదల చేశారు.

నటరాజగురు, గ్యారీ డేవిస్ ఊటీలోని రేకుల పాకలో కిరోసిన్ దీపం పెట్టుకుని రాత్రింబవళ్ళు కూర్చుని ఒకే ప్రపంచం అన్న కలను ఆచరణలో పెట్టేందుకు గానూ ప్రణాళికలు తయారుచేశారు. ఇద్దరి హృదయాలూ ఉరికే ఆలోచనలతో ఉప్పొంగుతూ ఉన్న రోజులవి. ప్రపంచ దేశాలు తమ ఆర్థిక క్షేమాన్ని వదులుకోకుండా దశలవారీగా ఒకే ప్రపంచంగా కలిసిపోవడానికి ఒక పెద్ద ప్రణాళికను నటరాజగురు తయారు చేశారు. విద్య, సాంస్కృతిక, మతపరమైన రంగాలలో ఎవరి ప్రత్యేకతను వారు కాపాడుకుంటూనే అందరూ అభివృద్ధిపథంలో నడిచేట్టుగా ప్రపంచమంతా ఏకమైపోయి మనగలిగే నమూనాను, గ్యారీ డేవిస్ తయారు చేశారు.

ఆ ప్రణాళికను మూడు సంవత్సరాల తర్వాత ప్యారిస్ లోని సోర్బోన్ విశ్వవిద్యాలయంవారు ప్రచురించారు. ఆ నమూనా ప్రణాళికతో గ్యారీ ప్రపంచమంతా తిరిగి ఎన్నో లక్షలమందిని తన వ్యవస్థలో సభ్యులుగా చేర్చారు. ‘ఎప్పుడో ఒక రోజు మనం ఒకే ప్రపంచంగా మారుతాము, దాన్ని నేడే ప్రారంభిద్దాం’ అన్న ఆయన పిలుపుకు ప్రపంచ వ్యాప్తంగా మద్దతు లభించింది. ప్రపంచ యుద్ధపు గాయాలు ఆరని రోజులవి. యుద్ధం నిండిన వాతావరణంలో మొలకెత్తిన ఒక తరం హిప్పీ యుగం దశగా సాగుతూ ఉన్న తరుణమది. చార్లీ

చాప్లిన్, బాబ్ మార్లే కూడా ప్రపంచంతో మంతనాలు జరిపిన రోజులవి.

గ్యారీకి భారతీయ వేదాంతం మీద, గాంధీ మీద విశ్వాసం ఉండేది. 'అహింసాత్మక పోరాటాల ద్వారా జనుల మనసులను ప్రభావితం చేసి ఒక మహాశక్తిగా ఉద్భవించవచ్చు' అన్నదానికి నిలువెత్తు నిదర్శనం గాంధీ అని గ్యారీ నమ్మారు. ఆయనకు భారతీయ వేదాంతం మీద ఎంతో ఆసక్తి ఉండేది. 'వసుధైక కుటుంబం' అన్న వాక్యాన్ని మంత్రం లాగా తన మదిలో నిలుపుకున్నారు. ఆయన వేదాంతం అదే వాక్యం నుండి మొదలైంది. నటరాజగురు బెంగళూరు సోమనహళ్ళిలో జాన్ స్పియర్స్ సహకారంతో, ప్రాక్పశ్చిమ సిద్ధాంతాలను ఏకీకృతం చేసే ఉద్దేశంతో మొదలుపెట్టిన ఈస్ట్-వెస్ట్ యూనివర్సిటీలో చేరి వేదాంతంలో మాస్టర్స్ పట్టా అందుకున్నారు.

గ్యారీ, నటరాజగురు ఉన్నప్పుడు రెండేళ్ళకొకసారైనా ఇండియాకు వస్తూ ఉండేవారు. తర్వాత ఆయనకు ప్రపంచ యాత్రలు, జైలు వాసం ఎక్కువయి ఆయన ఇండియాకు రావడం తగ్గిపోయింది. ఇప్పుడు ఎన్నో ఏళ్ళ విరామం తర్వాత మళ్ళీ గురుకులానికి వచ్చారు.

***

నేను గ్యారీ డేవిస్‌ను కలుసుకోడానికి మధ్యాహ్నం ఆయన కాటేజికి వెళ్ళాను. తలుపు తెరిచి ఉంది, ఆయన పక్కనే ఎక్కడో ఉంటారని అనుకున్నాను. కరుణాకరన్ "సారు బయటకెళ్ళారు" అని అన్నాడు. "తలుపు తెరిచే ఉందే" అని అడిగాను. "సారు తాళమెయ్యరు" అంటూ నవ్వాడు. నేను రోడ్డు మీదికి వచ్చినప్పుడు గ్యారీ డేవిస్ పొద్దున ఆయన ఉతికి ఆరబెట్టిన ఖాకీ దుస్తుల్లో జీప్‌లో కూర్చుని ఉన్నారు. తెల్ల బట్టలు వేసుకుని పొడవైన గడ్డంతో ఉన్న ఒక బ్రహ్మచారి కూడా కూర్చుని ఉన్నాడు.

నేను ఆయనకు దగ్గరగా వెళ్ళి "హలో! ఎక్కడికి వెళ్తున్నారు?" అని పలకరించాను.

"పడమటి కొండకు. అంబాదేవి ఆశ్రమానికి వెళ్ళి అక్కడి నుండి పడమటి లోయను చూడబోతున్నాను."

"ఓ! అలానా."

"నువ్వూ వస్తావా?"

"వస్తాను."

"ఎక్కు మరి."

నేను జీప్ ఎక్కాను. చెప్పిరావా అని అడుగుతారేమోనని అనుకున్నాను. చెప్పివెళ్ళడం లాంటివి పాటించే మనిషి కాదేమో అనిపించింది.

బురదతో నిండిన రోడ్డు మీద జీపు మమ్మల్ని కుదుపుతూ తీసుకువెళ్ళింది. దారి పక్కన ఉన్న చిన్న చిన్న రేకుల ఇళ్ళను, బాటలపై పెద్దపెద్ద ఆవులు నెమరువేస్తూ దారికి అడ్డంగా పడుకుని ఉండడాన్ని, నీళ్ళు చిమ్ముతున్న సాధనాలను అమర్చివున్న బంగాళాదుంపల తోటలనూ వేడుకగా చూస్తూ వచ్చారు. ఒక కుక్క మొరుగుతూ జీప్‌ని వెంబడించినప్పుడు నాకేసి చూస్తూ నవ్వారు. నేను ఆయనతో మాట్లాడాలనుకున్నాను. అయితే జీప్‌లో మాట్లాడలేము అనిపించింది. అంబాదేవి ఆశ్రమానికి వెళ్ళి దిగగానే జటాజూటాలతో కాషాయ దుస్తులు ధరించిన ఒక వృద్ధ స్త్రీ, సాక్షాత్ అంబాదేవిగారే వచ్చి గ్యారీ డేవిస్‌కు స్వాగతం పలికారు. "హరి ఓమ్" అని ఆమె నమస్కరించగానే "Om! The absolute is adorable!" అని నమస్కరించారు.

కొన్ని పలకరింపులు అయ్యాక మాకు దారి చూపడానికి రావలసిన యువసన్యాసి రాకకోసం ఎదురుచూస్తూ ఆశ్రమం అరుగు మీద కూర్చున్నాము. ముంగిట విరబూసిన పువ్వుల బరువుకు తాళలేక కొమ్మలు వంగిన రకరకాల చెట్లు, తీగెలు, చంటిపిల్లలను చంకన ఎత్తుకుని ఉన్న పిల్ల అక్కల్లా ఉన్నాయి.

"నేను మీ గురించే చదువుతున్నాను."

"ఆసక్తికరంగా ఉందా?" మెరిసే కళ్ళతో అడిగారు.

నేను నవ్వాను. "అయితే మీ పోరాటం నాలో రకరకాల సందేహాలను రేకెత్తిస్తోంది."

"అడుగు" అన్నారు.

"మీరు మీ సిద్ధాంతాలను జనాలకు చెప్పడానికి ఎన్నో దేశాలకి వెళ్తున్నారు.

అక్కడ వారి చట్టాలకు వ్యతిరేకంగా ఉండటంతో జైలుకు వెడుతున్నారు... ఇలా జైలుకు వెళ్ళడం ద్వారా ఏం సాధించాలనుకుంటున్నారు?"

గ్యారీ డేవిస్ చిరునవ్వుతో "శాసనోల్లంఘనం గురించి గాంధీ పుట్టిన దేశానికే చెప్పాలా ఏంటి! ఏ చట్టమైతే మానవుడి ప్రాథమిక మనుగడకి, ఆధ్యాత్మికతకి అడ్డుగా ఉందో దాన్ని అతిక్రమించడానికి మనిషికి హక్కు ఉంది. అంతేకాదు దాన్ని ఖచ్చితంగా అతిక్రమించాల్సిన బాధ్యత కూడా ఉంది."

"అయితే మీరు ఇతర దేశాలకు కదా వెళ్తున్నారు..."

"నాకంటూ ఒక దేశమే లేదే!"

నా ప్రశ్నను ఎలా అడగాలో తెలియలేదు. "మీరు దీన్ని పోరాటంలా చేస్తున్నారు. ఆ పోరాటాన్ని ఒంటరిగా నెత్తికెక్కించుకుని చేసేటప్పుడు అది పిచ్చివాడి ఆటలా అయిపోతుంది కదా?"

"నేను సిద్ధాంతాలను విడమరిచి ప్రపంచానికి చెప్తున్నాను. 'ఒకే ప్రపంచం' అన్న నా కలను వెళ్ళిన ప్రతిచోటా వ్యాపింపచేస్తున్నాను."

"దానికి జైలుకు వెళ్ళాల్సిన అవసరం ఏముంది?"

"ఈ ప్రపంచం సిద్ధాంతాలతో ఏర్పడినది. 20వ శతాబ్దంలో మాధ్యమాలు పెరిగిన కొద్దీ సిద్ధాంతాలు కూడా కుప్పలు తెప్పలుగా వచ్చి పడుతున్నాయి. కోట్లాది సిద్ధాంతాలు. అన్ని సిద్ధాంతాల వెనకా తగిన తర్కం ఉంటుంది. కొంత అవసరం కూడా ఉండొచ్చు. అయితే ఈ రోజుల్లో ఎవరూ సిద్ధాంతాలని పరిశీలనాత్మకంగా చూడటం లేదు. ఇన్ని కోట్లాది సిద్ధాంతాలలో ఏ సిద్ధాంతం, ఏ భావజాలం గమనార్హమవుతుంది? ఏది అంగీకరించబడుతుంది? వేలాది వాక్యాలు ఉన్న ఒక పుస్తకంలో ఏ వాక్యం, పేజీలు తిరగేస్తున్న పాఠకుడి దృష్టిలో పడుతుంది?" అంటూ నా భుజాల మీద చేతులు వేసి సూటిగా చూస్తూ "ఏ వాక్యం కింద్రైతే గీత గీసి ఉంటుందో అది!" అన్నారు.

"మై డియర్ యంగ్ ఫ్రెండ్, ఒక వాక్యాన్ని ఎలా అండర్‌లైన్ చేయడం? రెండే మార్గాలు. ఒకటి, అధికారంతో. ఇవాళ మన మధ్య ఆచరణలో ఉన్న చాలా సిద్ధాంతాలు అధికారం ద్వారా వ్యాప్తి చేయబడి మన బుర్రలోకి ఎక్కించబడినవే. అయితే రేపటి మనుగడకి కావలసిన ఏ సిద్ధాంతానికీ అలాంటి

అధికార బలం వెనక తరలిరాదు. దాన్ని ఎలా అండర్‌లైన్ చేయడం?” మళ్ళీ ఆయన నా భుజం తట్టారు. “త్యాగబుద్ధితో ... అదొక్కటే మార్గం. ఒక సిద్ధాంతం కోసం నేను జైలుకు వెళ్తున్నాను అంటే దాన్ని నేను తిరస్కరించడానికి ఏమాత్రం ఆస్కారం లేనిదిగా పరిగణిస్తున్నాను. ఒక సిద్ధాంతం కోసం ఒక మనిషి తన ఆస్తిపాస్తులను, తన మనుగడనే కాదు, ప్రాణాన్ని సైతం త్యాగం చెయ్యడానికి సిద్ధంగా ఉన్నాడంటే ఆ సిద్ధాంతానికి చెప్పలేనంత బలం చేకూరుతుంది. అదే గాంధీ మార్గం.”

నేను నిట్టూర్చాను. ఆయన కొనసాగించారు.

“నేను ఏ దేశానికి వెళ్ళినా ఆ దేశం గురించి పూర్తిగా తెలుసుకునే వెళ్తాను. అప్పటికే ఆ దేశంలో ఇలాంటి ఒక సైద్ధాంతిక పోకడ ఉంది అన్నదాన్ని దృఢపరుచుకునే వెళ్తాను. అక్కడికి వెళ్ళి వాళ్ళ చట్టాలకు సవాలు విసురుతాను. న్యాయస్థానంలో నా వాదనని నేనే వినిపిస్తాను. పత్రికలకు, తత్వవేత్తలకు, మేధావులకు, జ్ఞానులకు లేఖలు రాస్తాను. నేను చెరసాలలో ఉంటూ రోజంతా నా సిద్ధాంతాలను వల్లిస్తూనే ఉంటాను. నా భావాలను ఆ సైద్ధాంతిక వాతావరణంలో వ్యక్తపరిచి వ్యాప్తి చేయడానికి; అన్నిటికన్నా నాకుండే ఉన్నతమైన మార్గం అదొక్కటే.”

ఆ యువ సన్యాసి రాగానే మేం అక్కడినుండి బయలుదేరాం. ఎమరాల్డ్ ఎస్టేట్‌ను ఆనుకుని సాగిన అడవి దారి ఒక దశలో నేరుగా పైకి వెళ్ళసాగింది. బ్రహ్మాండమైన పచ్చికరాసులను కప్పుకొని నిశ్శబ్దంలో నిద్రపోతున్నట్టు పర్వతశ్రేణులు పరుచుకుని ఉన్నాయి. దూరంగా ఆకాశాన్ని తాకుతున్న కొండ చరియలలో నీలగిరి కొండగొర్రెలు తిరుగాడుతూ చిన్న చిన్న చుక్కల్లా కదులుతున్నాయి. పడమటి ఆకాశం ఇంకా ఎర్రబడలేదు. అయితే వెలుతురు మసకబారింది. వణికించే చలి మొదలైంది. నేను మందపాటి స్వెటర్ వేసుకుని ఉన్నాను. ఊటీకొస్తే నేను ఎప్పుడూ స్వెటర్ వేసుకునే ఉంటాను. గ్యారీ ఖాకీ చొక్కా ఒక్కటే వేసుకుని ఉన్నారు.

ఆయనే మాటలు అందుకున్నారు. “ఇక్కడికి వచ్చేముందర నాలుగున్నర సంవత్సరాలు దక్షిణాఫ్రికా జెయిల్లో ఉన్నాను.”

ఒక నిమిషం నాకు నోటమాట రాలేదు. "నాలుగున్నర సంవత్సరాలా?"

"అవును ఏడేళ్ళ శిక్ష. అయితే ముందే విడుదల చేసేశారు."

నేను ఆయన వైపోసారి తలెత్తి చూశాను. ఆయన పాటికి ఆయన మాట్లాడుతూనే కొండెక్కుతున్నారు.

"ఇప్పటిదాకా ఒంటరిచెరలో ఉండింది లేదు. ఈసారి ఏకాంత కారాగారం. ఈ నాలుగున్నర ఏళ్ళలో అంతా కలిపి వంద వాక్యాలు కూడా మాట్లాడలేదు. రాయడానికి, చదవడానికి అనుమతి లేదు. బయటి ప్రపంచంతో ఎలాంటి సంబంధం లేదు. పత్రికలు కూడా లేవు. సంపూర్ణమైన ఏకాంతం..."

"ఏకాంతం ఒక గొప్ప సాధన. ఏకాంతంగా ఉన్నప్పుడు మన చుట్టూ ఉన్న గాలిలో మన అంతరాత్మను మనం పరికిస్తాము. మన మనసులో ఒకే విషయం వందలాది, వేలాది ప్రతిబింబాలుగా కనపడుతుంది. తనను తాను భరించలేనివారికి ఏకాంతం దుర్భరమైన నరకమే. నిజానికి చాలామందికి నరకం అంటే అది ఏకాంతమే. సార్త్ర్ చెప్పింది తప్పు. నరకం అంటే చుట్టూ ఉన్నవాళ్ళే అన్నారు ఆయన. ఆయనకు ఏకాంతవాస శిక్ష విధించి ఉంటే ఆ అభిప్రాయాన్ని మార్చుకుని ఉండేవారు. ఆయన 'నో ఎగ్జిట్' నాటకంలో ఒంటరిచెర లేదు. మామూలు చెర మాత్రమే ఉంది."

"మీరు ఎలా కాలం గడిపేవారు?"

"ఆలోచనల్లో మునిగిపోయేవాణ్ణి. నేర్చుకున్న వేదాంతం అంతా దానికి ఉపయోగపడింది. ఒంటరిచెరలో ఉన్న చిక్కు ఏంటి అంటే అక్కడ మనకు బాహ్య ప్రపంచం లేదు. నేను ఉన్నది, ఎనిమిది అడుగుల పొడవు పది అడుగుల వెడల్పు ఉన్న గదిలో. తెల్లటి గోడలు. ఇద్దరి మనుషుల ఎత్తులో రెండు కిటికీలు. తలుపు వేసేశారంటే నాలుగు పక్కలా గోడలే. నేను మాత్రమే అందులో ఉంటాను. నా శరీరాన్ని నేను చూసుకోలేను కాబట్టి నేను భౌతికంగా అక్కడ ఉన్నానన్నది స్ఫురించదు. నా ఆలోచన మాత్రమే ఉన్నట్టు అనిపిస్తుంది...

"అదే సమస్య. కేవలం జాగరూకావస్థ ఉండటం. ఆ ఎఱుకకు ఆకారం లేదు. ఎఱుక ఎప్పుడూ బాహ్య ప్రపంచంలోని వస్తువులలో తనను ప్రతిబింబించుకొని చూసుకుంటూ ఉంటుంది. నాలుగు గోడల మధ్య

బంధింపబడ్డ ఎఱుక తన ఉనికిని రకరకాలుగా చూసుకోలేదు. ఎఱుక అన్నది పరిసరాలలో సదా ప్రతిబింబించుకుంటూ ఉండే నిరంతరచైతన్యం. ఆ చర్య ఆగిపోయినప్పుడు మెల్లగా అది కరిగి పోతుంది. ఎఱుక కరిగిపోగానే మౌఢ్యం పెల్లుబుకుతూ బయటికి వస్తుంది. సంవత్సరం రోజులు ఏకాంతంలో ఉన్నవాడు మానసిక రోగి అయిపోతాడు."

"అవును, హెన్రీ షారియేర్ రాసిన పాపియాన్ నవలలో చదివాను."

గ్యారీ నవ్వుతూ "విడ్డూరం ఏంటంటే ప్రపంచానికి నాగరికతను నేర్పిన ఫ్రాన్స్ దేశమే ఒంటరి చెరశాల అన్న క్రూరశిక్షను కూడా బహూకరించింది... ప్రపంచానికి తాత్వికతను నేర్పించిన మరో దేశమే విషవాయువు గదులను ఆవిష్కరించింది" అన్నారు.

కాసేపు మౌనంగా ఉన్నాం. మౌనాన్ని చెరుపుతూ "మీరు ఆ హింసను ఎలా భరించారు?" అని అడిగాను.

"నా ఎఱుక స్ఫురణకు రావాలంటే నాకు ఒక బాహ్యప్రపంచం కావాలి. దాన్నే వేదాంత జ్ఞానం ద్వారా సాధించాను. అయితే బాహ్యప్రపంచం అన్నది కేవలం నా బుద్ధి సృష్టించుకున్నది మాత్రమే. అది కూడా వేదాంతమే చెప్తుంది. అంటే నా ఎఱుకకి బాహ్యప్రపంచం అన్న ఒక ఊహాత్మక చిత్రం కావాలి. ఒక మాయ. దాన్ని సృష్టించుకున్నాను. నాకిచ్చిన కంచం అంచుతో గోడ మీద ప్రపంచపటాన్ని గీసుకున్నాను. నేనున్నది భూమండలానికంతా కేంద్రంగా ఊహించుకున్నాను. అది హిమాలయాల్లోని ఒక ప్రదేశం. అక్కడినుండి తూర్పుముఖంగా నిల్చున్నాను. నా ముందు తూర్పు ఆసియా ఖండం. వెనక యూరప్, ఎడంవైపు ఆర్కిటిక్, కుడివైపు అంటార్కిటిక్.

"ఒక్కో ప్రాంతంలోనూ ఉన్న నగరాలను, పర్వతశ్రేణులను, నదులను, సముద్రాలను గీశాను. అక్కడున్న మనుషుల గురించి నాకు తెలిసిన వాటిని గుర్తు పెట్టుకున్నాను. తర్వాత అదే ప్రపంచంలో నా మనుగడ సాగించాను. అనుకోగానే ఆల్ప్స్ పర్వతాల్లో ఉంటాను. నాలుగు అడుగులేస్తే హిమాలయ శిఖరం. అక్కడినుండి పసిఫిక్ సముద్రాన్ని నాలుగడుగులేసి చేరుకోగలను. అట్లాంటిక్‌లో నిల్చుని అరేబియా ఎడారిని చేయి చాచి తాకగలను.

విరాట్పురుషుడిలా నేను విశ్వాన్ని ఆక్రమించుకుని భూప్రపంచమంతా వ్యాపించాను.

"ఒక్కొక్క రోజు ఒక్కొక్క ప్రాంతాన్ని ఎన్నుకున్నాను. అక్కడి మనుషులతో సహజీవనం చేశాను. వాళ్ళలో ఒకడిని అయ్యాను. తర్వాత ఆ ప్రాంతంతో ఎలాంటి సంబంధం లేని మరో ప్రాంతాన్ని జత చేశాను. హాన్ చైనావాళ్ళ నోట స్వాహిలి పలికించాను. సియరా లియోన్‌లో కోయంబత్తూరుని కలిపాను. కరెంటు తీగల జాలం లాగా నేను ప్రపంచమంతా పాకాను. నా ద్వారా విభిన్నమైన సంస్కృతులు ఒకదానితో ఒకటి చేతులు కలిపాయి. మనుషుల మనసులు కలిసి ఒకే ఆత్మగా వెలుగొందాయి. నా ద్వారా ప్రాంతాలు కలిశాయి. కొన్నిసార్లు నేనే ఆ ప్రాంతాలకు మధ్య ఒక పెద్ద వంతెనలా పడి ఉన్నాను. నా మీద పర్వతాలు ఎదిగాయి. సముద్రాల అలలు ఎగిశాయి. నా మీదున్న పర్వతాల నుండి సముద్రం వైపుకు మహానదులు ప్రవహించాయి. నా శిఖరాలపై చల్లటి మేఘాలు మెరిశాయి, నా లోతులలో కళ్ళు లేని నల్లటి చేపలు చీకటినే వెలుగుగా భావించుకుని రెక్కలార్చుకుంటూ గాల్లోకి ఎగిరాయి. నా మీద వర్షం కురిసింది. పచ్చిక పులకించి మొలకెత్తింది. నేను నా దేహంలో ఉన్న ఉప్పునంతటినీ ఫలాల తీయదనంగా మార్చాను. పుష్పాలలోని రంగులుగాను, సౌరభాలుగాను, మకరందంగానూ మార్చాను.

"కొన్నిసార్లు ప్రపంచపు వేదననంతా నాలోకి తీసుకుని విశ్రమించాను. నా మీద ఆరని వ్రణాలుగా సొరంగాలు తెఱచుకున్నాయి. పురుగులు యంత్రాల వలె తొలుచుకుని వెళ్ళాయి. నాలోని ప్రాణద్రవాలు, అంతరంగంలోని నవరత్నాలూ పైకి తోడబడ్డాయి. నా పొట్టంతా చెత్తతో నిండిపోయి బరువెక్కింది... నా రక్తనాళాలలో విషపూరిత ఆమ్లాలు ప్రవహించాయి. నా పిల్లల రక్తం స్రవించి నా ఒడి ఎరుపెక్కింది.

"ఆ మహత్తరమైన ఎరికే నన్ను అక్కడ బతికించింది. నేను ఎల్లలు లేనివాడిని అని, నేను నశించి పోననీ నాకు తెలియజేసింది. నన్ను హింసించేవారిని కూడా భరించగల రక్షణకవచంలా నన్ను నేను మార్చుకునేలా చేసింది. నేను ధరణినయ్యాను. అంతులేని కరుణ, అంతులేని బాధ, నాలో ప్రవేశించి అనంతంగా జ్వలించే దివ్వెగా మారాను.

"ఉన్నట్టుండి ఒకరోజు ఆ దేశపు న్యాయస్థానం నన్ను విడుదల చేసింది. నాకోసం ఆ దేశంలోని ఒక సమాజసేవకుడు న్యాయస్థానానికి అప్పీలు చేసాడు. నా గురించిన వార్తలు న్యాయస్థానం నుండి బయలుదేరి మళ్ళీ వార్తాపత్రికలను చేరుకున్నాయి. రోజురోజుకీ వస్తున్న వార్తలను అరికట్టడానికి ఆ ప్రభుత్వానికి రెండు మార్గాలే ఉన్నాయి. నన్ను దేశ బహిష్కరణ చేయడం లేదా నా కోరికను అంగీకరించడం. దక్షిణాఫ్రికామొదటి మార్గాన్ని ఎంచుకుంది. నన్ను ఎక్కడికి పంపించాలి అన్న ప్రశ్నకు నేను 'ఇండియా' అని సమాధానం ఇచ్చాను ."

"ఎందుకు?"

"నేను జెయిల్లో ఉన్న రోజుల్లో నిత్యచైతన్యయతి నాకు లేఖలు రాశారు. నెలకు ఒక లేఖ చొప్పున నాలుగేళ్ళు క్రమం తప్పకుండా లేఖలు రాశారు. ఒక్క లేఖకు కూడా జవాబు రాకపోయినా ఆయన రాస్తూనే ఉన్నారు. ఆ లేఖ యొక్క నకళ్ళను ఎంతోమందికి పంపించారు. నన్ను అంత సులువుగా దాచేయలేరు అని వాళ్ళకు ఆయన చెప్తూనే ఉన్నారు. ఒక లేఖలో ఆయన ఇలా రాశారు: 'పూడ్చికప్పేసే వాళ్ళకు కుక్కే పెద్ద సమస్య. ఎంత లోతులో పూడ్చినా అది వాసన పసిగట్టి తవ్వుతూ ఉంటుంది.' నిజానికి నన్ను తవ్వి బయటకు తీసింది నిత్యచైతన్యయతి. ఆయనను చూడాలని కోరుకున్నాను.

"ఈ మట్టిలో కాలు పెట్టగానే నేను కనుగొన్నది - పరమార్థాన్ని. నేను స్వేచ్ఛని కనుగొన్నాను. నేను స్వేచ్ఛను కోరుకున్నాను. కట్టుబాట్లు లేకుండా తిరగగల స్వేచ్ఛని. అది ఇవాళ ఈ ఒక్క దేశంలో మాత్రమే ఉంది."

నేను ఆశ్చర్యంతో "అవునా? అమెరికాలో? ఫ్రాన్సులో?" అని అడిగాను.

"మై డియర్ యంగ్ ఫ్రెండ్! అక్కడ 'స్వేచ్ఛ' అన్న పదం ఒకటి స్వేచ్ఛగా ఉంటే చాలు అని అనుకుంటారు. అవి ఎల్లవేళలా నిఘా పెట్టి ఉంచే దేశాలు. అక్కడ ఎప్పుడూ ప్రశ్నలే. ప్రతిచోటా పాస్‌పోర్ట్ అవసరం. అక్కడ సాటి మనుషులు కూడా మన మీద ఒక కన్నేసి ఉంచుతారు. బహిరంగ ప్రదేశాల్లో మన ప్రవర్తనను గమనిస్తూ ఉంటారు. మన నడవడిలో కొంచెం తేడా ఉన్నా కూడా ముఖం చిట్లిస్తారు. అక్కడ అతిక్రమణలకు చోటు ఉంది. అయితే ఆ అతిక్రమణలకూ ఒక క్రమపద్ధతిని సృష్టిస్తున్నారు..."

ఆయన సంభాషణను కొనసాగిస్తూ గట్టిగా నవ్వారు. "సాధారణ ప్రజలు దేనికైనా సరే ఒక క్రమబద్ధమైన పద్ధతిని కచ్చితంగా అవలంబించాలి అన్న అలవాటునుండి బయటపడలేకపోతున్నారు. క్రమానికి విరుద్ధంగా వ్యవహరించే ప్రకృతి యొక్క అసాధారణమైన సృజనాత్మకత నుండి వీళ్ళు ఏదీ నేర్చుకోవడం లేదు..." నా భుజాల మీద చేతులు వేసి "ఈ దేశంలో అడుగుపెట్టిన తొలి రోజు నా పాస్‌పోర్టును ఒక అధికారి పరిశీలించాడు అంతే! ఆ తర్వాత ఈరోజు వరకు ఎవరూ ప్రశ్నించలేదు. ఎలాంటి కట్టుబాట్లు లేవు. ఎప్పుడూ నాకు తన వాకిళ్ళు తెరిచి ఉంచింది ఈ దేశం." అన్నారు.

"అంతమాత్రాన ఇది సురక్షితమైన దేశం కాదు కదా?" అని అడిగాను.

"లేదు. యూరోపియన్ దేశాల కంటే కూడా ఈ దేశం సురక్షితమైనది. ఈ దేశజనాభాతో పోల్చుకుంటే ఇక్కడి నేరాల సంఖ్య ఆశ్చర్యం కొల్పేంత తక్కువ" అని అంటూ తమిళంలో 'ఏ మార్గమున సజ్జనులు, జనులు నడిచెదరో అమ్మార్గమే దేశంబును' అని ఒక తమిళ పద్యంలోని పంక్తినందుకున్నారు. "ఇది తిరుక్కుఱళ్" అని నవ్వుతూ "కాదు. ఇది మరో కవయిత్రి రాసింది. అవ్వయార్. కవయిత్రే కదా? నేను అదే విన్నాను.."

"నేను ఇక్కడికి జూన్‌లో వచ్చాను. వర్కలై, ఆలువా, తలస్సేరి, కణ్ణూర్ వరకు వెళ్ళి వెనక్కి వచ్చాను. మళ్ళీ బయలుదేరి బెంగళూర్లో సోమనహళ్ళికి వెళ్ళి వినయచైతన్యను కలిసి అక్కడినుండి గోవా వెళ్ళి ఫ్రెడీ స్వామిని కలిశాను. తర్వాత ముంబై. అక్కడినుండి అజంతా, ఎల్లోరా. తర్వాత కాశీ. కాశీలో ఉన్న నెలరోజులూ అక్కడి ఘాట్లమీదే నా బస."

"అవును. నేను కూడా కాశీలో అలా మెట్లమీదనే గడిపాను" అన్నాను నేను.

"అక్కడి నుండి అలహాబాద్ మీదుగా కలకత్తా. అక్కడి నుంచి భువనేశ్వర్ వచ్చి చెన్నై. చెన్నై నుండి తిరువనంతపురం వెళ్ళి తలస్సేరి వెళ్ళాను. అటునుండి కణ్ణూర్ ఎళిమలైకు వెళ్ళి పదిరోజులు ఉన్నాను."

నేను ఆశ్చర్యంతో "అయితే కణ్ణూర్ నుండి ఇవాళ పొద్దునే వచ్చారా?" అని అడిగాను.

"అవును."

"అయితే మీ దగ్గర ఒక చిన్న సంచి కూడా లేదే?"

"నా దగ్గర ఒక జత బట్టలు ఉన్నాయి, చాలు."

కొండ శిఖరానికి చేరుకున్నాం. ఇప్పుడు పడమటి ఆకాశం బాగా ఎరుపెక్కి ఉంది. ఆకాశంలో మేఘాలు పలచగా ఉన్నాయి. ఊటీలో ఇలా ఉండటం చాలా అరుదు. వంపు తిరిగిన నీలంరంగు అద్దం లాంటి పడమటి ఆకాశంలో జారిపడిన మబ్బుతునకలు రాశి పోసినట్టు నెత్తుటి ఎరుపుని పులుముకుని మెరుస్తున్నాయి. వేడి జాడే మరిచిపోయిన సూరీడు గుండ్రంగా ఆకాశపు గోడకు వేలాడుతున్నట్టున్నాడు. ఆగిపోయిన గడియారపు లోలకంలా! గుండ్రటి అంచు చుట్టూ ఎర్రటి కిరణాల వెలుగు అలలు అలలుగా పేరుకున్నట్టు ఉంది.

చల్లటి గాలి చెవి తమ్మెలను తాకుతోంది. ఎదురుగా కనపడే శిఖరం మీద పడుకుని ఉన్న కణుజులు ఒక్కొకటిగా లేచి నిల్చుని చెవులను రిక్కించి మాకేసి చూస్తున్నాయి. చెవుల కదలికల మధ్య అవి అచ్చెరువొందిన శిల్పాల్లా కనిపించాయి. రెండు కొండలకు మధ్యనున్న షోలపర్వత సానువుల్లో కిలకిలారావాలతో పక్షుల గుంపులు ఎగురుతున్నాయి. సాయంకాలమై వాతావరణం మారడంతో చెమ్మెక్కిన గాలిలో పచ్చిక చిమ్మిన ఆవిరి వాసనలు గుప్పుమంటున్నాయి.

కొండ శిఖరం మీద ఒకే ఒక చెట్టు ఏకాకిలా నిలిచి ఉంది. సిల్వర్ ఓక్ చెట్టు. అయితే అది తేయాకు తోటల్లో నిల్చున్న విధంగా కొమ్మలు లేనిది కాదు. నలువైపులా సమృద్ధిగా విచ్చుకున్న కొమ్మలతో గాలిలో తూగుతూ నిల్చునుంది. దాని కింద వెళ్ళి నిలుచున్నాము. ఆ చెట్టు మీద అసలు పక్షులే లేవు. అక్కడి పచ్చిక నేలలో ఒక పెద్ద జింకల గుంపు అప్పుడే గడ్డి మేసి వెళ్ళినట్టు ఉంది. జింక పెంటికలు చెల్లాచెదురుగా పడి ఉన్నాయి. వాటి మీద బుల్లి రెక్కల పురుగులు మూగి ఎగురుతున్నాయి. వాటికి అవే అమృతతుల్యమైన పౌష్టికాహారం, వాటి పిల్లల పురిటి పరుపు, తూగుటుయ్యాల.

యువ సన్యాసి కొంచెం దూరం వెళ్ళి కూర్చుని పడమటి ఆకాశానికేసి చూస్తూ కొన్ని నిమిషాలు గడిచిన తర్వాత కళ్ళు మూసుకున్నాడు. సూర్యుడు మంచుగడ్డ మీద జారినట్టు జారి లోతుల్లో పూడుకుపోయాడు. దిగంతమంతా

ఎర్రటి చారలు. అన్ని అసంఖ్యాకమైన మేఘపు దూది పరకలు అక్కడ ఉన్నట్టు అప్పటి వరకు తెలియలేదు. ఉన్నట్టుండి ఎదుటి కొండమీది కణుజులు పరిగెత్తుకెళ్ళి పొదలకవతల కనుమరుగయ్యాయి. ఒకే ఒక ఎర్ర రాబందు మాత్రం ఆకాశంలో చక్కర్లు కొడుతూ మెల్లగా కిందకు జారుతోంది. గాల్లో ఈక తేలినట్టు కిందకి దిగి మళ్ళీ రెక్కలల్లార్చి పైకి ఎగిరింది.

గ్యారీ డేవిస్ పచ్చిక మీద కూర్చున్నారు. ఆయన బట్టతల మీది చర్మం, లేచిపోయిందా అన్నట్టు ఎర్రగా పండిపోయి ఉంది. కళ్ళజోడు వెనక ఎర్ర కాంతి చారలు మెరుస్తున్నాయి. ఆయన కలలో మునిగి ఉన్నట్టు అనిపించాడు. సూర్యుడి ఒక చిన్న అంచు మాత్రం ఇంకా మిగిలి ఉంది. ఆ ఒంటరి రాబందు దిగంతంలో కనుమరుగయ్యింది. పేరు తెలియని ఏ పక్షో క్లుక్ క్లుక్‌మని చప్పుడు చేస్తోంది, అది ఎక్కడ ఉందన్నది తెలియలేదు.

ఒక గర్జన విని తిరిగి చూశాను. గ్యారీ డేవిస్ నుండే వచ్చింది. సాగిపోయిన ఆయన మెడ కండరాలు అదరడం చూశాను. ఆయనకు మూర్ఛరోగం వచ్చిందా అని భయపడ్డాను. నోరు ఒక పక్కకు ఒరిగి ఈడ్చుకుపోయింది. మళ్ళీ గర్జించారు. ముఖానికి చేతులు అడ్డు పెట్టుకుని మోకాళ్ళ మీద తల పెట్టుకున్నారు.

కాసేపటి తర్వాత తల పైకెత్తి పలచటి మంచు కమ్ముకుంటున్న చీకటిలో సూర్యుడు వదిలి వెళ్ళిన వెలుతురును చూశారు. తలను ఊపుతూనే ఉన్నారు. చేతులు బట్టతల మీద దువ్వుకుంటూ శాంతించారు. కొన్ని క్షణాలు కళ్ళు మూసుకున్నారు. నేను చూస్తున్నాను అన్న స్పృహ అప్పుడే వచ్చినట్టుంది. నాకేసి తిరిగి చూశారు. చిరునవ్వు చిందిస్తూ "మేన్, దిజ్ ఇజ్ హారిబుల్" అన్నారు.

నేను ఏమీ మాట్లాడకుండా చూస్తున్నాను. మరో కొన్ని నిముషాలు అలానే కూర్చునుండిపోయి గ్యారీ లేచినప్పుడు నేనూ లేచాను.

"మొదటి కొన్ని నిమిషాలు ప్రపంచపు ఎల్లలు అవగతమయ్యాయి. అయితే..." అంటూ తల నిమురుకున్నారు. బొంగురుపోతున్న గొంతుకతో "హఠాత్తుగా ఈ ప్రపంచం ఒక గదిలా అనిపించింది. అతి చిన్న గది. చేయి,

కాలు కొంచెం చాచినా ఆ నాలుగు గోడలనంతటా తాకగలిగేంత చిన్న గది. నలువైపులా మూతవేసిన గది. విడిపించుకునేందుకు ఆస్కారమే లేనట్టు ఆ గదిలో మానవత్వం శాశ్వతంగా బంధించబడి ఉంది... జీసస్!"

ఆ మాటలను అందిపుచ్చుకుని దాన్ని నా అనుభవంగా మార్చుకోవడానికి నాకు కొంత సమయం పట్టింది. అది అవగాహనకు రాగానే భయంతో నా ఒళ్ళు కుంచించుకుపోయింది. అక్కడ ఇంకొక క్షణం కూడా ఆగలేను అనిపించింది. వెంటనే పరుగెత్తి ఏదైనా ఒక సురక్షితమైన చిన్న గదిలోకి వెళ్ళి నన్ను నేను బంధించుకోవాలి అనిపించింది. అప్పుడే బయటనున్న ఎల్లలులేని ప్రపంచాన్ని ఆస్వాదించగలం. స్వేచ్ఛ అంటే ఏమిటో తెలుసుకోగలం.

యువ సన్యాసి "ఓం" అంటూ కళ్ళు తెరిచారు. ఏమీ మాట్లాడకుండా గ్యారీ కిందకు నడిచారు. తెర కిందకి జారుతున్నట్టు షోలపర్వత సానువులను చీకటి మెల్లగా ఆక్రమించుకుంటోంది. కొండ అంచులలో మాత్రం మసక వెలుగు. కొండ శిఖరాల్లో మాత్రమే మిగిలిపోయున్న చివరి వెలుతురు రేఖలు మెరుస్తున్నాయి. అవికూడా చుట్టేస్తున్న తివాచీలా సన్నగిల్లుతున్నాయి.

కొండదారి చిన్న గీతలా కనబడుతోంది. ఆ దారిలో నెమ్మదిగా దిగుతున్నాము. చిమ్మటల ఈలతో రాత్రి తన చలిని, చీకటిని, చప్పుళ్ళను, మసక బారుతున్న ఆకాశంలో అప్పుడప్పుడే పొడుస్తున్న నక్షత్రాలనూ తనలో కలుపుకుంటోంది.నాతోబాటు బరువెక్కిన ఆలోచనలు నా కాళ్ళకు బంధాలు వేస్తున్నాయి.

గ్యారీ డేవిస్ ఏదో ఆలోచననుండి విడివడినవాడిలా క్షణం ఆగి వెనక్కి తిరిగి నా వైపుకు చూస్తూ "ఇందులో మనం అనంతమైన ప్రపంచాన్ని గీసుకోవాలి. సరేనా?" అని అన్నారు. నేను ఆయనకేసి మౌనంగా చూశాను. ఆయన దిగి ముందుకు వెళ్ళిపోతున్నారు.

◆◆◆

[మూలం: ఉలగం యాఏయుమ్, మార్చ్, 14, 2011]

International Registry of World Citizens: https://worldservice.org/

నారాయణగురుకులం: https://www.narayanagurukula.org/

నటరాజగురు: https://en.wikipedia.org/wiki/Nataraja_Guru

నిత్యచైతన్యయతి: https://en.wikipedia.org/wiki/Nitya_Chaitanya_Yati

జయమోహన్ మనవాడే...

"Find the key emotion; this may be all you need know to find your short story."

– F. Scott Fitzgerald

ఫిట్జ్‌గెరాల్డ్ అన్నట్టు 'అసలైన అనుభూతిని పట్టుకోగలిగిన' కథకుడు జయమోహన్. తనని తాను ఒక ఆధ్యాత్మికవాదిగా ప్రకటించుకునే వ్యక్తి, సాహిత్యాన్ని కేవలం తన తాత్వికతకు వాహికగా మాత్రమే భావించుకునే తమిళ కథకుడు జయమోహన్ రాసిన కథలివి. ఈ కథలన్నీ 2011లో రాసినవే. ఈ కథలు పత్రికల్లో రాలేదు. బహుశా ఏ పత్రికా వీటిని తీసుకోదని రచయిత అర్థం చేసుకుని వుంటారు. ఒకే కథకు 35 పుటలు కేటాయించడం ఏ పత్రికాసంపాదకుడికైనా ఇబ్బందే. అందుకే రచయిత తన వెబ్‌సైట్‌లోనే వీటిని ప్రచురించారు. ఈ కథలు ఇంగ్లీషులోకి రెండేళ్ళ క్రితం అనువాదమయ్యాయి. ఈ కథలను నేరుగా తమిళంనుంచి తెలుగులోకి తీసుకువచ్చారు అవినేని భాస్కర్; ప్రచురించారు సాహిత్యంలో విశేషమైన అభిరుచివున్న 'ఛాయ' మోహన్.

ఇందులోని ఒక్కొక్క కథా ఒక జీవితాన్ని సమగ్రంగా ఆవిష్కరిస్తుంది. ఒక్కొక్క కథా ఒక జీవన వాస్తవికతను చూపిస్తుంది. ఒక్కొక్క కథా ఒక మానవీయవిలువను గుర్తుచేస్తుంది. అన్ని కథలూ పాఠకుడిలో భావోద్వేగాన్ని, చింతనను, ఆశ్చర్యాన్నీ ఒక్కోసారి అద్భుతాన్నీ రేకెత్తిస్తాయి. సామాన్య పాఠకుడికి ఈ కథలిచ్చే ప్రతిఫలం ఇదయితే, తోటి కథకులు, విమర్శకులకు ఈ కథలు విశ్లేషించడానికే ఒక సవాలుగా అనిపిస్తాయి. ఇవి ఒక్కొటొక్కటి 20-30 పుటలకు తక్కువ ఉండవు. మనం షార్ట్ స్టోరీ అని సాధారణంగా చెప్పుకునే నిర్వచనానికి ఇవి లొంగవు. కథకు ఎక్కువా, నవలకు తక్కువా ఇవి. ప్రక్రియాపరంగా చూసినపుడు అది లోపమా? గుణమా? ఏమో. "Details make stories human, and the more human a story can be, the better." అన్న వి.ఎస్. ప్రిచెట్ (బ్రిటిష్ కథా రచయిత, విమర్శకుడు) మాటలు ఒంటబట్టించుకున్నారేమో ఈయన – అందుకే పాత్రల, నేపథ్యాల, పరిసరాల అతి చిన్న వివరాలతో సహా మనల్ని మరో ప్రపంచంలోకి తీసుకువెళ్ళిపోతారు. పేజీల లెక్క బహుశా ఆయనకి రాదు. ఆయనకు ప్రక్రియ, దాని స్వరూప స్వభావాలతో పనిలేదు. కథా నిర్మాణశిల్పం మీద ఆసక్తి లేదు. తను చెప్పదలుచుకున్న ఒక ఆదర్శాన్ని, ఒక విలువను చెప్పడానికి ఎన్ని పేజీలు అవసరమైతే అన్ని రాసుకుంటూ పోవడమే తప్ప కథలో బిగి, జిగి ఆయనకు పట్టవు. ఆయనకు అవి పట్టకపోవడం సిద్ధాంతపరంగా చూస్తే లోపమే. కానీ అది ఈ కథల్లో పఠనీయతకు ఎలాంటి ఆటంకమూ కలిగించలేదు. అందుకే ఈ కథలు పూర్తి చేశాక లోపాలు, గణాల గురించి మాట్లాడ బుద్ధివేయదు - అనుభవం దక్కింది! అదే చాలు అనిపిస్తుంది.

ఈ కథలు ప్రధానంగా రూపచిత్రణలు (portraits). ప్రతి కథా ఒక విలక్షణమైన వ్యక్తిని పరిచయం చేస్తుంది. ఆ మనుషులందరూ మన చుట్టూ ఉన్నవారే. ఉన్నా మనం గమనించని వారే. గమనించినా సంపూర్ణంగా అర్థం చేసుకోలేనివారే. దానికి కారణం పాత్రల్లో కల్పన ఎక్కువవడం కాదు. అసలు కల్పన ఎక్కడ మొదలైందో, వాస్తవం ఎక్కడ ఆగిందో అర్థం కాకుండా, ఆ రెండిటినీ అసాధారణమైన రీతిలో రంగరించే రచనా నైపుణ్యం వల్ల.

కొన్ని దశాబ్దాల క్రితం కథలు, నవలలు, అనువాదాలు చేసిన ఒక ప్రముఖ

తమిళ రచయిత గురించి పాఠకులకు తెలిసివుండొచ్చు. కానీ 'ధర్మం' కథలో ఆయన కనబడే తీరే వేరు. ప్రపంచప్రసిద్ధి గాంచిన డాక్టర్ కె. లేదా ఏనుగు డాక్టర్ గురించి ఎక్కడో వినివుండొచ్చు. కానీ 'ఏనుగు డాక్టర్'లో కనిపించే ఆ కృష్ణమూర్తి అద్భుతరూపమే వేరు. బాలచందర్ సినిమాగా తీసిన 'తణ్ణీర్ తణ్ణీర్' నాటక రచయిత కోమల్ స్వామినాథన్ పేరు బహుశా ఇంకాస్తమందికి తెలిసివుండొచ్చు. కానీ 'యాత్ర' కథలో కనిపించే కోమల్ స్వామినాథన్ మన గుండెల్ని పిండేసే పద్ధతే వేరు. జయమోహన్ పేరు కూడ తమిళ, మలయాళ సాహిత్యప్రపంచాల్లోనే కాక, తెలుగువారికీ తెలుస్తూ ఉండొచ్చు. కానీ ఈ 12 కథల్లో పాత్రగా, రచయితగా కనిపించే జయమోహన్ వేరు. అతను తమిళుడూ, మళయాళీ కాదు. మనవాడే. (దానికి కొంతవరకూ కారణం కథల్ని తెలుగులో అందించిన అవినేని భాస్కర్ అనువాదనైపుణ్యం). ఇక కథల వివరాల్లోకి వెళ్తే...

ధర్మం అనేది చాలామంది చాలా తరచుగా వాడే పదం. ఏ పురాణకథలో అయినా ధర్మం ఎవరివైపు, ఎవరిలో ఉందని ప్రశ్న లేవనెత్తడం, ధర్మం సాపేక్షమే అని తేలిపోవడం మామూలు. ఈ సంకలనంలోని 'ధర్మం' కథలో చిట్టచివరి వాక్యంలో దొరుకుతుంది ధర్మం. జయమోహన్, తనకు ఇష్టమైన ఒక వృద్ధరచయితను కలవడానికి వెళ్తాడు. ఈ ఆర్థిక సంబంధాల సమాజంలో రచన, రచయిత ఎంత చులకనకు గురౌతాయో, రచయితల పట్ల ప్రచురణకర్తలకు, వ్యాపారులకు ఎంత అవహేళన ఉంటుందో వృద్ధరచయిత చెబుతూంటే జయమోహన్ అవాక్కై వింటాడు. చివరగా ఆ రచయిత చెప్పే సన్నివేశం – ఇల్లు గడవడం కోసం, తన సాహిత్యాన్ని పక్కన పెట్టి చెట్టియార్ కోరికపైన డబ్బులు వస్తాయని వంద పుస్తకాలు ఏకబిగిని రాసేసినపుడు, తనకు రావలసిన మొత్తం ఇవ్వమని అడిగినపుడు ఆ చెట్టియార్ ఎంతో నిర్దాక్షిణ్యంగా 700 రూపాయలు విసిరి (పారితోషికంగా అంగీకరించిన 3 వేల రూపాయల స్థానంలో) అతన్ని అనరాని మాటలు అంటాడు. కూతురి పెళ్ళి ఖర్చులకోసం దాచుకున్న డబ్బులవి. సున్నితమనస్కుడైన రచయిత తనకు అన్యాయం జరిగినపుడు సంయమనం కోల్పోవడం అసహజమేమీ కాదు.

'అధర్మపాలనో, ప్రజలకు సంక్షోభం కలిగించే పనులకో తలపడిన రాజులమీద కవులు తిరగబడి 'అఱం పాడటం' అనే ధర్మాన్ని తమ పద్యాల్లో

వస్తువుగా పెట్టి పాడితే, ఆ రాజు వంశమే నిర్మూలం అయిపోయేది! ఆ రోజుల్లో కవులు ధర్మాత్ములు.' అని కుంభకోణం చరిత్రను స్మరించుకుంటాడు రచయిత. అది చరిత్ర కావచ్చు. ఇది 20వ శతాబ్దం. ఇప్పుడేమైంది? చెట్టియార్‌పై విరుచుకుపడుతున్న ఊపులోనే అతని భార్యపై అప్పటికప్పుడు పద్యం రాసి ఇచ్చేశాడు. కూడబలుక్కుని అక్షరాలు చదవడం తప్ప సాహిత్యమంటే ఏమిటో ఎరగని ఆమెకు ఆ కవిత అర్థం కాలేదు. కానీ గుండెలకు హత్తుకుంది. ఇంతకూ ఆ ధర్మం ఉన్నది అన్యాయానికి గురైన కవిలో కాదు; అతన్ని గుర్తించి, గౌరవించిన ఆ చెట్టియార్ భార్యలో. ఆమెకు చదువు తెలీదు. వ్యాపార లావాదేవీలు తెలీవు. ఈ కవి ఎవడో తెలీదు. కానీ ఆమెకు ధర్మం తెలుసు. తన భర్త వల్ల అధర్మం జరిగిందని తెలుసు. దాన్ని చక్కదిద్దడం తెలుసు. ఆ చివర కవి గొణుక్కున్న వాక్యంలోనే కథాసారమంతా ఉంది.

ఈ సంకలనంలోని ప్రతి కథను గురించీ ఇంత విపులంగానూ చెప్పవచ్చు. ప్రతి కథా ఒక విలువను, ఒక ఆదర్శాన్ని, రచయిత నమ్మిన ఒక సత్యాన్ని మనముందుంచుతాయి.

ఈ సంకలనంలోని మరో మణిపూస 'ఏనుగు డాక్టర్'. ఆయనకు డాక్టర్ కె. అనీ ఏనుగు డాక్టర్ అనీ ఉన్న పేరు వాస్తవంగా ఉన్నదే. కానీ ఇక్కడ కథలో చేసిన కల్పన ఆయనకు పద్మ పురస్కారం లభించడానికి ఫారెస్ట్ అధికారి అయిన కథకుడు పడే పాట్లు. అంతర్జాతీయంగా ఏనుగు చికిత్సలో నిపుణుడిగా పేరున్న డాక్టర్ కె. కి పద్మ పురస్కారం ఇవ్వడానికి ప్రభుత్వం ఆలోచించాల్సిన పనే లేదు. కానీ పైరవీలు లేకుండా వచ్చే పురస్కారం కాదు అది అని గ్రహించిన కథకుడు, శాయశక్తులా ఢిల్లీలో ప్రయత్నాలు చేస్తాడు. అతను చేసిన ప్రయత్నం విని ఏనుగు డాక్టర్ చిరాకుపడతాడు. ఇంతలో ఆ 'పద్మ'కు ఓ సినిమా తారను ఎంపిక చేశారని స్నేహితుడు చెప్తాడు. కథకుడు చాలా నిరాశ చెందుతాడు. ఏ మాత్రం నిరాశ చెందకుండా, ఎంతో హాయిగా నిశ్చింతగా ఉన్న డాక్టర్‌తో కలిసి బయటకు రాగానే ఎప్పుడో తన తల్లికి గాయం మాన్పించిన డాక్టర్‌ని గుర్తుంచుకుని దాని గున్న డాక్టర్ కె. ఇంటి దగ్గరికి అదే నొప్పితో వస్తుంది, డాక్టర్ వెంటనే పనిలోకి దిగి, దాని బాధను మాన్పుతాడు. ఏనుగుకు కట్టుకట్టి అతను లేచి నిలుచోగానే, ఎదురుగా 20 ఏనుగులు తొండం ఎత్తి ఘీంకరిస్తూ

అభివాదం చేస్తాయి. అటవీ అధికారికి పద్మ పురస్కారం అంటే ఏమిటో అప్పుడు అర్ధమవుతుంది.

నిజజీవిత వ్యక్తిని చిత్రించిన మరో కథ యాత్ర. – తమిళ నాటక రచయిత, ప్రయోక్త, రచయిత కోమల్ స్వామినాథన్‌తో తన అనుబంధం గురించి జయమోహన్ రాసిన కథ. కైలాసయాత్ర చేయడం ఇటీవలి కాలంలో మామూలైపోయింది కానీ పెద్దగా భక్తిప్రపత్తులు లేని ఒక అభ్యుదయ నాటక రచయిత తీవ్రమైన అనారోగ్యం కూడ లెక్క చేయకుండా లక్షకుపైగా మెట్లెక్కి శివదర్శనం చేసుకోవడం అన్న అపూర్వ ఘట్టాన్ని అసాధారణంగా చెప్పిన కథ ఇది. కైలాసయాత్రను ఇంత కంటే గొప్పగా వర్ణించడం ఏ కవికీ సాధ్యం కాదు. దానికి ముఖ్య కారణం – యాత్రను బాహ్యయాత్ర, ఆంతరంగిక యాత్ర అనే రెండు కోణాలనుంచీ అతను చూడ్డం. ఈ 'తీర్థయాత్ర' భక్తికి సంబంధించింది కాదు. తన నొప్పిలోంచి, ఆ నొప్పిని మరవాలన్న ఆకాంక్ష నుంచి, అదే నొప్పిని ప్రేమించాలన్న నమ్మకం నుంచి, చిన్నప్పుడు ఆనందవికటన్ పత్రికలో చూసిన హిమాలయాల్లోని చిన్న జడలబర్రె బొమ్మని వాస్తవంగా చూడాలన్న కోరిక నుంచీ బయలుదేరిన యాత్ర. అందుకే ఇది ప్రధానంగా మానసిక యాత్ర.

నిజజీవిత సంఘటనలను రాసిన మరో కథ 'ఎల్లలోకములొక్క ఒక్కటై' – సాల్ గారెత్ డేవిస్ అనే వ్యక్తి ప్రపంచపౌరసత్వం అనే భావనను తీసుకురావడం, తన అమెరికా పౌరసత్వాన్ని వదిలిపెట్టి అంతర్జాతీయ ప్రపంచ పౌరుల రిజిస్ట్రీని రూపొందించి, ఐక్యరాజ్యసమితిలో గుర్తింపు పొందడం చరిత్రలో జరిగిన విషయాలే. జయమోహన్ స్వయంగా నిత్యచైతన్యయతి అనుచరుడు కనక, ఈ రెండు పాత్రలనీ కలిపి, వసుధైక కుటుంబమనే భావనను బలపరుస్తూ, గాంధీ మార్గాన్ని సమర్ధిస్తూ, భారతదేశమే అన్ని దేశాల్లోకెల్ల నివాసయోగ్యమైందని ఉద్ఘాటిస్తూ రచించిన కథ ఇది. మానవుడు అధికారదాహంపై, స్వార్థంపై తీవ్రఖండన సాగిస్తూ, ఏ పోరాటమైనా గాంధీ మార్గంలోనే సఫలమవుతుందని చెప్పడం ఈ కథలో విశేషం. జయమోహన్ వ్యక్తిగత అభిప్రాయాలు గేరీ ద్వారా చెప్పించడం మరో విశేషం. ('తాటాకు శిలువ' కూడ నిజజీవిత పాత్ర ఉన్నదే. కానీ అందులో ఆయనే కథావస్తువు కాదు. దాని గురించి తర్వాత.)

జయమోహన్ తనకు గాంధీ పట్ల ఉన్న గౌరవాన్ని విశ్వాసాన్ని

'పిచ్చిమాలోకం' ద్వారా మరింత శక్తిమంతంగా చెప్తాడు. 'పూమేడై' మహాత్ముడి వారసుడు. గాంధీ టోపీని కిరీటంలా ధరిస్తూ ఆయన సందేశాలు ఇప్పటికీ వర్తిస్తాయని ఉపన్యసిస్తూ ఇరవై నాలుగ్గంటలూ ఆ ధ్యాసలోనే జీవించే ఒక అరుదైన ప్రాణి. గాంధీ పుట్టిన దేశంలో అవినీతి, అక్రమాలు పెరిగిపోతుంటే గాంధీ లాగే వ్యతిరేకిస్తూ, ఊరేగింపులు చేస్తూ ఆధునిక భారత ప్రభుత్వాధికారులు, ప్రజల ఆగ్రహానికి గురయ్యే పూమేడై ఒక విచిత్రమానవుడు. ఎంత విచిత్ర వ్యక్తి అంటే ఒక ఎర్రని టోపీని చూసి ముచ్చటపడి, దాన్ని కొని, నగరమధ్యంలో ఉన్న గాంధీ విగ్రహానికి ఆ టోపీ పెట్టి, అరెస్టయి ఆరు నెలలు జైల్లో ఉంటాడు! న్యాయవాది అయిన కథకుడు అతని జీవితాన్ని, అతనిలో ఇంకా చావని స్వరాజ్య ఉద్యమస్ఫూర్తినీ వివరిస్తూ, చివరికి అతని మరణానంతరం, తను అప్పు తెచ్చిన అయిదు వేలతో చూడవచ్చిన వారికి గాంధీ టోపీలు ఇచ్చానని చెప్తాడు. ఇది కూడ ఒక మూర్తిమత్వ చిత్రణమే. గాంధీని విశేషంగా అభిమానించే జయమోహన్ ఈ కాలానికి గాంధీని బతకనివ్వరని చెప్పకనే చెప్పినట్టే. అదే సమయంలో మరింతమంది పూమేడైలు పుడితే బాగుండుననేలా సాగిన కథనం.

ఈ సంకలనంలో సంగీతానికి సంబంధించిన కథలు రెండు. అవి: అమ్మవారి పాదం, నెమ్మినీలం. ఈ రెండు కథల్లోనూ ప్రధాన పాత్రలు, కథ చెప్పేవి రెండు – బాలు, రామన్.

'అమ్మవారి పాదం' కథలో రామన్, బాలసుబ్రహ్మణ్యం మిత్రులు. రామన్ పాటగాడు. బాలు వినేవాడు. వీళ్ళిద్దరి సంభాషణలో ఒక అమ్మవారి పాదం ప్రసక్తి వస్తుంది. "విగ్రహం లాంటిది ఏమీ లేదు. ఆ బండమీద పాదం గుర్తులాంటిది ఒకటి ఉంది. ఊరికే అలా ఓవల్ ఆకారంలో ఒకటిన్నర జానెడు పొడవున్న ఒక చిన్న గుంత. కన్యాకుమారీదేవి శుచీంద్రం దేవాలయ మూల విరాట్ అయిన స్థాణుమాలయ్యని వరించాలని ఒంటికాలి మీద నిల్చుని తపస్సు చేసినప్పుడు పడ్డ ఆనవాలు అని నమ్ముతారు. అక్కడికి వెళ్ళి పొంగలి అవీ నైవేద్యం పెట్టి దణ్ణం పెట్టుకుని వస్తారు. ప్రతి పౌర్ణమికి నాటు పడవలేసుకుని వెళ్ళి దీపం పెడుతుంటారు." రామన్ ఈమె కథ విని ఆశ్చర్యపోయి ఒక స్త్రీ పురుషుడికోసం ఒంటికాలి మీద తపస్సు చెయ్యాల్సిన అవసరం

ఎందుకువస్తుందని అడుగుతాడు. ఆమె అమ్మవారు కనక ఆమె పాదం కింద మోపితే అనర్థాలు కలుగుతాయి కనక అలా గాలిలో ఒక పాదం ఉంచి, రెండో పాదంమీద నిల్చుందని తీర్మానిస్తాడు. అక్కడితో సంతృప్తి చెంది, సంగీతం విషయంలోకి వెళ్ళగానే తన తాతగారు శేషయ్యర్, బామ్మల కథ గుర్తుకువస్తుంది. ఈ కథలో రూపచిత్రణం వీళ్ళిద్దరిదే. ఆ ఊరిలో కావేరీ కాలువగా ప్రవహించేది. కావేరిని, సంగీతాన్ని వేరు చేసి చూడలేమంటాడు రామన్. 'తంబూరాని చూస్తే, చిన్నతనంలో నాకు చామనచాయతో ఒక చిన్న పిల్ల ఆయన పక్కన కూర్చుని ఉన్నట్టు తోచేది.' ఇలాంటి అపురూపమైన ఉపమానాలు ఎన్నో ఈ కథలో.

ఈ కథలో తాత, బామ్మ ముఖ్య పాత్రధారులు. తాత నిరుపమాన సంగీత విద్వాంసుడు. తన లోకంలో తను జీవించేవాడు. బామ్మ ఇంట్లో కేవలం మరయంత్రం. పనియంత్రం. ఆమెకు పని చేయడం తప్ప మరొకటి తెలీదు. ఆమె నడుము పూర్తిగా వంగిపోయి, నాలుగు పాదాలతో నడుస్తున్న ఆవులా ఉండేది. ఏమీ తినేది కాదు. ఎవరితో మాట్లాడేది కాదు. బామ్మను పట్టించుకున్న వాళ్ళు లేరు. అలాగే పని చేస్తూ 80వ యేటో ఎప్పుడో కూర్చునే చనిపోయింది. అలా కూలబడి వుండగా తేలుకుట్టింది అన్న విషయం ఆ తర్వాత తెలుసుకున్నారు కుటుంబ సభ్యులు. ఆ బామ్మ కూడ గొప్ప పాటగత్తె. కానీ పెళ్ళయ్యాక ఆమె ఎపుడూ పాడలేదు. అందుకే రామన్ తన మొట్టమొదటి కథ బామ్మను గురించే రాశాడు. తాత గురించి కాదు. ఆమె చక్కని పట్టు చీరె, ఆభరణాలతో గొప్ప వేదిక మీద కచ్చేరీ చేస్తున్నట్టు కథ రాశాడు. ఇలా ఈ కథంతా, తాతగారి సంగీతవిద్వత్తునూ, బామ్మ విచిత్రప్రవర్తననూ సమాంతరంగా చెబుతుంది.

అయితే, మొదట చెప్పిన అమ్మవారి పాదం కథకూ, (కథ శీర్షిక కూడ అదే) బామ్మకూ ఏమిటి సంబంధం? బామ్మ ఎప్పుడూ రెండు పాదాలూ నేలమీద మోపి నడవడం తను చూడలేదని రామన్ బాలుతో అంటాడు. ఆమె కాలి అవకరం వల్లనో, అతివేగంగా పని చేసే అలవాటు వల్లనో ఎప్పుడూ పాదం ఎత్తేస్తూ నడిచేది. ఒక పాదం ఎప్పుడూ గాల్లోనే ఉన్నట్టుండేది. ఆ అమ్మవారిని దేవుడు కరుణించనట్టే, ఈ బామ్మనీ తాత గమనించడు. ఆమె శిల

అయిపోయింది. ఈమె మరణించింది.

నెమ్మినీలం, సంగీతానికి సంబంధించిన మరో కథ. మళ్ళీ రామన్ బాలసుబ్రహ్మణ్యం పాత్రలుగా వచ్చే కథ ఇది. మొదటి కథలోనే 'సుబ్బు'గారి కచ్చేరీకి వెళ్దామనుకుని వెళ్ళరు. కానీ ఈ కథలో ఆ సుబ్బుగారు, ఆయన కచ్చేరీకి అనివార్యంగా వచ్చే ఒక సినిమానటి ప్రధాన పాత్రలు.

ఇది ఒక విచిత్రమైన కథ. ఇందులో సంగీతం, స్త్రీ సౌందర్యం చర్చనీయాంశాలు. అవి రెండూ సంగమించిన వ్యక్తి 'సాని' కులానికి చెందిన సినిమాల్లో అపుడపుడూ వేషాలు వేసే 'చంద్ర'. సంగీతశాస్త్రపారమెరిగిన సుబ్బు అయ్యర్ ఆమె పక్కన లేనిదే పాడలేడు. చక్కని రచయిత అయిన రామన్ ఆమెను చూస్తే తప్ప స్త్రీ సౌందర్యాన్ని అనుభవించలేడు. కథ చివరకి వచ్చేసరికి చంద్ర నిమిత్తమాత్రురాలవుతుంది. సంగీతం, సౌందర్యం మాత్రమే మిగులుతాయి. అవి రెండూ వేర్వేరు భావనలుగా కాక, మాధ్యమాలుగా కాక, ఒకే అనుభవంగా మారతాయి. ఆ దశకు రామన్ చేరుకోవడంతో, రామన్ లాగా సాహిత్యంగానీ, సుబ్బు అయ్యర్ లాగా సంగీతంగానీ ఒంటబట్టని కథకుడు బాలసుబ్రహ్మణ్యం కూడ ఒక అనుభవంలోకి జారుకోవడంతో కథ ముగుస్తుంది.

ఈ కథాసంకలనంలో తక్కిన కథలను బహుశా ఒకే వర్గం కింద చూడవచ్చు. వాటిని సామాజిక న్యాయానికి సంబంధించిన కథలుగా చెప్పుకోవచ్చు. ఈ నాలుగు కథలు సమాజంలోని అట్టడుగు వర్గానికి చెందిన వారి కథలు. వీటిలోనూ ఉత్తమపురుష కథనాలున్నాయి. ఒగ్గనివాడు, కూటిరుణం, వందకుర్చీలు, తాటాకు శిలువ- ఇవి ఎక్కువగా అభ్యుదయ కథకులు రాసే వస్తువులతోనే ఉన్నా, కథానిర్వహణలో, పాత్రచిత్రణలో జయమోహన్ పద్ధతే వేరు. వీటిలో ఎక్కువ కథలు అన్ని అవరోధాలనూ అవమానాలనూ అధిగమించి విజేతలైన దళితుల జీవితాలే. కానీ కథల్లో అది మాత్రమే వస్తువు కాదు.

ఒగ్గని వాడు కథలో తండ్రి అన్నిటికీ ఒంగి ఒంగి ఉంటే, తరచు తన యజమాని చేత చావుదెబ్బలు తింటూ ఉంటే చూసి భరించలేకపోయిన కొడుకు ఇంటి నుంచి పారిపోతాడు. తను బ్రిటిష్ వారి హయాంలో విదేశీయులకు,

జమీందారులకు ఎంతగా ఊడిగాలు చేసి తను క్రుంగి పోయినా, కొడుక్కి మాత్రం వణంగాన్ (తలవొగ్గనివాడు) అన్న పేరు పెట్టాడు ఆ తండ్రి. దానికి తగ్గట్టుగానే 8 ఏళ్ళ వయసులో ఇంటి నుంచి పారిపోయి, చిత్రవిచిత్రమైన మలుపులతో చదువుకుని, ఉన్నతస్థాయికి చేరుకుని, ఇప్పటికీ తన పేరు మరింత నాగరికంగా ఉండాలని ఎవరు సూచించినా ఒప్పుకోకుండా, వణంగాన్ అని గర్వంగా తనను ప్రకటించుకునే వ్యక్తి కథ ఇది.

'వందకుర్చీలు' మరో గొప్ప స్త్రీపాత్రను అందించిన కథ. స్థూలంగా చూస్తే, ఒక నాయాడి కులానికి చెందిన యువకుడు. చదువుతో పైకి వచ్చి, అగ్రకులానికి చెందిన అమ్మాయిని వివాహం చేసుకుని, తన పరువు తీసేలా ప్రవర్తిస్తున్న తల్లిని ఇంట్లోంచి వెళ్ళగొట్టడం – పూర్తిగా కొత్త కథేమీ కాదు. కానీ ఇక్కడ ప్రత్యేకమైంది ఆ తల్లి పాత్ర. సాధారణంగా అణగారిన వర్గాల వారి జీవితాల్లో తల్లిదండ్రులు తమ బిడ్డలు తమకంటే ఉన్నతస్థాయికి ఎదగాలని, సమాజంలో హోదా కలిగుండాలనీ కోరుకుంటారు. సాహిత్యంలో కూడ అలాంటి చిత్రణే చూస్తాం. కానీ ఈ తల్లి స్వభావం పూర్తి ప్రత్యేకం. తన పుట్టుకను, తన ఉనికిని మరచి తన కొడుకు నాగరిక జీవితంలో ఒక భాగమైపోయాడన్న ఉక్రోషం; బాధ ఆమెను పిచ్చిదాన్ని చేస్తాయి. 'చొక్కా' అన్నది ఆమె దృష్టిలో ఒక హోదా కాదు. ఒక అవసరం కాదు. 'కుర్చీ' అన్నది ఆమె దృష్టిలో ఒక సౌకర్యం కాదు. ఒక స్థాయి కాదు. ఈ రెండూ అధికారం. అగ్రకులం, అహంకారం అనేవాటికి ప్రతీకలు. 'ఈ జీవితాన్ని వదిలిపెట్టమని, చొక్కా వేసుకోవద్దనీ, కుర్చీలో కూర్చోవద్దనీ కొడుకుని హెచ్చరిస్తూంటుంది.' అంటే తన కొడుకు దొరలు చేసే ఉద్యోగాలు చేయకూడదని, దొరల్లా సూటూ, బూటూ తొడుక్కోకూడదనీ ఆమె కోరిక. కానీ అతనితో ఆఖరి పలకరింపు లేకుండానే ఆమె చనిపోతుంది. అప్పుడనుకుంటాడు 'ఈ భిక్షగత్తె ముసలమ్మను మట్టిలో పూడ్చేసి ఆమె హృదయం అన్ని పరితాపాలతోనే మగ్గి మట్టి అయిపోవాలి అంటే నాకు ఇంకా వంద కుర్చీలు కావాలి.' అని. తమ కులానికీ, తన అమ్మవంటి స్త్రీలకూ జరిగిన తరతరాల అన్యాయాలు కడిగివేయాలంటే. పూడ్చేయాలంటే తను ఇప్పుడు కూర్చున్న ఒక్క కుర్చీ ఏం సరిపోతుంది?

'కూటి ఋణం' కథలో కూడా చదువుకోసం చిన్నప్పుడే తల్లిదండ్రులకు

దూరమై, మేనమామ, అత్తల దగ్గర అష్టకష్టాలూపడి, చదువులో రాణించి పైకి వచ్చిన ఆ కుర్రవాడు. తను కష్టకాలంలో ఉన్నపుడు ఉచితంగా చేపలపులుసు, అన్నం పెట్టిన కెత్తేలు సాయిబును గుర్తుంచుకుని, తను చీటీ పాడిన డబ్బులన్నీ అతని కొట్టులోని హుండీలో వేయడం ద్వారా తన కృతజ్ఞతను నిరూపించుకుంటాడు. మనిషిని బతికించే అనుభూతుల్లో 'విశ్వాసం' అనేదానికి ఉన్న స్థానాన్ని చక్కగా నిరూపించిన కథ 'తాటాకు శిలువ'.

'తాటాకు శిలువ' కథ ప్రాథమికంగా మనిషి కనీసావసరాలకీ, మతానికీ ఉన్న అనివార్యసంబంధాన్ని చెప్తుంది. కల్లుగీతకార్మికుడైన ఒక తండ్రి తాటి చెట్టు మీద నుంచి కిందపడి చావుబతుకుల్లో ఉంటే, ఆ తండ్రి బతకాలంటే ఒక కాణీ అమ్మవారి గుడిలో ఇచ్చి మొక్కుకు రమ్మని తల్లి చెబుతుంది. ఇంట్లో మిగిలిన ఆ ఒక్క కాణీతో ఎనిమిది దోశలు కొనుక్కోవచ్చు అనుకుంటూనే, అలా తినేస్తే తండ్రి చనిపోతాడేమోనని బుద్ధిగా అమ్మ చెప్పినట్టు అమ్మవారి గుడిలో హుండీలో వేసి, అక్కడి కుంకుమ తీసుకుని వస్తాడు ఆస్పత్రికి. ఆమె పూజార్ల కుటుంబానికి చెందింది కనక ఆ నమ్మకం. ఈలోగా 'దొర' ఆస్పత్రికి వచ్చి, ఆమె భర్త చనిపోతాడు, అతనికి తామే ఖననం ఏర్పాట్లు చేస్తాం గానీ, తమ మతం ప్రకారం చేస్తామనీ, ఆమె సకుటుంబంగా మతం స్వీకరిస్తే తిండి స్కూలు చూసుకుంటామనీ చెప్తాడు. తల్లి ఒప్పుకోదు. 'అందరం ఆకలితో చనిపోవాలని రాసుంటే పోతాం. కానీ నాది పూజారి వంశం. అమ్మోరుకు సేవ చేసే వంశం' అని వెళ్ళిపోతుంది. ఆ రాత్రి ఇంట్లో తన చెల్లెళ్ళు, తమ్ముళ్ళ ఆకలి చూసిన కథకుడు తల్లికి తను మతం మారుతానని చెప్పి దొర దగ్గరికి వెళ్ళిపోతాడు.

కథకుడికి ఆశ్రయం కల్పించిన డాక్టర్, మిషనరీ కూడ నిజజీవిత వ్యక్తే. థియోడర్ హవార్డ్ సామర్వెల్. ఈ కథాకేంద్రమైన నెయ్యూరులో ఆయన సర్జన్‌గా పనిచేశాడు. ఎవరెస్టు పర్వతారోహకుల్లో ఒకడు. (ఈ కథలో సగభాగం ఈయన చరిత్ర చెప్పడం వల్ల కథాకేంద్రం ఏమిటన్న తికమక పాఠకుడిలో ఏర్పడుతుంది.) కథకుడి కుటుంబమంతా మతం పుచ్చుకోవడంతో వారి జీవితాలు మెరుగుపడ్డాయి. కథకుడి తల్లి తనకు మతమంటే కడుపునిండా తిండి పెట్టేది మాత్రమే అనడం బహుశా ఈ కథలోని ప్రధాన సందేశం. కథకుడికి తల్లి మాట నచ్చింది. ఎక్కడ ఎవరితో మాట్లాడినా ఏసుక్రీస్తంటే నాకు దొరికే

ఆహారమే అనేవాడు. అంతకుమించిన ఆధ్యాత్మిక భావనేదీ అతనిలో కలగలేదు. విశ్వాసమూ కలగలేదు. చివరి దృశ్యంలో ఒక శ్వేతవస్త్రధారి కథకుడి చేతిలో తాటాకు శిలువ (చిన్నప్పుడు పిల్లలు ఆడుకోడానికి చేసేది) పెట్టి అదృశ్యమైపోతాడు. అప్పుడు మొదటిసారిగా కథకుడికి ఒక భక్తిభావం కలుగుతుంది. ఏసుక్రీస్తు ఒక దేవుడిలా, విశ్వాసంలా కనిపిస్తాడు.

ఇక చివరి కథ – పై వాటి కోవకు చెందని కథ 'చిలుకంబడు దధికైవడి'. ఇందులోని పాత్రచిత్రణ అంత విశిష్టమైనది కాదు. ఒక గురువు, అతను అభిమానించిన శిష్యుడు. ఆ శిష్యుడు విఫలప్రేమ వల్ల 'దేవదాసై' పోయి సాహిత్యాన్ని వదిలేయడం. గురువుగారిని చూసేందుకు అతనికి ముఖం చెల్లకపోవడం. బహుశా జయమోహన్ సన్నిహితుడి కథే అయివుండవచ్చు. (రచయిత ఇందులో పాత్రగా వస్తారు కనక). ప్రత్యేకించి విలువ, ఆదర్శం వంటివి లేని కథ. కంబరామాయణ పద్యాల విశ్లేషణే ఇందులో చెప్పుకోదగ్గది.

జయమోహన్ కథలు చదివాక, ఆయా పాత్రల గురించి కంటే ఆయన గురించే ఎక్కువ అర్థమవుతుంది. ఆయన ఒక విలువల, ఆదర్శాల సమాజాన్ని అపేక్షిస్తాడు; భారతీయ పురాణాల్లో, భారతదేశచరిత్రలో, భారతీయుల సామూహిక అచేతనలో ఉన్న భావనలు నేటికీ ప్రాసంగికత కలిగివున్నాయని నమ్ముతాడు. బ్రాహ్మణుల గురించి రాసినా, చెట్టియార్ గురించి రాసినా, పాకీ పనివాడి గురించి రాసినా ఆయన ఒకలాగే రాస్తాడు. తనే ఆ కథలో, పాత్రలో దూరిపోతాడు. సానుభూతి, సహానుభూతి అనే పదాలు పెద్దగా వర్తించవు జయమోహన్ రచనావిధానానికి. తను తన కథలో లీనమై రాసే రచయిత ఆయన. అందువల్లే తన కథల్ని 'ఎడిట్' చేసే పనికి పూనుకోడు. తనకు ఆ వస్తువుతో అనుబంధం సాగినంతసేపూ ఆ కథ కూడ సాగుతుంది. అలాగని తన ఆదర్శాలను వాచ్యం చెయ్యడు. చిరువర్ణన ద్వారా, పాత్ర ఆలోచన ద్వారా, చిన్న సంభాషణ ద్వారా, ఒక వ్యాఖ్య ద్వారా విశిష్టమైన ముగింపును సూచిస్తాడు. జీవితాన్ని శకలాలుగా కాక, మొత్తంగా చూసే ఒక సమగ్రతత్వం ఆయన ప్రాపంచికదృక్పథంలో ఉంది.

ఈ కారణాలవల్ల, శిల్పం, నిర్మాణం వంటి పదాలు జయమోహన్ రచనల విషయంలో ప్రయోగించడం ఇబ్బందికరంగానే ఉంటుంది. (జయమోహన్

ఉపమాలంకారాలు అనూహ్యంగా, అద్భుతంగా ఉంటాయి. ఆయన వర్ణనలు చదివితేనే ఆనందం). అయినా, ఆయన లీనమైనంతగా మనం కూడ ఆ కథల్లో లీనమౌతున్నపుడు, ఈ సాంకేతిక పదాల అవసరం ఉండదు. ఉండనవసరం లేదు.

జయమోహన్ కథల సంపుటి ఇంత హృదయానికి తాకేలా ఉండడానికి ముఖ్య కారణం అవినేని భాస్కర్ అనువాదం. (గ్రేట్ హార్న్‌బిల్ పక్షి బాపూ గీసిన బట్టతల ప్లీడర్‌లా ఉంది అన్న పోలిక జయమోహన్‌దా? భాస్కర్‌దా) శరత్ చంద్రను తెలుగువారు తెలుగు రచయితే అనుకున్నట్టు, జయమోహన్‌ని కూడ తెలుగువాడే అనుకోగలం. అలా సాగింది అనువాదం. అతనికి అభినందనలతో పాటు నమోవాకాలు!జయ

- **మృణాళిని**

21-06-2024

www.ingramcontent.com/pod-product-compliance
Lightning Source LLC
LaVergne TN
LVHW091953210825
819277LV00035B/291